विकास स्वरूप (ऑस्कर पुरस्कारप्राप्त स्लमडॉग मिलेनिअर चित्रपटाचा आधार असलेल्या 'क्यू अँड ए' कादंबरीचे लेखक) यांनी लिहिलेल्या या उपहासपूर्ण गुन्हेगारी कादंबरीची सुरुवात दमदार होते, पण त्यानंतर तपास पुढे नेणाऱ्या प्रामाणिक प्रयत्नांअभावी ती दुबळी होऊ लागते. उद्योगपती विकी राय यांच्या हत्येप्रसंगीचे वातावरण पत्रकार अरुण अडवाणी आपल्या लेखणीद्वारे नेमके उभे करतो. एका अतिशय क्रूर अशा हत्येच्या आरोपातून सुटका झाल्याच्या आनंदाप्रीत्यर्थ विकी राय याच्या फार्म हाऊसवर एक पार्टी सुरू असते. गुन्हा घडल्यावर लगेच तेथे उपस्थित असलेल्या तीनशे पाहुण्यांपैकी शस्त्रधारी असलेल्या सहा पाहुण्यांना अटक होते. त्यात एक असते, बॉलिवूडमधील मेगास्टार. महात्मा गांधींच्या आत्म्याने ज्यांना पछाडले आहे असे म्हटले जाते, असे एक भ्रष्ट नोकरशहा हे दुसरे पाहुणे आहेत. 'गूगल'चा निर्माता लॅरी पेज याच्याशी नामसाधर्म्य असलेला, पण महामूर्ख असा अमेरिकन तरुण हा त्यापैकीच एक पाहुणा. या सहाही पाहुण्यांच्या गतजीवनाचा धांडोळा घेणारी ही कादंबरी क्लायमॅक्सच्या अनेक शक्यता निर्माण करते. या संपूर्ण प्रवासात काही खुसखुशीत टप्पे असले, तरीही ही कादंबरी रहस्यमय कादंबऱ्यांवर प्रेम करणाऱ्या वाचकांचा ठाव घेत नाही आणि समकालीन भारतीय वास्तव जाणून घेणाऱ्या वाचकालाही समाधान देत नाही. कथानकाचा भौगोलिक पट जरी भारतापेक्षा विस्तृत असला, तरी संपूर्ण कथा एका एकाकी, निवांत अशा जागी घडते असे वाटून वाचकांना थेट ॲगाथा ख्रिस्तीची आठवण येते. 'सहा संशयित'मधील पाताळयंत्री जगाचे चुरचुरीत रहस्य वाचकाला बांधून ठेवते. एका साध्या कहाणीत जगातील विविध संस्कृतींचे रंग लेखक व राजनैतिक मुत्सद्दी विकास स्वरूप यांनी भरले आहे. त्यांची खेळकर शैली वाचकाला गुंग करते.

– जॅनेट मॅस्लिन, द न्यूयॉर्क टाइम्स

आधुनिक भारतात घडणारी एखादी रहस्यमय कथा अॅगाथा ख्रिस्तीने लिहिली असती, तर ती थोडीफार अशी झाली असती. लक्षवेधक, उत्तम वातावरणनिर्मिती करणारी आणि कथानक व व्यक्तिरेखा यांना सारखेच वजन देत पुढे सरकणारी, अशी ही कथा आहे. पारंपरिक रहस्यकथाप्रेमी, आंतरराष्ट्रीय गुन्ह्यांच्या कथा वाचणारे वाचक आणि 'स्लमडॉग'भक्त या सर्व वर्गामध्ये ही कादंबरी लोकप्रिय होईल. अवश्य वाचण्यायोग्य!

– बुकलिस्ट

'स्लमडॉग मिलेनिअर' चित्रपटाला कथा देणारा 'क्यू अँड ए'चा लेखक एक तेवढीच उत्तम कथानक असलेली कहाणी घेऊन आला आहे. एका खुनाच्या तपासानिमित्त समकालीन भारतातील अस्वस्थ वातावरणाची सफर तो आपल्याला घडवतो.

– किरकस रिव्ह्यू

समकालीन भारतातील गंध आणि दृष्टी यामुळे समृद्ध असलेली ही रहस्यकथा विकास स्वरूप यांची शैली आणि कथानक-हाताळण्याची धाटणी यांवर पुन्हा एकदा प्रकाश टाकते. वाचक नक्कीच याला दाद देतील!

– लायब्ररी जर्नल

'स्लमडॉग मिलेनिअर'कर्त्याची ही आणखी एक जोमदार कहाणी आहे, जी एका हत्येपासून सुरू होत, जीवनाला भिडत सहा संशयितांचे हेतू तपासते. यातील प्रत्येक संशयिताच्या कहाणीमध्ये गुंतत जाणाऱ्या वाचकाला भारताचे जे वास्तव दिसते, ते डोळे उघडणारे आहे!

– रोमँटिक टाइम्स बुक रिव्ह्यू

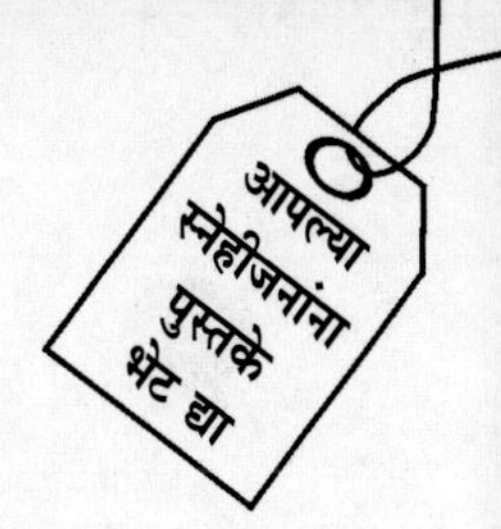

सहा संशयित

लेखक
विकास स्वरूप

अनुवाद
वन्दना अत्रे

मेहता पब्लिशिंग हाऊस

Mehta Publishing House Pvt. Ltd., Pune 411030.
✆ +91 020-24476924 / 24460313 / Mob. No. 9545000513
Email : production@mehtapublishinghouse.com
Website : www.mehtapublishinghouse.com

- *या पुस्तकातील लेखकाची मते, घटना, वर्णने ही त्या लेखकाची असून त्याच्याशी प्रकाशक सहमत असतीलच असे नाही.*

SIX SUSPECTS by VIKAS SWARUP

Translated in Marathi Language by Vandana Atre

सहा संशयित / अनुवादित कादंबरी

अनुवाद : वन्दना अत्रे

Email : author@mehtapublishinghouse.com

मराठी अनुवादाचे व प्रकाशनाचे हक्क : मेहता पब्लिशिंग हाऊस प्रा. लि., पुणे ३०.

संस्थापक : सुनील अनिल मेहता

प्रकाशक : मेहता पब्लिशिंग हाऊस प्रा. लि.,
१९४१, सदाशिव पेठ, माडीवाले कॉलनी, पुणे ४११०३०.

मुद्रक : ट्रिनिटी ॲकॅडमी फॉर कॉर्पोरेट ट्रेनिंग लिमिटेड

मुखपृष्ठ : चंद्रमोहन कुलकर्णी

प्रकाशनकाल : फेब्रुवारी, २०१२ / पुनर्मुद्रण : सप्टेंबर, २०२४

किंमत : ₹ ७५०

P Book ISBN 9788184983364

अपर्णासाठी

अनुक्रमणिका

हत्या

संशयित

कारण

पुरावे

उपाय

कबुलीजबाब

हत्या

सर्व कलांप्रमाणे खूनदेखील एका स्पष्टीकरणाला जन्म देतो आणि चिकित्सेला थोपवतो.

मिशेल डी क्रेस्टर, द हॅमिल्टन केस

१

निखळ सत्य

अरुण अडवाणी यांचे सदर. दिनांक २५ मार्च

सहा बंदुका आणि एक हत्या

सर्व मृत्यू समान नसतात आणि हत्येतही जातिव्यवस्था सुटत नाही. एखाद्या फाटक्या रिक्षाचालकाला कोणी भोसकून मारले, तर वृत्रपत्राच्या आतल्या पानावर, एखाद्या कोपऱ्यात केवळ तपशिलापुरती बातमी येते; पण एखाद्या प्रसिद्ध व्यक्तीची हत्या मात्र पहिल्या पानावरील ठसठशीत मथळ्याचा विषय होते! कारण धनाढ्य आणि सतत प्रसिद्धीच्या झोतात झगमगणाऱ्यांचा क्वचितच खून होतो ना! ते पंचतारांकित आयुष्य जगतात आणि कोकेनचे प्रमाणाबाहेर सेवन केले नाही किंवा अनपेक्षितपणे एखाद्या अपघाताच्या तडाख्यात सापडले नाहीत, तर त्यांचा मृत्यूही डोक्यावरचे सगळे केस पांढरे झाल्यावर तसाच पंचतारांकित दिमाखात होतो. दरम्यान, आपल्या पूर्वजांच्या वैभवात आणि संपत्तीत त्यांनी भरपूर भर घातलेली असते.

त्यामुळेच उत्तर प्रदेशच्या गृहमंत्र्याचा मुलगा आणि राय उद्योग-समूहाचा अवघा बत्तीस वर्षांचा मालक विवेक तथा विकी राय याची हत्या ही गेल्या दोन दिवसांपासून सगळ्यात ठळक बातमी झाली आहे.

शोधपत्रकारितेच्या माझ्या बहुरंगी कारकिर्दीत मी आजवर कित्येक गोष्टी उघडकीस आणल्या; उच्च स्तरावरील भ्रष्टाचारापासून ते कोलाच्या बाटलीतील कीटकनाशकांपर्यंत मी उघडकीस आणलेल्या घटनांमुळे कितीतरी मंत्रिमंडळे कोसळली आणि बहुराष्ट्रीय कंपन्यांना कुलुपे ठोकावी लागली. या प्रवासात मी माणसातील वखवख बघितली, विखार बघितला आणि अगदी जवळून भ्रष्टाचारही बघितला; पण विकी रायच्या प्रकरणाइतके कोणत्याच प्रकरणाने मला अस्वस्थ केले नाही. देशातील अतिशय अभद्र अशा गोष्टींचा तो जणू प्रतिनिधी होता. एखाद्या पतंगाने अनावर इच्छेने ज्योतीवर झेप घ्यावी, तसे त्याचे आयुष्य आणि त्याने केलेले गुन्हे

यांच्या गेल्या एका दशकापासून मी सतत मागावर होतो. एखादा भयपट पहाण्याची इच्छा व्हावी तसेच ते एक विकृत, रोगट वेड असावे माझे! काहीतरी भयानक घडणार आहे हे माहीत असूनही तुम्ही श्वास रोखून, कोणीतरी घट्ट एका जागी बांधून ठेवल्यासारखे तेथे बसून ते अघटित घडण्याची वाट बघत बसताच ना! मला संपवून टाकण्याच्या धमक्या दिल्या गेल्या, गंभीर इशारेही मिळाले. एवढेच नाही, तर मी ज्या वृत्तपत्रात काम करतो तेथून मला हाकलून दिले जावे असेही प्रयत्न केले गेले; पण मी वाचलो. विकी राय मात्र वाचू शकला नाही.

टीव्हीवरील एखाद्या तुफान लोकप्रिय मालिकेतील कथानकांच्या अनपेक्षित वळणांची जशी चर्चा होते, तसाच या खुनातील तपशीलही सगळ्यांच्या चर्चेचा विषय बनला होता. गजबजलेल्या दिल्लीपासून दूर, जरा निवान्त असलेल्या मेहेरौली येथील त्याच्या फार्म हाउसवर गेल्या रविवारी रात्री १२ वाजून ५ मिनिटांनी अज्ञात हल्लेखोराने विकीचा गोळी घालून खून केला. अगदी जवळून गोळी झाडल्यामुळे त्याच्या हृदयाला झालेल्या एकमेव, खोलवर जखमेमुळे त्याचा मृत्यू झाला, असे शवविच्छेदनाच्या अहवालात म्हटले आहे. ती गोळी त्याच्या छातीचा अचूक वेध घेत हृदयातून आरपार जाऊन पाठीतून बाहेर पडून एका लाकडी कठड्यात घुसली. विकी तडकाफडकी मेला, असे सांगितले जाते.

विकी रायला शत्रू होते हे नक्की. त्याचा उद्धटपणा, बेफिकीर जीवनशैली, कायद्याबद्दल तो दर्शवत असलेली कमालीची तुच्छता यामुळे अनेक जण त्याचा तिटकारा करीत. शून्यातून त्याने उद्योगाचे साम्राज्य उभे केले आणि काही अपवाद वगळता आपल्या देशात लोकांचे हात ओले केल्याशिवाय कोणीही असे उद्योगाचे अफाट साम्राज्य उभे करू शकत नाही. सर्वसामान्य गुंतवणूकदारांना जो तपशील उपलब्ध होत नाही अशा माहितीचा फायदा घेत विकी रायने शेअर बाजारात कशा उलाढाली केल्या आणि गुंतवणूकदारांची फसवणूक केली, याबाबत मी माझ्या सदरात यापूर्वी दिलेली माहिती वाचकांच्या स्मरणात असेलच. अधिकाऱ्यांना लाच देऊन त्याने कॉर्पोरेट टॅक्सबाबत त्यांची कशी दिशाभूल केली, हेही मी त्यात लिहिले होते; पण तरीही त्याला पकडता आले नाही. कारण कायद्यातील एखाद्या पळवाटेचा फायदा घेऊन कायद्याच्या कचाट्यातून सुटका करून घेणे त्याला सहज जमत असे.

ही कला त्याने फार तरुण वयात आत्मसात केली होती. त्याला सर्वांत प्रथम जेव्हा कोर्टात सादर करण्यात आले, तेव्हा त्याचे वय अवघे सतरा होते. त्याच्या वडिलांच्या एका मित्राने त्याला अत्यंत महागडे आणि बघताच मन जडावे असे ऐटबाज बीएमडब्ल्यूचे अत्याधुनिक मॉडेल त्याच्या वाढदिवसानिमित्त भेट दिले होते. आपल्या तीन दोस्तांना घेऊन तो गाडीतून रपेट करण्यासाठी निघाला. एका

पबमध्ये या सगळ्यांनी दणक्यात ओली पार्टी साजरी केली. पहाटे तीन वाजता दाट धुक्यात सुसाट वेगाने मद्याच्या अंमलाखाली घरी परतणाऱ्या विकीने फूटपाथवर झोपलेल्या सहा जणांना आपल्या गाडीखाली चिरडले. एका पोलीस नाक्यावर त्याला अडवण्यात आले तेव्हा तो अक्षरश: तर्रर होता. बेदरकार वाहन चालवल्याबद्दल त्याच्याविरुद्ध तक्रार दाखल केली गेली; पण खटला सुनावणीस येईपर्यंत त्या मयतांचे सर्व नातेवाईक विकले गेले होते. त्या रात्री बीएमडब्ल्यू बघितल्याचे कोणाला आठवतच नव्हते मुळी! त्या सर्वांना आठवत होते ते गुजरात राज्याचा परवाना असलेला एक ट्रक बघितल्याचे. मग मद्यपान करून गाडी चालवणे किती धोकादायक, याबाबत न्यायाधीशांनी विकी रायला एक व्याख्यान दिले आणि त्याची निर्दोष मुक्तता झाली!

तीन वर्षांनंतर तो पुन्हा कोर्टात दाखल झाला तो राजस्थानातील एका अभयारण्यात दोन काळविटांची शिकार करून त्यांना मारून टाकल्याच्या आरोपावरून. त्या प्राण्यांच्या जाती संरक्षित असल्याचे आपल्याला ठाऊकच नव्हते, असा पवित्रा त्याने घेतला. ज्या देशात हुंड्यासाठी जाळल्या जाणाऱ्या सुनांचे रक्षण करता येत नाही किंवा वेश्याव्यवसायासाठी उचलल्या, पळवल्या जाणाऱ्या कोवळ्या तरुण मुलींना वाचवता येत नाही, अशा देशात काळवीट मारल्याबद्दल कोर्टात खटला चालवला जातो, त्याची विकीने खिल्ली उडवली; पण कायदा हा कायदाच असतो. त्यामुळे विकीला अटक करून तुरुंगात टाकण्यात आले. दोन आठवडे तुरुंगात मुक्काम ठोकावा लागल्यावर जामीन मिळवण्यात तो यशस्वी झाला. पुढे काय झाले ते सगळ्यांना माहिती आहेच. त्या घटनेतील एकमेव साक्षीदार, ती खुली जीप त्या दिवशी चालवत असलेल्या वनसंरक्षक किशोरचा सहा महिन्यांतच संशयास्पद अवस्थेत मृत्यू झाला. तो खटला दोनेक वर्षे रखडला आणि अपेक्षेप्रमाणेच त्यातूनही विकीची निर्दोष मुक्तता झाली.

या सगळ्या घटना बघता तो खुलेआम कोणाचातरी खून करणार हे नक्की होते. प्रश्न फक्त हे कधी घडणार एवढाच होता. सात वर्षांपूर्वी ती वेळ आली. आपला पंचविसावा वाढदिवस साजरा करण्याच्या निमित्ताने ऐन उन्हाळ्यातील एका रात्री दिल्ली-जयपूर महामार्गावरील 'मँगो' नावाच्या एका ट्रेन्डी रेस्टॉरंटमध्ये त्याने जंगी पार्टीचा बेत आखला होता. रात्री नऊ वाजता सुरू झालेली ती रंगिली पार्टी मध्यरात्र उलटेपर्यंत सुरू होती. पार्टीसाठी खास बोलावण्यात आलेल्या वाद्यवृन्दातर्फे वाजवण्यात येणारी लोकप्रिय गाणी वातावरणात रंग भरत होती. विदेशी दारू अक्षरश: वाहत होती. विकी रायने आमंत्रित केलेल्या खास पाहुण्यांमध्ये तऱ्हेतऱ्हेचे लोक होते – वरिष्ठ शासकीय अधिकारी, सोशलाईट्स, विकीच्या माजी अन् आजी मैत्रिणी, बॉलिवूडमधील काही मंडळी आणि काही गाजलेले

खेळाडूही! पार्टी झकास रंगली होती. विकी चिक्कार प्यायला होता. रात्री दोनच्या सुमारास अक्षरश: भेलकांडतच तो बारजवळ गेला आणि मद्य देणाऱ्या व्यक्तीकडे त्याने आणखी एक ग्लास दारूची मागणी केली. डेनिमची जीन्स आणि पांढरा टी शर्ट घातलेली ती एक सुंदर तरुणी होती. रुबी गिल नावाची. दिल्ली विद्यापीठात डॉक्टरेट करणारी रुबी आपल्या कुटुंबाला आर्थिक हातभार लावण्यासाठी 'मँगो'मध्ये अर्ध वेळ काम करीत होती.

''माफ करा सर, बार बंद झाल्याने मी तुम्हाला मद्य नाही देऊ शकत.'' ती त्याला म्हणाली.

''मला ठाऊक आहे स्वीटी, पण मला एक शेवटचा पेग हवा आहे. तो घेतल्यावर आपण सगळेच घरी जाऊ.''

''माफ करा सर, पण बार बंद झालाय. आम्हाला नियम पाळावेच लागतात.'' ती निग्रहाने म्हणाली.

''तुझे नियम गेले खड्ड्यात! मी कोण आहे तुला ठाऊक नाहीये वाटतं!'' तिच्यावर गुरगुरत विकी म्हणाला.

''नाही सर. आणि मला त्याची गरजही वाटत नाहीये. नियम सगळ्यांसाठी सारखेच आहेत. तुम्हाला आणखी एक ग्लास दारू मिळू शकणार नाही.'' तिचा हा निर्धार बघून विकी संतापाने अक्षरश: काळानिळा झाला. 'कुत्तरडी साली!' असे ओरडत त्याने आपल्या सूटच्या खिशातून एक रिव्हॉल्व्हर काढले आणि 'तुला चांगलाच धडा शिकवतो बघ' असे म्हणत तेथील पन्नास पाहुण्यांच्या उपस्थितीत त्याने तिच्यावर सटासट दोन गोळ्या झाडल्या. चेहऱ्यावर एक आणि मानेवर. रुबी गिल जागच्या जागी कोसळली आणि गतप्राण झाली. 'मँगो'मध्ये एकच गोंधळ माजला. विकीच्या मित्राने त्याचा हात धरून खेचत त्याला आपल्या मर्सिडीजमध्ये घातले आणि तेथून त्याला दूर घेऊन गेला. पंधरा दिवसांनंतर विकी रायला लखनौ येथे अटक करण्यात आली आणि याही खेपेला जामीन मिळवण्यात तो यशस्वी झाला!

दारूचा केवळ एक पेग नाकारला म्हणून केल्या गेलेल्या या हत्येने सारा देश हलला. विकी रायचा बदलौकिक आणि रुबी गिलचे सौंदर्य या दोन घटकांमुळे ही घटना पुढील काही आठवडे माध्यमांमध्ये चर्चेत राहणार, हे निश्चित झाले. उन्हाळा–पावसाळा सरला, हिवाळा आला. जग नव्या घटनांकडे वळू लागले. विकीचा हा खटला जेव्हा कोर्टात उभा राहिला तेव्हा कोर्टात सादर झालेल्या तज्ज्ञांच्या अहवालात रुबीवर झाडल्या गेलेल्या दोन गोळ्या वेगवेगळ्या बंदुकीतून झाडल्या गेल्याचे म्हटले होते व ज्या शस्त्राने ती हत्या केली गेली, ते आश्चर्यकारकरीत्या पोलिसांच्या स्ट्राँग रूममधून गायब झाले होते. विकी रायला आपण गोळी झाडताना

बघितले असा दावा करणारे सहा साक्षीदारही नंतर उलटले. पाच वर्षे खटल्याचे कामकाज चालल्यावर एक महिन्यापूर्वी म्हणजे १५ फेब्रुवारीला विकी रायची निर्दोष मुक्तता झाली. ह्या निकालाचा आनंद साजरा करण्यासाठी मेहेरौलीच्या फार्म हाउसवर विकीने पार्टी ठेवली होती, तिथेच त्याचा खून झाला.

हा काव्यगत न्याय आहे असे कोणी म्हणेल; पण पोलिसांच्या लेखी तो भारतीय दंडविधान कलम ३०२ अन्वये सदोष मनुष्यवधाचा गुन्हा आहे. खुनी कोण आहे याचा शोध अक्षरश: देशपातळीवर घेतला जातोय आणि पोलीस आयुक्त जातीने त्यावर देखरेख करीत आहेत. हा गुन्हेगार शोधण्यात यश मिळाले नाही, तर ते ज्यावर डोळा ठेवून आहेत ते (सहा आठवड्यांपूर्वी याच सदरात उल्लेख केल्याप्रमाणे) दिल्लीचे राज्यपालपद हे बिनकामाचा पगार देणारे पद आपल्या हातून साबणाच्या फुग्यासारखे हवेत विरून जाईल, अशी भीती आयुक्तांना अक्षरश: पोखरते आहे.

पण त्यांच्या कर्तव्यतत्परतेला लवकरच फळ आले आहे. विकी राय याच्या खुनाच्या संशयावरून सहा जणांना अटक करण्यात आल्याचे माझ्या सूत्रांकडून मला समजले आहे. ज्या वेळी खून झाला त्या वेळी उपनिरीक्षक विजय यादव फार्महाउसजवळ वाहतूक नियंत्रणाच्या ड्यूटीवर होते. खून होताच त्यांनी संपूर्ण परिसराची नाकेबंदी केली आणि आलेल्या सर्व, जवळजवळ तीनेकशे पाहुण्यांची झडती घेण्याचे आदेश दिले. केवळ पाहुणेच नाही, तर हॉटेलमधील वेटर्स, दारापाशी जमलेले बघे आणि आत घुसलेली मंडळी या सर्वांच्याच झडतीचे आदेश देण्यात आले. शस्त्रधारी पोलिसांनी तो परिसर गजबजून गेला. या झडतीत सहा जणांकडे बंदुका आढळल्याने त्यांना स्थानबद्ध करण्यात आले. त्याबद्दल या सगळ्यांनी निषेध नोंदवला असेल, याची मला खात्री आहे. बरोबरच आहे, तुमच्याकडे परवाना असताना शस्त्र बरोबर बाळगणे हा गुन्हा ठरू शकत नाही; पण जेव्हा तुम्ही एका पार्टीत शस्त्र बरोबर नेता आणि त्या पार्टीच्या यजमानांचाच खून होतो, तेव्हा स्वाभाविकच तुमच्याकडे संशयित म्हणून बघितले जाते.

हे सगळे संशयित म्हणजे कमालीची परस्परविरोधी माणसे आहेत. दुष्प्रवृत्ती, सौंदर्य आणि कुरूपता यांचे अनोखे मिश्रण! त्यात मोहनकुमार या उत्तर प्रदेशच्या माजी मुख्य सचिवांचा समावेश आहे. भारतीय प्रशासन सेवेच्या आजवरच्या इतिहासातील सर्वाधिक भ्रष्ट आणि महिलांना नादी लावणारा अधिकारी! आपण हॉलिवूड निर्माता असल्याचा दावा करणारा एक मंदबुद्धी अमेरिकन हा यातील दुसरा संशयित. या घटनेची जणू खुमारी वाढवण्यासाठी की काय संशयिताच्या यादीत तिसरे नाव आहे प्रसिद्ध अभिनेत्री शबनम सक्सेना हिचे, जिच्यावर सध्या विकी राय लट्टू झाला होता, अशी खमंग चर्चा सिनेमासिकांमधून रंगली आहे.

झारखंडमधील एका अत्यंत सामान्य खेड्यातून आलेल्या, जेमतेम ५ फूट उंचीच्या, काळ्याकुट्ट रंगाच्या आदिवासी माणसालाही ताब्यात घेण्यात आले आहे. तो राज्याला पोखरून काढणारा एक जहाल नक्षलवादी असावा, अशी भीती असल्याने त्याची उलटतपासणी करतानाही त्याला फूटभर लांबच ठेवण्यात आले होते. संशयित क्रमांक पाच – मुन्ना हा एक बेकार, पदवीधर आहे; पण मोबाइल फोन्सची चोरी हा त्याचा किफायतशीर जोडव्यवसाय आहे. आणि या यादीतील अखेरचे नाव आहे ते खुद्द विकी रायच्या वडिलांचे! उत्तर प्रदेशचे सन्माननीय गृहमंत्री जगन्नाथ राय यांचे! वडील हे मुलापेक्षाही जास्त अध:पतित होऊ शकतात?

ताब्यात घेण्यात आलेल्या सहाही बंदुका वेगवेगळ्या प्रकारच्या आहेत. त्यांपैकी एक आहे ब्रिटिश वेब्ले अँड स्कॉट कंपनीची, तर दुसरी आहे ऑस्ट्रेलियन ग्लॉक, तिसरी आहे जर्मन बनावटीची वाल्थर पीपीके, चौथी आहे इटालियन बेरेट्टा, याखेरीज एक आहे चायनीज ब्लॅक स्टार पिस्तूल आणि सहावे पिस्तूल आहे 'कट्टा' या देशी पिस्तुलाचा सुधारित आधुनिक अवतार. खून या सहा शस्त्रांपैकी एकानेच करण्यात आला, या विषयी पोलिसांची खात्री आहे. ते तज्ज्ञांच्या अहवालाची वाट बघत आहे. त्या अहवालानुसार नेमक्या कोणत्या गोळीने विकीचा वेध घेतला हे समजले, तर त्याला जुळणारी बंदूक कोणती अन् मग त्याचा मालक कोणता, अशा पुढच्या कड्या जुळवता आल्या असत्या.

काल बरखा दासने तिच्या वाहिनीसाठी माझी मुलाखत घेतली, तेव्हा मला प्रश्न केला, ''विकी रायची गैरकृत्ये उघडकीस आणून त्यावर कठोर टीका करणे हा तुमच्या कारकिर्दीतील एक महत्त्वाचा भाग आहे. आता विकी राय गेला, पुढे?

''त्याचा खुनी शोधणे.'' मी उत्तरलो.

''कशासाठी? विकी राय मेला एवढ्यावर तुम्ही समाधानी नाही?''

''नाही. कारण माझी लढाई कधीच विकी रायविरुद्ध नव्हती. ती होती यंत्रणेविरुद्ध. अशा यंत्रणेविरुद्ध ज्यात श्रीमंत आणि सत्ताधीश हे कायद्यापेक्षा मोठे असतात. आपल्या समाजाला सडवून टाकणाऱ्या या आजाराचे विकी राय हे फक्त एक दृश्य स्वरूपातील लक्षण होते. न्यायदेवता जर आंधळी असेल, तर विकी रायप्रमाणेच त्याच्या खुन्यालाही प्रकाशात आणायलाच हवे.

''आणि मी, माझे हे सदर वाचणाऱ्या वाचकांना पुन्हा सांगतो आहे, विकी रायचा खून ज्याने केला त्याचा मी शोध घेणार. जो खरा शोधपत्रकार असतो, तो पूर्वग्रहाचे झापड डोळ्याला लावून काम करू शकत नाही. तो अखेरपर्यंत फक्त तर्काच्या मार्गानेच जातो; हा मार्ग कोठे आणि कोणापर्यंत जातो याचा विचार न करता! निखळ सत्याचा नि:पक्षपातीपणे शोध घेणारा व्यावसायिक हीच अशा पत्रकाराची खरी ओळख हवी; नेहेमीच.

“कोणतीही हत्या ही नेहेमीच गोंधळात पाडणारी असते; पण सत्य हे त्यापेक्षाही अधिक अस्ताव्यस्त अन् त्यामुळे पेचात पकडणारे असते. त्याचे इतस्तत: विखुरलेले धागे एकत्र बांधणे हे काम सोपे नसते. या सहाही संशयितांचा पूर्वेतिहास अन् पूर्वायुष्य आता अक्षरश: पिंजून काढावे लागेल. त्यांचे त्यातील हेतू तपासावे लागतीत, पुरावे जमवावे लागतील आणि मगच खरा गुन्हेगार कोण हे आपण शोधू शकू.”

“कोण असेल तो या सहांपैकी? निब्बर नोकरशहा की ती नटमोगरी? तो परदेशी पाहुणा की आपल्याच देशातील आदिवासी? गलेलठ्ठ मासा की किरकोळ, इवली मासोळी?

“मी आत्ता माझ्या वाचकांना एवढेच सांगेन, माझ्या या सदरावर लक्ष ठेवा!”

संशयित

आरोपी नेहेमीच अत्यंत लक्षवेधक असतात.

– फ्राँ काफ्का, द ट्रायल

२

नोकरशहा

घड्याळाकडे नजर टाकीत मोहनकुमार यांनी प्रेयसीच्या मिठीतून स्वत:ची सुटका करून घेतली आणि पलंगावरून उठत ते स्वत:चे कपडे शोधू लागले.

"तीन वाजले, मला आता गेले पाहिजे." कपडे शोधता शोधता ते म्हणाले.

त्यांच्यामागील भिंतीवरील एअरकंडिशनरने त्या अंधारल्या खोलीतील दमट हवा बाहेर फेकण्याचा प्रयत्न केला. त्या यंत्राकडे हताशपणे बघत रिता सेठी उद्गारली, "हे भुक्कड यंत्र खरंच काम करतंय की नाही मला शंका आहे. मी तुला व्हाइट वेस्टिंग - हाउस एअरकंडिशनर आणायला सांगितला होता. हा देशी ब्रँड या उन्हाळ्यात नीट काम देईल असं वाटत नाही."

खोलीच्या खिडक्या बंद असूनही बाहेरच्या उन्हाच्या झळा त्या खोलीत झिरपत असल्याने पलंगावरची चादरही एखाद्या गरम ब्लँकेटसारखी लागत होती.

"विदेशी एसी काही भारतातल्या हवामानाशी जुळवून घेणारे बनवलेले नाहीयेत." मोहनकुमार म्हणाले. पलंगाशेजारी असलेल्या छोट्या टेबलवर ठेवलेल्या 'शिवास रिगल'च्या बाटलीकडे बघून एखादा पेग घेण्याची इच्छा त्यांच्या मनात डोकावून गेली; पण त्यांनी ते टाळले.

"आता मला निघायला हवं. चार वाजता बोर्ड मीटिंग आहे."

आळोखेपिळोखे अन् जांभई देत रिता पुन्हा उशीवर कलली अन् म्हणाली, "कामाची तू आता एवढी काय काळजी करतोयस? विसरलास का, तू आता मुख्य सचिव नाहीस मोहनकुमार!"

रिताने असे बोचकारल्यावर मोहनकुमार अस्वस्थ झाले. त्यांची निवृत्ती अजून त्यांच्या पचनी पडली नव्हती. तब्बल ३७ वर्षे ते शासनाच्या नोकरीत होते. राजकीय नेत्यांसोबत लांड्या-लबाड्या करीत, बरोबरीच्या सहकाऱ्यांना 'सांभाळून घेत' हुशारीने व्यवहार केल्याने या ३७ वर्षांच्या प्रवासात त्यांनी सात शहरांमधून घरे उभी केली होती. नोएडासारख्या वस्तीत एक शॉपिंग मॉल पदरात पाडून घेतला होता आणि झुरिचमधील स्विस बँकेत भरभक्कम माया जमा केली होती. आपण

एक अत्यंत प्रभावशाली व्यक्ती आहोत, ही भावनाच त्यांना फार सुखावून जात असे. अशी व्यक्ती, ज्याच्या केवळ एक फोनमुळे राज्याची सगळी यंत्रणा इकडची तिकडे होत असे. ज्याच्या निव्वळ मैत्रीमुळे अनेक बंद दरवाजे सताड उघडत असत. ज्याच्या एका संतप्त कटाक्षामुळे एखाद्याचे करिअर उद्‌ध्वस्त होत असे, चालणारे उद्योग बंद पडत आणि ज्याच्या एका सहीमुळे लाखो रुपयांच्या थैल्या खुल्या होत असत, अशी प्रभावी व्यक्ती! नोकरशाहीच्या शिडीची एकेक पायरी यथावकाश हव्या त्या वेगाने चढत गेल्याने त्यांच्यात एक प्रकारची आत्मसंतुष्टता आली होती. हा प्रवास जगाच्या अंतापर्यंत असाच चालू राहणार, याच भ्रमात ते असताना अविरत पळणाऱ्या घड्याळाने साठचा ठोका दिला अन् मोहनकुमारांची निवृत्तीची वेळ झाली. घड्याळाच्या त्या एका ठोक्याने त्यांच्या हातातील सर्व सत्ता, सर्व अधिकार हिसकावून घेतले.

त्यांच्या सहकाऱ्यांच्या मते मोहनकुमार शासकीय सेवेतून सुखरूपपणे बाहेर पडले होते. सध्या ते राय उद्योगसमूहाच्या डझनभर खाजगी उद्योगांच्या संचालक मंडळावर होते. आणि त्याबद्दल त्यांना मुख्य सचिव असताना मिळत असे, त्याच्या दसपट अधिक पगार मिळत होता. दिल्लीतील श्रीमंत वस्तीत शानदार घर, कंपनीची गाडी सगळेकाही यथास्थित होते; पण यांपैकी कशालाच सत्तेची ती झिंग आणणारी चव नव्हती. प्रजेशिवाय सत्तेचा मुकुट मिळावा तसे निष्प्रभ होते ते सारे! निवृत्त झाल्यावर पहिले काही महिने ते रात्री-बेरात्री दचकून, घामाने निथळत जागे होत आणि घाईघाईने मोबाइलजवळ जाऊन मुख्यमंत्र्यांचा एखादा फोन येऊन गेला नाही ना ते बघत. दिवसा त्यांची नजर बंगल्यातील ड्राईव्ह वेवर जात असे, तेव्हा माथ्यावर निळा दिवा असलेली पांढरीशुभ्र ॲम्बॅसॅडर कोणत्याही क्षणी समोर येऊन उभी राहील, असे त्यांना वाटत असे. सत्तेचे कवचकुंडल नाही म्हणजे जणू आपल्याला शारीरिक अस्तित्वच नाही, असे अनेकदा त्यांच्या मनात येई! पाय तुटल्यावर कृत्रिम लाकडी पायावर चालणाऱ्या अपंगाला होते तशी ती वेदना होती. ही तगमग, बेचैनी एवढ्या थराला गेली की, शेवटी त्यांनी राय उद्योगसमूहाकडे स्वत:साठी एका ऑफिसची मागणी केली. भिकाजी कामा मार्गावरील राय उद्योगसमूहाच्या मुख्य कॉर्पोरेट ऑफिसमध्ये एक खोली देऊन विकी रायने त्यांना उपकृत केले होते. आता ते रोज सकाळी ९ ते ५ या वेळात तेथे बसत. एकतर त्या वेळात ते काही प्रकल्प अहवाल वाचत किंवा आपल्या लॅपटॉपवर सुडोकू सोडवत एकीकडे 'खास' संकेतस्थळे धुंडाळत राहत. या दिनक्रमामुळे आपण अजून पुरेसे कामात असल्याचे लटके समाधान तर त्यांना मिळत असेच, शिवाय घर, बायको यांपासून दूर राहण्यासाठी एक बहाणाही मिळत असे आणि त्यामुळे दुपारी गुपचूप सर्वांचा डोळा चुकवून प्रेयसीला भेटायला जाणेही शक्य होते.

आपल्या टायची गाठ बांधता-बांधता समोर आपले काळेभोर केस उशीवर पिसाऱ्यासारखे पसरून विसावलेल्या रिताच्या नग्न देहाकडे बघताना त्यांच्या मनात आले, 'नशीब, अजून रिता तरी आपल्याबरोबर आहे!'

रिता एक मूलबाळ नसलेली घटस्फोटिता होती. भरभक्कम पगाराची नोकरी तिच्या हाताशी होती, तरी त्यासाठी तिला रोज ऑफिसमध्ये जावे लागत नव्हते. आठवड्यातून तीन वेळा जाणे पुरेसे होते. रिता आणि मोहनकुमार यांच्या वयामध्ये तब्बल २७ वर्षांचे अंतर; पण आवडी-निवडी आणि स्वभाव यांमध्ये खूप साम्य. अनेकदा त्यांना वाटत असे की, ती त्यांची जणू प्रतिमाच होती किंवा दोन वेगवेगळ्या शरीरात राहणारा त्यांचा आत्मा एकच होता. अर्थात, तिच्या काही काही गोष्टी मात्र त्यांना अजिबात पसंत नव्हत्या. ती फार हेकट होती आणि सोन्याच्या-रत्नाच्या महागड्या भेटी मोहनकुमार यांनी आपल्याला द्याव्या म्हणून सतत त्यांच्यामागे तिची भुणभुण असायची. स्वतःच्या घरापासून ते रोजच्या हवापाण्यापर्यंत सतत तिची काहीतरी कुरकुर, तक्रार असायची. आणि तिचा संताप? तो तर सतत धगधगत असायचा. तिच्याशी थोडी सलगी करू पाहणाऱ्या एका साहेबाला तिने याच तिरीमिरीत एक सणसणीत थोबाडीत लगावली होती; पण या सगळ्या गोष्टी उदार मनाने माफ करून टाकाव्यात असा एकच गुण तिच्यात होता अन् तो म्हणजे ती अतिशय चतुर प्रणयिनी होती. अर्थात या कलेत आपणही तेवढेच पारंगत आहोत, असा मोहनकुमार यांचा दावा होता. साठीमध्ये असूनही त्यांची ही ओढ अजूनही कमी झालेली नव्हती. नजरेत भरेल अशी उंची, तुकतुकीत कांती आणि माथ्यावरील काळेभोर केस यामुळे आपण अजूनही बायकांचे लक्ष वेधून घेतो, हे मोहनकुमार जाणून होते. त्यामुळेच ते दर पंधरा दिवसांनी न चुकता आपल्या केसांना रंग लावत होते; पण तरीही रिता अजून किती काळ त्यांच्याबरोबर राहील, याबद्दल ते साशंक होते. वेळोवेळी त्यांनी देऊ केलेल्या दागिने, परफ्यूमसारख्या महागड्या भेटींचे आकर्षण न वाटता एखाद्या आपल्यापेक्षा तरुण, श्रीमंत आणि हातात सत्तेची सूत्रे असलेल्या पुरुषाच्या ती कधीही प्रेमात पडू शकते, याची त्यांना जाणीव होती; पण तोपर्यंत तरी आठवड्यातून दोन वेळा दुपारी होणाऱ्या या चोरट्या भेटींवर ते खूश होते.

रिताने उशीखाली हात घालून 'व्हर्जिनिया स्लिम'चे एक पाकीट अन् लायटर काढला. सराईतासारखी तिने सिगारेट पेटवली. सिगारेटमधून निघणारी धुराची वर्तुळे एसीमध्ये गडप होत होती.

"तुला मंगळवारच्या कार्यक्रमाची तिकिटे मिळाली?" तिने विचारले.

"कोणत्या कार्यक्रमाची?"

"ज्या कार्यक्रमात महात्मा गांधींच्या जन्मदिनी त्यांच्या आत्म्याशी संपर्क

साधला जाणार आहे तो.''

तिच्याकडे कुतूहलाने पहात मोहनकुमार म्हणाले, ''तू कधीपासून या तंत्र-मंत्रावर विश्वास ठेवायला लागलीस?''

''परलोकातील व्यक्तींशी बोलणे म्हणजे तंत्र-मंत्र नाही.''

''माझ्या लेखी त्यात काही फरक नाही. भूत आणि आत्मे असल्या गोष्टींवर माझा विश्वास नाही.''

''पण तुझा देवावरही विश्वास नाही.''

''नाही. मी नास्तिक आहे. गेल्या तीस वर्षांत मी एकाही मंदिरात गेलो नाहीये.''

''मीही गेले नाहीये; पण माझा देवावर विश्वास आहे. आणि असे म्हणतात की, अघोरीबाबा हा फार प्रभावी आहे. तो खरोखरच आत्म्याशी संवाद साधू शकतो.''

मोहनकुमार यांनी तुच्छतेने एक हुंकार टाकला. ''हा! तो काही फार प्रभावी मानसशास्त्रज्ञ वगैरे नाहीये. माणसाच्या रक्त-मांसावर पोसला जाणारा तो एक फडतूस तांत्रिक आहे. आणि गांधीजी म्हणजे काही लोकप्रिय पॉप-गायक नाहीत. राष्ट्रपिता असलेल्या या माणसाचा थोडा तरी मान राखा.''

''आत्म्याशी बोलून त्यांचा अपमान कसा काय होतो? उलट, एखाद्या परदेशी कंपनीने बासमतीप्रमाणे गांधींचा ट्रेडमार्क पळवण्यापूर्वी एका भारतीय कंपनीला हे करावेसे वाटले, याबद्दल मला बरे वाटले आहे. जाऊ या ना आपण मंगळवारी!''

''आत्म्याशी संवाद वगैरे करणाऱ्या बुरसटलेल्या कार्यक्रमाला माझ्यासारख्या एका माजी मुख्य सचिवाने हजेरी लावणं बरं दिसेल का? माझ्या प्रतिष्ठेचा काही विचार करायला हवा की नको?''

सिगारेटच्या धुराचे आणखी एक वलय हवेत सोडत, छद्मी हसत रिता म्हणाली, ''घरी बायको आणि वयात आलेला एक मुलगा असताना दुपारी माझ्याबरोबर अशा चोरट्या भेटी घेणं जर गैर नसेल, तर तू अशा कार्यक्रमाला येणंही काही चुकीचं नाही.''

ती हे सहजपणे म्हणाली खरी; पण त्यातील डंख त्यांना जाणवला. सहा महिन्यांपूर्वी, ते मुख्य सचिव असताना तिने असा टोला हाणला नसता, हे ते जाणून होते. आणि मग त्यांना एकदम जाणवले, त्यांची प्रेयसीही आता बदलली होती. प्रणयातही त्यांना हे जाणवत होते. तिला हव्या त्या गोष्टी तिच्या बाजूने वळवण्यासाठी लागणारी सत्ता आता त्यांच्या हातात उरलेली नव्हती किंवा कमी झाली होती, हे जाणून ती स्वत:ला रोखून धरतेय, असे त्यांना कित्येकदा वाटून गेले होते.

''हे बघ रिता, मी काही येऊ शकणार नाही.'' काहीशा दुखावलेल्या स्वरात ते जाकीट चढवता-चढवता म्हणाले. ''पण तुला त्या परलोकातल्या आत्म्याशी होणारा

संवाद ऐकायला जायचंच असेल, तर मी तुझ्यासाठी एका पासची व्यवस्था करतो.''

''तू सारखं परलोकातले आत्मे वगैरे कशाला म्हणतोस त्याला? उलट अनेक कार्यक्रमांसारखा हाही एक असं समज ना! किंवा एखाद्या चित्रपटाचा प्रिमियर शो वगैरे. माझे सगळे मित्र-मैत्रिणी जाणार आहेत. असं म्हणतात, तिथे सगळ्या 'पेज-थ्री' सेलिब्रिटीजची हजेरी असेल. म्हणून मी तर खास त्या कार्यक्रमाच्या वेळी नेसण्यासाठी शिफॉनची एक साडीही घेतली आहे. प्लीज, चल ना, एवढे काय नखरे करतोस रे!'' ती लाडीगोडी करू लागली.

रिताने एकदा हट्ट धरला म्हणजे ती कोणाचे ऐकत नसे, हे त्यांना ठाऊक होते. एकदा एखाद्या गोष्टीवर तिचे मन आले की, त्यापासून तिला दूर वळवणे किती अवघड असते, हे त्यांनी तिच्या बत्तीसाव्या वाढदिवसाला तिला आवडलेल्या व मागणी केले टॅन्झानाइटच्या महागड्या पेंडंटच्या अनुभवावरून जाणले होते.

अखेर खिलाडूपणाने माघार घेत ते म्हणाले, ''ठीक आहे, मान्य आहे तुझी मागणी, चल! मी दोन पासेसची व्यवस्था करतो; पण अघोरीबाबाच्या कृत्यांमुळे तुला जर किळस वाटली, तर मला दोष देऊ नकोस.''

''नाही देणार अजिबात.'' उडी मारून त्यांचे चुंबन घेत रिता म्हणाली.

२ ऑक्टोबरला संध्याकाळी ७ वाजून २५ मिनिटांनी सिरीफोर्ट ऑडिटोरियमजवळ आपल्या डौलदार ह्युन्डाई सोनाटा गाडीतून उतरताना मोहनकुमार यांना थोडे अवघडल्यासारखे वाटत होते.

कार्यक्रमाच्या ठिकाणाला अक्षरश: पोलीस छावणीचे स्वरूप आले होते. हातात विविध मजकुराचे फलक घेतलेल्या आणि संतप्त घोषणा देत या कार्यक्रमाचा निषेध करण्यासाठी जमलेल्या बेशिस्त जमावाला नियंत्रित करण्यासाठी पूर्ण जाम्यानिम्यासह पोलिसांची एक मोठी तुकडी तेथे तैनात करण्यात आली होती. 'राष्ट्रपिता बाजारात विक्री करायची वस्तू नाही.' 'अघोरीबाबा भ्रष्ट आहेत.' 'युनायटेड एन्टरटेनमेन्टवर बहिष्कार टाका.' 'जागतिकीकरण शाप आहे.' असा मजकूर लिहिलेले फलक आसपास दिसत होते. रस्त्याच्या दुसऱ्या बाजूला टीव्ही-वाहिन्यांचे कॅमेरे या घटनांचे अत्यंत गांभीर्याने अथक धावते वर्णन करणाऱ्या वार्ताहरांचे रेकॉर्डिंग अन् थेट प्रक्षेपण करीत होते.

आपल्या क्रीम कलरच्या सूटच्या आतल्या खिशात ठेवलेले पाकीट सांभाळीत मोहनकुमार त्या गोंधळात शिरले. काळी शिफॉनची साडी, त्यावर वेलव्हेटचे स्टायलिश ब्लाउज आणि निमुळत्या टाचांच्या सँडल्स घातलेली रिता सडपातळ, आकर्षक दिसत होती.

लोखंडी प्रवेशद्वाराच्या थेट समोरच उभ्या असलेल्या आणि अत्यंत लोकप्रिय पत्रकार असलेल्या बरखा दासला मोहनकुमारांनी ओळखले. ''भारतीय नेत्यांमध्ये ज्या नेत्याचे नाव अत्यंत आदराने, सन्मानाने घेतले जाते, ते मोहनदास करमचंद गांधी किंवा सर्वसामान्य जनता ज्यांना अत्यंत प्रेमाने बापू म्हणून संबोधते, त्यांच्या जन्मदिनी त्यांच्या आत्म्याशी संवाद साधण्याचा कार्यक्रम आज युनायटेड एन्टरटेनमेन्टतर्फे आखण्यात आला आहे. देशभरात याचे तीव्र पडसाद उमटले आहेत. हा राष्ट्राचाच अवमान आहे, अशा शब्दांत गांधी कुटुंबीयांनी आपली नाराजी व्यक्त केली आहे; पण सर्वोच्च न्यायालयाने या प्रकरणी हस्तक्षेप करण्याचे नाकारल्याने आता देशातील या सर्वांत पवित्र नावाचाही बाजारपेठेच्या व्यापारी भुकेसाठी बळी दिला जाणार, हे आता नक्की झाले आहे. अत्यंत तिरस्करणीय असा हा परलोक संवाद लवकरच सुरू होईल.'' हातात माइक घेऊन वेगाने बोलणाऱ्या बरखाने ओठ मुडपून, कपाळावर आठ्या घालून तिच्या प्रेक्षकांना परिचित अशा पद्धतीने आपली नाराजी व्यक्त केली.

प्रवेशद्वाराकडे हळूहळू सरकणाऱ्या मोहनकुमार यांनी मान हलवत बरखाच्या या विधानाला आपली संमती दर्शवली. अकस्मात एक माइक मोहनकुमारांच्या तोंडासमोर आला आणि पाठोपाठ प्रश्न, ''एक्सक्युज मी सर, डू यू बिलीव्ह इन स्पिरीट्स?'' बरखाच्या शेजारी उभा त्यांचा कॅमेरामन मग थेट मोहनकुमार यांच्या दिशेने वळला.

देशभर दिसणाऱ्या वाहिनीवर आपण झळकणार, या भीतीने अंग आक्रसून घेत मोहनकुमारांनी मनातल्या मनात एक शिवी हासडली, तर कॅमेराच्या चौकटीत आपलीही छबी यावी म्हणून रिता त्यांना अधिकच लगटून उभी राहिली.

''डू यू बिलीव्ह इन स्पिरीट्स सर?'' बरखाने आपल्या प्रश्नाची पुनरावृत्ती केली.

''फक्त पिण्याच्या स्पिरीटवर ठेवतो विश्वास!'' प्रवेशद्वारातून आत घाईघाईने शिरत ते काहीसे त्राग्याने उद्गारले. प्रवेशद्वाराच्या आत एक भलीथोरली रांग धातुशोधक यंत्राच्या तपासणीतून आत जाण्यासाठी उभी होती.

''झकास उत्तर दिलेस!'' मोठ्याने हसत रिता म्हणाली आणि हलकेच तिने त्यांचा हात पिळला.

भोवताली दिसणारे हजारो उत्सुक, अधीर चेहरे बघून मोहनकुमार खिन्न झाले. कोणाकडूनही अगदी सहजपणे फसवल्या जाणाऱ्या या जनतेचा भाबडेपणा बघून त्यांना नेहेमी आश्चर्य वाटत असे. गेल्या ३७ वर्षांत ते कधीच रांगेत उभे राहिलेले नसल्याने रांगेची कूर्मगती बघून ते आणखी वैतागले.

तीन वेळा तिकिटाची तपासणी, मग शारीरिक झडती होऊन मोबाइल संयोजकाच्या ताब्यात घेतला गेल्यावर अथक प्रतीक्षेनंतर सभागृहाच्या प्रकाशमान अशा लॉबीमध्ये मोहनकुमार यांना प्रवेश मिळाला. गणवेशधारी वेटर्स सर्व पाहुण्यांना

शीतपेये आणि स्नॅक्स देत होते. पलीकडे, थोड्या दूर, एका कोपऱ्यात एका उंच व्यासपीठावर गायकांचा एक गट तबला-पेटीच्या साथीवर 'वैष्णव जन तो' हे गांधीजींचे लाडके भजन गात होता. त्या गर्दीमध्ये परिचयाच्या अनेक व्यक्ती दिसल्यावर मोहनकुमार यांची कळी जरा खुलली. त्यात महालेखापाल होते तसेच पोलीस उपायुक्तही! पाच-सहा खासदार होते आणि एक माजी क्रिकेटपटूही होता. गोल्फ क्लबचे माजी अध्यक्ष, काही जानेमाने पत्रकार, उद्योजक, सनदी अधिकारी, असे कितीतरी त्या कोंडाळ्यामध्ये होते. रिता त्यांच्यापासून दूर होत तिच्या खास सोशलाइट गटामध्ये सामील झाली. लटके आश्चर्य, कृत्रिम प्रेम व्यक्त करीत तिने प्रत्येकाची भेट घेतली.

ज्याच्याकडून मोहनकुमार यांनी एकदा घसघशीत लाच घेतली होती, असा एक मध्यमवयीन मिलमालक त्यांची नजर चुकवत त्यांच्या शेजारून पुढे गेला. 'सहा महिन्यांपूर्वी यानेच आपली तोंड फाटेपर्यंत स्तुती केली असती.' मोहनकुमार कडवटपणे मनातल्या मनात म्हणाले.

अर्ध्याएक तासानंतर सभागृहाचे दरवाजे उघडल्यावर एक डोअरकिपर त्यांना पुढच्या रांगेपर्यंत घेऊन गेला. मोहनकुमारांना एकदम मोक्याच्या जागा मिळाल्या होत्या. पहिल्या रांगेत अगदी मधोमध असणाऱ्या या जागा त्यांना ते ज्या एका आयटी कंपनीच्या सल्लागार मंडळावर होते त्यांच्या कृपेने मिळाल्या होत्या. त्यामुळे रिता चांगलीच प्रभावित झाली.

दिल्लीतील उच्चभ्रू वर्गातील मंडळींनी अर्धे सभागृह भरले होते. मोहनकुमार यांनी आपल्या आसपास नजर टाकली. ब्रोकेड सिल्कच्या साड्या आणि चेहेऱ्यावर येणाऱ्या कुरळ्या बटा लटकेपणाने मागे सारणाऱ्या स्त्रिया अगदी भडक, छचोर दिसत होत्या आणि खास ठेवणीतील फॅब इंडियातील झब्बे आणि नगारा जुती घातलेले पुरुष कमालीचे अजागळ दिसत होते.

"मी तुला म्हटले नव्हतं मोहन, सगळी प्रसिद्ध माणसं इथे भेटतील म्हणून!" रिता डोळे मिचकावत मोहनकुमारांना म्हणाली. सगळे प्रेक्षक उत्सुकतेने चुळबुळ करीत खाकरत-खोकरत समोरचा मखमली पडदा उघडण्याची वाट बघत होते; पण तो ढिम्म हलायला तयार नव्हता.

अखेर जाहीर केलेल्या वेळेपेक्षा तब्बल एक तास उशिरा, म्हणजे साडेआठ वाजता सभागृहातील दिवे मंद होऊ लागले आणि काही वेळातच सभागृह गूढ, काहीशा भीतिदायक अंधारात बुडाले. वातावरणात सतारीचे सूर उमटू लागले आणि पडदा हळूहळू वर जाऊ लागला. रंगमंचावर फक्त एका स्पॉटलाइटचा प्रकाश जमिनीवर अंथरलेल्या चटईवर पडला होता. त्या चटईसमोर विविध वस्तू ओळीने मांडलेल्या होत्या. हाताने फिरवायचा चरखा, एक चष्मा, चालण्यासाठी आधाराला घ्यायची

काठी आणि पत्रांचे काही गठ्ठे! युनायटेड एन्टरटेनमेन्टचे पांढरे-निळे बोधचिन्ह असलेला साधा बॅनर मागील पडद्यावर टाकलेल्या प्रकाशझोतात उठून दिसत होता.

रंगमंचाच्या दोन्ही बाजूला लावलेल्या मोठ्या काळ्या स्पीकर्समधून परिचित खर्जातील आवाज घुमू लागला.

"नमस्कार, गुड इव्हिनिंग मित्रमैत्रिणींनो! आज संध्याकाळच्या कार्यक्रमाचा मी सूत्रसंचालक, यजमान आहे. मी वीर बेदी. होय, तोच, जो तुम्हाला रुपेरी पडद्यावर दिसतो तो. रंगमंचावर तुमच्यासमोर मी तुम्हाला दिसत नाहीये; पण मी आहे इथेच; फक्त पडद्यामागे. आत्म्यांचेही असेच अस्तित्व असते. तुम्ही त्यांना बघू शकत नाही; पण ते आपल्याभोवती असतातच.

"आता काही मिनिटांतच आपण यापैकी अशा एका आत्म्याशी संपर्क साधणार आहोत, ज्याने एकहाती विसाव्या शतकाचा चेहरामोहराच बदलला. 'हा माणूस पृथ्वीवर प्रत्यक्ष वास्तव्य करून गेला, यावर पुढील पिढ्या विश्वासच ठेवणार नाहीत.' असे ज्याच्याबद्दल आइनस्टाइनने म्हटले होते, त्या व्यक्तीशी, होय, मी मोहनदास करमचंद गांधी ऊर्फ आपले सर्वांचे लाडके बापू यांच्याविषयीच बोलतो आहे. १८६९ साली याच दिवशी, म्हणजे २ ऑक्टोबरला त्यांचा जन्म झाला.

"आपण ज्या सभागृहात बसलो आहोत तेथून फक्त काही किलोमीटर अंतरावरच बापूंना सहा दशकापूर्वी हौतात्म्य प्राप्त झाले; पण आज ते पुन्हा सजीव होणार आहेत. बाबा अघोरीप्रसाद मिश्रा या आंतरराष्ट्रीय कीर्ती मिळवलेल्या गुरूच्या मुखातून प्रत्यक्ष महात्मा गांधी बोलताना आज तुम्हाला स्वत:च्या कानाने ऐकता येणार आहे. योगसाधनेच्या माध्यमातून बाबांनी अशी दैवी सिद्धी प्राप्त केली आहे, जिच्या मदतीने भोवताली दिसणारे भौतिक जग आणि परलोक यांच्यामधील पडदा भेदून ते आत्म्याशी संवाद साधू शकतात.

"बापूंच्या आत्म्याबरोबरचा हा संवाद म्हणजे एक थोतांड आहे, असे मानणारे काही संशयात्मे इथे उपस्थित आहेत, हे मला ठाऊक आहे. मीही आधी यावर विश्वास ठेवत नव्हतो; पण आता मी तुम्हाला माझा एक अत्यंत व्यक्तिगत अनुभव सांगणार आहे." असे सांगत एखादे गुपित सांगावे अशा कुजबुजत्या स्वरात तो बोलू लागला.

"पाच वर्षांपूर्वी माझ्या बहिणीचे कार-अपघातात निधन झाले. आम्ही भावनिकदृष्ट्या एकमेकांच्या फार जवळ असल्याने तिला मी विसरूच शकत नव्हतो. दोन महिन्यांपूर्वी बाबा अघोरीप्रसाद यांनी माझा तिच्याशी संपर्क करून दिला. त्यांच्या माध्यमातून मी माझ्या बहिणीशी बोललो. तिच्या या जन्मानंतरच्या प्रवासाची माहिती घेतली. माझ्यासाठी तो अत्यंत रोमांचकारी आणि परिवर्तनाचा क्षण होता आणि त्यामुळेच मी आज व्यक्तिश: बाबांच्या उपक्रमाला पाठिंबा देण्यासाठी येथे

आलो आहे. मला खात्री आहे, तुम्ही आज जे अनुभवणार आहात तो तुमच्या आयुष्यातील एकमेवाद्वितीय, तुम्हाला आरपार बदलून टाकणारा अनुभव असेल!''

प्रेक्षागृहातून या विधानाला संमती देणारी कुजबुज ऐकू येऊ लागली.

''तुम्हाला ठाऊकच आहे, या आमच्या प्रयोगात महात्मा गांधींच्या कुटुंबीयांनीही सामील व्हावे, अशी आमची इच्छा होती; पण या अविस्मरणीय क्षणापासून दूर राहणे त्यांनी पसंत केले. काहीही असो, महात्मा गांधींना अत्यंत जवळून ओळखणाऱ्या काही वजनदार, प्रतिष्ठित मंडळींनी आम्हाला उपकृत केले आहे. रंगमंचावर मध्यभागी बापूंनी वापरलेल्या वस्तू तुमच्यासमोर मांडल्या आहेत. त्या या व्यक्तींनीच आम्हाला वापरण्यासाठी दिल्या आहेत. बापू ज्या लाकडी चरख्यावर सूत कातत तो चरखा, त्यापलीकडे दिसतेय ती त्यांची लाकडी काठी, त्यांचा गोल फ्रेमचा चष्मा आणि पलीकडे दिसत आहेत ती बापूंनी व्यक्तिशः स्वहस्ते लिहिलेली काही पत्रं!

''बाबा अघोरीप्रसाद मिश्रा यांना रंगमंचावर आमंत्रित करण्यापूर्वी या कार्यक्रमाचे काही नियम पुन्हा स्पष्ट करणे आवश्यक आहे. आत्मा जेव्हा एखाद्या माध्यमात प्रवेश करतो तो क्षण अत्यंत मोक्याचा, नाजूक असतो. त्यामुळे कोणताही व्यत्यय, आवाज त्या वेळी नको. याच कारणामुळे तुमचे मोबाइल फोन्स ताब्यात घेण्यात आले आहेत. कृपया, पूर्ण कार्यक्रमादरम्यान अत्यंत शांतता पाळा. युनायटेड एन्टरटेनमेन्टतर्फे मी आजच्या कार्यक्रमाचे प्रायोजक पांढऱ्याशुभ्र दातांसाठी वापरली जाणारी सॉलिड टूथपेस्ट आणि मैलोन्‌मैल धावणारी यामाहाची मोटरसायकल, या दोन्ही कंपन्यांचे आभार मानतो. आमचे माध्यम प्रायोजक, सिटी टेलिव्हिजन, ज्यांच्यामार्फत हा कार्यक्रम भारतातील अन् जगातील लाखो प्रेक्षक थेट बघत आहेत, त्यांचेही मी आभार मानतो. आता आपण एक काही मिनिटांचा कमर्शियल ब्रेक घेणार आहोत; पण तुम्ही कोठेही जाऊ नका कारण अघोरीबाबा लवकरच तुमच्यासमोर येत आहेत.''

सभागृहात पुन्हा कुजबुज सुरू झाली. 'मला मेलेली माणसं दिसतायत.' असे कोणीतरी ओरडताच सभागृहात हास्याची एकच लकेर उमटली. प्रेक्षकांची ही हास्याची लकेर काही क्षणच टिकली, कारण लगेचच सभागृहातील दिवे मंद होऊ लागले आणि एक तणावपूर्व शांतता पसरली.

बरोबर पाचच मिनिटांनी वीर बेदीचा आवाज ऐकू येऊ लागला.

'' 'एक संवाद बापूंशी' या युनायटेड एन्टरटेनमेन्टतर्फे आयोजित कार्यक्रमात तुम्हा सर्वांचे पुन्हा एकदा स्वागत. तुम्ही ज्या क्षणाची अत्यंत उत्कंठतेने, श्वास रोखून वाट बघत होता तो क्षण आता आला आहे. मानवी इतिहासातील एका अत्यंत रोमांचकारी अनुभवाचे तुम्ही आता साक्षीदार ठरणार आहात. प्रेक्षकहो, श्वास रोखून धरा अन् समोर बघा, बाबा अघोरीप्रसाद मिश्रा तुमच्यासमोर येत आहेत!''

एका यंत्राद्वारे रंगमंचावर कोरडा बर्फ फवारला गेल्याने त्या गूढ, भीतिदायक वातावरणात अधिकच भर पडली. धुक्याच्या त्या तरल पडद्यामागून पांढरे धोतर अन् केशरी कुर्ता घातलेली एक व्यक्ती सावकाश बाहेर आली. बाबा अघोरीप्रसाद मिश्रा हे एक सामान्य उंची असलेले सडपातळ गृहस्थ होते. ते चाळिशीचे असावेत. आपले कुरळे केस त्यांनी माथ्यावर एकत्र करून बांधले होते. त्यांची दाढी काळीभोर होती आणि डोळे तपकिरी, भेदक! ज्याने जग बघितले आहे आणि स्वत:च्या भीतीवर मात केली आहे अशी ती व्यक्ती असावी, असे त्यांना बघितल्यावर वाटत होते.

बाबा रंगमंचाच्या टोकापर्यंत चालत आले आणि दोन्ही हात जोडून, कमरेत वाकून प्रेक्षकांना म्हणाले, ''नमस्ते!'' त्यांचा आवाज सौम्य-मृदू होता.

''माझे नाव अघोरीप्रसाद मिश्रा. मी आता तुम्हाला माझ्याबरोबर एका प्रवासाला घेऊन जाणार आहे. आत्मिक शोधाच्या प्रवासाला. आपण आपला जो सर्वांत पवित्र ग्रंथ आहे, गीता, त्याच्यापासून सुरुवात करू. जगात दोन प्रकारच्या व्यक्ती आहेत – विनाशी आणि अविनाशी. आपणा सर्वांचा देह हा विनाशी आहे; पण आत्मा मात्र अविनाशी. कोणतेही धारदार शस्त्र या आत्म्याला कापू शकत नाही, अग्नी त्याला जाळू शकत नाही, पाण्यामुळे तो भिजत नाही आणि वाऱ्यामुळे सुकतही नाही. हा आत्मा अविनाशी, स्थिर आणि अचल; पण सर्वत्र आहे; पण आत्म्याचे त्यापेक्षा महत्त्वाचे वेगळेपण म्हणजे, पुन्हा भगवद्‌गीतेचा आधार घेत मी सांगेन की, ज्याप्रमाणे हवा फुलांतील सुगंध घेते त्याप्रमाणे आत्माही देह सोडताना त्यातील सहा ज्ञानेंद्रियांची वैशिष्ट्ये आपल्याबरोबर घेतो. सोप्या भाषेत सांगायचे, तर ऐकणे, स्पर्शाची संवेदना, दृष्टी, चवीची व वासाची संवेदना आणि मन या सर्व शक्ती आत्म्यापाशीही असतात आणि त्यामुळेच आत्म्याशी संवाद करणे शक्य होते.

''परमेश्वराच्या कृपेमुळे, गेल्या काही वर्षांत अनेक आत्म्यांशी संवाद करण्याचे भाग्य मला लाभले; पण ज्या आत्म्याने मला खोलवर हलवून सोडले, माझ्या काळजाला स्पर्श केला तो होता महात्मा गांधींचा! महात्मा या शब्दाचा अर्थच मुळी 'महान आत्मा' असा आहे. माझ्या आत्मिक उन्नतीसाठी बापू गेली ५ वर्षं मला मार्गदर्शन करीत आहेत. मी जागृतावस्थेत असताना प्रत्येक क्षणी मला त्यांची उपस्थिती जाणवते; पण महात्मा गांधी आणि मी ह्यांच्यातील इतके दिवस चाललेला हा वैयक्तिक संवाद होता. आज मी त्यांचे मला मिळणारे आशीर्वाद सर्व जगाबरोबर वाटून घेतोय. हा आपला सगळ्यांचा एक अनोखा, फार महत्त्वाचा प्रवास आहे. या प्रवासाच्या शेवटी तुम्हाला कळेल, मृत्यू हा जीवनाचा शेवट नाही, तर ती दुसऱ्या आयुष्याची सुरुवात आहे. आपण सगळे अनंताचे, अविनाशी प्रवासी आहोत. आता मी ध्यान सुरू करतो. लवकरच बापूंचा आत्मा माझ्या शरीरात प्रवेश

करून माझ्या माध्यमातून बोलेल. बापू आज आपल्याला काय संदेश देतायत तो सगळ्यांनी लक्षपूर्वक ऐकावा, अशी माझी सगळ्यांना विनंती आहे; पण लक्षात ठेवा, ह्या संवादात जर मध्येच व्यत्यय आला, तर फार नुकसान होईल; त्या आत्म्याचे आणि माझेही. त्यामुळे तुम्हाला वीर बेदीसाहेबांनी सांगितल्याप्रमाणे कृपा करून पूर्ण शांतता पाळा.''

धुक्याचा धूसर पडदा दूर झाल्यावर बाबा मांडी घालून चटईवर बसलेले सगळ्यांना दिसले. संस्कृतसदृश भाषेत ते काही मंत्र म्हणत होते. पांढरा प्रकाशझोत हळूहळू लाल होऊ लागला. बाबांच्या मंत्रोच्चाराचा वेग वाढू लागला. त्यांनी डोळे मिटले होते आणि जणू समाधी अवस्थेत गेल्याप्रमाणे त्यांचा सगळा देह निश्चल झाला होता.

एकाएकी रंगमंचावर प्रकाशाचा जणू स्फोट झाला आणि चंदेरी धूर सभागृहात पसरला. प्रेक्षकांचा श्वास जलद गतीने होऊ लागला.

''फटाक्याच्या पावडरचा धूर!'' मोहनकुमार तुच्छपणे म्हणाले. तेवढ्याच अकस्मातपणे रंगमंचावर ठेवलेला लाकडी चरखा गरागरा फिरू लागला. बाबा त्याच्यापासून पाच-सहा फुटांवर असूनही कोणत्याही बाह्य प्रयत्नांशिवाय तो चरखा फिरत होता. चरख्याची गती वाढत असताना सभागृहातील सर्व प्रेक्षक स्तंभित होऊन ते बघत होते. ''बिनतारी यंत्रणेने चालणाऱ्या या चरख्याचा रिमोट कंट्रोल नक्कीच वीर बेदीच्या हातात असणार.'' मोहनकुमार पुन्हा पुटपुटले; पण रिताने त्याची दखलच घेतली नाही. खुर्चीच्या दोन्ही हातांना गच्च पकडून, पुढे झुकून कमालीच्या उत्कंठेने ती सगळे ऐकत, बघत होती.

चरखा फिरत असतानाच बापूंची चालताना आधारासाठी घ्यायची काठी आणि चष्मा ह्या दोन्ही गोष्टी जमिनीवरून उचलल्या जाऊन हवेत वर-वर जाऊन एखाद्या अनैसर्गिक शक्तीने नियंत्रित केल्याप्रमाणे हलू लागल्या. अविश्वासाचे, आश्चर्याचे उद्गार सभागृहात उमटले.

मोहनकुमारांच्या हाताच्या तळव्यांना विचित्र संवेदना जाणवू लागली.

'अदृश्य वायर्स छताला बांधल्या असणार.' असे मत त्यांनी व्यक्त केले खरे; पण त्यांच्या आवाजात दम नव्हता. रिता ते स्तंभित होऊन नुसती बघत होती. जेवढ्या एकाएकी चरखा फिरू लागला, तसाच अकस्मात तो एकदम थांबला. चालण्याची काठी कडकड आवाज करीत फरशीवर आपटून पडली आणि चष्माही जमिनीवर आपटून खळकन् फुटला.

काही क्षणाची स्तब्धता सभागृहात पसरली. बाबाला झोप लागली की काय असे क्षणभर मोहनकुमार यांना वाटले; पण अकस्मात त्यांचे शरीर, तीव्र तापाच्या तडाख्यात सापडल्यावर उडावे तसे थाड्थाड् उडू लागले.

''अरे देवा, मी नाही हे बघू शकत.'' रिता विव्हळली.

त्याच क्षणी एक वेगळा, पूर्वी कधीही ऐकला नव्हता असा वेगळा आवाज प्रेक्षकांशी संवाद करू लागला.

''मला येथे येण्यासाठी झालेल्या विलंबाबद्दल मी आधी सर्वांची विनम्रपणे क्षमा मागतो. या विलंबास मी जबाबदार नाही आणि कोणी इतर माणूसही जबाबदार नाही, हे ऐकल्यावर नक्कीच तुम्ही मला क्षमा कराल, अशी मला खात्री आहे.''

तो आवाज कापरा होता, पण त्यात कमालीचा जिव्हाळा होता. तो कमालीचा नितळ होता, जोमदार होता आणि यापूर्वी कधीही न ऐकलेला असा अगदी अनोखा होता. स्त्रीचाही नाही किंवा पुरुषाचाही वाटू नये असा वेगळा जवारीदार! ते शब्द अघोरीबाबांच्या ओठातून उमटत होते; पण त्यांचे वाटत नव्हते.

सर्व सभागृहात विलक्षण शांतता होती. एक अदृश्य ताकद आपल्याभोवती असल्याची जाणीव सर्वांना होत होती; पण त्या अदृश्य प्रवाहाला कोणी स्पर्श करू शकत नव्हते आणि त्याचे पुरतेपणी आकलनही त्यांना होत नव्हते.

''मी काही खेळ दाखवण्यासाठी आणलेला एखादा पाळीव प्राणी आहे असे समजू नका. मी तुमच्यापैकीच एक आहे आणि आज मला तुमच्याशी अन्यायाबद्दल बोलायचे आहे. होय, अन्यायाबद्दल. मी नेहेमीच सांगत आलोय, अहिंसा आणि सत्य ही जणू माझी दोन फुप्फुसे आहेत; पण अहिंसेचा उपयोग आपल्या पळपुटेपणाच्या समर्थनाची ढाल म्हणून कोणी करू नये. अहिंसा हे शौर्याचे हत्यार आहे आणि जेव्हा अन्याय व दमन करणाऱ्या शक्ती बलवान होऊ लागतात, तेव्हा हिंमतवान शूरांनी पुढे येणे हे त्यांचे कर्तव्य...''

वाक्य पूर्ण होण्यापूर्वीच सभागृहाचा मागच्या बाजूचा दरवाजा थाड्कन उघडून पांढरा कुर्ता-पायजमा घातलेला एक दाढीधारी माणूस वादळासारखा आत शिरला. त्याचे लांब केस विस्कटलेले होते आणि डोळे एका वेगळ्याच तेजाने चमकत होते. तो रंगमंचाकडे धावला. त्याच्यापाठोपाठ दोन-तीन पोलीसही हातात लाठ्या घेऊन धावले. या अकस्मात आलेल्या व्यत्ययामुळे अघोरीबाबा मात्र एकदम शांत झाले.

''ही निव्वळ विकृती आहे!'' रंगमंचाच्या अगदी जवळ पोहोचलेला तो माणूस मोहनकुमारांच्या खुर्चीसमोर उभा राहून ओरडला.

''असा व्यापारी तमाशा मांडून तुम्ही बापूंच्या स्मृतींचा अपमान कसा करू शकता? बापू हा आमचा वारसा आहे. तुम्ही त्यांचा टूथपेस्ट-शाम्पूच्या ब्रँडसारखा वापर करू शकत नाही.'' तो अघोरीबाबांवर ओरडत होता.

''प्लीज सर, शांत व्हा. असे संतापू नका सर!'' एखाद्या जादूगाराच्या पोतडीतून उंदीर सुळकन् बाहेर यावा तसा वीर बेदी एकदम रंगमंचावर अवतीर्ण झाला.

''या परिस्थितीशी सामना करण्यासाठी आपण एक छोटासा कमर्शियल ब्रेक घेऊ या!'' वीर बेदीने हवेमध्येच एक विधान केले.

पण त्या दाढीवाल्याच्या जणू ते कानावरच पडले नाही. त्याने झटकन आपल्या कुर्त्याच्या खिशात हात घालून एक काळ्या रंगाचे रिव्हॉल्व्हर बाहेर काढले आणि हातात घट्ट धरत अघोरीबाबावर रोखले. हे बघून भेदरलेला वीर बेदी एकदम पडद्याआड गायब झाला. वेगाने घडणाऱ्या या घटनांमुळे भांबावलेले पोलीस नुसतेच बघत उभे राहिले आणि सभागृह अवाक झाले.

"तू तर नथुराम गोडसेपेक्षा घृणास्पद आहेस रे! गोडसेने फक्त बापूंच्या शरीरावर गोळ्या चालवल्या; पण तू त्यांच्या आत्म्याची विटंबना करतो आहेस." असे म्हणत त्याने डोळे मिटून धपापत्या छातीने बसलेल्या अघोरीबाबांवर एकापाठोपाठ एक तीन गोळ्या झाडल्या.

एखादी महाकाय लाट गर्जत यावी तसा तो गोळ्यांचा आवाज सभागृहात घुमला. रंगमंचावर प्रकाशाचा तीव्र कल्लोळ झाला आणि अघोरीबाबांचे निष्प्राण मस्तक त्यांच्या छातीवर लुडकले. भगव्या कुर्त्याचा रंग रक्तासारखा लालजर्द होऊ लागला.

बधिर आणि सुन्न अवस्थेत खुर्चीत बसलेल्या मोहनकुमारांना आपल्या चेहेऱ्याला काहीतरी स्पर्श होत असल्याचे जाणवले. एखादा कापसाचा मऊ बोळाच फिरावा तसा तो स्पर्श मऊसूत होता; पण सरपटणाऱ्या सापाच्या त्वचेसारखा गिळगिळीतही होता.

"चल, आपण निघू या." असे ते वेंधळेपणाने रिताला म्हणाले खरे; पण रिता शेजारी नव्हतीच. त्यांनी बोलण्यासाठी उघडलेले तोंड बंद होण्यापूर्वीच वेगाने काहीतरी त्यांच्या उघड्या तोंडात शिरले. ती वस्तू जिभेवरून सरकत घशात जात होती; पण त्याची अत्यंत कडवट चव जिभेवर रेंगाळत होती. एखादा किडा गिळल्यावर लागावी तशी! अत्यंत नकोशी चव. ती चव झटकून टाकण्यासाठी ते दोनदा थुंकले. तेवढ्यात आतून कोणीतरी संतापाने धक्के मारावेत, तसे त्यांचे हृदय धडधडू लागले. एक अत्यंत वेगवान, धडधडती ऊर्जा त्यांच्या शरीरातून मेंदूपासून पायापर्यंत झणझणू लागली. ती ऊर्जा बाहेरून आली होती की आतून, वरून आली होती की खालून ते त्यांना समजत नव्हते. त्या ऊर्जेचे केंद्र निश्चित नव्हते; पण एखाद्या भोवऱ्याप्रमाणे ती भोवंडून टाकत होती आणि खोलवर, आतपर्यंत, गाभ्यापर्यंत गरगरत जात होती. अकस्मात ते एखादा उन्माद चढल्याप्रमाणे जोरदार आचके देऊ लागले आणि मग बसू लागला वेदनेचा डंख! मस्तकावर घणाने घाव घातल्याप्रमाणे आणि एखादी अणकुचीदार सुई हृदयाला भोसकल्यावर व्हाव्यात, तशा अपार वेदना त्यांना होऊ लागल्या. भल्याथोरल्या हातांनी आपली छाती कोणीतरी करकचून आवळतेय, असे त्यांना वाटू लागले. त्या वेदना एवढ्या अलोट होत्या की, आपण त्यात गुदमरून मरणार, असे त्यांना वाटू लागले. असाहाय्य होऊन भीतीने ते ओरडू लागले; पण सभागृहातील कोलाहलात त्यांचा आवाज हवेतल्या हवेत विरत गेला. लोकांचा कोलाहल, धडपड, सुटकेसाठी होणारा आकांत

त्यांना भोवती दिसत होता. बघता-बघता ते अंधाराच्या गुहेत कोसळू लागले....

त्यांनी डोळे उघडले तेव्हा त्या सभागृहात सामसूम होती. अघोरीबाबांचा निष्प्राण देह चटईवर वेडावाकडा पडला होता. रक्ताच्या समुद्रातून एखादा खडक डोकवावा तसा तो दिसत होता. लाकडी जमिनीवर चपला, बूट, सँडल्स, उंच टाचांच्या सँडल्स सगळीकडे अस्ताव्यस्त विखुरले होते. कोणीतरी त्यांच्या खांद्यावर थोपटत होते. त्यांनी वळून बघितले तेव्हा हातात लाठी घेतलेला एक पोलीस त्यांच्याकडे संशयाने बघताना त्यांना दिसला.

"काय साहेब, तुम्ही काय करताय इथे? इथे काय झाले बघितले नाही वाटतं?

मोहनकुमारांनी त्याच्याकडे एक निर्विकार कटाक्ष टाकला.

"तू मंद आहेस का जरा? कळत नाहीये तुला? कोण आहेस तू? अन् तुझे नाव काय?" शिपायाने वैतागून विचारले. मोहनकुमारांनी बोलण्यासाठी तोंड उघडले; पण त्यांना बोलताच येईना.

"माझे.. मा.. झे.. ना... व.. नाव."

"हो, नावच. काय नाव तुझे? सांग लवकर!" पोलीस शिपाई घाईघाईने विचारू लागला.

'मोहनकुमार' असे त्यांना म्हणायचे होते; पण तोंडातून शब्दच फुटेना. आपले स्वरयंत्र कोणीतरी आवडले आहे आणि त्यामुळे आतमधील शब्द चिरडून जातायत असे त्यांना वाटू लागले. घशातल्या घशात त्या शब्दांची मुंडी कोणीतरी मुरगाळून त्यांचा चेंदामेंदा करून टाकल्याने काहीतरी वेगळेच शब्द घशातून येत होते.

"माझे नाव मोहन मोहनदास करमचंद गांधी." असे आपण सांगितल्याचे मोहनकुमार यांनी ऐकले. त्या शिपायाने हातातील लाठी उगारली.

"ओ साहेब, बऱ्या घरातले दिसताय, मग ही मस्करी करायची वेळ नाही, हे समजत नाही की काय? मी पुन्हा विचारतोय, तुमचं नाव काय?"

"सांगितले ना तुम्हाला, मोहनदास करमचंद गांधी." या वेळी हे शब्द अधिक सहजपणे, आत्मविश्वासाने आणि खात्रीपूर्वक आले.

"हलकटा, तू मला वेड्यात काढतोयस? जर तू महात्मा गांधी असशील ना, तर मीही हिटलरचा बाप आहे!"

शिपायाच्या काठीचा रपकन आवाज आला अन् मोहनकुमार यांच्या खांद्यामध्ये जणू वेदनेचा एक मोठा स्फोट झाला. बेशुद्ध पडता-पडता त्यांच्या कानावर पोलिसांच्या गाडीचा सायरन ऐकू आला.

३

अभिनेत्री

२६ मार्च

रुपेरी पडद्यावरील देवता असणे ही अतिशय आव्हानात्मक गोष्ट असते. एकतर तुम्हाला कायम सुंदर दिसणे भाग असते आणि दुसरे म्हणजे सर्वसामान्य माणसाला ज्या गोष्टी करण्याचे स्वातंत्र्य असते, त्या तुम्ही करू शकत नाही. एकदा असे देवत्व तुम्हाला प्राप्त झाले की, तुम्हाला मोठ्याने ढेकर देता येत नाही, थुंकता येत नाही आणि भलीथोरली जांभईही तुम्ही देऊ शकत नाहीत. ती दिलीच, तर त्याचे परिणाम म्हणजे 'मॅक्झिम' किंवा 'स्टारडस्ट'सारख्या रिने नियतकालिकांच्या गुळगुळीत पानांवर तुमचा भलामोठा आ वासलेला फोटो तुम्हाला बघायला मिळतो. कोठेही जाताना तुमच्या मागे-पुढे फिरणारे दोन-चार चमचे बरोबर असावेच लागतात; पण सर्वांत वाईट गोष्ट म्हणजे, जेव्हा तुम्ही प्रसिद्ध अभिनेत्री असता तेव्हा वाट्टेल त्या प्रश्नांची उत्तरे तुम्हाला द्यावी लागतात.

काल लंडनहून परतताना विमानात घडलेली घटना हे याचे उत्तम उदाहरण आहे. डेनिम जीन्स, त्यावर नुकतेच खरेदी केलेले गडद हिरव्या रंगाचे जाकीट, रंगीत, सुंदर खडे जडवलेला पट्टा जीन्समध्ये अडकवून आणि गडद काचा असलेला डिऑ कंपनीचा गॉगल चढवून मी एअर इंडियाच्या ७७७ या विमानातील प्रथम श्रेणीच्या केबिनमध्ये प्रवेश केला. नेहेमीप्रमाणे आय-ए या माझ्या जागेवर बसत शेजारच्या आय-बी या सीटवर मी माझी लुई व्हिटॉन कंपनीची महागडी बॅग ठेवली. नेहेमीप्रमाणे ही सीट आजही रिकामीच होती. एकदा दुबईच्या फ्लाइटमध्ये एका दारू ढोसलेल्या प्रवाशाने माझ्या अंगचटीला येण्याचा प्रयत्न केला होता, तेव्हापासून माझ्यासाठी प्रथम श्रेणीची दोन तिकिटे काढायची, असे मी माझ्या निर्मात्यांना सांगून ठेवले आहे. एक तिकीट माझ्यासाठी आणि दुसरे माझे खाजगीपण टिकून राहण्यासाठी!

मी पायातील 'ब्लाहनिकस'चे सँडल्स काढले, माझा आय पॉड काढून त्याचे प्लग्स कानात घातले आणि आरामात जरा सैलावले. आय पॉडचे प्लगस् कानात

खुपसून बसल्यामुळे विमानातील भोचक चाहते, माझ्या सहीसाठी घुटमळणाऱ्या हवाई सुंदरी आणि वैमानिक यांना आपल्यापासून दूर ठेवता येते, असा शोध मला लागला आहे. कानातील त्या प्लगस्‌मुळे मी अवतीभवती काय चालले आहे याकडे लक्ष ठेवू शकते. शिवाय या चाहत्यांच्या इच्छा टाळूही शकते.

तर आजही मी माझ्या खाजगी डिजिटल विश्वात अशीच बुडाले होते, तेवढ्यात एक हवाई सुंदरी एका महिलेला आणि तिच्याबरोबर एका लहान मुलाला घेऊन माझ्याकडे आली.

एखाद्या प्रवाशाकडून काही फायदा उपटण्यासाठी जो खास नाटकी आवाज वापरला जातो, तशा खास नम्र आवाजात ती हवाईसुंदरी मला म्हणाली, ''शबनमजी, तुम्हाला थोडा त्रास देतेय त्याबद्दल मला माफ करा, पण मिसेस दारुवालांना तुमच्याशी काहीतरी महत्त्वाचे बोलायचे आहे.''

मी दारुवाला बाईंकडे एक दृष्टिक्षेप टाकला. ती अगदी डिट्टो सिनेमातील पारशी बाईसारखी दिसत होती – गलेलठ्ठ, तुकतुकीत अन् लालबुंद! तिच्या साडीवरून आणि तिच्या आसपास दरवळणाऱ्या पावडरच्या वासावरून ती इकॉनॉमी क्लासमधील प्रवासी आहे, हे कळत होते.

''शबनमजी, तुम्हाला भेटून कित्ती-कित्ती आनंद झालाय!'' लाडीगोडी करीत ती बोलू लागली.

मी माझ्या चेहेऱ्यावर पुरेसे नम्र आणि तेवढेच अलिप्त भाव आणले. 'तुम्हाला भेटण्यात मला काहीही रस नाही; पण मी तुम्हाला सहन करतेय, तेव्हा चटकन काय ते आटपा.' असे काहीसे त्यातून व्यक्त करायचे होते.

''हा माझा मुलगा, सोहराब.'' बो लावलेल्या, ढगळ निळा सूट घातलेल्या मुलाकडे बोट दाखवत ती म्हणाली.

''सोहराब तुमचा फार मोठा चाहता आहे. त्याने तुमचा प्रत्येक सिनेमा बघितलाय.''

मी आश्चर्याने भुवया उंचावल्या. माझ्या सिनेमांपैकी निम्मे 'प्रौढांसाठी' असे प्रमाणपत्र मिळालेले होते. त्यामुळे या बाबतीत एक तर आई थापा मारीत असणार किंवा मुलगा फार लहान नसणार.

मग क्षणात दारुवालाचा चेहेरा दुःखात बुडाला.

''दुर्दैवाने माझ्या या बाळाला रक्ताचा कॅन्सर झालाय. दुर्धर! आम्ही स्लोन केटरिंगसारख्या जगप्रसिद्ध हॉस्पिटलमध्ये उपचार घेतोय; पण डॉक्टरांनी आता आशा सोडलीये.''

दुःखामुळे तिचा आवाज विदीर्ण झाला आणि तिच्या गालावरून अश्रू ओघळू लागले. संहितेमधील हे वळण वेगळे आहे हे मला लगेच कळले आणि लगेच मी

माझ्या चेहेऱ्यावर काळजीचे, मायेचे भाव आणले. एड्स किंवा कॅन्सरग्रस्त रुग्णांना भेटायला जाण्याचा कार्यक्रम करताना आणते तसे.

"अरेरे, मला फारच वाईट वाटतेय हे ऐकून." मी सौ. दारुवालांचा हात प्रेमाने दाबत म्हटले आणि त्यांच्या मुलाकडे बघून एक प्रेमळ हास्य केले.

"सोहराब, तुला माझ्याशी गप्पा मारायच्या आहेत ना? ये ना मग, बैस माझ्या शेजारी." शेजारच्या सीटवरील माझी बॅग उचलून पायाशी ठेवीत मी सोहराबला म्हणाले.

जणूकाही जन्मल्यापासून विमानाच्या पहिल्या वर्गातून प्रवास करीत असावा अशा थाटात आय-बी या सीटवर सोहराब धपकन् बसला आणि एखाद्या साहेबाने आपल्या सेक्रेटरीला आज्ञा द्यावी तशा स्वरात तो आईला म्हणाला,

"मम्मी, थोडा वेळ आम्हाला दोघांना जरा एकटं सोडतेस का?"

"हो, हो, जरूर; पण शबनमजींना फार त्रास देऊ नकोस हं!"

आपले डोळे पुसून हसत माझ्याकडे बघत त्या म्हणाल्या, "सोहराबचे जणू स्वप्नच प्रत्यक्षात उतरतेय. तुमच्या मौल्यवान वेळेमधून काही क्षण त्याला द्या एवढीच विनंती! माफ करा हं, तुम्हाला त्रास दिल्याबद्दल!"

आणि घाईघाईने त्या आपल्या जागेवर परतल्या. मी सोहराबकडे बघितले. एखाद्या प्रियकराने प्रेयसीकडे बघावे तसा तो एकटक माझ्याकडे बघत होता. त्याच्या त्या नजरेने मी काहीशी अस्वस्थ झाले.

"मग सोहराब, काय वय आहे तुझे?" संभाषणात सहजता आणण्यासाठी मी त्याला विचारले.

"बारा."

"व्वा, फारच छान वय असते हे. तुम्हाला खूप शिकायला मिळत असते आणि आयुष्यात पुढे खूप काही करण्याची उमेदही असते, हो की नाही?"

"भविष्याकडे उमेदीने बघावे असे माझ्याकडे काहीही नाही. कारण मी तेरा वर्षांचासुद्धा होणार नाही. तीनच महिन्यांनी मी मरणार आहे." तो अक्षरश: एखाद्या मेलेल्या माणसासारखा बोलत होता, भावनाशून्यपणे! फ्रँकेस्टाइनसुद्धा यापेक्षा बरं बोलला असता.

"अरे, असं बोलू नकोस रे! मला खात्री आहे तू नक्की बरा होशील." असे म्हणत मी प्रेमाने त्याच्या खांद्यावर थोपटले.

"मी बरा होणार नाही; पण ते फारसे महत्त्वाचे नाही. मात्र मरण्यापूर्वी तुमच्याविषयी काही माहिती मिळवणे अधिक महत्त्वाचे आहे."

"बरं. बोल मग, काय माहिती हवी तुला?"

"तुम्ही मला माझ्या प्रश्नांची उत्तरे द्याल, असे वचन द्या."

मी नाटकीपणे डोळे मिचकावत म्हटले, "नक्कीच, दिले वचन."

हे एक प्रकारे बरे झाले, असे मला वाटले. 'माझ्या छोट्या चाहत्यांना हाताळण्यात मी एकदम तरबेज आहे. या बच्चे कंपनीला माझ्याकडून काय माहिती हवी असते, तर मला आवडणारा सिनेमा कोणता, माझे आगामी सिनेमे कोणते, त्यांच्या आवडत्या नटाबरोबर मी एखादा सिनेमा करणार आहे की नाही, वगैरे वगैरे...' मग माझ्याकडे झुकून कुजबुजत्या आवाजात सोहराबने विचारले, "तुझा कौमार्यभंग झालाय?"

त्या क्षणी माझ्याशेजारी एक मानसिक रुग्ण बसलाय याची मला खात्री पटली. आणि अर्थातच त्या आगाऊ कार्ट्याबरोबरचे माझे संभाषणही संपले. मी त्याला तातडीने हाकलून लावले. सोहराबला माझ्यापर्यंत आणणाऱ्या हवाई सुंदरीलाही माझ्या शिव्यांचा आहेर मिळाला. त्यानंतर मरणाच्या दारात उभ्या असलेल्या एकाही रुग्णाला मी माझ्या विमान-प्रवासात व्यत्यय आणू दिला नाही.

नंतर माझा राग शांत झाल्यावर सोहराबच्या प्रश्नावर विचार करताना मला जाणवले, त्याचा प्रश्न फारच उद्धटासारखा आणि थेट होता खरा; पण मला खात्री आहे, माझ्या प्रेमात बुडालेल्या दोन कोटी भारतीयांना या प्रश्नाची तेवढीच उत्सुकता असणार. भारतीय पुरुषांच्या नजरेत स्त्रिया दोनच प्रकारच्या असतात. उपलब्ध असणाऱ्या आणि उपलब्ध नसणाऱ्या. पवित्र गायी या त्यांच्या माता-भगिनींसारख्या असतात आणि दुसऱ्या प्रकारच्या बायका असतात जणू जनावरांचा कडबा, त्यांच्या वैषयिक आनंदासाठी कधीही चघळता येतो असा. या देशात जी मुलगी टी-शर्ट घालून वावरते ती सैल चारित्र्याची मानली जाते. आणि मी तर कायमच तंग कपड्यांमध्ये, एखाद्या ठेक्यावर पार्श्वभागाला हेलकावे देत, छाती हिंदकळवत चालावे, अशी वावरत असते. त्यामुळे पुरुषांच्या दृष्टीने मी एखाद्या अप्राप्य ओलेत्या स्वप्नासारखी आहे. मला प्राप्त करणे जेवढे अशक्य, तेवढी माझ्याबद्दलची आसक्ती अधिक! मी सही करून फोटो न पाठवल्यास आत्मदहन करून घेण्याची धमकी देणारी रक्ताने लिहिलेली पत्रं मला येतात! लग्नाचे प्रस्ताव तर हजारो येतात; एखाद्या गावंढळ खेडुतापासून ते कॉल सेंटरमध्ये काम करणाऱ्या साहेबांपर्यंत सर्वांचे! खास पुरुषांसाठी निघणाऱ्या एका मासिकाने त्यांच्या मासिकासाठी मला नग्न फोटो-सेशन करण्याची व त्या बदल्यात कोरा सही केलेला चेक त्यांच्याकडून घेऊन जाण्याची ऑफर दिली आहे. स्त्रिया मला त्यांची बहीण मानून राखी पाठवतात; त्यांचा नवरा माझ्यापासून दूर राहावा, यासाठी मी त्यांना मदत करावी या अपेक्षेने! कोवळ्या-कोवळ्या, तारुण्याच्या उंबरठ्यावर उभ्या असलेल्या मुली माझे कौतुक करणारी पत्रे मला पाठवतात. माझ्यासारखेच वैभव त्यांना मिळावे यासाठी मी प्रार्थना करावी या अपेक्षेने. ३८-२६-३६ हे माझे जादूई आकडे

आहेत. सध्याच्या ‘सिलिकॉन’ सौंदर्याच्या काळात नैसर्गिक सौंदर्याची प्रतिनिधी म्हणून माझ्याकडे बघितले जाते. मी म्हणजे निव्वळ शरीर आहे!

माझ्या कमालीच्या घायाळ करणाऱ्या मोहक अदांमुळे पुरुष पागल होतात. ते खरे म्हणजे मला बघतच नाहीत. ते बघतात माझ्या डौलदार छातीकडे! त्यातच ते हरवून जातात, भांबावून जातात आणि माझ्या कोणत्याही स्वार्थी लहरीखातर केल्या जाणाऱ्या मागणीला मान्यता देतात. दडपल्या गेलेल्या आत्म्याचे विकृत शोषण म्हणा किंवा समाजात प्रतिष्ठित झालेल्याला मिळणारा विशेषाधिकार म्हणून म्हणा, आयुष्याने मला माझ्या अपेक्षेप्रमाणे सगळे दिले आहे!

वरवर जरी बदल झाले, तरी आयुष्य हे नष्ट न होण्याइतके सशक्त आणि सुखावह आहे, असे माझे गुरू फ्रेडरिक विल्हेम नाइटझेक म्हणतात. गेली तीन वर्षं मी आयुष्य सर्वार्थाने उपभोगते आहे.

३१ मार्च

शोकसम्राज्ञी मीनाकुमारी हिच्या पस्तिसाव्या पुण्यतिथीनिमित्त आयोजित एका समारंभात प्रमुख पाहुणी म्हणून मला आमंत्रित केले आहे. प्रत्येक पुरस्कार समारंभात होतात तशी दांभिक स्तुतिपर भाषणे असलेला तो एक कंटाळवणा समारंभ होता. एखाद्या अभिनेत्याचे व्यक्तिमत्त्व पडद्यावर दिसते तेवढ्यापुरतेच सीमित असते का? सिनेमा म्हणजे प्रकाशाचा फक्त एकरेषीय प्रवाह असतो? जाँ पाँसार्त्रने म्हटल्याप्रमाणे सर्वकाही शून्यवत् करणारा? आणि जर अशा प्रकारे माझ्या सिनेमावरून माझ्या कारकिर्दीचे मोजमाप करायचे ठरवले, तर मी केवळ एक नटवी निर्बुद्ध नटी होते, एवढीच आठवण उरेल; पण रुपेरी पडद्यावरील त्या बुडबुड्यापेक्षा माझे अस्तित्व खूप वेगळे आहे. आणि माझ्या डायऱ्या योग्य त्या संपादनासह जेव्हा यथावकाश प्रसिद्ध होतील, त्या वेळी जगाला हे समजेल. माझ्या पुस्तकाला अतिशय अनुरूप असे शीर्षक मला आत्ताच सुचले आहे – ‘अ वूमन ऑफ सबस्टन्स : द शबनम डायरीज.’

१९ एप्रिल

ऐश्वर्या रायचे आज लग्न झाले. थँक गॉड! ती आता बहुधा चित्रपटसृष्टीला रामराम ठोकेल. म्हणजे माझी आणखी एक स्पर्धक स्पर्धेतून गळाली. गेल्या वर्षीच्या ‘ट्रेड गाईड’ने हिंदी चित्रपटसृष्टीतील पहिल्या दहा क्रमांकांच्या अभिनेत्री कोण याची वार्षिक यादी जाहीर केली. त्यात माझा क्रमांक चौथा होता. ऐश्वर्या, करिना आणि प्रियांकानंतर आता मी तिसऱ्या क्रमांकावर गेले. अर्थात माझ्या चाहत्यांच्या नजरेत मात्र मी कायम पहिल्या क्रमांकावरच आहे. कारण त्यांना

ठाऊक आहे, कोणताही वारसा मागे नसताना किंवा 'मिस युनिव्हर्स'चा झळाळता मुकुट माथ्यावर नसताना स्वबळावर मी हे स्थान मिळवले आहे! ते काहीही असो, यंदाचे माझे ध्येय स्पष्ट आहे.

पहिल्या क्रमांकावर जायचे, पहिल्या क्रमांकावर जायचे आणि पहिल्या क्रमांकावर जायचे!

२० मे

सकाळपासून आज घरामध्ये खूप आवाज आणि गोंधळ आहे. निळे डगले घातलेल्या सहा मजुरांनी माझ्या बेडरूम आणि बाथरूमचा ताबा घेऊन माझ्या शांततेचा बट्ट्याबोळ करण्याचा जणू चंगच बांधलाय. त्यांच्यावर देखरेख करणारा भोला इतक्या मोठ्याने सूचना देतोय की, ऐकणाऱ्याला वाटावे हा बांधकाम खात्याचा कोणी इंजिनिअर वगैरे आहे की काय! नवे लाइट्स बसवून घेण्याची आणि जुने, खराब झालेले बदलून टाकण्याची कल्पनाही भोलाचीच; पण नवे लाईट्स खरेच छान दिसतायत. विशेषत: जेव्हा ते मंद केले जातात तेव्हा रात्री आकाशात मंदपणे लुकलुकणाऱ्या ताऱ्यांप्रमाणे दिसतात. माझ्या बेडरूममधील जुने फिरोझाबादी झुंबर काढून त्याने तेथे नवे कोरे स्वारोव्हस्की कंपनीचे क्रिस्टलचे झुंबर लावले आहे. शिवाय खराब झालेले जुने वायरिंगही त्याने बदलून घेतले आहे.

भोलाने आपल्या कामाने मला आश्चर्याचा सुखद धक्का दिलाय, हे मात्र मान्य करायलाच हवे. नटी होण्याचा एक फायदा असतो अन् तो म्हणजे, दूरवरच्या आत्या अन् काका, मावशा अन् मामे, ज्यांचे नावही ऐकलेले नाही असे पुतणे अन् भाच्चे यांचा आपल्याला एकदम शोध लागतो! भोला हा असाच एक दूरचा नातलग. एका छानशा सकाळी तो माझ्या घरी आला आणि माझी काकू जयश्रीचा मुलगा असल्याचे मणीपुरी भाषेत सांगू लागला आणि अर्थात सिनेमात एखादी भूमिका मिळवून देण्यासाठी विनवू लागला. मी त्याला आपादमस्तक न्याहाळले अन् मला हसू कोसळले. त्याचे चोपून-चोपून बसवलेले तेलकट केस, ओघळणारे पोट आणि गावंढळ सवयी या सिनेसंस्कृतीपेक्षा कृषिसंस्कृतीत नक्की शोभून दिसल्या असत्या; पण त्याचा एकूण अवघडलेपणा बघून मला त्याची दया आली आणि मी त्याला माझा साहाय्यक म्हणून नोकरी दिली आणि जर काम समाधानकारक वाटले, तर सिनेमात भूमिका मिळवून देण्याचे वचनही दिले. त्याला आता दोन वर्षे उलटली. मला वाटते, त्यानेही आता सिनेमात काम करण्याच्या आपल्या स्वप्नावर पाणी सोडले असावे. मात्र साहाय्यक म्हणून तो आता चांगलाच तयार झाला आहे. माझे चाहते आणि स्वाक्षरीसाठी तळमळणाऱ्यांना माझ्यापासून दूर ठेवण्याच्या कामात तो तरबेज झाला आहेच. शिवाय मला ज्या गोष्टींचा धाक वाटतो अशा

कॉम्प्युटरच्या कामातही त्याने गती मिळवली आहे. माझ्या हिशोबाची कामे त्याच्यावर सोपवण्याइतका माझा विश्वास त्याने संपादन केला आहे. मात्र माझ्या तारखा देण्याइतकी जबाबदारी मी त्याच्यावर अद्याप सोपवलेली नाही. ते काम अजूनही माझे स्वीय सचिव राकेशजीच बघतात. माझ्याबरोबरच ते राणीसाठीही काम करतात.

भोलामध्ये काही विशेष गुणवत्ता नाहीये, काही खास हुशारीही नाहीये. तो एक सामान्य माणूस आहे; पण जग अशाच सामान्य माणसांनी गजबजलेले आहे. अगदी सामान्य, क्षुद्र माणसांनी आणि या जगातील जे कोणी असामान्य आहेत, अलौकिक, वैभवसंपन्न आहेत त्यांची चाकरी करणे, हे या सामान्यांचे कामच आहे.

३१ मे

माझ्या हाताची बोटे आज अगदी ठसठसतायत. जवळजवळ नऊशे पत्रांवर मी नुकत्याच सह्या केल्या आहेत. वर्षातून चार वेळा मला हे दिव्य करणे भाग असते. सिनेस्टार असण्याची किंमत चुकवावी लागते! ही पत्रे म्हणजे जगाच्या कानाकोपऱ्यातून माझ्या चाहत्यांनी मला पाठवलेल्या पत्रांना लिहिलेली उत्तरे असतात. आग्र्यापासून झांझिबारपर्यंत सर्व जगभरातून मला किमान पाच हजार पत्रे दर आठवड्याला येतात. म्हणजे महिन्याला वीस हजार! माझा प्रसिद्धीप्रमुख रोझी मॅस्करहान्स या पत्रांमधून सुमारे हजारेक पत्रांची निवड मी त्यांना वैयक्तिक उत्तरे लिहावी यासाठी करतो. या पत्रांचा मजकूरही ठराविक असतो. म्हणजे मला पत्र लिहिणाऱ्या माझ्या चाहत्याचे आभार मानायचे. मग माझ्या आगामी चित्रपटांबद्दल काही लिहायचे आणि शेवटी त्याचे आरोग्य, समृद्धी यासाठी त्याला शुभेच्छा द्यायच्या. या पत्रासोबत माझा एक झकास फोटो जोडायचा. जर ते पत्र स्त्रिया आणि मुलींसाठी असेल, तर फोटो सोज्ज्वळ असतो आणि पुरुषांसाठी असेल, तर एकदम मादक! शिक्क्याप्रमाणे माझी सही उमटवणारा ऑटोपेन मी वापरावा, असे रोझीने मला सुचवले आहे. त्यामुळे एवढ्या सह्या करण्याच्या कटकटीतून माझी सुटका होईल; पण हा पर्याय मला फारसा मान्य नाही. जेथे सगळेकाही बनावट असते अशा दुनियेत मी जगते. मग माझी सही तरी किमान खरी असावी, असे मला वाटते. माझे चाहते हे पत्र उघडून माझा फोटो बघतील तेव्हा त्यांच्या चेहेऱ्यावर कशी खुशी उमटेल हे मला पत्र पाठवताना जाणवत असते. 'ते आनंदाचा चीत्कार काढतील, मग घरातल्या सगळ्यांना फोटो दाखवला जाईल, नातलगांना दाखवला जाईल. आपल्याला शबनमचे पत्र आणि फोटो आला म्हणून शेजाऱ्यापाजाऱ्यांकडे रुबाब दाखवायला जातील, त्या पत्रावर काही दिवस कशी चर्चा होईल, फोटोचे मुके घेतले जातील अन् हा फोटो मग फ्रेम करून कदाचित त्याची पूजाही होईल!'

माझ्या बोटातील वेदना एकाएकी थांबल्या.

'वैयक्तिक' किंवा 'गोपनीय' असे ज्या पत्रांवर लिहिलेले असते, अशी पत्रे उघडायची नाहीत, हा माझा नियम रोझीला ठाऊक आहे. ही पत्रे थेट माझ्याकडे येतात आणि जेव्हा मला थोडा निवान्त वेळ असतो तेव्हा मला दिली जातात. ज्या देशात सर्वाधिक नट-नट्या जन्माला येतात तो देश म्हणजे भारत. दोन व्यक्तींमागे प्रत्येक एका व्यक्तीला मुंबईत येऊन बॉलिवूडमध्ये जायचे असते आणि प्रसिद्ध नट व्हायचे असते. हे स्वप्न बघाणरे तरुण-तरुणी दूरवरील छोट्याशा खेड्यातून, आपल्या पानटपरीवरून, डासांनी भरलेल्या नाल्यांजवळ जे एका खोलीत राहत असतात अशा घरांतून, मोडक्या-तोडक्या हिंदी-इंग्लिशमधून मोठ्या कष्टाने वाक्ये जुळवून त्यांचे स्वप्न माझ्यापर्यंत पोहोचवण्याचे प्रयत्न करतात. कधी माझी मदत मागतात, कधी सल्ला, तर कधी पैसेही मागतात. बऱ्याच वेळेला या पत्रासोबत पत्रलेखकाचे फोटोही असतात. त्या चौकोनी फ्रेममधील फोटोत दिसणारे त्यांचे हसू थोडेसे भडक, चकचकीत, थोडे वेंधळे असते. माझ्याबद्दल वाटणारे कुतूहल आणि त्यांच्या मनातील निराशा फोटोमध्ये उमटू नये, यासाठी कसोशीने प्रयत्न केलेले असतात. हा फोटो बघून निर्माते पाघळतील असे प्रत्येकालाच वाटत असते; पण त्यांनी कितीही प्रयत्न केला तरी कॅमेऱ्याच्या चाणाक्ष नजरेतून या मंडळींमधील नवखेपणा लपत नाही. त्या फोटोतील, फोटोंच्या पोझमधील सवंगपणा फोटोमधूनही बघणाऱ्याच्या अंगावर येतोच आणि असे फोटो काढून घेणाऱ्यांचा खुळेपणा, हतबलताही त्यातून डोकावते. मुलींकडून येणारी पत्रे मला विशेष बेचैन करतात. त्यांपैकी काही मुली जेमतेम बारा-तेरा वर्षांच्या असतात. पंधरा मिनिटांसाठी मिळणाऱ्या प्रसिद्धीच्या झगमगाटासाठी घरदार मागे टाकून, कुटुंबाला फसवून पळून जाण्याची त्यांची तयारी असते. मुंबईत पाय रोवून उभे रहाण्यासाठी काय किंमत द्यावी लागते, याची त्यांना अद्याप कल्पना नाहीये. सिनेमात भूमिका मिळण्यासाठी एखाद्या निर्मात्याची शय्यासोबत करण्यापूर्वी एखादा रंगेल फोटोग्राफर, मसाज पार्लरमधील किंवा कोठ्यावरील एखादा मधाळ बोलणारा दलाल त्यांना नासवू शकतो आणि सिनेतारका होण्याचे त्यांचे झगमगते स्वप्न लैंगिक गुलामगिरीच्या वास्तवाच्या एका धक्क्याने पार कोसळून मोडू शकते!

माझ्याच आयुष्यातील एक पान उलटून मी बघते आणि या मुलींच्या पत्राला अजिबात उत्तर देत नाही. त्यांच्या दु:खी आयुष्यात हस्तक्षेप करण्याची माझी इच्छा नाही आणि त्यांच्या नशिबाची वाट बदलण्याचे सामर्थ्यही माझ्यामध्ये नाही. इथे जंगलचा कायदा आहे. जो सर्वाधिक सशक्त तो टिकणार. इतर दुबळे काळाच्या किंवा समाजाच्या कचराकुंडीत पडून तसेच नामशेष होणार.

१६ जून

आज पुन्हा विकी रायचा फोन आला. गेल्या दोन वर्षांपासून तो माझा अक्षरश: पिच्छा पुरवतोय. काय कटकट आहे! पण मी त्याला झिडकारू नये अशी राकेशजींची सूचना आहे. कारण त्याच्या हातात असलेली सत्ता!

"तू माझ्याशी बोलत का नाहीस?" विकी रायने विचारले.

"कारण तुझ्याशी बोलण्यासारखे माझ्याकडे काही नाहीये आणि तुला माझा नवीन मोबाइल नंबर कसा मिळाला?" मी विचारले.

"तू दर तीन महिन्याला मोबाइल बदलतेस, हे ठाऊक आहे मला; पण माझेही काही मार्ग आहेत नंबर मिळवण्याचे. तुला माझ्या सत्तेचा अजून अंदाज नाहीये शबनम. तुझ्यासाठी मी खूप काही करू शकतो."

"म्हणजे उदाहरणार्थ?"

"उदाहरणार्थ, तुला राष्ट्रीय पुरस्कार मिळवून देणे. माझे वडील शासनात सगळी आवश्यक ती सूत्र हलवू शकतात. हे फिल्मफेअर किंवा हिरो होन्डा पुरस्कार वगैरे ठीक आहे. शेवटी प्रत्येक चांगल्या अभिनेत्याला आणि अभिनेत्रीला राष्ट्रीय पुरस्काराची आकांक्षा असतेच कारण त्याला असलेली मान्यता फार महत्त्वाची आहे ना!"

"पण सध्या मला या पुरस्कारात रस नाहीये."

"ठीकाय, मग माझ्या आगामी चित्रपटात तुला भूमिका देऊ केली तर? त्याचे नाव आहे 'प्लॅन बी.' अक्षयला मी आधीच करारबद्ध केले आहे. पुढच्या जूनपासून त्याचे काम सुरू होईल."

"जूनमध्ये माझ्याकडे अजिबात तारखा मोकळ्या नाहीयेत. मी धवनसाहेबांबरोबर स्वित्झर्लंडला जातेय चित्रीकरणासाठी."

"तू एक महिना देऊ शकत नाहीयेस, ठीक आहे. पण एक रात्र तरी? फक्त एक रात्र!"

"कशासाठी?"

"ते मला आता तुला सांगायलाच हवे का? तू फक्त मला दिल्लीत भेट. बाकी सगळी व्यवस्था केली जाईल. का मी मुंबईत आलेले तुला आवडेल?"

"तू हा कॉल संपवलेले मला आवडेल! आणि मला पुन्हा त्रास देऊ नकोस." मी ठामपणे म्हटले अन् मोबाइल बंद केला.

मी बाजारात विकायला ठेवलेली वस्तू आहे असे वाटते की काय या हलकटाला? रुबी गिलच्या खुनाच्या आरोपावरून ह्याला शिक्षा व्हायला हवी आणि आयुष्यभर तुरुंगात सडत पडायला हवे ह्याने!

३० जुलै

हा जय चॅटजी म्हणजे एक वैताग आहे! या क्षणी वैतागाने डोक्यावरचे माझे

केस उपटावेसे वाटतायत आत्ता! खरे म्हणजे जय हा आमच्या इंडस्ट्रीमधील सर्वांत हुशार दिग्दर्शक; पण तेवढाच माथेफिरूही! आज मला तो आरके स्टुडिओमध्ये भेटला आणि म्हणाला, त्याच्या नव्या चित्रपटात मला भूमिका देण्याचे त्याने ठरवलेय. हे ऐकून मी अक्षरशः थरारलेच. जय चॅटर्जीचा सिनेमा म्हणजे केवळ मेगा हिट नाही, तर पुरस्कारांचाही पाऊस! तो म्हणजे बॉलिवूडचा स्टीव्हन स्पिलबर्ग आहे! माझी धडधड त्याला कळू न देण्याचा प्रयत्न करीत मी विचारले, ''काय विषय आहे या सिनेमाचा?''

''ही एक मुलगा आणि मुलीची कहाणी आहे.''

''कशा प्रकारची मुलगी?''

''एक अतिशय सुंदर मुलगी. एका श्रीमंत कुटुंबातली,'' नेहेमीप्रमाणे स्वप्नाळू आवाजात, पियानोच्या पट्ट्यावर बोटे हवेत फिरवावी तशी फिरवत तो म्हणाला, ''आपण तिला चाँदनी म्हणू. चाँदनीचे लग्न एका उद्योजकाच्या मुलाशी व्हावे अशी तिच्या आईवडिलांची इच्छा आहे; पण ती मात्र एका 'के' नावाच्या गूढ, भटक्याच्या प्रेमात पडलीये.''

''काय आश्चर्य आहे!'' मी उद्गारले.

''होय. 'के' या जगातील आहे, पण फक्त शरीराने, मनाने नाही. त्याच्याकडे असलेल्या अद्भुत, संमोहित करणाऱ्या शक्तीमुळे चाँदनी पुरती भारावून गेलीये. ती त्याच्या पूर्णपणे प्रभावाखाली आलीये आणि त्याची जणू गुलाम झालीये; पण मग तिला समजते की, प्रत्यक्षात तो स्वतःच्या व्यक्तिमत्त्वाने इतरांना भुरळ घालणारा खलनायक आहे; प्रिन्स ऑफ डार्कनेस.''

''बाप रे, स्वतः तोच?''

''बरोब्बर! ही कहाणी चाँदनी आणि 'के' यांच्या दोघांच्या आवाजात कथन करण्याचा माझा बेत आहे. दोन गोष्टींची सांगड घालून. त्यांच्या नात्यातील नाट्यपूर्ण तणावामुळे कथेला जोम मिळेल. तुला काय वाटतेय?''

एक दीर्घ श्वास सोडीत मी म्हणाले, ''फारच भन्नाट! यापूर्वी भारतीय सिनेमात असा प्रयोग कोणी केला नसेल. ही जय चॅटर्जीची आणखी एक अजरामर कलाकृती होणार तर!''

''मग, मान्य आहे? माझी चाँदनी होशील?''

''वादच नाही! केव्हा सुरू करायचे चित्रीकरण? मी लगेच तुम्हाला तारखा देते.''

''के'ची भूमिका कोण करणार हे नक्की झाले की, आपण लगेच चित्रीकरण सुरू करू.''

''म्हणजे काय?''

चॅटर्जी एक क्षणभर थांबला आणि आपल्या अस्ताव्यस्त दाढीत बोट खुपसत म्हणाला, "मला 'के'च्या रूपाने संतप्त, धुमसत्या तरुणाचे एक नवे रूप दाखवायचे आहे. मी विचार करीत होतो, आणखी किती वर्षं आपण ॲक्शन हिरो म्हणून पुरुषी सौंदर्याचे प्रदर्शन करणारा तोच तो हिरो किंवा स्वत:वर फिदा असणारा चॉकलेट हिरो प्रेक्षकांना दाखवायचा? लोकांना बदल हवाय. काहीतरी नवे हवे आहे. या बदलाचा प्रतिनिधी म्हणून मी 'के'कडे बघतोय. तो असा नायक असेल ज्याच्यामध्ये नायक आणि खलनायक या दोघांची वैशिष्ट्ये असतील. तडाखेबाज पण सौम्य, क्रूर पण मृदू. अशी व्यक्ती जिच्या एका दृष्टिक्षेपात तुमचे मन द्रवेल आणि जिच्या संतापाच्या धगीमुळे तुमचे रक्त गोठून जाईल!"

"सलीम इलियासी या भूमिकेसाठी एकदम योग्य आहे, असे नाही वाटत तुम्हाला?" मी विचारले.

"अगदी माझ्या मनातले बोललीस; पण सलीम माझ्याबरोबर काम करायला तयार नाही, हाच तर पेच आहे." वैतागून चॅटर्जी म्हणाला.

"पण का तयार नाही तो?"

"त्याचा गुरू असलेल्या राम महमद थॉमसवर एका मुलाखतीत टीका करण्याची चूक मी केली ना!"

"मग आता काय करणार?"

"दुसरा सलीम इलियासी शोधायचा. तोपर्यंत वाट बघायची."

इतके हास्यास्पद बोलणे तुम्ही कधी ऐकलेय? एखादा सिनेमा कथानकासाठी, दिग्दर्शकासाठी किंवा पैशासाठी खोळंबला नाहीये, तर अशा नायकासाठी खोळंबलाय जो अस्तित्वातच नाहीये. जय चॅटर्जीच हे बोलू शकतो. त्यामुळे तो जेव्हा म्हणतो वाट पाहा, तेव्हा वाट बघायची. मीही वाट बघतेय.

२ ऑगस्ट

'खाजगी' असा शेरा असलेले एक पत्र आज आले.

आदरणीय शबनम दीदी,

देवाच्या कृपेमुळे तुम्ही ठीक असाल अशी आशा आहे. मी रामदुलारी आदरपूर्वक तुमचे चरणस्पर्श करीत आहे. मी मैथिल ब्राह्मण असून १९ वर्षांची आहे. सितामाऱ्ही जिल्ह्यातील सोनबसेरा गटातील गौरी नावाच्या खेड्यात मी राहते आणि सहावी पास झालेली या गावातील मी एकटीच मुलगी आहे.

सध्या मी फार अडचणीत सापडलेय. आमच्या गावात मोठा पूर

आला असून सर्वकाही पाण्याखाली गेले आहे. आमचे घर आणि गुरे तर या पुरात वाहून गेलीतच, दुर्दैवाने वडील आणि आईही त्यात बळी गेले. लष्कराच्या बोटीने मला वाचवले. आधी मी सितामऱ्ही गावात एका फाटक्या तंबूत राहत होते; पण आता माझी जवळची मैत्रीण नीलमच्या घरी पाटण्यात राहत आहे. मला तुमच्याबद्दल फारशी माहिती नाही. कारण आमच्या खेड्यात पाटण्यासारखी मोठाली सिनेमागृहे नाहीत; पण नीलम तुमचे खूप सिनेमे बघते. आणि ती मला तुमची लहान बहीण म्हणते. तिने तिच्या कॅमेऱ्याने माझा फोटो काढला आहे आणि तो मी तुम्हाला पाठवावा, असा तिचा आग्रह आहे.

मी स्वयंपाक खूप चांगला करते आणि गुलाबजाम, सोजीचा हलवा असे कितीतरी पदार्थ मला करता येतात. मला शिवणकामही छान येते आणि मी दोन दिवसांत एक स्वेटर विणू शकते. मी मैथिली ब्राह्मण असल्यामुळे मी सोवळे पाळून स्वयंपाक करते, तोही फक्त शाकाहारी. सर्व व्रतवैकल्ये, सणवारही मला ठाऊक आहेत.

कृपा करून माझ्या वरील पत्त्यावर संपर्क करून मला मदत करावी आणि मला मुंबईत बोलावून घेऊन आसरा द्यावा. देव तुमचे कल्याण करील. घरातील सर्व मोठ्यांना नमस्कार. लहानांना आशीर्वाद.

तुमची लहान बहीण,
रामदुलारी

पत्रात नवीन विशेष असे काहीही नव्हते. फक्त माझ्याबरोबर राहता यावे एवढ्यासाठी वेठबिगारीस तयार असलेल्या तरुण मुला-मुलींची कित्येक पत्रे मला येतात; पण रामदुलारीने माझी धाकटी बहीण असा स्वतःचा उल्लेख केल्यामुळे मला तिच्याबद्दल उत्सुकता वाटली. मला माझ्या खऱ्या बहिणीची आठवण झाली. तीही आता १९ वर्षांची होईल. ती बहुधा आझमगडला आईबाबांसमवेत असेल; पण त्याबाबत मला खात्री नाही. कारण गेल्या तीन वर्षांपासून आमचा काही संपर्कच नाहीये. त्यांनी त्यांच्या आयुष्यातून मला कधीच वजा केले आहे. माझ्या मनातील त्यांच्या प्रतिमा मात्र मला पुसता येत नाहीयेत! मी पाकिटातून फोटो काढला. नेहेमीसारखा ६ बाय ४ आकाराचा गुळगुळीत फोटो होता तो. त्यातील एका फोटोकडे मी बघितले आणि खुर्चीत जवळजवळ पडलेच! त्या फोटोतून जणू मीच माझ्याकडे रोखून बघत होते. तेच काळेभोर डोळे, अपरे नाक, रसरशीत ओठ आणि वळणदार हनुवटी! मी दुसऱ्या फोटोवर नजर टाकली. ह्यात रामदुलारी एक स्वस्तशी हिरवी साडी नेसून झाडाला रेलून उभी होती. तिचा केवळ चेहराच नाही,

तर अंगकाठीही माझ्यासारखी होती. फरक फक्त होता तो केसांचा. तिचे केस लांबसडक, तुकतुकीत, चमकदार होते, तर माझे केस म्हणजे छोटासा बॉबकट, आधुनिक! पण हा तपशील फारच नगण्य होता. मला स्पष्टपणे जाणवत होते की, मी माझ्याच प्रतिमेकडे बघत होते. रामदुलारी नक्की माझी प्रतिकृती होती.

या कमालीच्या साम्याबरोबर मला आणखी एक गोष्ट प्रकर्षाने जाणवली अन् ती म्हणजे या गोष्टीचे रामदुलारीला भान नव्हते. माझ्यासारखे दिसण्याचा कोणताही अट्टाहास, आटापिटा वा प्रयत्न ती करीत नव्हती. ही एक अशी मुलगी होती, जिला स्वतःच्या सौंदर्याचे भान नव्हते. मला एकदम तिच्याबद्दल ममत्व वाटू लागले. मी इथे देशातील एका सर्वोत्तम शहरात पाच बेडरूम्सच्या पेंट हाउसमध्ये ऐश्वर्यात लोळत होते अन् तिकडे ती एक दुर्दैवी, अनाथ मुलगी दरोडेखोरांच्या टोळ्या जेथे खुलेआम फिरतात, अशा बिहारसारखा राज्यात जेमतेम पोट भरत होती. मी त्या क्षणी तिला मदत करण्याचा निर्णय घेतला. भोलाला पाटण्याला पाठवून रामदुलारीला मुंबईत माझ्याकडे घेऊन येण्याचा निर्णय! तिला इथे आणून मी काय करणार होते ठाऊक नाही. माझ्याकडे पुरेसे नोकर होते. त्यातील काही चांगले ब्राह्मण होते; पण मला एवढेच कळत होते, मी त्या गरीब मुलीला तिच्या नशिबाच्या भरवशावर सोडणार नव्हते. तिच्या दुर्दैवाचे मूक साक्षीदार होणे मला मान्य नव्हते. त्यामुळे मी तिच्या नशिबात हस्तक्षेप करून तिचे भाग्य पालटणार होते; पण असे करताना मी माझेच भाग्य तर बदलत नव्हते ना!

आदिवासी

दोन खडकांच्या बेचक्यामधून उमटलेला तो केविलवाणा आक्रोश वातावरण चिरत गेला. एखाद्या शोकमग्न धूनप्रमाणे तो वाढत-वाढत गेला. मग कमी होत-होत पुन्हा वाढत गेला. थोड्याच अंतरावर असणाऱ्या धक्क्यावर आदळून फुटणाऱ्या लाटांच्या गर्जनेशी जणू तो स्पर्धा करीत होता.

ऑक्टोबर उजाडला होता. नैऋत्य मान्सूनचा, 'क्वालाकांगे'चा कोप थोडासा कमी झाला होता आणि दिवस परत तापू लागले होते. अशा दिवसांमध्ये दुपारच्या पेटत्या उन्हात घराबाहेर पडण्यासाठी अंगात धमक हवी आणि निर्धारही हवा!

मेलामे आणि पेम्बा खडकांच्या बेचक्यात उंचवट्यावर असलेल्या, पत्र्याचे छप्पर असलेल्या सहा लाकडी झोपड्यांजवळ गेले. अर्धी चड्डी घातलेली दोन-चार मुले झोपड्यांसमोर गोंगाट करीत फूटबॉल खेळत होती. मागे सुरू असलेल्या आक्रोशाचे त्यांना भानच नव्हते. एक लुकडा, मरतुकडा कुत्रा जमिनीवर पसरला होता. त्याची जीभ तोंडाबाहेर लपलपत होती. कोंबड्यांच्या विष्ठेचा दर्प वातावरणात भरून राहिला होता.

तिसऱ्या खोपटाबाहेर मेलामे थांबला आणि पेम्बाने दार ढकलण्याची वाट बघत उभा राहिला. त्या एवढ्याशा टिचभर खोलीत जेमतेम सामान होते. चार बांबूंच्या काठ्या लावून मच्छरदाणी लावायची सोय असलेला एक उंच लाकडी पलंग त्या खोलीत होता. एका लाकडी स्टुलावर मातीचे भांडे ठेवलेले होते. समाजकल्याण खात्याच्या दवाखान्याने दिलेली पोलिओ, क्षय आणि एडसविषयी जनजागृती करणारी माहितीपत्रके भिंतीवर लावण्यात आली होती. छतावर गरगरणाऱ्या जुनाट पंख्यामुळे वातावरणातील तलखी थोडी कमी होत होती. खोलीच्या उजव्या कोपऱ्यात लाकडी जमिनीवर साठीच्या वयाच्या एका पुरुषाचा नग्न मृतदेह ठेवलेला होता. त्याचे डोळे बंद होते, पण तोंड मात्र उघडे होते; स्वत:च्याच मृत्यूचे आश्चर्य वाटले असावे तसे! त्या मृतदेहाच्या दोन्ही बाजूला बसलेल्या व्यक्ती एका सुरात रडत होत्या. त्यात एक वृद्ध स्त्री होती. शिंपल्यांपासून तयार केलेला, एखाद्या

तोरणाप्रमाणे दिसणारा पट्टाच फक्त तिने आपल्या कमरेभोवती बांधला होता. तिची सुरकुतलेली छाती गाईच्या आचळाप्रमाणे लोंबत होती. त्या वृद्ध स्त्रीबरोबर असणाऱ्या तरुण माणसाने एक फडके कमरेला गुंडाळले होते आणि घरात मृत्यू झाल्याचे सूचित करण्यासाठी तोंडावर, अंगावर साध्या मातीचा लेप फासला होता. मेलामे आणि पेम्बाला बघताच दोघेही उठले.

"मेलामेचा मित्र तलाई अनंताच्या प्रवासाला निघून गेल्याची बातमी ऐकून मेलामेला खूप दुःख झाले आहे." त्या तरुणाला जवळ घेत दुःखाने मेलामे म्हणाला. डोळे बंद करून, एकमेकांच्या कुशीत ते दोघेही काही क्षण न बोलता विसावले.

"अंत्यसंस्कार कधी करणार आहेस कोयरा?" पेम्बाने त्या तरुणाला विचारले.

"आज संध्याकाळी." कोयरा उत्तरला.

"तलाई आजारी आहे हे मला ठाऊकच नव्हते." मेलामे म्हणाला.

"ते आजारी नव्हते. माझ्या वडिलांना काल थोडा ताप आला होता. ताप उतरण्यासाठी आईने मोरोची पाने कपाळावर चोळली; पण आज सकाळी ते गेलेच! एखाद्या वाऱ्याची झुळूक खिडकीतून सहज बाहेर पडावी तसे." कोयरा म्हणाला.

"आईची काळजी घे." कोयराच्या खांद्यावर थोपटत मेलामे म्हणाला. शोकसमाचारासाठी आलेल्या त्या दोघांची दखलही न घेता त्या वृद्ध स्त्रीचा आक्रोश सुरू होता. मेलामे अन् पेम्बाने कोयराचा निरोप घेत झोपडीबाहेरील जाळणाऱ्या उन्हात पाय ठेवले.

"या हंगामात झालेला हा तिसरा मृत्यू. मरणाऱ्या माणसांची 'इक्का'ची लोकसंख्या वाढतेच आहे." वृद्ध मेलामे थरथरत्या आवाजात म्हणाला. पेम्बाने खिन्नपणे मान हलवली.

"क्रूर आत्म्याची शक्ती जेव्हा वाढते तेव्हा परिस्थिती अधिक बिकट होत जाते. या वेगाने माणसे मृत्युमुखी पडायला लागली, तर आपली जमात नामशेषच होईल. वृक्षांचा फडशा पाडणारे हिंदी महासागरातील महाकाय प्राणी नामशेष झाले तसे!"

"अरे, तो प्राणी... त्याची चव कशी होती हेही मला आठवत नाहीये." आपल्या सुरकुतलेल्या ओठांवरून जीभ फिरवत खेदाने मेलामे म्हणाला.

पण पेम्बाला मात्र त्याची आठवण होती. "माझ्या घरातील एका समारंभात मी तो प्राणी कापला होता." पेम्बा म्हणाला.

"तू म्हणजे एक भन्नाट शिकारी होतास! आमच्यापैकी सर्वोत्तम!" मेलामे पेम्बाची तारीफ करीत म्हणाला, "पण आजच्या या तरुण पिढीकडे पाहा ना, परकियांनी बनवलेला 'नानागिरू'सारखा समारंभही ते बीअर आणि कोकाकोला

पिऊन साजरा करतात.''

"अगदी बरोबर बोललात तुम्ही सरदार (मुखिया)! आता याबाबत मी काय बोलू? माझा एकेट्टी काही याला अपवाद नाही. तो सारखा समाजकल्याण खात्याच्या ऑफिसबाहेर घुटमळत असतो. लोक असे म्हणतात की, तो त्या खात्याच्या अधिकाऱ्यांना मध आणि मेण देतो आणि त्या बदल्यात त्यांच्याकडून सिगारेट्स घेतो. मी स्वत: त्याला कितीतरी वेळा सिगारेट ओढताना रंगेहाथ पकडलेय. माझी मान मला त्यामुळे शरमेने खाली घालावी लागते.'' पेम्बा खिन्न आवाजात म्हणाला.

कपाळावर येणारा घाम पुसत ते दोघेही जड पावलाने त्या हिरवट-निळ्या रंगाच्या अथांग समुद्राच्या दिशेने चालत राहिले. नारळाच्या झाडांची घनदाट महिरप असलेली ती खाडी हिरवीगार आणि मग आकर्षून घेणारी होती. धक्क्यावर दोन पांढऱ्या रंगाच्या मोटरबोटी बांधून ठेवलेल्या त्यांना दिसल्या. धक्क्याच्या दुसऱ्या बाजूला समाजकल्याण खात्याची घरे होती. वीजपुरवठा करणारे केंद्र ओलांडून ते पुढे आले. केंद्रावरील जनरेटर नेहमीप्रमाणे धडधडत होता. त्या केंद्रानंतर लागणाऱ्या दवाखान्यात शकुंतला नर्स हातातील मासिकाने वारा घेत बसली होती. त्यापुढील भग्न इमारत म्हणजे एक गोदाम होते, जेथे आता शाळा भरत होती. पाच-सहा आदिवासी मुलांसह मैदानात उभे असलेले तेलकट केसाचे शिक्षक-मूर्ती त्यांना दिसले. निळी अर्धी चड्डी आणि पांढरा शर्ट असा गणवेश घातलेल्या मुलांना ते कागदी झेंडे वाटत होते.

"आता शांतपणे ऐका, जेव्हा मंत्रिमहोदयांचे हेलिपॅडवर आगमन होईल तेव्हा तुम्ही सगळ्यांनी असेच रांगेत उभे राहून हातातील झेंडा हलवायचा आहे आणि प्रत्येकाच्या चेहेऱ्यावर स्मितहास्य हवे. हसून दाखवा बघू सगळे मला!'' उजव्या हातातील वेताची छडी उंचावत ते म्हणाले. मुलांनी कसेबसे दात दाखवले.

"पुन्हा कोणीतरी मोठी व्यक्ती येथे येणार असे दिसतेय. आता आपल्याला सगळ्यांना साफसफाई करायला लावतील अन् ते भयानक कपडे घालायला सांगतील.'' वैतागून पेम्बा म्हणाला.

"आपल्या मुलांना असे इनेन भलत्यासलत्या पाहुण्यापुढे नाचवण्यापेक्षा दुर्दैवी काय असू शकते?'' संतापाने चिरणाऱ्या स्वरात मेलामे म्हणाला.

"नाही सरदार, आपल्याच भूमीत आपण गुलाम झालोय.'' पेम्बा त्याच्या सुरात सूर मिसळत म्हणाला.

समाजकल्याणच्या कर्मचाऱ्यांनी तीन वर्षांपूर्वी बांधलेले छोटेसे देऊळ ओलांडून ते पुढे आले. पांढरा घुमट असलेल्या त्या छोट्याशा सिमेंटच्या मंदिरात शेंदरी रंगाची, हातात पर्वत असलेली, उड्डाणाच्या पवित्र्यातील हनुमानाची दगडी मूर्ती होती. मारुतीपुढे नमस्कार करण्यासाठी उभी असलेली दोन माणसे त्यांना दिसली.

"तो राजू आणि तालेमी आहे का?" मेलामेने अविश्वासाने विचारले.

त्या गाभाऱ्यातील अंधाराकडे मान वळवून बघत पेम्बा म्हणाला, "त्यांच्यासारखेच दिसतायत ते दोघे."

मान हलवत तो टोळीप्रमुख म्हणाला, "मेलामेने सगळेकाही बघितलेय. आपल्या माणसांनीच आपल्या देवाला वाऱ्यावर सोडलेय."

"म्हणूनच देवानेही आपल्याला वाऱ्यावर सोडलेय. पुलुगा एवढे मृत्यू का घडवून आणतोय? काहीतरी लवकर करायला हवे आपल्याला सरदार." पेम्बा कळकळीने म्हणाला.

"आता तोरोलेशी विचारविनिमय करण्याची वेळ आलीये." मेलामे उत्तरला. "आज आपण सगळे तलाईच्या अंत्यसंस्काराच्या गडबडीत असू; पण उद्या सकाळी सगळ्या पंचायतीची बैठक घ्यायला हवी. हळूच सर्वांना निरोप दे. आपण जंगलाच्या आतील भागात भेटू. समाजकल्याणच्या कर्मचाऱ्यांच्या नजरेपासून दूर, नोकायच्या झोपडीजवळ. तो समाजकल्याण अधिकारी, काय त्याचे नाव बरे... तो अशोक, फारच भोचक आहे."

"अगदी बरोबर सरदार! आपल्या टोळीत तो जरा जास्तच, नको इतका रस घेतोय. मुलांनी त्याचे नावच मुळी ग्वालेत – नाक खुपसणारा – असे ठेवलेय." असे म्हणत पेम्बा हसला.

"सापापेक्षाही तो अधिक धोकादायक आहे त्यामुळे त्याला आपल्या बेताचा पत्ता लागणार नाही याची काळजी घे."

"होय सरदार!" असे म्हणत पेम्बाने मान तुकवली.

हिरव्यागर्द रंगावर गुलाबी आणि पांढऱ्या रंगाने ब्रशने रेषा माराव्यात, तसे ते जंगलातील दृश्य दिसत होते. ऑर्किडची फुले फांद्यांवरून आकाशाकडे झेपावत होती. त्यात गुलाबी लीली रांगोळीसारखी मध्येमध्ये डोकवत होती. देवदार वृक्ष ताठ मानेने, ताठ कण्याने जणू आकाशाच्या रक्षणासाठी उभे होते. झाडांची सळसळ, पक्ष्यांचे, वाऱ्याचे आवाज अशा वेगवेगळ्या आवाजांनी जंगल आपल्या जागेपणाची चाहूल देत होते. डासांचे थवे गुणगुणत होते. फांद्यांमध्ये दडून बसलेले पोपट, कबुतरांचे थवे कर्कश्श आवाजात जंगलाला आणखी जाग आणीत होते. छोट्या झुडपाखालून सरडे-साप सरपटत इकडे-तिकडे फिरत होते.

एका उंच झाडाच्या सावलीत वैदूच्या थेट झोपडीसमोरच मेलामे उभा होता आणि झोपडीच्या आसपासची टोळी न्याहाळत होता. बायका नेहमीप्रमाणे शंखशिंपल्यांच्या माळा विणण्यात, जळणाचे लाकूड गोळा करण्यात किंवा आपले केस विंचरण्यात मग्न होत्या. पुरुष-मंडळी कुऱ्हाडी घेऊन बोटी बनवण्यासाठी

लाकडी ओंडके कापीत होती.

मेलामेने दीर्घ श्वास घेत तेथील ताजी हवा छातीत भरून घेतली. त्या हवेला अजूनही पहाटेच्या दवाचा ताजेपणा आणि गंध होता. झाडाच्या महिरपीत खुलणाऱ्या, दूरपर्यंत पसरलेल्या सुंदर दृश्याकडे त्याने एक नजर टाकली. त्या बेटावर जंगलाचा हा एवढाच तुकडा आता उरला होता. दगाँग खाडीवरील ती वसाहत झाडांचे केवळ खुंट उरल्यामुळे विद्रूप दिसत होती. लाकडे गच्च भरून छोट्याशा अंदमान ट्रंक रस्त्यावरून खडखडत जाणाऱ्या, खिळखिळ्या झालेल्या ट्रक्स त्या बेटावरील जंगल ओरबाडून घेऊन त्या बेटाला नग्न, कुरूप करीत होत्या. त्या बेटावरील प्रत्येक भागात भातशेती आणि नारळाची लागवड दिसत होती. जंगलाचा हा तुकडा म्हणजे त्या बेटावरील लोकांचा अखेरचा विसावा होता. इथे अजूनही पक्षी गात होते आणि बेटावरील मूळ रहिवासी मुक्तपणे, मनासारखे, कपड्यांविना जगू शकत होते.

"गळाला लावायचे खाद्य तयार आहे?" टोळीप्रमुखाने पेम्बाला विचारले. त्याने मान हलवून आपल्या पायाशी ठेवलेल्या मातीच्या भांड्याकडे निर्देश केला. ते बघून समाधानी झालेल्या मेलामेने नोकायच्या झोपडीच्या दारावर थाप मारली. त्या झोपडीचे छत एवढे बुटके होते की, त्यात प्रवेश करण्यासाठी रांगतच जावे लागे.

"चालते व्हा! नोकायला वाईट स्वप्ने पडतायत. तो झोपडीच्या बाहेर येऊ शकणार नाही." आतूनच नोकाय खेकसला. हा वैदू कमालीचा एकांडा, घुमा; पण त्याच्या विषयातील अधिकारी होता. त्याने आजवर जंगलाबाहेर पायही ठेवला नव्हता आणि त्याला खूश करणे भलतेच अवघड होते; पण त्याच्या औषधाच्या करामतीशिवाय आणि जादूच्या प्रभावाशिवाय त्या टोळीचे अस्तित्वही अशक्य होते. किनाऱ्यावरील एखाद्या दगडाखाली सुकलेली पाने ठेवून तो समुद्रातील वादळाला थोपवू शकत होता, माणसाच्या चेहेऱ्यावरील सुरकुत्या बघून तो त्याला झालेल्या आजाराचा अंदाज करू शकत होता आणि एखाद्या गर्भवतीच्या पोटावर थाप देऊन तो आतील गर्भ मुलाचा की मुलीचा हे सांगू शकत होता. दुष्ट आत्म्यांना कसे टाळायचे आणि सुष्ट आत्म्यांना कसे जवळ करायचे, चंद्रग्रहणाच्या दुष्परिणामांपासून आपल्या टोळीला कसे वाचवायचे आणि एखाद्या शापापासून सुटका कशी करून घ्यायची हे फक्त वैदू तोरोलेच जाणत होते. फक्त मृत माणसाला जिवंत करण्याची कामे वगळता नोकाय काहीही करू शकतो, हे मेलामे जाणून होता. म्हणून तो आग्रहाने हातात मातीचे भांडे घेऊन आला होता.

"बघा गुरुमहाराज, आम्ही काय आणले आहे ते तरी बघा. ताजे कासवाचे मांस! पेम्बाने कालच पकडले आहे हे कासव!"

मेलामेने भांड्याचे झाकण उघडताच त्यातील मांसाचा वास झोपडीत दरवळला. कासवाचे मांस ही नोकायची अत्यंत आवडती गोष्ट! खरोखरच, मासा बरोबर गळाला लागला होता. झोपडीचे दार उघडून एक सुरकुतलेला हात बाहेर आला. मातीच्या भांड्यावर झडप घालून तो हात परत झोपडीत अदृश्य झाला. बऱ्याच वेळानंतर झोपडीचे दार परत उघडले आणि तोरोलेने नाराजीनेच त्या दोघांना आत बोलावले. त्या छोट्याशा फटीतून मेलामे आणि पेम्बा सरपटत आत गेले.

ती झोपडी आतून चांगली प्रशस्त होती. त्याच्या मध्यभागी झोपण्यासाठी एकच उंचवटा होता. छतावर तऱ्हेतऱ्हेच्या वस्तू लावून छत सुशोभित करण्यात आले होते. त्यात प्राण्यांचे सांगाडे होते, वर्तुळाकार शिंपले होते, धनुष्यबाण होते आणि विविधरंगी कापडाचे तुकडे होते. जमिनीवरील एका लाकडी थाळीत रानडुक्कर आणि सापाच्या मांसाचे वाळलेले तुकडे भरलेले होते. दूरवर एका कोपऱ्यात ठेवलेल्या मातीच्या भांड्यात धुनी पेटलेली होती. झोपडीच्या मधोमध अंथरलेल्या व्याघ्रजीनावर नोकाय बसले होते. ती वाघाची कातडी बेल्जियमच्या राजाने त्यांना काळ्या पाण्याच्या प्राणघातक आजारातून बरे केल्याबद्दल दिली होती. मेलामेने आणलेले भांडे चाटूनपुसून साफ करून समोर ठेवलेले होते. आपल्या खोल गेलेल्या डोळ्यांनी, शुष्क नजरेने त्यांनी या दोघांकडे रोखून बघितले. झोपडीतील अंधारात ते दोन डोळे पाण्याच्या एखाद्या डोहाप्रमाणे चमकत होते.

"तुम्ही मला त्रास देण्यासाठी इथे का आला आहात?" त्यांनी जरा घुश्श्यानेच विचारले.

"गुरुमहाराज, आपला वंश संकटात सापडला आहे." मेलामेने उत्तर दिले. "आपल्याकडील रानडुकरे नष्ट झाली आहेत. कासवेही त्या हिंदी महासागरातील प्राण्यासारखीच दुर्मीळ झाली आहे आणि आपल्या टोळीतील माणसे माश्या माराव्या तशी पटापट मरत आहेत. एवढ्यात तलाई हा तिसरा माणूस मेला. या शक्ती आपल्यावर एवढ्या नाराज का आहेत?"

"हे सगळे घडण्याचे कारण तुम्ही तुमचा इंगेतायी गमावला आहे." नोकाय कठोरपणे म्हणाले. "तो समुद्रातील दगड ही आपले पूर्वज तोमितींनी आपल्याला दिलेली भेट होती. आपला आद्य वंशज, तावामोडा याने त्यावर कोरीव काम केले होते. तो पवित्र दगड आपला रक्षणकर्ता होता. प्रलयंकारी अशा त्सुनामीपासूनही याच दगडाने आपले रक्षण केले. इंगेतायी नाहीसा झाल्यापासून मात्र आपल्या जमातीवर संकट कोसळत आहेत. ज्याच्यावर आपली सर्वाधिक श्रद्धा आहे ते आपल्या श्रद्धेचे प्रतीक तुम्ही कसे चोरीला जाऊ देता?"

"मला खरेच ठाऊक नाही गुरुमहाराज!" मेलामेने ओशाळवाणेपणे उत्तर दिले. "आम्ही तो दगड खाडीच्या त्या टोकाला असलेल्या काळ्या गुहेत, खोलवर

आत ठेवला होता. कोणीही माणूस, इनेन तेथे जायला आजपर्यंत धजावलेला नाही. तो कोणी काढून नेला हे एक गूढच आहे.''

नोकायने एक ढेकर दिला. आसपास पडलेली हाडे, खुळखुळे, शिंपले चिवडत त्याने मोठ्ठा, मोती असलेला शिंपला उचलला.

''बघा ह्याच्याकडे. पूर्वी ह्यामध्ये एक जीव होता. आता काय आहे? आता हा एक रिकामा, मेलेला शिंपला आहे. का बरे? कारण या शिंपल्यात जे चैतन्य होते, आत्मा होता, तो निघून गेलाय. इंगेतायीमध्ये पुलुगाचे वास्तव्य होते. जेव्हा इंगेतायीच गौलाम्बेमधून नाहीसा झाला, तेव्हा पुलुगाही बेटावरून निघून गेला. आता आपल्या माथ्यावर त्याच्या रक्षणाची छाया नाही. आपल्या देवाला आपण जाऊ दिल्यामुळे येथे ज्या मैत्रिपूर्ण शक्ती होत्या त्या आपल्यावर नाराज झाल्या आहेत. त्यामुळेच मृत्यूसह सर्व अनर्थ होत आहेत. ओंकोबोक्वेचा शाप भोवतोय आपल्याला. अर्थातच, ज्याने आपला दगड चोरून नेलाय त्यालाही शाप भोवणार! त्या दुष्ट शक्तींपासून त्याचीही सुटका नाहीच; पण इंगेतायीची चोरी आपण होऊ दिली म्हणून आपलीही सुटका नाही.''

''आता काय करायचे आपण? स्वत:ला कसे वाचवायचे?'' पेम्बाने विचारले.

''एकच मार्ग आहे. कोणीतरी जाऊन तो पवित्र दगड परत आणायचा.'' नोकायने उत्तर दिले.

''पण त्यासाठी आधी आपल्याला इंगेतायी कोणी नेला आणि आत्ता तो आहे कुठे, हे शोधायला हवे. तो कुठे आहे हे शोधण्यासाठी तुम्हीच आम्हाला मदत करा.'' मेलामे म्हणाला.

''होय, नोकाय तुम्हाला मदत करील; पण त्या बदल्यात पावसाळ्यापर्यंत पुरेल एवढे कासवाचे मांस, मोठे भांडे भरून मध आणि किमान पाच डुकरांच्या चांगल्या कवट्या मला लागतील.''

''दिल्या! गुरुमहाराज, आता एकच सांगा तो पवित्र दगड आहे कुठे?''

नोकायने ते धुनी पेटवलेले मातीचे भांडे आपल्याजवळ खेचले. व्याघ्रजीनाच्या आसपास पडलेल्या वस्तूंमध्ये अस्ताव्यस्त हात फिरवत काहीतरी शोधले. मग लाल मातीचा एक गोळा आणि तपकिरी बिया उचलल्या आणि त्या बिया समोरच्या पेटत्या धुनीत फेकल्या. त्याबरोबर मोठ्ठा आवाज करीत त्या फुटल्या. ती लाल माती त्याने चेहेऱ्याला आणि अंगाला फासली. मग तो त्या झोपण्यासाठी केलेल्या उंचवट्याजवळ गेला. त्यावरील पातळ चटई उचलून खाली ठेवलेली चार मोठी हाडे त्याने आणली.

''ही माझ्याकडील फार मौल्यवान गोष्ट आहे. आपला थोर पूर्वज तोमितीची हाडे.''

त्या थोर वंशजाच्या हाडांपुढे मेलामे आणि पेम्बा गुडघे टेकून आदराने बसले. नोकाय पुन्हा व्याघ्रजीनावर बसला आणि ती चार हाडे त्याने आपल्याभोवती मांडली. मग आपले डोके गुडघ्यात खुपसून तो जणू झोपल्याप्रमाणे पहुडला. मेलामे आणि पेम्बा वाट बघत बसून राहिले. नोकायच्या या प्रकाराची त्यांना सवय होती. तो आता आत्म्यांच्या जगाच्या प्रवासाला निघाला होता. त्या तपकिरी बिया आणि लाल माती दुष्ट शक्तींना दूर ठेवणार होती आणि त्या वंशजाची हाडे उदात्त शक्तींना खेचून घेणार होती. गार वाऱ्याची एक झुळूक बरोबर घेऊन या शक्ती झोपडीत प्रवेश करणार होत्या. मात्र दृष्टी नसल्याने तोरोलेच्या शरीराला स्पर्श करून त्या त्याच्यापर्यंत पोहोचणार होत्या. अर्थात गार वारे तोरोलेच्या शरीराजवळ गेल्याने त्याचे शरीर थंडी वाजल्यासारखे कापू लागणार होते. मग या शक्तींनी त्याच्या शरीराला आधार देत त्याला आपल्या पाठीवर घेतले असते अन् मग आकाशात उड्डाण केले असते!

जवळजवळ आठ तास मेलामे आणि पेम्बा नोकायच्या कासवाप्रमाणे निश्चल अशा शरीराकडे लक्ष ठेवून होते. झोपडीबाहेर सावल्या लांब होऊ लागल्या. संध्याकाळी खूप उशिरा तोरोले एका धक्क्याने भानावर आला, तेव्हा तो अत्यंत सैरभैर अवस्थेत होता. त्याचे डोके झोपाळलेले होते आणि त्याच्या सर्व शरीरावर कापल्याच्या, ओरबाडल्याच्या जखमा होत्या.

“पाणी, लवकर मला कोणीतरी पाणी द्या!” तो ओरडला. पेम्बाच्या हातात पाण्याचा घट तयार होताच. तोरोले घटाघटा पाणी पित होता. त्यातील निम्मे पाणी सांडून त्याच्या हनुवटीवरून खाली ओघळत होते. अखेर थोडी धाप कमी झाल्यावर तो नाट्यपूर्ण आवाजात म्हणाला, “इंगेतायी अनति-येबे.” नोकायने तो समुद्रातील दगड बघितला होता!

अतिशय वेदनादायी अनुभवामुळे क्लान्त झालेला नोकाय टप्प्याटप्प्याने आपल्या प्रवासाचे वर्णन करीत होता. त्याचे तपशील पेम्बा आणि मेलामे यांना विचारावे लागत होते. आतापर्यंत नोकायने केलेला हा सर्वांत मोठा प्रवास होता. चार समुद्र ओलांडून इनेन माणसांच्या भूमीत तो गेला होता. आकाशातून उंच उडताना त्याने बर्फाच्छादित शिखरे, लांबरुंद मोठाल्या नद्या ओलांडल्या होत्या. उजाड वाळवंटी प्रदेश मागे टाकला होता आणि पोपटी-हिरव्याकंच रंगात बुडलेली पठारेही मागे टाकली होती. आकाशात उडणारे लोखंडी, अजस्र पक्षी त्याने बघितले होते आणि लांबलचक सरपटणारे लोखंडी सर्पही बघितले होते. मग तोमोतीचा आत्मा त्याला इंगेतायी ज्या मार्गाने गेला त्या मार्गाने घेऊन गेला. खारफुटीची जंगले ओलांडून तो लोकांनी गजबजलेल्या एका गावात गेला.

डोंगरापेक्षा उंचच उंच अशा इमारती आणि सहस्रावधी सूर्यांचा प्रकाश पडावा

असा प्रकाश त्या इमारतीमधून ओसंडत होता. एका छोट्याशा तळ्याशेजारी असलेल्या हिरव्या छपराच्या घरात तो उतरला. एका छोट्याशा खोलीतील एका चौथऱ्यावर इनेनच्या देवांच्या प्रतिमेबरोबर इंगेतायी उभा होता.

"गुरुमहाराज, त्या घरात कोण राहातेय सांगा आम्हाला. त्यानेच आपला हा दगड चोरला असावा." मेलामे पोटतिडिकेने म्हणाला.

"त्या घरात मला दोनच माणसे दिसली. पांढरा ड्रेस घातलेली एक वृद्ध स्त्री आणि बुटका, टक्कल असलेला, जाडजूड भुवया, पातळ ओठ आणि फेंगाडे नाक असलेला माणूस." नोकाय म्हणाला, "त्याने चष्माही घातला होता." असे म्हणत त्याने अधिक तपशील पुरवला. "बॅनर्जी!" मेलामे आणि पेम्बा एकदम म्हणाले. आश्चर्यकारक वाटावे अशा घाईघाईने दोन महिन्यांपूर्वी हे बेट सोडून गेलेल्या वरिष्ठ समाजकल्याण अधिकाऱ्याला हे वर्णन तंतोतंत लागू पडत होते!

"पुलुगाची खरेच तारीफ करायला हवी. आता आपला त्रास संपला." नोकाय म्हणाला, "तो समुद्रातील दगड परत येताच आपल्या शक्तींची मर्जी आपण संपादन करू शकतो आणि मग आपल्याला पूर्वीप्रमाणेच पुरेसा मध, डुक्कर, कासवे मिळतील. कोणीही मरणार नाही आणि मृत्यू इक्का होणार नाही."

तिघेही झोपडीच्या बाहेर आले आणि तेथे सकाळपासून ताटकळत बसलेल्या ज्येष्ठांच्या पंचायतीला त्यांनी ही बातमी दिली. प्रश्न हा होता की, हे आव्हान आता कोण स्वीकारणार? इनेनच्या भूमीत जाऊन कोण तो समुद्रातील दगड परत आणणार? पेम्बाने सर्वांपुढे प्रश्न टाकला.

वयस्कर माणसांनी एकमेकांकडे बघून इतरांकडे बघणे टाळले. सगळ्या सभेमध्ये गंभीर शांतता पसरली. वारा पडला होता. लुटुपुटीचा धनुष्यबाण हातात घेऊन पळापळी करणारी मुलेही गोंधळून एकदम शांत झाली. दूरवर किनाऱ्यावर आदळणाऱ्या लाटांचा आवाज फक्त वातावरणात निनादत होता. या प्रश्नाच्या ताणामुळे वातावरण अधिकच गडद अन् गंभीर झाले.

अकस्मात किंगफिशर बीअरची एक रिकामी बाटली आकाशातून भिरभिरत येऊन मेलामेच्या पायाशी पडली अन् खळकन् फुटली. आपल्या बाळाला स्तनपान देत बसलेली तुमी या अपघातापासून थोडक्यातच बचावली. सगळ्यांनी एकदम सावध होऊन वर बघितले. स्वर्गातील शक्ती आता आपल्याला आणखी कोणती नवी शिक्षा देणार याची भीती त्यांना वाटत होती; पण दूर गर्जनच्या झाडावर मजेत पाय हलवत बसलेला एकेट्टी सगळ्यांना दिसला आणि सगळे जण एकदम खवळले. एकेट्टी त्यांच्याकडे बघून हात हलवत होता.

"अरे नालायका, आधी खाली उतर. उतर लवकर, नाहीतर कोणताही बाप जे करणार नाही ते मी करीन. नोकायला सांगून तुझा कुत्रा करून टाकीन!" पेम्बा

त्याच्यावर खेकसला.

थोड्याशा नाराजीनेच एकेट्टी त्या उंच झाडावरून खाली उतरला. त्याच्या हालचाली जलद आणि चपळ होत्या. त्याने जमिनीवर उडी घेतली आणि खजील होऊन तो वडिलांसमोर उभा राहिला. त्यांच्या जमातीच्या मानाने तो चांगलाच उंच, म्हणजे पाचेक फुटी होता आणि अंगापिंडानेही तगडा होता. ठिकठिकाणी फाटलेली लाल रंगाची अर्धी चड्डी आणि डल्लास काउबॉयचा लोगो असलेला पांढरा कळकट टी-शर्ट त्याने घातला होता. चघळण्याची तंबाखू भरलेली एक छोटी प्लॅस्टिकची बाटली त्याच्या गळ्यात लटकत होती.

''आपल्या जमातीच्या दृष्टीने विचारलेल्या अत्यंत महत्त्वाच्या प्रश्नाला अजून कोणी उत्तर दिले नाहीये. तो समुद्रातील पवित्र दगड परत आणण्याची जबाबदारी कोण घेणार?'' मेलामेने पुन्हा सर्व मोठ्यांपुढे प्रश्न टाकला.

पुन्हा एक भलीथोरली शांतता सभेत पसरली.

''तुमच्या माणसांना काय झालेय सरदार? आपल्या जमातीच्या इभ्रतीचे रक्षण करण्यासाठी कोणीच पुढे येत नाहीये?'' नोकायने मेलामेवर टीका करीत म्हटले.

एखाद्या धिक्कारलेल्या कैद्याप्रमाणे मेलामे उभा होता, स्तब्ध आणि भावना शून्य अवस्थेत. अखेर ही कोंडी फोडत एकेट्टी थंडपणे म्हणाला, ''एकेट्टी जाईल या कामगिरीवर.''

गेलागे संशयाने त्याच्याकडे बघत म्हणाला, ''तुला ही जबाबदारी झेपेल असे वाटतेय? अख्खा दिवस समुद्रकिनाऱ्यावर बीअर-कोक पीत आणि परदेशी प्रवाशांकडून पैसे उकळत उनाडत असतोस तू!''

नोकाय हस्तक्षेप करीत म्हणाला, ''पुलुगाची तारीफ केली जावी! तुला वाटते त्यापेक्षा एकेट्टी हुशार आहे. त्याला माझ्याकडील रहस्य शिकवण्याचा मी तीन वेळा प्रयत्न केला; पण त्याला तोरोले होण्यात काही रस नाहीये. जग जिंकण्याची त्याला महत्त्वाकांक्षा आहे. नोकायला वाटतेय की, त्याला एक संधी द्यावी.''

पेम्बाकडे वळत मेलामे म्हणाला, ''तुला काय वाटतेय? तू त्याचा बाप आहेस ना!''

गोंधळून मान डोलवत पेम्बा म्हणाला, ''मी नोकायशी सहमत आहे. एकेट्टी इथे राहिला, तर समाजकल्याण खात्याची माणसे त्याला आपला गुलाम करून टाकतील. तो आयुष्यभर इनेनची सेवा करीत राहील. ही कामगिरी म्हणजे त्याच्यासाठी नव्या कामाचा प्रारंभ ठरू दे!''

आपली सहमती दर्शवत नोकाय म्हणाला, ''बरोबर आहे. त्यामुळे आपल्या

जमातीला पुनरुज्जीवन मिळेल आणि तो जेव्हा परत येईल तेव्हा आपण त्याचे वीरोचित स्वागत करू. आपला पूर्वज तोमितीने बारातांग बेटावरून हा दगड प्रथम येथे आणल्यावर त्याचे स्वागत केले गेले तसे.''

एकेट्टीकडे वळत मेलामे म्हणाला, ''हा प्रवास अत्यंत खडतर असेल, याची कल्पना आहे ना तुला?''

''तो धोका स्वीकारण्यास एकेट्टी तयार आहे.'' आपल्या वयापेक्षा अधिक प्रौढपणे एकेट्टी उत्तरला.

''हा धोका स्वीकारण्यास आपली जमात सिद्ध असायला हवी. कारण आपले भविष्य त्यावर अवलंबून आहे.''

''काळजी करू नकोस. नोकाय तुझे रक्षण करील.'' त्याला आश्वस्त करीत नोकाय पुढे म्हणाला, ''रक्षण करण्याची ताकद असलेला कंद आणि कोणत्याही आजारापासून तुझे रक्षण करणारा धातूचा एक गोळा तुला मी देईन.'' असे म्हणत तो झोपडीत शिरला आणि काळ्या दोऱ्यात बांधलेले, मोत्याच्या माळा लावलेले जबड्याचे एक हाड घेऊन येत म्हणाला, ''हे पवित्र हाड तू एकदा गळ्याभोवती बांधलेस की, स्वतः पुलुगा तुझा रक्षणकर्ता होईल. तुला काहीही इजा होणार नाही.''

एकेट्टी गुडघ्यावर टेकून त्या वैदूपुढे नम्रपणे बसला आणि त्याने त्याचे आशीर्वाद घेतले. मग त्याने आपला टी-शर्ट काढला, गळ्यात अडकवलेली तंबाखूची बाटली काढली आणि ते जबड्याचे पवित्र हाड गळ्यात अडकवले. त्याच्या काळ्याभोर अंगावर ते हाड उजळून दिसत होते.

सावधगिरीचा इशारा देत पेम्बा म्हणाला, ''समाजकल्याण खात्याच्या लोकांनी माझ्या मुलाला पकडले तर काय करायचे? या लोकांच्या परवानगीशिवाय त्यांच्या स्पीडबोटमध्ये शिरलेल्या कोराला त्यांनी कसे बेदम पिटले होते, हे तुम्हाला ठाऊकच आहे. तो अशोक फार चलाख आहे. त्याला आपली भाषाही समजते.'' हात हलवत हे म्हणणे साफ खोडून काढत एकेट्टी म्हणाला, ''म्हणून काय झाले? मी त्यांच्यापेक्षा उत्तम इंग्रजी बोलू शकतो. ती समाजकल्याण खात्याची माणसे मूर्ख आहेत बाबा. त्यांना फक्त पैसे कमावण्यात रस आहे. त्यांना माझ्याशी काहीही देणे-घेणे नाही; पण एकेट्टी भारतात जाणार कसा? मी नोकायसारखा उडू शकत नाही.''

''आम्ही तुझ्यासाठी एक बोट बनवू. आत्तापर्यंतची सर्वोत्तम बोट! अमावास्येच्या अंधारात तू निघशील, म्हणजे तुला कोणीही बघू शकणार नाही. काही दिवसांतच तू इनेनच्या भूमीत पोहोचू शकशील, अशी मला खात्री आहे. मग तुला फक्त त्या हलकट बॅनर्जीला शोधून त्याने चोरलेला आपला दगड मिळवायचा आहे.''

“पण एकेट्टी नेमका बॅनर्जीला शोधणार कसा?”

“हिरव्या छपराचे घर शोधून.”

“भारत किती अवाढव्य आहे याची तुला काही कल्पना आहे का?” एकेट्टी ओरडला.

“डोक्यावर दिसणाऱ्या आकाशापेक्षा मोठा आहे तो! हिरव्या छपराचे एक घर शोधणे म्हणजे वाळूत सांडलेला मिठाचा एक कण शोधण्यासारखे आहे. त्यामुळे ज्याला नेमका पत्ता म्हणतात त्याची मला गरज आहे. भारतात प्रत्येकाला पत्ता असतो, असे मूर्ती सरांनी आम्हाला शाळेत शिकवले होते. बॅनर्जीचा पत्ता आहे कोणाकडे?”

“अरे बाप रे! आम्ही कोणी ह्याचा विचारच केला नव्हता.” डोके खाजवत मेलामे म्हणाला. सभेत पुन्हा शांतता पसरली.

“पुलुगाची तारीफ करायला हवी. मला वाटतेय, मी तुम्हाला मदत करू शकतो.” एक आवाज ऐकू आला. मागील झाडांमधून एक सावली हलली आणि पुढे आली.

सगळ्या टोळीसदस्यांना जोरदार धक्का बसला. तो अशोक होता, समाजकल्याण खात्याचा सहाय्यक अधिकारी!

“कुज्जेली!” पेम्बा ओर्ग भाषेत उद्‌गारला. याचा शब्दश: अर्थ होता, ‘डुकराने केली ऐन वेळी घाण!’

अस्खलित ओर्ग भाषेत बोलत पुढे येत तो म्हणाला, “मी शांतपणे आलो.” छोटे काळे केस, बेताची उंची, बारीक चण आणि स्वच्छ दाढी केलेला तो जेमतेम तिशीचा माणूस होता.

“मी घेऊन जाईन एकेट्टीला भारतात. बॅनर्जीचा कलकत्त्यामधील पत्ता मला ठाऊक आहे. तुमचा पवित्र दगड मिळवण्यासाठी मी तुम्हाला मदत करीन. जरा त्याचे वर्णन करून सांगणार मला?” त्याने आपल्या बुश शर्टच्या खिशातून पेन काढून एक काळी डायरी उघडली.

५

चोर

'पुढील सहा मिनिटांतच मी मेलेलो असेन.'

'रॅटकिल ३०' या विषारी औषधाची अख्खी बाटली मी तोंडाला लावून संपवली आहे. ते भयानक विष माझ्या रक्तात भिनते आहे. या औषधामुळे उंदीर तीन मिनिटांत मरतात. कदाचित माणूस मरायला त्याच्या दुप्पट वेळ लागेल. आधी माझे शरीर लुळे पडेल आणि मग निळे होऊ लागेल. माझ्या हृदयाचे ठोके अनियमित होऊ लागतील आणि मग हृदयाची धडधड पूर्णपणे थांबेल. माझे २१ वर्षांचे आयुष्य अध्येमध्येच एकदम थांबेल, संपेल.

आई असती तर म्हणाली असती, अशा वेळी देव आठवावा. मी केलेल्या पापांची शिक्षा म्हणून? पण त्याचा उपयोग काय? या परिस्थितीतून मला बाहेर काढण्यासाठी काही कैलासावरून भगवान शंकर धावत येणार नाही! तो गरिबांना कधीच मदत करीत नाही. तो आहे फक्त श्रीमंतांच्या मदतीसाठी जाणारा देव! म्हणूनच की काय, मी मंदिरात राहतो, पण देवावर माझा विश्वास मात्र अजिबात नाही.

माझी आत्ताची परिस्थिती बघून माझा मित्र लल्लन म्हणाला असता, नक्कीच मी एखादी छोकरी पटवण्यासाठी हे आत्महत्येचे नाटक करीत असणार; पण हे नाटक नाहीये आणि ही आत्महत्यापण नाहीये; हा चक्क खून आहे!

श्रीयुत दिनेशप्रताप भुसिया रिव्हॉल्व्हर माझ्यावर रोखून माझ्यासमोर उभे आहेत. परदेशातून आयात केलेले रिव्हॉल्व्हर आहे ते. महागडे. त्यांनीच मला ते औषध पिण्याची आज्ञा केली. बंदुकीच्या गोळीने मरायचे की विष पिऊन मरायचे असे दोन पर्याय माझ्यापुढे होते. मी दुसरा पर्याय निवडला. यात वेदना तर कमी होतील. अर्थात ते तपकिरी रंगाचे पाणी चवीला मात्र भयानक होते. मी कडुशार चिखलच गिळतोय असे मला वाटत होते.

मला तडफडताना बघून डी. पी. भुसियांच्या डोळ्यामध्ये एक विचित्र चमक आली आहे. भुसिया भावंडांमध्ये हा माणूस सर्वांत धोकादायक! आपल्या पाळीव

कुत्र्याच्या डोळ्यात टोकदार काठी खुपसून त्याला छळताना मी ह्या गृहस्थाला बघितले आहे. किंबहुना सर्व भुसिया खानदानामध्ये एक वेडाची झाक आहे. डी. पी.चा मोठा भाऊ रमेश हा एक अत्यंत चारित्र्यहीन माणूस आहे. घरातील मोलकरणीपासून धोबिणीपर्यंत आणि शेजारपाजारच्या प्रत्येक मुलीला नासवण्याचा त्याचा प्रयत्न असतो. त्याची स्वत:ची गलेलठ्ठ बायको मात्र तासन्‌तास ब्युटी पार्लरमध्ये असते. त्यांचा सगळ्यात धाकटा भाऊ सुरेश हा अव्वल नंबरचा भेसळबहाद्दर आहे. त्याच्याकडे विश्वासाने येणाऱ्या ग्राहकांना तो भेसळ केलेलाच माल विकतो. अंधेरिया मोध येथे असलेल्या त्याच्या दुकानातील प्रत्येक गोष्टीत भेसळ असते. डाळीत तो रंगीबेरंगी गोट्यांचे बारीक तुकडे मिसळतो, तर तांदळात वाळू, मसाल्यात कृत्रिम रंग मिसळतो आणि पिठात खडूची पावडर. बनावट दूध, भेसळीची साखर, बनावट औषधे, अगदी बाटलीबंद पाण्यातही भेसळ करून तो विकतो. खरे म्हणजे असा विचार करीत बसलो, तर नेमका कोणता भाऊ सर्वाधिक बदमाष त्याच्याकडे बोट दाखवणे मुश्कील आहे. कारण सगळे जणू एकाच साच्यातून काढलेले छापाचे गणपती आहेत! मी त्या तिघांपैकी कोणाशी नेमका बोलतोय याबाबत मलाही कधीकधी उलगडा होत नाही. या तिघांचे वडील जयप्रताप भुसिया हा या तिघा भावांचाच, पण जरा वयस्क नमुना आहे. भुसिया घराण्यातील स्त्रियांनी बहुधा एकासारखे एक दिसणारे व वागणारे भुसिया 'कुलदीपक' निर्माण करण्याचा कारखानाच उघडला असावा. गायींच्या कळपात एखादी काळी-फताडी म्हैरा जशी पटकन ओळखता येते, तसा भर रस्त्यावरही भुसिया कुटुंबातील माणूस तुम्ही चटकन ओळखू शकता.

भुसिया कुटुंबातील स्त्रिया जर त्या घरातील पुरुषांसारख्या घाणेरड्या असत्या, तर कदाचित मी आता ज्या परिस्थितीत अडकलोय तसा अडकलो नसतो. मी या घरात कामासाठी आलो याचे एक प्रमुख कारणच पिंकी भुसिया! या तिघा भावांची एकमेव बहीण, हे होते. तिची काया म्हणजे निव्वळ मध आहे मध! अत्यंत मुलायम! आणि शरीर? बीएमडब्ल्यूसारखे डौलदार! बाह्यांगी डोळ्यांनी सुखावणारी वळणे आणि अंतरंगात? मी तिला एक दिवस मंदिराच्या आवारात बघितले आणि मूर्खासारखी फुलवाल्या जग्गूबरोबर कचकचीत हजार रुपयांची पैज लावली. एका आठवड्याच्या आत तिला माझ्या प्रेमाच्या जाळ्यात ओढेन अशी!

विद्यापीठातून पदवी घेतलेल्या माझ्यासारख्या 'इज्जतदार' माणसाला नोकर म्हणून काम करणे हे त्याच्या इज्जतीला साजेसे नव्हते; पण भुसियांच्या घरात प्रवेश मिळवण्याचा तेवढा एकच मार्ग होता. शिवाय नेमकी भुसियांना त्या वेळी नोकराची गरज होती किंवा खरे म्हणजे, राजधानीतील प्रत्येक धनाढ्य कुटुंबाला नेहेमीच नोकरांची गरज असते. चांगले नोकर मिळणे हे आजकाल दुर्मीळ झाले

आहे! मी मंदिराच्या आवारात राहात आहे ही बाब मी प्रामाणिक आहे आणि देवाचा मला धाक आहे, हे भुसियांना पटवण्यासाठी पुरेशी होती.

त्यामुळे दर महा तीन हजार रुपये एवढ्या पगारावर मला त्यांच्या घरी नोकरी मिळाली.

आता तीच माझ्या आयुष्यातील सर्वांत मोठी चूक होती, असे मला वाटतेय. नोकिया आणि सॅमसंग मोबाइलचे व्यवहार करणारा माझ्यासारखा ऐटबाज, अट्टल मोबाइलचोर आता प्रिल आणि रिन साबणाच्या फेसात अडकून पडणार होता आणि त्यातून बाहेर पडण्यासाठी भुसियांची मला काहीही मदत होणार नव्हती. दर सोमवारी शंकराच्या मंदिरात येऊन घसघशीत दान देणारे भुसिया कुटुंब धार्मिक आणि कायद्याचे पालन करणारे असेल, असे वाटले होते; पण त्यांच्याबरोबर काम करायला लागल्यावर मला समजले की हे कुटुंब कमालीचे ढोंगी आणि लबाड होते. अत्यंत असंस्कृत, संवेदनाशून्य आणि अत्यंत दुर्वर्तनी अशा या कुटुंबात काम करताना सतत मला त्यांच्या नाराजीला तोंड द्यावे लागत असे.

मी त्यांचे दुर्वर्तनही सहन करू शकलो असतो; पण या कुटुंबातील स्त्रियांची अत्यंत हुकूमशाही सहन करणे हे अशक्य होते. या स्त्रिया अशा वागत, जणूकाही मी त्यांचा गुलाम आहे. आर. पी. भुसियांच्या बायकोला जेव्हा व्हीडिओ पार्लरमधून एखादी डीव्हीडी आणून हवी असायची, त्याच वेळी एस. पी. भुसियांच्या बायकोला कपडे धुवून हवे असायचे आणि सगळ्यात वाईट गोष्ट म्हणजे ज्या पिंकीसाठी मी ही नोकरी धरली ती माझ्याकडे ढुंकूनही बघायला तयार नव्हती. तिच्यासारख्या मुलीला नादी लावणे सोपे असेल, असे मला वाटले होते. ती ज्या तऱ्हेचे कपडे घालायची, वावरायची ते बघता ती फार उठवळ वाटत नव्हती; पण फार सभ्यही वाटत नव्हती. फार तरतरीत, चलाखही वाटत नव्हती अन् फार वेंधळी, बावळटही वाटत नव्हती. तिचे लक्ष वेधून घेण्यासाठी मी अनेक हिरोछाप गोष्टी केल्या. अगदी तिच्यावर फिदा झालेल्या आशिक माणसाने कराव्या किंवा तिच्यावर बेहद्द प्रेम करणाऱ्या नेक, सभ्य नोकराने कराव्यात अशा कितीतरी! मोबाइल फोनबद्दल असलेल्या माझ्या अगाध ज्ञानाने आणि देशातील राजकारणाविषयी मला असलेल्या माहितीने तिच्यावर छाप पाडायचा प्रयत्न केला; पण कशाचा म्हणून उपयोग झाला नाही. ती मला नोकरासारखीच वागवत राहिली. कधी कटकट करायची, तर कधी थोड्याशा मवाळपणे वागायची; पण माझ्याकडे एक पुरुष म्हणून तिने कधीही बघितले नाही. तिच्या मूर्ख मैत्रिणी आणि सीडी प्लेअर यातच ती कायम गुंग असायची. त्या घरातल्या बाथरूम्ससुद्धा अशा बांधलेल्या होत्या की, ज्यांना दाराला डोळा लावून आत बघण्याची कुठेही सोय नव्हती. महिनाभरातच मला कळून चुकले, आपण आपला वेळ व्यर्थ दवडतोय.

पराभव मोकळेपणाने मान्य करून, जग्गूला हजार रुपये पैजेची रक्कम देऊन मी नोकरी सोडलीही असती; पण तेवढ्यात एक नाट्यपूर्ण घटना घडली. आशा, दिनेशप्रताप भुसियांची पत्नी माझ्या मागे लागली! एकदा दुपारी, त्यांच्या खोलीतील बाथरूममध्ये साबण-शाम्पू वगैरे ठेवण्यासाठी मी गेलो, तर तिने माझा शर्ट धरून मला खेचले, खोलीचे दार बंद केले आणि माझ्या सर्वांगावर चुंबनांचा वर्षाव सुरू केला आणि मग आमचे प्रेमप्रकरण सुरू झाले.

जगात सर्वत्र नोकरांना फार तुच्छपणे वागवले जाते. त्यांना मालकांचे प्रेमही मिळत नाही आणि सहानुभूतीही नाही. खरे म्हणजे या नोकरांना फक्त मान हवा असतो, तो ते करतात त्या कामाबद्दल नाही, तर त्यांच्याकडे जी 'माहिती' असते त्याबद्दल! रोज सकाळी सहा वाजता 'मदर डेअरी'समोर नोकरांचा जो अड्डा जमतो, तिथे तुम्ही फक्त एक दिवस हजेरी लावा. तुम्हाला टीव्हीवरील 'ब्रेकिंग न्यूज'पेक्षा धक्कादायक बातम्या, तपशील आणि खास गोटातील माहिती मिळेल. याचे कारण नोकरांनी जरी गरीब गाईचा आव आणला, तरी ते आपल्या मालकाच्या घरात चाललेले सगळेकाही बघत असतात आणि ऐकत असतात. त्यांचे आयुष्य मात्र अतिशय कष्टाचे आणि कटकटीचे असते आणि मालकांच्या शिव्या खाणे त्यांच्या नशिबी असते. जेव्हा घरातील सगळे टीव्हीवर सोप ऑपेरा बघत असतात, तेव्हा घरातील नोकर मात्र घरातील माणसे, त्यांचे हावभाव, एकमेकांकडे बघून केलेली नेत्रपल्लवी बघत असतात. मालक कर्जाच्या ओझ्याखाली चिरडण्याच्या मार्गावर आहे किंवा मालकाच्या मुलीवर गर्भपात करण्याची वेळ आली आहे, हे सगळ्यात आधी समजते ते नोकरांना! कुटुंबात खरे-खरे काय घडतेय, कोण कुणाला गंडवतेय, कोण कोणाविरुद्ध कारस्थान करीत आहे, याची बित्तंबातमी या नोकर-मंडळींकडे असते.

आणि नोकर जेव्हा सूडाने पेटतात तेव्हा? राजधानी दिल्लीत अशी कित्येक वृद्ध जोडपी आहेत, ज्यांचे गळे एखाद्या बिहारी नोकराने किंवा नेपाळी गुरख्याने कापलेले असतात. का? कारण या नोकरांचा ही मालक मंडळी अगदी अंत बघतात. मीही भुसियांवर असा सूड उगवला आहे. भेसळ करणाऱ्या भुसियांना हे ठाऊक नाहीये. ते जेवणाच्या टेबलावर ज्या चिकन करीवर ताव मारतायत त्यात मीही भेसळ करतो आणि सर्वांत मोठे भुसिया ज्या व्हेजिटेबल सूपवर ताव मारतात त्यातही मी सडलेला भाजीपाला बेमालूम मिसळतो. मोठ्या आवडीने ते सूप दुसऱ्यांदा मागून घेतात. मला सगळ्यात जास्त थरारक वाटले ते मी डी. पी. भुसियांच्या नाकाडावर ठोसा मारला तेव्हा! ते आव तर शिकारी कुत्र्याचा आणतात; पण त्यांच्या बायकोनेच मला सांगितलेय की, रात्री बायकोसमोर मात्र ते एखाद्या उंदरासारखे असतात. निरुपयोगी! फिल्मच नसलेल्या कॅमेऱ्यासारखे किंवा अगदी

स्पष्ट बोलायचे तर षंढ! त्यांच्या बायकोचे आणि माझे प्रेमप्रकरण तब्बल दोन महिने चालले. दानावर दक्षिणाही मिळावी तशी आमच्या प्रत्येक 'कामगिरीनंतर' तिच्याकडून मला बक्षिसीही मिळायची! थोडक्यात, डी. पी. भुसिया ज्या वेळी आपल्या घिटोंनी येथील वीटभट्टीवर असायचे, तेव्हा मी त्यांची पत्नी आशाबरोबर त्यांच्या बेडरूममध्ये असायचो; शंभर रुपयाची कमाई करीत! आज दुपारीही मी त्यांच्या बेडरूममध्ये असताना ते अकस्मात घरी आले. तो सगळा घटनाक्रम तंतोतंत एखाद्या सिनेमात शोभावा असा होता. नवरा घरी येऊन बेडरूमचे दार उघडतो आणि पलंगावर आपली बायको दुसऱ्याच पुरुषाच्या, त्यातही घरातील नोकराच्या मिठीत पाहून अवाक होतो.

ते एखाद्या सिंहासारखे मोठ्याने गुरगुरल्याबरोबर मी पलंगावरून उडी मारून बाथरूममध्ये पळालो, कारण माझे कपडेही तेथेच होते. बाहेर आधी भांडणाचा आणि मग आशाला जोरदार थप्पड मारल्याचा आवाज ऐकू आला. दोनच मिनिटांत बाथरूमचा दरवाजा लाथेने सताड उघडून एका हातात रिव्हॉल्व्हर आणि एका हातात बाटली घेऊन डी. पी. भुसिया आत आले.

"आता मी तुझ्याकडे बघतो भडव्या!" असे संतापून म्हणत बंदुकीची नळी माझ्यावर रोखून धरत त्यांनी मला बाथरूमच्या बाहेर काढले आणि तळमजल्यावरील गॅरेजमध्ये घेऊन गेले. एका कोपऱ्यात डांबून त्यांनी जबरदस्तीने मला 'रॅटकिल-३०'ची अख्खी बाटली प्यायला लावली आणि अशा तऱ्हेने मी आता इथे उभा आहे, मृत्यूपूर्वीचे क्षण मोजत. प्रत्यक्षात एक खून, जो आत्महत्या म्हणून जगापुढे येईल!

मी त्या रिकाम्या गॅरेजमध्ये अवतीभोवती बघितले. वंगणाचे डाग जेथे आहेत तेथे संध्याकाळी आर. पी. भुसियांची चंदेरी रंगाची टोयोटा करोला गाडी येऊन उभी राहील. कोपऱ्यात रचून ठेवलेली मसाला आणि डाळी भरलेली खोकी लवकरच एस. पी. भुसिया भेसळीसाठी योग्य जागी रवाना करतील. स्टीलच्या शिडीवर असलेल्या लाकडी शेल्फवर कूलन्ट आणि इंजीन-ऑइलच्या अर्धवट भरलेल्या बाटल्या ठेवलेल्या आहेत. आई आणि चम्पी यांचा मी आता विचारच न केलेला बरा!

डी. पी. भुसिया मोठ्या चिंतेने आपल्या हातातील घड्याळाकडे बघत आहेत. मी बाटली घशात रिकामी करून तब्बल २० मिनिटे झाली आहेत. त्या विषाने एव्हाना आपली करामत दाखवायला हवी होती! पण माझे शरीर लुळे पडण्याऐवजी माझ्या पोटात कोकाकोला प्यायल्यानंतर येतात तसे बुडबुडे येतायत. पोटात डचमळते आहे, घशातही कसेतरी होतेय. काही सेकंदातच, माझ्या तोंडातून एक जोरदार उलटी बाहेर आली आणि डी. पी. भुसियांच्या पांढऱ्या शर्टवर उडाली.

अकस्मात घडलेल्या या घटनेने ते एवढे गोंधळून गेले की, त्यांच्या हातातील रिव्हॉल्व्हर गळून पडले. मला तशाच संधीची प्रतीक्षा होती. मी त्या रिव्हॉल्व्हरला लाथेने दूर उडवले आणि गॅरेजमधून धूम बाहेर पळालो.

मरणाची भीती जेव्हा अंगावर येते तेव्हा माणसाच्या शरीराचे जे काय होते ते सांगता येणार नाही. मी एखाद्या ऑलिम्पिकमध्ये धावणाऱ्या धावपटूप्रमाणे तेथून पळालो. डी. पी. भुसिया माझ्या मागे येत नाहीयेत ना, हे मी वारंवार वळून बघत होतो.

मी मंदिराजवळ आलो तेव्हा माझ्याच भाग्याचा मला हेवा वाटला. मृत्यू माझ्या दारापर्यंत आला होता, अगदी उंबऱ्यापर्यंत आणि मी त्याला हुलकावणी दिली होती; पण असे म्हणणे कदाचित फारच नाट्यपूर्ण ठरेल, कारण माझा मृत्यूही बनावट झाला असता. डी. पी. भुसियांनी त्यांच्या भावाच्या दुकानातून आणलेल्या भेसळीच्या विषासारखा!

मंदिराच्या आत शिरताच माझ्या चेहेऱ्यावर उमटलेले हसू मात्र नक्कीच बनावट नव्हते. मागच्या बागेत गुलमोहराच्या झाडाखाली बाकावर बसलेल्या चंपाला मी जेवढी कडकडून मिठी मारली तेवढी यापूर्वी कधीही मारली नव्हती.

"अरे, अरे, काय झाले एवढे? तू असा वागतोयस जणू तुला लॉटरी लागलीये!"

"तसेच म्हणू शकतेस. चंपी, मी आज दोन गोष्टी ठरवल्या आहेत."

"कोणत्या?"

"पहिली म्हणजे मी कधीही यापुढे नोकर म्हणून काम करणार नाही."

"आणि दुसरी?"

"मी पुन्हा माझ्या जुन्या कामाकडे वळणार. मोबाइल चोरण्याच्या; पण प्लीज आईला मात्र हे सांगू नकोस हं!"

एके काळी मला माझे नाव फार आवडत असे. आमच्या भागातील मुलींमध्ये ते नाव फार लोकप्रिय होते. त्यांना ते फार गोड वाटायचे आणि ते केवळ 'मुन्ना' या नावापेक्षा खूप चांगले होते. मुन्ना म्हटल्यावर डोळ्यापुढे चहावाल्या पोऱ्या किंवा हात काळे झालेला मोटार-मेकॅनिक येतो. 'मुन्ना मोबाइल' या नावाला एक वेगळाच नाद होता. त्या नावात एक रुबाब होता. कारण मोबाइल ही काही वर्षांपूर्वी फक्त श्रीमंत वर्गाची मक्तेदारी होती. आता मात्र धोब्याच्या आणि चांभाराच्याही हातात मोबाइल दिसतात. स्वत:बद्दल अभिमान असणाऱ्या कोणत्या तरुणाला आता 'मुन्ना मोबाइल' म्हणवून घ्यायला आवडेल? ते मला व्होडाफोन किंवा एरिक्सन नावाने हाक मारू शकतात!

मला हे नाव चार वर्षांपूर्वी मिळाले; मी पहिल्यांदा मोबाइल चोरला तेव्हा!

पांढऱ्याशुभ्र ओपेल ॲस्ट्रामध्ये बसून मंदिरात आलेल्या एका लठ्ठ बाईच्या मोबाइलवर मी प्रथम डल्ला मारला. ती त्या दिवशी फारच घाई-गडबडीत होती. ती ज्या गतीने मंदिराच्या पायऱ्या चढली ते बघून मला वाटले की जणू पन्नास कामांचा फडशा तिला पाडायचा असावा. असे घडते कधीकधी. तुम्ही खूप गर्दीत असता, पण तरी धावतपळत तुम्हाला देवदर्शन करायचे असते. अशा धावपळीत काही किरकोळ गोष्टी तुम्ही विसरता. उदाहरणार्थ, तुमची गाडी बंद करायला विसरता, तुमचा नवा-कोरा फोन, सोनी एरिक्सनचे टी १०० हे महागडे मॉडेल ड्रायव्हर सीटवर विसरून जाता, इ.

मी हातात घेतलेला, स्पर्श केलेला तो पहिला मोबाइल. त्यापूर्वी मी चप्पल आणि बूट चोरायचो. मंदिराच्या दाराजवळ बसून फक्त पन्नास पैशात जोडे सांभाळणाऱ्या आजीकडे आपले जोडे न देता जे मंदिराच्या पायऱ्यांपाशी आपले जोडे काढून ठेवायचे, अशा मूर्ख भाविकांचे जोडे! पण अगदी खरे सांगायचे, तर या चप्पलचोरीतून मला फारसेकाही मिळत नव्हते. क्वचित रिबॉक अथवा नायकेच्या कोऱ्या करकरीत बुटांचा लाभ होत असे.

त्या लठ्ठ बाईचा मोबाइल घेऊन मी डिलाइट, मोबाइल मार्ट या मंदिराबाहेरच्या मोबाइलच्या दुकानात गेलो. त्या मोबाइलचे मदनने मला दोनशे रुपये दिले. चप्पलचा एक जोड विकून मिळायची, त्या रकमेच्या दसपट रक्कम! त्या पहिल्या मोबाइलने मला सिमकार्ड आणि पिन नंबरच्या नव्या जगाचे दरवाजे उघडून दिले. आता बाटाचे बूट आणि ॲक्शनच्या चपलांऐवजी नोकिया व मोटोरोलाने माझे आयुष्य व्यापले. चपला चोरण्यापेक्षा मोबाइल चोरताना खूप नियोजन आणि समन्वय लागतो, हे लक्षात आल्याने मी मग माझा अगदी जवळचा मित्र लल्लनशी या व्यवसायात भागीदारी केली. आमचे आवडते गिऱ्हाईक असायचे सिग्नलच्या लाल दिव्यापाशी थांबलेली आणि ज्या गाडीच्या काचा उघड्या आहेत आणि समोरच्या डॅशबोर्डवर मोबाइल ठेवला आहे अशी गाडी. लल्लन त्या गाडीतील ड्रायव्हरचे लक्ष विचलित करायचा आणि मी हळूच दुसऱ्या बाजूने आत हात घालून मोबाइल उडवायचो आणि मग आम्हाला अक्षरशः तोंडपाठ असलेल्या गल्लीबोळातून वेड्यासारखे पळत सुटायचो.

गेल्या तीन वर्षांत आम्ही जे मोबाइल चोरले त्या प्रत्येकाचा संपूर्ण तपशील मी ठेवला आहे. ही संख्या आहे ९९. त्या कामामुळे मी बऱ्यापैकी दर्जा असलेले आयुष्य जगू शकलो. थोडेफार चांगले कपडे खरेदी करू शकलो. वस्तीतील दोन-चार मुलींबरोबर थोडी 'मौजमजा' करू शकलो. गंमत म्हणजे, या मुलींवर छाप पाडण्यासाठी मी मेडिकल रिप्रेझेंटेटिव्ह किंवा असाच कोणी नोकरदार आहे, अशा थापा मला या मुलींसमोर कधीही माराव्या लागल्या नाहीत. मी मोबाइल चोरी

करतो, हे ऐकूनच त्या थरारून जात आणि एखादा हँडसेट भेट मिळाला की, त्या खूश होऊन जात. मोटरोला सी-६५० ह्या मॉडेलच्या बदल्यात तुम्ही एखाद्या मुलीच्या छातीपर्यंत आणि नोकिया एन-९३च्या बदल्यात त्याही पुढची मजल सहज मारू शकता!

अर्थात अशा प्रकरणांमध्ये मी फार अडकलो नव्हतो. कारण मोलकरणीचे किंवा मुलांना सांभाळण्याचे काम करणाऱ्या मोहल्ल्यामधील मुली फारच सामान्य असतात. काळ्या ढुस्स आणि उठवळ! थोडा वेळ मौजमजा करायला त्या ठीक असतात; पण मला मनापासून आवडतात त्या रुबाबात इंग्लिश बोलणाऱ्या आणि कमरेखाली जीन्स घालणाऱ्या मेमसाब. त्यांची तुकतुकीत कांती, गोरा रंग मला फार आवडतो. त्यांच्या शरीराची रेखीव वळणे आणि मेकअप केलेल्या चेहेऱ्यावरील गालांचे गोबरे उंचवटे मला वेडावतात. त्यांच्या शरीराला येणारा महागड्या परफ्यूमचा मंद सुगंध, कमरेला हेलकावा देत चालणे, हे सगळे मला निव्वळ अद्भुत वाटते! पण मला हेही ठाऊक आहे की, अशा बायकांचे मी फक्त स्वप्न बघू शकतो. कधीही प्रत्यक्षात न येणारे स्वप्न! या स्त्रिया मला शबनम सक्सेनाइतक्याच अप्राप्य आहेत; पण मनात एक आशा मात्र होती, ती रोज मंदिरात येणारी एका चीफ इंजिनिअरची मुलगी तरी माझ्या जाळ्यात सापडू शकेल ही! पण भुसिया दुर्घटनेने माझी मोबाइलचोर म्हणून सुरू झालेली कारकिर्दच संपुष्टात आणली होती.

कुतुबमिनारजवळ थांबलेल्या एका मर्सिडीजमधील सॅमसंग आम्ही हेरून ठेवला आणि उडवला. मोबाइल घेऊन मी सफाईने तेथून पसार होऊ शकलो; पण लल्लनला मात्र ते त्या दिवशी जमले नाही. ड्रायव्हरने त्याचा पाठलाग करून, मानगूट धरून त्याला पोलीस ठाण्यावर आणले. तेथे सबइन्स्पेक्टर विजयसिंग यादव याने स्वत:च त्याचा तपास केला. विजय यादव म्हणजे 'मेहेरौलीचा कसाई' म्हटला जातो.

लल्लन आणि मी एकत्रच वाढलो. मी मंदिराच्या आवारात आईबरोबर राहत होतो, तर लल्लन त्या मंदिराच्या पलीकडील प्रचंड अशा संजय गांधी झोपडपट्टीत आपल्या कुटुंबाबरोबर राहत होता. रस्त्याच्या कडेला आम्ही क्रिकेट आणि फूटबॉल एकत्रच खेळलो होतो. महानगरपालिकेच्या शाळेत आम्ही दोघे एकत्रच गेलो. लल्लनने सहावीतच शाळा सोडली. मी पुढे इंटरमिजिएटपर्यंत शिकलो. मी केलेल्या प्रत्येक गोष्टीत तो माझा साथीदार होता; मंदिरात बूट पळवण्यापासून ते शेजारच्या मुलींची छेड काढण्यापर्यंत! मी त्याला माझा सगळ्यात जवळचा मित्र म्हणत असे; पण प्रत्यक्षात तो मला भावापेक्षा जास्त जवळचा होता. एखाद्या माणसाने यादवसारख्या कसायासमोर सत्य काय ते सांगून टाकले असते; पण लल्लनने काहीही कबूल करण्यास नकार देऊन माझ्यावरील निष्ठाच व्यक्त केली.

त्यानंतर पोलीस कोठडीत जे घडले त्या अत्यंत कटू आठवणी मी अजूनही विसरू शकलो नाही. लल्लनचे कपडे उतरवून, त्याला एका दोरखंडाने बांधून तीन रात्री त्याचा अनन्वित शारीरिक छळ करण्यात आला. त्याचे वृद्ध वडील पोलीस स्टेशनसमोर बसून याचना करीत राहिले, दयेची भीक मागत रडत राहिले; पण लल्लनने मात्र माझ्या नावाचा उच्चारही केला नाही.

चौथ्या दिवशी लल्लन पोलीस कोठडीमधून गायब झाला. पोलिसांनी त्याला सोडून दिले, असे ते म्हणत होते. आम्ही त्याचा खूप शोध घेतला, खूप! अगदी दूरवर एम्स आणि साकेतसारख्या महागड्या हॉस्पिटल्सपर्यंत जाऊन आलो; पण त्याचा काहीही तपास लागला नाही. अखेरपर्यंत आम्हाला लल्लन भेटलाच नाही. मिळाला तो त्याचा फुगलेला, विद्रूप मृतदेह! अंधेरिया बागेजवळील एका उथळ गटारीत तरंगणारा! एखाद्या झोपडपट्टीतील घाणेरड्या कुत्र्याभोवती घोंगावाव्या तशा त्याच्या छातीवरील जखमांभोवती माशा घोंगावत होत्या आणि त्याच्या जखमी डोळ्यातून पू-रक्ताचे ओघळ बाहेर आले होते.

लल्लनचा असा भीषण मृत्यू हा जणू माझ्यासाठी इशाराच होता. मीही माझे आयुष्य असे गृहीत धरून चालणार नाही, हे जळजळीत वास्तव या निमित्ताने माझ्यासमोर आले होते. मी मोबाइलचोरीचे काम सोडून दिले आणि दुसरे काहीतरी करण्याचे ठरवले; पण तुम्ही कोण आहात यावर तुमचे आयुष्य कसे असणार हे ठरत असते. जर माझ्यामागे कुटुंबाचा आधार असता आणि माझे राजकीय लागेबांधे असते, तर मी पदवीधर झाल्यावर एखाद्या एअरकंडिशन्ड ऑफिसमध्ये कामाला लागलो असतो किंवा किमान एखाद्या सरकारी खात्यात चपराशी म्हणून नक्कीच नोकरी मिळाली असती; पण जेव्हा तुमची आई १२०० रुपये दरमहा एवढ्या पगारावर सफाई कामगार म्हणून काम करीत असते आणि तुमच्या भूतकाळावर जेव्हा चोरीचा शिक्का असतो त्या वेळी तुमच्यापुढे 'करिअरचे' फारसे पर्याय उरत नाहीत. काही काळ मी एका किराणा मालाच्या दुकानात हिशोब लिहिण्याचे काम केले. मग एका वाहतूक कंपनीतील गाड्यांचा सुपरवायझर म्हणून आणि शेवटी भुसियांच्या घरातील नोकर म्हणून! तिन्ही क्षेत्रांत मी अपयशीच ठरलो. मी खोकी मोजण्याचे किंवा डिझेलची शुद्धता तपासण्यासाठी ते हुंगण्याचे किंवा कोणासाठीतरी ट्रेमधून चहा घेऊन जाण्याचे काम करण्याची कल्पनाच करू शकत नव्हतो.

त्यामुळे जे एक काम मला उत्तम जमते आहे त्याच कामाकडे पुन्हा वळण्याचे मी ठरवले आणि ते म्हणजे मोबाइलचोरी!

मोबाइल चोरणे दिसते तेवढे सोपे काम नाही. ती एक कला आहे. जसा एखादा पाकीटमार तुमच्या नाकासमोर तुमच्या खिशातील पाकीट हातोहात उडवतो, तसा मोबाइलचोर तुमचा मोबाइल उडवतो. झटापट करून वस्तू चोरणे, हा चोरीचा

फार कामचलाऊ प्रकार झाला. एखादी गोष्ट हातोहात गायब करणे, ही झाली हाताची करामत! आत्ताच्या क्षणी मोबाइल तुमच्यासमोर असतो आणि पुढच्या क्षणी तो जादू व्हावी त्याप्रमाणे गायब होतो!

ही कला तुम्हाला कधीही सोडून जात नाही. क्रिकेटिअरचा फॉर्म एक वेळ जाऊ शकतो; पण चोराचा नाही! आता आणखी फक्त एक मोबाइल चोरून चोरीचे शतक पूर्ण करणे, हा काही काळाचाच प्रश्न होता.

आज २६ जानेवारी. प्रजासत्ताक दिन! मेहेरौली-बदारपूर रस्त्यावरील एच. पी. पेट्रोल पंपामागे मी धडधडत्या हृदयाने बसलो आहे. या वर्षातील माझा पहिला मोबाइल मी नुकताच चोरला आहे.

स्टार मल्टिप्लेक्समागे एका चाळीत राहणाऱ्या माझ्या एका मित्राला भेटून मी बस स्टॉपकडे परत निघालो होतो. संध्याकाळ झाली होती. थंडीतील धुक्यामुळे रस्त्यावरील दिव्यांचा प्रकाशही मलूल झाला होता. ऊब मिळवण्यासाठी हातावर हात घासत एका लाल दिव्यापाशी मी उभा असताना एकदम लाल रंगाची एक मारुती एस्टीम माझ्याजवळ येऊन थांबली. त्याचा ड्रायव्हर हडकुळा, कुरळ्या केसांचा आणि चौकोनी जबडा असलेला होता. मला आश्चर्य वाटत होते, ते त्याच्या स्टिअरिंग पकडण्याच्या पद्धतीचे! कोणत्याही क्षणी ते त्याला सोडून जाईल अशा भीतीने त्याने ते घट्ट पकडून ठेवले होते. ऐन कडाक्याच्या थंडीत तो घामाने अक्षरश: निथळत होता. त्याला असलेला प्रचंड ताण त्याच्या प्रत्येक कृतीतून दिसत होता. गाडीच्या डॅशबोर्डवर एक मोबाइल पडलेला होता आणि खिडकी अर्धवट उघडी होती. सिग्नलचा लाल दिवा बंद होऊन हिरवा दिवा लागला, तसा बंदुकीच्या गोळीच्या वेगाने माझा हात गाडीच्या आत शिरला. ड्रायव्हर पापणीही न हलवता समोर बघत होता. त्याने गिअर टाकला आणि गाडी पुढे हलली. फूटपाथवर उभ्या असलेल्या माझ्या हातात एक ऐटबाज, नवा मोबाइल होता! इतका कोरा करकरीत की, त्याच्या दर्शनी भागावरील सेलोफेन कागदही अजून काढलेला नव्हता. काळ्या बाजारात हा विकून मला चांगली घसघशीत रक्कम मिळाली असती हे नक्की!

त्या एस्टीमच्या मागोमाग येणाऱ्या फोर्ड आयकॉनमधील एका बाईने मला तो मोबाइल उचलताना बघितले होते बहुतेक. तेथून जाताना तिने माझ्याकडे निरखून बघितले; पण तिने काही करण्यापूर्वीच मी तेथून पळ काढला आणि वेड्यावाकड्या गल्ल्या पार करीत दोन किलोमीटर अंतरावरील एका पेट्रोल पंपाजवळ येऊन थांबलो.

त्या पंपाच्या बाहेर लावलेल्या कापडी छताखाली मी उभा असताना तो चोरलेला मोबाइल वाजू लागला. 'खाजगी नंबर' असे त्या स्क्रीनवर दिसत होते.

काय करावे अशा संभ्रमात मी असतानाच अगदी अभावितपणे मी मोबाइलची हिरवी, बोलणे सुरू करण्याची कळ दाबली.

"हॅलो ब्रिजेश, मी तुला ते कुठून उचलायचे त्याची नेमकी जागा सांगतो. तू ऐकतो आहेस ना?"

बोलणाऱ्याचा आवाज कर्कश्श, घशातून काढलेला होता. त्यात जरब होती, त्यामुळे त्याकडे दुर्लक्ष करणे शक्यच नव्हते. त्याला उत्तर देणे भाग होते.

"होय." तेवढ्याच खर्जाच्या पट्टीत मी एका शब्दात उत्तर दिले. उत्तर देणाऱ्या व्यक्तीची कोणतीच ओळख त्या एका शब्दातून समोरच्याला मिळाली नसती.

"रामोजी रोडवरील गोएंका पब्लिक स्कूलच्या पुढच्या गल्लीत जा. तेथील महापालिकेच्या कचराकुंडीत ठेवलेल्या एका काळ्या ब्रीफकेसमध्ये माल ठेवला आहे. अर्ध्या तासात जाऊन तो ताब्यात घे. समजले?"

"हाँ." मी पुन्हा म्हटले.

"शाब्बास! तो माल तू ताब्यात घेतल्यावर आपण बोलू. बाय."

'माल!' तो शब्द माझ्या मेंदूत एखाद्या घड्याळाच्या गजराप्रमाणे घणघणत राहिला. माल या शब्दाचा अर्थ काहीही असू शकतो. शब्दश: माल म्हणजे सामान. जुन्या हिंदी सिनेमातील गुंड या शब्दाचा वापर 'नशिल्या पदार्थांचे अवैध साठे' अशा अर्थाने करीत आणि हा माल नेहेमीच बोटींमधून वर्सोवाच्या समुद्रकिनारी उतरवला जात असे. सुंदर मुलीलाही माल म्हणतात; पण तिची घडी घालून ब्रीफकेसमध्ये नाही ठेवता येत ना! किराणा दुकानातून आणल्या जाणाऱ्या वाणसामानालाही माल म्हणतात. आता एक गोष्ट मला करायला हवी होती. हा माल नेमका काय होता, ते शोधून काढायला हवे होते.

मी माझे चित्त थाऱ्यावर आणले. मी उभा होतो त्या पेट्रोल पंपापासून रामोजी रोड गाडीने पाच मिनिटाच्या, तर चालत वीस मिनिटाच्या अंतरावर होता. मी पायी निघालो.

गोएंका पब्लिक स्कूल ही मेहेरौली परिसरातील प्रतिष्ठित शाळांपैकी एक. सकाळी जेव्हा शाळा भरते आणि दुपारी सुटते, तेव्हा त्या शाळेतील बड्या उद्योगपतींच्या मुलांना घ्यायला येणाऱ्या गाड्यांमुळे या भागात काही काळ वाहतूकखोळंबा होतो. आता रात्री आठ वाजता सगळी सामसूम होती. फक्त शाळेतील गेटसमोर दोन सुरक्षारक्षक शेकोटीसमोर हात शेकत बसले होते. मी शाळा ओलांडून त्यापुढील अरुंद गल्लीत शिरलो. रस्ता अक्षरश: निर्मनुष्य होता. तेथील कचराकुंडी मला लगेच दिसली. त्या बोळात टोकाशी रस्त्यावरील दिव्याखाली ठेवलेली ती कचराकुंडी लगेच लक्ष वेधून घेत होती. त्याच्याशेजारी एक कुत्रा झोपला होता. 'हा'

असे मी म्हणताच कान ताठ करून तो कुत्रा तेथून पसार झाला. कचऱ्याने काठोकाठ भरलेल्या त्या कुंडीचे झाकण उघडून मी आत हात घातला. मी हाताने तो कचरा चाचपत होतो; पण माझ्या बोटांना फुटलेल्या प्लॅस्टिक पिशव्या, फुटक्या बाटल्या आणि धातूच्या चेपलेल्या कॅन्स यांचाच स्पर्श होत होता. मग मी ती कचराकुंडी रिकामी करायला सुरुवात केली. आतील फुगलेल्या प्लॅस्टिक पिशव्या आणि बाकी सामान बाहेर काढून बाजूला ठेवू लागलो. त्यातील सडक्या अन्नाच्या वासाने मला अक्षरश: भडभडून येत होते. कचराकुंडीतील त्या थंड घाणीत तऱ्हेतऱ्हेच्या वस्तू होत्या. अगदी मोडक्या ट्रान्झिस्टरपासून लहान मुलांच्या नॅपीजपर्यंत सगळेकाही! कुंडीच्या तळाशी एका पांढऱ्या प्लॅस्टिक पिशवीत गुंडाळलेली ती ब्रीफकेस कचराकुंडीत वाकून मला काढावी लागली. ती व्ही. आय. पी. कंपनीची महागडी अ‍ॅटॅची होती. त्यावरील प्लॅस्टिकची पिशवी काढून त्याची दोन्ही बाजूची बटणे दाबल्याबरोबर ब्रीफकेस झपकन उघडली. आतील हजाराच्या नोटांच्या चळती बघून माझे डोळे एकदम चमकले. एखाद्या लॉटरीच्या जाहिरातीत दिसावी तशी ती चळत दिसत होती. रोख पैशालाही 'माल' म्हणतात, याचा मला कसा काय विसर पडला होता? मी घाईघाईने ब्रीफकेस बंद केली. त्या नोटा मोजण्याची मला गरज वाटत नव्हती, कारण आयुष्यात मी आजवर बघितलेल्या पैशापेक्षा हे पैसे कितीतरी जास्त होते.

मी आसपास नजर फिरवली. काळे कुत्रेही जवळपास नव्हते. मी कचराकुंडीतील प्लॅस्टिक पिशव्या पुन्हा त्यात ठेवून दिल्या. मी तेथून निघणार तेवढ्यात तो मोबाइल पुन्हा वाजला. सतत वाजत राहणाऱ्या त्या आवाजाने माझे अवसानच गळाले. अखेर थरथरत्या हाताने मी तो बंद करून कचराकुंडीत अगदी खाली टाकून दिला आणि धडधडत्या हृदयाने ती ब्रीफकेस उचलून घाईघाईने मेन रोडकडे निघालो.

६

नेता

"हॅलो, मथुरेतील स्पिरिच्युअल मेडिटेशन सेंटरमधून बोलताय?"

"हो."

"स्वामी हरिदास आहेत? भैय्याजींना त्यांच्याशी बोलायचंय."

"भैय्याजी? कोण भैय्याजी?"

"तुम्ही या केंद्रात नव्यानेच आला आहात का? उत्तर प्रदेशात फक्त एकाच नेत्याला भैय्याजी म्हणतात. अन् ते म्हणजे गृहमंत्री जगन्नाथ राय हे तुम्हाला ठाऊक नाही वाटतं?"

"अरे बाप रे, मंत्रीसाहेब? पण गुरुजींचे प्रवचन सुरू आहे आणि आम्ही त्यात व्यत्यय नाही आणू शकत."

"सांगा त्यांना, फार तातडीचे काम आहे. भैय्याजींचा फोन ते कधीच टाळत नाहीत."

"ठीक आहे. थांबा फोनजवळच. मी प्रवचनाच्या ठिकाणी जाऊन बघतो.

(काही क्षणानंतर)

"मी गुरुजींना फोन जोडून देतो. गृहमंत्रीसाहेबांना तिकडे फोन जोडून द्या."

(बीप्... बीप्...बीप्)

"नमस्कार गुरुजी! जगन्नाथ बोलतोय."

"जय शंभू! एवढे काय तातडीचे काम आले जगन्नाथ की, मला प्रवचन थांबवून येणे भाग पाडलेस ते?"

"गुरुजी, तशीच एक अस्वस्थ करणारी घटना घडलीये की, मला तातडीने तुमच्या सल्ल्याची गरज आहे."

"विकीने काही गडबड केलीये का? त्याचा खटला आता सुनावणीसाठी यायचा आहे हो ना?"

"नाही गुरुजी, विकीच्या खटल्यांचे प्रकरण निपटलेय मी. मला माझ्याविरुद्धच्या खटल्याची जास्त चिंता वाटतेय."

“तुझ्याविरुद्ध कितीतरी केसेस आहेत. नेमक्या कोणत्या केसविषयी बोलतोयस तू?”

“ही खुनाची एक जुनी केस आहे, २००२ सालातील.”

“कोणाला मारलेस तू?”

“मला खेटू बघणाऱ्या महमद मुस्ताक्विम नावाच्या एका फुटकळ माणसाला! परिस्थितीजन्य पुराव्याच्या आधारे केस उभी करण्यात आल्याने ती फारच ठिसूळ पायावर उभी होती; पण एकाएकी प्रदीप दुबे नावाचा नवाच साक्षीदार पुढे आला आहे आणि मी त्या मुस्ताक्विमला गोळ्या घालताना त्याने बघितले, असा त्याचा दावा आहे. पुढच्या महिन्याच्या पाच तारखेला कोर्टात सुनावणी आहे आणि खुनाच्या आरोपावरून जर न्यायमूर्तींनी मला शिक्षा ठोठावली, तर माझी राजकीय कारकीर्द बरबाद होणार हे नक्की! मुख्यमंत्र्याच्या मनात माझ्याबद्दल किती कटुता आहे हे तुम्हाला ठाऊकच आहे गुरुजी.”

“तुझ्या कुंडलीमधील पाचव्या स्थानात जो शनी बसलाय ना, त्याचे हे सगळे परिणाम आहेत. अजून चार महिने जरा खडतर आहेत. मग तुझ्यामागची सगळी कटकट संपेल बघ!”

“या काळात मी काय करायला हवेय गुरुजी?”

“(हसत) काय करायचे हे तुला ठाऊक आहे. सगळे पोलीस खाते तुझ्या आज्ञेत आहे; पण दूषित झालेल्या शनीची पीडा कमी करण्यासाठी पाचू घालायला लाग.”

“तुमच्याशी जेव्हा-जेव्हा बोलतो ना, तेव्हा मन शांत होते गुरुजी. मला खात्री आहे, लवकरच माझ्यामागच्या सगळ्या कटकटी संपतील.”

“मग, गुरू कशासाठी असतात? मीपण तुला एक किरकोळ त्रास देणार आहे.”

“सांगा ना गुरुजी, मी स्वतः त्यात लक्ष घालीन.”

“कानपूरमध्ये मी एक छोटा जमिनीचा तुकडा घेतलाय. फार नाही, जेमतेम वीस एकराचा; पण आसपासच्या झोपडपट्टीतील लोकांनी त्यातील काही भागावर अनधिकृत झोपड्या उभारल्याचे मला समजलेय. मी लवकरच मोठ्या परदेश दौऱ्यावर निघालोय. मी निघण्यापूर्वी त्या झोपड्या हलवता आल्या तर....”

“कळले मला गुरुजी. अधिक विस्ताराने सांगण्याची गरज नाही. मी उद्याच बुलडोझर पाठवतो.”

“छान! विकीला माझा आशीर्वाद सांग. मी त्याच्यासाठी खास बनवून घेतलेली प्रवाळाची अंगठी घालतोय ना तो?”

“अर्थात गुरुजी! त्याच्या खटल्याचा निकाल लागेपर्यंत तो तुमचा सल्ला

डावलूच शकत नाही.''

''बराय तर जगन्नाथ, मला परत जायला हवे. रिचर्ड गिअर मला भेटायला आलाय इथे.''

''कोण हा गिअर? कोणी कारचा उत्पादक वगैरे आहे?''

(हसत) ''नाही रे, प्रसिद्ध अमेरिकन नट आहे. बरेय! जय शंभू!''

''जय शंभू गुरुजी.''

''मला तुम्ही सांगा त्रिपुरारी शरण, तुम्ही माझे प्रमुख साहाय्यक आहात की मी तुमचा?''

''असा काय भलताच प्रश्न विचारताय भैय्याजी? माझ्याकडून काही चूक घडलीये का?''

''अर्थात! तुम्ही त्या साक्षीदाराला भेटू शकलात की नाही ही माहिती देणारा तुमचा फोन येईल म्हणून मी आठपासून वाट बघतोय, पण तुमच्या फोनचा पत्ताच नाही. शेवटी मीच तुम्हाला फोन लावला.''

''मी सकाळी तुम्हाला फोन लावणारच होतो भैय्याजी. तुमची झोप खराब होऊ नये अशी माझी इच्छा होती.''

''याचा अर्थ, बातमी वाईट आहे. हो ना? काय झाले? प्रदीप दुबे भेटला की नाही?''

''नाही, मी भेटलो त्याला. तो फारच आदर्शवादी तरुण दिसतोय. त्याने तोंड बंद ठेवावे यासाठी मी त्याला भरपूर पैसे देऊ केले. अगदी दहा लाखापर्यंत गेलो; पण तो मानायलाच तयार नाही. तो म्हणतोय, तो नक्कीच तुझ्याविरुद्ध साक्ष देणार. मला शंका आहे, लखन ठाकूरने त्याला उभे केले आहे.''

''हं.. (काही क्षण गेल्यावर) तर लखन पुन्हा डावपेच लढवायला लागलाय! त्याने माझ्या इशाऱ्याकडे दुर्लक्ष केलेले दिसतेय.''

''तो कशाला तुमचा इशारा मानेल? तो स्वत:ला दुसरा जगन्नाथ राय समजतो ना! तो हे विसरलाय की, पाच वर्षांपूर्वी तो एक रस्त्यावरील भाई होता. फुटकळ गुंड! विधानसभेची निवडणूक जिंकल्यापासून त्याचे नशीब फळफळले. आज सहारनपूरमधील निम्मे टिंबर कारखाने त्याच्या मालकीचे आहेत, असे म्हटले जाते. आता तुमच्याप्रमाणे मंत्री होण्याची स्वप्ने बघतोय तो!''

''मी इथे आहे तोपर्यंत तो भडवा कधीच यशस्वी होणार नाही. योग्य वेळ येताच त्याच्याकडे आपण बघून घेऊ; पण आधी मला सांग, त्या दुबेचे काय करायचे?''

''भैय्याजी, दुबे एक वाक्य जरी बोलला, तरी तुम्ही गोत्यात याल. त्याला

कोर्टात साक्ष देण्यापासून कोणत्याही परिस्थितीत थांबवायलाच हवे.''

''ठीक आहे, तशी व्यवस्था आपण करू. तू मुख्तारला मला भेटायला सांग.''

''म्हणजे? तुम्हाला मुख्तारविषयी काही ठाऊक नाही? त्याला कालच गाझियाबादमध्ये पोलिसांनी उचलले.''

''काय? ते मुख्तारला कसे अटक करू शकतात?''

''मला वाटते बलात्काराच्या आरोपावरून. मुख्तारला तुम्ही ओळखताच भैय्याजी. तो फार काळ धीर धरू शकत नाही. तरुण मुलगी समोर आली की, पळतो तिच्यामागे.''

''मुख्तारला अटक करण्याची हिंमत करणारा कोण पोलीस अधिकारी आहे हा?''

''गाझियाबादमध्ये नव्याने कोणी पोलीस अधीक्षक आला आहे. नवनीत ब्रार नावाचा. भारतीय पोलीस सेवेतून आलेला जवान आहे. जरा जास्तच महत्त्वाकांक्षी आहे. त्याला या राज्यातून गुन्हेगारी हद्दपार करायची आहे. ही त्याचीच कमाल असावी.''

''ही करामत खरे म्हणजे कुंडलीतील ग्रहांची आहे. त्यांची अशुभ युती झाली आहे, असे मला गुरुजी म्हणाले; पण जोपर्यंत त्यांचे आशीर्वाद डोक्यावर आहेत तोपर्यंत मी कोणतेही आव्हान स्वीकारू शकतो. तू या दुबेबाबत काही करू शकला नाहीस त्रिपुरारी. आता त्या पोलीस अधिकाऱ्याकडे मी बघतो. मला ताबडतोब त्याचा मोबाइल नंबर मिळवून दे.''

''हॅलो, नवनीत ब्रार बोलतोय.''

''नवनीत, मी गृहमंत्री जगन्नाथ राय बोलतोय.''

''मी आपली काय सेवा करू शकतो सर?''

''तू माझ्या एका माणसाला अटक केलीयेस, असे मला वाटतेय. त्याचे नाव आहे मुख्तार अन्सारी.''

''होय सर, एका अल्पवयीन मुलीवर बलात्कार केल्याप्रकरणी त्याला अटक करण्यात आलीये सर आणि तो अजामीनपात्र गुन्हा आहे. कलम ३६६सह, सेक्शन ३७६ कलमान्वये. कोणतीही दया-माया दाखवता येणार नाही.''

''मी तुला त्याला दया दाखवण्याची विनंती करीत नाहीये. त्याला ताबडतोब सोडून देण्याचा आदेश देतोय.''

''तुम्ही असा आदेश देऊ शकत नाही सर. हे प्रकरण आता न्यायाधीशांपुढे गेलेय. त्यामुळे कोर्टाने आदेश दिला, तरच मुख्तारची सुटका होऊ शकते.''

“राज्याच्या गृहमंत्र्याला तू कसे असे सुनावू शकतोस?”

“माफ करा सर, पण कायद्याचे पालन करण्याची जबाबदारी माझ्यावर सोपवलीये.”

“तुझी नोकरी जाण्याची तुला चिंता नाही असे दिसतेय.”

“ती नोकरी अधिक योग्य तऱ्हेने कशी करता येईल, याची मला अधिक चिंता आहे सर!”

“हो ना? मग योग्य त्या गोष्टीच कर. तुझ्या वरिष्ठांनी दिलेल्या आज्ञांचे पालन कर.”

“मला हे सांगताना वाईट वाटतेय सर, पण मी बेकायदेशीर आज्ञांचे पालन नाही करू शकत.”

“म्हणजे, तू माझी आज्ञा पाळणार नाहीस तर?”

“मी कोणत्याही गुन्हेगारी कृत्याला पाठीशी घालणार नाही.”

“तू तरुण आहेस ब्रार, पण भडक माथ्याचा. तुला लक्षात येतेय का, तू तुझ्या कारकिर्दीमधील एक घोडचूक करतोयस आता.”

“पण त्याच्या परिणामाला तोंड द्यायची माझी तयारी आहे.”

(फोन बंद करतो.)

“जय हिंद! पोलीस महानिरीक्षकांच्या बंगल्यातून हवालदार राम अवतार बोलतोय.”

“साहेब आहेत घरी?”

“हो. कोण बोलतोय?”

“गृहमंत्रीसाहेबांना त्यांच्याशी बोलायचेय.”

“मध्यरात्र उलटलीये. साहेब झोपले आहेत.”

“गाढवा, उठव त्यांना, नाहीतर त्यांच्याबरोबर तुझीही नोकरी गेली म्हणून समज.”

“पण साहेबांनी सक्त ताकीद दिलीये त्यांना उठवायचे नाही अशी.”

“तुला अजून भैय्याजींच्या रागाची कल्पना नाही वाटते. राम अवतार, पुढच्या दहा सेकंदात जर तू साहेबांना फोनवर बोलावले नाहीस, तर उद्या हजरतगंजच्या बाजारात तुला केळी विकायला बसावे लागेल.”

“हो सर. माफ करा सर. मी हा फोन साहेबांच्या बेडरूममध्ये जोडून देतो सर.”

“ठीकाय.”

(बीप्... बीप्... बीप्)

“या वेळेला माझ्या झोपेत व्यत्यय आणणारा कोण हा भडवा?”

“गृहमंत्री जगन्नाथ राय तुमच्याशी बोलतायंत. मी फोन जोडून देतो.”

“हॅलो, मौर्या...”

“गुड इव्हिनिंग सर, या वेळी फोन करण्याचे कष्ट का घेतलेत सर? मी तुमच्या घरी आलो असतो.”

“मौर्या, किती वर्षांपासून आपण पोलीस महानिरीक्षक पदावर आहात?”

“आठ महिन्यांपासून सर.”

“आणि तुला या खुर्चीवर कोणी आणून बसवले?”

“तुम्हीच सर.”

“मग माझ्या निर्णयाचा पश्चात्ताप करण्याची वेळ माझ्यावर येईल अशा गोष्टी तू का करतोस?”

“कोणत्या गोष्टा सर? काय झाले आहे?”

“तुझ्या पोलिसांनी गाझियाबादमध्ये मुख्तार अन्सारीला अटक केलीये. मुख्तार माझा उजवा हात आहे, हे तुला चांगले माहितीये. तू हे कसे घडू दिलेस?”

“मी या विषयी आत्ताच प्रथम ऐकतोय सर. नक्की ही स्थानिक पातळीवर झालेली कारवाई असावी.”

“तुझा नवनीत ब्रार नावाचा गाझियाबादमधील पोलीस अधीक्षक याला जबाबदार आहे. आता नीट माझ्या सूचना ऐक. उद्या सकाळी मुख्तार सुटायला हवा आणि गृहमंत्र्यांचा अपमान केल्याबद्दल त्या ब्रारची खात्यांतर्गत चौकशी सुरू करा.”

“मी एक सूचना केली तर चालेल ना साहेब? त्याची बदली केली तर?”

“ठीक आहे. मग त्याची बदली करून टाका बहारिचला. गाझियाबादमधील सुखाचे आयुष्य त्याच्या डोक्यात गेले. आता त्याला जंगलात थंड हवा खायला पाठवून दे.”

“सर, सगळ्या गोष्टी तुमच्या आदेशाप्रमाणे होतील.”

“शाब्बास! तुझ्यावर मी भरवसा ठेवू शकतो याची मला खात्री आहे मौर्या!”

“तुम्ही नाराज होणार नसाल, तर तुम्हाला तुम्हीच मला दिलेल्या एका शब्दाची आठवण करून द्यायचीये सर. माझ्या बायकोला, निर्मलाला, विधानसभेचे तिकीट मिळावे म्हणून तुम्ही श्रेष्ठींशी बोलणार होतात सर.”

“आठवण आहे मला त्याची; पण राज्यातील निवडणुका दोन वर्षांनंतर आहेत.”

“हो सर, तरी तयारी आधीच सुरू करावी लागते ना! मी तुम्हाला खात्री देतो, निर्मला निष्ठेने पक्षाचे काम करेल. तसा मीही निष्ठावान आहे सर; पण वर्दीत

असल्यामुळे खुलेपणाने सांगता येत नाही ना!''

"मला ठाऊक आहे ते मौर्या. आता जाऊन स्वस्थ झोप.''

"गुड नाइट सर!''

"मुख्तार?''

"कोण, साहेब? अस्सलाम आलेकुम. मला इतक्या लवकर बाहेर काढल्याबद्दल शुक्रिया सर! आता मी त्या भेंचोद पोलीस अधिकाऱ्याकडे बघतो साहेब.''

"तू असा कोणताही उद्योग करणार नाहीयेस. मी आधीच त्या ब्रारची रवानगी जंगलात केलीये.''

"भडवा, लेकाचा! नशीब बलवत्तर म्हणून माझ्या तावडीतून सुटला.''

"ती मुलगी कोण होती?''

"कोणी खास नाही साहेब! होती एक शेजारी राहणारी छोकरी.''

"तू कधी शहाणा होणार मुख्तार? तू बलात्कार केलेल्या सर्व मुलींना बाळे झाली, तर उत्तर प्रदेशच्या लोकसंख्येपैकी निम्मी तुझ्या अनौरस मुलांची असेल!''

"माफ करा साहेब, पुढच्या वेळी अधिक काळजी घेईन.''

"आता लक्ष देऊन ऐक मुख्तार.''

"बोला साहेब.''

"प्रदीप दुबे नावाचा माणूस मुस्ताकिम खूनप्रकरणात माझ्याविरुद्ध साक्ष देण्याची धमकी देतोय. त्याला शांत करायलाच हवे आणि दुबेचा बंदोबस्त केल्यावर त्याचा गुरू असलेल्या लखन ठाकूरचा बंदोबस्त करायला हवा.''

"लखन ठाकूर? तो सहारनपूरचा आमदार?''

"होय, तोच. का बरे? तुझ्यासाठी हे काम अवघड आहे?''

"नाही, साहेब. माझ्यासाठी कोणतेच काम अवघड नाहीये. फक्त म्हणायचे इतकेच की, ठाकूरचा बंदोबस्त करणे एवढे सोपे नाही. त्याच्याबरोबर पाच-पाच अंगरक्षक असतात.''

"मग त्या सगळ्यांचा बंदोबस्त कर. उद्या घरी येऊन त्रिपुरारीकडून पैसे घेऊन जा.''

"येतो नक्की. खुदा हाफिज साहेब.''

"खुदा हाफिज.''

"हॅलो.''

"हॅलो, मी प्रेम कालरांशी बोलू शकतो?''

"बोलतोय.''

"मग मी काय म्हणतोय ते लक्ष देऊन ऐक हरामखोरा, मी जगन्नाथ राय बोलतोय आणि मी तुला शेवटचा इशारा देतोय. यापुढे तुझ्या वर्तमानपत्रात माझ्याविरुद्ध तू एक जरी बातमी छापलीस, तर तू आणि तुझे वर्तमानपत्र, दोन्ही इतिहासजमा होईल, समजले?"

"राज्याच्या गृहमंत्र्यांना असली भाषा शोभत नाही."

"म्हणजे एखाद्याला शिव्या घालणे हा काय फक्त तुम्हा पत्रकारांचाच हक्क आहे? तुझा त्रास खूप दिवस सहन केला; पण आता पुरे."

"तुमचा एवढा भडका कशामुळे उडाला हे तर मला कळू दे."

"मी प्रदीप दुबेला उडवले असे तू आता नुकत्याच छापलेल्या लेखात म्हटलेयस. तो रस्ता-अपघातात मारला गेला असे पोलिसांनी म्हटले असताना तू असे बेलगाम आरोप माझ्यावर करतोच कसे? माझ्या चारित्र्यहननाबद्दल तुझ्यावर खटला भरेन."

"पण जगन्नाथजी, हा आरोप मी नाही केलेला; विधानसभेत लखन ठाकूर यांनी हा आरोप केलाय. मी फक्त त्याची बातमी छापली, एवढेच."

"तू काय विरोधकांचा प्रवक्ता आहेस का? किती पैसे देतो तुला लखन ठाकूर?"

"मी पैशासाठी करीत नाहीये हे. समाजासाठी करतो आहे."

"आम्हा पुढाऱ्यांपेक्षा जास्त समाजसेवा कोणीच करीत नाही आणि त्या बदल्यात माध्यमांनी आमची थोडी तारीफ करावी, अशी आमची अपेक्षा असते. एवढेच."

"तुमची तारीफ करण्याची अपेक्षा माझ्याकडून करू नका जगन्नाथजी. फार तर फार तुमच्यापासून मी दूर रहाण्याचा प्रयत्न करीन, एवढे सांगू शकतो. बराय."

"हॅलो, गृहमंत्र्यांच्या बंगल्यावरून बोलताय? मुख्यमंत्रीसाहेबांना गृहमंत्री साहेबांशी बोलायचे आहे."

"फोन चालू ठेवा."

"नाही, नाही, मुख्यमंत्री गृहमंत्र्यांपेक्षा ज्येष्ठ आहेत."

"रागावू नका, लगेच बोलवतो भैय्याजींना."

(संगीत वाजत राहते.)

"हॅलो!"

"हॅलो, जगन्नाथ?"

"नमस्कार मुख्यमंत्रीसाहेब!"

"माझ्यावर फार दबाव येतोय जगन्नाथ."

"आता काय झाले? माझ्याविरुद्धचा खुनाचा खटला तर मागे घेतला गेलाय."

"तुझ्या मुलामुळे दबाव येतोय. रुबी गिलच्या खुनात तुझ्या मुलाचा, विकीचा हात असल्यामुळे तू खुर्ची खाली करावीस असे पक्षश्रेष्ठींचे म्हणणे आहे. जर निकाल विकीच्या विरोधात गेला, तर पक्षाच्या प्रतिमेला फार मोठा तडा जाण्याची भीती आहे."

"का बरे? माझ्याविरुद्ध गुन्हेगारी स्वरूपाचे बत्तीस खटले दाखल असताना एकाही गुन्ह्यात मला शिक्षा झाली नाही आणि श्रेष्ठींनी मला गृहमंत्री केले तेव्हा पक्षाची प्रतिमा खराब झाली नाही वाटते? नाही ना झाली? मग फक्त एका खून प्रकरणात माझ्या मुलाचा हात असल्यावरून एवढा गहजब? आणि त्या खटल्याचा निकालही लागलेला नसताना?

"हा सामान्य खटला नाहीये जगन्नाथ. सध्या देशातील तो सगळ्यात महत्त्वाचा हाय प्रोफाइल खटला झालाय. सर्व वाहिन्या सध्या सतत त्याचीच चर्चा करतायत."

"म्हणजे आमचे मूल्यमापन आता माध्यमे करणार? मुख्यमंत्रीसाहेब, तुम्ही एक वकील आहात; आणि एखाद्या संशयितावरील आरोप जोपर्यंत सिद्ध होत नाही, तोपर्यंत तो संशयित निर्दोष असतो, हे तुम्ही जाणताच. केवळ आरोप ठेवला म्हणून एखाद्या मंत्र्याला राजीनामा द्यावा लागत असेल ना, तर तुमच्या निम्म्याहून अधिक मंत्र्यांना आपली खुर्ची सोडावी लागेल. तर माझ्या मुलावरील आरोप सिद्ध होऊ दे, मग काय ते बघू."

"स्थानिक निवडणुका होईपर्यंत कोणतीही कारवाई करू नये म्हणून मी श्रेष्ठींना थोपवून धरले आहे; पण तो पत्रकार अरुण अडवाणी सतत कुरापती काढतोय. तू त्याचा नुकताच प्रसिद्ध झालेला कॉलम वाचलास? तू न्यायमूर्तींना विकत घेण्याचा प्रयत्न करतोयस असा आरोप त्यात केलाय, त्यामुळे फार बदनामी होतीये आपली."

"त्याला काय हवे ते लिहू दे. एक बरे आहे की, आपल्या मतदारांना इंग्लिश समजत नाही. मी शिक्षणमंत्र्यांना सांगतच होतो की, राज्यातील सगळ्या इंग्लिश माध्यमांच्या शाळांवर बंदी आणावी. मुलांना फक्त हिंदी शिकवू ना! न रहेगा बांस न बजेगी बासुरी."

(मोठ्याने हसतात.)

"आणि उर्दूसुद्धा! आपल्या मुस्लीम मतदारांना विसरू नकोस."

"अर्थात! अहो मुख्यमंत्रीसाहेब, उर्दूही तेवढीच महत्त्वाची आहे. खरे म्हणजे, मीपण सध्या माझे उर्दूचे ज्ञान जरा घासून-पुसून साफ करतोय. इक्बाल मियाँ मला

गालिबची काव्ये शिकवतायत. एखाद-दोन शेर ऐकायला आवडतील?''

''नको, नको, मला एका प्राथमिक शाळेच्या उद्घाटनाला जायचेय; पण एक लक्षात ठेव जगन्नाथ, सध्या तुला वाचवू शकलो मी; पण जर विकी दोषी ठरला, तर मात्र मी तुझ्यासाठी काहीही करू शकणार नाही.''

''काळजी करू नका. ती वेळ तुमच्यावर येणार नाही.''

''मग, उद्या मंत्रिमंडळाच्या बैठकीत भेटू या.''

''हो मुख्यमंत्रीसाहेब, नक्की!''

''हॅलो, रूखसाना?''

''आम्ही तुमच्याशी बोलत नाहीये जनाब. तुम्हाला पाचशे तरी एसएमएस पाठवले असतील. तुम्ही एकाचेही उत्तर दिले नाहीत.''

''अरे, कसे देणार मी उत्तर? सगळा दिवस मी त्या भुक्कड राज्य विकास परिषदेच्या बैठकीत अडकलो होतो. मुख्यमंत्र्यांना फार पुळका आहे त्या परिषदेचा!''

''दिवसभर कशी चालली ती बैठक?''

''जर तुमच्या पदरी ढीगभर मूर्ख नोकरशहा असतील, तर चालू शकते. दिवसभर बैठक, रस्ते, पूल, शाळा, अनाथाश्रम, एक ना दोन अशा विषयांवर प्रत्येक जण आपले गुऱ्हाळ लावून बसतो. खूप वेळा मला वाटते, राजकारणात येऊन आपण मूर्खपणा केला. धुळीने भरलेल्या खेड्यांमधून रोज शेकडो किलोमीटर प्रवास करा, गाऱ्यून वेळेवरच येईल असे वचन त्या खेड्यातील ताटकळत उभ्या निरक्षर शेतकऱ्यांना द्या, माझ्याशी ज्या विषयाचा काहीही संबंध नाही अशा विषयाच्या अनंत फायलींवर सह्या करा ही सगळी त्या राजकारणात शिरल्याची मोजावी लागलेली किंमत आहे!''

''मग सोडून का देत नाही ते?''

''सांगणे सोपे आहे. करणे अवघड! राजकारण म्हणजे चेटूक आहे, चेटूक! अगदी आपल्या सरकारसारखे. आपण सरकारच्या नावाने बोटे मोडतो; पण त्याच्याशिवाय आपले चालतही नाही.''

''आणि माझे काय? माझ्याशिवाय करमेल तुम्हाला?''

''अरे, तू तर माझी नशा आहेस. माझ्या आयुष्यातील धुंदी! तुझ्यासाठी रचलेल्या काही ओळी ऐकवू?''

''अरे, तुम्ही एकदम कवी झालात की! माझ्या प्रेमामुळे तुमची अवस्था एकदम मजनूसारखी झालेली दिसतेय.''

''खरंय, या प्रेमापायी पागल झालोय मी निकम्मा. त्याआधी मी शहाणा होतो.''

"यावर मी काय बोलणार जनाब? बंदुकीतून सटासट गोळ्या सुटाव्यात, तशी कविता वाहतेय आज तुमच्या मुखातून!"

"तू बंदुकीच्या गोळ्यांचे नावही काढू नकोस आज राणी. माझ्या आयुष्याची हीच तर दुर्दैवी कहाणी आहे बघ! ज्या क्षणी मी हळवा, तरल होण्याचा प्रयत्न करतो, नेमक्या त्याच वेळी कोणीतरी बंदुकी-गोळ्यांचा विषय काढून सगळ्या मूडचा विचका करून टाकतो."

"सॉऽऽरी."

"चल, जाऊ दे! तुझा दिवस कसा गेला आज?"

"मस्त! आज ब्युटी पार्लरमध्ये जाऊन सगळे वॅक्सिंग करून घेतले. फेशियलही करून आले. सगळी काया आता नुस्ती रेशमासारखी झालीये. जेव्हा स्पर्श कराल तेव्हा जाणवेल."

"जीव व्याकूळ झालाय त्याच्यासाठीच! सुमित्रा शुक्रवारी फारूखाबादला जाण्यासाठी निघतेय. मी शनिवारी येईन तुझ्याकडे अन् रात्री मुक्काम करीन."

"तुम्ही तुमच्या बायकोला घटस्फोट का देत नाही? किती छळते ती तुम्हाला!"

"माझी मुलेही काही कमी नाहीत. माझ्या मुलाने तर त्याच्या लहानपणापासून मला छळण्याचा विडाच उचललाय. आणि मुलगी? ती तर लग्नासाठी उद्दामपणे नकार देते. मोठ्या मुश्कीलीने मी प्रतापगडच्या ठाकूर राजघराण्यातील मुलाशी तिचे लग्न जमवले, तर आता ती सारखे ते लग्न पुढे ढकलतेय. बंगल्याच्या मागे राहणाऱ्या सफाई कामगारांच्या अन् धोब्याच्या मुलांशी चकाट्या पिटणे हा तिचा आवडता विरंगुळा! मला भीती वाटतेय, एखाद्या दिवशी अशाच एखाद्या भिक्कार लोफरबरोबर पळून जाऊन ती लग्न करील आणि घराण्याची अब्रू वेशीवर टांगेल."

"जे घडणारच नाही त्याची काळजी करू नका."

"गुरुजीही असेच म्हणतात. तू आणि गुरुजी ही दोनच माणसे अशी आहात, जी मला समजून घेतात."

"पण तुम्ही मात्र मला समजून घेत नाही. मला फॉरेन ट्रीपला घेऊन जा म्हणून किती दिवसांपासून तुमच्यामागे लागलेय, तर तुम्ही काही माझ्यावर कृपा करायला तयार नाही."

"अरे, इथे अनेक प्रश्न सोडवायचे लचांड मागे असताना परदेशी जाण्याचा विचार करणे तरी शक्य आहे का? तुझा हाच तर त्रास आहे, जे आहे, त्यात तू कध्धी समाधानी नसतेस."

(हुंदक्याचा आवाज.)

"जानेमन, फार दुखावले मी तुला? हे बघ, इथूनच तुला एक चुंबन देतो."

(चुंबन घेतल्याचा आवाज.)

''डॅड?''

''कोण, विकी?''

''सगळा बंदोबस्त झाला?''

''हो, पण खटल्याचा निकाल १५ फेब्रुवारीपर्यंत पुढे ढकलण्याची मी विनंती केलीये. तोपर्यंत अशुभ काळ संपेल, असे गुरुजींचे म्हणणे आहे.''

''म्हणजे मी आता चिंता करू नको?''

''मी आहे तोपर्यंत नको, पण अशा गोष्टींमुळे मला किती दुःख होते कल्पना आहे तुला? असे आणखी किती दिवस मी तुला संकटातून वाचवत राहणार?''

''वडिलांचे कामच आहे ना ते!''

'' तू खरोखर मादरचोद आहेस विकी, हो ना?''

''खरे म्हणजे या शब्दाचा शब्दशः अर्थ घेतला, तर ते श्रेय तुम्हाला जाईल डॅड!''

''हराम...''

(फोन तुटतो.)

७

अमेरिकन

माझ्या आयुष्यातील आज सर्वांत आनंदाचा दिवस आहे. 'रोझ बोल' या रग्बीच्या स्पर्धेमध्ये लॉग हॉर्न्स टेक्सास संघाच्या व्हिन्स यंग या खेळाडूने सामन्याच्या शेवटच्या क्षणी छप्पन्न यार्डवरून एक पॉइन्ट घेऊन यू एस सी संघावर थरारक विजय मिळवला होता, तेव्हाही मी एवढा खूश झालो नव्हतो.

मी अखेर भारतात निघालोय. ती भूमी महाराजांची आणि मटणरश्श्याची; हत्तींची. जगातील सर्वांत सुंदर स्त्रीशी, सपना सिंग हिच्याशी दोनच आठवड्यांत माझे लग्न होणार आहे.

भारतातील लग्नसोहळ्याने मला अक्षरश: वेड लावलेय! काल रात्रीच मी 'मान्सून वेडिंग' चित्रपटाची सीडी आणून तो बघितला. भारतातील मुली ज्या तऱ्हेने नाचतात तो नाच आणि ते धमाल संगीत यांच्या मी प्रेमात पडलोय!

लग्नसंस्थेवर माझ्या आईचा अतिशय विश्वास आहे. तिने चार लग्ने केली आहेत; पण मी भारतीय मुलीशी लग्न करावे अशी मात्र तिची फारशी इच्छा नव्हती. भारतीय मुली खूप गचाळ असतात, त्यांच्या अंगाला दर्प येतो आणि त्या अगदी वाईट इंग्लिश बोलतात, असे तिचे त्यांच्याविषयी मत होते; पण मी तिला सपनाचा फोटो दाखवला अन् आता सगळ्या दुनियेला ती 'माझा मुलगा विश्वसुंदरीशी लग्न करतोय' असे सांगत सुटलीये.

माझे वडील आम्हा दोघांना एकाकी सोडून पळून गेले तेव्हापासून मी आणि माझी आई भावनिकदृष्ट्या एकमेकांच्या अगदी जवळ आहोत. वडिलांच्या या वागण्यामुळे आम्ही अतिशय दु:खी झालो आणि दरिद्रीही!

इतके दरिद्री की, हाताशी एक फुटकी कवडीही नव्हती. वडील पळून गेल्यावर आम्हाला आमचे शेत, गुरे-ढोरे विकून एका भंगार, निरुपयोगी ट्रेलरमध्ये मुक्कामाला जावे लागले. तेथे आम्ही सहा वर्षे मुक्काम केला. मग आईने समाजकल्याण खात्यातील एका भल्या माणसाशी लग्न केले आणि मग आम्ही केडर ड्राइव्हवरील त्याच्या घरात रहायला गेलो. मला माझ्या वडिलांची फारशी

माहिती नाही. मी त्यांचा फार विचारही करीत नाही आणि मरताना त्यांनी मला पाणी मागितले, तरी मी ते देणार नाही; पण त्याचा आता विचार करण्याची गरज नाही. विशेषत: मी सपनाला भेटायला चाललोय, त्या दिवशी तर निश्चितच नाही!

माझ्या स्वप्नसुंदरीला मी कसा भेटलो ती एक अद्‌भुत कहाणी आहे. माझी आता खात्री पटलीये की, लग्नाच्या गाठी स्वर्गात बांधलेल्या असतात. कोण-कोणाचा जोडीदार होणार आणि केव्हा होणार, याची योजना देवानेच आखून ठेवलेली असते. त्यामुळे त्यानेच रॅंडी अर्ल नावाचा असा तरुण जन्माला घातला, ज्याला मुली पटवणे कधीच अवघड नव्हते आणि त्यानेच माझ्यासारखा मुखदुर्बळ मुलगाही या पृथ्वीवर पाठवला; ज्याला एक मुलगी पटवण्यासाठी कित्येक दिवस वाट बघावी लागली. मी जन्मत:च मुखदुर्बळ! खरे म्हणजे मी माझा सहकारी जॉनी स्कारफेससारखा दिसायला अजिबात सुमार नाही. जॉनीशी कमीतकमी एखाद्या कुत्र्याने तरी मैत्री करावी यासाठी त्याच्या आईला बहुधा त्याच्या गळ्यात हाडूक बांधावे लागले असेल! अर्थात मीही एक सामान्य तरुण आहे. श्रीयुत ज्यो सर्वसामान्य! पाच फूट सात इंच उंची. माझी दहा वर्षांची पुतणी सँडी म्हणते, माझा चेहेरा थोडा अधिक गोलसर असता, नाक थोडे अधिक लहान असते, केसांचा रंग थोडा गडद असता आणि माझे वजन पन्नासेक पौंड कमी असते, तर मी नक्की मायकेल जॅक्सनसारखा दिसलो असतो! पण काळजी करायचे कारण नाही. माझे वजन आणि उंची या दोन्हींसाठी मी प्रयत्न करतोय. उंची वाढवण्यासाठी मी 'किगी'सारख्या डॉ. कावाटा यांनी विकसित केलेल्या शास्त्रशुद्ध उपकरणाचा वापर करीत आहे. या उपकरणामुळे सहा महिन्यांत माझी उंची कमीतकमी तीन इंच वाढेल, असे आश्वासन त्यांनी मला दिलेय. याखेरीज 'होम शॉपिंग नेटवर्क'च्या माध्यमातून मी 'मिरॅकल स्लिमिंग पावडर'ही खरेदी केलीये आणि ती रोज खातोय.

मी अठ्ठावीस वर्षांचा होऊनही अविवाहित असल्याबद्दल आता आईला काळजी वाटू लागली होती आणि समलिंगी संबंधामध्ये तर अडकलो नाहीये ना, अशीही तिला शंका येऊ लागली होती; पण इंटरनॅशनल पेन पाल्स या संस्थेच्या माणसांमुळे चित्र पुष्कळ बदलले. ३९.९९ डॉलर्स एवढ्या किरकोळ फीमध्ये त्यांनी मला माझ्याशी मैत्री करू इच्छिणाऱ्या सात सुंदर तरुणींचे पत्ते दिले. ही एक माझ्या आयुष्यातील फार छान घटना होती. एकाच वेळी सात मुलींचा मला अंदाज घेता येणार होता. या मुली विविध देशांतील होत्या. काही देश तर असे होते, ज्यांची नावेही मला ठाऊक नव्हती.

अक्षरांच्या क्रमवारीप्रमाणेच सांगायचे, तर त्यात अफगाणिस्तानची अलिफा होती. पूर्व टिमोरची फ्लोरेस होती. फिजीची जेनिफर, इराणची लैला, लॅट्‌वियाची लोलिता, कोसोवोची राघाड आणि भारतातील सपना होती. मी माझी ओळख करून

देणारे पत्र सर्वांना लिहिले. सातही जणींनी उत्तरे लिहिली; पण त्यात एक छोटीशी अडचण होती. त्यातील तिघींना इंग्लिश चांगले येत नव्हते. म्हणजे जेव्हा 'Daer Larry, Amerika goot place to leev. Loov you. अशा प्रकारच्या भाषेत तुम्हाला पत्र येते तेव्हा अशा व्यक्तीशी संवाद करणे अशक्यच असते ना! त्यातील काही पत्रे फारच गुंतागुंतीची होती. म्हणजे अफगाणिस्तान, पूर्व टिमोरची आणि इराणमधील मुलींनी आपापल्या देशातील राजकीय समस्याच मांडल्या होत्या आणि फिजीमधील मुलीने पहिल्याच पत्रात माझ्याकडे माझ्या क्रेडिट कार्डचा नंबर मागितला. हे म्हणजे जरा अतिच होते. लॅट्वियामधील तरुणी अधिकच विनयशील होती. तिने लिहिले, 'हॅलो लॅरी, मी सोळा वर्षांची आहे. मला तुझ्याशी मैत्री करायला आवडेल. मला ०११-३७१-७५२११११ या क्रमांकावर फोन कर.' मला ती माझ्या वयाच्या मानाने फारच तरुण वाटली; पण हातपंपाचे हॅंडल केवढे आहे हे बघून विहीर किती खोल आहे हे सांगता येत नाही ना! त्यामुळे मी लोलिताला फोन केला. मला वाटते, ती बहुधा जुनाट दम्याची पेशंट असावी. कारण फोनवर पहिली पाच मिनिटे मला नुसते मोठ्ठे उसासे ऐकू येत होते. माझ्या त्या फोनचे ५७.४९ डॉलर्स बिल बघून मी त्याचा नादच सोडून दिला आणि अशा रीतीने लोलिता मैत्रीप्रकरणाचा शेवट झाला.

आता माझ्यापुढे फक्त भारतातील सपना सिंगचा पर्याय उरला होता. तिने मला एक सुंदर पत्र लिहिले. आपण कसा क्रौर्य आणि शोषणाशी लढा दिला आहे, त्या संघर्षाची कहाणी तिने त्यात लिहिली होती. ती इतकी दरिद्री होती की, तिच्याकडे फोनसुद्धा नव्हता. ते वाचून माझ्या डोळ्यात पाणीच आले आणि टेक्सासमधील एक उत्तम ड्रायव्हर होण्यासाठी मी जो संघर्ष केला, त्याची मला आठवण झाली. मी तिला उत्तर लिहिले. तिने पुन्हा त्याला उत्तर दिले. दोन महिन्यांनी आम्ही आमचे फोटो एकमेकांना पाठवले. तोपर्यंत मी मिस हूटर्स इंटरनॅशनल २००३मधील टीना गॅबॅल्डन ही सर्वांत सुंदर स्त्री आहे, असे मानत होतो; पण सपनाच्या फोटोवर एक नजर टाकली अन् मला कळून चुकले, माझा समज साफ चुकीचा होता. ती जगातील सगळ्यात सुंदर स्त्री होती आणि मी तिच्या आकंठ प्रेमात बुडालो.

सगळे धैर्य एकवटून या वर्षी जून महिन्यात मी तिच्यापुढे विवाहाचा प्रस्ताव ठेवला आणि आश्चर्य म्हणजे तिने तो मान्यही केला. कोंबड्यांच्या खुराड्यात एखादा कोंबडा आल्यावर त्यांना आनंद होणार नाही एवढा मी खूश झालो! मी इकडे हिंदी शिकू लागलो, तर ती तिकडे मला आवडणारी मिठाई, चॉकलेट ब्राऊनी कशी करायची ते शिकायला लागली. भारतातील लग्नाची तारीख आम्ही नक्की केली. तिने लग्नासाठी पाच हजार डॉलर्स देण्याची विनंती केली आणि माझे अक्षरशः

पेकाटच मोडले. पण मी भीक मागून, पै-पै काटकसरीने जमवून तिला तेवढे पैसे पाठवून दिले. तीनच आठवड्यांपूर्वी आमच्या लग्नाची निमंत्रणपत्रिका तिने मला पाठवून दिली आणि आज मी दिल्लीला निघालोय, माझ्या स्वप्नातील राजकुमारीशी लग्न करण्यासाठी!

"हॅलो," मला भारतात घेऊन जाणाऱ्या युनायटेड एअरलाइन्सच्या विमानात चढताना सामोऱ्या आलेल्या दोन देखण्या हवाईसुंदरींना मी अभिवादन केले. ते विमान प्रचंड होते; वॅकोमधील भव्य स्टारप्लेक्स सिनेमागृहासारखे! विमानात असलेल्या आणखी एका उंच हवाईसुंदरीने मला माझी जागा दाखवली. सीट क्र. ११६. ती विमानातील सर्वोत्तम जागा होती. सगळ्यात शेवटी आणि सोयीची! स्वच्छतागृहाच्या अगदी शेजारी!

माझी बॅग मी पायाखाली असलेल्या जागेत टाकली आणि स्वस्थ बसलो. आज नक्कीच नशीब माझ्या बाजूने होते. माझी सीट मधली होती. माझ्या उजव्या बाजूला, खिडकीजवळ एक तुकतुकीत कांतीची तरुणी बसली होती आणि डाव्या बाजूला लाल हायफ्लायरचा टी शर्ट आणि डॉजर्स बेसबॉलची टोपी घातलेला एक भारतीय दिसणारा तरुण बसला होता.

ती तरुणी 'टाइम' नावाचे एक मासिक वाचत होती. मी तिला अभिवादन करण्यासाठी टोपी काढली अन् तिच्या दंडावर बोटाने टकटक करीत म्हटले, "हॅलो गॅडग, कुठे निघालात आपण?" आपले अंग आक्रसून घेत तिने माझ्याकडे असा कटाक्ष टाकला, जणू मला एखादा संसर्गजन्य रोग झाला असावा. मग मी माझ्या डाव्या बाजूला बसलेल्या आणि मोकळ्या दिसणाऱ्या तरुणाकडे माझा मोर्चा वळवला.

"मग, तुझी आई आणि बाकी मंडळी कशी आहेत?" मी त्याला विचारले.

कळपात नव्याने शिरलेल्या एखाद्या कोकराकडे बघावे तसे माझ्याकडे बघत तो म्हणाला, "माफ करा, काय म्हणालात तुम्ही?"

तो तरुण टेक्सासचा नव्हता हे नक्की.

"आप कैसे है?" मी माझ्या परीने उत्तम हिंदीत त्याला विचारले.

"आय ॲम फाइन!" त्याने इंग्लिशमध्ये उत्तर दिले.

"क्या आप भी इंडिया जा रहे है?"

"अरे बाबा, तू माझ्याशी त्या भलत्या-सलत्या भाषेत का बोलतोयस? मी हिंदी बोलत नाही."

"पण...पण तू भारतीय आहेस ना?" मी बावचळलो.

"नाही, तुझा गैरसमज दूर कर. मी अमेरिकन आहे." तो म्हणाला आणि पुढच्या खिशातून निळ्या रंगाचा पासपोर्ट काढून माझ्यापुढे नाचवत म्हणाला,

“याच्या मुखपृष्ठावरील गरूड दिसतोय? तो अमेरिकन आहे.”

“अरेच्या!” असे म्हणत मी गप्प बसलो. विमानाने हवेत उड्डाण करण्यापूर्वी त्या हवाईसुंदरीने हाताच्या काही कसरती करून दाखवल्या आणि सुरक्षेबाबतची एक व्हीडिओ फिल्म दाखवली. मी त्या सीटच्या खिशात ठेवलेल्या कार्डावरील सुरक्षिततेबाबतच्या सूचना पाठ करण्यात मग्न असताना बाकीचे प्रवासी मात्र स्वस्थ होते. मला काही समजण्यापूर्वीच विमान उडाले होते.

खूप बाटल्या आणि कॅन्स भरलेली ट्रॉली ढकलत एक हवाईसुंदरी आली.

“तुम्हाला काय प्यायला आवडेल सर?” तिने मला मधाळ आवाजात विचारले.

“कोक प्लीज!” मी तिला म्हटले.

“माफ करा सर, आमच्याकडील कोक संपले आहेत. तुम्हाला पेप्सी चालेल?”

“हो.” मी मान हलवत उत्तरलो. “तोही कोकच आहे शेवटी! केवढ्याला?”

“तो फुकट आहे सर!” असे म्हणत ती हसली.

तो भारतीय कुतूहलाने माझ्याकडे बघत म्हणाला, “तुम्ही प्रथमच विमानप्रवास करताय का?”

“होय.” मी उत्तरलो अन् म्हणालो, “आपण एकमेकांशी नुसते बोललो, पण हस्तांदोलन नाही केले अजून. मी लॅरी पेज.”

“लॅरी पेज?” तो प्रभावित झालेला दिसला. “तुम्हाला ठाऊक आहे, तुमचे आणि ‘गूगल’च्या जनकाचे नाव एकच आहे?”

“हो. सगळे जण मला तेच म्हणतात. ‘गूगल’चा कॉम्प्युटरशी काहीतरी संबंध आहे, नाही का?”

“बरोब्बर! ते एक इंटरनेटसाठी काम करणारे सर्च इंजीन आहे.”

“माझा सहकारी जॉनी स्कारफेस नेहमी आपल्या कॉम्प्युटरवर काहीतरी काम करीत असतो; पण मला मात्र इंटरनेटची फारच जुजबी माहिती आहे बरे का! एखाद्या डुकराला पियानोवादनाबद्दल असते तेवढीच.”

“काही काळजी करू नकोस.” तो म्हणाला आणि माझा हात हातात घेत म्हणाला, “तुला भेटून आनंद झाला. माझे नाव लालानेंदू विद्याधरप्रसाद मोहपात्रा. मला बिट्टी म्हणतात.”

“काय करतोस तू बिट्टी? कॉलेजचा विद्यार्थी दिसतोयस.”

“होय. मी इलिनॉइस विद्यापीठात मायक्रोइलेक्ट्रॉनिक्स आणि नॅनो टेक्नॉलॉजी या दोन विषयांमध्ये शिक्षण घेतोय. तू काय करतोस?”

“मी टेक्सासमधील राउंड रॉक येथील वॉलमार्टच्या सुपरसेंटरमध्ये काम

करतो. ३५ क्रमांकाच्या फ्री वेवर, २५१ क्रमांकाच्या एक्झिटवर ते आहे. कधी तेथून जाणार असशील, तर मला सांग. मला बरे वाटेल तुला भेटून. शिवाय तुला माझ्यामुळे ५-१० टक्के डिस्काऊंटही मिळेल.''

या संभाषणानंतर आमच्यातील औपचारिकता संपली आणि जणू जुने शाळकरी दोस्त असल्याप्रमाणे आमच्या गप्पा सुरू झाल्या. बिट्टी त्याच्या सुपर कुल्ड कंडक्टर्स या प्रकल्पाविषयी माझ्याशी बोलू लागला; पण मला ते कळण्यापूर्वी मी त्याला माझ्या आणि सपनाच्या लग्नाविषयी सगळेकाही सांगू लागलो.

''तुझी भावी वधू एक छान भारतीय मुलगी दिसतेय.'' तो म्हणाला.

''तुला तिचे फोटो बघायला आवडतील?'' मी त्याला विचारले.

''हो, नक्कीच.''

मी माझी बॅग बाहेर ओढून त्यातील एक खाकी रंगाचे पाकीट काळजीपूर्वक बाहेर काढले. अनेक प्रकारचे ड्रेसेस घातलेले सपनाचे मोठ्ठे, रंगीत फोटो त्यामध्ये होते. ते फोटो बघताना बिट्टीच्या चेहेऱ्यावर उमटणारे भाव मी निरखत होतो. माझ्या अपेक्षेप्रमाणे ते फोटो बघून त्याचे डोळेच बाहेर आले.

''ही सपना सिंग आहे असे म्हणतोयस तू?'' खूप वेळानंतर त्याने मला विचारले.

''हो.''

''तू तिला प्रत्यक्ष भेटला आहेस?''

''नाही; पण नवी दिल्ली विमान तळावर ती माझी वाट बघत असेल.''

''तिने तुझ्याकडून लग्नासाठी पाच हजार डॉलर्स घेतले?''

''हो. ते आवश्यकच होते. कारण ती काही कुठल्या श्रीमंत घरातली मुलगी नाहीय.''

''आणि तुला असे वाटतेय तू या मुलीशी लग्न करणार आहेस म्हणून?''

''अर्थात! आजपासून बरोब्बर १५ दिवसांनी. सगळी तयारी झालीये. अगदी पांढराशुभ्र घोडासुद्धा बुक झालाय. बिट्टी, तुला खरं सांगू, माझा माझ्या नशिबावर विश्वासच बसत नाहीये.''

आपले ओठ मुडपून तो म्हणाला, ''मला हे सांगताना खूप वाईट वाटतेय; पण तू फसवला गेलायस्.''

''म्हणजे, काय म्हणायचे आहे तुला?''

''मला म्हणायचेय, सपना सिंगचे म्हणून तू मला जे फोटो दाखवलेस, ती सपना सिंग नाहीये, असूच शकत नाही.''

''पण का? तू तिला ओळखतोस?'' मी अक्षरशः आश्चर्याने स्तंभित होऊन ओरडलो.

''मी काय, प्रत्येक भारतीय तिला ओळखतो. कारण हे फोटो प्रसिद्ध अभिनेत्री शबनम सक्सेनाचे आहेत. तिचे एक पोस्टर माझ्याही खोलीत आहे.''

''नाही. अजिबात नाही. ती माझी वाग्दत्त वधू आहे. ती कोण शबनम आहे, ती सपनासारखी दिसत असणार.''

मी असे म्हटल्यावर बिट्टीने माझ्याकडे जो कटाक्ष टाकला, तसा कटाक्ष मी पगारवाढीच्या गोष्टी करतो तेव्हा जॉनी स्कारफेस माझ्याकडे टाकत असतो.

''काहीतरी, काहीतरी गडबड होतेय!'' मी पुन्हापुन्हा म्हणत राहिलो.

''काहीही गडबड नाहीये! हे फोटो शबनम सक्सेनाचेच आहेत. यातील एक फोटो तर 'इंटरनॅशनल मोल' या तिच्या अत्यंत गाजलेल्या सिनेमातील आहे, ह्याची मला खात्री आहे. तुला भारतातील एक म्हण सांगतो, त्याबद्दल वाईट नको वाटून घेऊस लॅरी. नदी असल्याची खात्री करून घेऊन मगच आंघोळीसाठी कपडे काढावेत. नाय ना देखुलु लंगला.''

विमान वेगाने जमिनीवर कोसळतेय असे मला वाटत होते. सगळे कसे धूसर! अस्पष्ट! मी सीटचे हात घट्ट धरले.

बिट्टीकडून ते पाकीट मी हिसकावून घेतले.

''तू जे मला सांगतोयस, ती एक भली मोठी थाप आहे. तुझ्या पोटात दुखतेय कुजकट!'' मी म्हणालो आणि उरलेला वेळ त्याच्याशी एक शब्दही बोललो नाही.

आत खोलवर मला मोठ्याने भोकाड पसरून रडावेसे वाटत होते.

कारण

तुम्हाला जोपर्यंत एखाद्या कृतीचे कारण कळत नाही,
तोपर्यंत त्या व्यक्तीबद्दल मत बनवू नका.

अनामिक

८

मोहनकुमारचा ताबा

सिरीफोर्ट प्रेक्षागृहात रात्री अकरा वाजता मोहनकुमार भानावर आले, तेव्हा त्यांचा खांदा ठणकत होता आणि डोके असह्य दुखत होते. त्यांनी बाहेरच्या आवारात पाऊल टाकले. आश्चर्याने ते अवती-भवती बघू लागले. महात्मा गांधींच्या आत्म्याशी संवाद करण्याचा कार्यक्रम जेथे झाला, त्या कार्यक्रमस्थळाला अक्षरश: युद्धभूमीचे स्वरूप आले होते. लाकडी बाक आणि खुर्च्या यांच्या चिरफळ्या सर्वत्र पसरल्या होत्या. कपडे, जोडे, मोजे, पिशव्या-पर्सेस आणि उचकटलेल्या वायरींचा सडा सर्वत्र पसरला होता. वातावरणात एक अस्वस्थ शांतता होती. वाहिन्यांचे कॅमेरे आणि निषेधाच्या फलकांची जागा पोलिसांनी आणि त्रस्त चेहेऱ्याच्या हवालदारांनी घेतली होती. या हवालदारांच्या मदतीनेच ते उंच, पण आता खिळखिळ्या झालेल्या गेटच्या बाहेर आले.

कसेबसे अडखळत ते कार पार्किंगच्या जागेवर आले तेव्हा त्यांना त्यांची ह्युंडाई सोनाटा ही एकमेव खाजगी गाडी तेथे उभी असलेली दिसली. छतावर लाल-निळे दिवे लावलेल्या पोलिसांच्या जीपगाड्यांचा गराडा त्या गाडीला पडला होता.

त्यांना बघून एक हडकुळा, बारीक मिशी असलेला काळजीग्रस्त माणूस धावत त्यांच्याकडे येत म्हणाला, ''साहेब, आलात तुम्ही!'' आणि त्याला एकदम रडूच कोसळले. ''सगळे म्हणत होते आतमध्ये एक खून झालाय म्हणून. लोक कसे सैरावैरा धावत होते, ते तुम्ही बघायला हवे होत, साहेब. चेंगराचेंगरीत दोन जण मेले. पण तुम्ही ठीक आहात ना साहेब?''

''अर्थात! मी ठीक आहे, ब्रिजलाल. पण रिता मॅडम कुठायत?'' तिरसटपणे उत्तर देत मोहनकुमारांनी विचारले.

''एका बाईबरोबर काळ्या मर्सिडिजमधून जाताना बघितले मी त्यांना.''

''कमालच आहे! तिने माझी वाट का नाही बघितली? जाऊ दे, चल, आपण निघू.''

ड्रायव्हरने घाईघाईने गाडीचा डाव्या बाजूचा मागचा दरवाजा उघडला. मोहनकुमार आत शिरत असताना त्यांना दरवाजाच्या हँडलखाली काहीतरी दिसले.

''हे काय ब्रिजलाल, गाडीवर एवढा मोठ्ठा चरा कसा काय आला?''

ब्रिजलाल गोंधळून दरवाजा तपासू लागला.

''एखाद्या हवालदाराची लाठी घासून गेली असणार. मला माफ करा साहेब. गाडी सोडून मी तुम्हाला शोधण्यासाठी गेलो होतो. माफ करा मला!'' मान खाली घालीत ब्रिजलाल म्हणाला.

''किती वेळा तुला माफ करायचे ब्रिजलाल? कामाकडे तुझे फारच दुर्लक्ष व्हायला लागलेय. आता दरवाजा दुरुस्त करण्याचा खर्च तुझ्या पगारातून कापल्याखेरीज तू शहाणा होणार नाहीस.'' मोहनकुमार संतापून ओरडले.

ब्रिजलालने चकार शब्द काढला नाही. साहेबांच्या संतापाची त्याला चांगलीच कल्पना होती. किंबहुना सगळ्या उत्तर प्रदेशात साहेबांच्या गरम डोक्याची चर्चा होती. गेल्या २७ वर्षांपासून तो साहेबांच्या सेवेत होता. हनुमानाच्या निष्ठेने तो आपल्या धन्याची चाकरी करीत होता आणि त्यांच्याबद्दल आदरही बाळगून होता. त्याच्या विश्वात मोहनकुमारांचे स्थान सर्वशक्तिमान देवापेक्षा कमी नव्हते.

त्याचे सुख आणि कल्याणाची चावी साहेबांच्याच तर हातात होती. साहेबांमुळेच त्याला त्याची वीजमंडळातील पहिली नोकरी मिळाली. मग साहेबांनीच त्याला राज्य ऊस महामंडळाच्या कायमच्या नोकरीत लावून शिपाई म्हणून पदोन्नती दिली. गाडी चालवण्याचे शिक्षण घेण्यासाठी साहेबांनीच त्याला प्रोत्साहन दिले आणि त्यामुळेच लखनौच्या सचिवालयात त्याला ड्रायव्हरची नोकरी मिळू शकली. या नोकरीमुळे त्याला केवळ जास्त पगारच मिळाला असे नाही, तर जादा कामाचे पैसेही मिळू लागले. वीस वर्षे त्याने मोहनकुमारांना सरकारकडून मिळालेली पांढरीशुभ्र ॲम्बॅसॅडर चालवली. मोहनकुमार सहा महिन्यांपूर्वी निवृत्त झाले तेव्हा ब्रिजलालची नोकरीची तीन वर्षे बाकी होती; पण त्यानेही ऐच्छिक सेवानिवृत्ती घेतली आणि मोहनकुमारांचा वैयक्तिक ड्रायव्हर म्हणून तो काम करू लागला. त्याच्या दृष्टीने साहेबांवरील त्याच्या भक्तीचा तो सर्वोच्च आविष्कार होता.

मुदतीपूर्वी निवृत्ती घेण्यात ब्रिजलालची हुशारी होती. साहेब अजूनही आपल्यासाठी आणि आपल्या कुटुंबासाठी खूप काही करू शकतील, यावर त्याचा विश्वास होता. खरे म्हणजे त्याला साहेबांकडून एकच, शेवटची कृपा हवी होती. अन् ती म्हणजे त्याच्या मुलासाठी, रूपेशसाठी सरकारी नोकरी. सरकारी नोकरी आणि त्यातील सुरक्षितता हे गरिबांच्या सगळ्या समस्यांवरील एकमेव उत्तर आहे, यावर ब्रिजलालचा ठाम विश्वास होता. दिल्ली प्रशासनात रूपेशला ड्रायव्हरची नोकरी मिळवून देणे, हे त्याचे एकमेव स्वप्न होते. आणि रूपेशने ड्रायव्हिंगचा परवाना मिळवताच त्याचे

हे काम करण्याचा शब्द मोहनकुमार यांनी दिला होता. रूपेशला सरकारी नोकरी आणि आपल्या १९ वर्षांच्या मुलीला, राणीला योग्य नवरा एवढीच ब्रिजलालची स्वप्ने आणि इच्छा होत्या; आणि त्या पूर्ण होण्यासाठी साहेबांच्या कितीही शिव्या खाण्याची, अपमान सोसण्याची त्याची तयारी होती.

"आता तू शुंभासारखा नुसता बघत बसणार आहेस की मला घरी घेऊन जाणार आहेस?" मागच्या सीटवर बसता बसता मोहनकुमार खेकसले. ब्रिजलालने मागचा दरवाजा बंद केला आणि तो आपल्या जागेवर बसला. गाडी सुरू करण्यापूर्वी त्याने आपला मोबाइल बंद केला. गाडी चालवत असताना मोबाइल वाजला, तर साहेब किती संतापतात, हे त्याला चांगलेच ठाऊक होते. गाडी सुरू झाली. समोरच्या काचेत दिसणारी सिरीफोर्ट ऑडिटोरियमची इमारत धूसर होऊ लागली. मोहनकुमार अगदी निर्धाराने खिडकीबाहेर दूर बघत होते. आकाशात दूरवर दिसणाऱ्या फिकुटलेल्या चंद्राचा निस्तेज प्रकाश भोवतालच्या इमारतींच्या डोक्यावर पडत होता. रस्त्यावरील रहदारी मंदावू लागली होती. दिल्ली प्रशासनाच्या सार्वजनिक बसेसही परतीच्या मार्गावर होत्या. वीस मिनिटातच ते घरी पोहोचले. औरंगजेब मार्गावर असलेल्या ५४ सी क्रमांकाच्या बंगल्याच्या लोखंडी प्रवेशदारातून गाडी आत नेताना ब्रिजलालचा ऊर अभिमानाने भरून आला होता.

मोहनकुमारांचे निवासस्थान म्हणजे भव्य दोन मजली अत्याधुनिक राजवाडाच होता! बाहेरील बाजूने संगमरवराने मढवलेल्या या बंगल्याला कौलारू छप्पर होते. रागोर विरतीर्ण, हिरवेगार लॉन आणि त्यावर उन्हाळ्यात थंड हवेसाठी खास छोटा हवामहल उभारला होता. त्या बंगल्याला एक आऊटहाउस होते आणि नोकरांसाठी तीन खोल्याही होत्या. एका खोलीत ब्रिजलाल आणि त्याचे कुटुंब, दुसऱ्या खोलीत स्वयंपाकी गोपी, तर तिसऱ्या खोलीत बिष्णू माळी राहत होता; पण ब्रिजलालच्या दृष्टीने सर्वांत थरारक गोष्ट कोणती होती, तर त्या घराचे भाडे. त्या बंगल्याचे दर महा भाडे चार लाख रुपये असल्याची चर्चा त्याने ऐकली तेव्हा तो आकडा ऐकून ब्रिजलालची छातीच दडपली. ब्रिजलालच्या दृष्टीने ते साहेबांच्या कर्तृत्वाचे शिखर होते आणि ते पाहून ब्रिजलाल रूपेशला नेहेमी म्हणत असे, "कष्ट कर मुला. कष्ट कर म्हणजे कदाचित एक दिवस तूही साहेबांसारखाच होशील आणि एक दिवस तुलाही असे घर मिळेल, ज्याचे महिन्याचे भाडे कमवण्यासाठी तुझ्या वडिलांना आठ वर्षं कष्ट करावे लागले."

लाल साडी नेसलेली मोहनकुमारांची पत्नी शांती त्यांची वाटच बघत होती. ठेंगणी, मध्यमवयीन अशी ती बाई डोक्यावरील पांढऱ्या केसांमुळे वयापेक्षा अधिकच प्रौढ दिसत होती. तिच्या नेहेमीच्या प्रसन्न चेहेऱ्यावर आज काळजीच्या रेघा स्पष्ट दिसत होत्या. "आलात तुम्ही? देव पावला बाई! तुम्ही त्या सभागृहात

आहात हे ब्रिजलालकडून कळल्यावर माझा जीवच उडून गेला होता.'' शांती गाडी थांबताच मोहनकुमारांना म्हणाल्या.

मोहनकुमारांनी आपल्या ड्रायव्हरकडे एक संतप्त कटाक्ष टाकला.

''मी तुला वारंवार सांगितलेय ब्रिजलाल, माझ्या कार्यक्रमांचा जगभर गाजावाजा करीत जाऊ नकोस म्हणून. तू कशाला शांतीला फोन केलास?''

''माफ करा साहेब मला; पण मला खरेच तुमची काळजी वाटत होती. आणि बिबीजींना हे कळवले पाहिजे असे मला वाटले.'' जमिनीकडे नजर वळवत ब्रिजलाल म्हणाला.

''तू पुन्हा असे उद्योग करच, मग बघतो तुझ्याकडे!'' असे म्हणत मोहनकुमारांनी धाड्कन गाडीचा दरवाजा लावला आणि ते वेगाने घरात शिरले. शांती घाईघाईने त्यांच्यामागे गेल्या.

''तुम्हाला त्या भयंकर कार्यक्रमाला जाण्याची काय गरज होती?'' शांतीने विचारले.

''तू नसत्या चौकश्या करू नकोस.'' त्यांनी तुसडेपणे उत्तर दिले.

''हे सगळे त्या बयेचे उपद्व्याप! त्या चेटकिणीने काय जाळे पसरलेय तुमच्यावर देव जाणे!'' त्या पुटपुटल्या.

''हे बघ शांती,'' आपले हाताचे पहिले बोट रोखत मोहनकुमार म्हणाले, ''यापूर्वी खूप वेळा या विषयावर चर्चा झालीये आपली. तू थयथयाट करून काहीही फायदा होणार नाही. गोपीने माझ्या खोलीत बर्फ आणि सोडा ठेवला का?''

''होय.'' असे म्हणत शांतीने उसासा टाकला आणि आपल्या असफल विवाहाचा स्वत:शीच कबुलीनामा दिला.

''तुम्ही तुमच्या तब्येतीचे वाटोळे करून घ्यायचे ठरवलेच असेल, तर मी तरी काय करणार? जा आणि ओता घशात हवी तेवढी दारू.''

''घेईनच!'' असे म्हणत मोहनकुमार जिना चढत पहिल्या मजल्याकडे निघाले.

तीन आठवडे उलटले. सिरीफोर्ट ऑडिटोरियममध्ये घडलेला तो प्रसंग मोहनकुमार यांच्या जवळजवळ विस्मरणात गेला होता. बोर्ड मीटिंग्ज, वेगवेगळ्या प्रकल्पांचा अभ्यास, त्यासंबंधी सल्ला-मसलती असे त्यांचे दैनंदिन आयुष्य पुन्हा सुरू झाले. एका कॉर्पोरेट हाउसतर्फे आलेली आणखी एक सल्लागारपदाची जबाबदारी त्यांनी स्वीकारली. रविवारी दिल्ली गोल्फ क्लबवर जाऊन गोल्फ खेळणे चालू राहिले आणि आठवड्यातून दोन वेळा दुपारी होणाऱ्या प्रेयसीच्या भेटीही चालू राहिल्या. सगळेकाही सुरळीत सुरू आहे यावर विश्वास ठेवण्यास ते स्वत:ला भाग

पाडत होते; पण तरीही मनात कुठेतरी शंकेची पाल चुकचुकत होतीच. एखादे धूसर, अस्पष्ट चित्र निश्चित आकार घेण्याची जणू धडपड करीत होते. आठवणीच्या कप्प्यातील एक किरण मनातील जाणिवेच्या कक्षांत येण्यासाठी वाट शोधत होता. या जाणिवेने ते रात्र-रात्र तळमळत, झोपेविना काढत होते. सकाळी जाग येई तेव्हा ते कधी फरशीवर असत, तर कधी बाथरूममध्ये. आपण तिथे गेलो कसे हे मात्र त्यांना आठवत नसे. अनेकदा बोर्ड मीटिंगमध्ये बोलता-बोलता मध्येच त्यांना शब्दच आठवत नसत. ते शब्द जिभेच्या टोकावर आहेत, पण पकडता येत नाहीत असे त्यांना वाटत असे. रिटाबरोबर प्रणयात दंग असताना मध्येच त्यांना आपण एक म्हातारे, केविलवाणे जनावर असल्याचा भास होई आणि शरीरसुखाच्या सर्व इच्छा विझून, राख होऊन जात. काहीतरी, कुठेतरी खुपत होते; पण काय ते नेमकेपणाने कळत नव्हते.

ते त्यांच्या नेहेमीच्या डॉक्टरांकडे, सोनींकडे तपासणी करून घेण्यासाठी गेले; पण डॉक्टरांना त्यांच्या प्रकृतीत काहीच दोष आढळला नाही.

"तुमची प्रकृती एकदम उत्तम आहे मोहन. एमआरआय, स्कॅन रिपोर्ट एकदम छान आहेत. मला वाटते, संकटानंतर येणाऱ्या तणावामुळे तुम्हाला हा त्रास होत असावा."

"म्हणजे काय?"

"आपल्याला जेव्हा एखाद्या संकटाला तोंड द्यावे लागते किंवा एखादी आणीबाणीसदृश घटना आपल्यासमोर घडते, म्हणजे उदाहरणार्थ, आपल्यासमोर आपण एखादा खून होताना बघतो, अशा वेळी येणाऱ्या प्रचंड ताणाशी जुळवून घेण्याचा प्रयत्न आपला मेंदू करीत असतो; पण त्यामुळे रात्री भीतिदायक स्वप्न पडणे, सतत मागचे आठवत राहणे, अजिबात झोप न लागणे, असे घडू शकते. मी तुम्हाला झोप येण्यासाठी काही गोळ्या लिहून देतो. आठवडाभरात तुम्हाला बरे वाटेल."

चारच दिवसांनंतर मोहन नाश्ता करीत असताना ब्रिजलाल तेथे आला आणि दही घुसळत बसलेल्या शांतीकडे जाऊन एकदम त्यांच्या पायाशी वाकला.

"बिबीजी, मला तुमचे आशीर्वाद हवे आहेत. एक मुलगा माझ्या मुलीला बघण्यासाठी काल येऊन गेला."

"अरे वा, म्हणजे आता राणोचे लग्न होणार तर!" आश्चर्याचा धक्का बसलेल्या शांतीने प्रसन्नपणे विचारले.

"होय बिबीजी. मुलगा दिल्लीलाच राहतो, आमच्या जातीचा आहे आणि मुख्य म्हणजे सरकारी नोकरीत आहे. रेल्वे खात्यात तो शिपाई आहे. त्याचे

वडीलही शिपाई आहेत. त्यांनी फार हुंडा मागू नये एवढीच माझी इच्छा आहे. अर्थात मी त्यांना माझ्याकडून माझ्या ऐपतीप्रमाणे भरपूर देऊ केलेय. त्यांना ते मान्य होते का बघायचे.''

''मला खात्री आहे, सगळेकाही ठीक होईल.'' शांती म्हणाल्या. टेबलावर मोहन अजून नाश्ता करीत आहेत की नाही याचा अंदाज घेत त्या ब्रिजलालजवळ पुटपुटल्या, ''आज तुझे साहेब त्या चांडाळणीकडे, रिटाकडे जाणार असतील ना?''

''हो बिबीजी.'' जणू स्वत:च गुन्हा केल्याप्रमाणे खिन्न आवाजात त्याने उत्तर दिले.

''त्यांच्यावर नीट लक्ष ठेव. ते नीट जेवण आणि माफकच दारू घेतात की नाही ते बघ. मला त्यांच्या तब्येतीचीच काळजी वाटते. आजकाल फारशी ठीक नाहीये ना!''

''हो बिबीजी. ते कधीकधी फार विचित्र वागतात, असे माझ्याही लक्षात आलेय.''

''रिटा त्यांच्या आयुष्यात आली नसती, तर बरे झाले असते. कधीकधी मला वाटते, तिच्या घरी जाऊन तिला विचारावे, बाई गं, का माझे कुटुंब असे उद्ध्वस्त करायला निघालीयेस!''

''तिच्याकडे जाऊन तुम्ही स्वत:ची किंमत कमी करून घेऊ नका बिबीजी. भगवान के घर देर है लेकिन अंधेर नही! तिला कधी ना कधी या पापाची शिक्षा मिळेलच बिबीजी.'' ब्रिजलाल शांतीची समजूत काढत म्हणाला.

''तू म्हणतोस ते बरोबर आहे ब्रिजलाल.'' आकाशातल्या देवाकडे बघत शांती पुटपुटल्या आणि पुन्हा ताक घुसळू लागल्या.

अनेक कार्यालये आणि दुकानांनी गजबजलेल्या भिकाजी कामा परिसरात मोहन यांचे ऑफिस होते; राखाडी रंगाचे अन् त्यामुळे सतत उदास भासणारे. या परिसरात गाडी पार्क करण्यासाठी रिकामी जागा मिळवणे ही ब्रिजलालसाठी रोज डोकेदुखी असायची. आज पासपोर्ट कार्यालयाच्या मागील अरुंद गल्लीत त्याला गाडी पार्क करणे भाग पडले. गाडी सुखरूप जागी लावल्यावर इतर ड्रायव्हर्सबरोबर गप्पा छाटणे, रमी खेळणे किंवा वाढती महागाई, ढासळणारी माणुसकी यावर पोटतिडिकीने चर्चा करणे हा त्याचा रोजचा उद्योग. जेवणाच्या सुट्टीत ब्रिजलालला मोबाइलवर एक फोन आला. राणीला बघून गेलेल्या मुलाच्या वडिलांचा तो फोन होता. त्यांना राणो पसंत होती; पण ब्रिजलालने देऊ केलेल्या हुंड्यापेक्षा त्यांना पंचवीस हजार रुपये अधिक हुंडा हवा होता. 'मान्य आहे.' एवढेच ब्रिजलाल

म्हणाला आणि जवळच्या एका मंदिराकडे पळाला.

दुपारी बरोबर तीन वाजता मोहन ऑफिसमधून बाहेर पडले. आज रिटाकडे जायचा दिवस होता. ते गाडीमध्ये बसताच ब्रिजलालने लाडूचा डबा त्यांच्यापुढे धरला.

"आज मिठाई कोणत्या खुशीबद्दल ब्रिजलाल?" हसत मोहनने विचारले.

"तुमच्या आशीर्वादामुळे साहेब माझ्या राणोसाठी एका छान स्थळाकडून पसंती आलीय."

"व्वा, छान! तू चांगल्या स्थळाच्या शोधात आहेस, असे शांती म्हणाली होती मला."

"तो सरकारी नोकर आहे साहेब. फक्त एकच अडचण आहे, साहेब."

"कोणती?" मोहन त्रासिकपणे म्हणाले.

"त्यांना हुंड्यात मी देऊ केलेल्या रकमेपेक्षा तीस हजार रुपये आणखी हवे आहेत. तुम्ही मला पैसे उसने देऊ शकलात तर...."

मान हलवत मोहन म्हणाले, "ब्रिजलाल, मी तुला आधीच पंधरा हजार रुपये आगाऊ दिले आहेत. आता आणखी पैसे उसने देणे शक्य नाही."

"देवाने तुम्हाला भरपूर दिलेय साहेब. मी फार थोडे मागतोय तुमच्याकडे."

"तुला आणखी पैसे देणे म्हणजे तुझ्याच पायावर धोंडा टाकण्यासारखे होईल ब्रिजलाल. मला कळत नाही, तुम्हा लोकांना लग्नावर एवढा भरगसाठ पैसा खर्च करण्याची गरज काय आहे? घरात खायला दाणा नाही आणि लग्न करण्याची वेळ आल्यावर मात्र श्रीमंतांसारखा भपका दाखवण्याची हौस! आता मला त्रास देऊ नकोस. मला हा रिपोर्ट वाचायचाय." असे म्हणत मोहन यांनी ब्रीफकेस उघडून त्यातून एक फाइल काढली. ब्रिजलाल खट्टू झाला.

वसंतविहार जवळ येताच रस्त्यावरून जाणाऱ्या एका लग्नाच्या वरातीमुळे मोहन यांची गाडी थोडी रेंगाळली. एक दणदणीत बँड त्या वरातीपुढे वाजत होता. त्यातील ट्रम्पेटवर एक बेसूर फिल्मी गाणे सुरू होते. वरातीत सहभागी वीस-पंचवीस लोकांनी भडक कपडे घातले होते आणि त्या कपड्यांना न शोभेशा चपला घालून ते मिरवणुकीत निघाले होते. निस्तेज दिसणारा नवरदेव बटबटीत शेरवानी घालून तेवढ्याच मरतुकड्या घोड्यावर मांड ठाकून बसला होता. एखाद्या गरिबाने भिकाऱ्याकडे हेटाळणीने बघावे तसा ब्रिजलालने त्या मिरवणुकीकडे एक तुच्छ कटाक्ष टाकला. आपल्या मुलीचे लग्न मात्र मोठ्या झोकात होणार आहे, अशी तो कल्पना करू लागला. काहीही करून तो पंचवीस हजार रुपये जमवणार होता आणि साहेबांना सांगून कर्झन रोडवरील ऑफिसर्स क्लब लग्नासाठी मिळवणार

होता. त्या लग्नात गणवेष घातलेल्या वादकांचा बँड असणार होता आणि एखाद्या कलाकाराची मैफलही! डोक्यावर पेट्रोमॅक्सच्या बत्त्या घेऊन रांगेने माणसे उभी राहणार होती. वराची मिरवणूक त्या ऑफिसर्स क्लबच्या गेटमधून जात असल्याचे दृश्य त्याच्या डोळ्यांपुढे येऊ लागले. सगळा हॉल एखाद्या राजवाड्याप्रमाणे लखलखत होता. वातावरणात सनईचे सूर निनादत होते. आतमध्ये लग्नाच्या डौलदार मंडपात जाईचा मधुर सुवास दरवळत होता. येणारे पाहुणे प्रवेशदारापाशी आल्यावर तेथील थाट आणि ऐट बघून चकित होत होते. नवरदेवाचे वडील मान हलवत ब्रिजलालला म्हणत होते, ''तुम्ही आम्हाला चुकीच्या पत्त्यावर तर आणले नाही ना ब्रिजलाल? नेमका हाच पत्ता आहे ना विवाहस्थळाचा?''

''अगदी हाच पत्ता आहे. इथेच माझ्या राणोचा तुमच्या मुलाशी विवाह होणार आहे. ही सगळी आमच्या साहेबांची कृपा! ते पाहा ते साहेब!'' क्रीम कलरचा ऐटबाज सूट आणि वर गुलाबी फेटा झोकात बांधलेल्या मोहनकुमारांकडे बोट दाखवत ब्रिजलाल म्हणणार होता. तो इशारा समजून बँडवर गाणे सुरू होणार होते; पण काहीतरी कारणाने साहेब ओरडत होते, ''अरे मूर्खा, कुठे चालला आहेस तू! थांबऽऽऽ.'' तो पितळ्याचा भला मोठा ट्रम्पेट चेहेऱ्याच्या अगदी जवळ आणून कोणीतरी मोठ्याने वाजवतो आहे. आपल्या कानाचे पडदे फाटतायत आणि आपण खाली कोसळतोय, असे ब्रिजलालला वाटू लागले.

ब्रिजलाल आपल्या दिवास्वप्नातून जागा होईपर्यंत खूप उशीर झाला होता. त्याचे डोके गाडीच्या स्टिअरिंगवर टेकलेले होते आणि गाडी एका दिव्याच्या खांबावर चढल्याने तो खांब वेडावाकडा वाकला होता. गाडीच्या समोरच्या काचेच्या डाव्या बाजूला एक मोठ्ठा, कोळ्याच्या जाळ्याप्रमाणे तडा गेला होता. गाडीच्या स्टिअरिंगवर काहीतरी चिकट द्रव हाताला लागत होता. मान वर करून आरशात बघितले तेव्हा त्याला तोंडाच्या एका कोपऱ्यातून रक्त ठिबकत असताना दिसले. त्याचा ओठ फाटला होता. डोक्यातील कल्लोळ थांबवण्यासाठी जणू त्याने आपले डोके जोरात हलवले आणि गाडीचे किती नुकसान झाले हे बघण्यासाठी गाडीबाहेर पाऊल टाकले. गाडीच्या पुढच्या बाजूला चांगलीच धडक लागली होती आणि मडगार्डजवळील पत्रा चेपून वेडावाकडा झाला होता. रेडिएटरलाही मार बसला असावा, अशी ब्रिजलालला शंका होती.

ब्रिजलाल भीतीने थरथरू लागला. गेल्या २० वर्षांत त्याच्याकडून प्रथमच अशी चूक झाली होती. 'आता संपले सारे! साहेब नक्कीच सालटी काढणार अंगाची! ड्रायव्हर म्हणून आता आपले काम संपले, राणोच्या लग्नाचे स्वप्न, रूपेशला सरकारी नोकरी मिळवून देण्याचे स्वप्नही संपले तर!'

मागील सीटवर बसलेल्या मोहनकुमारांकडे त्याचे लक्ष गेले. ते डोळे मिटून

अगदी निश्चल बसले होते. मेल्यासारखे! त्या क्षणी तेथून पळून जावे आणि बायको-मुलांना घेऊन रेल्वे स्टेशन गाठावे, अशी तीव्र इच्छा त्याला झाली. लखनौ मेल पकडून आपल्या वाडवडिलांच्या गावी जाऊन काही आठवडे प्रकरण थंड होईपर्यंत लपून राहावे. मग दुसऱ्या एखाद्या गावात जाऊन तेथे स्थायीक होऊन तेथेच राणोसाठी नवरदेव शोधावा, असे त्याला वाटू लागले.

दरम्यान वरातीमधील सगळी मंडळी गाडीभोवती जमा झाली. ट्रम्पेट वाजवणाऱ्याने ब्रिजलालच्या खांद्याला स्पर्श करीत विचारले, "कैसे हो भाई? काय झाले?" नवरदेवही घोड्यावरून उतरून गाडीला कुठे-किती लागले ते बघू लागला. एक घामेजलेला कॉन्स्टेबल काठी फिरवत तेथे आला आणि गर्दी हटवू लागला.

ब्रिजलाल त्या बघ्यांच्या कोंडाळ्याच्या अगदी बाहेर सरकून उभा राहिला; पण त्याची दृष्टी मात्र सतत मोहनकुमारांकडे होती. त्या नवरदेवाने गाडीचा मागचा दरवाजा उघडून तेथील मिनरल वॉटरच्या बाटलीतील थोडे पाणी मोहनकुमारांच्या तोंडावर शिंपडले. साहेबांनी थोडा कण्हल्यासारखा आवाज काढला.

"मी कुठे आहे?" क्षीण आवाजात मोहनकुमारांनी विचारले.

"तुम्ही तुमच्या गाडीमध्ये आहात. वसंतविहार पोलीस स्टेशनजवळ. तुमच्या गाडीला अपघात झालाय. एखादी ॲम्ब्युलन्स बोलावू?" हवालदार म्हणाला.

"अपघात?" मोहनकुमारांनी विचारले. कसेबसे ताठ होत ते गाडीच्या बाहेर आले. आता ब्रिजलालचे काही खरे नव्हते. तो गर्दीतून पुढे येत मोहनकुमारांच्या पायावर कोसळला.

"साहेब, मला माफ करा. माझ्या हातून फार मोठी चूक झाली साहेब. तुमचे फार नुकसान केलेय मी!" तो एखाद्या लहान मुलासारखा स्फंदत होता.

मोहन यांनी त्याला खांद्याला धरून उठवले. ब्रिजलालने घट्ट डोळे मिटले अन् गालावर सणसणीत थप्पड बसण्याची तो वाट बघू लागला; पण प्रत्यक्षात मोहन अगदी हळुवारपणे आपल्या बोटांनी ब्रिजलालच्या गालावर ओघळलेले अश्रू पुसत होते.

"तू कोण आहेस?" त्यांनी ब्रिजलालला विचारले.

"साहेब, मी ब्रिजलाल, तुमचा ड्रायव्हर."

"या माणसाची स्मरणशक्ती गेली की काय?" त्या हवालदाराने नवरदेवाला विचारले.

"नाही. माझी स्मरणशक्ती चांगली शाबूत आहे." मोहन उत्तरले आणि कॉन्स्टेबलकडे रोखून बघत म्हणाले, "मला ज्याने लाठीचा प्रसाद दिला तो हवालदार तूच ना?"

“लाठी मारली? अहो साहेब, तुमचे डोके ठिकाणावर आहे ना? तुम्हाला आज मी पहिल्यांदाच बघतोय.”

“पाशवी शक्तीचा उपयोग करणे बरे नाही. विशेषत: कायद्याचे रक्षण करणाऱ्यांनी तर असे करूच नये.”

“तुझ्या साहेबांचे आटे नक्कीच पूर्ण ढिले झाले बघ!” ब्रिजलालकडे प्रश्नार्थक मुद्रेने बघत हवालदार उद्‌गारला.

“ही सगळी माझीच चूक!” ब्रिजलाल पुन्हा रडू लागला.

“तुझी काहीही चूक नाही ब्रिजलाल. प्रत्येक शारीरिक संकटामागे काही दैवी योजना असते. तू आता ती गाडी ठीक चालतेय की नाही बघतोस का, नाहीतर आपल्याला टॅक्सी मागवावी लागेल.” मोहन म्हणाले.

ब्रिजलालला हसावे की रडावे तेच कळेना. “होय साहेब, लगेच बघतो.” हुंदके थांबवत तो म्हणाला आणि गाडी उघडून आपल्या सीटवर बसला. थरथरत्या हाताने त्याने चावी फिरवली आणि आश्चर्य म्हणजे गाडीचे इंजीन सुरळीतपणे सुरू झाले. त्याने गाडी मागे घेतली. ब्रेक दाबले अन् गाडीतून उडी मारीत तो ओरडला, “साहेब, गाडी चालतेय्!”

आजूबाजूला जमलेली गर्दी हळूहळू काढता पाय घेऊ लागली. गाडीचे नुकसान किती झाले हे बघण्यात त्यांना रस होता.

ब्रिजलालने मागचा दरवाजा उघडल्यावर मोहन आत बसले.

“आपण कुठे चाललो होतो, हे मला सांगण्याची कृपा करशील का?”

“रिता मॅडमसाहेबांच्या घरी.”

“या कोण आहेत?”

“तुम्ही त्यांना भेटलात की, तुम्हाला सगळे आठवेल.”

रिटाच्या घराच्या खाली मोहनकुमार गाडीतून उतरले तेव्हा त्यांच्या चेहऱ्यावर अगदी अनोळखी भाव होते. ब्रिजलाल त्यांना पहिल्या मजल्यावरील फ्लॅटपर्यंत घेऊन गेला आणि त्याने फ्लॅटची बेल दाबली. अधिक थांबण्याचा संकोच वाटून तो खाली उतरला.

रिटाने दरवाजा उघडला. गुलाबी गाउन घातलेल्या रिटाने अंगावर भरपूर परफ्यूम फवारला होता. “तुला आज उशीर झाला डार्लिंग?” असे लाडिकपणे म्हणत तिने मोहनकुमारांचे चुंबन घेण्याचा प्रयत्न केला.

एखाद्या मधमाशीने डंख केल्यावर मागे सरावे तसे मोहन एकदम मागे सरकले.

“मला... मला स्पर्श करू नका कृपया.”

“काय झाले तुम्हाला आज?” भुवया उंचावत रिटा म्हणाली.

“आपण कोण आहात?”

“व्वा, व्वा, आता तुम्ही मला ओळखत नसल्याचा आव आणता का?”

“मी खरेच ओळखत नाही. आपल्याला माझा ड्रायव्हर मला इकडे घेऊन आला.”

“अच्छा!” नम्रपणाचा आव आणीत रिटा म्हणाली, “श्रीयुत कुमार, माझे नाव रिटा सेठी. मी तुमची मैत्रीण आहे आणि माझ्याकडून शरीरसुख घेण्यासाठी आठवड्यातून दोनदा तुम्ही माझ्या घरी येता.”

“बाईबरोबर शय्यासुख! अरे देवा!”

“आता हे अति होतेय! मोहन, चला या. पुरे आता.”

“मिस सेठी, असे बघा, मी ब्रह्मचर्याची शपथ घेतली आहे. कोणत्याही स्त्रीबरोबर मी शरीरसंबंध ठेवू शकत नाही.”

“तुम्ही एखाद्या नाटक कंपनीत दाखल झाला नाहीत ना? महात्मा गांधी झाल्याचे असे नाटक कशाला करताय?” रिटाने वैतागून विचारले.

“पण मी गांधीच आहे!”

“गांधी?” मोठ्याने खिदळत रिटा म्हणाली, “मला गांधींची मैत्रीण म्हणवून घ्यायला फार आवडेल!”

“खरे म्हणजे मी तुम्हाला हे आधीच सांगायला हवे होते. रिटाजी, एकूण सात सामाजिक पापे आहेत.” शरमेने काहीसे लाल होत मोहन सांगू लागले, “तत्त्वाशिवाय राजकारण, कष्टाशिवाय संपत्ती, चारित्र्याशिवाय ज्ञान, नीतिमत्तेशिवाय व्यापार, मानवतेशिवाय विज्ञान, त्यागाशिवाय उपासना आणि विवेकाशिवाय सुख.” हाताच्या बोटावर मोजत ते बोलत होते. “यांपैकी शेवटचे तत्त्व स्त्री-पुरुष नात्याला लागू होते. मी काय म्हणतोय त्याचे महत्त्व तुम्हाला पटतेय, अशी मला आशा आहे.”

“होय. मला सगळे नीट समजलेय. त्याचा अर्थ प्रेमाशिवाय शरीरसुख! तुम्ही आत्तापर्यंत माझा निव्वळ वापर करीत होतात, प्रेमाशिवाय. आता तुम्हाला माझा कंटाळा आलाय. मला सोडून देण्यासाठी हा बहाणा शोधलात?” रिटा कडवटपणे म्हणाली. “ठीकाय. द्या सोडून मला. नाहीतरी तुम्ही कमालीचे स्वार्थी, हलकट आहात. फक्त स्वतःचाच विचार करणारे आहात. तुमच्यासारख्या मूर्खाबरोबर मी माझा वेळ का वाया घालवला, हेच मला कळत नाहीये. चल निघ!” दरवाजाकडे बोट दाखवत रिटा म्हणाली.

“जाण्यापूर्वी मी तुम्हाला एक सल्ला देऊ? शरीरसुखापासून दूर राहण्याचा प्रयत्न कराल? हा संयम म्हणजे फार मोठी स्वयंशिस्त पाळण्यासारखे आहे. त्याखेरीज मनाचा निर्धार होऊ शकत नाही.” मोहन म्हणाले.

रिटा तिरस्काराने त्यांच्याकडे बघत होती. तिचा चेहेरा संतापाने लालनिळा झाला. ‘‘डुक्कर लेकाचा!’’ असे म्हणत, संतापाने फणफणत तिने मोहनच्या डाव्या गालावर एक सणसणीत थप्पड लगावली. त्या थपडीमुळे मोहनकुमार मागच्या बाजूला भेलकांडले आणि दाराच्या चौकटीला त्यांचा खांदा आदळला. ‘‘याची काही गरज नव्हती,’’ गाल चोळत ते पुटपुटले, ‘‘पण तुम्हाला अशी हिंसक गोष्ट करून बरे वाटत असेल, तर मी माझा उजवा गाल पुढे करायला तयार आहे.’’ असे म्हणत त्यांनी आपले तोंड फिरवले.

रिटाने त्यांना दरवाजातून अक्षरश: धक्के मारत जिन्यावर ढकलले. ‘‘तुमच्यापासून सुटका झाली, बरे झाले. श्रीयुत मोहनभाई बनावट गांधी!’’ असे ओरडत तिने धाडकन दरवाजा लावून घेतला.

‘‘एक दुरुस्ती कर. माझे नाव मोहनदास करमचंद गांधी आहे.’’ जिन्यातून उतरता उतरता ते बोलत गेल्याचे रिटाने ऐकले.

‘‘काय झाले साहेब? तुम्ही एवढ्या लवकर परत आलात?’’ ब्रिजलालने विचारले.

‘‘ब्रिजलाल, आपण पुन्हा इथे यायचे नाही.’’ ते उत्तरले.

‘‘बिबीजी खूश होतील.’’

‘‘या बिबीजी कोण?’’

‘‘तुमच्या पत्नी.’’

‘‘माझी पत्नी? मला पत्नी आहे?’’

भूतकाळाचे विखुरलेले तुकडे कष्टाने एकत्र जमवू बघणाऱ्या माणसाप्रमाणे मोहनकुमार घरात शिरत होते. त्यांना पहिली व्यक्ती भेटली शांती. एखाद्या नववधूच्या चेहेऱ्यावरून निथळावा तसा त्यांच्या चेहेऱ्यावरून आनंद ओसंडत होता.

‘‘ब्रिजलाल मला सांगत होता, तुमचे त्या रिटाशी बिनसले म्हणे! खरे आहे ना?’’

‘‘हो. मी त्या कुमारी रिटा सेठींकडे पुन्हा जाणार नाही.’’

‘‘थांबा एक मिनिट मग.’’ असे म्हणत त्या स्वयंपाकघराजवळ असलेल्या छोट्याशा देवघरात अंतर्धान पावल्या आणि मिनिटभराने हातात एक स्टीलची थाळी घेऊन बाहेर आल्या. ‘‘मला तुमचे औक्षण करू दे.’’ असे म्हणत त्यांनी मोहनकुमारांच्या कपाळावर गंधाचा एक टिळा लावला.

मोहन बावचळून गेले व म्हणाले, ‘‘हे कशाबद्दल?’’ लाजून लाल होत शांती म्हणाल्या, ‘‘आपले वैवाहिक आयुष्य आजपासून नव्याने सुरू होणार

त्याबद्दल.'' मोहन मागे सरत म्हणाले, ''शांती, मग मला तुम्हाला एक गोष्ट सांगायलाच हवी. मी पूर्ण ब्रह्मचर्य पाळण्याची शपथ घेतलीय. त्यामुळे माझ्याकडून वैवाहिक सुखाची अपेक्षा ठेवू नका.''

''तुम्ही तुमच्या खोलीत झोपू शकता. त्या चांडाळणीची सावली माझ्या घरावरून हटली, हेच माझ्यासाठी पुरेसे आहे. देवाच्या घरी काहीतरी न्याय आहे तर!'' शांती सरळपणे म्हणाल्या.

एखाद्या शिक्षकाप्रमाणे आपले बोट उंचावत मोहन म्हणाले, ''आता माझे आयुष्य मी अन्यायाशी लढण्यासाठी वाहून देणार. सत्य आणि अहिंसा हीच माझी शस्त्रे!''

''अरे, तुम्हाला काय झाले एकदम? महात्मा गांधी शिरले की काय तुमच्यामध्ये?''

''मग मी तुम्हाला बा म्हणायला हरकत नाही ना?''

''काहीही म्हणा. त्या चांडाळणीला पुन्हा बोलावू नका म्हणजे झाले.''

मोहनकुमारांचा नव्या प्रकारचा व्युग्र दिनक्रम सुरू झाला. रोज सकाळी शांतीबरोबर मंदिरात प्रार्थना करायची, भजने म्हणायची, शर्ट आणि सूटऐवजी साधा खादीचा कुर्ता, पायजमा आणि गांधी टोपी असा वेष त्यांनी स्वीकारला. केसाला रंग लावणे त्यांनी बंद केले आणि फक्त शाकाहारी जीवनशैली स्वीकारली. साखरेऐवजी गूळ आणि रोज थोडे बकरीचे दूध घेणे त्यांनी सुरू केले. त्यांनी मोबाइलचा त्याग केला आणि रोज ऑफिसमध्ये जाण्यापेक्षा त्या वेळात घरी गीता आणि अन्य धार्मिक पुस्तकांचे वाचन करणे त्यांना अधिक बरे वाटू लागले. याखेरीज भ्रष्टाचार, समाजातील वाढती अनैतिकता यावर वृत्तपत्रांना पत्रे लिहिणे, हा त्यांचा आणखी एक उद्योग; पण पत्राखाली ते मोहनदास करमचंद गांधी अशी स्वत:ची सही करीत असल्याने त्यांची ती पत्रे कधीच प्रसिद्ध होत नसत. मात्र रुबी गिल हत्येसंबंधी वृत्तपत्रात छापून येणारी ओळन् ओळ कापून एका वहीत चिकटवून ठेवणे हा त्यांचा फावल्या वेळातील एक अतिशय आवडता उद्योग!

''रुबी गिलबद्दल एवढा का अचानक तुम्हाला कळवळा निर्माण झालाय?'' असे शांतीने विचारल्यावर ते उत्तरले, ''ती माझी फार जवळची शिष्या होती. माझ्या शिकवणुकीवर ती संशोधन करीत होती; पण मध्येच तिचा दुर्दैवी अंत झाला.''

साहेबांच्या या आमूलाग्र परिवर्तनाबद्दल शेजारीपाजारी चर्चा सुरू झाली. ब्रिजलाल गोपीला म्हणत होता, ''काही लोक म्हणतात की, साहेबांना वेड लागलेय. स्वत:ला ते महात्मा गांधी समजू लागले आहेत. बिबीजी त्यांना एखाद्या तज्ज्ञ मानसरोगतज्ज्ञाकडे तपासायला का नेत नाहीत?''

''सगळी श्रीमंत बडी माणसे थोडी वेडीच असतात ब्रिजलाल. शिवाय त्यांनी

असेच वागावे असे बिबीजींना वाटत असेल.'' गोपी आचारी उत्तरला.

''पण वेडेपणा हा एक प्रकारचा आजार आहे गोपी. आज ते स्वत:ला महात्मा गांधी समजतायत, उद्या स्वत:ला ते सम्राट अकबर म्हणू लागतील.''

''अरे, ते स्वत:ला काय समजतात यामुळे काय फरक पडतो ब्रिजलाल? शेवटी त्यांना ज्या गोष्टी योग्य वाटतात त्याच ते करतात ना! आणि मुख्य म्हणजे त्याचा इतर कोणाला उपद्रव होत नाही ना!'' गोपी म्हणाला.

''ते बरोबर आहे. मग आता मी काय करू?''

''स्वत: गांधींचा ड्रायव्हर आहेस असे समज. बिबीजी नाही का गांधींची बायको असल्यासारख्या वागतात.''

दिवाळी आली. दिव्यांचा उत्सव. मोहनकुमारांच्या घरावर लुकलुकत्या दिव्यांच्या माळा लागल्या. रात्री आकाशात गुलाबी, निळ्या, हिरव्या, नाजूक, लुकलुकत्या फुलांचा जणू सडा पडू लागला. क्षणाक्षणाला पृथ्वीवरील रॉकेट्स हवेत उड्डाण करू लागली आणि फटाक्यांचा कडकडाट वातावरणात निनादू लागला.

बागेत मुलांची फौज टाळ्या वाजवत फटाक्यांची मजा घेत होती. शेजारच्या बंगल्यातील सफाई कामगाराचा मुलगा, सात वर्षांचा बंटी आपल्या आठ वर्षाच्या मित्रासह, अज्जूसह बाटलीत रॉकेट लावत होता. कोकच्या रिकाम्या बाटलीत रॉकेट लावले होते.

''ए अज्जू, रॉकेट सरळ लावण्याऐवजी तिरपे लावले तर काय होईल रे?'' बंटीने विचारले.

''ते सरळ उडण्याऐवजी तिरपे उडेल.''

अज्जू म्हणाला, ''मग आपण गेटच्या दिशेने ते तिरपे लावून बघू या. मी बाटली तिरपी करतो, तू रॉकेटला बत्ती लाव.''

''ठीक आहे.''

बंटीने ती काचेची बाटली गेटच्या दिशेने तोंड करून धरली आणि अज्जूने त्याच्या वातीला काडी लावली. थोड्या ठिणग्या उडवत, बाटलीत धुराचा फवारा सोडत रॉकेट वेगाने गेटकडे निघाले; पण निम्म्या अंतरावर जाऊन एकदम तोंड वळवून ते घराच्या दिशेने निघाले. पहिल्या मजल्यावरील एका उघड्या खिडकीतून जेव्हा ते आत शिरू लागले तेव्हा भेदरलेल्या नजरेने बंटी आणि अज्जू त्याकडे बघतच राहिले.

''बाप रे बंटी! काय केलेस तू हे?'' आपल्या ओठावर तळवे ठेवत अज्जू ओरडला.

''श्शू! कोणाला सांगू नकोस. २-३ फटाक्याची पाकिटे खिशात घालू

आणि कोणाला काही कळण्यापूर्वीच इथून पळ काढू. चल!'' बंटी कुजबुजला. थोड्या वेळाने तेवणाऱ्या पणत्या आणि मिठाईचे ताट हातात घेतलेल्या गोपीसह शांती बाहेर आल्या. त्या पणतीमधील एक उचलून त्यांनी हिरवळमधील हवामहलच्या फरशीवर पणत्यांच्या रांगेत ठेवून ती आकर्षक मांडणी पूर्ण केली.

बागेच्या पश्चिमेकडील कोपऱ्यात दणदणीत आवाजाचा एक फटाका बॉम्ब फुटला. तेथील खिदळणाऱ्या मुलांच्या घोळक्याकडे नापसंतीने बघत गोपी म्हणाला, ''काय मूर्ख मुले आहेत! बघा ना बिबीजी, ती फटाके उडवत नाहीयेत, निव्वळ पैसे जाळतायत. आपले पैसे! एका दणक्यात शंभर रुपयांचा धूर होतो बघा!''

त्या फटाक्यांच्या धुरामुळे चुरचुरणारे डोळे चोळत आणि ठसका देत शांती म्हणाल्या, ''मला शोभेचे फटाके आवडतात गोपी. हे आवाज करणारे फटाके आमच्यासारख्या वय वाढलेल्या माणसांसाठी नाहीतच.''

''या सगळ्या रस्त्यावरच्या मुलांना गोळा करून त्यांना साहेबांनी एवढे पाच हजाराचे फटाके कशाला आणून दिले हे मला समजतच नाहीये. बघा कशी आपल्या बागेची वाट लावतायत ते. आता उद्या मलाच सगळे निस्तरत बसावे लागणार ते!'' गोपी कुरकुरला.

''अरे गोपी, जरा मन मोठे कर. या गरीब मुलांनी त्यांच्या आयुष्यात कधी एवढे फटाके उडवले नसतील. त्या सगळ्यांना मोहनने इथे दिवाळी साजरी करण्यासाठी बोलावले, याबद्दल मला इतके बरे वाटतेय! गेल्या तीस वर्षांत साहेबांनी पहिली चांगली गोष्ट केली बघ!''

''हे मात्र अगदी खरे बाईसाहेब! गेल्या वर्षी लखनौत सगळी दिवाळी साहेबांनी पत्ते खेळण्यात घालवली. आज ते तुमच्याबरोबर मंदिरात बसले. तुमच्याबरोबर लक्ष्मीपूजा केली, आयुष्यात प्रथमच उपवास केला. हे तेच साहेब आहेत यावर विश्वास बसणे मुश्कील आहे.''

''हे असेच राहू दे म्हणजे झाले!'' असे म्हणत शांती मुलांना मिठाई घेण्यासाठी बोलावू लागल्या. ब्रिजलाल आणि त्याचा मुलगा रूपेश बागेत आले.

''मग? राणोच्या लग्नाची तयारी कुठवर आली?'' शांतीने त्याला विचारले.

''तुमच्या आशीर्वादाने दोन डिसेंबर तारीख ठरली बिबीजी. तुम्ही आणि साहेब लग्नाला याल ना?''

''अर्थात ब्रिजलाल! राणो आम्हाला आमच्या मुलीसारखी आहे.'' शांती उत्तरल्या.

''बिबीजी, ते बघा काय दिसतेय!'' तेवढ्या पहिल्या मजल्यावरील उघड्या खिडकीकडे बोट दाखवत रूपेश घाबऱ्या-घाबऱ्या म्हणाला. त्या खिडकीतून धुराचे लोट बाहेर येत होते. शांतीने ते बघितले अन् घाबरून त्यांच्या हातून मिठाईचे खोके

खाली पायाजवळ पडले.

"अरे देवा! मोहनच्या बेडरूममध्ये आग लागलेली दिसतेय आणि ते आत झोपले आहेत. जा पळ, तुझ्या साहेबांना वाचव, पळ!" घराकडे पळत त्या ओरडल्या.

गोपी, ब्रिजलाल, रूपेश आणि शांती जिन्यावरून मोहन यांच्या खोलीकडे पळाले तेव्हा ती आतमधून बंद असल्याचे आढळले. "साहेब, दार उघडा!" असे म्हणत ब्रिजलाल जोरजोरात दारावर धक्के मारू लागला; पण आतून काहीच प्रतिसाद येत नव्हता.

"अरे देवा! एव्हाना आगीमुळे नक्कीच ते बेशुद्ध पडले असतील." शांती घाबऱ्याघुबऱ्या होत म्हणाल्या.

"आपण दरवाजा तोडू या." गोपीने सुचवले.

"मागे सरका! दूर व्हा!" असे म्हणत मागे होत गोपी दरवाजावर खांद्याने धडक मारणार, तेवढ्यात दार उघडले गेले अन् आगीची धग त्यांच्या अंगावर आली. मोहनकुमार लडखडत बाहेर आले. त्यांचा चेहेरा लालबुंद झाला होता आणि त्यांच्या कपड्यांवर, अंगावर राख उडाली होती.

गोपी, ब्रिजलाल आणि रूपेश आग विझवण्यासाठी खोलीत पळाले तर शांती मोहनकडे वळल्या. धूर घशात कोंडल्याने ते अजून खोकत होते. तोंड उघडून त्यांनी ताजी हवा आत घेण्याचा प्रयत्न केला.

रूपेश खोलीतून बाहेर आला तेव्हा त्याचा चेहरा धुराने पूर्ण काळवंडला होता. "आग कशीबशी विझवता आली बिबीजी. नशीब ती पडद्यापलीकडे पोहोचली नव्हती." तो म्हणाला.

"बरे झाले तुम्हाला वेळेवर जाग आली." शांती मोहनला म्हणाल्या.

"काय चाललेय?" डोळ्यांची उघडझाप करीत मोहन यांनी विचारले.

"तुमच्या खोलीत आग लागली होती."

"आग? हा कोणाचा उपद्व्याप?" इकडेतिकडे संशयाने बघत त्यांनी विचारले.

"बागेत खेळत असलेल्या एखाद्या रस्त्यावरील पोराची करामत असणार ही!" गोपी पुटपुटला.

"रस्त्यावरील मुलगा? ती मुले इथे माझ्या घरात काय करतायत?" मोहननी विचारले.

गोपी आणि ब्रिजलाल एकमेकांकडे आश्चर्याने बघू लागले.

काही वेळानंतर कपडे बदलून मोहन खाली भोजनगृहात आले. "मला भूक लागलीये खूप. माझे जेवण तयार आहे का गोपी?" त्यांनी विचारले.

"तयार आहे साहेब. अगदी तुमच्या सूचनेप्रमाणेच केलेय." टेबलावर बशा मांडता-मांडता आणि ताज्या पोळ्या भरलेला कॅसरोल आणत गोपी म्हणाला.

मोहन यांनी एक घास खाल्ला आणि लगेच तो बाहेर काढत ते ओरडले, "हे काय बेचव करून ठेवलेय ? मटण बॉल करी नाहीये ही!"

"भोपळ्याचा कोफ्ता आहे. कांदा-लसूण न घालता केलेला."

"तुम्ही माझी थट्टा करत नाहीये ना? मला भोपळा अजिबात आवडत नाही, हे माहितीये ना?"

"पण तुम्ही सध्या अगदी सात्त्विक, शाकाहारी जेवण घेताय साहेब."

"तुला अक्कल नव्हतीच आधीपासून गोपी. आता बहुतेक तुला बहिरेपणाही आला असावा. मी तुला असा पांचट, बेचव स्वयंपाक करायला कशाला सांगेन? आता मुकाट्याने माझ्यासाठी मटण किंवा चिकन काहीतरी बनव, नाहीतर तुझी नोकरी गेलीच म्हणून समज." डोळे खाजवत गोपी आत गेला अन् शांतीसह बाहेर आला.

"म्हणजे तुम्ही पुन्हा शाकाहार सोडलात वाटते!" काहीशा नाराजीने शांतीने विचारलं.

"मी शाकाहार सुरू कधी केला होता?" छद्मीपणे त्यांनी विचारले.

"दोन आठवड्यांपूर्वी. तुम्ही मांसाहार आणि मद्यपान सोडल्याचे तुम्हीच आम्हाला सांगितले होते."

"हा... हा... एखादा बिनडोक माणूसच असा निर्णय घेऊ शकतो." मोठ्याने हसत मोहन म्हणाले.

"या घरात राहून मी आधीच पूर्ण वेडा झालोय." डायनिंग टेबलवरील प्लेटस् उचलत वैतागून गोपी पुटपुटला.

एकदम कपाळावर आठ्या घालीत शांतीकडे बघत मोहन म्हणाले, "तू माझ्या दारू पिण्याबद्दल काही म्हणत होतीस? माझ्या व्हिस्कीच्या खास साठ्याकडे तुझी वक्रदृष्टी गेली नाही ना?

"पंधरा दिवसांपूर्वी तुम्हीच या सगळ्या बाटल्यांची विल्हेवाट लावलीत." शांतीने संथपणे सांगितल्यावर विजेचा जोरदार धक्का बसावा तसे मोहन ताडकन डायनिंग टेबलवरून उठले आणि दारूचा साठा ठेवण्यासाठी स्वयंपाकघराजवळील तात्पुरत्या उभ्या केलेल्या जागेकडे धावले. काही क्षणातच अतिशय निराश, हताश चेहऱ्याने परतले. मग एखाद्या झपाटलेल्या माणसासारखा ते त्या बाटल्यांचा शोध घेऊ लागले. प्रत्येक कपाट, शेल्फमधील सर्व कप्पे, अगदी ओव्हन उघडून त्याच्या आतसुद्धा त्यांनी डोकावून बघितले. निराश होऊन खुर्चीवर कोसळत ते म्हणाले "माझ्या सगळ्या बाटल्या गेल्या! तू कसे हे करू शकलीस? गेल्या वीस

वर्षांत मोठ्या कष्टानं कुठूनकुठून मी त्या जमवल्या होत्या. त्याची किंमत तरी माहितीये का तुला?''

''पण तुम्हीच हे काम करण्याचा हुकूम दिला होता.''

''आता तू खरेच माझे डोक फिरवते आहेस! मी त्या बाटल्या नष्ट केल्या? मी? माझ्या माघारी तू हे काम केलेस. बोल! खरे काय ते नीट सांग मला मुकाट्याने.''

''मी कशाला त्या नष्ट करू? गेली तीस वर्षे त्या मी सहन करतेय ना मुकाट्याने? तुम्हीच ते काम केलेत.'' विदीर्ण चेहेऱ्याने शांती म्हणाल्या, ''तुम्हीच आज सकाळी म्हणत होतात, शहाणपण असलेल्या कोणत्याही माणसाने कधीही मादक द्रव्यांना स्पर्शही करू नये.''

''मूर्ख बाई! अंगी शहाणपणा असलेली कोणतीही व्यक्ती इतकी उत्तम परदेशी दारू असलेल्या बाटल्या अशा नष्ट करणार नाही. त्या माझ्या जागेवरून बाहेर कोणी काढल्या?''

''ब्रिजलालने.''

''बोलाव बाहेर त्या डुकराला.''

ब्रिजलालला हजर करून त्याची चांगली उलटतपासणी घेतली गेली. पंधरा दिवसांपासून तो जी कहाणी सांगत होता त्याचीच त्याने पुनरावृत्ती केली. त्या बाटल्या नष्ट करायला त्याला बिबीजींनी सांगितले होते. त्याने त्या महापालिकेच्या सांडपाण्याच्या पाइपपाशी नेऊन त्यात रिकाम्या केल्या होत्या आणि फूटपाथवरील फरशीवर बाटल्या फोडून त्या काचा पोत्यात भरून ते पोते कचरा वाहून नेणाऱ्या गाडीवर टाकून दिले होते.

''असे करण्यापूर्वी तुला मला विचारावेसे वाटले नाही?''

''साहेब, बिबीजी म्हणाल्या, हा तुमचाच हुकूम आहे. मी कसे विचारणार उलट बिबीजींना?''

''ही बिबीजी म्हणजे घरातील सर्व प्रश्नांचे मूळ आहे! मला आत्ताच्या आत्ता दारू हवीये.'' दातओठ खात मोहन ओरडले.

''दारू सोडण्यासारखा उत्तम निर्णय तुम्ही परत का माघारी घेताय? हे वाईट व्यसन सोडावे म्हणून तुमच्यासाठी मी इतकी वर्षे उपासतापास केले. तुम्ही दारू सोडणार असे मला सांगितले तेव्हा मला वाटले, अखेर देवानेच तुम्हाला सद्बुद्धी दिली.''

''अगं बाई, या सद्बुद्धीची गरज तुला आहे.'' मोहन उद्वेगाने ओरडले आणि ब्रिजलालकडे वळत म्हणाले, ''आत्ताच्या आत्ता मला खान मार्केटमध्ये घेऊन चल. दारू घेतल्याशिवाय मला झोपच येणार नाही.''

“पण साहेब, आज दिवाळी. बाजार बंद असतो आज.”

“मग जा कोठेही जाऊन...गरज पडली चोरी कर एखाद्या बाटलीची, पण मला दारू आणून दे!” टेबलावरील डायनिंग प्लेट उचलून भिंतीवर भिरकावत ते ओरडले. भिंतीवर आपटलेल्या त्या प्लेटचे तुकडे-तुकडे झाले.

“ब्रिजलाल, त्यांना घेऊन जा. घरामध्ये अधिक विध्वंस होण्यापूर्वीच त्यांना एखाद्या बारमध्ये घेऊन जा.” शांती ओरडल्या.

“या घरात राहणे अशक्य आहे.” वैतागून तणतणत बाहेर जात मोहन ओरडले.

दुसऱ्या दिवशी सकाळी ब्रिजलालला घेऊन ते थेट खान मार्केटमधील ‘मॉडर्न लिकर्स’कडे निघाले. त्यांचे स्वागत करण्यासाठी दुकानमालक अग्रवाल दुकानाबाहेर येत म्हणाले, “या, या, कुमारसाहेब, काही आणखी बाटल्या विकायच्या आहेत का?”

“काय म्हणताय तुम्ही?”

“तुम्ही तुमचा सगळा दारूचा दुर्मीळ जुना साठा काही आठवड्यांपूर्वीच आमच्याकडे विकायला पाठवला होता ना? मला वाटले, आणखी काही बाटल्या विकायच्या आहेत की काय! प्रत्येकी बाटलीला चांगला भाव देऊ आम्ही.”

“तुमचा काहीतरी गैरसमज होतोय. माझी सगळी दारू तर नष्ट केली गेलीये.”

“याचा अर्थ तुम्हाला कुणीतरी गंडवलेय साहेब. अहो, तुमच्या त्या साठ्याबद्दल मी २५ हजार रुपये दिले आहेत.”

“अच्छा!” हनुवटी कुरवाळत मोहन म्हणाले आणि ब्रिजलालला दुकानदारापुढे आणत म्हणाले, “याच माणसाने तुम्हाला बाटल्या विकल्या ना?” त्यांनी अग्रवालांना विचारले.

“बरोब्बर! हाच होता तो.”

“मला वाटते, बाटल्यांमागची खरी कहाणी तू आता सांगच ब्रिजलाल!” मोहन थंडपणे म्हणाले. भीतीने थरथर कापणाऱ्या ब्रिजलालने खरे काय ते सांगून टाकले.

“त्या पैशाचे तू काय केलेस?” मोहनने विचारले.

“राणोच्या हुंड्यासाठी मी ते वापरले साहेब.”

मोहनचा संताप अनावर झाला. त्यांनी ब्रिजलालच्या गालावर एक सणसणीत थप्पड लगावली.

“हरामखोर कुत्तरड्या! माझे मीठ खाऊन मलाच धोका देतोस? आता जा

अन् मुकाट्याने ते पैसे परत मागून घेऊन ये. पैन् पै हवीये मला. जर तू मला माझे सगळे पैसे आणून दिले नाहीस, तर मी पोलीसतक्रार करीन.''

ब्रिजलाल मोहनचे पाय पकडून ओक्साबोशी रडू लागला. ''पण साहेब, माझ्या राणोचे लग्न त्यामुळे मोडेल. तुम्ही माझ्या पगारातून दर महिन्याला कापून घ्या, साहेब; पण माझ्या मुलीचे लग्न मोडू नका साहेब.''

''या परिणामांचा विचार तू आधीच करायला हवा होतास. हा उद्योग करण्यापूर्वी. आज दुपारपर्यंत मला माझे पैसे मिळाले नाहीत, तर आजची रात्र जेलमध्ये काढण्याची मानसिक तयारी कर.''

दुपारी ब्रिजलाल मोहनच्या अभ्यासाच्या खोलीत आला आणि एक खाकी पाकीट त्याने त्यांच्या हातात दिले. मोहननी नोटा मोजून घेतल्या आणि समाधानाने ब्रिजलालकडे बघत म्हणाले, ''गुड! पंचवीस हजार आहेत. तुझ्या चुकीची तू भरपाई केलीस ब्रिजलाल; पण हा धडा लक्षात ठेव. पुन्हा जर असा काही मूर्खपणा केलास, तर तुला कामावरून काढण्याखेरीज माझ्यापुढे पर्याय राहणार नाही. आणि मग तर तुझ्या डोक्यावर छप्परही उरणार नाही.''

ब्रिजलाल काहीही न बोलता निर्विकारपणे खोलीबाहेर पडला.

एक आठवडा गेला. मोहनकुमार यांची जीवनशैली पूर्ववत् सुरू झाली. ते आता अशा तऱ्हेने मद्यपान आणि मांसाहार करू लागले की, मधल्या काळात त्यांनी मद्यपान सोडण्याचा निर्णय दारूच्या नशेत तर घेतला नसावा, असे त्यांच्या कुटुंबीयांना वाटावे! त्यांनी शांतीशी संभाषण बंद केले आणि तिच्याकडे ते अशा खुनशीपणे बघत की, शांती त्यांच्यापुढे येणेच टाळू लागल्या. घरात भोपळ्याची भाजी करणे दूरच, तो आणला तरी खबरदार, असे गोपीला बजावण्यात आले.

मोहन परत ऑफिसमध्ये जाऊ लागले आणि आपल्या प्रेयसीशी संपर्क साधण्याचा पुन्हा-पुन्हा प्रयत्न करू लागले; पण त्यांचे फोन रिटा उचलतच नव्हती. त्यामुळे ते बेचैन झाले. त्यातच त्यांच्या बँकेच्या खात्याचे स्टेटमेंट मिळाल्याने ते अक्षरश: बेशुद्ध पडायची वेळ आली.

सिस्टर कमलांचा ताणलेला चेहेरा हेडमास्टरणीसारखा दिसत होता.

''मिस्टर कुमार, तुम्ही मला हे स्पष्टपणे सांगा की, तुमच्या एचएसबीसी बँकेच्या खात्यातून २० लाख रुपये मी लबाडीने काढले, असे तुम्हाला म्हणायचे आहे का?''

''हो, अगदी असेच.'' आपल्या निळ्या रुमालाने कपाळावरील घाम पुसत मोहन जोरात म्हणाले.

"तुमचे हे स्टेटमेंट मला आज टपालाने मिळाले. बघा जरा ते." सिस्टरपुढे एक कागद नाचवत ते पुढे म्हणाले, "त्यात म्हटलेय ००७६४४३२ या क्रमांकाचा एक वीस लाखाचा चेक मिशनरीज् ऑफ चॅरिटी यांच्या नावाने दिला गेलाय. मी कधीच तुम्हाला असा चेक दिलेला नाहीये. या व्यवहारात काहीतरी काळेबेरे आहे."

सिस्टर कमला शांतपणे आपल्या कडक इस्त्री केलेल्या कुरकुरीत पांढऱ्या शुभ्र साडीचा निळा काठ ठाकठीक करीत विलक्षण थंडपणे म्हणाल्या, "तसे असेल, तर तुम्ही जरा तुमच्या स्मरणशक्तीला ताण द्यायला हवा." असे म्हणत आपल्या खुर्चीशेजारी उभ्या असलेल्या, निळ्या काठाची पांढरी साडी नेसलेल्या एका बाईकडे बघत त्या म्हणाल्या, "सिस्टर विमला, मला जरा ती कागदपत्रे देणार प्लीज?"

सिस्टर विमलाने त्यांचा गोल फ्रेमचा चष्मा नाकावर चढवत एक हिरवी फाइल टेबलावर ठेवली. ती उघडत सिस्टर कमला मोहनला म्हणाल्या, "तुम्ही जरा या कागदपत्रांकडे बघण्याचे कष्ट घेणार का मिस्टर कुमार? दहा दिवसांपूर्वी म्हणजे ७ नोव्हेंबरला दिलेल्या चेकची ही फोटोकॉपी आहे. ती तुमचीच आहे ना? का नाही?" तिने विचारले.

एखाद्या न्यायाधीशाने एखाद्या मृत्युपत्राची वैधता बारकाईने तपासावी तशा संशयाने मोहन यांनी ती कागदपत्रे तपासली आणि मग ते उद्गारले, "ही सही तंतोतंत माझ्या सहीशी जुळणारी आहे खरी; पण तुम्ही बनावट सही उत्तम करू शकता हे मान्य करायलाच हवे." आणि मग सिस्टर कमलाकडे हाताचे बोट रोखत म्हणाले, "हे प्रकरण फार गंभीर आहे, याची तुम्हाला जाणीव आहे ना? तुम्हाला याबद्दल तुरुंगवास घडू शकतो."

"अच्छा, तर आता ही तुमची सहीपण बनावट आहे, असे तुमचे म्हणणे आहे तर!" मग फायलीतील एका कागदावर बोट ठेवत त्या म्हणाल्या, "मग आता तुम्ही या फोटोवर एक नजर टाकणार? हा फोटो तुमचाच आहे की, हापण बनावट आहे? एका प्लॅस्टिक खाली ठेवलेल्या गुळगुळीत, रंगीत फोटोकडे मोहन यांनी नजर टाकली. आणि काही क्षण थांबून ते विलक्षण हताशपणे म्हणाले, "ही व्यक्ती तर माझ्यासारखीच दिसतेय!"

"होय, मिस्टर कुमार. ते तुम्हीच आहात. एका बुधवारी तुम्ही आमच्या संस्थेत आला होतात. तुम्ही याच खोलीत, याच खुर्चीवर बसलात आणि मदर तेरेसा व त्यांच्या कामाची तारीफ करीत हा चेक तुम्ही आम्हाला दिलात. एखाद्या व्यक्तीने अमर्याद संपत्ती गोळा करणे, हा मानवतेविरुद्ध केला जाणारा गुन्हा आहे, असे म्हणत तुम्ही हा वीस लाखाचा चेक लिहिलात. एका व्यक्तीकडून प्रथमच

इतकी मोठी देणगी आमच्या संस्थेच्या शाखेला मिळाल्याची नोंद म्हणून आमच्या मासिकात छापण्याच्या उद्देशाने सिस्टर विमला यांनी हा फोटो काढला.''

''पण...पण मी इथे आल्याचे मला आठवत नाही.''

''पण आम्हाला सगळे आठवतेय ना आणि सगळा पुरावाही आमच्याकडे आहे ना!'' विजयी स्वरात सिस्टर कमला म्हणाल्या.

''माझे पैसे परत मिळण्याचा काही मार्ग नाही?'' त्यांनी विनंतीवजा स्वरात विचाले.

''आम्ही तो चेक बँकेत भरलासुद्धा. मृत्युपंथाला लागलेल्या रुग्णांना शांतपणे मृत्यू यावा, यासाठी आम्ही जे केंद्र चालवतो त्यासाठी आमच्या अनाथालयाच्या विस्तारासाठी आणि सहावीपर्यंत वर्ग असलेली एक छोटीशी शाळा उघडण्यासाठी आम्ही हे पैसे वापरणार आहोत. तुमच्या या देणगीमुळे ज्यांना मदत मिळणार आहे, अशा व्यक्तींच्या किती शुभेच्छा आणि आशीर्वाद तुम्हाला मिळतील, याचा जरा विचार करा.''

''मला काही कोणाच्या शुभेच्छांची गरज नाहीये. मला फक्त माझे पैसे परत हवे आहेत. मी एक वरिष्ठ शासकीय अधिकारी आहे.''

''आणि अत्यंत भ्रष्टपण! सिस्टर विमलाने तुमची सगळी माहिती मिळवली आहे. सिव्हिल सर्व्हिस असोसिएशनने ज्यांना उत्तर प्रदेशातील सर्वाधिक भ्रष्ट अधिकारी अशा शब्दांत 'गौरवले' होते ते तुम्हीच ना?

''हा बरा न्याय आहे. माझे पैसे घेऊन मलाच अपमानित करताय! आता तुम्ही माझे पैसे मुकाट्याने परत करता की मी पोलिसांकडे जाऊ?''

''तुम्हाला पोलिसांकडे जाण्याची गरज नाही. मिस्टर कुमार, तुम्हाला डॉक्टरांकडे जाण्याची गरज आहे. आणि आता कृपया आम्हाला माफ करा. आमची डॉक्टरांकडे जाण्याची वेळ झाली आहे.'' सिस्टर कमला म्हणाल्या.

''पण...'' मोहन यांनी काही बोलण्याचा निष्फळ प्रयत्न केला. सिस्टर कमलाने निग्रहाने दार लावून घेतले आणि आपल्या सहायकाकडे वळून, उजव्या कानशिलावर हाताचे पहिले बोट ठेवून ते गोल फिरवत म्हणाली, ''वेडा... ठार वेडा झालाय हा माणूस.''

डिफेन्स कॉलनीमधील डॉ. एस. के. दिवाण यांचा दवाखाना त्यातील सजावटीमुळे मन प्रसन्न करणारा होता. निळसर रंगाच्या कुशन कव्हर्स घातलेले आरामदायी कोच आणि तशाच आरामदायी खुर्च्या, भिंतीवर लावण्यात आलेली काही अमूर्त पेंटिंग्ज आणि अगदी जिवंत, खरे वाटावे असे सिल्कचे एक फळझाड! ते वातावरण खरे म्हणजे दवाखान्यापेक्षा एखाद्या बंगल्यातील दिवाणखाना

वाटावा असे होते. चाळिशी-पंचेचाळिशीचे, उंच डॉ. दिवाण ब्रिटिश वळणाचे इंग्लिश बोलणारे मोठे उमदे डॉक्टर होते.

"तुम्ही तुमच्या पायातील बूट काढून या सोफ्यावर आरामशीर लोळत का नाही?" भिंतीशेजारी एखाद्या पराभूत व्यक्तीसारख्या उभ्या असलेल्या मोहन यांना डॉ. दिवाण यांनी विचारले.

मोहन यांनी काहीशा अनिच्छेनेच त्या आज्ञेचे पालन केले. एका मोठ्या, कडक उशीचा आधार घेत ते त्या सोफ्यावर आडवे झाले. जवळची एक आरामखुर्ची त्या कोचशेजारी ओढत, आपली काळी, चामड्याच्या बांधणीची डायरी आणि चंदेरी पेन हातात घेऊन डॉक्टर त्या खुर्चीत बसले.

"हं, बोला आता, काय त्रास आहे तुम्हाला?"

"डॉक्टर, सततची दातदुखी मागे लागावी, तसे एखाद्या अज्ञात शक्तीने माझ्या शरीरात प्रवेश करून माझ्यावर ताबा मिळवला आहे. मी एखाद्या भलत्याच माणसाप्रमाणे वागू-बोलू लागलोय."

"आणि ही भलतीच व्यक्ती कोण आहे?"

एक क्षणभर मोहन थांबले अन् म्हणाले, "तुमचा विश्वास बसणार नाही."

"सांगून तर पाहा!" डॉक्टर कोरडेपणे म्हणाले.

"गांधी. महात्मा गांधी."

डॉ. दिवाण हसतील अशी मोहनची अपेक्षा होती; पण दिल्लीतील त्या अतिशय प्रथितयश मानसशास्त्रतज्ज्ञाने साधी भुवईसुद्धा उंचावली नाही. आपल्या हातातील पेनशी चाळा करीत ते म्हणाले, "हं, आत्ता माझ्याशी कोण बोलतेय?"

"आत्ता बोलतोय मोहनकुमार, आय. ए. एस., उत्तर प्रदेशचा माजी सचिव; पण कोणत्याही क्षणी मी मोहनदास करमचंद गांधींसारखा बोलू लागेन." आणि मग डॉक्टरकडे जरा अधिक झुकून ते म्हणाले, "गांधींच्या आत्म्याशी संवाद साधण्याचा जो कार्यक्रम झाला ना, तेव्हापासून हे सर्व सुरू झाले. मी त्या कार्यक्रमाला खरे म्हणजे जायलाच नको होते. त्या आत्म्याने माझा ताबा घेतला असावा, असे तुम्हाला वाटतेय?"

"आत्मे वगैरे प्रकरण फक्त सिनेमात असतात आणि आपले आयुष्य म्हणजे फिल्म नाही."

"मग मी वेडा झालोय?"

"छे, अजिबात नाही. अगदी शहाणी माणसंसुद्धा काही वेळा वेगळेच काही वागू शकतात."

"तुम्हाला कळत नाहीये डॉक्टर, हा आजार फार गंभीर आहे. त्यामुळे मी फारच तऱ्हेवाईक वागू लागतो. खादी आणि ती गबाळी गांधी टोपी घालणे, माझ्या

सर्व व्हिस्कीच्या बाटल्या फोडून टाकणे, शाकाहार करणे आणि स्वकष्टार्जित कमाईतील वीस लाख रुपयांचे दान मिशनरी संस्थेला देऊन त्याचा अक्षरश: चुराडा करणे.''

''अच्छा! मला सांगा, ह्या घटना नेमक्या कधी घडल्या?''

''मला नक्की ठाऊक नाही. मला... मला. म्हणजे या मिनिटाला मी, मी असतो आणि पुढच्या मिनिटाला मी दुसरी व्यक्ती होतो आणि देवधर्माविषयी काहीतरी बरळू लागतो.''

''आणि जेव्हा तुम्ही दुसरी व्यक्ती होता तेव्हा ती व्यक्ती म्हणून काय करता तुम्हाला सगळे आठवते?''

''आधी मला काही आठवत नव्हते. मधल्या गोष्टी विस्मरणात गेल्या होत्या; पण आता मात्र गांधी बनून मी काय मूर्खपणा केला, हे हळूहळू मला आठवते आहे.''

निदान करण्यापूर्वी डॉ. दिवाणांनी आणखी अर्धा-पाऊण तास त्यांची उलटतपासणी घेतली.

''आम्ही ज्याला डिसअसोसिएटिव्ह आयडेंटिटी डिसऑर्डर (डी. आय. डी.) म्हणतो असा आजार तुम्हाला झालाय. सिनेमात याला दुभंग व्यक्तिमत्त्व असे म्हणतात.''

''म्हणजे माझे व्यक्तिमत्त्व मोहनकुमार आणि मोहनदास करमचंद गांधी असे दोघांमध्ये विभागले गेलेय?''

''काहीसे तसेच म्हणता येईल. डी. आय. डी.मध्ये माणसाचे एकात्म असे व्यक्तिमत्त्व भंगते आणि दोन अथवा त्याहून अधिक स्वतंत्र व्यक्तिमत्त्वे त्याच्यात निर्माण होतात. हा आजार झालेल्या व्यक्तीमधील एका 'स्व'ची त्याला कायम जाणीव असते, मात्र अन्य व्यक्तींशी वा पैलूंबाबत मात्र ती व्यक्ती अनभिज्ञ असते. तुम्ही तुमच्या मानसशास्त्रीय तपासणीस तयार आहात?''

''त्यात तुम्ही काय करणार?''

''जाणिवेच्या पलीकडील तुमचे जे मन आहे, त्याचा तपास करून सध्याच्या समस्येशी भूतकाळातील घटनांचा अथवा अनुभवांचा काही संबंध आहे का, हे समजून घेण्याचा प्रयत्न करणार.''

''तुम्ही फार वैयक्तिक प्रश्न विचाराल का?'' काळजीच्या स्वरात मोहन यांनी विचारले.

''विचारावे लागतील. जाणिवेच्या पातळीवर मनाला प्रतिबंध करणाऱ्या, अडवणाऱ्या ज्या गोष्टी आहेत त्या ओलांडून मनापर्यंत पोहोचणे, ही तर या तपासणी सत्रातील मेख आहे.''

"नाही, मी या सत्रासाठी तयार नाही." निर्धाराने मोहन म्हणाले.

एक नि:श्वास सोडीत डॉ. दिवाण म्हणाले, "जर मला तुमच्यावर उपचार करायचे असतील, तर तुम्हाला माझ्याशी अगदी सगळे खरे बोलावे लागेल मिस्टर कुमार. मला सांगा, लहान वयात तुम्हाला एखाद्या शारीरिक अतिप्रसंगाला तोंड द्यावे लागले होते?"

मोहनकुमार उठून बसले आणि अवस्थ होऊन डॉ. दिवाणांकडे बघू लागले.

"हा सगळा फ्रॉइडच्या जमान्याचा मूर्खपणा आपण बंद करू या. मला महात्मा गांधी होण्यापासून कसे टाळता येईल ते सांगा मला."

हसत डॉ. दिवाण म्हणाले, "मिस्टर कुमार, जगात अशी कितीतरी माणसे आहेत, जी महात्मा गांधी व्हायला मिळावे म्हणून काहीही करतील."

"ते मूर्ख आहेत. डॉक्टर, तुम्ही एक लक्षात घ्या, लोकांना गांधी आवडत नाहीत, तर त्यांना त्यांची भीती वाटते. ज्या प्रेरणेला दाबून ठेवण्याची लोकांची इच्छा होती त्यालाच गांधींनी आवाहन केले. संपत्ती, दारू आणि लैंगिक सुखापासून दूर राहण्याचा सल्ला त्यांनी लोकांना दिला. या गोष्टी आयुष्यात नसतील, तर जगण्यात काय मौज आहे सांगा ना मला."

"आयुष्यात यापेक्षाही काही आणखी गोष्टी महत्त्वाच्या असतात मिस्टर कुमार."

"हे बघा, मी इथे गांधी-तत्त्वज्ञानावर चर्चा करण्यासाठी आलो नाहीये." बुटाची लेरा बांधता बांधता कुमार म्हणाले, "माझ्यामध्ये गांधी संचारण्यासाठी नेमका कोणता घटक कारणीभूत होतो हे सांगून तुम्ही सन्मानाने आपली फी कमवू शकला असता."

"डी. आय. डी. व्हावा असा कोणताही जैवशास्त्रीय बदल तुमच्यात झाल्याचा काही पुरावा नाही. मी बघितलेल्या जवळजवळ सर्व घटनांमध्ये तणाव निर्माण करणारी एखादी घटना अशा बदलाला आमंत्रण देते."

"याचा अर्थ जर मी ताण टाळला, तर हा बदल मी टाळू शकतो?"

"पुस्तकी सिद्धान्ताप्रमाणे उत्तर द्यायचे झाल्यास होय, असे घडू शकते; पण मला तुम्हाला इशारा द्यावासा वाटतो की, दुसरी व्यक्ती कधीही परिस्थितीचा ताबा घेऊ शकते आणि सगळ्यात महत्त्वाचे म्हणजे काही काळानंतर एक व्यक्ती दुसऱ्यावर हुकमत गाजवू शकते."

"मी तुम्हाला खात्रीपूर्वक सांगतो डॉक्टर, महात्मा गांधींना मी माझ्यावर सत्ता गाजवू देणार नाही. तुम्ही तुमचा वेळ दिल्याबद्दल थँक्य!" उठता-उठता मोहनकुमार म्हणाले.

"तुम्हाला भेटणे हा एक वेगळाच अनुभव होता मिस्टर कुमार. जरी

उपचाराच्या वेळी आपण एकमेकांकडे नजरेला नजर भिडवून बघितले नसले, तरी तुमच्या आजाराबद्दल तुम्हाला पुरेशी स्पष्टता आली असावी, असे वाटते.''

''डोळ्यासाठी डोळा असा हिशोब केला, तर सगळे जग आंधळे होईल डॉक्टर.'' कुमार चिंतेने म्हणाले आणि डॉक्टरांच्या खांद्यावर हलकेच थाप मारून ते बाहेर पडले.

''अरे देवा!'' डॉ. दिवाण उद्गारले.

मिश्कीलपणे हसत मोहन म्हणाले, ''मी गंमत करीत होतो; पण मी जेव्हा गांधी होतो ना, तेव्हा मात्र अगदी असेच बोलतो. बरेय डॉक्टर!'' असे म्हणत ते दवाखान्याच्या बाहेर पडले.

त्यांच्या दूर जाणाऱ्या आकृतीकडे डॉ. दिवाण आश्चर्याने बघत होते.

डॉ. दिवाणांच्या दवाखान्यातून आल्यापासून मोहनकुमार अत्यंत काळजीपूर्वक वागू लागले. एखादा बॅले नर्तक जसा सावधानतेने, काळजीपूर्वक वावरतो, तसे ते घरात वावरू लागले. दरवाजे, भिंती याला आपण आदळणार नाही, याची काळजी ते घेऊ लागले आणि देवघरापासून किमान २० फूट दूर राहू लागले. त्यांनी घरात फटाक्यांना बंदी घातली आणि अकस्मात ब्रेक मारावा लागू नये यासाठी ताशी चाळीस किलोमीटरपेक्षा अधिक वेगाने गाडी चालवायची नाही, अशी सक्त ताकीद ब्रिजलालला दिली. त्यांनी त्यांच्या वैयक्तिक ग्रंथालय संग्रहालयातील प्रत्येक पुस्तक उघडून तपासले आणि गांधींशी लांबूनही ज्याचा संबंध आहे अशी सर्व पुस्तके जाळून नष्ट केली. त्या तडाख्यात 'इंडिया ऑफ माय ड्रीम्स' या दुर्मिळ पुस्तकाची पहिली आवृत्ती आणि 'अमेरिकन गांधी' अशी परिचयात्मक ओळ असलेले मार्टिन ल्यूथर किंगचे चरित्र अशा दुर्मिळ पुस्तकांचाही समावेश होता. रोजचे त्यांचे दारू पिणेही तीन ग्लास इतके वाढले आणि गांधींनी आपल्या स्वप्नात येऊन लुडबुड करू नये म्हणून रात्री झोपण्यापूर्वी ते झोपेच्या गोळ्याही घेऊ लागले होते.

मोहनमधील हा बदल आणि त्यांचे पूर्वीचेच रूप शांतीने एखाद्या हुतात्म्याच्या निर्धाराने स्वीकारले. गोपी पुन्हा चिकन-मटण बनवू लागला आणि रात्री साहेबांच्या खोलीत सोडा-बर्फ ठेवू लागला.

आपल्या खोलीत व्हिस्कीचा दुसरा पेग घेत मोहन राज टेक्स्टाईल मिलची कागदपत्रे असलेली फाईल चाळत होते. खिडकीबरोबर उग्र वादळाने जणू थैमान मांडले होते. कोसळणाऱ्या पावसाचा आवाज छपरावर येत होता. तेवढ्यात फोन वाजल्याने त्यांनी तो उचलला,

''हॅलो?''

''हॅलो, कुमार?''

विकी राय जेव्हा-जेव्हा त्यांना असे त्यांच्या आडनावाने संबोधत असे, तेव्हा हृदयात कोणीतरी बारीक सुईने भोसकावे अशी वेदना त्यांना होत असत; पण एखाद्या मुरलेल्या सनदी अधिकाऱ्याप्रमाणे ते आपला अहंकार गिळत.

"येस सर." मोहन म्हणाले.

"तुम्हाला उद्याच्या बोर्ड मीटिंगची आठवण करून देण्यासाठी फक्त फोन केला."

"होय सर. शहांचा रिपोर्ट मला आज मिळाला. आत्ता मी तोच बघतोय."

"नोकरकपातीचा निर्णय पुढे रेटून नेण्याचे काम तुमच्यावर आहे. आपल्या टेक्स्टाईल कंपनीची पुनर्रचना करण्यासाठी नोकरकपात करणे फार आवश्यक आहे."

"यात शंकाच नाही सर. आपल्याला कमीतकमी दीडशे माणसे कमी करायला लागतील. तुम्ही काळजी करू नका. काहीही अडचण न येता हे काम पार पडेल हे मी बघतो. अर्थात ते एकमताने होणार नाही. कामगारांना ले ऑफ द्यायला युनियन आपल्या सर्व जिवानिशी विरोध करेल. नेहमीप्रमाणे दत्ता काहीतरी नाटक करेल; पण व्यवस्थापनाच्या पाच माणसांना युनियनचा एक माणूस काय पुरा पडणार आहे?"

"त्या भडव्याची तुम्ही योग्य ती काळजी घ्याल याची मला खात्री आहे. गुड नाइट कुमार!"

मोहनकुमार यांनी फोन खाली ठेवताच दारावर टकटक झाली. बाहेर पावसाचा आवाज एवढा मोठा होता की, त्यांना ती टकटक आधी ऐकूच आली नाही; पण ती टकटक थांबेचना तेव्हा वैतागून पायात स्लीपर्स अडकवून ते दारापाशी गेले अन् त्यांनी दार उघडले.

त्यांच्यासमोर ब्रिजलाल उभा होता. कपडे पूर्ण भिजलेले अन् डोळे तांबारलेले.

"तू इथे काय करतोयस?" मोहनने विचारले.

"सगळे संपले... सगळे, सगळे संपले." थरथरत ब्रिजलाल बरळू लागला.

नाक मुरडत कपाळावर आठ्या घालीत मोहन म्हणाले, "तुझ्या अंगाला डुकरासारखा वास येतोय. तू दारू पिऊन आलायस?"

"होय साहेब, मी प्यायलोय." असे म्हणत तो कसनुसा हसला, "आणि देशी दारूला वास येणारच; पण त्या दारूमुळे जी नशा चढते ना, त्याची सर तुमच्या परदेशी दारूला नाही." असे म्हणत तो खोलीत घुसला.

"चल, निघ बाहेर! निघ! तू माझा गालिचा खराब करतोयस." एखाद्या कुत्र्याला हाकलावे तसे त्याला हाकलत कुमार ओरडले.

त्यांच्या ओरडण्याला भीक न घालता ब्रिजलाल त्या खोलीतील पलंगाच्या

दिशेने जाऊ लागला.

“मी फक्त तुमचा गालिचा खराब करतोय. तुम्ही तर माझे आयुष्य बरबाद केलेत साहेब. तुम्हाला ठाऊक आहे आजचा दिवस कोणता?” बरळत तो कसेबसे बोलत होता.

“होय. आज रविवार आहे. २ डिसेंबर. आज काय विशेष आहे?”

“आज माझ्या राणोचे लग्न होणार होते. आज शहनाईचा स्वर, पाहुण्यांचा हास्यकल्लोळ माझ्या घरातून ऐकू आला असता; पण त्याऐवजी बायको आणि मुलीचे हुंदके मला ऐकावे लागतायत. फक्त तुमच्यामुळे!”

“मी काय केले?”

“तुम्ही मला एखाद्या चोराप्रमाणे पकडून खान बाजारातून माझी वरात काढलीत. तुम्ही मला पैसे मागितल्यामुळे मुलाच्या वडिलांकडून मला पैसे परत मागावे लागले. आयुष्यात कधीच माझा एवढा अपमान झाला नव्हता. आणि यात माझा काय दोष? नाहीतरी त्या बाटल्या नष्टच करायच्या होत्या. मग त्यातून मी थोडे पैसे कमावले, तर काय बिघडले? कोणाचे एवढे नुकसान झाले? तुमच्यासारखी साहेब मंडळी आपल्या बायकोला फसवून बाहेर लफडी करतात तेव्हा? तुम्ही लांड्यालबाड्या करून कर चुकवता तेव्हा? पण माझ्यासारख्या गरिबाला अटक केली जाते.”

“ब्रिजलाल, बस्स! तुझे डोके ठिकाणावर नाहीये.” मोहन कठोरपणे म्हणाले.

पण त्या ड्रायव्हरने जणू त्यांचे बोलणे कानावरच न पडल्यासारखे आपले बरळणे चालूच ठेवले.

“मालक-नोकरामधील नाते फार नाजूक असते साहेब. या नात्यातील सीमा तुम्ही ओलांडलीत. मुलाकडच्या लोकांनी हे लग्न रद्द केले. सांगा मला आता, काय करू मी? माझ्या राणोला आयुष्यभर तशीच लग्नाशिवाय ठेवू? लग्नाची रात्रंदिवस तयारी करणाऱ्या माझ्या बायकोला मी काय उत्तर देऊ?”

“ब्रिजलाल, मी तुला पुन्हा सांगतो, तू आपली मर्यादा ओलांडतो आहेस.”

“मी माझी मर्यादा ओलांडतोय ते मला ठाऊक आहे साहेब. पण तुम्ही? तुम्हीही तुमची सर्व सभ्यता ओलांडलीत ना? तुमचे सगळे कपडे काढून, उलटे टांगून तुम्हाला चाबकाचे फटके मारायला हवेत, तेव्हाच तुम्हाला माझ्या वेदना समजतील.”

“ब्रिजलाल, बस. आत्ताच्या आत्ता इथून निघून जा!” साहेब ओरडले.

“मी जाणारच आहे, साहेब; पण सगळा हिशोब चुकता करूनच. तुमच्याकडे सत्ता अन् संपत्ती आहे; पण माझ्याकडे हे आहे.” असे म्हणत त्याने आपल्या कुडत्याच्या खिशात हात घालून एक जुना चाकू बाहेर काढला. त्याचे जुने पाते

झुंबराच्या प्रकाशात फारसे चमकत नव्हते.

तो चाकू बघून मोहन अवाकच झाले. ब्रिजलाल पुढे-पुढे येऊ लागला तसे स्वत:ला आक्रसत मोहन मागे मागे सरकत बागेच्या बाजूकडील खिडकीवर आदळले. बाहेर एक मोठी वीज लकाकली.

"तू आत्ता नशेत आहेस ब्रिजलाल. एखादी मूर्खासारखी गोष्ट तुझ्या हातून घडली, तर पस्तावायची वेळ येईल."

"मी अगदी हताश झालोय साहेब आणि असा माणूस परिणामांची तमा करीत नसतो. माझी बायको आणि मुलगी काहीही झाले तरी आत्महत्या करतील. माझ्या मुलाला कुठे ना कुठे नोकरी मिळेलच. आणि माझे म्हणाल, तर तुम्हाला मारल्यावर मी स्वत:लाही खतम करणार आहे."

ब्रिजलालच्या हताशेची खरी धार आता मोहन यांना दिसू लागली. "ठीक आहे, ठीक आहे, ब्रिजलाल, राणोच्या लग्नासाठी मी स्वत: प्रयत्न करीन." ते घाईघाईने बोलू लागले, "तू त्यासाठी माझे घर वापरू शकतोस. का मी शेरेटन हॉटेलमध्ये त्यासाठी बॉलरूम बुक करू? मी स्वत: राणोचे कन्यादान करीन. ती माझ्या मुलीसारखीच आहे ना!" त्यांच्या तोंडून वेगाने शब्द बाहेर पडत होते.

"हा. हा... मृत्यू समोर दिसू लागल्यावर माणूस गाढवालाही आपला बाप मानू लागतो. नाही साहेब, आता मी पुन्हा तुमच्या जाळ्यात नाही सापडणार. मी तर मरणार आहेच; पण त्याच्या आधी तुम्ही मराल!" उजव्या हातात सुरी घट्ट धरून त्याने हात उचलला. मोहनने डोळे गच्च मिटले.

चाकूचे पाते हवा कापत वर गेले आणि मोहनच्या छातीच्या दिशेने निघाले. पद, प्रतिष्ठा याची शतकानुशतकांची उतरंड तोडत; कापत; पण ब्रिजलालचा हात मोहनच्या छातीजवळ आला अन् त्यातील जोर ओसरू लागला. निष्ठेच्या सीमा ओलांडून छातीवर वार करायला तो धजावेना. त्याच्या मुठीतून चाकू गळून पडला आणि हात लुळे पडले. ब्रिजलाल गालिचावर कोसळला आणि डोके वेगाने हलवत करूणपणे आक्रोश करू लागला.

दरम्यान मोहनकुमारांमध्ये हळूहळू बदल घडत होता. त्यांच्या चेहेऱ्यावरील ताण एखादी सावली दूर व्हावी तसा नाहीसा होऊ लागला. त्यांनी डोळे उघडले तेव्हा ब्रिजलाल त्यांना आपल्या पायाशी दिसला.

"अरे ब्रिजलाल, तू इथे काय करतो आहेस?" त्यांनी संथपणे, मृदू आवाजात त्याला विचारले. आणि मग काहीतरी आठवल्याप्रमाणे कपाळावर हाताची बोटे आपटत ते म्हणाले, "आत्ता आठवले, तू मला तुझ्या मुलीच्या लग्नाचे आमंत्रण द्यायला आला असशील ना! व्वा, बापण इथेच आहेत."

शांती घाबऱ्याघुबऱ्या धाडकन खोलीत शिरल्या.

“काय झाले? मला वाटते, कोणीतरी किंचाळले की काय!” धापा टाकीत त्या म्हणाल्या

“किंचाळले? कोण? काहीतरी डोक्यात घेऊन बसते. मी ब्रिजलालशी त्याच्या मुलीच्या लग्नाबद्दल बोलत होतो. आजच होते ना ते?”

शांतीने ब्रिजलालकडे बघितले. तो अजूनही गालिच्यावर बसून हुंदके देत होता.

“तुम्हाला काय झालेय नेमके मला समजतच नाहीये. एखाद्या दिवशी संतासारखे वागता अन् दुसऱ्या दिवशी राक्षसासारखे आणि परत संत होता. ब्रिजलालला त्यांच्या मुलीचे लग्न रद्द करावे लागले, याची तुम्हाला जाणीव आहे का नाही?”

“खरेच? असे कसे घडले ब्रिजलाल? जर माझ्याकडून काही अपराध घडला असेल, तर मी तुझी हात जोडून माफी मागतो.” असे म्हणत त्यांनी हात जोडले.

ब्रिजलाल मोहनचे पाय धरत म्हणाला, “असे बोलू नका साहेब. खरे म्हणजे मीच तुमची माफी मागायला हवी. मी तुम्हाला जखमी करण्याच्या इराद्याने आलो; पण तुम्ही मला माफ केलेत. तुम्ही माणूस नाही साहेब, देव आहात देव!”

त्याला उठवत मोहन म्हणाले, “नाही ब्रिजलाल, देव हा एखाद्या समुद्राप्रमाणे अफाट आणि असीम आहे. माझ्यासारखा माणूस हा या समुद्रातील एक थेंब आहे. आणि मला जखमी करण्याबद्दल तू हे काय बोलतो आहेस? तुलाही काही भास व्हायला लागले आहेत की काय? अरे, आणि हा चाकू इथे कसा आला?”

मेहेरौली येथील राय टेक्स्टाईल मिलच्या आवारात बोर्ड मीटिंग बरोबर चार वाजता सुरू झाली. लाकडी फर्निचरला केलेल्या पॉलिशचा विशिष्ट वास बोर्डरूममध्ये भरून राहिलेला होता. सागाच्या तासून केलेल्या मोठ्या अंडाकृती टेबलावर पोपटी रंगाच्या मॅट्स अंथरण्यात आल्या होत्या. बोर्डरूमच्या भिंतीवर ‘कॉर्पोरेट लुक’ देणारी पेंटिंग्ज लावण्यात आली होती.

पांढरेशुभ्र धोतर, कुर्ता आणि तशीच पांढरी गांधीटोपी घालून मोहनकुमार यांनी मीटिंगच्या खोलीत प्रवेश केला तेव्हा दारापाशीच त्यांचे स्वागत करताना विकी राय कुजबुजला, “झकास! मोहनकुमार, तुमचा आजचा ड्रेस नक्कीच कामगार संघटनेच्या नेत्यांची दिशाभूल करणारा आहे.”

“मी कुठे बसू?” मोहनकुमारांनी विचारले.

“तुम्ही माझा उजवा हात आहात, त्यामुळे तुम्ही माझ्या उजव्या बाजूला बसा. तुमच्या शेजारी मी दत्ताला बसवणार आहे.” डोळा मारत विकी मोहनकुमारांना म्हणाला.

टेबलाभोवती पाच पुरुष आणि एक महिला बसली. विकी राय मधोमध बसला. त्याच्या बरोबर समोर प्रोजेक्टरचा पडदा लावण्यात आला होता. ‘‘तर मंडळी, आजच्या बैठकीपुढे एकच विषय आहे. आणि तो म्हणजे राय टेक्स्टाईल मिलची पुनर्रचना!’’ मोजक्या शब्दांत विकीने बैठकीचा प्रारंभ केला.

‘‘तुम्हाला ठाऊकच आहे, हा आजारी कारखाना दोन वर्षांपूर्वी आपण शासनाकडून खरेदी केला. आता त्याचे आरोग्य सुधारण्यासाठी काही क्रांतिकारी उपायांची गरज आहे.’’ मग एका बुटक्या, गोरटेल्या, स्टील फ्रेमचा चष्मा घातलेल्या माणसाकडे निर्देश करीत ते म्हणाले, ‘‘कंपनीचे सीईओ श्री. प्रवीण शहा यांनी आता कॉर्पोरेट धोरण बोर्डाच्या संमतीसाठी सर्वांपुढे मांडावे, अशी मी त्यांना विनंती करतो.’’

आपला चष्मा ठाकठीक करीत शहा यांनी लॅपटॉपवरील बटण दाबताच त्यांच्यामागे असलेल्या पडद्यावर विविध प्रकारचे तक्ते आणि ग्राफ्स असलेले एक रंगीत चित्र उमटले.

‘‘माननीय सभासद, एक अत्यंत कटु वास्तव तुमच्यापुढे ठेवीत मी माझ्या बोलण्याला प्रारंभ करतो. गेल्या वर्षी कंपनीला पस्तीस कोटींचा तोटा सोसावा लागला.’’

‘‘साफ खोटे!’’ मोहन यांच्याशेजारी बसलेला काळा चष्मा घातलेला कुर्तापायजम्यातील माणूस अतिशय खुनशीपणे म्हणाला. ‘‘कामगार संघटनेने उत्पादनावर आधारित जी आकडेवारी काढली आहे, त्यानुसार कंपनीने दोन कोटी रुपयांचा नफा कमवला आहे. त्याच्याकडे तिरस्काराने बघत शहा यांनी लॅपटॉपवरील आणखी एक बटण दाबल्यावर समोरच्या पडद्यावर दुसरा तक्ता झळकला. ‘‘मेसर्स आर. आर. हलदर यांनी प्रमाणित केलेल्या ऑडिट रिपोर्ट हा तुमच्या समजुतीला पाठिंबा देणार नाहीये मिस्टर दत्ता.’’

‘‘तुमच्यासारखाच तो ऑडिट रिपोर्टही बनावट आहे.’’ दत्ता यांनी तिरकस शेरा मारला.

त्या शेऱ्याकडे दुर्लक्ष करीत शहा पुढे म्हणाले, ‘‘तर मी काय म्हणत होतो, ज्या वातावरणात आपण काम करीत होतो, ते फार आव्हानात्मक होते. गेल्या वर्षी मे महिन्यात कामगारांनी पुकारलेल्या बेकायदेशीर संपामुळे आपले कामाचे पस्तीस दिवस वाया गेले.’’

‘‘कृपा करून संपाला दोष देऊ नका.’’ पुन्हा हस्तक्षेप करीत दत्ता म्हणाले, ‘‘वाहतूक भत्ता बंद करण्याचा एकतर्फी निर्णय घेऊन व्यवस्थापनाने हा संप ओढवून घेतला.’’

दत्ताचे शब्द जणू कानावर पडलेच नाहीत, अशा थाटात शहांनी आपले

बोलणे पुढे चालू ठेवले.

“ही मिल भारतातील टेक्स्टाईल उद्योगातील सर्वांत मोठी मिल बनवणे, हे श्री. राय यांचे स्वप्न आहे. या व्यवसायातील अतिशय आधुनिक अशी यंत्रसामुग्री बसवून दोन टप्प्यांत या मिलचे आधुनिकीकरण करणे, हे सध्याचे आपले उद्दिष्ट आहे आणि पुनर्रचनेचे हे उद्दिष्ट प्रत्यक्षात आणण्यासाठी काही अनुत्पादक गोष्टींचा भार कमी करून व्याजाने घेतलेल्या कर्जाचा बोजा कमी करणे गरजेचे आहे. कर्ज काढून घेतलेल्या यंत्रसामुग्रीचा अधिकाधिक, पुरेपूर वापर करणे आणि त्यामुळे पर्यायानेच इतर बाबी पुरेशा मापात कमी करणे अपरिहार्य आहे.”

“या इतर बाबी म्हणजे नेमके काय मिस्टर शहा?” दत्ताने विचारले.

“याचा अर्थ कामगारांची संख्या किमान पातळीवर आणण्याची गरज आहे.”

“म्हणजे याचा अर्थ यंत्रसामुग्रीचा मार्ग मोकळा करण्यासाठी माणसांना हाकलावे लागेल तर?”

“मिस्टर दत्ता, हे इतक्या कडवटपणे मला मांडायचे नव्हते आणि पुनर्रचनेच्या योजनेत ज्या तरतुदी आहेत त्यानुसार यंत्रसामुग्री हाताळण्याच्या क्षमता निर्माण करणे, प्रोत्साहनासाठी विशेष वेतन, उत्पादनानुसार भत्ता अशा विविध प्रोत्साहन योजनांचा...”

“ही शाब्दिक कसरत बंद करा शहा!” आपली खुर्ची मागे ढकलून ताडकन उभे रहात दत्ता म्हणाले. “कामगार संघटनेच्या वतीने या योजनेस माझा पूर्ण विरोध असून आम्ही ती मान्य करणार नाही.”

खोलीत एक अस्वस्थ शांतता पसरली. सर्वांची नजर आता विकी रायवर खिळली होती. हाताच्या बोटाने टेबलावर ठेका धरलेल्या आणि चेहेऱ्यावरून मनाचा अजिबात थांगपत्ता लागू न देणारा विकी म्हणाला, “मग अशा परिस्थितीत मला वाटते आपण हा प्रस्ताव मताला टाकावा. ज्याचा या प्रस्तावाला होकार आहे त्यांनी ‘होय’ म्हणावे.”

आपल्या डाव्या बाजूला बसलेल्या लांब नाकाच्या मध्यमवयीन माणसाकडे रोखून बघत तो म्हणाला, “मिस्टर अरोरा?”

“मंजूर. होय.”

“मिस्टर इस्लामिया?”

“होय.”

“मिस्टर सिंग?”

“होय.”

“मिस्टर बिलीमोरिया?”

“होय.”

"मिस्टर दत्ता?"

"ठाम नकार."

"मिस्टर कुमार?"

मोहन यांच्या चेहेऱ्यावर खोडसाळ हसू होते. ते म्हणाले, "ही चर्चा फारच छान आणि विचारप्रवर्तक होती, हे नमूद करायलाच हवे. मी फक्त तीन मुद्दे मांडतो."

"पहिला, जेव्हा मूलभूत गोष्टींविषयीच मतभेद असतात तेव्हा बहुमताचे तत्त्व उपयोगी नसते." असे म्हणत त्यांनी विकीकडे दृष्टिक्षेप टाकला, तेव्हा त्यांना त्याच्या कपाळावर आठ्यांचे जाळे दिसले.

"माझा दुसरा मुद्दा असा आहे की, तुमच्यापैकी प्रत्येकाने स्वत:ला, आपल्या बरोबरीच्या कामगारांच्या कल्याणासाठी नेमलेले आपण विश्वस्त आहोत असे मानावे; स्वत:च्या स्वार्थाचा विचार सोडून!" प्रत्येक शब्दावर जोर देत ते बोलत होते. "जेथे लक्षावधी कष्टकरी नुसते बसून आहेत त्या ठिकाणी मनुष्यबळाचा वापर कमी करणाऱ्या यंत्रांचा विचार करून चालणार नाही. या कंपनीने फक्त अधिक पैसे मिळवण्याच्या उद्दिष्टाने काम करून चालणार नाही. अधिक उदात्त हेतूसाठी काम केले पाहिजे आणि माझा तिसरा मुद्दा आहे..."

विकीचा चेहेरा आता चिंतेने काळवंडू लागला होता.

"हा साला कुमार काय बरळतोय? तो आपल्या बाजूने बोलतोय की विरोधात?" तो शहांच्या कानाशी कुजबुजला.

"माझा तिसरा मुद्दा आहे..." असे म्हणत मोहनकुमारांनी खाली वाकून टेबलाखाली ठेवलेले एक मोठे खाकी पाकीट वर उचलले. "हा" असे म्हणत त्यांनी तो खाकी कागद फाडला. आत चरखा होता. "सभ्य स्त्री-पुरुष हो!" एक नाट्यपूर्ण पॉज घेत तो म्हणाले, "हा आहे चरखा." सर्व सदस्यांनी एक मोठा नि:श्वास सोडला.

"वस्त्र विणण्याच्या या यंत्राचा शोध भारतात लागला; पण कोठेतरी त्याच्याशी असलेले आपले नाते तुटले." मोहनकुमार बोलत होते, "हा शोधण्यासाठी मला चांदणी चौकातील पन्नास दुकानात पायपीट करावी लागली. चरखा गमावल्याने आपण जणू आपले डावे फुप्फुसच गमावले आहे. आपण या यंत्राच्या मदतीने जे वस्त्र विणू, ते आपल्या फाटक्या आयुष्याला जोडण्यासाठी उपयोग पडेल, अशी मला आशा आहे; या कंपनीच्या नव्हे. या देशाच्या अनेक समस्यांना चरखा हे उत्तर आहे. चरख्याचा सन्मान म्हणजे श्रमशक्तीचा सन्मान! मला आशा आहे, कामगार संघटनेचे प्रतिनिधित्व करणाऱ्या माझ्या मित्राला हे मान्य होईल." त्यांनी दत्ताकडे कटाक्ष टाकला तेव्हा आश्चर्याच्या धक्क्याने तोंडाचे बोळके करून ते मोहन

यांच्याकडेच बघत होते.

"हो! नक्कीच!" काय बोलावे हे न सुचल्याने दत्ताची धांदल उडाली. "माफ करा मोहनकुमारजी, आम्ही आत्तापर्यंत तुम्हाला सापासारखे शत्रू मानत होतो; पण तुम्ही तर आमचे उद्धारक निघालात!" बोर्डरूममध्ये कुजबुज सुरू झाली. हलक्या आवाजात सगळे परस्परांशी बोलू लागले. अखेर विकी राय उठून उभा राहिला, "या पुनर्रचनेच्या योजनेबाबत आपल्यामध्ये एकमत नाही असे दिसतेय. हा प्रस्ताव थोडा अधिक सुधारावा असे मी शहांना सुचवतो. पुढच्या बोर्ड मीटिंगची तारीख तुम्हा सर्वांना कळवली जाईल. थँक यू!"

मोहनकुमार यांच्याकडे एक जळजळीत कटाक्ष टाकीत तो बाहेर पडला अन् जाताना त्याने धाडकन दार लावून घेतले.

पुढच्या काही आठवड्यांत मोहनकुमार यांनी स्वत:ला विविध कामांसाठी अक्षरश: वाहून घेतले. रुबी हत्या प्रकरणी न्याय मिळावा यासाठी काढण्यात आलेल्या रॅलीमध्ये ते सहभागी झाले. सरदार सरोवराची उंची वाढवण्याच्या प्रस्तावाचा निषेध करण्यासाठी कार्यकर्त्यांबरोबर सर्वोच्च न्यायालयाच्या बाहेर बसले. भारत-पाकिस्तान मैत्रिपूर्ण संबंधासाठी इंडिया गेटवर काढण्यात आलेल्या मेणबत्ती मोर्चात सामील झाले आणि एका देशी दारू दुकानावर पिकेटिंगसाठी चाललेल्या स्त्रियांच्या संतप्त मोर्चात सामील झाले. त्यांनी आपली वाचण्याच्या चष्म्याची फ्रेम बदलून गोल काचांचा दोरी लावलेला चष्मा वापरणे सुरू केले आणि ताबडतोब माध्यमांनी त्यांना 'गांधी बाबा' म्हणणे सुरू केले.

रविवारी विशेष आर्थिक क्षेत्राच्या निषेधार्थ काढण्यात येणाऱ्या मोर्चात सामील होण्यासाठी ते निघालेले असताना कॅनॉट प्लेसजवळ त्यांची गाडी वाहतूक खोळंब्यात अडकली. सिग्नलच्या लाल दिव्याच्या रोखाने त्याचा इंच-इंच प्रवास सुरू असताना मोहनचे लक्ष डावीकडील सिनेमा हॉलवर लावलेल्या एका सिनेमाच्या पोस्टरकडे गेले. अर्धनग्न स्त्रियांची अतिशय उत्तेजक छायाचित्रे असलेल्या त्या पोस्टर्सवर 'ऑल नाइट लॉंग', 'अ व्हर्जिन्स ट्रबल', 'मॅन इटिंग ब्युटी' अशी सिनेमांची नावे लिहिलेली होती आणि त्याखाली लिहिले होते – 'प्रेमाचा आविष्कार सकाळचा खेळ दहा वाजता विशेष दरात!' आणि त्याखाली म्हटले होते – 'लैंगिक अभिव्यक्तीला भाषा नसते.'

"राम! राम! सार्वजनिक ठिकाणी असे अश्लील प्रदर्शन शासन कसे खपवून घेते, देव जाणे!" मोहन पुटपुटले.

ब्रिजलाल एक सुस्कारा टाकत म्हणाला, "माझा रूपेशही या सकाळच्या खेळाला येतो. ही पोस्टर्स तर काहीच नाहीत. सिनेमात तर म्हणे सगळे कपडे

काढलेल्या बायका दाखवतात.''

''खरेच? तसे असेल तर गाडी थांबव.''

''काय साहेब? इथेच थांबवू?''

''होय. इथेच थांबव.''

ब्रिजलालने गाडी सिनेमा थिएटरच्या बाहेर नेऊन उभी करण्यात यश मिळवले आणि मोहन खाली उतरले.

ते सिनेमागृह म्हणजे एक जुनाट राखाडी रंगाची इमारत होती. त्यावरील रंग उडालेला होता. फरशी जागोजागी उखडली होती; पण त्याच्या छतावरील रंग आणि त्या मोठ्या हॉलमधील ग्रीक शैलीत उभे केलेले खांब त्या थिएटरच्या गतवैभवाची साक्ष देत होते. सकाळचा खेळ सुरू होण्याच्या बेताला होता आणि तिकिटाच्या खिडकीवर बऱ्यापैकी गर्दी होती. औट घटकेचे दृष्टिसुख घ्यायला आलेले ते पुरुष प्रेक्षक होते. मोहनकुमार रांगेतील प्रेक्षकांकडे दुर्लक्ष करीत थेट तिकिटाच्या खिडकीजवळ गेले. त्या छोट्या कोंदट खोलीत एक मध्यमवयीन बारीक मिशांचा माणूस गुलाबी, पोपटी, पांढरी तिकीटे घेऊन बसला होता. ''ड्रेस सर्कलसाठी शंभर, बाल्कनीसाठी पंचाहत्तर आणि फ्रंट स्टॉलसाठी पन्नास रुपये.''

''कोणते तिकिट हवे?'' तिकीट विक्रेत्याने समोर कोण उभे आहे ह्याची फिकीर न करता कंटाळवाण्या आवाजात विचारले.

''मला तुमच्याकडची सगळी तिकिटे हवी आहेत.''

''सगळी?'' कॅशिअरने मान वर करून बघितले.

''होय.''

''ग्रुप बुकिंगसाठी असलेला विशेष दर या सकाळच्या खेळाला लागू नाही. तुम्ही एखाद्या मुलांच्या होस्टेलचा ग्रुप घेऊन येताय?''

''नाही, ही सगळी तिकिटे मला नष्ट करण्यासाठी हवी आहेत.''

''काय?''

''तुम्ही बरोबर ऐकताय. तुमची सगळी तिकिटे मला नष्ट करायची आहेत. असले गलिच्छ चित्रपट दाखवताना तुम्हाला लाज वाटत नाही? देशातील तरुणांची नीतिमत्ता तुम्ही भ्रष्ट करीत आहात.''

''ओ साहेब, हे सगळे माझ्याशी बोलू नका. जाऊन त्या मॅनेजरला सांगा. चला, पुढे कोण आहे?''

''मॅनेजरला इथेच बोलवा. ते इथे येऊन मला भेटेपर्यंत मी इथून हलणार नाही.'' मोहन निर्धाराने म्हणाले. त्याच्याकडे रागाने बघत तो तिकीट-विक्रेता तेथील हिरव्या दरवाजाआड गायब झाला. मग एक लठ्ठ, बुटका माणूस आत आला.

''बोला, काय हवेय? मी मॅनेजर आहे.''

“मला तुमच्याशी बोलायचे आहे.” मोहन म्हणाले.

“मग माझ्या ऑफिसमध्ये या. जिन्याच्या बाजूची उजवी पहिली खोली.”

मॅनेजरच्या थोड्या मोठ्या खोलीत एक रंग उडालेला हिरवा सोफा होता आणि एका मोठ्या लाकडी टेबलावर एक काळा टेलिफोन ठेवलेला होता. जुन्या चित्रपटातील फोटोफ्रेम्स भिंतीवर लावलेल्या होत्या. मोहनकुमारांचे म्हणणे मॅनेजरने शांतपणे ऐकून घेतले. मग त्यांनी विचारले, “हे थिएटर कोणाचे आहे ठाऊक आहे तुम्हाला?”

“नाही.” मोहन म्हणाले.

“स्थानिक आमदार जगदंब पाल यांचे. त्यांच्याशी जाऊन खेटायला तुम्हाला आवडेल?”

“आणि मी कोण आहे हे तुम्हाला ठाऊक आहे?”

“नाही.”

“मी मोहनदास करमचंद गांधी.”

मॅनेजर एखाद्या वेड लागलेल्या माणसासारखा मोठ्याने हसू लागला. “अरे बाबा, ती गांधीवरची ‘मुन्नाभाई’ फिल्म आली अन् गेलीसुद्धा. तुझे हे भाषण तू एक वर्ष उशिरा देतोयस.”

“हसा मॅनेजरसाहेब; पण एक दिवस तुमचाच मुलगा तुम्हाला या गेटमधून आत येताना दिसेल, तेव्हा तुमच्या चेहेऱ्यावरचे भाव बघायला मला आवडेल. तुम्ही दाखवत असलेल्या या असल्या सिनेमांमुळे तुम्ही मुलांच्या वासना भडकावून देता आणि त्यातून तरुणांमध्ये स्वैराचार आणि अनैतिकता बोकाळते. टाळता येण्याजोग्या या आपत्तीकडे मी कानाडोळा करू शकत नाही.”

एक सुस्कारा सोडत मॅनेजर म्हणाला, “तुम्ही सभ्य माणूस दिसता; पण थोडे मूर्खही आहात. जर तुम्ही तुमचा निषेधाचा हेका चालूच ठेवलात, तर पुढील परिणामांना तयार राहा. आमदारांनी तुमच्यावर गुंड वगैरे पाठवले, तर मला दोष देऊ नका.”

“खरा सत्याग्रही कधीही धोक्यांची तमा बाळगत नाही. जोपर्यंत तुम्ही हे घाणेरडे चित्रपट दाखवणे बंद करीत नाही, तोपर्यंत उद्यापासून मी बाहेर बसून राहणार.”

“तुमचा पाहुणचार करायला मला आवडेल.” असे म्हणत मॅनेजरने फोन उचलला.

दुसऱ्या दिवशी सकाळी धोतर-कुडता आणि गांधी टोपी अशा कपड्यांमध्ये मोहनदास थिएटरपाशी आले. तिकीट-विक्री काउंटरच्या बरोबर समोरची जागा

निवडून ते जमिनीवर बसले. त्यांच्या हातात पुठ्ठ्याचा फलक होता – 'हा चित्रपट बघणे गुन्हा आहे.' रांगेतील माणसे त्यांच्याकडे कुतूहलाने बघत होती. कोणी त्यांच्यापुढे वाकले, कोणी त्यांच्यापुढे नाणी टाकली; पण रांगेतून मात्र कोणीही बाहेर आले नाही. सव्वानऊ वाजेपर्यंत तिकिटे संपली आणि बाहेर 'हाउसफुल'चा फलक लागला.

शांती थोड्या उशिराच आल्या. अन् काहीशा चिंतेने म्हणाल्या, ''सिनेमा सुरू झालाय. तुम्ही आता घरी का येत नाही?''

''थोड्याच वेळात दुसरी फिल्म सुरू होईल. मला खात्री आहे कोणीतरी माझे म्हणणे ऐकेल. मी एका माणसाला जरी पटवू शकलो ना, तरी माझ्या मोहिमेत मी यशस्वी झालो असे समजेन.''

''पण तुम्ही उपोषण करता हे जर कोणाला समजलेच नाही, तर तुम्ही यशस्वी व्हालच कसे?''

''माझे उपोषण हा मी आणि देव यांच्यामधील व्यवहार आहे बा, तू काळजी करू नकोस. माझ्या या मोहिमेत लवकरच आणखी लोक सामील होतील, याची मला खात्री आहे.''

''मग मी तुमच्यासाठी आणलेला फळांचा रस तरी घ्या.'' थर्मास पुढे करीत शांती म्हणाल्या.

''जेव्हा एखादा माणूस उपोषण करतो तेव्हा त्याचा निर्धार टिकवून धरण्यासाठी ग्लासभर पाण्याची गरज नसते, तर देवच त्याचा हा निर्धार टिकवून ठेवण्यासाठी मदत करतो. बा, तुम्ही घरी जा.''

मोहनकडे एक अखेरचा नाराजीचा कटाक्ष टाकीत शांती तेथून ब्रिजलालसह निघून गेल्या. मोहन तेथेच बसून राहिले. कॅनॉट प्लेस परिसरातील अखंड वाहणाऱ्या त्या वर्दळीमध्ये जाकीट व टाय घातलेले रुबाबदार अधिकारी होते, शॉपिंगचा आनंद चेहेऱ्यावर स्पष्ट दिसणाऱ्या बायका होत्या आणि गॉगल, कमरेचे पट्टे विकणारे विक्रेतेही होते. वर्दळीचा तो कोलाहल अक्षरश: कानाला बधिर करणारा होता. दोन तासांनी शांती त्यांना भेटण्यासाठी परत आल्या, तेव्हा तेथील परिस्थिती बघून त्या चकितच झाल्या. एका छोट्या लाकडी व्यासपीठावर आणखी एका माणसासह मोहन बसले होते. पाठ टेकण्यासाठी फोमच्या उशा होत्या आणि दोनेकशे माणसे हातात कार्डबोर्डचे फलक घेऊन त्यांच्याभोवती उभी होती. 'नग्नता अश्लील आहे', 'गांधी बाबा झिंदाबाद', 'जगदंब पालचा निषेध असो' असे त्या फलकावर लिहिलेले होते. मोहन वैतागलेले दिसत होते; पण तरीही समाधानी होते. ''हे कसे घडले नेमके?'' शांतीने विचारले. मोहनने त्यांच्या शेजारी बसलेल्या पांढऱ्या कुडता-पायजम्यातील माणसाकडे निर्देश केला. त्यांचा चेहेरा अंडाकृती

होता, नाक निमुळते होते, नजर भिरभिरती होती. शांतीला तो बघताक्षणी फारसा आवडला नाही. "हे श्री. अवधेश बिहारी. एक तासापूर्वी अकस्मात त्यांची अन् माझी भेट झाली आणि लगेच् त्यांनी मला पाठिंबा देण्याचा निर्णय घेतला. त्यांनीच हा बॅन, घोषणाफलक, ही माणसे यांची व्यवस्था केली."

"नमस्ते भाभीजी!" एखाद्या मुरब्बी नटाप्रमाणे मधाळ आवाजात बिहारीने शांतीचे स्वागत केले.

"तुमच्या नवऱ्यासारख्या महान व्यक्तीला भेटण्यासाठी फार भाग्य लागते. हा जगदंब पाल माणूस किती वाईट आहे, हे मी त्यांना सांगत होतो. ही अशी ओंगळ सिनेमा दाखवणारी थिएटर्स त्यांच्या मालकीची आहेतच. शिवाय अनेक कुंटणखानेही आहेत त्याच्या मालकीचे."

"आणि तुम्ही काय करता?" शांतीने विचारले.

"नैतिक पुनरुत्थान या राजकीय पक्षाचे मी काम करतो. मागील निवडणुकीत मी जगदंब पालच्या विरोधात उभा होतो. लोकांचा मला खूप पाठिंबा होता; पण त्याने मतदानात खूप लांड्यालबाड्या केल्या अन् निवडणूक जिंकली."

"तुम्ही तुमचा राजकीय हिशेब चुकता करण्यासाठी हे करताय तर!"

"काय बोलता भाभीजी तुम्ही हे. आपल्यापुढील पिढीला या भ्रष्ट गोष्टींपासून वाचवणे, हे आपले पवित्र कर्तव्य आहे. भारतीय संस्कृतीचे रक्षक म्हणून आमच्या पक्षाची ओळख आहे. काही वर्षांपूर्वी 'गर्लफ्रेंड' नावाच्या लेस्बियन सिनेमाविरुद्ध आम्ही केलेले आंदोलन तुम्हाला आठवत असेलच. कोर्टाचा हुकूम डावलून आम्ही या सिनेमाची सर्व पोस्टर्स फाडून टाकली होती व त्याचे शो थांबवले होते. असे ओंगळ सिनेमा म्हणजे आपल्या संस्कृतीवरील कलंक आहेत. त्यामुळे काय वाट्टेल ते होवो, आम्ही तुमच्या यजमानांबरोबर आहोत. ते उपोषण करीत असतील, तर आम्ही त्यांना पाठबळ पुरवू."

"आणि थिएटरच्या मालकाने नाही जुमानले तर?"

"असे कसे होईल? आम्ही त्याला तसे करण्यास भाग पाडू; पण त्यासाठी आधी आपल्याला जनजागृती करायला हवी. ह्या निषेधाच्या बातम्या दाखवण्याबाबत मी काही चॅनलवाल्यांना विनंती केली आहे."

शांतीने मोहनकुमारांच्या कपाळाला हात लावून त्यांना ताप आला नाही ना याची खात्री करून घेतली.

"मला तुमची काळजी वाटते. किती वेळ तुम्ही असे अन्न-पाण्याविना रहाणार?"

"आम्ही दोघे काळजी घेऊ. तू काळजी करू नकोस. अवधेश माझी काळजी घेईल."

शांतीची चिंता आणि बिहारीचे आश्वासन यांच्या बळावर मोहनकुमार यांनी आणखी दोन दिवस अन्न-पाण्याविना काढले. तिसऱ्या दिवसापासून त्यांची तब्येत ढासळू लागली. डॉक्टर सोनी येऊन त्यांची नाडी, रक्तदाब बघून गेले आणि त्यांनी एकूण परिस्थितीबद्दल चिंता व्यक्त केली. शांती तेथे होत्याच. थिएटरच्या मालकाचा मात्र अजूनही पत्ता नव्हता.

दुपारच्या सुमारास एक व्हॅन थिएटरबाहेर येऊन थांबली व त्यातून जीन्स घातलेली एक तरुणी बाहेर पडली. तिचा चेहेरा निर्विकार होता आणि नजर हिशोबी. एक जाडजूड व्हीडिओ कॅमेरा घेतलेला उंच माणूस तिच्यामागे होता.

आपल्या कुडत्यावरील धूळ झटकत अवधेश बिहारी लगबगीने उभा राहिला. ती वार्ताहर त्याच्याकडे येत म्हणाली, "अवधेश बिहारीजी, या वेळी तरी काही हालचाली होणार का? तुमचा मागचा निषेध फारच फुसका ठरला होता."

त्या राजकीय नेत्याने कारस्थानी हास्य केले.

"तू आता बघच निकिता, या वेळी आपल्याबरोबर गांधीबाबा आहेत. जगदंब पालला त्याच्याच आखाड्यात या वेळी अपमानित व्हावे लागणार आहे."

लाकडी व्यासपीठावर पडलेल्या मोहनकुमारांकडे बघून मान हलवत निकिता म्हणाली, "हा गांधीबाबा देवदूत मला आवडला. आज संध्याकाळच्या वार्तापत्रात आपण याची बातमी करून टाकू!" आणि मग अवधेशच्या कानाशी कुजबुजत ती म्हणाली, "आणि हा मेलाच, तर मग ती आजची महत्त्वाची बातमी होईल." बिहारीने संमतिदर्शक मान हलवली.

"लोबो, लगेच चित्रीकरण सुरू कर!" तिने आपल्या कॅमेरामनला सूचना दिल्या.

'गांधीबाबा अत्यवस्थ.' दुसऱ्या दिवशी सर्व वृत्तपत्रात मोठ्या मथळ्यात बातम्या आल्या. निळा दिवा छापरावर लावलेल्या स्कॉर्पिओतून सकाळी दहाच्या सुमारास आमदारसाहेब आले. स्टेनगन घेतलेले चार कमांडो त्यांच्या मागे पुढे होते. धिप्पाड शरीरयष्टीचा, चौकोनी डोक्याचा, काळेभोर केस आणि अतिशय मतलबी नजर असलेला हा नेता मोहनकुमारांच्या शेजारी बसत त्यांच्या कानात कुजबुजला, "गांधीबाबा साहेब, तुम्ही हे का करताय?"

"विकृती थांबवण्यासाठी." मोहन उत्तरले. त्यांचा आवाज अजून खणखणीत होता.

"तुम्ही ज्याला विकृती म्हणताय ती एक नैसर्गिक प्रवृत्ती आहे. तुम्ही कितीही दडवण्याचा प्रयत्न करा, ही लैंगिक भूक कोणत्या ना कोणत्या रूपात प्रकट होणारच."

"मी या लैंगिक भुकेविरुद्ध उपोषण करीत नाहीये. त्याच्या विकृतीविरुद्ध, महिलांच्या व्यापारीकरणाविरुद्ध उपोषण करतोये."

"पण माझ्या या सिनेमांमध्ये आक्षेपार्ह असे काहीच नाही. त्या सेन्सॉर बोर्डाने प्रमाणित केलेल्या आहेत. तुम्हाला जर खरोखर स्त्रियांचा व्यापार बघायचा असेल, तर इथून पाचशे मीटरवर असलेल्या भुयारी पालिका बाजारमध्ये जा. तेथे तुम्हाला शंभर रुपयात लैंगिक व्यवहारांचा खुलेआम बाजार मांडणाऱ्या 'ट्रिपल एक्स' फिल्म्सच्या सीडीज शंभर-शंभर रुपयात मिळतील. तेथून पुढे दहा किलोमीटरवर जीबी रोड आहे, जेथे शंभर रुपयात तरुण मुलगीच थेट विकत मिळेल. माझ्या थिएटरबाहेर उपोषण करण्यापेक्षा तुम्ही या गोष्टी जाऊन थांबवा की!"

"एखादी विकृत गोष्ट दुसरीपेक्षा कमी विकृत आहे, याचा अर्थ ती माफ करण्याजोगी आहे असे नाही. माझे उपोषण हे समाजातील सर्व नैतिक विकृतींना धडा शिकवण्यासाठी आहे."

"हे बघा गांधीबाबा, मला फुकटची झकझक नकोय. मी राजकारणी आहे. तुझ्या ह्या उपोषणाचा माझ्या प्रतिमेला फटका बसतोय. उत्तर भारतातील चित्रपट वितरक संघटनेतर्फे मी तुला हे उपोषण मागे घेण्यासाठी २० हजार रुपये देऊ शकतो."

हसत मोहनकुमार म्हणाले, "माझा हा लढा पैशासाठी मुळीच नाही. चार दमड्या माझ्यासमोर फेकून तू मला विकत घेऊ शकत नाहीस."

"ठीकाय. मग पंचवीस हजारात मिटवायचे?"

मान हलवत मोहनकुमार म्हणाले, "नाही बाबा, मी एकदा निर्धार केला. आता पृथ्वीवरील कोणतीही शक्ती मला माझ्या शपथेपासून दूर नेऊ शकत नाही."

आता मात्र आमदाराचा तोल ढळू लागला.

"तू स्वत:ला कोण समजतोस रे शहाण्या? मी इथे तुझ्याशी एवढा नम्रपणे बोलतोय आणि तू असा वागतोयस जसा काही खराच महात्मा गांधी लागून गेला आहेस. पुरे झाले नाटक! मला ही जागा आत्ताच्या आत्ता रिकामी करून हवीये नाहीतर मला जबरदस्तीने तुला इथून हलवावे लागेल."

"सत्याग्रहीकडे अमर्याद सहनशक्ती असते, इतरांवर अफाट विश्वास असतो आणि आशा असीम असते. पाशवी शक्तीपुढे नमणे हे सत्याग्रहींच्या आचारसंहितेत बसत नाही."

"साला भडवा!" असे म्हणत जगदंब पाल मोहनकुमारांच्या अंगावर धावून गेला. एके काळी बॉक्सर असलेल्या जगदंबचा ठोसा आणि मोहनकुमारांचा गाल यांची अजिबात चुकामूक झाली नाही आणि क्षणार्धात रक्ताचा फवारा मोहनकुमारांच्या नाकातून उडाला.

"हे राम!" असे ओरडत मोहनकुमार खाली कोसळले. शांती घाबरून मोठ्याने ओरडल्या. आपण नेमके काय केले आहे हे न समजून जगदंब पाल क्षणभर स्तंभित झाले आणि घाईघाईने आपल्या गाडीकडे पळाले.

'गांधीबाबाला मारले' ही बातमी वणव्यासारखी समोरच्या गर्दीत पसरली.

"मारा त्या हरामखोराला!" अवधेश बिहारी ओरडले, तसे त्यांचे कार्यकर्ते त्यांच्या गाडीकडे पळाले; पण जगदंब आधीच गाडी सुरू करून भरधाव निघाले होते. "आग लावा या थिएटरला!" असे अवधेश उच्च स्वरात किंचाळले आणि समोरची गर्दी वेड्यासारखी थिएटरकडे धावली.

"थांबा! थांबा!" मोहन ओरडत होते; पण त्यांचा आवाज कोणाच्या कानावर पडलाच नाही. काही सेकंदातच, समोरचा दरवाजा मोडून गर्दी आत घुसली. आणि दहाव्या मिनिटाला तेथून काळा धूर भकाभका येऊ लागला. आतील प्रेक्षक घाबरून सैरावैरा पळू लागले. आणि आग विझवण्याचे बंब आणि ॲम्ब्युलन्सच्या सायरनच्या आवाजाने वातावरणातील कोलाहल टिपेला पोहोचला.

थिएटरसमोर एक पोलीस व्हॅन कर्कश्श आवाज करीत येऊन थांबली आणि पिंजऱ्यातून पटापट ससे बाहेर यावेत तसे त्यातून हवालदार बाहेर येऊन मोहनकुमारभोवती बंदुका रोखून उभे राहिले. मॅनेजरला घेऊन एक पोलीस इन्स्पेक्टर पुढे आला आणि मोहनकडे बोट दाखवून त्यांनी मॅनेजरला विचारले, "हाच का तो माणूस?"

"होय साहेब. हाच गांधीबाबा. आमच्या थिएटरचे नुकसान करायला हाच जबाबदार आहे." मॅनेजर रडवेल्या सुरात म्हणाला.

हातातील वेताची छडी तळव्यावर आपटत इन्स्पेक्टर म्हणाले,

"तुम्हाला अटक करण्यात येत आहे गांधीबाबा."

नाकातून वहाणारे रक्त थांबवण्यासाठी नाकावर हातरूमाल दाबत मोहनने विचारले, "अटक? कशाबद्दल?"

"कलम ३०७ : खुनाचा प्रयत्न केल्याबद्दल, कलम ४२५ : तुमच्या कृत्यामुळे मालमत्तेचे नुकसान झाल्याबद्दल, कलम ३३७ : इतरांची वैयक्तिक सुरक्षितता धोक्यात आणल्याबद्दल, कलम १५३ : दंगलीस प्रवृत्त केल्याबद्दल. चला, एवढी तुमच्या दुष्कृत्यांची यादी पुरेशी आहे."

"पण माझे नाव गांधीबाबा नाही. मोहनकुमार आहे. सेवानिवृत्त सनदी अधिकारी!" काहीशा ताठ्याने मोहनकुमार म्हणाले.

"तुम्ही स्वत:ला काय म्हणता ते महत्त्वाचे नाही. तुम्हाला अटक करण्यात आली आहे, एवढे खरे. चल रे, घेऊन चल याला!" हवालदाराकडे बघत इन्स्पेक्टर म्हणाले.

पश्चिम दिल्लीमध्ये असलेला तिहार तुरुंग म्हणजे सात तुरुंगांच्या इमारती होत्या. सात हजार कैद्यांसाठी मुळात बांधल्या गेलेल्या या तुरुंगात सध्या तेरा हजार कैदी होते. त्यांपैकी नऊ हजार कैदी आपला खटला सुनावणीला येण्याची वाट बघत होते.

या जेलमधील वॉर्डन म्हणजे एक थुलथुलीत देहाचा, लोंबणाऱ्या गालफडाचा आणि पांढऱ्या केसांचा माणूस होता. कैद्याच्या वेषात संतापाने धुमसणारे मोहनकुमार त्यांच्यासमोर उभे राहिले तेव्हा ओशाळे हसत तो त्यांना म्हणाला, ''या, या साहेब, एका वरिष्ठ सनदी अधिकाऱ्याचे स्वागत करण्याचे भाग्य आम्हाला क्वचितच लाभते.''

''मी इथे यायलाच नको, हे तुला चांगलेच ठाऊक आहे. मला चार महिन्यांची न्यायालयीन कोठडी सुनावणाऱ्या न्यायाधीशांचे खरे म्हणजे डोके तपासायला हवे. ते काहीही असो, माझ्याबरोबर प्रशिक्षणाला असलेल्या पोलीस आयुक्तांचा फोन तुला आला असेलच.''

''होय साहेब. तुमची नीट काळजी घेण्याच्या सूचना मला साहेबांनी दिल्या आहेत, त्यामुळे मी तुम्हाला सर्वाधिक सुरक्षा असणाऱ्या बबलू तिवारींच्या खोलीत ठेवायचे ठरवले आहे.''

''बबलू तिवारी? तो कुख्यात गुंड?''

वॉर्डनने मान हलवली.

''कशी आहे ही व्यवस्था?''

''तुम्ही स्वत:च बघा सर. तिहारमध्ये जे जसे दिसते तसे नसते. या, तुम्हाला तुमची खोली दाखवतो.'' अरुंद, लांबच लांब कॉरिडॉरमधून तो मोहनना घेऊन जाऊ लागला. किल्ल्यांचा एक भलामोठा जुडगा त्याच्या हातात खुळखुळत होता. तुरुंग स्वच्छ आणि नीटनेटका दिसत होता; पण सर्वत्र एक संमिश्र वास भरला होता. हॉस्पिटल निर्जंतुक करण्यासाठी वापरत असलेले ॲस्ट्रिजंट आणि एखाद्या कत्तलखान्यात येतो तसा भडभडून टाकणारा वास याचे ते मिश्रण होते. ते एका पटांगणातून पुढे निघाले. पटांगणात अनेक कैदी व्यायाम करीत होते.

''इथे तिहारमध्ये आम्ही अनेक कैदीसुधार उपक्रम राबवतो. विपश्यना आणि योगाचा कैद्यांना परिचय करून दिला आहे. आमचे एक छान वाचनालय आणि वाचण्याच्या सुविधा असलेली खोली आहे.'' वॉर्डन अभिमानाने सांगत होता.

''ही खोली तुरुंगाच्या दक्षिण टोकाला होती. आमच्या सगळ्या खोल्या सात बाय दहा फुटाच्या आहेत.'' एका मोठ्ठ्या लोखंडी जाळीचे कुलूप काढत वॉर्डन सांगत होता. ''पण ही खोली सर्वांत मोठी आहे. दोन खोल्या एक करून केलीये आणि बघा ती कशी आहे ते.'' त्यांनी खोलीत पाय ठेवला अन् मोहनकुमार

चकितच झाले. त्या खोलीत या भिंतीपासून त्या भिंतीपर्यंत गालीचा अंथरलेला होता. आत एक छोटा टीव्ही होता आणि एक छोटासा बारसुद्धा होता. ''खोलीत एक बंक बेड होता. त्यातील खालच्या गादीवर कैद्याच्या वेषातील एक व्यक्ती ब्लँकेट पांघरून झोपली होती.''

''जेलमधील व्हीआयपी खोलीत तुमचे स्वागत असो!'' दात दाखवत वॉर्डन म्हणाला.

''माझ्यावर आणखी एक दया दाखवली तर बरे होईल.'' चेहेऱ्यावर हसू आणत मोहनकुमार म्हणाले, ''मला एकट्याला राहायला आवडेल. तुम्ही या तिवारी नावाच्या माणसाला दुसऱ्या खोलीत का हलवत नाही?''

''हे बघा साहेब, माझ्या मर्जीप्रमाणे खोली द्यायला हे काही हॉटेल नाही.'' वॉर्डन परखडपणे म्हणाला. ''बबलू तिवारीला या खोलीत ठेवलेय, कारण त्याचे लागेबांधे तुमच्यापेक्षा चांगले आहेत.'' आणि मग झोपलेल्या त्या कैद्याच्या खांद्यावर हलकेच थाप मारीत ते म्हणाले, ''तिवारीजी, प्लीज उठा.''

डोळे चोळत तो कैदी उठून बसला. त्या बुटक्या माणसाचा चेहेरा गोल आणि दाढी-मिशा नसलेला गुळगुळीत होता. त्याचे सरळ, लांब केस कपाळावर येत होते. हात लांब करून आळस देत त्याने पेंगुळलेल्या आवाजात विचारले, ''तुम्ही आत्ता इथे काय करताय जेलरसाहेब?''

''मी तुम्हाला तुमच्या नव्या जोडीदाराची ओळख करून द्यायला आलोय. हे श्री. मोहनकुमार, आयएएस.''

त्यांच्याकडे कुतूहलाने बघत बबलू म्हणाला, ''ज्यांना गांधीबाबा म्हटले जाते ते तुम्हीच का?'' मोहन गप्प बसले; पण मान हलवत वॉर्डन म्हणाले, ''अगदी बरोबर! एवढी महत्त्वाची व्यक्ती आपल्या तुरुंगात आली, हे आपले भाग्यच म्हणायला हवे.''

''ते मला सुधारण्याचा प्रयत्न करू नये म्हणजे झाले.'' कुरकुरत बबलू म्हणाला. ''आणि हो जेलरसाहेब, तुम्हाला माझ्या मोबाइलसाठी नवे सिम कार्ड मिळाले का?''

''श्शू,'' डावी-उजवीकडे बघत वॉर्डन कुजबुजला, ''भिंतीलाही कान असतात. मी उद्या पाठवतो.''

लोखंडी दरवाजा बंद झाला. त्याची थरथर नंतर वॉर्डन गेल्यावरही कितीतरी वेळ मोहन यांच्या डोक्यात जाणवत होती.

''कसे आहात?'' असे म्हणत खाकरत बबलू तिवारीने आपला उजवा हात मोहनसमोर केला. त्या हातावर ठिकठिकाणी सापाचे टॅटू रंगवले होतेच; पण त्याच्या सुरकुतलेल्या कातडीवर अनेक रक्तवाहिन्या फुटल्याच्याही खुणा होत्या.

नाराजीने आपले ओठ मुडपत मोहन यांनी त्या गुंडाशी हस्तांदोलन करणे साफ टाळले.

"घ्या जरा जमवून आधी येथे!" असे म्हणत बबलूने आपल्या पुढच्या खिशातील नोकिया काढला आणि एक नंबर फिरवून पायावर पाय टाकून कराकर खाजवत मोबाइलवर हळू आवाजात बोलू लागला. नाराजीनेच मोहन वरच्या बेडवर चढले. त्यावरील गादी भलतीच लोळागोळा झालेल्या अवस्थेतील होती आणि त्यावर अंथरलेल्या चादरीवर अनेक डाग पडले होते. खोलीच्या भिंतीतून एक कुबट दर्प खोलीत पसरला होता. दरवाजातून गार हवेचा झोत आत येत असल्याने मोहन यांनी ब्लँकेट पांघरण्यासाठी उचलले, पण ते ठिकठिकाणी विरले होते. त्याच्या स्पर्शाने त्यांना खाज सुटू लागली. मोठ्याने रडण्याची अनिवार इच्छा त्यांनी मनातल्या मनात दाबली.

दुपारी स्टीलच्या थाळीत जेवण आले. चार जाडजूड पोळ्या, भाज्यांचा लगदा आणि पातळ डाळ! अन्न एकदम बेचव आणि भूक मारून टाकणारे होते. मोहनकुमारांनी जेमतेम एक पोळी कशीबशी पोटात ढकलली आणि ताटली सरकवून दिली. बबलूने त्या थाळीला हातही लावला नव्हता. मासिक वाचण्याचा बहाणा करीत मोहन गादीवर पडले होते; पण पोटात भुकेचा आगडोंब उसळला होता. काही क्षण त्यांना डुलकी लागली तेव्हा स्वप्नात बटर चिकन आणि व्हिस्की दिसत होती. त्यांनी डोळे उघडले तेव्हा एक ग्लासभर सोनेरी पेय त्यांच्यासमोर हिंदकळत होते आणि त्यापलीकडे फक्त चेहेरा दिसत होता बबलू तिवारीचा! खालून वर बघत तो मोहनना विचारीत होता, "एखादा पेग घ्यायला आवडेल?"

"काय आहे?" मोहन यांनी रुबाबात विचारले.

"स्कॉच. पंचवीस वर्षांची जुनी, मुरलेली!"

मोहननी नकळत आपल्या कोरड्या ओठांवरून जीभ फिरवली. "आवडेल मला एखादा घोट घ्यायला." स्वत:च्याच दुबळेपणावर काहीसे ओशाळे होत त्यांनी होकार दिला. "चिअर्स तर मग! तुम्ही तुमची गांधीगिरी या सेलच्या बाहेर ठेवू शकता." बबलू म्हणाला. त्यांनी ग्लास एकमेकांना भिडवले आणि दोघांमधील मौन तुटले.

दुपारी चार वाजता सेलचे दरवाजे पुन्हा उघडले.

"या जरा, ताजी हवा खाऊन येऊ." बबलू म्हणाला.

ते चालत होते ते मैदान एखाद्या फुटबॉलच्या मैदानाच्या निम्मे होते आणि पन्नासेक कैदी तिथे फिरत होते. हे कैदी सर्व वयोगटाचे आणि आकारमानाचे होते. त्यांपैकी काही अगदी वृद्धही होते. काही मोठी दाढी असलेले, तर काही तरुण कैदी जेमतेम पंधरा वर्षांचे होते. कैद्यांचा एक गट फुटबॉल खेळत होता, तर दुसरा एक

रेडिओभोवती घोळका करून बसला होता, तर काही केवळ स्वस्थ बसून गप्पा मारीत होते. अन्य कैदी बबलूचे ज्या तऱ्हेने स्वागत करीत होते त्यावरून तो तेथील नेता होता, हे स्पष्ट दिसत होते. फक्त एका कोपऱ्यात गट करून बसलेल्या तिघांनी मात्र त्याची दखलही घेतली नाही.

''ते कोण आहेत?'' मोहन यांनी विचारले.

''त्यांच्याशी बोलू नकोस. त्यांच्या जवळही जाऊ नकोस. गेल्या वर्षी लाल किल्ल्यावर बॉम्बहल्ला करण्याचा ज्यांनी प्रयत्न केला त्या लष्कर-ए-शहादत या भयानक गटाचे सभासद असलेले ते परदेशी नागरिक आहेत.''

''ते एवढे धोकादायक आहेत, तर त्यांना वेगळ्या ठिकाणी का ठेवत नाहीत?''

हसत बबलू म्हणाला, ''अरे बाबा, तूसुद्धा धोकादायक गटातील कैदी आहेस.''

मोहन यांनी मान हलवली. त्यांची नजर एका पायरीवर एकाकी बसलेल्या लक्ष वेधून घेणाऱ्या एका मध्यमवयीन माणसाकडे गेली. त्याचे केस आइन्स्टाइनसारखे आणि मिशी हिटलरसारखी दिसत होती. बबलूला कोपराने ढोसत मोहन यांनी विचारले, ''हे कार्टून कोण आहे?''

''अरे बाप रे! तो? तो आमचे करमणुकीचे मुख्य साधन आहे. चल तुला दाखवतो. ए, इकडे ये!'' बबलूने त्याला बोलावले. ती व्यक्ती त्यांच्याकडे आली. तो उंच आणि कमालीचा हडकुळा होता आणि त्याच्या चेहेऱ्यावर चोरट्याप्रमाणे अपराधी भाव होते.

''आपल्याकडे नवीन पाहुणे आले आहेत. तू त्यांचे स्वागत नाही करणार?''

आपले दोन्ही हात जुळवून एकदम कडक इंग्लिशमध्ये तो माणूस म्हणाला, '' तिहार जेलमध्ये तुमचे स्वागत असो!''

''तुमचे नाव काय?''

''रेड.''

''तुम्ही इथे तुरुंगात का आलात?''

''ॲटोन्मेंट.''

''आणि तुम्हाला काय शिक्षा मिळेल असे तुम्हाला वाटते?''

''शंभर वर्षांचा एकान्तवास.''

''तुझा इथे सर्वांत जवळचा दोस्त कोणता?''

''पट्ट्या-पट्ट्याचा पायजमा घातलेला मुलगा.''

''थँक यू! तू आता जाऊ शकतोस.''

''पुन्हा उद्या भेटू या.'' तो म्हणाला. त्याने त्याची मान कलती केली. हात

लांब पसरले आणि एखाद्या विमानाने हवेत झेप घ्यावी तसा तो त्या मैदानाच्या मध्यभागी निघाला.

मोहन बुचकळ्यात पडले. "त्याचे नाव खरेच रेड आहे?"

"नाही." खिदळत बबलू म्हणाला. "त्याचे नाव एल. के. वार्शने. दिल्ली विद्यापीठात ते इंग्लिश विषयाचे प्रोफ़ेसर होते. एक दिवस त्यांच्या बायकोला त्यांनी त्यांच्या लाडक्या विद्यार्थ्याबरोबर नको त्या अवस्थेत बघितले आणि आपल्या बायकोला खलास करून आता ते तुरुंगात आले. त्यांचा खटला सुरू आहे. बहुधा त्यांना जन्मठेप होईल. असे म्हणतात, प्रोफ़ेसर असताना ते अर्धवेडे होते. तिहारमध्ये येऊन ते पूर्ण वेडे झाले आहेत. आता नेहेमीच ते काहीतरी गंमतीशीर बोलत असतात."

"आणि तू का बरे येथे आहेस?"

"सगळेकाही केलेय. मी भारतीय दंडविधानात नमूद केलेल्या प्रत्येक प्रकारचा गुन्हा केलाय आणि माझे सर्व खटले अजून प्रलंबित आहेत; पण त्यांना काहीही सिद्ध करता येणार नाही. मी तिहारमध्ये राहतो कारण इथे राहणे मला पसंत आहे. बाहेर राहण्यापेक्षा इथे जास्त सुरक्षित वाटते."

बबलू इतर एक-दोन दणकट दिसणाऱ्या कैद्यांशी बोलायला गेला असताना बारीक केस कापलेला, कळकट चेहेऱ्याचा तरुण मोहनकुमारांजवळ आला आणि त्यांच्या पायापाशी वाकला. त्याच्या अंगाला दुर्गंधी येत होती.

"अरे, अरे, कोण आहेस तू?" म्हणत मोहन मागे सरकले.

"तुम्ही गांधीबाबा आहात असे लोक म्हणतात. मी तुम्हाला नमस्कार करण्यासाठी आलोय आणि एक मदत मागण्यासाठीही. माझे नाव गुड्डू." तो तरुण चाचरत बोलत होता.

"तू इथे कसा आलास?" मोहननी विचारले.

"मी बेकरीतून एक पाव चोरला म्हणून. गेल्या पाच वर्षांपासून मी इथे आहे. रोज मला ते चोपून काढतात. संडास साफ करायला लावतात. मला माझ्या आईला भेटायचे आहे हो! फार आठवण येते तिची मला. मला ठाऊक आहे, तुम्हीच मला इथून बाहेर काढू शकता." असे म्हणत तो हुंदके देऊ लागला.

"चल, दूर हो! चल!" त्याला दूर करत मोहन म्हणाले. "हे बघ, मी तुझ्यासाठी काही करू शकत नाही. तुझ्यासारखाच मीही एक कैदी आहे इथे. इतरांचा विचार करण्यापूर्वी मला स्वत:ला आधी इथून बाहेर काढायला हवे. आणि मी गांधीबाबा असल्याची बाष्कळ अफवा आणखी पसरवू नकोस इथे. समजले?" असे म्हणत मोहन मैदानाच्या दुसऱ्या बाजूला जाताच गरुडासारखे मोठे नाक आणि चमकदार राखाडी डोळे असलेल्या माणसाने त्यांचा ताबा घेतला.

"यदा यदा ही धर्मस्य ग्लानीर्भवती भारत।" संस्कृतमध्येच एकदम संभाषण सुरू केलेल्या त्या माणसाने मग मोहनकुमारांच्या सोयीसाठी त्याचे मराठीत भाषांतर केले. "ज्या ज्या वेळी अधर्म बळावतो, दुष्टांचा नाश करण्यासाठी तू जन्म घेतोस. हे महात्म्या, मी तुला वंदन करतो. आता तूच देशाला वाचवू शकतोस."

"आता आपण कोण आहात?" थकलेल्या मोहनकुमार यांनी हताशपणे विचारले.

"मदुराई येथील संस्कृत विद्वान डॉ. डी. के. तिरुमूर्ती आपल्या सेवेस हजर आहेत सर!"

"आणि आपण एक व्यावसायिक चोर असल्याचा उल्लेख करायचा विसरलास तू!" बबलू मागून म्हणाला.

"चल बबलू, निघू या. भरपूर ताजी हवा खाऊन झाली." बबलूची बाही पकडून मोहनकुमार म्हणाले. "एकाला वाटतेय, मी त्याला वाचवावे, एकाला वाटतेय मी देश वाचवावा. हा तुरुंग आहे की वेड्यांचा बाजार?"

बबलू मिश्कीलपणे म्हणाले, "खरे म्हणजे या दोहोंत फार थोडा फरक आहे. जर तुला या वेड्यांच्या बाजारात सामील व्हायचे नसेल, तर माझ्याबरोबर राहा."

रात्री मिळालेले जेवणही तसेच बेचव होते; पण भुकेल्या झालेल्या मोहन यांनी त्या चारही पोळ्यांचा फडशा पाडला आणि भाजीचा गारढोण लगदा संपवला. नाकाने सारखी हवा आत ओढणाऱ्या बबलूने मात्र रात्रीही नावापुरतेच जेवण उष्टावले.

"एवढेसे खाऊन तुझे भागते कसे?" मोहनने त्याला विचारले.

बबलूने छद्मी हास्य केले. वाहणारे नाक कुर्त्याच्या बाहीला पुसत त्याने जमिनीवरील सतरंजी थोडी वर करून एक सिरींज बाहेर काढली. आणि हातात टोचण्यापूर्वी ती तपासून बघत तो म्हणाला, "माझे अन्न हे आहे."

"म्हणजे तू नशाबाज आहेस?" मोहन एकदम आश्चर्याने म्हणाले.

"नशाबाज नाही." मोहन यांच्या म्हणण्याला जोरदार विरोध करीत बबलू म्हणाला. "मी कोकेनच्या ताब्यात नाहीये, कोकेन माझ्या ताब्यात आहे." असे म्हणत त्याने ते इंजेक्शन पूर्ण टोचले आणि खोलवर श्वास घेत तो म्हणाला, "अहाहा! निव्वळ स्वर्ग! तुम्हाला सांगतो मी, या किकची सर कशालाच नाही. तुम्हाला अनुभव घेऊन बघायचाय? स्कॉचचासुद्धा विसर पडेल."

"नको. थँक्स."

"मी दररोज रात्री फक्त एक डोस घेतो. तो मला रात्रभर आणि दुसऱ्या दिवसभर पुरतो."

"मग तुला झोप कशी येते?"

"मी झोपेच्या गोळ्या घेतो."

"झोप येण्यासाठी मला गोळ्या घ्याव्या लागत नाहीत, हे बरेच आहे." असे म्हणत मोहनकुमारांनी ब्लॅकेट डोक्यावरून ओढून घेतले.

"गुड नाइट सर!" बबलू म्हणाला आणि अकारणच मोठ्याने हसला.

तुरुंगातील आयुष्याशी जमवून घेण्यात मोहनना फार कष्ट पडले. कैद्यांच्या शिरगणतीसाठी त्यांना पहाटे साडेपाच वाजता उठण्याची सवय करून घ्यावी लागली. अतिशय दुर्गंधीयुक्त संडासात नाक न दाबता बसण्याचे अंगवळणी पाडून घ्यावे लागले. गढूळ पाण्यासारखा चहा, वातड पोळ्या पोटात ढकलण्याची सवय करून घ्यावी लागली. प्रार्थना-योगासनांच्या सत्रांना जाणे आणि इतर अनेक कैद्यांप्रमाणे टीव्हीवरील निरर्थक मालिका बघण्याचीही सवय लावून घ्यावी लागली. पंजाबी खुनी, गुजरातमधील दंगलखोर, नायजेरियातील अमली पदार्थांचे तस्कर आणि बनावट गोष्टी बनवण्यात हातखंडा असलेले उझबेक नागरिक यांची त्यांना ओळख होऊ लागली. दक्षिण भारतातील चोर आणि लैंगिक अत्याचार करणारे उत्तर भारतीय त्यांना या तुरुंगात भेटले. मग मोहन हळूहळू बुद्धिबळ आणि कॅरम खेळण्याकडे वळले. तुरुंगातील वाचनालयातून ते आठवड्याला तीन पुस्तके वाचायला नेऊ लागले आणि तुरुंगातील वास्तव्याची डायरी लिहू लागले.

या काळात स्कॉच-व्हिस्कीबाबत बबलूने दाखवलेले औदार्य, दर बुधवारी अगदी नित्यनेमाने येणारा मटण करी आणि चिकन-बिर्याणी असलेला शांतीचा डबा आणि त्यांच्या वकिलाकडून वेळोवेळी मिळत असलेले सुटकेचे आश्वासन याच्या बळावर ते टिकून राहू शकले. बबलूशी त्यांची मैत्री झाली; पण ती फारशी दिलखुलास नव्हती. गुन्हेगारांमध्ये आढळतो तो बिनडोकपणा त्याच्यात होता आणि जगातील घडामोडींबाबत पूर्ण अनभिज्ञताही; पण तुरुंगात त्याने जी सत्ता कमावली होती, ती मात्र चकित करणारी होती. बबलू तिहारचा अनभिषिक्त सम्राट होता. प्रत्येक अधिकाऱ्याला त्याने लाच तरी दिली होती किंवा त्याच्याकडून सेवा तरी घेतली होती. आपले साम्राज्य तो तुरुंगातून चालवत होता. बाहेरच्या जगात असणाऱ्या त्याच्या माणसांशी कुजबुजत बोलण्यात त्याचा दिवसाचा निम्मा वेळ जायचा. अपहरण करून खंडणी उकळणे, अवैध दारू, कोकेन आणि सिम कार्ड्स परदेशातून मागवणे, भ्रष्ट पोलिसांना त्याबद्दल बक्षिसी देणे किंवा लाचखोर अधिकाऱ्यांना लाच देणे हे सर्व धंदे तो तुरुंगातून चालवायचा. भ्रष्ट अधिकाऱ्यांचे कच्चे दुवे – कोणाला मुलगी देऊन पटवायचे आणि कोणाला पैसे देऊन, याचा त्याला अगदी नेमका अंदाज होता. अर्थात, आपल्या सत्तेचे दिमाखदार प्रदर्शन तो नवीन वर्षाच्या स्वागताच्या वेळी करीत असे. त्या वेळी तुरुंगातील कर्मचारी आणि इतर कैद्यांसाठी

तो एक खाजगी, दिमाखदार मैफल ठेवत असे.

कैद्यांना पुस्तके वाचण्याची सोय केलेल्या खोलीतील टेबल-खुर्च्या एका कोपऱ्यात ढकलून भिंतीशेजारी एक तात्पुरते लाकडी स्टेज उभे करण्यात आले होते. बैठकीच्या जागी पांढऱ्या चादरी अंथरण्यात आल्या होत्या आणि त्यावर मऊ उशा ठेवलेल्या होत्या. जॉनी वॉकर, ब्लॅक लेबल दारूच्या दोन बाटल्या आणि स्टीलच्या भांड्यात खारे दाणे-काजू याची व्यवस्था मध्ये-मध्ये करण्यात आली होती. तक्क्याला मागे रेलत बबलूने हातातील ग्लासमधून व्हिस्कीचा एक घोट घेत एक काजू तोंडात टाकत समोर स्टेजवर दिसणाऱ्या गोऱ्या-गोमट्या छोकरीला न्याहाळले. गुडघ्यापर्यंत लांब लेहेंगा आणि घट्ट चोळी घातलेली ती तरुणी शबनम सक्सेनाच्या हिट सिनेमातील गाण्यांवर नाचत होती.

बबलूच्या डाव्या बाजूला वॉर्डन आणि उजव्या बाजूला मोहन बसले होते. त्यांच्यामागे तुरुंगातील इतर कर्मचारी बसले होते आणि त्यांच्यामागे हा कार्यक्रम बघण्याची खास परवानगी मिळालेले पंधरा कैदी बसले होते. स्टेजवरील मुलीकडे आशाळभूत नजरेने बघणाऱ्या पुरुषांकडे बघत ती तरुणी आपली गच्च छाती हिंदकळवत होती. 'जानेमन', 'डार्लिंग' अशा विशेषणांची बरसात समोरून सुरू होती (प्रोफेसर वार्शने तिला लोलिता म्हणत होते.) आणि बीभत्स हातवारेही सुरू होते. रात्र चढू लागली तशी वातावरणातील नशाही वाढू लागली. तुरुंगातील काही कर्मचारी आता स्टेजवर चढून त्या तरुणीबरोबर नाचू लागले. एक हवालदार सूचक तऱ्हेने आपला पार्श्वभाग हलवू लागला, तर बाकीची मंडळी त्या मुलीचा स्कर्ट पकडण्याची धडपड करू लागले. बबलूही त्या मुलीच्या दिशेने झुकून तिच्यावर शंभराच्या नोटांची उधळण करू लागला. बबलूने आज सकाळीच भेट दिलेल्या रोलेक्स घड्याळाकडे बघत वॉर्डन या सर्व प्रकाराकडे जणू मोठ्या कौतुकाने बघत होते.

''फँटास्टिक बबलूसाब! तुरुंगाच्या आत एवढा झकास कार्यक्रम होईल अशी मी कधी अपेक्षा केली नव्हती.'' डॉ. तिरुमूर्तींनी बबलूला दाद दिली.

''जगा आणि जगू द्या, हे आपल्या आयुष्याचे तत्त्व आहे.'' स्वत:वरच खूश होत आणि मोहनकडे बघत बबलू म्हणाला. ''काय कुमारसाहेब, तुमचे काय म्हणणे आहे? नवीन वर्ष स्वागत करण्यासाठी तिहार जेल फारशी वाईट जागा नाही ना?''

''मला वाटते, तुमचे बरोबर आहे. तिहार एवढी काही वाईट जागा नाही. चिअर्स!''

''रात्र फारच धुंद आहे!'' वार्शने मध्येच म्हणाले.

मध्यरात्रीच्या थोडे आधी मोहनकुमार लघवी करण्यासाठी घाईघाईने उठले. हॉलमधून बाहेर पडताच गार हवेचा झोत तोंडावर आल्याने ते एकदम काकडले. हवेत गारठा होता; पण आकाश नववर्षाच्या स्वागतानिमित्त सोडण्यात येणाऱ्या रॉकेट्समुळे आणि फटाक्यांच्या रंगीबेरंगी प्रकाशामुळे उजळले होते. मैदान पार करताना त्यांना काहीतरी आवाज ऐकू आला आणि अकस्मात एका दणकट पंज्याने त्यांचे तोंड झाकले. त्या पकडीतून सुटका करून घेण्यासाठी मोहन यांनी खूप प्रयत्न केले; पण काहीतरी थंडगार, टणक आणि धातूसदृश स्पर्श असलेली वस्तू त्यांच्या पाठीवर टेकवलेली होती. "थोडी जरी हालचाल केलीस, तरी या बंदुकीमुळे तुमच्या कोथळ्याच्या चिंधड्या उडतील, समजले?" मागून आवाज आला. मोहन यांच्यामागून दोन सावल्या पुढे आल्या. त्यांचे चेहरे बघून मोहन यांचे तोंड शुष्क पडले. ते लष्कर-ए-शहादतचे दहशतवादी होते.

तिघे जण मोहन यांना प्रवेशदाराकडे ढकलत होते. सर्वत्र सामसूम होती. सर्व रखवालदार नाचाच्या कार्यक्रमाची मौज लुटण्यात मग्न होते. त्या कार्यक्रमाचा आवाज दुरून कानावर येत होता. प्रवेशदारापाशी एकमेव रखवालदार बसला होता; पण तोही आकाशात दिसणारी फटाक्यांची आतषबाजी बघण्यात मग्न होता. त्याची बंदूक त्याच्या पायाशी पडली होती. त्या दहशतवाद्यांचा नेता हलक्या पावलाने त्या रखवालदाराजवळ गेला आणि एका झटक्यात त्याने त्याची मानगूट पकडून त्याला जमिनीवर लोळवले.

"हे काय... काय... चाललेय... तुम्ही तुमच्या सेलबाहेर कसे आलात? बावचळलेल्या रखवालदाराने विचारले.

"चूप!" तो नेता जरबेने ओरडला. तोपर्यंत त्याच्या साथीदाराने त्याची बंदूक उचलून त्याच्यावर रोखली अन् म्हणाला, "चल, दार उघड."

भीतीने थरथरणाऱ्या रखवालदाराने आपल्या पँटच्या खिशातून किल्ल्यांचा जुडगा काढला आणि थरथरत्या हाताने त्याने प्रवेशद्वाराचे कुलूप काढून ते उघडले. दार उघडताच त्या नेत्याने बंदुकीच्या दस्त्याने त्या रखवालदाराला एक दणका देताच तो काही आवाजही न करता खाली कोसळला.

मोहन थरथर कापू लागले. "प्लीज, मला मारू नका." ते त्यांना विनवू लागले. ते दहशतवादी मोठ्याने हसले. मस्तकात मोठा स्फोट होऊन डोळ्यांपुढे अंधारी येण्यापूर्वी मोहनकुमार यांनी ऐकलेला तो शेवटचा आवाज!

ते शुद्धीवर आले तेव्हा प्रोफेसर वार्शने त्यांच्या अंगावर झुकून त्यांना विचारत होते, "कसे आहात तुम्ही?"

"मी ठीक आहे."

“मी कुठे आहे?” मोहन यांनी विचारले.

“कस्टडीमध्ये.”

मोहन यांनी आजूबाजूला नजर फिरवली तेव्हा आपण तुरुंगाच्या दवाखान्यात असल्याचे त्यांना जाणवले. शेजारच्या टेबलावर एक वृत्तपत्र पडले होते. ते उचलले तेव्हा पहिल्याच पानावर त्यांना आपला फोटो दिसला. ‘तिहारमधून साहसी पलायन! गांधीबाबा जखमी.’ मोठ्या मथळ्याखाली बातमी होती, ‘कडेकोट बंदोबस्त असलेल्या तुरुंगातील अधिकारी रात्री मुजऱ्याचा कार्यक्रम बघत बसल्याने तीन कट्टर दहशतवाद्यांनी तिहारमधून पलायन केले. या प्रकरणी अधिकाऱ्यांवर चौकशीला तोंड देण्याची नामुष्कीची वेळ आली आहे. ह्या दहशतवाद्यांना तुरुंगात बंदूक आणण्यात आणि सेलमधून बाहेर पडण्यात यश कसे आले, हे एक गूढ असून याचा तपास सुरू आहे. तिहारमधील अधिकाऱ्यांच्या मोठ्या प्रमाणात बदल्या करण्यात आल्या आहेत.’

या प्रकरणी शासनाने तातडीने शिक्षा ठोठावल्या. वॉर्डनला बडतर्फ केले गेले. तुरुंगातील १८ कर्मचाऱ्यांची तडफाफडकी बदली केली गेली. कडक शिस्तीच्या तुरुंगाधिकाऱ्याची नेमणूक केली गेली. बबलू तिवारी आणि मोहनकुमार यांची त्यांच्या ऐषारामी सेलमधून एका छोट्या कोठडीत हकालपट्टी झाली. आणखी दोन कैद्यांसोबत प्रोफसर वार्शने आणि डॉ. तिरुमूर्तींसह बबलूने त्या दहशतवाद्यांना भरपूर शिव्या घातल्या. “हरामखोर, भडवे लेकाचे, आता मला इथे सडावे लागणार. माझा मोबाइल काढून घेतला, रेडिओ-टीव्हीवर बंदी घातली. या बोळकांडीत मी कसा राहू शकणार?”

“ ‘गीता’ सांगते, सगळा मोह सोडा आणि स्वत:ला देवाच्या सेवेसाठी, आपल्या बांधवांच्या सेवेला वाहून घ्या.”

“ही गीता कोण?”

“गीता ही जगातील महाकाव्यांपैकी एक! अहिंसेचे आणि या देहाच्या माध्यमातून स्वत:ला जाणून घेण्याचे शिक्षण गीता देते.”

“तुम्ही काय बरळताय मोहनसाहेब?”

“खरा विकास स्वत: शून्यवत् होत जाणे हाच आहे.”

“यांना वेड-बिड लागले नाही ना?” तिरुमूर्तींकडे बघत बबलूने विचारले.

“नाही बबलूसाहेब, जे ज्ञान त्यांनी आपल्यापासून आत्तापर्यंत दडवून ठेवले होते ते आत्ता खुले करतायत. आपण सगळे गांधीबाबाच्या पुनर्जन्माचे साक्षीदार होतोय.”

“हे फारच सोईस्कर झाले.” बबलू उपहासाने म्हणाला.

“आम्ही त्या अतिमहत्त्वाच्या व्यक्तीसाठी असलेल्या सेलमध्ये होतो, तोवर

माझ्याकडची व्हिस्की ढोसायला यांना काही अडचण आली नाही. आता या भिक्कार बोळकांडीत येऊन पडल्याबरोबर ह्याच्यामधील गांधीबाबा जागा झाला काय? मी तुम्हाला सांगतो, हा एक नंबरचा भोंदू आहे."

"डॉ. जेकील आणि मि. हाइड?" वार्शने मध्येच म्हणाले.

"तुम्ही या बातम्या वाचल्या का बबलूसाहेब?" हातातील वृत्तपत्राकडे बोट दाखवित तिरुमूर्ती यांनी विचारले.

"त्यात म्हटलेय की, विकी राय खटल्याचा निकाल १५ फेब्रुवारीपर्यंत पुढे ढकलला आहे."

"निकाल पुढे ढकलून काय फरक पडतोय्? तो काय लागणार आहे, हे सर्वांना ठाऊकच आहे." असे म्हणत बबलूने त्यांचे म्हणणे उडवून लावले.

"खरेय, या देशात न्याय नावाची गोष्टच उरली नाहीये." उसासे टाकत तिरुमूर्ती म्हणाला. "गांधीबाबासारखा माणूस तुरुंगवास सहन करतो आणि विकी रायसारखा खुनी माणूस जामिनावर सुटतो."

"आपण अंधारयुगात प्रवेश केला आहे." खेदाने वार्शने म्हणाले.

विकी रायचा उल्लेख करताच मोहनकुमार एकाएकी सावध झाले. त्यांच्या भुवया उंचावल्या गेल्या, डोळे मोठे झाले.

"विकी राय... विकी राय... विकी राय," ते घोकू लागले, जणू कोणीतरी त्यांच्या जुन्या जखमेवरची खपली काढली होती.

"या खटल्याच्या निकालाबाबत मी पैजेवर सांगतो. विकी राय निर्दोष सुटणार!" बबलू म्हणाला.

"मलाही असेच वाटतेय." मान हलवत तिरुमूर्ती म्हणाले.

"असा चुटकीसरशी तो या खटल्यातून निसटेल!" वार्शने म्हणाले.

"असे कसे म्हणता तुम्ही?" या तिघांचे म्हणणे खोडून काढत मोहन म्हणाले. "तुम्ही लोक असे बोलताय, जसेकाही भारतावर अजून ब्रिटिशांचेच राज्य चालू आहे. मला मान्य आहे की, त्या काळात शंभरपैकी ९९ घटनांमध्ये न्याय नाकारला जात होता; पण आता देशावर आपली सत्ता आहे आणि मला खात्री आहे, विकी रायला त्याच्या कृत्याची योग्य ती शिक्षा मिळेल. न्यायव्यवस्थेवर आपण विश्वास ठेवला पाहिजे."

"असे म्हणताय? तर मग बघू या आपण १५ फेब्रुवारीला कोणाचे म्हणणे खरे ठरते ते!" बबलू असे म्हणाला आणि एकदम शहारला.

"तुला ताप आलाय का?" काळजीयुक्त स्वरात मोहन यांनी विचारले.

"नाही. थोडी थंडी वाजतेय एवढेच!" बबलू म्हणाला.

"आपल्या असमाधानामुळे आपल्याला थंडी भरतेय." वार्शने म्हणाले.

गेल्या दोन दिवसांपासून बबलू अगदी तऱ्हेवाईकासारखा वागत होता. छोट्या-छोट्या गोष्टीवरून त्याचा भडका उडत होता. मळमळ, उसासे, याबरोबर दृष्टी कमजोर झाल्याची तक्रार तो करीत होता. मध्येच त्याच्या अंगाला इतके कापरे फुटत असे की, ते आवरताच येत नसत. वार्शने पोलिसांचा खबऱ्या असल्याचा त्याला एकाएकी संशय येऊ लागला आणि त्याने आपल्यापासून दूर राहावे, असा इशारा त्याने वार्शनेला दिला. त्याने खाणे पूर्ण बंद केले आणि सेलमधून तो अजिबात बाहेर पडेनासा झाला. रात्री अंगाचे मुटकुळे करून तो फरशीवर असा लोळत असे की, असह्य वेदनांनी तो तळमळत असावा, असे बघणाऱ्याला वाटे.

तिरुमूर्तीने या आजाराचे अगदी अचूक निदान केले होते.

''बबलूला इथे कोकेन मिळत नसल्याने होणारा हा शारीरिक त्रास आहे. आपण प्रयत्न करून त्याला त्याचा तो डोस मिळवून दिला पाहिजे. नाहीतर तो मरेल.''

''मला हे मान्य नाही.'' मोहन निर्धाराने म्हणाले. ''जो डॉक्टर आपल्या पेशंटच्या चुकीच्या, अयोग्य कृत्यांना पाठिंबा देतो, तो स्वत:च अध:पतित होतो आणि पेशंटलाही अधोगतीला नेतो. बबलूला ड्रग्जची अजिबात गरज नाहीये. त्याला प्रेमाची, मैत्रीची गरज आहे.''

''आजारी असताना प्रेमाची गरज!'' वार्शनेने मत मांडले.

दुसऱ्या दिवशी प्रार्थनासभेला मोहन उपस्थित राहिल्याने पुष्कळ अस्वस्थता निर्माण झाली. नशा आणणाऱ्या पदार्थांच्या व्यसनाचे धोके सांगणारे एक प्रदीर्घ, पण प्रभावी भाषण त्यांनी केले. त्यामध्ये त्यांनी श्रद्धेचे महत्त्व आणि ब्रह्मचर्याचे फायदेही आवर्जून नमूद केले. मग त्यांनी प्रत्येक कैद्याला स्वत:ची ओळख करून द्यायला सांगितले. प्रत्येकाचा पूर्वेतिहास आणि तो तुरुंगात केव्हापासून आहे, याचा कालावधीही त्यांनी आवर्जून विचारला. लोकांच्या प्रकृतीची त्यांना अतिशय काळजी वाटत होती. पोटात वेदना होत असल्याची तक्रार करणाऱ्या एका कैद्याला त्यांनी अनेक घरगुती उपचार सुचवले. तुरुंगातील वाचनालयामुळे ते प्रभावित झाले होते आणि तुरुंगातील ध्वनिक्षेपकावरून भजने ऐकवता येतील का, याचाही त्यांनी शोध घेतला होता. दुपारच्या जेवणात त्यांनी स्वयंपाक्याकडे जाऊन बकरीचे दूध मागितले.

ते जमिनीवर झोपू लागले, संडास स्वत: स्वच्छ करू लागले आणि इतरांचे संडासही आनंदाने साफ करू लागले. आठवड्यातून एक दिवस त्यांनी मौन आणि उपोषण सुरू केले. मौनाद्वारे आंतरिक शांती मिळते, असे त्यांचे म्हणणे होते.

तुरुंग ही नेता निर्माण करणारी सुपीक भूमी आहे. समाजातील कचरा, वाईट मनोवृत्तीची माणसे तिथे असतात आणि तुरुंगातील कष्टप्रद आयुष्य सुसह्य व्हावे

यासाठी मदत करणाऱ्या कोणत्याही गोष्टी ही माणसे चटकन स्वीकारतात. गांधीबाबालाही भराभर अनेक अनुयायी मिळाले आणि यापैकी मुख्य शिष्य होता बबलू तिवारी, जो कोकेनच्या व्यसनातून जवळजवळ मुक्त झाला होता!

"जगातील सगळ्यात अवघड गोष्ट कोणती हे तुम्हाला ठाऊक आहे, गांधीबाबा?" बबलूने एक दिवस मोहनला विचारले.

"टू किल ए मॉकिंग बर्ड!" वार्शने उत्तरले.

"नाही. ज्याने कधीच धर्माचा त्याग केला आहे, अशा व्यक्तीमधील श्रद्धा जागृत करणे! गांधीबाबा, मी तुमचा आजन्म ऋणी आहे. माझे डोळे उघडून मला दयाळू परमेश्वराचे अस्तित्व पुन्हा जाणवून दिल्याबद्दल!"

"मग उद्या माझ्याबरोबर प्रार्थनासभेत 'वैष्णव जन तो' हे भजन म्हणणार?" हे विचारताना मोहन यांचे डोळे आनंदाने चमकत होते.

"एवढेच नाही, मी माझ्या डोक्यावर वाढलेले हे केस पूर्ण काढून टाकणार आणि शाकाहाराकडे वळणार."

"व्वा! हे फारच छान बोललास. आता तू तुझ्या गुन्हेगारी कारवाया थांबवू शकलास तर..."

"केलेच म्हणून समजा गांधीबाबा. भाईगिरी करणारा गुन्हेगार बबलू तिवारी आजपासून मेला म्हणून समजा."

"ए फेअरवेल टू आर्म्स!" वार्शने चटकन उद्‌गारले. तुरुंगातील अनेक कैद्यांनी बबलूचे अनुकरण करीत शाकाहाराचा स्वीकार केला. त्यामुळे तुरुंगातील अधिकाऱ्यांना जेवणाच्या रोजच्या बेतामध्ये बदल करावा लागला. मोहन यांनी तुरुंगातील अनेक कैद्यांना पेंटिंग करण्यासाठी प्रवृत्त केले आणि त्या पेंटिंग्जची विक्री तिरुमूर्ती यांच्या मेव्हण्याने तयार केलेल्या वेबसाइटमार्फत केली गेली. मग त्यांना भाषण देण्यासाठी महिला कैद्यांच्या सेलमध्ये आमंत्रित केले गेले. महिलांनी फराळाचे पदार्थ व नाश्त्यासाठी लागणारे पदार्थ बनवावे म्हणून त्यांनी महिलांना प्रवृत्त केले. 'बापूंची निवड' या ब्रँडखाली त्याची विक्री सुरू झाली. मोहन यांनी केलेल्या या सुधारणांवर वृत्तपत्रांनी अग्रलेख लिहिले. मादक द्रव्यांचा व्यापार करणारे दोन ब्रिटिश कैदी मार्क व ॲलन मोहन यांचे भक्त बनले आणि त्यांच्या चरित्र लिहिण्याच्या कामाला त्यांनी सुरुवात केली. चेन्नई विद्यापीठाने एकमताने ठराव संमत करून त्याद्वारे मोहन यांना नोबेलचा शांतता पुरस्कार द्यावा, अशी शिफारस केली.

१५ फेब्रुवारी जवळ येऊ लागला तशी तुरुंगात एकाच विषयाची चर्चा सुरू झाली. विकी रायच्या खटल्याच्या निकालाची! निकालाच्या आदली रात्र मोहन यांनी तळमळत घालवली. इतर कैदी घोरत असताना ते मात्र अंथरुणात तळमळत होते.

दुसऱ्या दिवशी जेवणाच्या काही वेळ आधी ते कैद्यांचा मोर्चा घेऊन वॉर्डनकडे गेले.

"हे काय चाललेय? तुम्ही सगळे इथे माझ्या ऑफिसमध्ये का आला आहात?"

"आम्ही सर्कस बघण्यासाठी आलोय." तिरुमूर्ती त्यांना म्हणाले.

"सर्कस? कोणती?"

"खटल्याची सुनावणी" वार्शने उत्तरले.

"अरेच्या! तुम्हाला विकी रायच्या खटल्याची सुनावणी ऐकायची आहे तर. ठीक आहे. मलाही ती ऐकायचीच आहे." असे म्हणत त्यांनी समोरच्या पुस्तकांच्या कपाटावर ठेवलेल्या एका जुनाट टीव्हीचे बटण दाबले. जवळजवळ प्रत्येक वाहिनीवर दिल्लीतील कोर्टरूममधील या खटल्याचे कामकाज जवळजवळ थेट दाखवले जात होते. वॉर्डनने आयटीएन वाहिनी लावताच निळा पंजाबी ड्रेस आणि गडद हिरवे जाकीट घातलेली बरखा दास टीव्हीच्या पडद्यावर झळकली.

"भारताच्या न्यायदानाच्या इतिहासातील हा एक ऐतिहासिक दिवस! अमेरिकेतील जनता जशी श्वास रोखून ओ. जे. सिम्पसन खटल्याचा निकाल ऐकण्यास उत्सुक होती, तशी भारतीय जनता विकी राय खटल्यातील निकाल ऐकण्यास उत्सुक आहे. माझ्यामागे दिसणारी कोर्टरूम खच्चून भरली आहे; पण आयटीएन वाहिनीचे प्रतिनिधी शुभ्रांशू गुप्ता आतमध्ये असून ते आपल्याला तेथील ताज्या घडामोडींची माहिती पुरवतील. शुभ्रांशू, खटल्याचा निकाल जाहीर झालाय?"

पुढे झुकून ती तिच्या कानातील इयर फोनद्वारा मिळणारा संदेश ऐकत होती. आणि मग झपकन वर मान करीत सुन्न झालेल्या मुद्रेने ती म्हणाली, "आत्ताच आतून आलेल्या माहितीनुसार रुबी गिलच्या हत्येच्या आरोपातून विकी राय यांची निर्दोष मुक्तता करण्यात आली आहे."

कैद्यांच्या त्या समुदायात एकदम सन्नाटा पसरला. वॉर्डन टीव्हीचे बटण फिरवत म्हणाले, "निकाल ऐकलात? समाधान झाले? चला तुमच्या सेलकडे." डोळा मारत तिरुमूर्तींकडे बघत बबलू तिवारी म्हणाला, "मी तुला काय म्हटले होते?"

"जर तो सुटणार आहे, तर मग आपण इथे का सडतोय?" तिरुमूर्ती धुसफुसत म्हणाला.

"याचे कारण तुमचे वडील उत्तर प्रदेशाचे गृहमंत्री नाहीत. तुम्हाला काय वाटते वार्शने?" बबलूने विचारले.

"त्यामुळे गोष्टींचे संदर्भ बदलतात. आता देशाबद्दल चार अश्रू ढाळायचे!" संतापून प्रोफेसर म्हणाले. आपल्या पायाखालची जमीन सरकते आहे, असे मोहन यांना वाटले. आधारासाठी त्यांनी बबलूचा खांदा पकडला.

"तुम्हाला काय वाटतेय गांधीबाबा?" अनेक कैद्यांनी एका वेळी त्यांना विचारले. ते गप्प राहिले.

पुढचे तीन दिवस मोहन आपल्या सेलमधून बाहेर पडले नाहीत. त्यांनी अन्नपाणीही घेतले नाही आणि कोणाशी बोलण्यासही त्यांनी नकार दिला. सगळा दिवस ते गादीवर पडून वरच्या छताकडे नुसते बघत रहात.

"काहीतरी खा गांधीबाबा. तुमच्या उपोषणाने रुबी गिल हिच्या हत्येचा सूड घेता येणार नाही." बबलू म्हणाला.

"या प्रकरणी सूड घेण्याचा एकच मार्ग आहे." अखेर मोहन पुटपुटले.

"तो कोणता?"

"विकी राय मरायलाच हवा." ते सौम्यपणे म्हणाले. आपल्या कानात बोट घालून फिरवत आपण काही चुकीचे ऐकत नाहीये ना, याची बबलूने खात्री करून घेतली.

"विकी राय मरायलाच हवा!" ते पुन्हा म्हणाले.

"तुमच्या तोंडून हे ऐकून फार आश्चर्य वाटतेय गांधीबाबा!" बबलू म्हणाला.

"पण मी नेहेमीच म्हणत आलोय. भ्याडपणा आणि हिंसा यांपैकी एक गोष्ट निवडायची वेळ आल्यास मी हिंसा निवडेन. खुनी माणसाने पुन्हा एखादा खून करण्यापेक्षा त्या खुनी माणसालाच मारलेले बरे. अन्याय करणाऱ्यांइतकाच अन्याय निमूटपणे सहन करणाराही अपराधी ठरतो. तू माझे एक शेवटचे काम करशील?"

"तुमच्यासाठी मी माझे प्राण द्यायलाही तयार आहे गांधीबाबा. मला फक्त सांगा."

"तू विकी रायला ठार करावेस अशी माझी इच्छा आहे."

"विकी रायला मारायचे?" आपली मान संथपणे हलवत तो म्हणाला, "मी इतर कोणत्याही कारणासाठी माझा प्राण देईन; पण मी आता कोणाचा खून करायला तयार नाही गांधीबाबा."

"बबलू, माझेच वाक्य मला ऐकवू नकोस."

"हे नाटक नाही अन् नुसते पोकळ बोलणेही नाही. मनापासून म्हणतोय मी हे. तुम्ही मला बदलवले आहेत बापू!"

"तुला हे करणे शक्य नसेल, तर मग मलाच करावे लागेल ते."

"तुम्ही हे गंभीरपणे बोलताय?"

"हो. फार! बंदूक कशी चालवायची हे तू मला शिकवू शकशील?"

"काही अडचण नाही. मी केवळ तुम्हाला शिकवणारच नाही, तर तुमची शिक्षा संपून तिहारमधून बाहेर पडताच एक चांगली बंदूकही मिळवून देईन तुम्हाला;

पण दोन महिन्यांत तुमचा राग शांत होणार नाही ना?''

''तोपर्यंत तिहारमध्ये राहण्याचा माझा कोणताही इरादा नाही.''

''काय? तुम्ही पळून जाण्याचा बेत करताय, असे कृपा करून मला सांगू नका. रात्रीतून इथे भुयार वगैरे खणत नाही ना?''

''मला सुटका करून घेण्यासाठी भुयाराची गरज नाही. मी मुख्य दरवाजातून बाहेर जातो की नाही बघ!''

''तुमचा बेत काय आहे गांधीबाबा?''

''तू बघतच राहा बबलू; पण आधी तू सर्व कैद्यांची एक मीटिंग माझ्यासाठी बोलावणार आहेस.''

सात दिवसांनंतर तिहारमध्ये एक मोठ्ठी असहकार चळवळ सुरू झाली. स्वयंपाक करणे, साफसफाई, आंघोळ करण्यास सगळ्या कैद्यांनी नकार दिला. जेलमधील अधिकाऱ्यांकडून होणारे शोषण थांबवावे. कैद्यांना योग्य वागणूक मिळावी आणि जेलमधील परिस्थिती सुधारावी या मागणीसाठी हे असहकार आंदोलन होते.

वॉर्डनला या आंदोलनाचे फारसे आश्चर्य नाही वाटले.

''हे तुम्ही काय सुरू केलेय मिस्टर कुमार?'' त्यांनी मोहनला विचारले.

''राज्यात अराजक माजले किंवा भ्रष्ट व्यवहार सुरू झाले की, नागरी असहकार करणे हे पवित्र कर्तव्यच असते नागरिकांचे!'' मोहन उत्तरले.

वॉर्डनने साम-दाम-दंड-भेदासारखे सगळे उपाय वापरून बघितले; पण मागे हटण्यास कैद्यांनी नकार दिला. असहकार चळवळीचा दहावा दिवस सुरू झाला. तुरुंगातील बागेची रया गेली आणि बाथरूम-संडासांना दुर्गंधी येऊ लागली. सर्वत्र कचरा साठला.

जेलचे अधिकारी, वरिष्ठ यांच्यात सल्लामसलती, चर्चा सुरू झाल्या आणि आठवडाभरातच मोहनकुमार यांची तिहारमधून सुटका झाली. तुरुंगाबाहेर शांती त्यांची वाट बघत होत्या आणि त्यांचे शेकडो पाठीराखे 'गांधीबाबा की जय!' अशा घोषणा देत होते. गाड्या, बसेस, सायकली घेऊन आलेल्या कार्यकर्त्यांच्या या जोशपूर्ण जथ्याने मोठमोठ्याने हॉर्न वाजवत त्यांना मिरवणुकीने घरापर्यंत नेले. 'अन्यायाविरुद्ध लढण्याची आवश्यकता' कशी आहे यावर त्यांनी घरी पोहोचताच लोकांसमोर एक मोठे भाषण दिले.

काही दिवसांनंतर एक एकाक्ष हातात खोके घेऊन त्यांना भेटायला आला.

''बबलू तिवारीने मला पाठवले आहे. आपण जरा खाजगीत बोलू शकतो?''

त्या व्यक्तीने मोहनला विचारले.

दोघेही बागेत गेले. त्या व्यक्तीने हातातील पाकीट उघडून एक चकचकीत बंदूक मोहनसमोर धरली. "ही वाल्थर पी. पी. के. ३२ बनावटीचे. सगळ्यात आधुनिक, नवी-कोरी बंदूक आहे. जेम्स बाँड ह्याच बनावटीची बंदूक वापरतो."

"किती पैसे?"

"बबलू म्हणाला, ही त्याच्याकडून तुम्हाला मिळालेली भेट आहे. मी याचे पैसे नाही तुमच्याकडून घेऊ शकत."

"आणि गोळ्या?"

"त्या पूर्ण भरल्या आहेत."

मोहन यांनी उजव्या हातात ती घेताच त्यांना त्याचे वजन जाणवले.

"मी हे ह्याची चाचणी घेऊ शकतो?"

आसपास बघत त्याने विचारले, "या इथे? बागेत?" अन् मग तो संशयाने इकडे-तिकडे बघू लागला. "का शक्य नाही?" असे म्हणत मोहन यांनी त्याची सुरक्षितता खटकी उघडली आणि समोरच्या लाकडी कठड्यावर असलेल्या कोकच्या रिकाम्या बाटलीवर नेम धरला. त्यांनी चाप ओढताच कानठळ्या बसवणारा आवाज झाला आणि त्या बाटलीचा चक्काचूर झाला. पसंतिदर्शक मान हलवता मोहन यांनी बंदुकीच्या नळीतून येणाऱ्या धुरावर फुंकर मारली आणि बंदूक हलकेच त्यांच्या कुर्त्याच्या खिशात टाकली.

शांती किंचाळतच बागेत आल्या, "काय झाले?" मी बंदुकीच्या फैरीचा आवाज ऐकला. मला वाटले काही गडबड...."

"शांती, तू फार कल्पना लढवतेय बघ!" शांतपणे मोहन म्हणाले. "मृत्यू एखाद्या आशीर्वादासारखा असतो; पण जेव्हा एखादा योद्धा त्याच्या ध्येयासाठी, म्हणजे सत्यासाठी मृत्यूला सामोरा जातो तेव्हा त्या आशीर्वादाचे मोल आणखीन वाढते बघ!"

त्याच संध्याकाळी मुखपृष्ठावर एम. एफ. हुसेन यांनी खास रेखाटलेले चित्र असलेली, सोनेरी किनार असलेली एक दिमाखदार आमंत्रणपत्रिका मोहन यांच्या हातात आली. आतमध्ये काळ्या वळणदार अक्षरात म्हटले होते, "२३ मार्च रोजी 'नंबर सिक्स' येथे आयोजित मान्यवरांसमवेत होणाऱ्या स्नेहभोजनासाठी विकी राय आपल्याला आमंत्रित करीत आहेत."

ते वाचून एक छद्मी हास्य मोहन यांच्या चेहेऱ्यावर उमटले!

१

मेहेरौलीमधील प्रेम

झटपट श्रीमंत होण्याचे फक्त तीनच मार्ग आहेत. एकतर वारसाहक्काने वैभव वाट्याला येणे, एखाद्या बँकेवर दरोडा घालणे किंवा अकस्मात पाऊस पडावा तसा पैशांचा वर्षाव होणे. काही लोकांना लॉटरीतून धनलाभ होतो, तर काहींचे नशीब पत्त्यांमध्ये फळफळते. माझे नशीब दोनच दिवसांपूर्वी एका कचरा-कुंडीमध्ये उजळले!

त्या कचराकुंडीत टाकलेली ब्रीफकेस ताब्यात घेतल्यावर एक बस पकडून मी मंदिरातील माझ्या घराकडे निघालो. आई स्वयंपाकघरात काहीतरी करीत होती आणि चम्पी टीव्ही बघत होती. मी माझ्या खोलीत शिरून ब्रीफकेस लपवून ठेवण्यासाठी योग्य जागा शोधू लागलो; पण एका छोट्याशा खोलीत अशी कितीशी जागा वस्तू लपवण्यासाठी असणार? अखेरीस ती ब्रीफकेस मला गादीखाली ढकलावी लागली आणि त्यामुळे गादीवर चांगलेच टेंगूळ आले!

रात्री आई आणि चम्पी झोपल्यावर ती ब्रीफकेस काढून त्यातील पैसे मोजू लागलो. रात्रीच्या अंधारात दोन पायात टॉर्च धरून त्या प्रकाशात मी ते पैसे मोजत होतो. एक हजार आणि पाचशेच्या नोटांचे एकूण २० गठ्ठे त्यामध्ये होते. सगळ्या नोटा कोऱ्या करकरीत होत्या. नुकत्याच बँकेतून काढलेल्या. मी पहिले बंडल उघडून पैसे मोजू लागलो. एक हजार, दोन हजार, दहा हजार, पंधरा, पन्नास हजार! आजवर एकावर येणारे एवढे शून्य मोजण्याची वेळ कधीच न आल्याने डोळे गरगरू लागले. बारावे बंडल मोजायला लागेपर्यंत माझी बोटे दुखू लागली होती, माझ्या तोंडाला कोरड पडली होती आणि माझे डोळेही पेंगुळले होते. थोडक्यात सांगायचे, तर त्या ब्रीफकेसमध्ये एवढे पैसे होते की, ते मोजणे मला शक्य नव्हते!

एक आनंदाची लहर माझ्या सर्वांगातून गेली. माझ्या कुटुंबातील सात पिढ्यांनी बघितले नसतील एवढे पैसे आता माझ्या हातात होते. माझ्या नशिबाचा मलाच हेवा वाटत असताना मनात कुठेतरी खोलवर एक भीतीचा काटाही सलत होता. 'ही ब्रीफकेस उचलताना मला कोणीतरी बघितले असेल का? ती व्यक्ती

पोलिसांकडे गेली तर? माझ्या घरातच चोर शिरून त्यांनी ही ब्रीफकेस चोरली तर?' म्हणतात ना, मन चिंती ते वैरी न चिंती. केवळ पाचशे रुपयासाठी एखाद्या माणसाचा गळा चिरण्याची सुपारी घेणारे व्यावसायिक खुनी शेजारच्या संजय गांधी झोपडपट्टीत भरपूर होते. त्यांचे अधाशी हात या ब्रीफकेसवर पडले असते, तर सगळे संपले असते. श्रीमंत माणसे स्वस्थपणे झोपू शकतात कारण त्यांचे पैसे बँकेत सुखरूप ठेवलेले असतात. त्यांच्यावर घराभोवती चोवीस तास रखवालदार फिरत असतात आणि घरातही धोक्याचे इशारे देणारे गजर लावलेले असतात. गरीब माणसाने आपल्याकडील गुप्त धनाचे रक्षण कसे करायचे? ती रात्र मी बेचैनीत तळमळत काढली. पैशाची हीच तर गोची आहे. ते भरपूर असतील तेव्हाही प्रश्न असतो आणि जेमतेम असतील, तरी अडचण असते.

मी जेव्हा शासकीय शाळेत शिकत होतो तेव्हा हरिप्रसाद सैनी नावाच्या आमच्या सरांना मुलांबरोबर मानसिक खेळ खेळायला फार आवडत. त्यांनी एकदा विचारले, "तुम्हाला एकदम लाखभर रुपये मिळाले, तर तुम्ही काय कराल?" मला आठवतेय, लल्लन म्हणाला होता, "मी खेळण्यांचे एक अख्खे दुकान खरेदी करीन." तर दुसरा मुलगा म्हणाला, ते सगळे पैसे तो चॉकलेटवर खर्च करील. मी म्हणालो, "मी सगळे पैसे माझ्या आईला देईन." पण आता, ज्या वेळी माझ्याकडे खरोखरच लाखभर रुपये आले होते तेव्हा मात्र मी ही गोष्ट आईला सर्वांत शेवटी सांगण्याचे ठरवले आहे. कारण मला फरफटत पोलीस ठाण्यावर नेऊन तिने जाहीरपणे विचारले असते, "इन्स्पेक्टरसाहेब, माझ्या मुलाने एवढे पैसे कुठून चोरले याचा जरा तपास करा."

माझे भाग्य फळफळल्याची बातमी चम्पीपासून लपवून ठेवण्याचाही माझा इरादा होता; पण दोन दिवसांपेक्षा जास्त ते शक्य झाले नाही आणि याची मला खात्री होती. मी तिच्यापासून काही लपवून ठेवत नाही आणि मला कोणाशीतरी बोलावेसे वाटतेच. त्यामुळे रोजच्या कामासाठी आई मंदिरात जाताच मी चम्पीला खोलीच्या माझ्या भागात बोलावले अन् म्हटले, "तुझ्या ऑपरेशनसाठी मला पैसे मिळाले आहेत."

"किती?"

"डॉक्टरला द्यावे लागतील त्यापेक्षा कितीतरी अधिक."

"मला काही ऑपरेशन वगैरे करायचे नाहीये. मी आहे तशीच ठीक आहे." चम्पी म्हणाली. मला ठाऊक होतं, ती खोटं बोलत होती. तिला स्वत:साठी नाही तरी तिच्या लग्नाची सतत चिंता करणाऱ्या आईसाठी तरी ऑपरेशन करून घ्यायचे होते. चम्पीकडे बघून "कोण तिच्याशी लग्न करेल?" असे म्हणून आई नेहेमी

कुरकुरत असते.

आईचे म्हणणे अगदी खरे होते. खरेच कोण लग्न करील चम्पीशी? ती म्हणजे एक चालते-बोलते दु:स्वप्न आहे. जगातील सगळ्यात गोड मुलगी सगळ्यात कुरूपही आहे. तिचा एक ओठ फाटलेला असल्याने तिच्या चेहेऱ्याचा खालचा भाग अतिशय कुरूप दिसतो. तिचा डावा हात पूर्ण लुळा आहे आणि तिच्या गालावर सर्वत्र देवीचे व्रण आहेत; पण त्यातही सुदैवाची गोष्ट म्हणजे आपले कुरूपपण ती स्वत: बघू शकत नाही. कारण ती आंधळी आहे; पण तरी आमच्या वस्तीत ती अतिशय प्रसिद्ध आहे. तिचे फोटो मासिकात, वृत्तपत्रात छापून येतात आणि सीएनएनसारख्या वाहिनीवरही तिची मुलाखत होऊन गेलीये.

जगभरात चम्पी ओळखली जाते ती 'भोपाळ दुर्घटनेचा चेहेरा' म्हणून. वीसवर्षांपूर्वी भोपाळमध्ये औद्योगिक क्षेत्रात ही दुर्घटना घडली. युनियन कार्बाईड कारखान्यातून विषारी मिथाइल आयसोसायनाईट ह्या अत्यंत विषारी वायूची गळती झाली. श्वासाद्वारे हा विषारी वायू शरीरात गेल्याने अनेक जण मृत्युमुखी पडले. काही आंधळे झाले, तर काही लोकांना वेड लागले. तिची आई फातिमाबी त्या वेळी भोपाळमध्ये राहत होती. या विषारी वायूचा तिला फटका बसला; पण तिला त्या वेळी हे जाणवले नव्हते. पाच वर्षांनंतर तिने चंपीला जन्म दिला. नवजात बाळाला बघताच डॉक्टरांनी त्या विषारी वायूने बाळावर केलेल्या दुष्परिणामांची जाणीव फातिमाला दिली. पाच वर्षे हा विषारी वायू फातिमाच्या शरीरात तिला हानी न करता कसा राहिला आणि चम्पीला त्याने कसा जन्मत:च तडाखा दिला, याबद्दल मला अजूनही आश्चर्य वाटते आहे.

या वायुगळतीचा फटका बसलेल्या लोकांना नुकसानभरपाई म्हणून काही रक्कम देण्याचे शासनाने मान्य केले होते; पण फातिमासारख्या ज्या लोकांना या वायुगळतीचा काही काळानंतर त्रास झाला त्यांना मात्र या योजनेचा फायदा झाला नाही. अशा लोकांनी मग नुकसान-भरपाईसाठी त्यांच्या वतीने लढणाऱ्या 'क्रुसेडर्स फॉर भोपाळ' या संस्थेची मदत घेतली. आपल्या देशात नेहमी घडते त्याप्रमाणे गेली २० वर्षे ही लढाई सुरू आहे; पण अजूनही काहीही तोडगा दृष्टिपथात नाही. दर तीन महिन्यांनी फातिमाबी दिल्लीत यायची, सुप्रीम कोर्टात चकरा मारायची, एक-दोन रॅलींमध्ये भाग घ्यायची आणि भोपाळला परतायची. दहा वर्षांपूर्वी तिने आपला नवरा अन्वरमियाँ आणि चम्पीसह दिल्लीला स्थलांतरित होण्याचा निर्णय घेतला. बांगला देशातून स्थलांतरित झालेल्या लोकांचे वास्तव्य असलेल्या मेहेरौलीच्या संजय गांधी झोपडपट्टीत ते राहू लागले. महिपालपूर येथील एका सिमेंट फॅक्टरीत अन्वरमियाँला काम मिळाले. तो अतिशय अबोल, निराश मनोवृत्तीचा, सतत दारू ढोसणारा आणि दिवसाला वीस-वीस बिड्या ओढणारा माणूस होता. एके दिवशी

नेहमीप्रमाणे तो कामावर गेला, संध्याकाळी रोजच्यासारखा घरी आला आणि रात्री केव्हातरी हृदय बंद पडून मेला!

फातिमाबीसाठी हा एक धक्का होता. आता चम्पीला वाढवण्याची जबाबदारी तिच्यावर एकटीवर आली. रोजी-रोटी कमवण्यासाठी तिने शिवणकाम सुरू केले. त्यातूनच तिची माझ्या आईशी ओळख झाली. माझे १-२ शर्ट्स आईने तिच्याकडून शिवून घेतले होते. फातिमाबी फार सुंदर कपडे शिवायची; पण दुर्दैवाने तिलाही क्षयाची बाधा होऊन तिची स्वत:च्या अस्तित्वासाठी लढाई सुरू झाली आणि तीन वर्षांपूर्वी तिने या जगाचा निरोप घेतला. चम्पी एकाकी झाली त्याच वेळी 'क्रुसेडर्स फॉर भोपाळ' संस्थेचे कार्यकर्ते मंदिरात आले. तीनशे रुपये घेऊन चम्पीला सांभाळ करणाऱ्या कुटुंबाच्या शोधात ते होते (पुढे ही रक्कम वाढत-वाढत चारशे रुपये झाली.).

चंपीला स्वीकारण्यासाठी एकही कुटुंब तयार होईना; माझी आई भेटेपर्यंत! माझी आई म्हणजे उपकारकर्त्यांची उपकारकर्ती आहे म्हणा ना! तिने चंपीकडे एक कटाक्ष टाकला अन् तिला अशी मिठी मारली, जणू ती तिची स्वत:ची मुलगी असावी! मंदिराच्या व्यवस्थापनाने थोडी खळखळ केली. रोज देवापुढील थाळीत पडणाऱ्या पैशातून भरपूर कमाई करणाऱ्या सडपातळ पुजाऱ्याने मंदिराच्या आवारात एका मुस्लीम मुलीला थारा देण्यास आक्षेप घेतला; पण या वेळी आईने तिच्या मनाची पक्की तयारी केली होती. "असे कसे तुम्ही पुजारी? माणुसकी म्हणून काही धर्म असतो की नाही?" तिने पुजाऱ्याला जाब विचारला आणि त्याला गप्प केले. तेव्हापासून मी आणि माझ्या आईबरोबर चम्पी मंदिराच्या मागे असलेल्या घरात राहत आहोत. मी तिला बहीण म्हणू शकतो. 'क्रुसेडर्स ऑफ भोपाळ' संस्थेतर्फे दरमहा आईला पैसे मिळतात. दर वर्षी फक्त एक दिवस, ३ डिसेंबरला 'भोपाळ कृतिदिनी' संस्थेचे लोक चम्पीला घेऊन जातात. चित्रविचित्र कपडे घातलेल्या कार्यकर्त्यांना घेऊन ते या विषयी जनजागृती करण्यासाठी एक मोठी रॅली काढतात. गेल्या वर्षी या रॅलीतील कार्यकर्त्यांनी मानवी सांगाड्यासारखे कपडे घातले होते. अर्थात या कार्यक्रमाची नायिका मात्र चम्पी असते. भोपाळ दुर्घटनेच्या दुष्परिणामांचे स्मरण देण्यासाठी तिला कोणताही मेकअप करण्याची गरज भासत नाही.

चंपी आमच्याबरोबर राहायला आली तेव्हा आईने तिचा चेहरा नीट करून देण्याचे वचन तिला दिले होते. आम्ही एका प्लॅस्टिक सर्जनची त्यासाठी भेटही घेतली होती. या सर्जरीला तीन लाख रुपये इतका दणदणीत खर्च येईल असे डॉक्टरांनी आम्हाला सांगितले. ती रक्कम ऐकल्यानंतर आम्ही या विषयावर चम्पीशी बोलणे बंद केले आणि ज्याप्रमाणे आम्ही चंपीचा विद्रुप चेहरा स्वीकारला, त्याप्रमाणे तिनेही आमची असहायता स्वीकारली. आता मी ती जुनी आशा पुन्हा

पल्लवित करण्याचा प्रयत्न करत होतो, तर चम्पी मात्र ढिम्म होती.

"गुंडांच्या पैशातून मला माझा उपचार करून घ्यायचा नाहीये." ती ब्रीफकेस मी कशी मिळवली याची सर्व कहाणी ऐकल्यावर तिने जाहीर केले.

"ते पैसे गुंडाचेच आहेत हे तुला काय ठाऊक?" मी तिला प्रतिप्रश्न केला.

"त्यांच्याशिवाय दुसरे कोण असे कचराकुंडीत पैसे टाकणार? आणि जर त्यांनी तुझा शोध घेतला तर?

"ते शक्य नाही. हे पैसे आता माझ्या मालकीचे आहेत आणि मी ते मस्तपैकी उडवणार आहे."

"वाईट मार्गाने मिळवलेल्या पैशातून मजाही करता येत नाही. त्याच्या परिणामांचा तू विचार कर."

"भविष्याचा विचार करण्याइतके आयुष्य मोठे नाही."

"तुला असे वाटत असेल; पण मला आणि आईला मात्र असे वाटत नाही. आईला सतत तुझी काळजी वाटत असते."

"तू तिला सांग, काळजी करणे बंद कर. उद्यापासून तिने काम करण्याचीही गरज नाही. पुढील शंभरेक वर्षे तरी आपल्या तिघांचे पोट भरण्याइतके पैसे माझ्याकडे आहेत आत्ता."

"इतका एकदम हवेत जाऊ नकोस. मोठ्ठाले बेत आखण्यापूर्वी आधी जरा जमिनीवर ये." चम्पीने मला इशारा दिला.

तिचा सल्ला योग्यच होता. "तू बरोबर सांगते आहेस चम्पी." मान हलवत मी म्हणालो. "या ब्रीफकेसबद्दल कोणाला काही कळता कामा नये. मी याला किमान आठवडाभर तरी हात लावणार नाही आणि तेवढ्या काळात जर कोणी त्याचा शोध घेत आले नाही, तर मग आपण सुटलो. मग आपण यापैकी काही पैसे खर्च करू शकतो आणि तुझे ऑपरेशनही."

"या लबाडीच्या पैशातील एक पैसाही मला नको." चम्पी पुन्हा निर्धाराने म्हणाली. "आणि काहीही करण्यापूर्वी तू आधी आज तरी जाऊन देवाचे दर्शन घेऊन ये."

"त्या ब्रीफकेसचा देवाशी काय संबंध? मी त्याचे आभार वगैरे मानण्याची काही गरज नाही या बाबतीत." हात हलवत मी तिची सूचना फेटाळून लावली.

सुस्कारा टाकून चम्पी म्हणाली, "मी तुझ्यासाठी कृपाळू अल्लाकडे रदबदली करीन. शेवटी आपल्या सर्वांना त्याच्याकडेच जायचे आहे." आपले दोन्ही हात हवेत पसरत ती म्हणाली.

मी असहायपणे मान हलवली. चम्पीच्या डोळ्यांना, चेहेऱ्याला इजा होऊनही तिचा देवावरील विश्वास ढळला नव्हता, उलट अधिक दृढ झाला होता!

"या ब्रीफकेसबद्दल आईशी काही बोलू नकोस हं." तिला तंबी देऊन मी रमतगमत मुख्य गेटकडे गेलो.

आज सोमवार होता, शंकराचा वार. मंदिरात भक्तांची गर्दी होऊ लागली होती. दुपारपर्यंत दर्शनासाठी अर्धा किलोमीटरची रांग लागलेली असणार होती.

मेहेरौलीतील हे भोलेनाथ मंदिर फार जुने नाही. ते बांधून जेमतेम वीस वर्षे झाली असतील. दिल्लीतील अन्य मंदिरे ज्या हेतूने बांधली गेली त्याच हेतूने हेही मंदिर बहुधा बांधले गेले असावे, जमीन बळकावण्यासाठी! पण या मंदिराची कीर्ती लवकरच फार दूरवर पसरली अन् त्याला एखाद्या तीर्थक्षेत्राचे रूप आले. हा देव नवसाला पावतो अशी भक्तांची श्रद्धा असल्याने या मंदिराचा विस्तीर्ण संगमरवरी गाभारा दिवसभर गजबजलेला असतो. भक्त इथे येऊन जप करतात, ध्यानधारणा करतात, गप्पा मारतात. माझी आईही सकाळी याच ठिकाणी आढळते. ती अगदी मनापासून फरशी पुसत असते किंवा फरशी घासून त्यावरील डाग स्वच्छ करीत असते.

मंदिराच्या आवारात अनेक चांगले, उपयोगी कार्यक्रम राबवता येतात; पण मला आवडणारा एकमेव कार्यक्रम म्हणजे येथे येणाऱ्या मुली न्याहाळणे. शंकराची उपासना केल्यामुळे चांगली बायको मिळते अशी भाविकांची श्रद्धा असल्याने येथे अविवाहित मुलांची आणि आपला नवरा व कुटुंबासाठी प्रार्थना करायला येणाऱ्या नववधूंची सतत वर्दळ असते. असा एक होतकरू आणि झकास लग्नाळू मुलगा मंदिराच्या जवळ, खोली क्रमांक एकमध्ये राहतो, हे या मुलींना कळले, तर किती बरे होईल!

वयाच्या सहाव्या वर्षापासून हे मंदिर माझ्या अस्तित्वाचा एक भाग बनले आहे. या मंदिराचा विस्तार आणि भरभराट माझ्यासमोर झाली आहे. ही बाग बहरताना आणि झाडे कुंपण ओलांडून उंच होताना मी बघितली आहेत. फुलांच्या वाढणाऱ्या किमती मी बघितल्या आहेत आणि हलवाई व पुजाऱ्यांमधील वाढते साटेलोटेही बघितले आहे. मंदिराच्या या भाग्याचा काही वाटा आमच्याही नशिबी आला. इथे आईला काम मिळण्यापूर्वी आम्ही संजय गांधी झोपडपट्टीत एका पत्र्याच्या खोपटात राहत होतो. जेथे ना विजेचा पत्ता होता ना पाण्याचा! शेणाच्या गोवऱ्यांवर आई स्वयंपाक करायची तेव्हा ती छोटी खोली धुराने भरून जायची आणि माझ्या डोळ्यात पाणी यायचे. आता आम्ही पक्क्या बांधलेल्या दीड खोलीच्या घरात राहातो. येथे स्वयंपाकाचा ओटा आहे. एक सिलिंग फॅन आहे आणि मंदिराच्या विजेच्या कनेक्शनवरून गुपचूप कनेक्शन घेतलेला एक केबल टीव्हीही आहे! अर्थात तिघांसाठी ही जागा पुरेशी नाहीच. मुख्य खोलीत पार्टिशन

टाकून आम्ही त्याच्या दोन खोल्या केल्या आहेत. एका खोलीत माझी गादी आणि छोटे लाकडी टेबल आहे, तर दुसऱ्या भागात आई आणि चम्पी राहतात. माझ्या बाजूच्या भिंती मी सलीम इलियासी आणि शबनम सक्सेना यांची पोस्टर्स लावून डोळ्याला आनंददायी वाटतील अशा करण्याचा प्रयत्न केला होता; पण बहुतेक वेळा त्या खिळ्यांवर माझे कपडे लटकत असतात. त्यामुळे ते सुख जेमतेमच मिळते. आईने तिच्या बाजूच्या भिंतीवर देवादिकांचे फोटो असलेली जुनी कॅलेंडर्स लावली आहेत. तिच्याकडे एक जुनी ॲल्युमिनियमची ट्रंक आहे, ज्यामध्ये तिचे कपडे ठेवलेले असतात. त्या पेटीवर वडिलांचा एक अतिशय जुना फोटो ठेवून त्याला हार घातलेला आहे. ही सगळी माझ्या आईची संपत्ती! ती तिच्या नवऱ्याचा फोटो रोज बघते; पण मला त्यामध्ये एक हुतात्मा दिसतो.

आई आजवर माझ्याशी कधी बोलली नाहीये; पण मला ठाऊक आहे की, माझे वडील एका अपघातात गेले तेव्हा मी फक्त सहा वर्षांचा होतो; पण अजून मला आईचा तो आक्रोश आठवतो. अपघातानंतर एका आठवड्याने पांढरा कुडता-पायजमा घातलेला एक मजबूत बांध्याचा माणूस दोन्ही हात जोडून आईपुढे उभा होता. त्याने थोडे रडण्याचे नाटक केले आणि आईला पंचवीस हजार रुपये दिले. या मंदिरातील नोकरी आणि घरही त्यानेच आईला मिळवून दिले. माझे वडील आयुष्यभर जे देऊ शकले नाहीत, ते त्यांच्या मृत्यूने आम्हाला मिळवून दिले.

"भुसियांकडील नोकरी सोडून एक महिना होत आला. तू दुसरीकडे काही काम बघतो आहेस की नाही?" संध्याकाळी घरी येताच आईने मला विचारले. ती कायम भुणभुण करायची. "जर पदवी मिळूनही तुम्ही बेकार राहणार असाल, तर त्या शिक्षणाचा उपयोग काय? अरे, तुझ्या म्हाताऱ्या आईचा नाही पण बहिणीचा, चम्पीचा, तरी काही विचार करशील की नाही? तू जर पैसेच कमावले नाहीस, तर मी तिचे लग्न कसे करणार? देवा, असा निकम्मा मुलगा का माझ्या पोटी जन्माला घातलास?"

मी विजयी हास्य करीत तिला म्हणालो, "तुला एक चांगली बातमी देण्याची मी वाट बघत होतो. मला नवीन नोकरी लागलीये. एम. जी. रोडवरील एका खोकी बनवण्याच्या कारखान्यात ऑपरेशन मॅनेजर म्हणून. ते मला दर महा दहा हजार रुपये पगार देणार आहेत."

"दहा हजार?" डोळे विस्फारून ती म्हणाली आणि मग लगेच दरडावणीच्या सुरात म्हणाली, "तू माझी थट्टा करत नाहीयेस ना?

"बाबांची शपथ, मी खरे बोलतोय." मी गंभीरपणे म्हणालो.

"देव पावला गं बाई! देवच पावला!" आकाशातील देवाकडे बघत आई

म्हणाली आणि घाईघाईने घराबाहेर पडली. बहुधा मंदिराच्या आवारातील सगळ्यांना ती आता साखरफुटाणे वाटत फिरणार होती.

चम्पीला काही हे फारसे रुचले नाही. ''तू इतक्या सराईतपणे कसे रे खोटे बोलू शकतोस? तुझ्याशी ज्या बाईचे लग्न होईल त्या बाईची मला दया येतेय.''

''पण तीसुद्धा एखाद्या प्रामाणिक भिकाऱ्यापेक्षा लक्षाधीश खोटारड्याच्या गळ्यात माळ घालणे पसंत करील.'' मी ठासून म्हटले.

डेनिम जीन्स आणि प्रिंटेड कुर्ती घातलेली, तपकिरी डोळ्यांची, केस कापलेली एक सुंदर तरुणी आज चम्पीची मुलाखत घ्यायला आली. नंदिता मिश्रा नावाची ही तरुणी माहितीपट तयार करते म्हणे.

''भोपाळ गॅस दुर्घटना आणि त्यानंतरची पंचवीस वर्षं यावर मी एक फिल्म बनवते आहे. चम्पी भोपाली यांना या विषयी काय वाटते हे जाणून घेण्यासाठी मी आले आहे.'' आपल्या कॅमेऱ्याचा स्टँड लावता-लावता ती म्हणाली. तेवढ्यात चम्पी आत जाऊन, खसाखसा तोंड धुऊन, केसात एक फूल लेवून कॅमेऱ्यासमोर आली. ती आता अशा मुलाखतींना अगदी सरावली होती. प्रदूषण, कारस्थान, नुकसानभरपाई वगैरे शब्द ती आता अगदी सराईतपणे वापरू लागली होती. चम्पीचे रेकॉर्डिंग संपल्यावर माझ्याकडे वळत ती बाई मला म्हणाली, ''तुम्ही संजय गांधी झोपडपट्टीमध्ये कोणाला ओळखता?''

''असे का विचारताय? तुमच्यासारख्या लोकांचे तेथे काय काम असणार?''

''मला पुढची फिल्म झोपडपट्टीवर काढायची आहे. 'सलाम बॉम्बे'सारखी; पण त्यापेक्षा अधिक भेदक, वस्तुनिष्ठ. आम्ही झोपडपट्टी बघतो ट्रेनमध्ये बसून किंवा आमच्या गाड्यांमधून, पण किती लोक प्रत्यक्ष तिथे जाण्याची हिंमत करतात? झोपडपट्टीतील आयुष्याचे अस्सल चित्रण प्रेक्षकांना दाखवण्याचा प्रयत्न मी या माहितीपटाद्वारे करणार आहे.''

''झोपडपट्टी म्हणजे सहलीला जाण्याचे एखादे रमणीय ठिकाण नाही मॅडम. त्याचा अनुभव घेण्यासाठी तिथे जन्मच घ्यावा लागतो,'' मी फटकन उत्तरलो. माझ्याकडे एकदम चमकून बघत ती म्हणाली, ''व्वा! फार छान वाक्य आहे हे! कॅमेरापुढे पुन्हा म्हणायला आवडेल?''

अशा तऱ्हेने मी माझी पहिली-वहिली मुलाखत देण्यास तयार झालो. संजय गांधी झोपडपट्टीतील आयुष्य मी त्यात सांगणार होतो. हा असा विषय होता, ज्यावर माझा अधिकार होता. तिसऱ्या वर्षापासून झोपडपट्टी हेच माझे अंगण होते. तिथल्या जगण्याचे पुष्कळ अनुभव माझ्या गाठीशी होते. आठ बाय आठ फुटांच्या जागेत सहा जणांचे कुटुंब कसे स्वतःला बसवते, शेकडो लोकांसमोर सर्वाजनिक नळावर

आंघोळ करताना एखादी तरुणी कशी स्वत:ची अब्रू सांभाळते, शेकडो नजरा चुकवत एखादे नवविवाहित जोडपे कसा आपला शृंगार उरकते, हे सगळे मी बघितले होते. रेल्वेच्या रुळांवर ओळीने प्रातर्विधीसाठी बसलेले बापे बघितले आहेत. डबक्यात डासांप्रमाणे जन्माला येणारी इथली दरिद्री प्रजा, कुत्र्याप्रमाणे उकिरड्यावर वाढत असताना श्रीमंताघरची कुत्री मात्र गुबगुबीत गादीवर, डास चावू नये म्हणून संरक्षणात झोपत असतात.

हे सगळे मी बोलायला हवे होते; पण कॅमेऱ्यासमोर येताच मी बावचळलो, जणू माझी जीभ टाळूला चिकटून बसली होती. नंदिता मिश्राने मला बोलते करण्याचा खूप प्रयत्न केला; पण जणू माझे शब्द घशातल्या घशात सुकून गेले होते. अखेर तिनेही माझा नाद सोडला आणि सर्व सामान गुंडाळून ती निघून गेली. ती निघून गेल्यावर मी स्वत:वरच वैतागलो. कशामुळे मी असा बेचैन झालो? समोरच्या कॅमेरामुळे की माझ्या गादीखाली ठेवलेल्या ब्रीफकेसमुळे? माझ्याकडे आता अमाप पैसा आल्यामुळे मला झोपडपट्टीतील लोकांबद्दल बोलणे शक्य होत नव्हते?

ती ब्रीफकेस मिळून दहा दिवस झाले होते; पण ती शोधण्यासाठी अद्याप कोणी आलेले नव्हते. आधी ठरवल्याप्रमाणे पूर्वीप्रमाणेच मंदिरातील काम मी चालू ठेवणार होतो आणि अगदी दरिद्री माणसाप्रमाणे वागणार होतो; पण बाहेर मात्र मी वेगळे वागू शकत होतो. काही पैसे खर्च करू शकत होतो. माझ्या नशिबाला आलेली मधुर फळे चाखू शकत होतो. त्याची सुरुवात मी टॅक्सी भाड्याने घेण्यापासून केली.

मंदिरापासून दोन गल्ल्या सोडून असलेल्या टॅक्सीस्टँडवर एक काळी-पिवळी टॅक्सी उभी होती आणि ड्रायव्हर आतमध्ये बसून पेपर वाचत होता. खिडकीवर टकटक करीत मी विचारले, ''टॅक्सी रिकामी आहे?'' आत बसलेल्या अस्ताव्यस्त दाढीच्या वृद्ध सरदारजींनी खिडकीची काच उघडून बाहेर एक पिंक टाकीत विचारले, ''कोणाला हवी आहे टॅक्सी?''

''मलाच.''

माझे कळकट कपडे आणि तेवढाच कळकट चेहेरा यावर तुच्छतेने नजर टाकून तो म्हणाला, ''ए पोरा, कधी आयुष्यात टॅक्सीमध्ये बसला आहेस का? किती पैसे पडतील ठाऊक आहे तुला?''

''सरदारजी, आयुष्यभर मी टॅक्सीतूनच फिरतो आहे.'' मी खेकसलो अन् माझ्या आवाजात एवढा उर्मटपणा आला कुठून याचे मलाच आश्चर्य वाटले. हजाराच्या दोन-चार नोटा मी त्याच्यापुढे नाचवल्या अन् म्हटले, ''आता मुकाट्याने चटकन मला अन्सल प्लाझामध्ये घेऊन चल.''

"होय साहेब, प्लीज बसा आत." सरदारजीचा सगळा नूरच एकदम पालटला. त्याने पेपर घाईघाईने फेकला आणि मीटर सुरू केले. मी आयुष्यात प्रथमच टॅक्सीच्या मागच्या सीटवर ऐसपैस बसलो. हात मागे ताणून डोक्याखाली मानेवर ठेवला आणि पाय लांब केले. 'ऐषारामी आयुष्य सुरू झाले तर!'

त्या आलिशान मॉलमध्ये मी सूडाने पेटलेल्या एखाद्या व्यक्तीप्रमाणे खरेदी करीत होतो. ज्या गोष्टींची इच्छा मनात होती, पण ज्या खरेदी करणे खिशाला परवडणारे नव्हते त्या सगळ्या वस्तू मी खरेदी केल्या. मार्क अँड स्पेन्सर कंपनीचा महागडा शर्ट, बेनेटन कंपनीचे लेदर जाकीट, लेव्हीची जीन्स, गूसी कंपनीचे गॉगल, लॅकोस्टचा परफ्यूम, नायकीचे बूट... दहा वर्षे केवळ काचेतून ज्या गोष्टींकडे मी बघत होतो त्यांची तासाभरात एखाद्या उन्मत्ताप्रमाणे खरेदी करीत मी या सहा दुकानात मिळून वीस हजार रुपये उडवले. मग मी तेथील एका आधुनिक स्वच्छतागृहात गेलो. तोंड स्वच्छ धुतले आणि कपडे बदलून तो महागड्या परफ्यूमचा फवारा अंगावर मारला आणि एका मोठ्या आरशासमोर उभा राहिलो. एक उंच, सडपातळ, गुळगुळीत दाढी केलेला देखणा, कुरळ्या केसाचा माणूस माझ्याकडे एकटक बघत होता. मी आरशावर बोटे वाजवत मायकेल जॅक्सनसारखी पोझ घेऊन उभा राहिलो. मग मी माझे जुने कपडे, बूट एका प्लॅस्टिकच्या पिशवीत भरले आणि डोळ्यावर गॉगल चढवत त्या स्वच्छतागृहातून रुबाबात बाहेर पडलो. जीन्स आणि टी शर्ट घातलेल्या एका चमको मुलीने माझ्याकडे पसंतीचा कटाक्ष टाकला. दहाच मिनिटांपूर्वी याच मुलीने माझ्याकडे ढुंकूनही बघितले नसते. कपड्यामुळे माणसात किती फरक पडतो हे मला जाणवले. श्रीमंतांच्या बाबतीत यापेक्षा काही वेगळे घडत नाही हे मला ठाऊक आहे. त्यांचे कपडे फक्त अधिक चांगले असतात.

मला आता मोठ्याने गावेसे वाटत होते – 'साला मै तो साहब बन गया.' मुन्ना मोबाइल एकदम सभ्य गृहस्थ झाला होता आणि आता त्याला एका श्रीमंत मैत्रिणीची गरज होती!

ती संध्याकाळ मी साऊथ एक्स्टेंशन बाजारात चिकण्या मुली न्याहाळण्यात घालवली. आपल्या महागड्या गाड्यांमधून उतरून त्या तसल्याच महागड्या, डिझायनर बॅगा किंवा ब्रँडेड बूट-चपला विकणाऱ्या दुकानात शिरत होत्या. एका मुलींच्या टोळक्याच्या मागे मीही रिबॉकच्या शोरूममध्ये जाऊ लागलो, तेव्हा दारावरील रखवालदाराने मला अदबीने सलाम ठोकीत तो दरवाजा उघडला. मी थंड पेय घेणार की गरम चहा, असे दुकानातील मॅनेजरने मला विचारले. मी हसून तेथील विक्रेत्या मुलींशी गप्पा मारू लागलो. त्याही माझ्यावर जाळे टाकू बघत होत्या. त्या अनुभवाने मला खूप गुदगुल्या होत होत्या. त्या भपकेबाज शोरूममधून

बाहेर पडता-पडता मी शेजारच्या डीलक्स इंडियन रेस्टॉरंटमध्ये जेवायचे ठरवले. आठशे रुपये मोजून तेथे बटर चिकन-सिख कबाब-नान असे भरभक्कम जेवून मी बाहेर आलो. आणि त्या रस्त्याच्या दोन्ही बाजूला एक कटाक्ष टाकला. दिव्यांनी लखलखीत उजळलेली ती दुकाने, त्यांच्या काचेच्या मोठाल्या खिडक्या आणि त्यात ओसंडून वहाणाऱ्या विविध वस्तू! बाजारपेठेची ती एरवी उदास वाटणारी झगमग आज मला परकी वाटत नव्हती. मीही आता त्या भपकेबाज जगाचा एक भाग बनलो होतो.

माझा पुढचा मुक्काम होता, एक खास डान्स क्लब. रात्री शहरातील ही खास वर्दळीची जागा होती. त्या क्लबमध्ये काही काळ वेटर म्हणून काम केलेला माझा दिनू नावाचा झोपडपट्टीतील मित्र सांगत होता. शहरातील सर्वांत सुंदर मुली येथे येतात. तोकडे कपडे घालून! टॅक्सीवाल्याने मला त्या क्लबच्या, निऑन प्रकाशात झगमगणाऱ्या प्रवेशदारापाशी आणून सोडले. आत्ता कोठे नऊ वाजले होते; पण त्या कोरीवकाम केलेल्या भव्य लाकडी प्रवेशद्वारापुढे चांगली मोठी रांग लागली होती. एका मखमली दोराने त्या दाराचा प्रवेश रोखलेला होता आणि टक्कल असलेले काळ्या कपड्यातील दोन धिप्पाड रखवालदार दारासमोर उभे राहून रांगेतील गिऱ्हाइकांची तपासणी करीत होते. समोर फूटपाथवर काही भिकारी उभे होते आणि येणाऱ्या प्रत्येक गाडीकडे आशाळभूतासारखे बघत होते. मी रांगेत शिरलो आणि पंधरा मिनिटे वाट बघितल्यावर दारापर्यंत पोहोचलो. एका रखवालदाराने माझ्याकडे चटकन न्याहाळून बघत दुसऱ्याकडे बघून संमतिदर्शक मान हलवली. एका माणसासाठी ठेवायची अनामत रक्कम म्हणून त्या दुसऱ्याने माझ्याकडे तीन हजाराची मागणी केली. 'तीन हजार? हे भलतेच झाले!' असे मला ओरडावेसे वाटत होते; पण काहीही न बोलता मी पाकिटातील आणखी तीन नोटा मुकाट्याने काढून दिल्या. मग मला एक व्हाउचर देण्यात आले आणि मखमली दोराची गाठ सोडून आत जाऊ देण्यात आले. सुमारे वीस पायऱ्या उतरून मी जवळजवळ तळघरातच प्रवेश केला. उसळणाऱ्या संगीताचा ठेका मला ऐकू येऊ लागला आणि दुसऱ्या आणखी एका दरवाजाजवळ जाताच तो आवाज अधिक स्पष्टपणे ऐकू येऊ लागला. एका गणवेषधारी रखवालदाराने माझे व्हाउचर तपासून एक बटण दाबले. त्याबरोबर एक दरवाजा उघडला आणि मंद प्रकाशात न्हाणाऱ्या एका खोलीत मी प्रवेश केला. तिथे आधीच भरपूर माणसे आलेली होती. संगीताचा आवाज एवढा मोठा होता की, कानाचे पडदे फाटतील की काय अशी भीती मला वाटत होती. माझ्या उजव्या बाजूला एखाद्या बेटाप्रमाणे बारची रचना केली होती आणि त्याच्याभोवती छोटे पिवळ्या रंगाचे सोफे मांडले होते. डावीकडे आरशाचा वापर करून एक डान्स फ्लोअर बांधण्यात आला होता. त्याच्या मधोमध एखाद्या

झुंबराप्रमाणे लावलेल्या दिव्यांमधून हिरवा-निळा-पिवळा प्रकाश पडत होता. वातावरण उत्फुल्ल होते. डान्स फ्लोअरवर केवळ चैतन्य सळसळत होते. सुमारे वीस फूट उंचावर असलेल्या एका बाल्कनीत डीजे बसले होते. एखाद्या अद्भुत फवाऱ्यातून धूर यावा तसे पांढऱ्या धुराचे लोट अधूनमधून डान्स फ्लोअरवर येत होते.

दिनू म्हणत होता ते खोटे नव्हते. तिथे असलेल्या प्रत्येक मुलीचे कपडे शक्य तेवढे तोकडे, तंग आणि लक्ष वेधून घेणारे होते. खोल गळ्याचे टीशर्ट, अर्ध्या मांड्या दाखवणारे छोटे स्कर्ट! फॅशन टीव्हीपेक्षा येथे होणारे देहाचे प्रदर्शन अधिक होते!

तो धूर, तो मंद, रंगीबेरंगी प्रकाश, संगीत यामुळे तेथे एक प्रकारचे बेबंद, धुंद वातावरण निर्माण झाले होते. जणू भारताच्या सीमा मागे टाकून एखाद्या वेगळ्याच, अधिक धीट देशात प्रवेश केल्यासारखे वाटत होते.

त्या मंद आणि लुकलुकत्या प्रकाशाला डोळे सरावल्यावर तेथे बसलेल्या माणसांमध्ये काही ओळखीचे चेहरे दिसू लागले. टीव्हीच्या मालिकांमध्ये दिसणारी स्मृती बक्षी तिथे होती. सीमी टकीयासारखी नटी आणि चेतन जडेजा हा माजी क्रिकेटपटूही होता. केसाला जेल लावलेला आणि पीळदार शरीरयष्टी असलेला एक ओळखीचा चेहरा एका परदेशी पाहुण्याशी गप्पा करीत बसला होता. डिझायनर जीन्स आणि निमुळत्या टाचांचे बूट घातलेल्या काही मुली बहुधा मॉडेलिंगच्या जगातील असाव्यात. प्रत्येक जण विशेष होता. महत्त्वाच्या प्रसिद्ध व्यक्ती आणि नट-नट्यांनी गजबजलेल्या या पार्टीत मीच एक उपरा वाटत होतो.

मानेवर बो-टाय बांधलेल्या, तुकतुकीत काळ्याभोर केसाच्या तरुण बारटेंडरने मला मी कोणते पेय घेणार असे विचारले. ''तुमच्याकडे काय-काय आहे?'' मी विचारले. ''सर्व काही आहे सर.'' त्याच्या मागे असलेल्या शेल्फमधील असंख्य बाटल्यांकडे निर्देश करीत तो म्हणाला. समोर बसलेल्या मॉडेल्स काय मागवत आहेत ते कान देऊन ऐकण्याचा मी प्रयत्न केला. लॉंग आयलंड, आइस टी, पिना कोलाडा, स्ट्रॉबेरी मार्गारिटा अशी यापूर्वी कधीही कानावर न पडलेली पेयांची नावे मी ऐकत होतो. या सगळ्या मुली अतिशय सहजतेने आपली क्रेडिट कार्ड्स वापरत होत्या.

तेथून निसटून पुरुषांच्या स्वच्छतागृहात जाऊन यावे असे मला वाटू लागले. मी त्या स्वच्छतागृहाचा दरवाजा उघडताच मला विचित्र आवाज ऐकू आला. आतमध्ये दोन-तीन गोऱ्या मुली वॉशबेसिनजवळ उभ्या राहून खिदळत, कोकेन ओढत होत्या. माझ्याकडे तिरस्काराने बघत त्या ओरडल्या, ''ए चल, चालता हो इथून.'' मी घाईघाईने तेथून निघालो आणि पुन्हा डान्स फ्लोअरकडे आलो. इतका वेळ इंग्लिश संगीत वाजणाऱ्या डीजेने आता 'धूम-१' सिनेमातील गाण्यावर

रिमिक्स सुरू केले आणि प्रेक्षकांमधून आनंदाचे चीत्कार उमटू लागले. बारा वेळा हा सिनेमा बघितला असल्याने हे गाणे माझ्या चांगल्याच परिचयाचे होते. त्या नाचातील हृतिक रोशनची प्रत्येक स्टेप, प्रत्येक हालचाल वेडावून टाकणारी होती. मीच नाही, आमच्या झोपडपट्टीतील प्रत्येक मुलगा मायकेल जॅक्सन आहे. फक्त योग्य संधीची वाट बघणारा मीही गेल्या कितीतरी वर्षांपासून एक स्वप्न बघतो होतो. एक दिवस मी डान्स बारमध्ये जाईन, डीजे माझे आवडते संगीत लावेल आणि मी त्यावर नाच करीन. गेल्या दहा वर्षांपासून टीव्हीवरील नाचाचे कार्यक्रम बघून बसवलेले होते. सगळे प्रेक्षक माझ्या बाजूला उभे राहून माझा नाच बघतील आणि माझ्या प्रत्येक हालचालीला जोरदार दाद देतील; पण आता तशी संधी प्रत्यक्ष आल्यावर मात्र मी कच खाऊन माघार घेतली; माझा नाच माझे पितळ उघडे पाडेल या भीतीने.

माझा जीव तेथे घुसमटू लागला. तो डान्स फ्लोअर मला नीरस वाटू लागला. तेवढ्यात मला डान्स फ्लोअरच्या मागील आणखी एक भाग दिसला. त्या गर्दीतून धक्के खात अखेर मी आणखी एका हॉलसारख्या दिसणाऱ्या खोलीत पोहोचलो. या भागातील बैठक-व्यवस्था जरा अधिक मोकळीढाकळी, अनौपचारिक होती. सोफा आणि बारमधील स्टुलांऐवजी तेथे कारपेट आणि उशा होत्या. समोर भव्य पडदा असलेला टीव्ही लावलेला होता आणि काही कृत्रिम झाडेही तेथे ठेवली होती. तेथेही एक बार होता. त्याच्यासमोर बसलेला तरुण जांभया देत बसला होता. तिथे फारच थोडी माणसे होती. कोपऱ्यात एक जोडपे एकमेकांच्या कानाशी कुजबुजत बसले होते. एका प्रौढ माणसाबरोबर एक तरुण मुलगी कंटाळून बसली होती आणि ती मोबाइलवरून कोणालातरी एस एम एस पाठवण्याच्या खटपटीत होती, तर लांब केसाच्या गोऱ्यांचा एक गट हुक्का पिण्यात दंग होता.

तेवढ्यात मला एक पाठमोरी, एम टीव्ही ऐवजी एनडीटीव्ही बघत बसलेली एक तरुण मुलगी दिसली. ती एकटीच बसलेली होती. सडपातळ, लांब काळ्या केसाच्या त्या तरुणीने निळा सलवार-कमीज घातला होता. भारतीय वेष घालणारी ती त्या सगळ्या क्लबमध्ये एकटीच असावी बहुधा! मी तिच्याजवळ गेलो. माझी उपस्थिती जाणवून ती वळली. लंबवर्तुळाकार चेहरा, तरतरीत नाक, रसरशीत ओठ आणि काळेभोर डोळे बघताना मला जाणवले, कोणत्याही क्षणी या डोळ्यातून अश्रूंचा पूर वाहू शकेल! आत्तापर्यंत माझ्या आयुष्यात बघितलेली ती सर्वांत सुंदर मुलगी होती.

"हाय!" श्रीमंत माणसे फक्त इंग्लिश भाषेत बोलतात हे माहिती असल्याने मी म्हटले. तिने माझ्याकडे असहायपणे बघितले; पण काहीही प्रतिसाद दिला नाही. स्वत:चा ओठ ती चावत असल्याचे माझ्या लक्षात आले. तेवढ्यात तंग जीन्स

आणि खडे लावलेला एक पट्टा कमरेला, अशा वेषातील एक तरुणी तेथे एकदम आली. खोल गळ्याचा लाल पट्ट्याचा टीशर्ट घातलेल्या या मुलीने तशाच रंगाची लिपस्टिक लावली होती. "रितू, तू फार बोअर झाली नाहीस ना? टोनी आणि मी आणखी दोन नाच करतो आणि मग आपण लगेच निघू. बस्स!" ती हिंदीत म्हणाली. मी रितूच्या मागे उभा असलेला बघून ती इंग्लिशमध्ये म्हणाली, "हॅलो मिस्टर, तुम्ही माझ्या मैत्रिणीसाठी एखादे पेय का मागवत नाही?"

आत्तापर्यंत माझे इंग्लिशचे ज्ञान संपुष्टात आले होते. "मी हिंदीमध्ये संभाषण करणे अधिक पसंत करतो." मी ओशाळून म्हटले.

"कूल!" ती म्हणाली आणि मग माझ्यापुढे हात करीत म्हणाली, "माझे नाव मालिनी. ही माझी मैत्रीण रितू. तीसुद्धा फक्त हिंदीच बोलते."

मालिनी असे बोलत डान्स फ्लोअरवर अदृश्य झाली. मी माझा हात पुढे केला. या वेळी रितूने तो पकडला. तिची पकड मृदू आणि नाजूक होती. मी तिच्या शेजारी बसलो. "तुम्हाला माझे नाव तर समजले, तुमचे नाव काय?" तिने हिंदीत विचारले. मला झटकन जाणवले, मुन्ना मोबाइल या उच्चभ्रू वर्तुळात कोणाच्या पचनी पडणार नाही. मला एक दमदार नाव हवे. आणि तेही लगेच. मला एकच शक्तिमान व्यक्ती ठाऊक होती. मेहेरौलीचा खाटीक, इन्स्पेक्टर विजयसिंह यादव! आणि मला काही समजायच्या आत मी माझे नाव सांगून टाकले, "विजयसिंग. माझे नाव विजयसिंग आहे." तिचा चेहरा एकदम उजळला. "तुम्हीही माझ्याप्रमाणेच ठाकूर आहात का?"

"होय." मान हलवत मी म्हटले. "मीही ठाकूर."

"तू काय करतोस विजय?"

"फार सोप्पे आहे. या शहरातील प्रत्येक भुक्कड व्यापारी जे करतो तेच, 'आयात-निर्यात'."

"आणि तू राहतोस कुठे?"

आता आली का पंचाईत! 'खोली क्रमांक एक' असे तर मी म्हणू शकत नव्हतो. मी असाच हवेत हात उडवून एकदम माझा बचाव करीत प्रश्न विचारू लागलो, "तू कुठे राहतेस? काय करतेय?"

"हाँ, मी ना, मी दिल्लीची नाही. लखनौत राहते. इथे पाहुणी म्हणून आलीये."

तिच्या भाषेवरून आणि ड्रेसवरून ते कळत होते.

"तू काय करतेस?"

"मी लखनौ विद्यापीठात होम सायन्स हा विषय घेऊन बीएच्या शेवटच्या वर्षाला शिकतेय."

"तू केव्हा पदवीधर झालास?"

"दोनेक वर्षांपूर्वी." मी उत्तर दिले.

"कुठून?"

"दिल्ली विद्यापीठ." असे मी ठोकून दिले खरे; पण मला खरे काय ते ठाऊक होते. मी शिक्षण घेतले तो एक पत्रव्यवहाराद्वारे केला जाणारा अभ्यासक्रम होता आणि तो पास व्हायलाही मला चार वर्षे लागली होती; तेही थर्ड क्लासमध्ये! पुढचे एक-दीड तास आम्ही एकमेकांशी इकडच्या-तिकडच्या अनेक गप्पा मारल्या. मी कोणती पुस्तके वाचतो असा प्रश्न तिने विचारल्यावर मी विषय हळूच सिनेमाकडे वळवला. ती मला लखनौविषयी सांगत होती मी तिला दिल्लीबद्दल. आमच्यामध्ये खूप साधर्म्य होते, असे जाणवत होते. राजकारणी लोकांविषयी आम्हाला अविश्वास होता. पैशामुळे येणारा माज आम्हाला पटत नव्हता आणि आम्ही दोघेही शबनम सक्सेनाचे फॅन्स होतो!

साधारणत: रात्री अकराच्या सुमारास रितू घरी जायला निघाली. "तुझ्याशी बोलून मजा आली विजय! आपण भेटू या पुन्हा." असे म्हणत तिने माझ्या हातात कागदाचे एक चिठोरे सरकवले. त्यावर तिचा मोबाइल नंबर लिहिलेला होता. मीही रितू आणि तिच्या मैत्रिणीपाठोपाठ बाहेर पडलो. दाराबाहेरची रांग आता अधिकच मोठी झाली होती. तेवढ्यात एक काळ्या रंगाची बीएमडब्ल्यू गाडी घेऊन ड्रायव्हर पुढे आला आणि त्यातून एके४७ घेतलेला एक उंच, मिशीवाला, ब्लॅक-कॅट कमांडो उतरला आणि त्याने गाडीचे दार उघडले. मालिनीबरोबर त्या गाडीत शिरताना रितूने हेतूपुरस्सर माझ्याकडे बघायचे टाळले. मला त्या वळणावर एकटे सोडून गाडी निघून गेली. रितूने तिच्या कुटुंबाविषयी विचारलेल्या प्रश्नांची उत्तरे कौशल्याने टाळली होती; पण त्या बंदुकधारी कमांडोचे मला आश्चर्य वाटत होते. ही गूढ मुलगी आहे तरी कोण आणि तिने मला तिचा मोबाइल नंबर का दिला असावा?

मी या प्रश्नावर अधिक विचार करण्यापूर्वी एका हात तुटलेल्या गलिच्छ भिकाऱ्याने माझे पाय धरले. मी 'भारतात' परत आलो आहे याची जाणीव मला त्या भिकाऱ्याने करून दिली.

"साहेब, तीन दिवस झाले काही खाल्ले नाहीये. काहीतरी द्या हो साहेब!" तो गयावया करीत होता. मी माझे खिसे धुंडाळले आणि रुपायाची एक-दोन नाणी त्याला देऊन माझी सुटका करून घेतली आणि पुन्हा माझा अवतार बदलून विजय सिंगचा मुन्ना मोबाइल झालो. बस पकडून मी मंदिरात परत आलो. आई झोपली होती; पण चम्पी अजून जागी होती. "तुझ्या अंगाला काहीतरी वेगळा वास येतोय." मी खोलीत शिरताच चम्पी म्हणाली आणि मी चकितच झालो. चम्पीचे

हेच तर वेगळेपण होते. ती आंधळी आहे, पण सर्वसामान्यांना दोन डोळ्यांनी दिसते त्यापेक्षा तिला कितीतरी अधिक दिसते.

"होय, मी थोडा परफ्यूम लावलाय."

"महागडा दिसतोय. तू पैसे उडवायला सुरुवात केलेली दिसतेस."

"हे बघ, दहा दिवस झाले आता."

"तुला एखादी मुलगी भेटली आहे?"

"काय?"

"तिचाही वास तुझ्यासोबत आलाय."

चम्पीच्या ह्या अंत:प्रेरणा बघून माझ्या तोंडून शब्दच फुटेना. ती ब्रीफकेस उघडून पुन्हा त्या नोटांना स्पर्श करण्याचा थरार मला अनुभवायचा होता आणि उरलेल्या नोटा मोजायच्या होत्या. त्यासाठी मी चंपी झोपायला जाण्याची वाट बघत होतो; पण माझा हा प्रयत्न पुन्हा फसला. माझी एकाग्रता भंगली कारण माझ्या डोक्यात तो दहा आकडी नंबर किणकिणत होता. रितूचा मोबाइल नंबर! तिच्या सौंदर्यामुळे मी घायाळ झालो होतो हे नक्की. एखाद्या श्रीमंत मेमसाहेबांबरोबर संग करण्याची इच्छा एखाद्या सर्पाने वेटोळे घालून बसावे तशी मनाच्या तळाशी होती. तिला केव्हा फोन करावा याचा संभ्रम मनात होता. 'मी तिला उद्याच फोन केला, तर फारच अधीर आहे असे तिला वाटून सगळेच बिनसेल; पण दुसरीकडे असेही वाटत होते की, फोन करण्यास मी विलंब केला, तर मला तिच्यामध्ये रस नाही आणि मी उद्धट आहे, असे तिला वाटू शकते.

काय करावे अशा विचारात मी असतानाच माझ्या डोक्यात एकदम प्रकाश पडला. अरे, माझ्याकडे मोबाइल कुठे आहे? सकाळी मी लगेच डिलाइट फोन मार्टमध्ये जाऊन नोकियाचे एक साधे मॉडेल विकत घेतले. उगीच कोणाला शंका येऊ नये म्हणून मुद्दाम साधे निवडले. कोपऱ्यावरचा पानपट्टीवाला आणि शेजारचा धोबी असेच स्वस्तातील मॉडेल वापरत होते. स्वत:साठी मोबाइल घेण्यासाठी पैसे मोजताना मला हसू येत होते. हे माझे पैसे होते.

कितीही प्रयत्न केला तरी रितूला फोन करण्यापासून मी स्वत:ला रोखू शकलो नाही. मोबाइलमध्ये सिम कार्ड टाकल्यावर दहाव्या मिनिटाला मी तिचा नंबर दाबला. ती माझ्या फोनची बहुधा वाटच बघत असावी कारण पहिली रिंग वाजताच तिने फोन उचलला.

"हॅलो रितू, विजयसिंग बोलतोय." मी काहीशा निरुत्साहाने बोललो.

"हॅलो, विजय." तिनेही तशाच स्वरात उत्तर दिले. काय बोलावे हे दोघांनाही उमजत नसल्याने काही क्षण अवघड शांततेत गेले. एखाद्या श्रीमंत मुलीशी फोनवर बोलण्याची वेळ यापूर्वी कधी आली नव्हती. तिच्यासारख्या मुलींना काय करायला

आवडते, याचा मी विचार करू लागलो आणि एकच गोष्ट मनात आली, ती म्हणजे शॉपिंग!

"तुला शॉपिंगला यायला आवडेल?" मी विचारले. या विनंतीला काय उत्तर द्यावे हे न समजल्याने रितू काही क्षण गप्प राहिली अन् मग म्हणाली, "होय, छान आहे कल्पना. कुठे जाऊ या आपण?"

"तू राहतेस कुठे?"

"मेहेरौली." तिचे उत्तर ऐकून मला आश्चर्य वाटले.

"काय योगायोग हा! मीही मेहेरौलीतच राहतो. मग अंबावटा कॉम्प्लेक्समध्ये भेटू या? तिथे सगळी डिझायनर्स वस्तूंची दुकाने आहेत."

"नको." काही क्षण विचार करीत ती म्हणाली, "मला मेहेरौलीपासून दूर यायला आवडेल. कॅनॉट प्लेसला जाऊ या?"

"हो, मी जातो तिकडे बऱ्याचदा."

"छान! मग तिथे तीन वाजता भेटू या?"

"कुठे नेमके?"

"मला तिथे फक्त एकच दुकान ठाऊक आहे, विम्पी. मालिनी मला एकदा तिथे घेऊन गेली होती."

"व्वा! मलाही विम्पी ठाऊक आहे. तिथे तीन वाजता आपण भेटू."

फोनवरील संभाषण संपण्यापूर्वीच माझ्या मनात रितूचा आणि तिला जाळ्यात अडकवण्याच्या युक्त्यांचा विचार सुरू झाला होता. आमच्या संभाषणावरून हे नक्की समजत होते की, ती एका छोट्या गावातील मुलगी होती आणि पालकांना कळू न देता मोठ्या शहरातील मजेचा अनुभव तिला घ्यायचा होता आणि त्यात एखाद्या ठाकुराबरोबर छोटेसे प्रेमप्रकरण करण्यास तिची हरकत नव्हती! तिच्यासारख्या चिकण्या पोरीसाठी दहा-वीस हजारांचा खुर्दा करण्याची माझीही तयारी होती! 'मी तिला शॉपिंगला घेऊन जाईन, माझ्या भपक्याने दिपवून टाकीन, मग माझ्याबरोबर झोपायला यायला ती सहज राजी होईल.'

मी सगळ्यात आधी मेट्रोपॉलिटन शॉपिंग मॉलमधून एक शर्ट आणि एक कॉड्रा पँट खरेदी केली. आदल्या रात्री मी ज्या कपड्यात होतो त्याच कपड्यात रितूने मला आजही बघू नये, अशी माझी इच्छा होती. मग लहर आली म्हणून मी मल्टिप्लेक्समध्ये एक इंग्लिश सिनेमा बघितला. त्यात मला एक शब्द समजला असेल तर शपथ; पण त्या गोऱ्या-गोमट्या मुलींना तास-दीड तास सतत इंग्लिश बोलताना ऐकून आनंदाची लहर मी अनुभवतो. एखादी श्रीमंत पोरगी गटवल्याचा आनंद मला त्यामुळे मिळतो. सिनेमा थिएटरमधून मी बाहेर पडलो. डोळ्यावर गॉगल चढवून रिक्षा पकडली.

मी पावणेतीन वाजताच कॅनॉट प्लेसमध्ये विम्पीजवळ पोहोचलो आणि रितूची वाट बघत उभा राहिलो. ती थोडी उशिरा आली. त्या वेळी दुसऱ्याच गाडीतून, डौलदार राखाडी मर्सिडिजमधून; पण या गाडीत पुढच्या सीटवर तो मिशीवाला, उंच रखवालदार एके४७ घेऊन बसला होता.

ती गाडीतून उतरली, त्या रखवालदाराशी काहीतरी बोलली आणि गाडी निघून गेली. आज तिने ऑफ व्हाइट रंगाचा चुडीदार घातला होता. छातीवर तिने एक लाल ओढणी घेतली होती. दिवसाच्या प्रकाशात ती अधिक सुंदर व तेजस्वी दिसत होती. तिचा रेखीव चेहेरा आणि मानेचा डौलदार बाक फार मोहक दिसत होता. एवढी सुंदर मुलगी पटवल्याबद्दल माझ्याच भाग्याचा मला हेवा वाटला. तिचे माझ्याकडे लगेच लक्ष गेले आणि एक प्रसन्न हसू तिच्या चेहेऱ्यावर उमटले. ''हॅलो विजय!'' असे म्हणून मला अभिवादन करताना तिची नजर आसपास कोणी बघत नाहीये, याचा वेध घेत होती.

तिच्या कुटुंबाविषयी जाणून घेण्याची हीच योग्य वेळ होती असे वाटून मी विचारले, ''कालही तुझ्याबरोबर बंदुकधारी पहारेकरी होता. का?''

''माझे वडील त्याच्याशिवाय मला जाऊच देत नाहीत. त्यांना माझ्या सुरक्षिततेची काळजी वाटते.''

''ते कोणी मोठे उद्योजक वगैरे आहेत का?

''तसेच काहीतरी.'' असे म्हणत तिने विषय बदलण्याचा प्रयत्न केला. ''मग काय खरेदी करणार तू कॅनॉट प्लेसमध्ये? मी कधीच यापूर्वी इथे काही खरेदी केली नाहीये.''

''मला काहीही नकोय. आज तुझ्यासाठी शॉपिंग करायचे आहे.'' मी म्हटले आणि तिला एका महागड्या, डिझायनर्स कपड्यांच्या दुकानात घेऊन गेलो. रितूने तेथील रॅक्समध्ये कपडे बघितले आणि मग त्यावरील किमतींची लेबल्स बघून डोळे मोठे करीत म्हणाली, ''बाप रे, काय ह्या किमती! एवढ्या किमतीत मी लखनौमध्ये दहा ड्रेस खरेदी करीन.''

''पण ही दिल्ली आहे. तुला इथे दिल्लीचे भाव द्यावे लागतील! काळजी नको करूस. आज तुझे पैसे मी भरणार आहे.'' मी तिला हे अशा आत्मविश्वासाने म्हटले, जणू माझ्या खिशात लाखो रुपयांची चळत होती!

तिने माझ्याकडे मोठ्या गंमतीशीर नजरेने बघितले अन् म्हणाली, ''अरे, तू कशाला माझ्यावर पैसे खर्च करतोस? तू माझा भाऊ किंवा कोणी लागतोस?'' 'भाऊ' या शब्दाने मला चांगलाच चिमटा बसला! मी तिच्या डोळ्यात खोलवर बघितले. त्यात निखळ पारदर्शकता होती आणि प्रामाणिकपणा होता. 'या मुलीला ओळखण्यात आपण चूक तर केली नाही ना!' असे मला वाटू लागले. अशी चूक,

जी मला महाग पडू शकते. 'आपण या दुकानात जाऊ या' असे म्हणत मी 'सेल' अशी मोठी पाटी असलेल्या शेजारच्या दुकानाकडे वळलो.

मान हलवत रितू म्हणाली, "हे असले सगळे सेल म्हणजे फसवाफसवी असते. त्यापेक्षा आपण पालिका बाजारमध्ये जाऊ या. तिकडे खूप रास्त भावात खरेदी करता येते, असे मी ऐकले आहे."

कमी पैशात मला पोरगी गटवता येत असेल, तर माझी कशाला तक्रार असेल? मी सरळ त्या तळघरातील बाजारात असलेल्या छोट्या-छोट्या दुकानांकडे वळलो. त्या बाजारात काय नव्हते? हरतऱ्हेच्या कपड्यांपासून इलेक्ट्रॉनिक वस्तूंपर्यंत सगळेकाही तेथे होते. विक्रेते, मध्यमवर्गीय 'बहनजी'छाप बायका, कॉलेज-विद्यार्थी यांनी तो बाजार गजबजलेला होता. कॉम्प्युटर, सीडीज, डीव्हीडी यांच्या ढिगामागील भिरभिरत्या डोळ्याचे विक्रेते माझ्याजवळ येऊन 'ब्ल्यू फिल्म्स हव्या? एकदम हॉट, ट्रिपल एक्स माल आहे आणि चांगली प्रिंट...' असे माझ्याबरोबर चालता-चालता कुजबुजू लागले. त्या क्षणी त्या बाजाराबद्दलचे माझे मत वाईट झाले. त्या कोंदट वातावरणात माझा जीव घुसमटू लागला; पण रितू मात्र त्या भपकेबाज दिसणाऱ्या दुकानावर भुलली होती. तिने त्या बाजारची एक झटपट पाहणी केली आणि जाहीर करून टाकले, "जरी पालिका बाजार लखनौतील अमीनाबाद मार्केटपेक्षा थोडा महाग असला, तरी तिथे खूप विविध प्रकारचा माल आहे." लहान गावातून आल्यामुळे तिला जीन्स-टीशर्ट विकणाऱ्या दुकानांमध्ये रस नव्हता. ती सरळ पंजाबी ड्रेस विकणाऱ्या दुकानांकडे वळली. दोन सलवार सूट्ससाठी ती तेथील मध्यमवयीन विक्रेत्याशी अर्धा तास हुज्जत घालत होती. त्याला त्याचे पाचशे रुपये हवे होते, तर ती तीनशे रुपयांवर अडून बसली होती. अखेर पावणे चारशे रुपयावर तो सौदा तुटला. मी पाचशेची नोट तिच्यापुढे केली; पण तिने ती निर्धाराने नाकारली आणि आपल्या पर्समधून एक जुने पाकीट बाहेर काढून त्या विक्रेत्याला पैसे दिले. तिचा हा चोखपणा बघून मी प्रभावितही झालो आणि मला त्रासही झाला!

गेट क्रमांक तीनजवळ एका मवाली दिसणाऱ्या पट्टा-विक्रेत्याने मला अडवले. पाठीवर खूप पट्टे घेऊन उभा असलेला हा मुलगा मला गळ घालू लागला. "साहेब, हे इम्पोर्टेड डिझायनर पट्टे आहेत. कॅनॉट प्लेसमध्ये हजार रुपयाला मिळतात; पण मी तुम्हाला फक्त दोनशे रुपयाला विकतोय." असे म्हणत त्याने माझ्यापुढे लीचे बकल असलेला एक पट्टा धरला. मी नको म्हटले तरी तो हटायलाच तयार नव्हता. 'एकदा बघा तरी' असे म्हणत त्याने लायटर पेटवून पट्ट्याचे एक टोक पेटवले अन् म्हणाला, "बघा साहेब, अस्सल चामडे आहे."

"मला वेड्यात काढू नकोस, हे रेक्झिनचे फालतू पट्टे आहेत." मी हसत म्हटले.

"नाही, अस्सल चामडे आहे सर. शिवाय तुमच्यासाठी मी आणखी भाव खाली आणतो, फक्त शंभर रुपये!"

"मला घ्यायचा नाही." मी जाहीर केलं.

"प्लीज साहेब, एक तरी घ्या. तुमच्यासाठी पन्नास रुपये भाव लावतो."

"बघा साहेब, मेमसाहेबांचीपण इच्छा आहे तुम्ही पट्टा खरेदी करावा अशी. एक तरी घ्या हो! देव तुमची जोडी अशीच ठेवेल कायम." आता तो अक्षरक्ष: एखाद्या भिकाऱ्याप्रमाणे गयावया करीत होता.

हे ऐकून रितूच्या चेहेऱ्यावर जी लाली चढली ती बघून माझी खात्री पटली की, तिच्या मनात नक्कीच माझ्याबद्दल बहिणीचे प्रेम नव्हते! एक मोठ्ठे हसू चेहेऱ्यावर आणीत मी खिशातून पन्नास रुपयाची एक नोट काढली आणि त्या विक्रेत्याच्या हातावर ठेवीत म्हटले, "हे घे आणि तो पट्टाही तुझ्याकडेच ठेव. कधीतरी अशाही एका श्रीमंताशी तुझी गाठ पडली होती हे तुझ्या स्मरणात राहील."

तो विक्रेता चकित होऊन माझ्याकडे बघतच राहिला. माझ्या खांद्यावर थोपटत रितूने मला विचारले, "भेटणाऱ्या प्रत्येक गरिबाला तू असे पैसे वाटत सुटतोस?"

"नाही, पण त्याने देवाला केलेल्या आवाहनाचा काही मान ठेवायला नको?" मी मोठ्या आत्मविश्वासाने म्हटले. ती पुन्हा लाजली आणि तीव्र वासनेची एक लहर माझ्या शरीरातून सळसळत गेली. मी अगदी योग्य मार्गावर होतो आणि या खरेदी-मोहिमेतून काहीतरी संस्मरणीय घडणार होते, याची मला खात्री पटली. रितू आणखी एका दुकानात डोकावत असताना मी जवळपास एखादे हॉटेल दिसते का ते बघू लागलो. ती दुकानातून बाहेर येताच मी प्रस्ताव मांडला,

"कॉफी प्यायला आवडेल?"

मान वाकडी करून माझ्याकडे बघत ती म्हणाली,

"कॉफी? इथे?"

"नाही, एखाद्या जवळपासच्या हॉटेलमध्ये."

चुळबुळ करीत ती घड्याळाकडे बघत म्हणाली,

"अरे बाप रे, पावणेपाच झाले! मी पाचपर्यंत परत येईन असे रामसिंगला म्हटले होते."

"हा रामसिंग कोण?"

"माझा शरीररक्षक. मला विम्पीजवळ जायला हवे. तिथेच तो मला घ्यायला येणार आहे. मला निघायला हवे विजय."

रितू दिसते तेवढी भोळसट नाही असे वाटले.

तिने माझे आमंत्रण ज्या तऱ्हेने नाकारले ते बघता माझ्या डोळ्यावरील काळ्या चष्म्यातूनही तिला माझ्या मनातील खरा हेतू कळला की काय, अशी मला शंका आली. मी उमदेपणाचा आव आणीत माझी निराशा लपवित म्हटले, ''नो प्रॉब्लेम! चल, मी तुला सोडतो तिथपर्यंत.''

मग खाली मान घालून ती म्हणाली, ''मला एकटीला जाऊ दिलेस तर फार बरे होईल.''

''ठीक आहे.'' मान हलवत मी म्हटले. ''आता पुन्हा कधी भेटायचे?''

''मी तुला फोन करीन. माझ्या मोबाइलवर तुझा नंबर आहे. आता मी निघते.''

एक आठवडाभर रितूचा फोन आला नाही आणि मी फोन करायचा प्रयत्न केला, तर 'ग्राहक मौजूद नही है' असे उत्तर मिळाले. 'बहुधा ती दिल्ली सोडून लखनौला गेली असावी.' एखाद्या राजकन्येप्रमाणे आलिशान गाडीतून हिंडणाऱ्या, पण दरिद्री कुटुंबातून आल्याप्रमाणे खरेदी करणाऱ्या या सुंदर मुलीविषयी मला अतिशय कुतूहल वाटत होते. त्यामुळे मी मंदिराभोवतालच्या परिसरातील फार्म हाउसेस आणि श्रीमंतांच्या भव्य महालात डोकावून रितूच्या गाड्या कुठे दिसतायत का, याचा शोध घेऊ लागलो; पण सगळ्या घरांपुढे अवाढव्य लोखंडी दरवाजे आणि कडक चेहेऱ्याचे रखवालदार उभे असल्याने मला तेथे घुटमळणे शक्य होईना.

रितू पुन्हा भेटण्याची आशा जवळजवळ मावळली असताना तिचा मला एकदम फोन आला. ''हॅलो विजय!'' असा तिचा मधाळ आवाज फोनवर ऐकला आणि मी अक्षरश: आनंदाने वेडा झालो!

''कुठे होतीस इतके दिवस? तुला संपर्क करण्याचा प्रयत्न करता-करता मला वेड लागायची वेळ आली होती.''

''मी आईबरोबर फारुखाबादला गेले होते. आजच परत आले आहे. मला तुझी फार आठवण आली.''

''मलाही. आज दुपारी आपण जेवायला भेटू या?''

''जेवणासाठी? हो नक्की!''

''तुला कुठे जायला आवडेल?''

माझी निवड विचारली, तर 'काका का ढाबा'सारख्या छानशा घरेलू ढाब्यावर तिला घेऊन जायला मला आवडले असते; पण तिच्यासारख्या राजकन्यांना नखरेल रेस्तराँमध्ये न्यावे लागते आणि तिकडे त्या डाळ-रोटी सोडून बाकी सगळे खातात. असे एखादे नखरेल रेस्तराँ आठवण्यासाठी मी माझे डोके खाजवले; पण असे विदेशी जेवण देणारे एकच ठिकाण मला ठाऊक आहे अन् ते म्हणजे तेलकट

च्याऊ-मीन विकणारे मंदिराजवळचे कोपऱ्यावरील दुकान!

"चायनीज आवडेल?" मी तिचा अंदाज घेत म्हटले.

"चायनीज? तुला चायनीज आवडते?"

"नेहमीच! माझे अतिशय आवडते आहे ते!"

"माझेही!" ती आनंदाने म्हणाली.

"मग दिल्लीतील एखाद्या झकास रेस्तराँमध्ये जाऊ या. फाइव्ह स्टार!"

"ते महाग नाही का पडणार?"

"तू पैशाची फिकीर करू नकोस गं! आजची पार्टी माझ्याकडून!"

"ठीक आहे. मग एक वाजता हाउस ऑफ मिंगला भेटू या."

"नक्की एक वाजता तेथे भेटू."

हाउस ऑफ मिंग आहे कोठे, याची माहिती काढण्यात माझा अर्धा तास गेला. शेवटी टेलिफोन नंबर सांगणाऱ्या एका ऑपरेटरने मला त्याचा पत्ता दिला. 'मानसिंग रोडवरील ताज हॉटेलमध्ये असलेले हे चायनीज रेस्तराँ भलतेच महागडे असणार तर!'

पाऊणच्या सुमारास त्या हॉटेलच्या बाहेर मी टॅक्सीमधून उतरलो. आज मी व्हॅन हुसेन ब्रँडचा शर्ट आणि लेव्ही जीन्स घातली होती. चकचकीत पितळी बटणे लावलेला पांढरा शुभ्र गणवेष आणि त्यावर रंगीबेरंगी फेटा बांधलेल्या तरतरीत हवालदाराने अदबीने मला सलाम करीत काचेचा दरवाजा उघडला. सुंदर अंतर्गत सजावट आणि कलाकुसर केलेल्या संगमरवराने मढवलेल्या एका भव्य हॉलमध्ये मी प्रवेश केला. ऐटबाज कपडे घातलेले स्त्री-पुरुष सोफ्यावर बसून हलक्या आवाजात एकमेकांशी बोलत होते. कोणत्यातरी अज्ञात वाद्यामधून मंद संगीत पाझरत होते. छतावर एक भलेमोठे झुंबर लावलेले होते. आतील एका छोट्या कृत्रिम तळ्यात कमळं फुलली होती.

तो भपका बघून काही क्षण मी स्तंभित होऊन त्या हॉलमध्ये नुसता उभा राहिलो. तेवढ्यात एका बाईने मला गजबजलेल्या रेस्तराँची दिशा दाखवली. रेस्तराँच्या लाकडी छतावर पितळी दिवे लटकत होते. तेथील फर्निचरही त्या वातावरणाला साजेसे, दिमाखदार होते. चौकोनी, सनमायका लावलेली टेबल्स आणि काळ्याभोर, उंच पाठीच्या खुर्च्या.

ड्रॅगनची चित्रे असलेला, निळा पायघोळ ड्रेस घातलेल्या मिचमिच्या डोळ्याच्या एका वेट्रेसने ठेवणीतील हास्य करीत माझे स्वागत केले. कोपऱ्यातील एका निवान्त टेबलकडे मला घेऊन जात तिने एक जाडजूड चामड्याचे मेन्यूकार्ड माझ्या हातात ठेवले. त्यातील किमती बघून माझ्या घशात एक आवंढा आला!

बरोबर बंदुकधारी शरीररक्षक घेऊन रितू बरोब्बर एक वाजता आली. तिला

दारापाशी सोडून ते सरळ निघून गेले. नाजूक भरतकाम केलेला निळ्या रंगाचा सलवार-कमीज तिने घातला होता. तिने प्रवेश करताच अनेक नजरा तिच्या दिशेने वळल्या आणि जवळच्या टेबलवर बसलेल्या काही अधिकाऱ्यांनी माझ्याकडे एक मत्सरयुक्त कटाक्ष टाकला. माझ्यासमोर बसत रितूने तिची पर्स बाजूला ठेवली.

वेट्रेस जेवणाची ऑर्डर घेण्यासाठी येताच रितूने विचारले, "तुला काय आवडेल?"

"तुला जे आवडेल ते."

"तू आधी कधी इथे जेवला आहेस?"

"हो, एक-दोन वेळा."

"मग तुझी सर्वाधिक आवडती डिश कोणती?"

एक क्षणभर मी गारद झालो; पण मला ठाऊक असलेल्या एकमेव चायनीज डिशचे नाव घेत मी परिस्थिती सावरण्याचा प्रयत्न केला आणि म्हटले, "मॅगी नूडल्स!"

"गंमत करतोस!" असे म्हणत ती हसली आणि तिने दोन प्रकारच्या सूपची आणि काहीतरी अवघड, विचित्र पदार्थांची ऑर्डर दिली.

वेट्रेसची पाठ वळताच माझ्याकडे बघत ती म्हणाली, "तर मग विजय, नेमके काय काम आहे तुझे?"

"सांगितले ना, आयात-निर्यात!"

"हो, पण नेमकी कशाची आयात-निर्यात?"

"बॉक्सेस. एमजी रोडवर माझी एक बॉक्सची फॅक्टरी आहे."

"व्वा, छान! आणि तू मेहेरौलीला राहतोस कुठे?"

हा प्रश्न येणार याची मला खात्री होतीच.

"रामोजी रोडवर माझा चार बेडरूम्सचा फ्लॅट आहे."

"आणि तुझ्या कुटुंबात कोण-कोण आहे?"

"फक्त माझी आई आणि बहीण."

"तुझी बहीण विवाहित आहे?"

"आता माझ्या कुटुंबाविषयी चर्चा पुरे. तुझ्या कुटुंबाविषयी जाणून घेणे मला आवडेल."

"काय जाणून घ्यायचेय तुला?"

"सगळेकाही."

माझ्याकडे काहीसे असहायतेने आणि काहीसे अजीजीने बघत ती म्हणाली, "या विषयी पुन्हा कधीतरी बोलले तर चालणार नाही?"

"पण आत्ता का नको?"

''कारण माझी इच्छा नाहीये; पण मी तुला वचन देते विजय, तुझ्याशी माझी चांगली ओळख झाली की, सगळे सांगीन तुला.''

''ठीक आहे, तुझी मर्जी!'' खांदे उडवत मी म्हटले.

माझा हात हातात घेऊन तो दाबत रितू म्हणाली, ''मला समजून घेतल्याबद्दल थँक्स!''

ती वेट्रेस बोल घेऊन आली. त्यात दिसणाऱ्या पाण्यासारख्या पदार्थांत काहीतरी तरंगत होते.

''वॉन्टन सूप.'' ती म्हणाली. ''आता मला सांग, शबनम सक्सेनाचा तुला सर्वांत आवडलेला सिनेमा कोणता?''

गप्पा मारीत हसत-खेळत आमचे जेवण झाले; पण त्यातही आम्ही एकमेकांना प्रभावित करण्याचा प्रयत्न करीत होतो; पण ती सुंदर दुपार बिनसली ती बिलामुळे! टीपसह तब्बल नऊ हजार रुपये! हजार रुपयाच्या गठ्ठ्यातून मी नऊ नोटा काढून देत असताना रितू कौतुकाने माझ्याकडे बघत होती. पैशाची किंमत 'योग्य वेळी' वसूल होईल, अशी मला आशा होती! पण या वेळी माझा बेत रितूने उधळून लावला. मी बिलाचे पैसे देताच निघायची तयारी करीत ती म्हणाली, ''मला निघायला हवे विजय. नाहीतर माझ्या कुटुंबाला संशय येऊ लागेल.''

''पण अजून तू मला कुटुंबाविषयी काही सांगितले नाहीयेस आणि मित्रांमध्ये काहीही गुपित नसते.'' मी आग्रह करीत म्हटले.

माझा हात पुन्हा हातात घेत ती म्हणाली, ''मी तुला वचन देते विजय, लवकरच सगळेकाही सांगेन मी तुला.''

तिने माझे चुंबन घेतले नाही, माझा हात हलवला नाही; पण निघता-निघता तिने माझ्याकडे जी नजर टाकली ती खूप आश्वासक आणि तिची माझ्याबद्दलची ओढ व्यक्त करणारी होती. माझी नाराजी विरघळून गेली. मला कळून चुकले, तिच्या बाबतीत मला हवे ते मिळवण्यात मी यशस्वी होणार होतोच. प्रश्न फक्त वेळेचा होतो! 'बोले तो, मुलगी पटली आहे तर!' रितूला पटवणे किती सोपे होते याबाबत माझे मलाच आश्चर्य वाटले. 'या छोट्या गावातील मुली फार लवकर गळाला लागतात! पालक आपल्याला किती स्वातंत्र्य देतात याचा अंदाज घेण्यासाठीच त्या घराबाहेर पडत असतात. अशा मुली आयुष्याकडेही मोठ्या स्वप्नाळू नजरेने बघतात. 'लव्ह इन कॅनडा'सारखा सिनेमा दुपारी मॅटिनीला बघितला की, लगेच आपल्याही वाट्याला असे रोमँटिक आयुष्य यावे म्हणून त्यांचे प्रयत्न सुरू होतात. आणि मग कोणीही – एखाद्या रस्त्यावरील किंवा हिरो होंडावर स्वार झालेला, गॉगल आणि लेदरचे जाकीट घातलेला स्मार्ट दिसणारा तरुण त्यांचा उपभोग घेऊ शकतो! असेच वागण्याचा माझाही इरादा आहे आमच्या पुढच्या भेटीत!'

आज १६ फेब्रुवारी. मी संजय गांधी झोपडपट्टीत आलोय. इथे आज बरखा दास तिच्या चॅनलसाठी 'रोड शो' करायला आली आहे. लोकांचा एवढा उत्साह आणि उन्माद २०-२० क्रिकेट सामन्याचा विश्वचषक जिंकला तेव्हाच फक्त भारताला दिसला होता. विकी रायच्या सुटकेबाबत माहिती घेण्याची उत्सुकता मंदिरात सर्वत्र दिसतेय. झोपडपट्टीतील माझे मित्र या निकालावर इतके लांब चेहेरे करून फिरतायत, जणूकाही ती रुबी गिल त्यांची मानलेली बहीणच होती. या सगळ्या प्रकरणात मीडियाही चेकाळल्यासारखी वागतेय. या निकालाबाबत प्रत्येक चॅनलवर चर्चा, परिसंवाद सुरू आहेत आणि विकी रायच्या फार्म हाउसबाहेर कमीतकमी दहा टीव्ही चॅनलच्या गाड्या उभ्या आहेत. विजयाच्या मिरवणुकीमुळे सहा नंबरकडे जाणाऱ्या रस्त्यांवर कालपासून वाहतूक-खोळंबा झाला आहे. विविध गाड्यांचे हॉर्नस् सतत वाजत आहेत. 'जगन्नाथ राय अमर रहे', 'विकी राय झिंदाबाद' अशा घोषणा देत लाल-हिरवे झेंडे घेतलेले लोककल्याण पक्षाचे कार्यकर्ते रस्त्यावर जमले आहेत. जगन्नाथ राय यांचा हसरा चेहेरा असलेली पोस्टर्स त्या फार्म हाउसच्या प्रवेशद्वारापाशी उभारलेल्या भव्य कमानीवर लावली आहेत.

विकी रायच्या सुटकेबद्दल एवढा जल्लोश करण्याचे कारणच खरे म्हणजे मला समजू शकलेले नाही. खुनाच्या प्रकरणातून सुटणारी देशातील ही पहिलीच श्रीमंत व्यक्ती असल्यासारखे सगळे जण वागत होते! अर्थात बरखा दासला प्रत्यक्ष बघण्याचा मोह मलाही आवरता आला नाही. पाचेकशे माणसांचा जमाव तिच्याभोवती जमून रोज टीव्हीच्या पडद्यावर दिसणाऱ्या चेहेऱ्याकडे निरखून बघतो आहे. त्या प्रसिद्ध व्यक्तीला बघण्याच्या ओढीने आईसुद्धा आली आहे. बरखाची नितळ कांती, आणि काळ्या पँटवर तिने घातलेला पांढरा शर्ट...

बरखाच्या हातात गुबगुबीत, गुलाबीसर रंगाचा माइक आहे. "रुबी गिल हत्येप्रकरणी न्यायालयाने जो निकाल दिला आहे त्याबद्दल तुमचे काय मत आहे?" तिने सगळ्यांपुढे प्रश्न टाकला. कपाळावर टेंगूळ असलेला एक काळ्या रंगाचा तरुण बोलण्यासाठी प्रथम पुढे आला. "हा अत्यंत वाईट निकाल आहे. गरिबांसाठी या देशात काही न्यायच शिल्लक नाही, असाच संदेश या निकालातून मिळतो आहे." टीव्हीवर बोलताना माणसे ज्या गांभीर्याने, औपचारिकपणे बोलतात तसे तो बोलत होता.

त्या गर्दीत माझा शाका नावाचा एक चक्रम मित्र होता. कम्युनिस्ट पक्षात आपण कोणीतरी पदाधिकारी आहोत, अशी बढाई तो मारत असे. लांब केसाचा शाका कपाळावर नेहेमी लाल पट्टी बांधत असे. बरखा इतर कोणाकडे जाण्यापूर्वी त्याने तिच्या हातातून माइक जवळजवळ हिसकावून घेतला. "या देशाची अवस्था

अतिशय वाईट झाली आहे. देशातील भांडवलदार कायदा अक्षरश: पायदळी तुडवित आहेत. माझे म्हणणे आहे, या सगळ्यांना गोळ्या घालायला हव्या. फक्त क्रांतीच या देशाला वाचवू शकते, फक्त क्रांती! इन्कलाब झिंदाबाद!'' असे तो हवेत हात भिरकावून ओरडू लागला.

बरखाने त्याच्या हातातून माइक खेचून घेतला आणि त्याच्याकडे एक तीव्र कटाक्ष टाकीत आईकडे वळत ती म्हणाली, ''तुम्हाला काय वाटते माँजी, या देशाला क्रांतीची गरज आहे?'' ती स्त्री संकोचाने मागे सरकली; पण बरखाने तिची पाठ सोडली नाही. ''तुम्हाला उत्तर द्यावेच लागेल माँजी.''

''क्रांतीने प्रश्न सुटणार नाहीत बेटी!'' आई तिच्या दु:खी आवाजात बोलू लागली. ''आपल्याला खूप कष्ट करावे लागतील. आत्ता पुण्याची कामे केली, तर आपल्या मागच्या जन्माच्या पापांची भरपाई करता येईल. तरच आपल्याला पुढचा जन्म श्रीमंत कुटुंबात मिळेल.''

मी निराशेने मान हलवली. मी आणि आई, आम्हा दोघांमध्ये याच मुद्द्यावरून कायम वाद व्हायचा. पुण्य आणि पुनर्जन्म यावर तिचा विश्वास आहे, तर माझा जन्म केवळ अपघाताने होतो आणि वर्तमानकाळ हेच सत्य, यावर विश्वास आहे आणि तो बेअक्कल शाकाही अगदी चूक आहे. क्रांती कधीही होणार नाही. श्रीमंत लोक आरामात झोपा काढणार. गरिबांची क्रांती ही फक्त दोन जेवणांच्या मध्ये धगधगत असते; पण मी हे का बोलतोय? त्या विशिष्ट ब्रीफकेसमुळे मीही आता श्रीमंत भांडवलशहांच्या रांगेत जाऊन बसलो आहे की!

दुसऱ्या दिवशी सकाळी रितूचा फोन आला. आवाजावरून ती थोडी अस्वस्थ वाटत होती.

''विजय, आज आपण भेटू शकतो? इथून खूप दूर, एखाद्या निवान्त जागी?

''अशी जागा मला ठाऊक आहे. लोधी गार्डन. तेथे भेटू आपण. ती शहराच्या अगदी दुसऱ्या टोकाला आहे.''

''हो. मला ठाऊक आहे लोधी गार्डन. तेथे तुला दोन वाजता भेटते.''

' दिल्लीतील प्रसिद्ध बागेतील मोकळ्या, ताज्या हवेत या श्रीमंत पोरीला मी आज माझ्याबरोबर झोपायला लावणार.' असे माझे अंतर्मन म्हणत होते.

मी टॅक्सीने लोधी गार्डनजवळ गेलो आणि बागेच्या प्रवेशद्वाराजवळ रितूची वाट बघत उभा राहिलो. पंधरा मिनिटांनी ती रिक्षातून आली. आज तिने गुलाबी रंगाचा सलवार-कमीज घातला होता. तिची रंगांची निवड मला फार आवडते; पण त्यापेक्षाही मी खूश झालो, ते ती आज तिची गाडी आणि अंगरक्षक न घेता आली याचा. हे एक शुभचिन्हच होते!

लोधी गार्डन म्हणजे गर्द झाडांनी व्यापलेला दिल्लीतील एक निवान्त, मोठ्ठा परिसर. हे दोन गोष्टींसाठी प्रसिद्ध आहे : शारीरिक व्यायामासाठी आणि शारीरिक सलगीसाठी! सकाळी या बागेत दिसतात व्यायामप्रेमी, धावून-धावून त्यांच्या अंगातील टी शर्ट घामाने चिंब भिजून गेलेले असतात. दुपारी मात्र या बागेवर प्रेमिकांचे राज्य असते. बागेतील भग्न स्मारकांच्या भिंतींच्या आडोशाने झुडपांच्या मागे, बागेतील बाकांच्या आडोशाने त्यांच्या प्रेमलीला चालू असतात.

दुपारी दोनच्या सुमारास तर या बागेत प्रेमिकांखेरीज कोणी दिसतच नाही. प्रेमाचे सर्वत्र चालू असलेले ते जाहीर प्रदर्शन बघून रितू बेचैन झाल्याचे मला दिसत होते. लखनौसारख्या छोट्या शहरात नक्कीच अशा जोडप्यांची रवानगी तुरुंगात होत असावी.

अवतीभवती चोरटेपणाने बघत रितू मला म्हणाली, ‘‘आपण दुसऱ्या बागेत जाऊ या का?’’

‘‘दिल्लीतील कोणत्याही बागेत तुला असेच दृश्य दिसेल.’’ असे म्हणत मी तिला नुकत्याच रिकाम्या झालेल्या कोपऱ्यातील एका बाकाकडे घेऊन गेलो.

आम्ही एकमेकांशेजारी बसलो. रितू अजूनही अस्वस्थ होती. जणू मागच्या झुडपातून तिचा बाप एकदम उगवणार होता! मी तिला शांत करण्याचा प्रयत्न केला. ‘‘काळजी करू नकोस, तुझ्या घरातील कोणी तुला इथे दिसणार नाही. दिवसाच्या या वेळी ही बाग फक्त प्रेमिकांसाठी खुली असते.’’

ती लाजली. मी हळूच तिचा हात हातात घेतला. तिने विरोध केला नाही; पण प्रतिसादही दिला नाही. अशा जाहीर ठिकाणी ती तिचे चुंबन घेऊ देईल की नाही मला शंका होती. मी पुढे झुकून तिच्या गालाचे हलकेसे चुंबन घेतले. ते नक्कीच खुलेआम चुंबन नव्हते! तिने दोन्ही हातांनी आपला चेहेरा झाकून घेतला. मी ते दूर केले तेव्हा ती लाजून हसत असल्याचे मला दिसले. मी तिच्या डोळ्यात खोलवर बघितले आणि पुन्हा एकदा तिचे चुंबन घेतले. या वेळी ओठांचे! तिच्या अंगाचा गंध श्वासात भरून घेताना मला जाणवले, चुंबन घेण्याची श्रीमंतांची तऱ्हा वेगळीच असते. रितूने घेतलेले आश्वासक चुंबन मोहल्ल्यातील मुलींनी ओठात-ओठ खुपसून दिलेल्या चुंबनापेक्षा कितीतरी वेगळे होते! त्याची मधुर चव माझ्या ओठांपासून थेट मेंदूपर्यंत गेली. मनातील सगळ्या शंका फिटून विजयाची ऊर्मी अंगभर पसरली!

‘‘माझे तुझ्यावर प्रेम आहे रितू.’’ एखाद्या रोमँटिक हिरोच्या थाटात उत्कटपणे मी तिला म्हटले.

‘‘माझेही तुझ्यावर प्रेम आहे, विजय.’’ ती असे कुजबुजल्यावर मला तिला झुकून कुर्निसात करावासा वाटला. अर्थात एखाद्या मुलीने मला असे आयुष्यात

प्रथमच म्हटले होते म्हणून नाही. प्रेमाच्या अशा लाडिक गोष्टी मी आजवर खूपदा ऐकल्या होत्या; पण त्या संजय गांधी झोपडपट्टीत राहणाऱ्या काळ्याबेंद्र्या, स्वस्त पावडर आणि बोरोलिनचा वास अंगाला येणाऱ्या मुलींकडून! मर्सिडीजमधून येणाऱ्या, अंगरक्षकाच्या गराड्यात वावरणाऱ्या गोऱ्यापान, डौलदार मुलीच्या तोंडून हे वाक्य ऐकण्याचा अनुभव काही वेगळाच होता! 'आता पुढे जाण्याचे साहस करायचेच!' मी निर्धार केला. "ये आणखी थोडे एकान्तात जाऊ या." बाकावरून उठत मी म्हटले. "कुठे जायचे?" तिने विचारले. "मला एक चांगली जागा ठाऊक आहे."

लोधी गार्डनमधून मी तिला टॅक्सी स्टँडकडे घेऊन गेलो, तेव्हा तिने विरोध केला नाही. एखाद्या फाइव्ह स्टार हॉटेलमधील आलिशान खोलीत मी तिला सहज घेऊन जाऊ शकलो असतो; पण तेथे होणाऱ्या प्रश्नांच्या भडिमाराने ती घाबरून गेली असती. 'त्यापेक्षा एखाद्या स्वस्त, साध्याशा हॉटेलमध्ये गेलेले बरे. तिथले मॅनेजर फारसे भोचक नसतात आणि खोल्यांचे भाडे तासाप्रमाणे असते.' "पहाडगंजला गाडी घेऊन चल." मी ड्रायव्हरला म्हटले.

रेल्वेस्टेशनपासून अगदी जवळ पहाडगंजच्या अरुंद गल्ल्यांपैकी एका गल्लीत 'डिसेंट' हॉटेल आहे. राखाडी रंगाच्या या पाच मजली इमारतीचे प्लॅस्टर कळाहीन झाले आहे आणि नावाचा बोर्डही जुना झाला आहे. या हॉटेलबद्दल भरवसा वाटतो तो केवळ त्याच्या नावामुळे! हॉटेलमधील स्वागतकक्षातील भिंतींना बुरशी लागली आहे आणि त्या वातावरणात एक प्रकारचा कृत्रिम, कचकडी उत्साह आहे. हॉटेलमधील मुलांनी मला आणि रितूला आपादमस्तक न्याहाळले आणि सगळी मुले एकत्र जमून जणू एखादा कट आखावा तशी एकमेकांमध्ये कुजबुजू लागली. मी खोलीबाबत विचारल्यावर मॅनेजरने माझ्याकडे नापसंतीचा कटाक्ष टाकीत विचारले, "एक तासासाठी की एक दिवसासाठी?" "एक तासासाठी" मी म्हणालो . पाचशे रुपये माझ्याकडून घेत माझ्या हातात चावी ठेवत तो म्हणाला, "खोली क्रमांक ५१५, पाचवा मजला. लिफ्ट त्या कोपऱ्यात आहे."

रितूला घेऊन लिफ्टमध्ये शिरत असताना तिची वाढती अस्वस्थता मला जाणवत होती. खोली क्रमांक ५१५ कॉरिडॉरच्या पार टोकाला होती आणि तेथील जुनाट, लाल कारपेटवरून झुरळे फिरत होती. या भुक्कड जागी येणाच्या निर्णयाबद्दल मला आज पश्चात्ताप होत होता; पण आता माघार घेणे शक्य नव्हते, पण खोली उघडताच तेथील टापटीप, नीटनेटकेपणा बघून मला सुखद धक्काच बसला! आतमध्ये एक मोठा डबलबेड होता, ज्यावर पांढरीशुभ्र कुरकुरीत चादर अंथरली होती आणि वर एक गुबगुबीत उशी होती. रितूचा ड्रेस ज्या रंगाचा होता तशाच फिकट गुलाबी रंगवलेल्या भिंतीवर दिल्लीतील विविध स्थळांचे फोटो लावलेले होते. भिंतीवर एक घड्याळही होते आणि भिंतीजवळ एक छोटे लाकडी

डेस्क आणि खुर्ची ठेवलेली होती. लाल कापडाचे पडदे नवीन वाटत होते; पण रस्त्यावरील वर्दळीचा आवाज रोखण्याइतके जाड नव्हते. वातावरणातील रेंगाळणारा गुलाबाचा मंद सुगंध माझ्या नाकाला स्पर्शून गेला. तो एकतर खोलीत आधी येऊन गेलेल्यांचा असावा किंवा वातावरण प्रसन्न व्हावे म्हणून हॉटेलच्या व्यवस्थापनाने तो स्प्रे मारला असावा; पण या सगळ्यात दिलखूश करणारी गोष्ट होती, ती म्हणजे पलंगाशेजारच्या टेबलाच्या खालच्या कप्प्यात काहीसे दडवून ठेवलेले निरोध कॉंडोमचे पाकीट!

दरवाजा बंद करीत मी रितूला मिठीत घेतले. ती स्वखुशीने माझ्या मिठीत आली खरी; पण तिच्या शरीराकडून मात्र या जवळिकीला विरोध करणारा एक कडकपणा होता. मी अधाशीपणे तिच्या ओठावर ओठ टेकवत असताना मला तिच्या चेहेऱ्यावर नाराजीची छटा उमटलेली दिसत होती. मी तिची ओढणी दूर केली. तिच्या पाठीवरून फिरणाऱ्या माझ्या हाताला तिच्या तापलेल्या कांतीची धग जाणवत होती. तिच्या कमीजची बटणे काढून डोक्यातून तो काढताच ती थरथरू लागली. नाजूक लेसच्या ब्रेसिअरमधून खुणावणारे तिचे स्तन मला उद्दिपित करीत होते. त्या वेळी रितूने एकच गोष्ट केली. ती म्हणजे मला थांबवण्याचा अजिबात प्रयत्न केला नाही किंवा शरमेने हाताने छाती झाकण्याचाही प्रयत्न केला नाही. ती फक्त हुंदके देऊ लागली! तिचे अश्रू निषेधाचे नव्हते, तर सावधानतेचा इशारा देणारे होते, हे आतापर्यंतच्या अनेक मुलींच्या अनुभवामुळे मला जाणवत होते. तिची कदाचित ही पहिलीच वेळ असावी; पण त्यामुळे मी बेचैन होऊ लागलो होतो. या अशा किरकोळ अडचणींवर मात करून मी माझी मोहीम पुढे चालू ठेवू शकलो असतो; पण रितू इतकी प्रतिकारहीन आणि निष्कपट दिसत होती की, माझी आक्रमक वासना त्यापुढे अगदी हलकट आणि आंधळी दिसत होती. तिच्या या प्रतिकारहिनतेचा फायदा घेणे म्हणजे एखाद्या आंधळ्या भिकाऱ्याच्या कटोऱ्यातील नाणे उचलून घेण्याइतके निलाजरे कृत्य ठरले असते. मी बोटाने तिचे अश्रू पुसून तिचा कमीज तिला परत केला. कपडे घालून आम्ही पलंगावर बसलो आणि एकमेकांचे हात हातात घेतले.

आम्ही असे किती वेळ बसलो होतो, ते मला आठवत नाही; पण माझ्यामध्ये एक विलक्षण बदल या काळात घडत होता, हे नक्की. मला समोरचा पलंग, त्यावरील बोर्ड, भिंती, त्यावरील चित्रे दिसेनासे झाले. भोवतालचे आवाज माझ्या कानावर पडेनासे झाले. रिक्षा-गाड्यांचे कर्कश्श हॉर्न, फळवाल्यांच्या आरोळ्या, काही-काही माझ्या कानावर पडेनाशा झाल्या. घड्याळाचा काटा सेकंद काट्यावरून सरकत असताना मला जाणवत होती, माझ्या अंगाची सूक्ष्म थरथर आणि माझ्या हृदयाची धडधड! रितूच्या ओलसर डोळ्यात मी बघितले आणि त्यांच्या अथांग

खोलीत जणू सगळे विश्व त्या डोळ्यात सामावले होते!

दारावर झालेल्या टकटकीमुळे आमची समाधी भंगली. "वेळ संपली सर! खोली रिकामी करण्याची वेळ झालीये." मॅनेजर बाहेरून म्हणाला. घड्याळाकडे नजर टाकताच मला आश्चर्याचा धक्काच बसला. खोलीत येऊन एक तास होऊन गेला होता, हे खरेच वाटत नव्हते. मी चटकन पलंगावरून उठून दार उघडले. समोर ओशाळवाण्या चेहेऱ्याने मॅनेजर उभा होता आणि त्याच्या मागे हातात चादर घेऊन एक मुलगा उभा होता. ते पाहून आम्ही भानावर आलो. लिफ्ट उघडल्याचा आवाज कानावर पडला आणि त्यातून एक मध्यमवयीन जोडपे बाहेर आले. बहुधा पुढील तासाभरासाठी त्यांनी ही खोली भाड्याने घेतली असावी! एखाद्या कारकुनाप्रमाणे दिसणाऱ्या त्या माणसाने माझ्याकडे बघून एक जुजबी हास्य केले. ती शर्ट-पँट घातलेली फॅशनेबल बाई मात्र एखाद्या षोडशेप्रमाणे खिदळत होती. रितू आणि मी तिच्याजवळून जात असताना तिच्या चेहेऱ्यावरील 'भूक' मला स्पष्ट दिसली. त्या जोडप्याच्या डोळ्यातील ती वासना बघून माझी मलाच लाज वाटली; पण ती बघून रितूने पुन्हा आवेगाने माझा हात घट्ट धरला.

आम्ही रस्त्यावर आलो तेव्हा अंधारून आले होते. भोवतालचा परिसर सावळ्या, गूढ रंगात बुडाला होता. दुपारचा निवान्तपणा संपला होता. बसच्या इंजीन्सची घरघर, गाड्यांचे तऱ्हेतऱ्हेचे हॉर्न्स यामुळे रस्त्यावरची गजबज वाढली होती.

"मला उशीर झालाय, लगेच गेले नाही मी तर रामसिंग मला शोधत येईल." चिंताक्रांत होत रितू म्हणाली, "तुझी भेट पुन्हा कधी होणार?"

"मला ठाऊक नाही. आज रात्रीच मी लखनौला परत जातेय."

"पण तुला न भेटता मी जिवंत कसा राहीन?" मी रडवेला झालो.

"आपण एकमेकांना भेटलो नाही म्हणजे आपल्यामध्ये प्रेम उरले नाही, असे होत नाही." ती उत्तरली.

"तू दिल्लीत परत कधी येणार याची मला कल्पना तरी देशील की नाही?"

"तीन आठवड्यांनंतर; माझ्या वाढदिवसाला."

"तुझा वाढदिवस? कधी आहे?"

"दहा मार्चला."

"मग मला तुझ्यासाठी भेटवस्तू आणली पाहिजे."

"पण तू तर मला ती दिली आहेस!"

"काय म्हणतेस?" आश्चर्यचकित होऊन मी ओरडलो.

"मी तुला काहीच दिले नाहीये."

स्मितहास्य करीत ती म्हणाली, "सगळ्यात सुंदर प्रेझेंट तू मला दिले

आहेस आणि तो म्हणजे माझा सन्मान! लवकरच भेटू विजय.'' माझा हात हलकेच दाबत तिने माझा निरोप घेतला आणि ती रिक्षामध्ये चढली.

हवेत धुराचे वेटोळे सोडत रिक्षा निघून गेली आणि माझ्या मनावर उदासीची दाट सावली पडू लागली. त्या सावलीत घुसमटणाऱ्या माझ्या डोळ्यात पाणी दाटून आले. त्या क्षणी मला जणू एक साक्षात्कार झाला. पहाडगंजमध्ये आलो तेव्हा मी एक सवंग साहस करू बघणारा मुलगा होतो. तिथून निघणारा मी एक आकंठ प्रेमात बुडालेला पुरुष झालो होतो!

रात्री गादीवर पडल्या-पडल्या रितूच्या आठवणी, स्वप्ने मला छळत होती. ती मला भेटली तेव्हा माझ्यासाठी ती एक वस्तू होती, इच्छापूर्ती करणारी, हाताशी न लागणारे एक स्वप्न असावे तशी; पण बघता-बघता ते प्रत्यक्षात येत होते. तिच्या-माझ्यातील प्रचंड दरी मला बेचैन, अस्वस्थ करीत होती. ती एका उच्चवर्णीय, श्रीमंत उद्योगपतीची मुलगी होती. आणि मी? एका झाडूवालीचा मुलगा! आमच्यामधील दरी एवढी मोठी होती की, ती फक्त स्वप्नातच भरून निघाली असती. मग मी मलाच चिमटा काढला आणि स्वत:ला बजावले, रितू माझ्यावर प्रेम करतेय. त्या जाणिवेने माझा आत्मविश्वास वाढला. 'हिंदी सिनेमातील गाण्यात म्हणतात ना, प्रेमाला कोणतीही बंधने ठाऊक नसतात! आमचे प्रेमच ही दरी भरून काढील. आणि त्या काळ्या ब्रीफकेसची मला या कामात नक्की मदत होईल.'

रितू दिल्लीमध्ये येईपर्यंतचे तीन आठवडे मी स्वत:ला तिच्या लायकीचा बनवण्यासाठी वापरायचे ठरवले. मी इंग्लिश शिकण्यासाठी एक शिकवणी लावली. रामोजी रोडवर चार बेडरूम्सचा फ्लॅट भाड्याने मिळण्याबाबत एका एजंटाची मी भेट घेतली. खोक्यांच्या फॅक्टरीतील कामकाजाची ओळख करून घेण्यासाठी एम. जी. रस्त्यावरील एका खोक्याच्या फॅक्टरीला मी भेट दिली आणि मग मी तिच्यासाठी एक वाढदिवसाची भेट घेण्याचे ठरवले. साखरपुड्यासाठी योग्य ठरेल अशी एक हिऱ्याची अंगठी! तिच्या कुटुंबाला माझ्या श्रीमंतीचा दाखला देण्याचा हा उत्तम मार्ग होता आणि आमच्या नात्यावर शिक्कामोर्तब करण्याचाही!

मग मी जनपथ रोडवरील दागिन्यांच्या एका आलिशान दुकानात गेलो. वातानुकूलित दुकानातील थंडाव्यात, खुर्चीवर ऐटीत बसून मी एकापेक्षा एक वरचढ लखलखीत अंगठ्या बघत होतो. गुलाबी कुडता घातलेली ती विक्रेती मला अदबीने त्या दाखवत होती. विविध आकाराच्या त्या अंगठ्यांपैकी काही अगदी छोट्या, मिठाच्या कणाएवढ्या होत्या, तर काही एखाद्या अंगठ्याच्या पेराएवढ्या मोठ्या; पण सगळ्यांच्या किमती? चांगल्या घसघशीत! सगळ्यात कमी किमतीची अंगठी होती पन्नास हजाराची! खरे म्हणजे एवढ्याच लखलखीत अंगठ्या जनपथवरील छोट्या दुकानांमध्ये कितीतरी कमी किमतीत, पाचशे रुपयात मिळतात, हे मला

ठाऊक असल्याने मी बेचैन होतो.

"पण सर, ते हिरे नसतात." ती विक्रेती म्हणाली. "ते निव्वळ चमचमणारे खडे असतात. बनावट! सूक्ष्मदर्शक भिंगाखाली धरल्यावर त्यातील फरक तुमच्या लगेच लक्षात येतो."

ती बनावट खड्याची अंगठी खरेदी करण्याचा मोह मला क्षणभर झाला. दगडाच्या त्या एवढ्याशा तुकड्यासाठी एवढे पैसे उडवणे माझ्या जिवावर आले होते आणि रितूने काही हा खडा सूक्ष्मदर्शक भिंगाखाली तपासला नसता; पण काही क्षणातच असा झोपडपट्टीछाप विचार केल्याबद्दल मीच मला फटकारले आणि एक लखलखता कॅरटचा हिरा असलेली सव्वा लाखाची अंगठी मी निवडली. अंगठीचे पैसे मी रोख दिले. छान, आकर्षक डबीत ती पॅक करून घेतली आणि रितूच्या मोबाइलवर तिला फोन लावला.

"मी तुझ्यासाठी एक चकित करणारी भेटवस्तू घेतलीये. आपण १० मार्चला भेटू शकतो?"

"त्याच दिवशी मी दिल्लीत पोहोचते आहे आणि माझ्या वाढदिवसादिवशी मला बाहेर जाण्याची परवानगी माझ्या कुटुंबाकडून मिळेल असे वाटत नाही."

"पण आपण भेटणे खूप महत्त्वाचे आहे. दुपारी तीन वाजता नेहरू बागेत भेटू शकतो?"

"अवघड वाटतेय मला; पण मी शक्य ते सर्व प्रयत्न करते."

मी आत्तापर्यंत खरेदी केलेली सर्वाधिक महागडी भेटवस्तू घेऊन मी १० मार्चला निघालो, तेव्हा माझे हात घामाने थबथबले होते. रितू अगदी वेळेवर आणि एकटीच आली. एका झाडाच्या सावलीतील, काहीशा एकान्तात असलेल्या एका बाकावर आम्ही बसलो. माझ्या शर्टच्या खिशात ठेवलेली, छानशी पॅक केलेली ती डबी मी काढली आणि हलकेच तिच्या तळव्यावर ठेवली. "उघड!" मी तिला म्हटले. तिने बाहेरचा सोनेरी कागद काढल्यावर लाल मखमली डबी तिच्या हातात आली. तिने हलकेच त्याचे झाकण उघडले. आतील लखलखती हिऱ्याची अंगठी बघून तिच्या डोळ्यात आनंदाची एक चमक येईल आणि चेहेऱ्यावर आनंदाश्चर्याचे भाव उमटतील, असे मला वाटत होते; पण त्याऐवजी तिच्या चेहेऱ्यावर दिसले ते उदास आणि खिन्न भाव!

"ही साखरपुड्याची अंगठी दिसतेय." ती आश्चर्यचकित झालेल्या आवाजात म्हणाली.

"होय रितू, माझ्याशी लग्न करशील?" मी विचारले,

"पण माझे लग्न आधीच ठरलेय." ती हळूच म्हणाली.

"काय?"

“होय, प्रतापगड संस्थानचे राजे कुँवर इंदरसिंग यांच्याशी माझ्या वडिलांनी माझा साखरपुडा केलाय. हे लग्न माझे शिक्षण पूर्ण होईपर्यंत पुढे ढकलण्यात मी कशीबशी यशस्वी झालीये; पण मी साखरपुडा थांबवू शकले नाही.”

“म्हणजे तुला त्यांच्याशी लग्न करायची मनापासून इच्छा नाहीये?”

“तिटकारा वाटतो मला इंदरचा. त्याने मला लखनौत एवढा त्रास दिलाय की, मी कंटाळून दिल्लीत भावाबरोबर राहायला आले. विजय, माझे तुझ्यावर प्रेम आहे; पण मी तुझ्याशी लग्न करू शकत नाही. मी माझ्या वडिलांना विरोध केला ना, तर ते मलाच नाही, तुलाही ठार करतील. त्यामुळे मी या अंगठीचा स्वीकार करू शकत नाही.” तिने डबीचे झाकण बंद केले आणि ती मखमली डबी मला परत केली.

“मला वाटते, तुझे कुटुंब कोण हे मला सांगण्याची वेळ आलीये.” मी निग्रहाने म्हणालो.

“होय, मलाही असेच वाटतेय.” एक मोठ्ठा श्वास घेत ती म्हणाली, “मी जगन्नाथ राय यांची मुलगी आहे.”

माझ्या मणक्यातून विजेचा धक्का बसावा तशी लहर गेली.

“अरे बाप रे! ते उत्तर प्रदेशचे गृहमंत्री? खतरनाक माफिया डॉन?”

“तेच.” ती पडलेल्या आवाजात पुटपुटली.

“मग तू शासकीय विश्रामगृहात का राहतेस?”

“नाही. मी माझ्या भावाबरोबर मेहेरौलीत राहते. बंगला क्रमांक सहामध्ये.”

“म्हणजे तू विकी रायची बहीण आहेस?”

“तू ओळखतोस त्याला?”

“त्याला कोण ओळखत नाही? रुबी गिलच्या हत्येच्या आरोपातून सुटका झाल्याबद्दल सगळ्या बातम्यांमधून दिसतोय तो!”

“मी तो निकाल एकवेळ समजू शकते; पण त्याबद्दल जो आनंदोत्सव आमच्या घरात सुरू आहे ना, तो बघून मला उबग आलाय. मी एका अशा कुटुंबाची सदस्य आहे, याबद्दल लाज वाटते मला.”

“तुझे तुझ्या वडिलांशी आणि भावाशी जमत नाही असे दिसतेय.”

“कधीच नाही. आमच्या घरात दोन तट आहेत. एका गटात आहोत माझी आई आणि मी. दुसऱ्या गटात माझे वडील आणि भाऊ. दोन गटांत सतत रस्सीखेच होत असते आणि त्यात विजय होतो तो पुरुषांचा!” ती मान खाली घालून बोलत होती आणि तिच्या डोळ्यातून घळाघळा अश्रू ओघळत होते.

मी ओठांनी तिचे अश्रू टिपले. “तुमच्या गटात तू आता आणखी एकाला सामील करून घे. मला. मी सदैव तुझ्याबरोबर असेन.”

''तुला अजून माझ्याशी मैत्री ठेवायची इच्छा आहे विजय?''

आता दीर्घ श्वास घ्यायची वेळ माझ्यावर आली. तिने दिलेला कबुलीजबाब ऐकल्यावर माझेही सत्य रूप तिला सांगण्याची वेळ आली आहे, असे मला वाटत होते.

''मलाही स्वत:बद्दल तुला काही सांगायचे आहे रितू; आणि मग माझ्याशी मैत्री पुढे चालू ठेवायची की नाही हा निर्णय तुला घ्यायचा आहे.''

''असे कोड्यात बोलू नकोस.''

''नाही. आता अधिक काळ नाही बोलणार मी असे. मग सत्य काय ते ऐक. मी विजयसिंग नाही. माझे खरे नाव मुन्ना. मी ठाकूर नाही आणि माझा चार बेडरूम्सचा फ्लॅटही नाही. भोलेनाथ मंदिरातील एका छोट्याशा खोलीत मी राहतो. माझी आई मंदिरात सफाई कामगार म्हणून काम करते. यापूर्वी मी तुला जे सांगितले ती एक थाप होती; पण मी तुझ्यावर वेड्यासारखे प्रेम करतो आणि तुला गमावण्याची मी कल्पनाही करू शकत नाही.''

रितू माझ्यासमोरच कोसळली. मी तिला जोरदार तडाखा मारावा तशा वेदना तिला झाल्या होत्या. मी बोललो ते जणू ती पचवत असावी अशी काही क्षण ती शांत बसली. मग माझ्याकडे वळत ती म्हणाली, ''माझी खात्री आहे, तुझी फॅक्टरीही नसणारच याची! मग मिस्टर मुन्ना, मला आता सांगा, खोटे बोलणे आणि फसवाफसवी याखेरीज तुम्ही आणखी काय करता?'' शरीर आक्रसून घेत ती तीव्रपणे म्हणाली.

मी मोबाइल चोरणारा चोर आहे हे रितूला सांगावे की नाही अशा पेचात मी पडलो. प्रेम तुम्हाला आंधळे करू शकते, पण मूर्ख नाही! तिला माझ्या कुटुंबाबद्दलचे सत्य सांगायलाच हवे होते. कारण जगन्नाथ रायसारख्या माणसाला माझी लबाडी कळायला वेळ लागणार नसता. त्यामुळे जगन्नाथ रायला त्या ब्रीफकेसबद्दल कळून चालणार नव्हते. माझे प्रेमप्रकरण संपल्याच्या मार्गावर आहे, अशी विलक्षण निराश भावना मला व्यापू लागली. त्या ब्रीफकेसमधील पैसे रितूचा विश्वास पुन्हा कमवण्यासाठी पुरेसे नव्हते!

''मी बॉक्स फॅक्टरीमध्ये मॅनेजर आहे.'' मी नजर झुकवून उत्तरलो.

''मग ही हिऱ्याची अंगठी कुठून पैदा केलीस? चोरलीस?'' रिताने दटावणीच्या सुरात विचारले.

तिला ब्रीफकेसबद्दल काहीही सांगायचे नाही असा निर्णय घेतल्यामुळे माझ्यापुढे एकच पर्याय होता. माझे प्रेम अस्सल आहे हे सिद्ध करण्यासाठी मला ती अंगठी बनावट ठरवावी लागणार होती.

''ती अस्सल हिऱ्याची अंगठी नाही, बनावट खडा आहे; पण मला तोच

परवडू शकतो.''

रितूने आपल्या मुठी घट्ट आवळल्या. तिच्या मनात आलेल्या भावनांचे वादळ मला जाणवत होते. हिंदी सिनेमात अशा प्रसंगांमध्ये हिरॉईन त्या लबाड हिरोला काडकन एक थप्पड लागावते. रितूही असेच काहीतरी करील अशी माझी अपेक्षा होती; पण त्यानंतर जे घडले ते फारच अनपेक्षित होते. मला थप्पड मारण्याऐवजी रितूने माझा हात धरला.

''माझ्या आनंदासाठी तू तुझे स्वकष्टाचे पैसे खर्च केलेस? आणि ते फाइव्ह स्टार हॉटेलमधील जेवण? माझ्यावर इम्प्रेशन मारण्यासाठी तू नक्कीस तुझा महिन्याभराचा पगार उडवला असणार.'' मी मान हलवल्यावर तिचे डोळे भरून आले आणि मग उद्ध्वस्त आवाजात ती म्हणाली, ''तू मला सत्य काय ते सांगितलेस हे फार बरे झाले मुन्ना! मी एक वेळ गरिबीला तोंड देऊ शकते; पण खोटारडेपणाला नाही! तू मला विचारलेस ना, मला तुझ्याशी अजून मैत्री ठेवायला आवडेल का ते, हे माझे उत्तर आहे.'' असे म्हणत तिने माझ्या गालावर ओठ टेकले आणि ती अंगठी परत घेतली. या नाट्यपूर्ण घडामोडीबद्दल देवाचे आभार मानावे की बॉलिवूडचे हे मला समजेना. श्रीमंत मुलगी आणि दरिद्री मुलगा यांच्या कहाण्यांनी बॉलिवूडला नेहेमीच खाद्य पुरवले आहे.

माझ्या मनात आणखी एक विचार आला, 'फिल्ममेकर नंदिता मिश्राप्रमाणे हीपण झोपडपट्टीवर माहितीपट बनवत असणार!' पण मी तिच्या डोळ्यातून बघितले तेव्हा मला तिथे कोणतीही लबाडी दिसली नाही. दिसला, तो फक्त प्रामाणिकपणा! आरपार! मुक्ततेची, सुटकेची एक लहर माझ्या अंगातून लहरली, डोळ्यातून प्रेम ओसंडून वाहू लागले आणि हृदयाची वाढलेली धडधड मंदावली. मी रितूचे चुंबन घेतले आणि तिला आवेगाने एवढे घट्ट मिठीत घेतले की, जणू या पृथ्वीतलावर फक्त आम्ही दोघेच होतो.

कोणीतरी माझा खांदा गदागदा हलवल्यामुळे या समाधीचा भंग झाला! पिळदार मिशांचा एक उंच माणूस माझ्याकडे रोखून बघत होता. तो रामसिंग होता. रितूचा अंगरक्षक.

''बेबी!'' तो एखाद्या पालकाच्या भूमिकेतून गरजला.

''तिकडे घरी सगळे जण वाढदिवसाचा केक आणून तुझी वाट बघतायत आणि तू इथे वेळ घालवते आहेस? जर भैय्याजींनी तुला इथे, अशा स्थितीत बघितले, तर तुला ते जिवंत सोडणार नाहीत. आता लगेच माझ्याबरोबर निघ.''

एक किंकाळी फोडीत रितू माझ्या मिठीतून दूर होत बाकावरून उठली. रामसिंग तिचा हात पकडून तिला खेचत गाडीकडे घेऊन जाऊ लागला. मागे वळून माझ्याकडे बघण्याचे धैर्यही ती दाखवू शकली नाही. तिच्या वडिलांची जरब किती

असेल, याचा मी अंदाज घेत राहिलो. रामसिंग जर एवढी जरब दाखवू शकतो, तर जगन्नाथ राय यांची समोरासमोर गाठ पडेल तेव्हा काय होईल? त्यांच्या मुलीसोबत मी ज्या वाह्यात गोष्टी केल्या आहेत त्या त्यांना कळल्या, तर काय करतील ते मला? मला फक्त एवढीच आशा होती, ज्याप्रमाणे मी ब्रीफकेस चोरल्याचा सुगावा अद्याप त्या टोळीला लागला नाही, त्याप्रमाणे जगन्नाथ राय यांनाही माझा ठावठिकाणा शोधणे अवघड जावे.

मंदिरात परत आलो तेव्हा चम्पी एका अनोळखी, काळ्याढुस्स माणसाशी गप्पा मारीत असल्याचे दिसले. मी प्रथमच मंदिरात तिला कोणाशीतरी गप्पा मारताना बघत होतो. मी गुलमोहोराच्या झाडाजवळ गेलो. त्या बाकावर बसलेल्या माणसासारखा विचित्र दिसणारा माणूस मी आजपर्यंत बघितला नव्हता. त्याची उंची पाच फुटांपेक्षा अधिक नसावी आणि रंग अक्षरश: काळाकुट्ट! सिनेमात नाइट क्लबमध्ये तंग कापड्यातील हिरॉईनबरोबर 'होग्गू बोग्गू' नाचणाऱ्या आणि हातातील लखलखती कट्यार हवेत नाचवणाऱ्या हबशासारखा!

"तू काल कोणाशी बोलत होतीस?" दुसऱ्या दिवशी सकाळी मी चंपीला विचारले.

"तो माझा मित्र आहे आणि आपल्या शेजारच्या खोलीतच राहतो. तो कसा दिसतो रे मुन्ना?" चंपीने मला विचारले.

मी चमकून चंपीकडे बघितले. ती माझ्याकडे मोठ्या अपेक्षेने बघत होती. जणूकाही तिने मनात जे चित्र रेखाटले होते त्याला मी दुजोरा देणार होतो! रितूच्या चेहेऱ्यावर मला जी चमक दिसत होती तीच मला चंपीच्याही गालावर दिसत होती. चंपी या आदिवासी मुलाच्या प्रेमात पडतेय, या जाणिवेने मला धक्काच बसला.

तिच्या कुरूपतेमुळे ही शक्यता कधी माझ्या मनाला स्पर्शूनच गेली नव्हती! मी किती स्वार्थी आणि संवेदनाहीन होतो!

"सांग ना, कसा दिसतो तो!" चम्पीने पुन्हा विचारले.

"तो उंच आहे, काळा आणि देखणा" माझे उत्तर ऐकून चम्पीला हसू फुटले. तिचा प्रियकर काळा, बुटकाबैंगण आहे आणि एखाद्या नोकरासारखा दिसतो हे तिला सांगण्यात अर्थ नव्हता.

माझा त्या घटनेनंतरचा आठवडा अतिशय चिंताग्रस्त अवस्थेत गेला. रितूचा फोनही आला नाही आणि तिचा मोबाइलही बंद असावा. मी रात्र-रात्र तळमळत होतो. मनात नको नको ते अभद्र विचार येत होते आणि १७ मार्चला मालिनीचा, रितूच्या मैत्रिणीचा काळजीयुक्त आवाजात फोन आला तेव्हा ही भीती खरी ठरते की काय, असे मला वाटू लागले.

"मुन्ना, रितूला तुला आत्ताच्या आत्ता भेटायचे आहे. मी तिला कसेबसे माझ्या घरी आणले आहे. तुला वेस्ट एंडला माझ्या घरी आत्ता येता येईल?"

मी तिच्याकडून पत्ता घेतला आणि उपनगरातील तिच्या छानशा, झाडांनी वेढलेल्या घरी गेलो. बैचेन मालिनीने माझे स्वागत केले आणि ती मला आतील खोलीत घेऊन गेली. तिथे मी जे बघितले ते भयंकर धक्कादायक होते. मला येऊन चिकटलेली रितू टीव्ही-कार्यक्रमात दाखवल्या जाणाऱ्या उद्ध्वस्त बायकांसारखी दिसत होती. तिच्या गालांवर, कपाळावर ओरखडे होते, पट्ट्याने मारल्याच्या खुणा सर्वत्र होत्या आणि डोळ्यांखाली काळी वर्तुळे!

"कोणी केले हे असे तुला?" मी ओरडलो.

"माझ्या वाढदिवसाच्याच दिवशी घरात खूप मारामारी झाली. आपल्या प्रकरणाचे गुपित रामसिंगने फोडले. वडिलांनी मला गोळ्या घालण्याची धमकी दिली; पण विकीने मला खूप मारले."

मी संतापाने धुमसू लागलो.

"त्याची हिंमत कशी झाली तुझ्याशी असे वागण्याची? मी त्याचा मुडदा पाडीन." मी संतापाने धगधगत ओरडलो.

"आता मला घराबाहेर पडायला बंदी आहे आणि माझा मोबाइलही जप्त केला गेलाय. नशीब, मला आज मालिनी भेटायला आली आणि कसेबसे मला तिच्या घरी घेऊन आली. तूपण सांभाळून राहा. तुझ्या जिवालाही धोका आहे."

"पण तुझे काय? तुझ्या घरातील कसाई तुझा जीव घ्यायलाही मागे-पुढे बघणार नाहीत."

"आम्हा बायकांच्या नशिबी हे भोग असतातच; पण मी एक हिंमत मात्र केली, माझा जीव गेला तरी चालेल; पण मी कुवर इंदरसिंग याच्याशी लग्न करणार नाही, असे मी वडिलांना स्पष्ट सांगितले. आपल्या राजकीय कारकिर्दीवर डोळा ठेवून त्यांनी हे लग्न जमवले होते; पण त्या राजकीय धुळवडीत मी सामील होणार नाही, हे मी त्यांना स्पष्ट केले."

"मग माझ्याशी लग्न कर."

"माझे कुटुंबीय कधीच या लग्नाला संमती देणार नाहीत; पण मीही स्पष्ट केले की, मी इतर कोणाशीही लग्न करणार नाही."

"मग तुझ्या कुटुंबीयांच्या इच्छेविरुद्ध लग्न करू. चल, आत्ता मंदिरात जाऊ या. कायद्याने एकदा आपले लग्न झाले ना की, तुझे वडील काही करू शकणार नाहीत. पोलीस आपले रक्षण करतील."

कसेनुसे हसत ती म्हणाली, "पोलीस अधिकारी माझ्या वडिलांच्या इशाऱ्यावर कसे नाचतात ते मी बघितलेय. त्यामुळे तेच आधी मला खेचत, फरफटत

घेऊन जातील.''

''मग काय पर्याय आहे रितू?''

''काहीही नाही. प्रेमात आणि युद्धात सगळे क्षम्य असते, असे पुस्तकात म्हणतात; पण मी माझ्या डोळ्यांनी बघितलेय मुन्ना, तसे काहीच नसते. आपण प्रेम नाही करू शकत.''

''कारण तू उच्चवर्णीय आहेस आणि मी नाही म्हणून? मला हे मान्य नाही. चाळीस वर्षांपूर्वी मी आणि माझी आई, आमची दोघांची अस्पृश्य म्हणून अवहेलना झाली. मंदिरात आम्हाला प्रवेश दिला नव्हता. आज आम्ही मंदिरात केवळ राहतच नाही, तर आता आम्हाला अस्पृश्य म्हणण्याची कोणाची हिंमत नाही.''

''पण तिला विवाहाचा प्रस्ताव घेऊन आमच्या घरी येऊ दे आणि मग पाहू काय होते ते!''

''काय होईल? फार तर फार तुझे कुटुंबीय नाही म्हणतील.''

''मुन्ना, भलत्या भ्रमात राहू नकोस. कोलकात्यातील एका उद्योजकाच्या मुलीबरोबर लग्न करण्याची हिंमत करणाऱ्या एका गरीब मुस्लीम मुलाचे त्यांनी काय केले तुला ठाऊक नाही? त्यांनी त्याला ठार केले!''

''पण मी मुस्लीम नाही.''

''मग ही पेपरमधली बातमी बघ.'' तिने आपल्या पर्समधून एक चुरगळलेले कात्रण बाहेर काढले. कोणत्यातरी हिंदी वृत्तपत्राचे होते ते.

''काय म्हटलेय त्यात?''

''त्यात म्हटलेय, उत्तर प्रदेशात दोघा प्रेमिकांना ते वेगवेगळ्या जातीचे असल्यामुळे मारून टाकण्यात आले. १९ वर्षांचा प्रीतम आणि १८ वर्षांची सोनू यांना त्यांच्या गावातील लोकांनी एकामागोमाग एक असे फासावर लटकावले. तो उच्चवर्णीय ब्राह्मण होता, तर ती खालच्या जातीची! त्यांना फाशी देण्यात आली तेव्हा शेकडो लोक बघत होते. त्यातील सर्वांत क्रूर गोष्ट कोणती ठाऊक आहे? या दोघांना फाशी दिली जात असताना या दोघांचेही आईवडील त्या ठिकाणी उपस्थित होते, कारण त्यांना ही शिक्षा मंजूर होती!'' हे वाचताना ती शहारली.

''त्यांनी माझा जीव घेतला, तरी मला त्याची पर्वा नाही. मला तुझ्याशी लग्न करायचेय.''

''पण मला तुझी काळजी वाटते मुन्ना. जर माझा भाऊ माझ्याशी, स्वत:च्या बहिणीशी असे वागू शकतो, तर तो तुझे काय करेल?''

''तू उगीचच जास्त घाबरतेस. मी नाही भीक घालत या विकी रायला!''

त्या क्षणी माझ्या मोबाइलची रिंग वाजली आणि मला आश्चर्याचा धक्काच बसला. कारण हा नंबर माझ्याखेरीज फक्त रितूला ठाऊक होता! मी बटण दाबले

आणि एक अनोळखी आवाज कानावर आला. "मादरचोद, मी काय बोलतोय ते नीट ऐक. माझे नाव आहे विकी राय आणि तू माझ्या बहिणीकडे नजर वाकडी करून बघण्याची हिंमत केली आहेस. आता मी डुकरासारखे तुला सोलून काढतो की नाही ते बघ! मी तुझे हाडन् हाड मोडून तुझे मांस माझ्या कुत्र्याला खाऊ घालीन. समजले ना?"

फोन बंद झाला आणि खोलीतील वातावरण एकदम गारठले. रितूने ते बोलणे ऐकले नाही; पण माझ्या चेहेऱ्यावरून तिने तो फोन कोणाचा असावा हे ओळखले.

"माझ्या भावाचा फोन होता ना?"

"होय, पण त्याला माझा नंबर कसा मिळाला?" मी अजून त्या धक्क्यातच होतो.

"त्याने माझ्या मोबाइलमधून मिळवला असेल. काय म्हणाला तो?"

"त्याने मला जिवे ठार करण्याची धमकी दिलीये."

"अरे बाप रे!" असे म्हणत तिने आपल्या हाताने आपला चेहेरा झाकला. काही क्षण खोलीत शांतता पसरली. तिने मान वर केली तेव्हा तिच्या चेहेऱ्यावर कमालीचा निर्धार होता. "आता आपल्यापुढे एकच पर्याय उरलाय. पळून जाण्याचा." तिने जाहीर केले.

"हो, मलाही तसेच वाटतेय. आपल्याला आपल्या भविष्याचा विचार करायलाच हवा." मी तिचा हात धरत म्हटले.

"पण आपण पोट कसे भरणार? माझ्याकडे तर पैसे नाहीत."

"आपल्या दोघांना पुरतील एवढे पैसे माझ्याकडे आहेत."

"किती?"

"तुला कल्पनाही करता येणार नाही इतके तुला कधी, काही कमी पडणार नाही."

"कुठे पळून जायचे आपण?"

"तुला आवडणारे एखादे शहर निवड."

"मुंबईला जायची मला फार इच्छा होती."

"मलाही. चल मग आत्ताच स्टेशनवर जाऊन गाडी पकडू."

"नाही. आपण असे केले, तर मालिनी अडचणीत येईल."

"मग कधी जायचे?"

"मला अगदी योग्य तारीख ठाऊक आहे. २३ मार्चला विकीने त्याच्या सुटकेच्या आनंदाप्रीत्यर्थ एक जंगी पार्टी ठेवली आहे. कमीतकमी पाचशे लोकांना आमंत्रित केले आहे. त्या गोंधळात मी निसटू शकेन. तू माझी सहा नंबर बंगल्याच्या

सर्व्हिस सेंटरजवळ वाट बघ. रात्री बरोब्बर अकरा वाजता मी तेथे येईन. आपण टॅक्सी करून रेल्वे स्टेशनवर जाऊ आणि तिथून मुंबईला.''

''छान! मी मुंबईची दोन तिकिटे काढून ठेवतो.''

आमचा बेत पक्का झाला. माझ्या आयुष्याचे नवे पर्व सुरू होणार होते. आत्तापर्यंत अस्पष्ट असलेले माझे भविष्य आता निश्चित आकार घेत होते. मुंबईतील माझ्या आयुष्याबद्दल मला आता उत्सुकता वाटायला लागली होती. ती एक स्वप्ननगरी आहे असे म्हणत. त्या नगरीने फूटपाथवर राहणाऱ्यांना एका रात्रीत चित्रपटतारका, उद्योगपती बनवले होते. माझ्यासाठी तेथे काय वाढून ठेवले होते, कोणास ठाऊक!

मंदिरात परतल्यावर मला गाभाऱ्यात जाऊन शंकरापुढे दंडवत घालण्याची इच्छा झाली. देवाबरोबरचा माझा रुसवा संपवून त्याचा आशीर्वाद घेण्याची ही योग्य वेळ होती. मी त्या संगमरवरी पायऱ्या चढलोही. रितूच्या प्रेमामुळे हिंदी सिनेमातील गाणी मला प्रत्यक्ष जीवनात घडतायत असे वाटू लागले होते. जगात केव्हातरी न्याय मिळतो यावर माझा विश्वास बसू लागला होता; पण तरीही अंतर्मनातील एक आवाज याला विरोध करीत होता. त्या तरुण जोडप्याला फाशी दिली गेली तेव्हा देव कुठे होता? त्या खुनी लोकांना थांबवण्याची शक्ती त्याच्यात नव्हती? या हल्ल्याचा तो केवळ एक मूक साक्षीदार होता?

मी मुंबईला जाणाऱ्या ट्रेनची दोन फर्स्ट क्लासची तिकिटे काढून आलो. 'पंजाब मेल २४ मार्चला पहाटे ५.३० वाजता सुटेल आणि मला व रितूला थेट मुंबईला घेऊन जाईल!

चंपी आणि आईबाबत मी विचार करू लागलो. त्या आदिवासीवर चंपी फिदा झालेली दिसत होती. बाकावर बसून त्या आदिवासीशी गप्पा मारताना मी तिला रोज बघत होतो आणि प्रथमच तिला एवढे मनमोकळे हसतानाही बघत होतो. तिच्या त्या छोट्याशा सुखाचा मला बिलकूल हेवा वाटत नव्हता. आईशी माझ्या पुढच्या बेताविषयी बोलण्याची हीच वेळ आहे, असे मला वाटू लागले.

''तीन दिवसांनी मी मुंबईला जातोय.'' मी आईला म्हटले.

'' एवढ्या अचानक? तुझ्या कामासाठी?'' आईने विचारले.

''नाही. खरे सांगायचे तर मी लग्न करतोय.''

'' अरेच्चा! मुलगी कोण आहे हे मी विचारू शकते?''

''तिचे नाव आहे रितू.''

''ती मुंबईत राहते का?''

''नाही. ती दिल्लीत रहाते. मेहेरौलीत.''

''संजय गांधी झोपडपट्टीतील एखादी मोलकरीण आहे?''

''त्या मुली सगळ्या भुक्कड आहेत गं! त्यांच्याशी लग्न करण्याचा विचार मी स्वप्नातही करू शकत नाही. तुझी भावी सून देशातील एका अत्यंत श्रीमंत आणि प्रतिष्ठित कुटुंबातील आहे.''

''मुन्ना, तू फार स्वप्ने बघतोस बाबा!''

''नाही गं आई. हे खरे आहे. रितू आणि मी लग्न करतोय आणि मुंबईला जातोय. माझे तिथे सगळे स्थिरस्थावर होताच मी तुम्हाला दोघींना घेऊन जाण्याची व्यवस्था करीन. मग चंपीचे ऑपरेशनही करता येईल आणि तुला थोडा आराम मिळेल.'' एकाएकी, मनात काहीतरी शंका येऊन आई म्हणाली, ''जर ती मुलगी दिल्लीची आहे, तर मग तुम्ही मुंबईला का जाताय? तुम्ही पळून जाताय?''

''तसेच काहीसे म्हण.''

''हे बघ, मुकाट्याने रितूची नीट सगळी माहिती दे मला. तिचे वडील काय करतात? तिच्या घरी कोण आहे?''

''तिचे वडील म्हणजे जगन्नाथ राय, उत्तर प्रदेशचे गृहमंत्री, तिचा भाऊ म्हणजे उद्योगपती विकी राय.''

आपले दोन्ही हात तोंडाकडे नेत आई पुटपुटली, ''नाही! नाही!''

''तू नेहेमी म्हणायचीस, गेल्या जन्मी आपण काहीतरी पाप केले होते म्हणून आपल्या नशिबी हे दारिद्र्य आले. या पापामुळे आपल्या वाट्याला आलेल्या या दुर्दैवातून याच जन्मी मी सुटका करून घेतली की नाही बघ!'' मी मोठ्या ऐटीत आईला म्हटले खरे; पण तिचे लक्ष होते कुठे! तिचा तिच्या देवाशी संवाद सुरू होता. भिंतीवर लावलेल्या कॅलेंडरमधील देवाकडे बघत ती म्हणाली, ''देवा, इतकी निष्ठुर थट्टा तू कशी करू शकतोस रे!''

''कसली थट्टा? काय म्हणतेयस तू आई?'' मी विचारले.

अत्यंत उद्विग्न स्वरात ती म्हणाली, ''तुला ठाऊक नाहीये मुला, तुझ्या वडिलांचा मृत्यू या विकीच्याच गाडीने उडवल्यामुळे झालाय.''

माझ्या पायाखालची जमीन हादरतेय की काय असे मला वाटले.

''काय? तुला नक्की ठाऊक आहे हे?''

''कोण बाई आपल्या नवऱ्याचा मृत्यू विसरेल? गेल्या पंधरा वर्षांपासून एखादा चित्रपट बघावा तसे ते दृश्य रोज माझ्या डोळ्यापुढे येते.''

''आणि तरीही तू ही गोष्ट माझ्यापासून लपवून ठेवलीस? ते माझे वडील असूनही?''

''जगन्नाथ राय यांनी माझ्याकडून तसे वचन घेतले होते. त्यांनी मला या घरासाठी पैसे दिले. तुझ्या शिक्षणासाठीही दिले. एकाच अटीवर – विकीला ह्याची

ओळख द्यायची नाही.''

भूतकाळाचे भूत एखाद्या अवघड क्षणी आपल्या मानगुटीवर येऊन बसत असते. एखाद्या बेफिकीर ड्रायव्हरच्या चुकीमुळे वडिलांचा मृत्यू होऊन त्याबद्दल आईला नुकसानभरपाई मिळाली असणार, असे मला वाटत होते; पण त्या बेफिकीर ड्रायव्हरची ओळख मला सुदैवाने आजपर्यंत झाली नव्हती. किंवा कदाचित मीच या प्रकरणी अधिक खोल चौकशी केली नसावी. गेलेला माणूस परत येत नाही आणि आपले जगणे थांबत नाही, अशी स्वत:ची समजूत मी करून घेतली; पण माझे गेलेले वडील पुन्हा माझ्या आयुष्यात आले होते. आणि केवळ आलेच नव्हते, तर त्यांनी माझ्या आयुष्यात पेरलेल्या एका छोट्या बॉम्बमुळे सगळे उद्‌ध्वस्त होण्याच्या बेतात होते. माझ्या मनात भावनांचे वादळ भिरभिरत होते, ज्यात कमालीच्या वेदना होत्या, राग होता आणि संभ्रमही!

''हे सगळे पूर्व-नियोजित असावे आई.'' या विचित्र योगायोगावर काही क्षण विचार केल्यावर मी म्हटले.

''तुला काय म्हणायचेय मुन्ना?''

''तुला असे वाटत नाहीये का की, सूड घेण्याचा हा मार्ग देवानेच निश्चित केला असावा? अनेक वर्षांपूर्वी विकी रायने आपल्याकडून काहीतरी हिसकावून घेतले. आता आपल्याला तसे करण्याची संधी मिळालीये.''

''म्हणजे, हे ऐकल्यावरही तू त्याच्या बहिणीशी लग्न करणार आहेस?''

''तुझ्याइतकाच रितूही तिच्या कुटुंबाचा तिरस्कार करते आणि आमचे दोघांचे एकमेकांवर अतिशय प्रेम आहे. बाबा असते, तर त्यांनीसुद्धा आमच्या लग्नाला संमती दिली असती.''

''तू तुझ्या वडिलांना यात ओढू नकोस आणि देवालाही.'' मला फटकारत आई म्हणाली. ''मी विकी रायच्या घरी जाऊन हे लग्न थांबवते.''

तिला अडवत मी म्हटले, ''तू असे काहीही करणार नाहीस. विकीला हा बेत समजला, तर तो रितूला आणि मलाही मारून टाकेल. तुला हे चालेल?'' आईने माझ्याकडे एक कटाक्ष टाकला आणि ती स्फुंदून-स्फुंदून रडू लागली.

घरात एक तणावपूर्ण शांतता होती. त्या रात्री कोणीही जेवले नाही. आई एका कोपऱ्यात पडून राहिली. चंपी तिची समजूत काढत होती. मी गादीवर पडून काहीही विचार न करण्याचा प्रयत्न करीत होतो. रात्री खूप उशिरा झोप लागली; पण त्यातही अनेक स्वप्ने पडत होती. माझे वडील रक्ताच्या थारोळ्यात पडले आहे आणि त्या प्रेताकडे बघत विकी राय मोठ्याने हसतोय असे स्वप्नात दिसले, तर त्यानंतर थंडगार, संगमरवरी फरशीवर पांढऱ्या चादरीत गंडाळून ठेवलेली रितू स्वप्नात दिसली. पोलीस कोठडीत लल्लनला कोणीतरी झोडपून काढतेय असेही

स्वप्नात मी बघितले आणि कोणीतरी जोरात माझे केस खेचतेय आणि मी किंचाळतो आहे, असेही स्वप्न पडले. मी डोळे उघडले तेव्हा तीन माणसे माझ्याभोवती उभी असलेली मला दिसली. लॅच उघडून ते कसे माझ्या खोलीत शिरले ते मला कळले नव्हते, पण हे स्वप्न मात्र नव्हते, हे मला नक्कीच ठाऊक होते!

"हरामखोरा, ऊठ!" आपल्या खरखरीत हाताने माझे केस धरून खेचत एक जण म्हणाला. मी उठून बसल्यावर कोणीतरी माझ्या डोळ्यावर प्रकाशझोत टाकल्याने माझे डोळे दिपले. घरात घुसलेली ती तीन माणसे आता मला नीट दिसली. डोक्यावर टक्कल आणि गलेलठ्ठ मानेच्या एका माणसाने घट्ट जीन्स आणि पांढरा रिबॉकचा टीशर्ट घातला होता. दुसरा अगदी ठेंगणा होता आणि त्याने क्रीम कलरचा चमकदार शर्ट घातला होता. तिसरा मात्र उंच, लुकडा, कुरळ्या केसांचा आणि चौकोनी जबड्याचा होता. त्याने काळी पँट आणि शर्ट घातला होता; पण तिघेही भीतिदायक वाटत होते.

"तुझे नाव मुन्ना मोबाइल आहे?" माझे केस ओढणाऱ्या टकलू माणसाने विचारले.

"का विचारताय हे मला?" मी प्रतिप्रश्न केला. त्या उंच लुकड्याकडे बघत तो टकलू म्हणाला, "ब्रिजेश, सांग त्याला."

"तू माझ्या गाडीमधून मोबाइल चोरलास." माझ्याकडे रोखून बघत ब्रिजेश म्हणाला आणि माझ्या डोक्यात लख्खकन प्रकाश पडला. ज्याच्या मारुती एस्टीममधून मी मोबाइल चोरला होता, तो हाच होता. पुन्हा एकदा भूतकाळ माझ्या मानगुटीवर येऊन बसला होता. छद्मीपणे हसत मो टकलू म्हणाला, "आमची एक वस्तू तुझ्याकडे आहे."

चेहेऱ्यावर गोंधळल्याचा भाव आणत मी म्हटले, "तुमची काहीतरी चूक होतेय, माझ्यासारख्या गरिबाकडे काय असणार तुमचे?"

तो टकलू आपल्या बोटाने चुटक्या वाजवताच त्याचे दोन सहकारी माझ्या खोलीची झडती घेऊ लागले. त्यांनी भिंतीवरची पोस्टर्स काढली, छोट्या बाकावरचा पितळी टॉर्च उचलला आणि तेवढ्यात त्यांची नजर गादीवर पडली. गादीखाली ठेवलेल्या ब्रीफकेसमुळे आलेला उंचवटा सहज दृष्टीस पडत होता. "चल ऊठ!" त्या बुटक्याने हुकूम केला. मी उभा राहिलो. त्याने गादीचा कोपरा पकडून ती एका क्षणात उचलली. धुळीच्या समुद्रात एखादे काळे बेट दिसावे तशी ती ब्रीफकेस दिसत होती.

"इथे काय दिसतेय बरे?" टकलू खुशीत येऊन म्हणाला. त्याने वाकून ब्रीफकेस उचलेली आणि अकस्मात ब्रिजेशच्या हातात पिस्तूल आले. त्याच क्षणी

लाकडी पार्टिशनमागून विटकी पिवळी साडी आणि लाल ब्लाऊज घातलेली आई तिथे आली. ''कोण आहात तुम्ही? आणि माझ्या घरात काय करताय?''

तिला उद्दामपणे बाजूला ढकलत तो टकलू म्हणाला, ''ए म्हातारे, जास्त चौकश्या करू नकोस.''

पण आई अशी सहजासहजी हटणारी नव्हती.

''तुम्हा हलकटांना चांगला धडाच शिकवते.'' असे म्हणत तिने माझ्या टेबलावरील टॉर्च उचलून त्या टकलूच्या ढुंगणावर त्याचा एक रट्टा दिला. त्या रट्ट्यामुळे त्यांच्या हातातील ब्रीफकेस खाली पडली. लठ्ठ असूनही तो माणूस एखाद्या मांजराच्या चपळाईने मागे वळला. झपकन त्याने आईच्या हातातील टॉर्च खेचला आणि त्याच हाताने आईच्या तोंडावर फटका मारला. त्या तडाख्याने आई जमिनीवर कोसळली. आपली मान उंच करीत ती कण्हली, तेव्हा तिच्या तोंडातून वहाणारे रक्त मला दिसले. ती उठण्याचा प्रयत्न करीत असतानाच ब्रिजेशने तिच्या डोक्यात पिस्तुलाच्या दस्त्याने दोन दणके दिले. बेशुद्ध होऊन आई कोसळल्यावर मी मोठ्याने ओरडलो.

त्या टकलूने ब्रीफकेस ताब्यात घेऊन त्याचे दोन्ही लॅच उघडले. ब्रीफकेस उघडून आत नजर टाकीत तो म्हणाला, ''हं, सगळे पैसे अजून बॅगेतच आहेत असे दिसतेय. एखाद-दोन गड्ड्या गेल्या असाव्यात. त्यामुळे तुझे प्राण वाचले मुन्ना मोबाइल, पण तरी तुला आमचा माल उडवल्याची किंमत द्यावीच लागेल..''

''काय? तुमचा काय करण्याचा इरादा आहे?'' मागील भिंतीचा आधार घेत मी बोललो तेव्हा माझा आवाज कसानुसा आणि भलताच वेगळा येत होता.

''असे काहीतरी, ज्यामुळे तू पुन्हा दुसरा मोबाइल चोरणार नाहीस.'' तुच्छपणे हसत त्या टकलू माणसाने पुन्हा चुटकी वाजवली.

ब्रिजेशने ते पिस्तूल त्या टकलूच्या हातात दिले आणि एकदम माझे दोन्ही हात धरले. मी स्वत:ला सोडवून घेण्याचा प्रयत्न केला; पण तो फारच दणकट होता. त्या ठेंगण्याने मला ठोसा मारण्यासाठी हात वर केला; पण तेवढ्यात खोलीत मोबाइलची रिंग वाजली. ते तिघे गोंधळून एकमेकांकडे बघत असताना त्या टकलूने त्याच्या जीन्सच्या खिशातून 'मोटोरोला' काढून कोणाचा फोन होता हे बघितले. ''बोला बॉस,'' मोबाइल कानाला लावीत दारापाशी जात तो बोलू लागला. त्या संभाषणातील काही शब्द माझ्या कानावर पडत होते. ''ती ब्रीफकेस सापडली... फारसे पैसे गेलेले नाहीत... ठीकाय... ओके... ओके... मी ब्रिजेश आणि नानूला इथे थांबवतो आणि मी येतो...''

''बॉसचा फोन होता.'' आपल्या सहकाऱ्यांना तो म्हणाला.

''त्याने मला ब्रीफकेस घेऊन लगेच बोलावलेय. तुम्ही तुमची कामे आटपा.

आपण उद्या भेटू.'' त्याने पिस्तूल माझ्यावर रोखून एक काल्पनिक गोळी झाडली आणि तो बाहेर पडला. काही क्षणातच मला मोटरसायकल सुरू झाल्याचा आवाज ऐकू आला. ब्रिजेशने अजून मला घट्ट पकडून ठेवले होते; पण माझा थरकाप उडाला तो नानूचे उद्‌गार ऐकून. ''तू शोले बघितला आहेस?'' माझ्याजवळ तोंड आणीत त्याने विचारले. माझ्या मानेवर येणाऱ्या त्यांच्या श्वासाचा दर्प मला जाणवत होता.

''होय.''

''मग गब्बर ठाकूरला त्याचे हात मागतो ते दृश्य तुला आठवत असेलच. ठाकूर नाही म्हणतो आणि गब्बर त्याचे दोन्ही हात छाटतो. मी तुझे हात नाही मागणार, मला तुझी बोटं हवी आहेत. सगळी दहाच्या दहा. देशील ना मला?'' आपले घाणेरडे पिवळे दात विचकत तो मला म्हणाला.

भीतीची एक थंड लहर माझ्या घामाने थबथबलेल्या पाठीतून सळसळत गेली. नानूने ब्रिजेशच्या तावडीत असलेला माझा डाव हात ओढला आणि मग माझे मनगट गच्च आवळत त्याने माझी तर्जनी उलट्या दिशेने वाकवायला सुरुवात केली. ब्रिजेशने घाईघाईने माझ्या तोंडात एक रुमाल कोंबला आणि माझा आवाज दाबला.

माझे लवलवते बोट आत तुटण्याच्या बेताला आले होते. 'बबल शीट'वरील छोटा फुगा फुटताना ऐकू यावा तसा आवाज ऐकू आला आणि माझे निर्जीव बोट लुळे पडले. त्या आसुरी आनंदात नानू मधल्या बोटाकडे वळला.

वेदनांचे एक बरे असते, त्या कल्लोळात तुम्हाला दुसरे काही सुचेनासे होते. मनात दुसरा विचारच येऊ शकत नाही. या वेदना तुमचे मन एवढे व्यापून टाकतात की, प्रेम आणि तिरस्कार, हेवा आणि मत्साच्या सर्व भावना निपटून निघतात. तुमच्या शरीराच्या अणुरेणूला व्यापून उरतात त्या फक्त तीव्र, ठसठसत्या वेदना! मग ती वेदनाही संपून जाते आणि उरते ती बधिर ठुसठुस. एव्हाना नानूने माझा डावा अंगठा मोडला होता आणि मी वेदनांच्या पलीकडे पोहोचलो होतो; पण त्या क्षणी एक भयनाट्य सुरू झाले. छातीवर ओढणी न घेता केवळ पोपटी सलवार-कमीज घातलेली चंपी खोलीत आली. '' काय झाले मुन्ना?'' तिने पेंगुळलेल्या आवाजात विचारले.

ब्रिजेशने चंपीकडे बघितले आणि तिचा कुरूप चेहेरा बघून मान फिरवली. पण नानू मात्र तिला बघून खूश झाला, ''ओहो, कोण आलेय इथे?'' लांडग्यासारख्या भुकेल्या नजरेने तिला बघत तो म्हणाला. त्या उद्‌ध्वस्त खोलीतील 'बदललेल्या भूगोलाचा' अंदाज नसल्याने चंपी चाचपडत माझ्या दिशेने येण्याचा प्रयत्न करीत होती.

"कोण आहे ही? तुझी बहीण?" माझ्या तोंडाला कोंबलेल्या रुमाल काढत ब्रिजेश वस्सकन ओरडत म्हणाला.

"होय! पण तिच्या वाट्याला जाऊ नकोस. तुझे काम माझ्याशी आहे. तिच्याशी नाही." एक मोठ्ठा श्वास घेत मी घाईघाईने म्हटले. "शिवाय ती आंधळी आहे."

"आंधळी?" चंपीच्या डोळ्यात डोकावून बघत नानूने विचारले. "पण मला तर तशी दिसत नाहीये."

"पण ती आहे. मी सांगतोय ना!" आवाजातील अगतिकता लपवत मी म्हटले.

"ठिकाय, मला जरा तपासून बघू दे. " असे म्हणत नानूने तिच्या छातीवर टिचकी मारली. चंपीने नाराजीचा एक तीव्र हुंकार दिला आणि दोन्ही दिशांना मान फिरवत ती तिला कोंडीत पकडणाऱ्यांचा वेध घेण्याचा प्रयत्न करू लागली. टाळ्या वाजवत नानू म्हणाला, "काय मजा आहे यार! तिची छाती मस्त टंच आहे. ब्रिजेश, मी थोडी मजा केली तर चालेल ना.?"

"माझ्या बहिणीच्या अंगाला हात लावलास तर खबरदार!" मी संतापाने नानूकडे बघत ब्रिजेशला हिसडा मारू लागलो. "तिला हात लावलास ना, तर तुझा जीव घेईन मी मादरचोद." मी त्वेषाने म्हटले. नानूने माझ्या गालावर एक सणसणीत थप्पड लगावली आणि ब्रिजेशने माझ्या तोंडात पुन्हा रुमालाचा बोळा कोंबला. त्या ठेंगण्या माणसाला एवढे पुरेसे होते. त्याने चंपीवर झडप घालून आपला केसाळ पंजा तिच्या तोंडावर ठेवला आणि दुसऱ्या हाताने तो तिचा कमीज वर करू लागला. कसायाच्या तावडीतून सुटण्यासाठी एखाद्या बकरीने तडफड करावी तशी चंपीची निष्फळ झुंज सुरू होती.

दातदुखीप्रमाणे दहशतीचे वर्णन शब्दात करता येत नाही. तो अनुभवच घ्यावा लागतो. ब्रिजेशच्या घट्ट पकडीत एखाद्या लपलपत्या मांसाचा गोळा असावा तसा मी उभा होतो, चंपीवर होणारा बलात्कार बघत.

पायाखालची जमीन दुभंगून तिने मला पोटात घ्यावे असे मला तीव्रपणे वाटत होते, कारण जे घडत होते त्याला पूर्णत: मीच जबाबदार होतो. आणि या बलात्कारानंतर चंपीचे पुढे काय होणार हेही मी पूर्ण जाणून होतो. ती आंधळी होतीच. या बलात्कारानंतर ती बहिरी आणि मुकी झाली असती आणि बधिर चेहेऱ्याने बाहेरच्या ओट्यावर बसून राहिली असती! रात्री झोपेतून ती किंचाळत उठली असती. या दु:स्वप्नांनी तिचे सगळे आयुष्य कुरतडून टाकले असते. हे असे दुर्भाग्य होते, जे माझ्या शत्रूच्याही वाट्याला येऊ नये, असे मला वाटत होते. देवावर अजिबात श्रद्धा न ठेवता मी २१ वर्षं जगलो, पण या क्षणी माझा त्याच्यावर

विश्वास होता. मी प्रार्थना करू लागलो; ठाऊक असलेल्या आणि ठाऊक नसलेल्याही देवांची! माझी एकच प्रार्थना होती, माझ्या लहानशा चंपीला वाचव! प्लीज! प्लीज! भक्तांच्या हाकेला धावून जाणारा आणि आपली करामत दाखवणारा देव ज्याच्यामध्ये आहे, असे सर्व सिनेमे मला आठवले; पण मला मात्र कोठेही दूरवर होणारा घंटानाद ऐकू येईना आणि धरणी दुभंगेना.

नकार हे शक्तिहीन माणसाचे अखेरचे शस्त्र असते! नानू चंपीच्या सलवारीच्या नाडीशी झोंबत असताना माझ्या डोक्यात एकच वाक्य घणघणू लागले. 'ती माझी बहीण नाहीये. नाहीच. ती एक मामुली मुस्लीम वेश्या आहे. नगण्य!'

एकाएकी माझ्या डोळ्यापुढे एक चित्र तरळून गेले. पोलीस कोठडीत लटकणाऱ्या लल्लनचे आणि त्याचा छळ करणाऱ्या मेहेरौलीच्या त्या कसायाचे! मी त्याला तरी कुठे वाचवू शकलो होतो? तो तर माझ्या भावापेक्षा अधिक जवळचा होता आणि चंपी मला बहिणीपेक्षा जास्त जवळची आहे. रक्तापेक्षा हे भावनेचे बंध अधिक बळकट असतात.

जखमी शिपायाने शेवटची झेप घेण्याचा प्रयत्न करावा तसे सगळे बळ एकवटून मी उजव्या पायाची लाथ नानूला घातली. त्या अकस्मात हल्ल्यामुळे चंपी त्याच्या हातून सुटली. एक आर्त किंकाळी फोडत ती खाली कोसळली. खुनशीपणे माझ्याकडे बघत नानूने आपल्या खिशातून एक सायकलची चेन काढली, गरगर फिरवत स्वत:च्या हाताभोवती गुंडाळली आणि सपकन् माझ्या तोंडाच्या दिशेने भिरकावली. ती चुकवण्यासाठी मी वाकलो आणि ती माझ्या डोक्याच्या मागच्या बाजूवर आदळली. एका गूढ, हव्याहव्याशा अंधारात खोल बुडत असताना सगळे दरवाजे उघडत असल्याचा भास मला झाला.

मी शुद्धीवर आलो तेव्हा जाणवले मी हॉस्पिटलमध्ये होतो. माझा डावा हात प्लॅस्टरमध्ये होता आणि डोक्याच्या मागच्या बाजूला वेदनांची ठसठस जाणवत होती. हाताला रक्त लागेल असे मला तेथे हात लावताना वाटले होते. प्रत्यक्षात हाताला मऊ कापड लागले. त्यांनी नक्कीच मलमपट्टी केली होती. माझ्या शेजारच्या पलंगावर मला आई झोपलेली दिसली. गळ्याभोवती काळा गंडा घातलेली चंपी तिची शुश्रूषा करीत होती.

"काय... काय झाले?" मी चंपीला अडखळत विचारले.

"आश्चर्य!" ती गूढ भाषेत उत्तरली.

तेवढ्यात एक डॉक्टर आत आले आणि केवळ नशीब बलवत्तर म्हणून बचावलो असे म्हणाले. "तुमच्या डोक्याला जबरदस्त मार बसलाय. तुमच्या डाव्या हाताची पाचही बोटे तुटली आहेत. बरी होण्यासाठी कमीतकमी सहा आठवडे न

हलवता तुम्हाला ती प्लॅस्टरमध्ये ठेवावी लागतील.''

''माझी आई ठीक आहे?'' मी विचारले.

''ती जगेल.'' असे म्हणत त्यांनी पलंगाशेजारी लावलेले तक्ते तपासायला सुरुवात केली.

''मी इथे कधीपासून आहे?''

''दोन दिवस झाले.''

''मी किती बिल देऊ लागतो तुमचे?''

''काहीच नाही.'' ते हसले. ''हा दवाखाना धर्मार्थ आहे. इथे एमआरआयसकट सर्व विनामूल्य आहे; एक्स रे आणि औषधेसुद्धा!''

''थँक्स. मी आता जाऊ शकतो?''

दयावती हॉस्पिटलमधून मी पुन्हा मंदिरात आलो; माझ्या डोक्यात होणाऱ्या तीव्र वेदना आणि डॉक्टरांचा इशारा न जुमानता! माझ्या खोलीची अवस्था एखाद्या वादळात सापडलेल्या खोलीप्रमाणे झाली होती. लाकडी बाकाची शकले झाली होती. मी माझ्या बेनेटनच्या जाकिटात ठेवलेली रेल्वेची फर्स्ट क्लासची तिकिटे काढली आणि रद्द करण्यासाठी रेल्वे बुकिंग ऑफिसकडे गेलो. आता मी मुंबईला जाणार नव्हतो. दिल्लीसारखीच ती एक झगमगती नगरी होती. ऐषारामी गाड्या आणि उंच-उंच महालांचे वैभव मिरवणारी आणि त्यावर फक्त श्रीमंतांचा हक्क आहे असे सांगणारी! आमच्या या महानगरामध्ये गरिबांना थारा नाही; तुम्ही कितीही प्रामाणिकपणे पैसा मिळवा, कधीही तुम्ही चोरीच्या आरोपावरून तुरुंगात फेकले जाऊ शकता. कारण तुम्ही गरीब, सत्ताहीन आणि दुर्बल असता. जोपर्यंत माझ्याकडे ब्रीफकेस-भरून पैसे होते, तोपर्यंत माझ्याकडे सत्ता होती. मी रितूची काळजी घेऊ शकेन, अशी माझी खात्री होती; पण ब्रीफकेस गेली आणि त्याचबरोबर माझी स्वप्नेही!

आयुष्य एकाएकी निरर्थक, बेचव वाटू लागले. आश्चर्याची गोष्ट म्हणजे, ब्रीफकेस घेऊन जाणाऱ्या, माझा छळ करणाऱ्या त्या लोकांविषयी मनात राग असण्यापेक्षा मी धुमसत होतो तो विकी रायवरील संतापामुळे! विकी, रितूला दुखावणारा, माझ्या वडिलांचा जीव घेणारा विकी! प्रेम माणसाला आंधळे करते, पण अगतिकता त्याला बेफिकीर बनवते. मी एक बंदूक विकत घेण्याचा निर्णय घेतला.

आमच्या भागातील गुंडांची सर्वांत मोठी टोळी म्हणजे ब्रिजू पहिलवानाची टोळी. संजय गांधी झोपडपट्टीत एखादी अत्याधुनिक फॅशनेबल वस्तू घेऊन फिरावे त्याप्रमाणे रिव्हॉल्व्हर घेऊन ऐटीत फिरणारे या टोळीचे कित्येक लोक मी बघितले आहेत. या टोळीत नुकताच दाखल झालेला पप्पू मला गिरधारी या शस्त्रास्त्रांची

अवैध विक्री करणाऱ्या विक्रेत्याकडे मंगोलपुरी येथे घेऊन गेला. या विक्रेत्याने त्याच्या वातानुकूलित दुकानातील मला शस्त्रे दाखवली नाहीत. त्यासाठी मला एका अरुंद बोळातील, एका इमारतीच्या तिसऱ्या मजल्यावरील एका अंधाऱ्या कुबट खोपटात जावे लागले. तेथे एका प्रचंड स्टीलच्या कपाटापुढे तो बसला होता. ''मला एक स्वस्त पिस्तूल हवी आहे.'' मी म्हटले. मान हलवत त्याने एक देशी कट्टा बाहेर काढला. ते दिल्लीतच बनवले गेलेले, फक्त एक राउंडची सोय असलेले पिस्तूल होते.

''याची किंमत आहे फक्त अकराशे रुपये.'' तो म्हणाला.

''मला यापेक्षा बरी हवी आहे.'' मी त्याला म्हटले.

''तुझ्याकडे किती पैसे आहेत?'' त्याने विचारताच रेल्वेची तिकिटे परत करून मिळालेले ४२०० रुपये मी त्याच्यासमोर टाकले.

त्याने कपाट उघडून आत पांढऱ्या कापडात गुंडाळून ठेवलेली वस्तू बाहेर काढली. ते कापड त्याने काळजीपूर्वक दूर केले. आत एक काळे पिस्तूल होते. ''हाही एक कट्टाच आहे; पण चांगल्या प्रतीचा. तो चायनीज ब्लॅक स्टार पिस्तुलासारखा दिसतो; पण याची किंमत आहे फक्त चार हजार रुपये. बघ वापरून.''

त्याने पिस्तूल माझ्या हातात ठेवताना दस्त्याच्या बाजूने हातात ठेवले.

पिस्तूल हातात घेऊन मी त्याच्या वजनाचा अंदाज घेतला. त्याच्या तुकतुकीत बॅरलवर हात फिरवला. माझे अंग शहारले. झटक्यात मृत्यू समोर आणून फेकणाऱ्या त्याच्या हिंस्र आश्वासनाने मी थरारलो.

''मला हे हवेय.'' मी म्हटले.

''दुर्दैवाने माझ्याकडील गोळ्या संपल्या आहेत. सध्या या पिस्तुलाच्या फक्त पाचच गोळ्या आहेत. तुम्ही उद्या पुन्हा येऊ शकाल?'' काहीशा खेदाने त्याने विचारले.

''नाही. मला पाच गोळ्या पुरेशा आहेत. खरे म्हणजे मला एकीचीच गरज आहे!''

१०

ऑपरेशन चेकमेट (शेरास सव्वाशेर)

"हॅलो."

"हॅलो."

"गृहसचिवाच्या घरून बोलताय का?"

"होय."

"साहेब घरी आहेत? गृहमंत्री जगन्नाथ राय यांना त्यांच्याशी बोलायचे आहे."

"एक सेकंद सर, मी हा फोन साहेबांना जोडून देतो." (संगीत वाजते.)

"हॅलो, बागले बोलतोय."

"एक सेकंद, मंत्रीसाहेब लाइनवर येतायत."

बीप् बीप् बीप्.

"हॅलो, गोपाल?"

"गुड आफ्टरनून सर, माफ करा, आज सकाळी तुम्हाला फोन करू शकलो नाही. माझे फॅक्स मशीन नादुरुस्त झाले होते; पण आता सगळा तपशील माझ्या हातात आहे. कालपासून येथे खुनाच्या सात घटना घडल्या. हरदोई आणि मोरादाबाद येथे दोन दरोडे पडले आणि आझमगड, बहारा आणि अन्य दोन बलात्काराच्या."

"मला तुझ्या या रोजच्या वृतान्तामध्ये कवडीचाही रस नाहीये. गोपाल, मी तुला यापेक्षा महत्त्वाच्या कामासाठी फोन केलाय. मला एक सांग, तू 'दोंची'नावाच्या एखाद्या अमेरिकन फिल्मबद्दल काही ऐकले आहेस?"

"दोंची?"

"कदाचित व्हिंची, व्हिंचिको असे काहीतरी."

"तुम्ही दा व्हिंची कोडविषयी बोलताय का सर?"

"होय. बरोब्बर. तीच फिल्म. पाहिली आहेस तू?"

"होय सर, फार छान आहे."

"उत्तर प्रदेशात या सिनेमावर ताबडतोब बंदी घाला."

''बंदी? पण सर, हा सिनेमा खूप जुना आहे. त्याच्याबद्दलचे कुतूहल ओसरलेय आता.''

''असू दे. तरीही त्यावर बंदी घाला. राज्यातील ख्रिश्चन समुदायाच्या भावना त्या सिनेमामुळे दुखावल्या गेल्या आहेत. त्यात येशू ख्रिस्तावर वाट्टेल ते आरोप केले गेले आहेत. त्याचे वेश्येशी संबंध होते म्हणे! असा सिनेमा दाखवायला आपण कशी परवानगी देऊ शकतो?''

''सर, बंदी घालण्यापूर्वी हा सिनेमा एकदा तुम्ही बघावा, असे तुम्हाला वाटत नाही?''

''एखाद्या सिनेमावर बंदी घालण्यापूर्वी तो बघणे आवश्यक कधीपासून झाले? न वाचताच आपण पुस्तकांवर नाही का बंदी आणत?''

''पण सर, त्यात अन्य काही प्रश्नही आहेत. भाषणस्वातंत्र्य, घटनेचे कलम क्रमांक १९...''

''घटना गेली खड्ड्यात गोपाल. ती कोण वाचतेय? कोणाला एवढा रिकामा वेळ आहे? तू तरी घटना सगळी, आख्खी वाचली आहेस? कोणाला वेळ आहे ती वाचायला?''

''अरे, सर, असे नाही; पण या सिनेमाबद्दल तुम्हाला कोणी सांगितले?''

''फादर सॅबॅस्टिन. चांगला माणूस आहे तो. मला आवडतात ख्रिश्चन. फार शांत, छान असतात ही माणसे. अगदी नीटनेटके कपडे घालतात ते आणि काय सफाईदार इंग्लिश बोलतात! फादरच म्हणाले, जर मी या सिनेमावर बंदी घातली, तर स्थानिक निवडणुकीत ख्रिश्चनांची मते आपल्या पक्षाला मिळतील आणि त्याचा तोटा नक्कीच होणार नाही; पण या व्यवहारात मला अन्य मते मात्र गमावण्याची इच्छा नाही. त्यामुळे मला एक सांग, आपण जर या सिनेमावर बंदी घातली, तर राज्यातील हिंदू लोक नाराज होणार नाहीत ना?''

''मला असे वाटत नाही सर.''

''आणि मुस्लीम? ते नाही ना नाराज होणार?''

''तशी शक्यता नाही सर.''

''मग शिख? त्यांची नाराजी आपण ओढवून घेऊ?''

''नाही सर.''

''मग काही प्रश्नच नाही. त्या भिक्कार सिनेमावर ताबडतोब बंदी घाला. माझा हुकूम आहे तो!''

''सर, तुम्ही म्हणाल तसे. आजच मी गॅझेटमध्ये देण्यासाठी अधिसूचना काढतो.''

''आणखी एक गोष्ट गोपाल?''

"कोणती सर?"

"पोलीस महानिरीक्षक नवनीत ब्रारबद्दल मी दिलेल्या सूचना अजून तू अमलात आणलेल्या नाहीस. जोपर्यंत मी गृहमंत्री आहे तोपर्यंत त्याला कोणतेही पदक किंवा सन्मान मिळता कामा नये."

"सर, तुमच्याशी याबद्दल मला चर्चा करायची आहे. नवनीत ब्रार हा फार गुणी अधिकारी आहे. भारत-नेपाळ सीमेवरील नक्षलवाद्यांची दोन ठाणी उद्ध्वस्त करण्याची त्याने एकहाती कामगिरी केली आहे. जर प्रजासत्ताक दिनी दिल्या जाणाऱ्या शौर्यपदकांच्या यादीतून आपण त्यांना वगळले, तर त्याचा परिणाम पोलीस दलाच्या मनोधैर्यावर..."

"गोपाल... गोपाल... मंत्री कोण आहे? तू की मी?"

"अर्थात, तुम्ही सर."

"आणि हुकूम कोण देऊ शकते? तू की मी?"

"तुम्ही सर."

"मग, ताबडतोब माझ्या हुकमाचे पालन कर. नाहीतर उद्यापासून गृहसचिवाच्या खुर्चीऐवजी बालकल्याण खात्याच्या सचिवपदाच्या खुर्चीवर बसावे लागेल, समजले?"

"होय सर."

"गुड मॉर्निंग भैय्याजी! आलोक अग्रवाल बोलतोय."

"गुड मॉर्निंग! तुमच्यासारख्या बड्या उद्योजकाला तीन-चार महिन्यांनी का होईना, आमची आठवण आली, हे आमचे भाग्यच म्हणायचे."

"सर, आता आणखी लाजवू नका मला. मी नेहमी तुमच्या संपर्कात राहण्याचा प्रयत्न करतो; पण काय करणार, काम असे आहे की, सतत आम्हाला परदेशी भागीदारांशी संपर्क ठेवावा लागतो. काल रात्रीच जपानहून परतलो."

"अरे, तुम्ही उद्योजक मंडळी जगभर फिरत असता. आज जपान, उद्या अमेरिका आणि आम्ही मात्र इथेच सडतो."

"असे म्हणू नका भैय्यजी. तुम्ही उत्तर प्रदेशच्या लोकांच्या कल्याणासाठी किती काम करताय मला ठाऊक आहे. स्थानिक निवडणुकीतील तुमच्या प्रचारसभा मी बघतोय. तुम्ही चांगलीच गर्दी खेचताय या सभांना."

"तुम्हाला हे जाणवले ते बरे झाले. वृत्तपत्रे तर सारखी माझ्यावर टिकाच करतात. त्यामुळे मी आजकाल वाचणेच बंद करून टाकलेय."

"तुम्ही आमच्या मशाल टीव्ही चॅनलबाबत असे म्हणू शकत नाही हं! तुमच्या सर्व प्रचारसभांच्या बातम्या व्यवस्थित आल्या पाहिजेत, अशा मी त्यांना वैयक्तिक सूचना दिल्या आहेत."

“हो..हो! ‘मशाल’ची कामगिरी उत्तम आहे. अगदी त्याच्या नावाप्रमाणेच ती उजेड पाडण्याची कामगिरी करते आहे. सत्यावर प्रकाश टाकणारी मशाल आणि तुमची वार्ताहर, काय बरे तिचे नाव? हं, सीमा, ती उत्तम काम करते.”

“सीमा बिश्त? ती फारच चांगली आहे. ‘रिपोर्टर ऑफ द इयर’ हा ॲवॉर्ड तिला यंदा नक्कीच मिळाला असता. थोडक्यात चुकला.”

“पण मला खात्री आहे, तिला यापेक्षा चांगला पुरस्कार मिळेल. ती फार सुंदर आहे आणि अगदी संतुलित, योग्य विचार मांडणारी. तिला माझी मुलाखत घेण्यासाठी का पाठवत नाही? इंग्लिशमध्ये म्हणतात ना, वन-टु-वन तशी?”

“नक्कीच, भैय्याजी. तुमच्या कार्यालयाशी याबाबत मी सीमाला बोलायला सांगतो.”

“फार बरे होईल. पण एक करा, माझ्या कार्यालयाला यात गुंतवण्यापेक्षा तिला थेट माझ्या मोबाइलवर फोन करायला सांगा. हं, आता बोला. मी काय करू शकतो तुमच्यासाठी.”

“भैय्याजी, तुम्हाला ठाऊकच आहे, दादरीमधील दुसऱ्या वीजनिर्मिती केंद्रासाठी आम्ही निविदा भरलीये.”

“हो, मागच्या वेळी आपण बोललो तेव्हा तुम्ही उल्लेख केला होतात; पण तुम्हाला ठाऊक आहे ना, तुमच्याबरोबर टाटाही या स्पर्धेत आहेत आणि अंबानीही. जेपी ग्रुपचे सिंघानियाही या वेळी स्पर्धेत उतरले आहेत.”

“मला ठाऊक आहे भैय्याजी. म्हणून तर मला तुमच्या मदतीची गरज आहे. रेवा येथील पहिला प्रकल्प मला मिळेल असे तुम्ही मला वचन दिले होते. आपला व्यवहार पक्का झाला, असे मला वाटत होते; पण ते कंत्राट जेपी ग्रुपला मिळाले.”

“हो. माजी मुख्य सचिव मोहनकुमार यांनी खूप प्रयत्न केले; पण शेवटच्या क्षणी मुख्यमंत्र्यांनी घुमजाव केले. ते सिंघानियांच्या खिशात आहेत हे सर्वांना ठाऊक आहे म्हणा! आता तर काय, मोहनकुमार निवृत्त झाले आहेत, त्यामुळे तुमच्या स्पर्धकांना रिंगणाबाहेर ठेवण्यासाठी आपल्याला खूप खटपट करावी लागेल.”

“पण मी तर अशी अफवा ऐकलीय की, हा प्रकल्प जणू आपल्या खिशात आहे, अशा थाटात सिंघानिया वावरत आहेत; पण हे कंत्राट जर जेपी ग्रुपला गेले ना, तर मात्र मी उत्तर प्रदेशातून माझा पसारा आवरून दुसऱ्या...”

“अरे, अरे, हे राज्य काय मुखमंत्र्यांच्या बापाची मालमत्ता नाही. ते अशी त्यांच्याच मर्जीतील माणसांना कंत्राटे वाटू शकत नाहीत. या लोण्यावर आमचा सर्वांचाच हक्क आहे. तुम्ही काळजी करू नका. हे कंत्राट नक्की तुम्हालाच मिळेल आणि तेही आपण पहिल्या प्रकल्पाच्या ज्या शर्ती ठरवल्या होत्या त्यावरच!

मान्य?''

''अगदी मान्य भैय्याजी! मग मी माझ्या परदेशातील भागीदारांना मशिनरी पाठवण्याची तयारी करायला सांगू?''

''अगदी बेलाशक आणि ते सीमाचे काम तेवढे बघा. विसरू नका.''

''तुम्ही काही काळजी करू नका भैय्याजी. तुम्हाला ती या आठवड्यात भेटेल असे मी बघतो.''

''ओके.''

''हॅलो. मी रुखसाना अफ्सर बोलतेय. गृहमंत्रीजी आहेत का?''

''जगन्नाथजी घरी नाहीत. गोपीगंज येथे एका जाहीर सभेसाठी गेले आहेत. स्थानिक निवडणुकीसाठी प्रचाराचा आज शेवटचा दिवस आहे ना!''

''आपण कोण बोलताय?''

''मी त्यांचा स्वीय सचिव.''

''जगन्नाथजी मोबाइल का उचलत नाहीयेत? गेले दोन आठवडे त्यांनी माझा एकही फोन घेतला नाही.''

''मॅडम, तुम्ही ज्या वेगाने तुमची हेअरस्टाईल बदलता, त्याच्यापेक्षा अधिक वेगाने भैय्याजी आपल्या मैत्रिणी बदलतात, हे तुम्हाला ठाऊक नाही का?'' (हसतात.) तुम्हाला एव्हाना हे समजायला हवे होते. हॅलो... हॅलो...''

फोन कट झाला.

''डॅड.''

''बोल विकी. काळजीत आहेस असे दिसतेय.''

''आज मला टपालाने एक पत्र आले आहे. माओवादी क्रांतिकारी संघटनेकडून. मी जर झारखंडमधील विशेष आर्थिक क्षेत्राचा (सेझ) नाद सोडला नाही, तर मला जिवे मारण्याच्या धमक्या त्यांनी त्यामध्ये दिल्या आहेत.''

(हसत) ''आणि तू घाबरलास? अरे, विसरू नकोस, ज्याचा उत्तर प्रदेशात प्रचंड दरारा आहे अशा जगन्नाथ राय यांचा तू मुलगा आहेस.''

''पण माझा प्रकल्प झारखंडात आहे ना! मला खरेच त्या नक्षलवाद्यांनी काही केले तर!''

''काळजी करू नकोस. पोलिसांची एक तुकडी मी तुझ्या घराबाहेर तैनात करतो.''

''तुमचे पोलीस दल भुक्कड, निरुपयोगी आहे डॅड. मी दिल्ली पोलीस आयुक्तांना पत्र लिहून कमांडो संरक्षणच मागवून घेतो.''

''तू उगीच जास्त काळजी करतो आहेस विकी. नक्षलवाद्यांनी आत्तापर्यंत एकाही उद्योजकाला मारलेले नाहीये.''

''म्हणून पहिला मान मला मिळवायचा नाहीय डॅड! बाय.'' फोन बंद करत विकी म्हणाला.

''जगन्नाथ, स्थानिक निवडणुकांचे निकाल बघितले का?''

''हो मुख्यमंत्रीसाहेब, ते अपेक्षेइतके चांगले नाहीयेत.''

''चांगले? नाक कापले आहे आपले या निकालाने. आपल्या पक्षाने तब्बल ७१ जागा गमावल्या आहेत. कसेकाय झाले हे? तू तर म्हणाला होतास, सगळे उत्तम चाललेय म्हणून.''

''मी पूर्ण तपास करतो. माझी शंका आहे विरोधी पक्षाने निवडणूक अधिकाऱ्यांना लाच दिली असावी आणि अनेक अपक्षांमुळेही घोळ झाला आहे.''

''पण मला मिळालेली माहिती अशी आहे की, मुस्लिमांनी आपल्याला साथ दिली नाही. त्यामुळे पन्नास जागा आपल्या हातून गेल्या.''

''पण असे का केले त्यांनी? आपण त्यांच्यासाठी आजपर्यंत किती गोष्टी केल्या आहेत!''

''तुम्ही कानपूरमध्ये जो जातीय दंगा भडकवलात ना, त्याचे हे परिणाम! तू म्हणाला होतास ना, या दंग्यामुळे हिंदू मते आपल्याकडे वळतील म्हणून. आपल्याला हिंदूंचे एकही मत जास्ती मिळाले नाही, पण मुस्लीम मते मात्र पूर्ण गेली.''

''काळजी नका करू मुख्यमंत्रीसाहेब, मी असे काही नवे धोरण आखतोय की, ते आपल्याला पुढील निवडणुकीत उपयोगी पडेल.''

''काय आहे ते?''

''मी ख्रिश्चनांना आपल्या बाजूने वळवतोय. मी अशी काही पावले उचलली आहेत, ज्यामुळे जरी मुस्लीम मते आपल्याला नाही मिळाली तरी त्याची भरपाई ख्रिश्चन मतांमुळे करता येईल.''

''तुझी अक्कल काय चारा खायला गेलीये का जगन्नाथ? अरे मुस्लिमांची लोकसंख्या तेथील लोकसंख्येच्या १८ टक्के आहे आणि ख्रिश्चनांची एक टक्क्यापेक्षाही कमी!''

''पण तुम्ही गुणवत्ता बघा ना. केवळ संख्या बघू नका. ख्रिश्चनांना मी जेव्हा जेव्हा भेटतो तेव्हा मला समाधान वाटते, अगदी आतून. काय माणसे आहेत ही!''

''तू तुला हवे ते कर; पण पक्षाच्या कामात ढवळाढवळ करू नकोस. स्थानिक निवडणुकीच्या कामाची जबाबदारी तुझ्यावर टाकून पक्षाच्या श्रेष्ठींनी मोठी चूक केली आहे.''

"उगीच मला शिव्या घालू नका. मतदारांनी मते दिली नाहीत ती तुमच्यामुळे. शेवटी मुख्यमंत्री तुम्ही आहात ना! शिवाय तुम्ही कधी मला स्वातंत्र्य दिलेत का? माझ्या निर्णयांमध्ये तुम्ही वारंवार मोडता घातला नसतात, तर मी चमत्कार घडवला असता."

"तुझ्याशी बोलण्यात काही अर्थ नाही जगन्नाथ." (फोन बंद करतात.)

"हॅलो, मी मशाल चॅनलकडून सीमा बिश्त बोलतोय. मला जगन्नाथजींशी बोलता येईल का?"

"मी बघतो जरा ते आहेत का ते." (बीप् बीप् बीप्.)

"हॅलो सीमा, आलोकने तुला माझा मोबाइल नंबर दिला नाही?"

"त्यांनी दिला; पण मला वाटले, जोपर्यंत आपली प्रत्यक्ष भेट होत नाहीये तोपर्यंत मोबाइलवर फोन करायला नको."

"मग प्रत्यक्ष भेटू."

"नक्कीच; पण मला आमदार लखन ठाकूर यांच्या मृत्यूबाबत तुमची प्रतिक्रिया हवी होती."

"काय? लखन ठाकूर गेले?"

"होय. आमच्या चॅनलवर त्याची 'ब्रेकिंग न्यूज' आहे. ते त्यांच्या घरातून बाहेर पडत असताना त्यांच्यावर गोळी झाडण्यात आली. अर्ध्या तासापूर्वी."

"फार धक्कादायक आहे हे! त्या प्रकरणी कोणाला अटक झालीये का?"

"नाही; पण पोलीस महानिरीक्षक बी. पी. मौर्या यांनी असे स्टेटमेंट दिले आहे की, राज्यातील चोरटी लाकूड वाहतूक करणारी टोळी या खुनामागे असावी. मग, आपण भेटू या?"

"हो, हो प्रश्नच नाही. माझे गोमतीनगरमध्ये एक छानसे गेस्ट हाउस आहे. तिथे तुला येता येईल? रात्री दहाच्या सुमारास?"

"फार उशिरा नाही होणार?"

"जेवता-जेवता गप्पा मारू या. खूप बोलायचे आहे आपल्याला."

"ठीक आहे. भेटू या मग."

"मी तुझी वाट बघतो." (बीप् बीप् बीप्.)

"भैय्याजी, प्रेम कालरांना तुमच्याशी बोलायचे आहे."

"कोणाला?"

"प्रेम कालरा. 'डेली न्यूज'चे संपादक."

"त्या डुकराला बोलायचे आहे? ठीक आहे, दे जोडून."

बीप् बीप् बीप्...

"हॅलो प्रेम, फार दिवसांनंतर आठवण काढलीत माझी."

"मी तुमचा फार वेळ घेणार नाही गृहमंत्रीसाहेब. मला फक्त रुखसाना अफसर यांच्या मृत्यूविषयी तुमची प्रतिक्रिया हवी आहे."

"फार दुर्दैवी घटना आहे ही! ती एक निष्ठावान कार्यकर्ती होती."

"तिने आत्महत्या का केली असावी?"

"ते मला कसे कळेल? तुम्ही ते पोलिसांना विचारा."

"तुम्हाला ठाऊक आहे, तिने मरण्यापूर्वी एक चिठ्ठी लिहून ठेवली आहे."

शांतता.

"काय म्हटलेय त्यात?"

" 'प्रिय जगन्नाथ', असा मायना लिहून पुढे गालिबचा एक शेर लिहिलाय, 'हमने माना तगाफुल न करोगे, लेकिन, खाक हो जायेगे हम; तुमको खबर होने तक।"

(आम्हाला मान्य आहे, तू यायला विलंब करणार नाहीस; पण तू पोहोचेपर्यंत आम्ही मात्र या जगात नसू.)

"फार छान शेर आहे हा, पण त्याचा आमच्याशी काय संबंध?"

"तुमचे त्यांच्याशी प्रेमप्रकरण होते आणि तुम्ही त्यांना नंतर फसवलेत, अशी चर्चा आहे."

"खोटे, साफ खोटे. मी तिला धड ओळखतही नाही."

"पण अनेक वेळा तुमच्याबरोबर त्यांना लोकांनी बघितलेय."

"मी सतत सार्वजनिक आयुष्यात वावरणारा माणूस आहे, हे तुम्हाला माहितीच आहे. आणि त्यामुळे सतत मला अनेक माणसे – पुरुष आणि बायका भेटत असतात. याचा अर्थ या प्रत्येकाशी माझे प्रेमप्रकरण आहे असे होत नाही! मी एक सुखी विवाहित आहे."

"पण त्या चिठ्ठीबरोबर एक कॅसेटही आहे."

दीर्घ काळ शांतता.

"कोणती कॅसेट?"

"ऑडिओ कॅसेट."

"काय आहे त्यामध्ये?"

"खूपकाही. तुमचे तिच्याशी झालेले संभाषण. त्यात केलेली गालिबच्या शेरोशायरीची पखरण. तुम्ही तिच्यापाशी मुख्यमंत्र्यांविषयी व्यक्त केलेले तुमचे मत तर आम्हाला फार आवडले."

"तुम्हाला ही कॅसेट मिळाली कशी?"

''मृत्यूपूर्वी खुद्द रुखसानानेच ती मला इ-मेलने पाठवली. तुम्ही तिच्या बेडरूममध्ये असताना तिने हे सर्व टेप केले असावे.''

''पोलिसांना त्या विषयी ठाऊक आहे?''

''नाही. ती माझ्या ताब्यात आहे. त्यातील काही झलक ऐकवू तुम्हाला?''

शांतता.

''काय गृहमंत्रीसाहेब?''

''तुला काय हवे आहे प्रेम?''

''सत्य.''

(हसतो.)

''पत्रकारितेत त्याचाच तर पहिला बळी दिला जातो! प्रत्येक माणसाची किंमत असते. तुझी किंमत काय आहे ते बोल.''

''वीस लाख रुपये रोख आणि माझ्या पेपरसाठी एक वर्षभर शासकीय जाहिराती. यामध्ये काहीही कमी होणार नाही.''

''रोख रक्कम मी देऊ शकतो; पण तुमची दुसरी मागणी पूर्ण करण्यासाठी माहितीमंत्र्यांशी बोलावे लागेल.''

''मग माझी किंमत तीस लाख रुपये.''

''पंचवीस?''

''ठीक आहे.''

''मुख्तार?''

''बोला बॉस.''

''नेपाळमधून शस्त्रास्त्रांचा साठा आणायचा आहे.''

''काम जोखमीचे आहे साहेब. सध्या सीमेवर कडेकोट बंदोबस्त आहे आपल्याला कोणी अडवायला नको. नाही का?''

''काही काळजी करू नका. छतावर निळा दिवा लावलेली माझी सरकारी गाडी घेऊन जा म्हणजे कोणी अडवणार नाही. आणि गाडी घेऊन थेट गोडाऊनपर्यंत जा.''

''हे उत्तम! गृहमंत्र्यांची गाडी अडवण्याची हिंमत कोण करणार?''

''हॅलो, सीमा बोलतेय.''

''हॅलो जानेमन, कुठे आहेस सध्या तू? गेल्या आठवडाभरात भेटलीच नाहीस.''

''गडबडीत होते. अवध फेस्टिव्हलच्या बातम्या घ्यायच्या होत्या. शिवाय लखनौतील भव्य 'स्टेज शो'च्याही. बॉलिवूडची अनभिषिक्त सम्राज्ञी होती ना त्यात!''

“अरे, तुम्ही मंडळी या नट-नट्यांच्या मागे का पळता कळत नाही. त्यांना काही स्वाभिमानच नसतो. पैशासाठी छक्क्याप्रमाणे एखाद्या लग्नातही नाचायला तयार असतात सगळे!”

“पण त्यांचा कार्यक्रम बघण्यासाठी अर्धे लखनौ लोटले होते! मला वाटते, कार्यक्रमात खरा भाव खाऊन गेली ती शबनम.”

“ही शबनम कोण?”

“शबनम सक्सेना. भारतातील सध्याची एकदम बिनधास्त नटी!”

“मला या आजकालच्या नव्या नट्यांची काही माहिती नाही बुवा. मी पाहिलेला शेवटचा सिनेमा ‘मदर इंडिया.’ त्यात काय काम केलेय नर्गिसने!”

“तुम्हाला नट्यांची नावे ठाऊक नसतील; पण तुमचा मुलगा मात्र निर्माता आहे!”

“होय, विकीला या क्षेत्रात फार रस आहे. मी मात्र त्याच्यापासून कित्येक मैल दूर आहे. आणि माझ्यासाठी तू त्या सगळ्या नट्यांपेक्षा कितीतरी पटीने सुंदर आहेस.”

“मस्का लावू नका मला. आधी मला सांगा, माझे काम केलेत का?”

“कोणते काम?”

“माझ्या काकांना दारूचा परवाना मिळवून देण्याचे.”

“ते काम होय, ते झालेच म्हणून समज. पण तुला ठाऊक आहे, या कामामुळे माझ्या खिशाला कात्री लागणार आहे.”

“ती कशी?”

“तो दारूचा परवाना गेली कित्येक वर्षे शकील या माझ्या माणसाला मिळत होता. आता यंदा तुझ्या काकांसाठी मला त्याला नाराज करावे लागेल; पण अन्य मार्गाने मी त्याची भरपाई करेन.”

“आणि मीही करीन. रात्र तुमच्याबरोबर घालवून!”

“येस! ते फार बरे आहे.” (हसतो.)

“मी गृहमंत्री जगन्नाथ राय यांच्याशी बोलू शकतो?”

“बोलतोय, कोण बोलतेय?”

“पोलीस अधीक्षक नवनीत ब्रार. सर, मी बहारिचमधून बोलतोय.”

“अरेच्चा, नवनीत ब्रार. कसा आहेस? मला खात्री आहे, या गावातील मुक्कामामुळे तू जरा शहाणा झाला असशील. मग, मागे केलेल्या मूर्खपणाबद्दल माफी मागण्यासाठी फोन केला आहेस का?”

“नाही सर, मी तुम्हाला हे सांगण्यासाठी फोन केलाय की, तुमची अधिकृत गाडी मी जप्त केली आहे. नेपाळहून परत येताना माझ्या हद्दीतील तपासणी

नाक्यावर थांबवली आणि त्यात एके४७ रायफल्सचा साठा सापडला. तुमचा ड्रायव्हर पळून जाण्यात यशस्वी झालाय; पण मी सगळा साठा ताब्यात घेतलाय. आणि मी तुमच्याविरुद्ध अटक वॉरंट घेण्याच्या प्रक्रियेत आहे; गुन्हेगारी कृत्याला मदत आणि पाठिंबा दिल्याबद्दल.''

''काय? गृहमंत्र्यांना अटक करण्याची तू हिंमत दाखवणार?''

''मी अशा एका अट्टल गुन्हेगाराला अटक करणार आहे, जो आपल्या अधिकाराचा खुलेआम गैरवापर करतो आहे.''

''नवनीत, माझ्या वाट्याला जाण्याचे परिणाम काय होतील याची जाणीव आहे ना? आपल्या अंगावर युनिफॉर्म आहे म्हणजे आपल्याला कोणीही काही करू शकणार नाही, अशा भ्रमात राहू नकोस. तुला एखाद्या माशीसारखे चिरडून टाकायला मला एक क्षणही लागणार नाही.''

''काय कराल तुम्ही? तर तुमच्यापुढे हुजरेगिरी करणारे पोलीस महासंचालक मौर्या यांना माझी बदली करायला सांगणार ना? पण, या वेळी तसे काहीही घडणार नाही, कारण मी या वेळी थेट मुख्यमंत्र्यांशी बोललो आहे आणि तुमच्याविरुद्धची कारवाई पुढे चालण्याची अनुमती त्यांनी व्यक्तिशः मला दिली आहे. सुदैवाने अजूनतरी काही तत्त्वनिष्ठ राजकीय नेते आपल्या राज्यात आहेत.''

''मग तुला काय हवे ते कर. आणि मला जे करायचे आहे ते मी.''

फोन बंद करतो.

''डॅड.''

''बोल विकी.''

''१५ फेब्रुवारीला, निकालाच्या दिवसाला, फक्त एक आठवडा उरलाय.''

''तू का इतकी काळजी करतोयस विकी? तुझा निकाल मी कधीच, नोव्हेंबरमध्ये निश्चित केला आहे.''

''त्यांनी आणखी काही मागणी केलीय असे ऐकलेय मी.''

''तो एक सगळ्या खेळाचा भाग आहे. काही वेळा गिधाडांना सिंहाचा घास भरवावा लागतो.''

''मग मी स्वस्थपणे झोपू?''

''अगदी निवान्त! अशी झोप मलाही मिळाली असती तर बरे झाले असते.''

''का? तुम्हाला असा काय त्रास होतोय?''

''एका मूर्ख पोलीस अधिकाऱ्याने माझी झोप उडवली आहे. माझ्याविरुद्ध अटक वॉरंट काढण्याच्या आगाऊपणाच्या गोष्टी करतोय तो. राज्याच्या गृहमंत्र्याला अटक झाली, तर पक्षाच्या प्रतिमेवर त्याचा काय परिणाम होईल हे मुख्यमंत्र्यांना

पटवून देण्यात माझे दोन दिवस खर्च झाले.''

''तुम्ही या मुख्यमंत्र्यांचे काहीतरी करायला हवे डॅड.''

''करीन मी ते; पण त्यापूर्वी मला या पोलीस अधिकाऱ्याकडे बघायला हवे. मी मुख्तारला कामाला लावले आहेच.''

''जगन्नाथ?''

''होय मुख्यमंत्रीसाहेब.''

''भूसुरुंगाच्या स्फोटात झालेल्या नवनीत ब्रारच्या मृत्यूने मला फार धक्का बसला आहे.''

''मलाही मुख्यमंत्रीसाहेब. तो आपला अतिशय कार्यक्षम पोलीस अधिकारी होता. आपले सगळे आयुष्य त्याने दहशतवाद्यांशी लढण्यात घालविले; पण अखेरीस त्याचा घात झाला.''

''मला एक सांग जगन्नाथ, या मृत्यूशी तुझा काही संबंध नाही ना?''

''काय म्हणताय साहेब तुम्ही हे! भारत-नेपाळ सीमेवर कारवाया करणाऱ्या नक्षलवाद्यांनी त्याला मारलेय, हे सगळ्या जगाला ठाऊक आहे.''

''पण तुझी आणि त्याची नुकतीच वादावादी झाली होती. त्याने तुझी गाडी ताब्यात घेऊन तुला अटक करण्याचा बेत आखला होता.''

''पण असे वैयक्तिक मानपान मी कामात आणत नाही साहेब, हे विसरू नका आणि बहारिच गावात ब्रारची नेमणूक मी केली होती, हेही विसरू नका. शिवाय ती ताब्यात घेण्यात आलेली गाडीही माझी नव्हती. शस्त्रांची वाहतूक करणाऱ्या त्या टोळीने माझ्या गाडीच्या नंबरची बनावट पाटी आणि छपरावरील बनावट दिवा लावून पोलिसांची दिशाभूल केली. ती गाडी अडवून ब्रारने आपले कर्तव्य पार पाडले. त्यामुळे त्याला मरणोत्तर पुरस्कार देऊन आपण त्याचा गौरव केला पाहिजे, असे खरे म्हणजे मला वाटतेय.''

''तुझ्या मनात काय आहे?''

''राष्ट्रपती शौर्यपदकासाठी त्याची शिफारस करावी. शिवाय त्याच्या कुटुंबाला वीस लाख रुपये सानुग्रह अनुदान आणि त्याच्या पत्नीला एक उत्तम नोकरी!''

''मान्य आहे मला. एक गोष्ट सांग, तू तुझ्या मुलाच्या खटल्याच्या निकालाच्या संदर्भात उद्या दिल्लीला जाणार आहेस?''

''छे, मी लखनौत ब्रारच्या अंत्यसंस्कारासाठी जाणार आहे. गृहमंत्री म्हणून मी त्याच्यासाठी एवढेच करू शकतो.''

''हा तुझा निर्णय अगदी योग्य आहे, जगन्नाथ. तुला शुभेच्छा.''

''थँक यू, मुख्यमंत्रीसाहेब.''

“डॅड.”

“बोल विकी.”

“काही नाही, तुमचे आभार मानायचे होते. या सुटकेने माझ्या मनावरील एक मोठे ओझे उतरले आहे. मला तुरुंगात जावे लागेल की काय अशी मला कित्येकदा भीती वाटायची.”

“माझे आभार नको मानूस, गुरुजींचे आभार मान. त्यांच्या आशीर्वादाचे हे फळ आहे. त्यांनी मला शनीचा निळा खडा घालायला सांगितला, तेव्हापासून एकामागोमाग एक सुखद धक्के बसतायत. माझे सगळे शत्रू धुळीला मिळाले आहेत. गुरुजी आत्ताच जगाचा दौरा करून परत आले आहेत. मी स्वत: जाऊन त्यांचे आभार मानणार आहे.”

“आणि मी आता पार्टी ठरवायला निघालोय. माझ्या सुटकेचा आनंद साजरा करायला नको का! ही माझ्या आयुष्यातील सर्वांत जोरदार पार्टी असेल. मी एका भविष्यवेत्त्याला विचारले आहे. त्याचे म्हणणे आहे २३ मार्च हा दिवस उत्तम आहे पार्टीसाठी. सहा नंबरच्या बंगल्यात करणार आहे मी ती. तुम्ही येणार ना? मला तसे वचन द्या.”

“विकी, हे काही फारसे बरे दिसणार नाही. या खटल्याची चर्चा अजून लोकांमध्ये चालू आहे. लोकांची ओरड जरा थांबू दे. मग बघू आपण पार्टीचे.”

“मला त्याची फिकीर नाही हो डॅड. न्यायाधीशांनी मला निर्दोष मुक्त केलेले आहे. त्यामुळे आता डोके फोडून काहीही फायदा होणार नाही. त्यामुळे तुम्ही तुमच्या डायरीत ही तारीख नोंदवून ठेवा. २३ मार्च आणि मी तुम्हाला वचन देतो डॅडी, या पार्टीत कोणीही गोळी झाडणार नाही. (हसतो) चला, मला आता पळायला हवे.”

“बाय.”

“मी मुख्यमंत्र्यांच्या कार्यालयातून बोलतोय. साहेबांना गृहमंत्र्यांशी बोलायचे आहे.”

“तुझ्या साहेबांना भैय्याजींचे अभिनंदन करायचे आहे तर... पण त्यासाठी तीन दिवस उशीर झालाय.”

“त्याचे कारण मला कसे कळेल? गृहमंत्रीसाहेबांना बोलवा लवकर फोनवर.”

“तुझा मूड नेहेमी असा खराब का असतो? थांब, जोडून देतो भैय्याजींना.”

(बीप् बीप् बीप्)

“नमस्कार मुख्यमंत्रीसाहेब!”

“विकीच्या सुटकेवर लोकांमध्ये उमटलेली प्रतिक्रिया बघितलीस जगन्नाथ?”

“हो, पण तुम्हाला ठाऊकच आहे, हे मीडियावाले कधीही खूश नसतात. त्यांना नेहेमी फक्त नकारात्मक चित्र रंगवायला आवडते. त्यांनी कितीही टीका करू दे, आता निकाल बदलणार नाही हे नक्की! खुनाच्या आरोपातून विकी सुटलाय हे खरे आहे.”

“पण लोकांच्या मताचे काय जगन्नाथ?”

“मला त्याची फिकीर नाही. मी ती कधीच केली नाही.”

“पण मला ती फिकीर आहे ना! पक्षाला आहे. सर्व देशभर रोषाची लहर उसळली आहे. अमृतसरपासून अलेप्पीपर्यंत सर्वत्र विकीच्या सुटकेच्या निषेधार्थ मेणबत्ती-मोर्चे निघत आहेत. एनजीओतर्फे १८ राज्यांमध्ये निषेध-मोर्चे काढले जाताहेत. लखनौ विद्यापीठातील विद्यार्थ्यांनी आत्मदहनाचे इशारे दिले आहेत. कामगार संघटनांनी बेमुदत बंद पुकारले आहेत आणि टीव्ही चॅनलवर फक्त एवढी एकच बातमी आहे. मासिकांनी एसएमएस मोहीम हाती घेतली आहे आणि रुबी गिलच्या कुटुंबाला मदत करण्यासाठी ‘डेली न्यूज’तर्फे रुबी गिल फंड उभा केला जातोय. या केसइतकी कोणतीच केस आजवर गाजली नाही. या निर्णयाचा प्रत्येक पातळीवर धिक्कार केला गेलाय आणि खटला पुन्हा चालवण्याची मागणी पुढे येत आहे. या सगळ्या गोष्टींमुळे पक्ष मोठ्या अवघड परिस्थितीत सापडला आहे.”

“मग मी काय करू याला? माझ्या मुलाला वाऱ्यावर सोडून देऊ?”

“जर मुलाने तशी वेळ आणली, तर वडिलांनी तसा कठोर निर्णय घ्यायला हवा.”

“आपल्या या संवादावर माझा विश्वास बसत नाहीये. माझ्या मुलाची सुटका झालीये, त्याला शिक्षा नाही झालेली.”

“ते महत्त्वाचे नाही. तो लोकांच्या नजरेतून उतरला आहे आणि कोणत्याही राजकीय नेत्यासाठी लोकांचे मत फार महत्त्वाचे असते.”

“पण मुख्यमंत्रीसाहेब, मीडिया मूर्ख असते. क्षुल्लक गोष्टींचा कसा बाऊ करायचा हे त्यांना चांगले ठाऊक असते. कोळशाच्या खाणीत अडकलेल्या पन्नास मजुरांचा प्रश्न त्यांच्यासाठी महत्त्वाचा नसतो; पण एखादी मांजर विहिरीत पडली, तर त्याचे चोवीस तास प्रक्षेपण सर्व वाहिन्यांवरून सुरू करतील.”

“मला ठाऊक आहे हे, पण यावरून मीडियाची ताकद किती आहे हेच समजते. आपण काय बघायचे, केव्हा बघायचे हे सगळे मीडिया ठरवते. लोकांचे मत घडवण्याचे आणि बदलण्याचे काम तेच करतात आणि या प्रकरणी जो जनक्षोभ निर्माण झाला आहे, त्याला सामोरे जाणे सोपे नाही. आपण आत्ताच जर काही ते केले नाही, तर ही मीडिया आपली सत्ता उलथून टाकील.”

“मग मी काय करावे असे तुमचे म्हणणे आहे?”

''हायकमांडने निर्णय घेतला आहे. विकी किंवा गृहमंत्रीपद यांपैकी एक काहीतरी तुम्हाला निवडावे लागेल. उद्या दुपारपर्यंत तुमचा राजीनामा माझ्या टेबलावर यायला हवा. हवे तर प्रकृती अस्वास्थ्यामुळे राजीनामा दिला असे तुम्ही सांगू शकता.''

''प्रकृती बिघडली असेल तुमची! मी एक लढवय्या आहे, त्यामुळे अशी शरणागती पत्करणार नाही. मी तुम्हाला स्पष्ट सांगून ठेवतो, तुम्ही जर पदावरून हटवलेत, तर उद्या दुपारपर्यंत तुमचे आघाडी सरकार कोसळलेच म्हणून समजा.''

(हसतो) ''तू माफिया डॉन असशील, जगन्नाथ; पण राजकारणात मात्र तू अगदी चिल्लर आहेस बघ! शहाण्यासारखा राजीनामा दे म्हणजे ताठ मानेने पुन्हा लढू शकशील. राजकारणात परतीची वाट खुली असतेच की! पण जर तू हायकमांडचे म्हणणे डावललेस, तर त्यामुळे केवळ तुझ्या राजकीय कारकिर्दीचा अंत होईल असे नाही, तर तुझ्या गुन्हेगारी जीवनाचाही शेवट होईल.''

''ही भाषा तुम्ही तुमच्या मंत्रिमंडळातील नामर्दांसाठी वापरा मुख्यमंत्रीसाहेब. तुमच्या राज्यात असा एकही पुरुष नाही, जो मला आव्हान देऊ शकेल.''

''तू मला तुझ्या हकालपट्टीचा निर्णय घ्यायला भाग पाडतोयस.''

''आणि तुम्ही मला बंडखोरीचा निर्णय घ्यायला लावताय.''

''ठीक आहे तर! युद्धाचे रणशिंग पुकारले गेलेच आहे. बघू या, कोण जिवंत राहतो!''

''बघू या ना.'' (फोन बंद)

''हॅलो.''

''गुरुजी प्रणाम!''

''जय शंभो.''

''तुम्ही अलाहाबादहून मथुरेला कधी येताय?''

''माघ मेळा संपल्यावर लगेच.''

''गुरुजी, मला तुमच्या कृपाशीर्वादाची गरज आहे.''

''कशासाठी?''

''माझ्या आयुष्यातील सर्वांत महत्त्वाच्या लढाईसाठी.''

''मला वाटते, तू आधीच जिंकली आहेस ती. विकीची निर्दोष मुक्तता झाली ना? मी दिलेली प्रवाळाची अंगठी चांगलीच प्रभावी ठरली तर!''

''पण तरीही, मुख्यमंत्री माझी हकालपट्टी करण्याचे बेत आखतायत. आता मीही आखाड्यात उतरायचे ठरवले आहे आणि आता जी लढाई होईल, त्यात एक जण कोणीतरी संपणार हे नक्की! एकतर तो तरी किंवा मी तरी. ''

''माझे आशीर्वाद तुझ्यावर सदैव आहेतच जगन्नाथ. मी नुकतीच मुख्यमंत्र्यांची कुंडली बघितली. त्यांचे ग्रहमान वेगाने त्यांना प्रतिकूल होत आहेत आणि तुझे

अनुकूल दिशेने!''

"थँक यू, गुरुजी. तुम्ही माझ्या बाजूने आहात, मग मी कोणाशीही दोन हात करायला तयार आहे. अगदी मुख्यमंत्र्यांशीही!''

"जय शंभू! जगन्नाथ, विजयश्री तुझ्या गळ्यात माळ घालो!''

"जय शंभू, गुरुजी.''

"हॅलो, त्रिपुरारी, अजून तू हरदोईमध्ये आहेस?''

"व्वा, याला म्हणतात टेलिपथी भैय्याजी. तुमची विधानसभेतील कामगिरी बघून तुमचे अभिनंदन करण्यासाठी मी आता तुम्हालाच फोन करणार होतो. तुम्ही मुख्यमंत्र्यांवर चढवलेला हल्ला इतका उत्तम आणि हुशारीचा होता! एखाद्याला दया दाखवून मारणे म्हणजे काय त्याचा उत्तम नमुना होता.''

"पण, ते मला गृहमंत्रिपदावरून हाकलायला निघाले आहेत. विकीच्या सुटकेमुळे जी नकारात्मक प्रसिद्ध मिळाली आहे, त्यामुळे हायकमांड चिंतेत पडले आहेत म्हणे.''

"असे काही करण्याची त्यांची हिंमत कशी झाली? त्यांनी तुमची हकालपट्टी करण्याचा विचार जरी केला, तर एकेक जण मिळून त्यांचे सरकार खाली खेचू.''

"त्यासाठीच तर मला तुमची मदत हवीये. मी उद्या जर गृहमंत्रिपदी राहिलो नाही, तर या आठवड्याअखेरीस मुख्यमंत्रीही त्यांच्या खुर्चीवर राहता कामा नयेत. ते खुर्चीवरून कसे खाली येतील त्याचा बेत आखायला हवा. माझ्याबरोबर किती आमदार येण्यास इच्छुक आहेत, असे तुला वाटतेय?''

"आकडेमोड करावी लागेल भैय्याजी. सरकार खाली खेचण्यासाठी आपल्याला पन्नास आमदार फोडावे लागतील. त्यांपैकी वीस आमदारांचा एक गट आपल्या बाजूने आहेच. ते सगळे तुमचे अनुयायी आहेत. आपण मुख्यमंत्र्याची बाजू झटपट दुबळी करू शकतो.''

"ते एवढे सोपे नाही त्रिपुरारी. माझे लक्ष फार मोठ्या गोष्टीकडे आहे. आता प्रश्न फक्त मुख्यमंत्र्यांना त्यांच्या खुर्चीवरून खाली खेचण्याचा नाहीये, मला त्यांना चांगली धूळ चारायची आहे. त्यामुळे ती खुर्चीच आता मिळवायची, असे मी आता ठरवले आहे.''

"म्हणजे मुख्यमंत्रीपद?''

"मग? आयुष्याची पंचावन्न वर्षं काय फुकट घालवली मी? मी जेवढी कमाई केली आहे त्याच्या मदतीने मी दिल्ली, मुंबई किंवा अगदी अमेरिकेलासुद्धा जाऊ शकलो असतो. मी इथे मागे राहिलो कारण मला ते सर्वोच्च बक्षीस, मुख्यमंत्रीपद हवे आहे.''

"मग तुमचे लक्ष फारच दूरवर आहे म्हणायचे!"

"होय. मी विचार करीत होतो, राज्याचा गृहमंत्री म्हणून कोणाला माझी आठवण येणार? अजून दहा वर्षांनंतर मी मंत्रिमंडळाचा कधीतरी भाग होतो, हे लोकांना आठवणारसुद्धा नाही; पण राज्याचा मुख्यमंत्री मात्र लोकांना वीस वर्षांनंतरसुद्धा आठवेल! म्हणजे इतिहासाचा एक भाग होण्यासारखेच आहे हे आणि इतिहास कधीच कोणाच्या विस्मरणात जात नाही. आता जगदाम्बिका पालचेच पाहा ना! १९९८ साली तो फक्त एक दिवसासाठी मुख्यमंत्री झाला; पण त्याचे नाव इतिहासाच्या पानावर दाखल झाले ना! मलाही हा सन्मान मिळवायचा आहे. कल्पना करा, आणखी शंभर वर्षांनंतर राज्याच्या इतिहासाच्या पुस्तकात माझे नाव मुख्यमंत्री म्हणून दाखल झाले असेल! अशा गोष्टीसाठी लढायला हरकत नाही. नाही का?"

"अर्थात भैय्याजी; पण हे सगळे घडणार कसे?"

"पक्षात फूट पाडायला हवी आपल्याला. आपल्याकडे वीस आमदार आहेतच; एक तृतीयांश होण्यासाठी आपल्याला आणखी पाच जणांची गरज आहे. म्हणजे मग आपली फूट कायदेशीर होईल आणि पक्षफुटीला प्रतिबंध करणारा कायदा आपल्याला लागू होणार नाही."

"पण एवढ्या संख्येतून आपण सरकार कसे बनवणार?"

"मी विरोधी पक्षाच्या नेत्यांशी आधीच बोललो आहे. विशेषत: ज्यांना कमीतकमी पन्नास आमदारांचा पाठिंबा आहे त्या तिवारीजीशी! ते आपल्याला बाहेरून पाठिंबा द्यायला तयार आहेत आणि अपक्ष तर अगदी ठामपणे आपल्या पाठीशी आहेत. अर्थात, त्यांच्यापैकी निम्म्या लोकांना जिंकण्यासाठी मीच मदत केलीय म्हणा...! मग, तुम्हाला काय वाटतंय्? करू शकतो आपण हे?"

"व्वा, काय हा धोरणीपणा भैय्याजी, छान!"

"मी याचे नाव ठेवले आहे – 'ऑपरेशन चेकमेट.' आता तुम्ही ते अमलात आणायचे आहे."

"आता आपण या योजनेची जरा मुळापासून आखणी बघू या. सगळ्यात आधी आपल्या २० लोकांच्या गटाला आपल्याला वेगळे काढायला हवे. मग पक्ष फोडण्यासाठी ज्या पाचांची गरज आहे त्यांचा शोध घ्या आणि सगळ्यात शेवटी, मुख्यमंत्री म्हणून मला मान्यता आहे अशी पाठिंब्याची पत्रं सर्व विरोधी पक्षांकडून मिळवायला हवीत."

"छान. यश मिळवण्यासाठी जे आवश्यक आहे ते करा."

"पण यासाठी आपल्याला पैशाचीही गरज लागेल. 'ऑपरेशन चेकमेट'साठी पुष्कळ किंमत द्यावी लागेल आपल्याला. तुमच्या हाताशी एवढी रोकड आहे ना भैय्याजी?"

“तू पैशाची काळजी करू नकोस.”

“मग मी सूटकेसची खरेदी सुरू करू? किमान वीस तरी नक्कीच लागतील.”

“हो. लाग कामाला. मी जेव्हा मुख्यमंत्री होईन तेव्हा तुला राज्याच्या लगेज फॅक्टरीचा अध्यक्ष बनवून टाकीन.” मोठ्याने हसतो.

“हॅलो, मला आलोक अग्रवाल यांच्याशी बोलता येईल?”

“कोण बोलतेय?”

“जगन्नाथ राय.”

“अरे, भैय्याजी? माफ करा हं, मी तुमचा आवाज ओळखू शकलो नाही.”

“काय आलोक, मी गृहमंत्री म्हणून खुर्चीवरून उतरताच माझ्या आवाजाचाही विसर पडला? तुमच्यासारखे मोठे उद्योजक अशा तऱ्हेने उद्योग चालवतात?”

“नाही, असे नाही; ते जाऊ दे. बोला, आज माझी कशी आठवण काढलीत?”

“तुला ठाऊकच आहे आलोक, मी तुला नेहमी माझ्या धाकट्या भावासारखा मानत आलोय. आता मी अडचणीत सापडलोय अन मला तुझ्या मदतीची गरज आहे.”

“काय करू तुमची सेवा?”

“मी उत्तर प्रदेशाच्या मुख्यमंत्रिपदासाठी दावा करण्याचा निर्णय घेतला आहे.”

“ही फार मोठी झेप आहे भैय्याजी.”

“होय, मला ठाऊक आहे. सर्व पर्यायांचा विचार करूनच हे पाऊल मी उचलले आहे; पण काही आमदारांचा पाठिंबा निश्चित करण्यासाठी त्यांना काही पदांची ऑफर मला द्यावी लागेल. त्यासाठी तुझ्या मदतीची गरज आहे. या सगळ्या गोष्टी कशा तऱ्हेने हाताळाव्या लागतात, हे तर तुला ठाऊकच आहे ना!”

“ठाऊक आहे मला. तुम्हाला किती अपेक्षा आहे माझ्याकडून?”

“कमीत-कमी बारा-तेरा कोटी.”

(शांतता.)

“ही फार मोठी रक्कम आहे भैय्याजी.”

“तुझ्यासारख्या उद्योजकासाठी ही रक्कम फार नाही. ते जाऊ दे. कर्ज म्हणून समज ही रक्कम. मी मुख्यमंत्री होताच दामदुप्पट मिळतील तुला.”

“त्याची मला फिकीर नाही, भैय्याजी; पण सध्या एवढी रोख रक्कम माझ्या हाताशी नाही. दादरी प्रकल्प मला मिळाला असता, तर गोष्ट वेगळी होती; पण...”

“दादरीच्या निर्णयामुळे तू नाराज झाला आहेस, हे मला ठाऊक आहे आलोक, पण मी तरी काय करणार? सिंघानियाने लावलेली बोली तुझ्या रकमेच्या दुप्पट होती त्यामुळे त्याला मिळाले ते काम. मग, आता किती देऊ शकतोस तू?”

"दोन एक कोटी, जास्तीत-जास्त तीन."

"बस? तू आता एखाद्या कंजूष सावकारासारखा बोलतोयस."

"देवाशपथ, मी खरे बोलतोय."

"ही तुझी शेवटची ऑफर आहे?"

"माझ्यावर विश्वास ठेवा भैय्याजी. मला परवडणार नाही."

"काही गरज नाही आणखी बोलण्याची. माझीच चूक झाली मी तुझ्यासारख्या भुक्कड माणसाला जवळ केले. मी खरे म्हणजे सिंघानियासारख्या दर्जाच्या माणसाला जवळ करायला हवे होते. मग हरामखोरा, आता ऐक, आजपासून उत्तर प्रदेशमध्ये राहण्याचा विचारही सोडून द्यायचा! माझ्या राज्यात पाऊल टाकण्याचा विचार जरी केलास, तर कोंबडीप्रमाणे मुंडी मुरगाळून टाकीन, समजले?"

(फोन बंद करतो.)

"विकी?"

"डॅड, मी तुम्हाला थोड्या वेळाने फोन करू? मी एका महत्त्वाच्या मीटिंगमध्ये आहे."

"ती मीटिंग वगैरे राहू दे. मला तुझ्याशी आत्ताच्या आत्ता बोलायचे आहे."

"मंडळींनो, माफ करा. मी एक मिनिटात येतो. हं, बोला डॅड, काय काम आहे?"

"तू अशी चिडचिड का करतोयस?"

"मी काही चिडचिड करीत नाहीये. तुमचे काम काय ते बोला. मला वेळ नाहीये."

"मला दहा कोटींची गरज आहे."

"अरे बाप रे! पण डॅड तुम्हाला माझ्याकडे पैसे मागण्याची गरज कधीपासून पडायला लागली?"

"हे बघ विकी, माझ्याकडेही फार वेळ नाहीये. या आठवड्याच्या अखेरीपर्यंत तू मला दहा कोटी पाठवू शकतोयस का?"

"ते शक्य नाहीये डॅड. सध्या माझ्याकडे एवढी रोकड नाहीये. मी सगळे पैसे झारखंडमधील विशेष आर्थिक क्षेत्रासाठी गुंतवले आहेत; पण तुम्हाला कशाला एवढे पैसे हवेत?"

"ते मी तुला नंतर सांगेन."

"ते जाऊ दे, मी आता काही करू शकत नाही आणि हो, पुढचे दोन तास मला फोन करू नका."

"एक मुलगा आपल्या बापाशी असे वागतो?"

“हे बघा, डॅड, माझ्याकडे....”

“विकी, काही बोलू नकोस. काही मुले आपले सगळे आयुष्य आपल्या वडिलांसाठी, त्यांच्या अपेक्षा पूर्ण करण्यासाठी खर्च करतात, तर काही दुर्दैवी बापांना मात्र आपले सगळे आयुष्य मुलांच्या चुकांवर पांघरूण घालण्यात खर्च करावे लागते. आता याच्यानंतर आपल्याला अडचणीतून बाहेर काढणारा बाप होता हे विसरून जायचेस तू!”

“एवढे भावुक होण्याची गरज नाही डॅड. माझ्यावर विश्वास ठेवा, डॅड. मला शक्य असते, तर मी नक्कीच तुम्हाला मदत केली असती आणि मला अडचणींतून बाहेर काढण्याबद्दल म्हणत असाल, तर आता मी कोणाही बारटेंडरला मारणार नाहीये! (हसतो.) माझा मोबाइल मी आता बंद करतोय डॅड.”

(फोन बंद करतो.)

“हॅलो सीमा.”

“हॅलो.”

“फारच थंडपणे उत्तर देते आहेस तू. का गृहमंत्रिपदाच्या खुर्चीवरून उतरल्यामुळे तूही मला विसरलीस.”

“नाही, असे काही नाही.”

“मग जानेमन, पुन्हा केव्हा भेटते आहेस मला?”

“मी काही दिवसांसाठी दिल्लीला जातेय. काही गोष्टींबाबत निर्णय घ्यायचे आहेत.”

“नेमक्या कोणत्या? मला सांग, मी त्यासाठी काही मदत करू शकतो? तुझ्या आणखी एखाद्या काकाला दारूचे कंत्राट हवे आहे का?” (हसतो.)

“हसू नकोस. मला स्वतःलाच थोडा बदल हवा आहे.”

“काय हवे आहे तुला? मला सांग, तुला हवे ते देईन.”

“मलाच ठाऊक नाही. माझा जीव घुसमटतोय इथे. एखाद्या चरकात सापडल्यासारखे वाटतेय आणि आयुष्य जणू माझ्या आजूबाजूने वाहून जाते आहे.”

“प्रत्येकालाच असे कधी ना कधी वाटत असते. गुरुजी म्हणतात तसे, तुमचे लक्ष उद्दिष्टापासून ढळता कामा नये.”

“मला असे नेहमी वाटते. मी सध्या आहे त्यापेक्षा आणखी वरच्या जागी पोहोचायला हवे होते. माझा जन्म या दीडदमडीच्या टीव्ही रिपोर्टरपदाच्या नोकरीसाठी झालेला नाहीये. मी दिसायला सुंदर आहे, तरुण आहे. विद्यापीठाच्या नाटकाच्या स्पर्धेत उत्तम अभिनयाचे पारितोषिक मी पटकावले होते. मी सिनेमात काम करू शकते, असे तुला वाटत नाही?”

"अरे, ही फिल्म लाइन फार बेकार आहे. चुकूनही त्याच्या वाट्याला जाऊ नकोस."

"तुम्ही जर विकीशी माझ्याबद्दल बोलू शकलात तर... तो तुम्हाला नकार देणार नाही."

"नाही, मी काही करू शकणार नाही असे. कारण विकी माझे ऐकणार नाही. त्यामुळे मला अडचणीत आणू नकोस."

"तूच एक अडचण आहेस."

"हे बघ, सीमा...."

(फोन बंद.)

"काय बातमी आहे त्रिपुरारी?"

"फार अवघड काम होते हे भैय्याजी. आम्ही फोन केले, बैठका घेतल्या आणि त्यातून आपले मित्र आणि शत्रू यांचा अंदाज घेतला. एखाद्या माणसाचा खरा चेहरा जाणणे फार अवघड असते. आपण ज्या वीस लोकांवर विसंबून आहोत, तेही खोडसाळपणा करतायत. त्यांपैकी फक्त आठ जण आपल्या बाजूने यायला तयार आहेत आणि सर्व युक्त्यांचा अवलंब केल्यावर आम्ही जेमतेम चौदा लोकांना आपल्या बाजूने वळवू शकलो. तरीही अजून सहा जणांची गरज आहेच. शिवाय, पक्षफोडीच्या कायद्याखाली आपल्यावर कारवाई करता येऊ नये म्हणून आणखी पाचांची आपल्याला गरज आहे ते वेगळेच. म्हणजे एकूण अकरा झाले. मग ज्या आमदारांना पाडता येईल त्यांच्या दुबळ्या जागांचा आम्ही विचार केल्यावर मग आम्ही काहीतरी करू शकलो. या गळाला पहिला मासा लागला तो चिलुपूरच्या रमाकांत शर्मा यांच्या रूपाने! नाहीतरी त्यांच्या बायकोने विरोधी पक्षाशी हात-मिळवणी केल्यापासून हायकमांडचे त्यांच्यावर लक्ष होतेच. त्यामुळे त्यांना फोडणे खूप सोपे गेले. अशोक जयस्वाल, प्रभा देवी, चंपकलाल गुप्ता, मदन वैश्य आणि रासबिहारी यांना मंत्रिपदाचे आमिष दाखवून खरेदी करण्यात आले आहे. रासबिहारी यांचा विशेषत्वाने पशुधन विकास खात्यावर डोळा आहे. मग आम्ही आमचा मोहरा सुरेशसिंग बाघेल यांच्याकडे वळवला. ऊस सहकारी मंडळाच्या अध्यक्षपदावरून त्यांना हटवल्यापासून त्यांनी मुख्यमंत्र्यांशी अबोलाच धरला आहे. त्यामुळे ते आपल्या बाजूने येण्यास उत्सुकच होते. त्यांच्यामुळे राकेश यादव आणि पप्पूसिंग ही दोन माणसे फोडता आली. शेवटी इक्बाल मियाँ यांनी सलीम मोहमद यांना आपल्या बाजूने वळवले आणि दहा जण आपल्या गोटात आले."

"छान काम केलेस त्रिपुरारी; पण तरीही अजून एक कमी आहेच."

"मला ठाऊक आहे भैय्याजी. मी सर्व तऱ्हेचे प्रयत्न करून आता या

निष्कर्षाला आलो आहे की, पक्षात आता एकही आमदार फोडण्याजोगा राहिलेला नाही. आम्ही आमचे डोके चालवतोय; पण ओसामा बिन लादेनप्रमाणे हा एकच आमदार हाताशी लागत नाहीये. काय करू या भैय्याजी?''

''त्रिपुरारी, तुला नेता आणि अनुयायी यांच्यामधील फरक ठाऊक आहे?''

''तो काय आहे भैय्याजी?''

''नेत्याने निर्माण केलेल्या मार्गावर अनुयायी चालत असतो; पण नेता मात्र नवा मार्ग निर्माण करतो. तुझी समस्या ही आहे की, तू फक्त सरळ, समोर बघतोयस. तू आजूबाजूला बघू शकत नाहीस. मला मात्र पुढील तीन वळणे दिसत आहेत. मला सांग, गेल्या वर्षी क्लार्क्स अवध हॉटेलमध्ये आपल्या मुलाच्या वाढदिवसाचे निमंत्रण मला कोणत्या आमदाराने दिले होते? मला आठवतेय त्याच्या मुलाचा तो तिसरा वाढदिवस होता.''

''फार पूर्वीची गोष्ट आहे ही भैय्याजी. मला आठवू द्या जरा. गेल्या वर्षी जानेवारी महिन्यातील. हं, आठवले, ते गोपाळमणी त्रिपाठी होते, बरोबर ना?''

''हो. अगदी बरोबर. ते बरेलीचे आमदार आहेत. त्यांच्याशी बोललास तू?''

''काय बोलताय भैय्याजी तुम्ही? ते तर मुख्यमंत्र्यांचे कट्टर पाठीराखे आहेत. ते वनमंत्री होणार असल्याचीही अफवा आहे. तो माणूस फुटण्याचा विचार करणेसुद्धा शक्य नाही.''

''मुलावरील प्रेमापोटी माणूस काहीही करू शकतो, नाही का? (काही क्षण शांतता.) तुझ्या बथ्थड मेंदूमध्ये काही शिरतोय का? का प्रत्येक गोष्ट स्पष्टपणे शब्दांत मांडायला हवी?'' (शांतता.)

''बस्स, भैय्याजी समजले. मला खरेच तुमच्याकडून खूप शिकायला हवे. मग मी मुख्तारला कामाला लावू?''

''त्याला म्हणावे तो फुटेल असे बघ. म्हणजे मग तुझा अकरा जणांचा हिशोब बरोबर होईल.''

''मी अलाहाबादहून बोलतोय. गृहमंत्री जगन्नाथ राय यांच्याशी गुरुजींना बोलायचे आहे.''

''स्वत: गुरुजींना? मी भैय्याजींना जोडून देतो लगेच.'' (बीप्... बीप्...)

''गुरुजी, खरेच तुम्ही स्वत: बोलताय?''

''जगन्नाथ, मी मोठ्या संकटात सापडलोय. मला तुझी मदत हवीये.''

''काय झाले गुरुजी? मी त्या बॉम्बस्फोटाबद्दल ऐकले तेव्हा खरेच मला तुमची काळजी वाटली. या माघ-मेळ्यावरही अतिरेक्यांची वक्रदृष्टी गेली ना! पण तुम्ही सुखरूप आहात, हे त्रिपुरारीने मला सांगितले.''

"हो ना, जगन्नाथ, त्या स्फोटामधून देवाच्या कृपेनेच वाचलो मी; पण आज, माझ्या मथुरेतील आश्रमावर धाड पडलीये. मी माझ्या भक्तांना जी वनौषधी देतो त्यात मानवी आणि जनावरांच्या हाडांचा चुरा असतो, असा आरोग्य खात्याचा दावा आहे."

"कसे शक्य आहे हे गुरुजी? हा बहुराष्ट्रीय औषध कंपन्यांचा तुम्हाला बदनाम करण्याचा डाव आहे."

"मलाही अगदी हेच वाटतेय जगन्नाथ; पण माझ्यामागचा त्रास इथे संपत नाही. माझे भक्त असल्याचा दावा करणाऱ्या, पण ज्यांना मी कधी आयुष्यात बघितले नाहीये, अशा तीन बायकांनी मी त्यांच्यावर लैंगिक अत्याचार केल्याचा दावा केला आहे. तुला तर ठाऊक आहे, मी ब्रह्मचर्याची शपथ घेतली आहे, त्यामुळे असे काही अनैतिक करण्याचा विचारही मी करू शकत नाही; पण तरीही तुझ्या पोलीसखात्याने माझ्याविरुद्ध वॉरंट काढून ते आता मला अटक करणार आहेत. मी अलाहाबादमध्येच एका शिष्याच्या घरी लपून बसलो आहे. काय करू या आता?"

"तुमच्याविरुद्ध चांगला मोठाच कट शिजलेला दिसतोय गुरुजी."

"याच्यामागे कोणीतरी शत्रू असावा असे वाटतेय आणि मला त्या डुकराचा – स्वामी ब्रह्मदेवाचा – संशय आहे. तो मुख्यमंत्र्यांच्या किती जवळचा आहे हे तुला ठाऊकच आहे. ही नक्की त्याचीच करणी असणार. आता तूच मला यामधून बाहेर काढू शकतोस."

"गुरुजी, दुर्दैवाने मी आता गृहमंत्री नसल्याने माझ्याकडे आता ते अधिकार उरले नाहीयत; पण मी तुमच्या सुटकेची व्यवस्था करतो."

"सुटका? म्हणजे?"

"होय, तुम्ही तातडीने युरोप किंवा अमेरिकेला पळ काढा, नाहीतर ते तुम्हाला दहा-पंधरा महिने तुरुंगात टाकतील. राज्यात जागोजागी उगवलेल्या या एनजीओंमुळे लैंगिक अत्याचारांचे आरोप फार गांभीर्याने घेतले जातात."

"खरे सांगतोस? मग मला त्वरित हालचाली केल्याच पाहिजेत."

"माझा एक माणूस तासाभराच्या आत गाडी घेऊन तुम्हाला भेटायला येईल. तो तुम्हाला नेपाळच्या सीमेपर्यंत घेऊन जाईल. तिथून तुम्ही काठमांडूला जा आणि ज्याचा व्हिसा आहे ती फ्लाइट पकडा."

"थँक्स जगन्नाथ! तुझे हे उपकार मी विसरणार नाही. आणखी एक मदत करू शकतोस का?"

"बोला गुरुजी."

"माझे सर्वांत मौल्यवान धन म्हणजे तामिळनाडूमधील माझ्या एका भक्ताने मला दिलेले पुरातन शिवलिंग दोन दिवसांपूर्वी दहशतवादी हल्ल्यानंतर उडालेल्या गोंधळात माझ्या आखाड्यातून कोणीतरी चोरले. त्यामुळेच या आपत्ती माझ्यावर

कोसळल्या आहेत. कसेही करून ते शिवलिंग मला परत मिळालेच पाहिजे. तू मला म्हणाला होतास की, राज्याचे पोलीस महासंचालक हा तुझ्या विश्वासातील माणूस आहे. या प्रकरणाचा छडा लावून ते परत मिळवण्याचे प्रयत्न करायला त्यांना सांगशील? अजून ते शिवलिंग अहमदाबादमध्येच असणार. ते मिळाल्यावर मी येईपर्यंत ते तुझ्याकडेच सुरक्षित ठेवून दे. एवढे माझ्यासाठी करशील?''

''आनंदाने! पण गुरुजी, तुम्हाला बहुधा ठाऊक नसेल, ज्या दिवशी मला गृहमंत्रिपदावरून काढण्यात आले, त्याच दिवशी मुख्यमंत्र्यांनी मौर्याला बडतर्फ केले. त्यामुळे आता पोलीस दलात माझा माणूस कोणीही नाही.''

''अरे, हे तर फारच वाईट झाले; पण तू काळजी करू नकोस. भगवान शंकर सगळे व्यवस्थित करील. माझे शब्द लक्षात ठेव, या मुख्यमंत्र्याचे दिवस आता भरत आले आहेत.''

''तुमची भविष्यवाणी खरी ठरू दे.''

''ठीक आहे जगन्नाथ. मी तुझ्या माणसाची वाट बघतो. जय शंभू!''

''जय शंभू, गुरुजी.''

''भैय्याजी, एक चांगली बातमी आहे आणि एक वाईट.''

''मला चांगली बातमी आधी दे त्रिपुरारी.''

''चांगली बातमी ही आहे की, पक्ष फोडून स्वत:चा पक्ष स्थापण्यासाठी लागणारे पुरेसे आमदार आपल्याकडे आता आहेत.''

''छान! त्या सगळ्यांना तातडीने आपल्या बदौनमधील गेस्ट हाउसमध्ये हलवून नजरकैदेत ठेव. सगळ्यांचे मोबाईल्स काढून घे. त्यांच्याशी कोणालाही संपर्क साधणे शक्य होणार नाही असे बघ. जेव्हा राज्यपाल मला आमदारांचा पाठिंबा सिद्ध करायला सांगतील तेव्हाच आपण त्यांना बाहेर काढू.''

''ते सगळे केव्हाच झाले आहे भैय्याजी. एक बस बदौनला रवाना होऊन त्यांच्यावर लक्ष ठेवण्यासाठी एकाची नेमणूकही झाली आहे.''

''मग वाईट बातमी काय आहे?''

''तिवारींनी असा निरोप दिला आहे की, मुख्यमंत्रिपदाच्या तुमच्या दाव्याला पाठिंबा न देण्याचा निर्णय विरोधी पक्षांनी घेतला आहे.''

''काय? मी सगळ्यांशी बोललो तेव्हा कोणी आपला विरोध दर्शवला नाही. तिवारींनाही माझ्या निर्णयाचे कौतुकच केले.''

''त्यांची तुमच्याविषयी काही तक्रार नाहीये. त्यांची तक्रार आहे विकीबद्दल.''

''म्हणजे? नेमके काय म्हणणे आहे त्यांचे?''

''विकीच्या सुटकेला टीव्ही चॅनल्सवर मिळालेली प्रसिद्धी, त्याच्या पेपरमध्ये

आलेल्या बातम्या... लोक फार अस्वस्थ आहेत यामुळे... त्यामुळे आमदारही विचारात पडले आहेत. त्यांना भीती वाटते आहे, जर त्यांनी तुम्हाला पाठिंबा दिला, तर त्यांचीही प्रतिमा मलिन होईल याची.''

''अरे, हे साले सगळे हलकट भ्रष्टाचारामध्ये पुरते बुडले आहे. आता त्यांची काय प्रतिमा मोठी चांगली उरली आहे!''

''ते मला ठाऊक आहे भैय्याजी, पण असे म्हणून त्यांना आपण सक्तीने आपल्याला पाठिंबा द्यायला लावू शकत नाही ना! त्या सगळ्यांना असे वाटतेय, तुम्ही काही दिवस धीर धरावा, लोकांच्या नजरेपासून जरा दूर जावे, उठलेले वादळ जरा शांत होऊ द्यावे. तिवारींचे म्हणणे आहे ते तुमच्या गृहमंत्रिपदाला पाठिंबा देऊ शकतील; पण मुख्यमंत्रिपदाला निश्चितच नाही. ज्या काही अपक्षांशी मी बोललो त्यांचेही हेच मत आहे. विकी हा सध्या तुमच्या पायातील मोठ्ठी बेडी बनली आहे.''

''मग? काय करू या आता?''

''तिवारींनी असे सुचवले आहे, ते तुमचे प्रतिनिधी म्हणून मुख्यमंत्र्यांकडे जातील आणि या प्रश्नी तडजोड घडवून आणतील. त्याची किंमत म्हणून ते एक कोटी रुपये मागतायत.''

''हे फारच चमत्कारिक आहे. ज्या खुर्चीवर माझाच हक्क आहे ती परत मिळवण्यासाठी मीच पैसे द्यायचे? मला काही कोर्टात शिक्षा ठोठावलेली नाही.''

''भैय्याजी, मुलाच्या पापाची फळे काही वेळा वडिलांना भोगावी लागतात. गृहमंत्रिपदाशिवाय आपण फारच दुबळे होऊन जाऊ आणि मुख्यमंत्री पोलिसांचा ससेमिरा आपल्यामागे लावू शकतात. आता आपल्याला पोलीस महासंचालकांचीही मदत नाहीये. मला वाटतेय तिवारींच्या ऑफरचा स्वीकार करावा आपण.''

''ओ के, पण त्यांना सांग, त्यांनी मागितलेले पैसे द्यायला मला थोडासा वेळ लागेल.''

''हे छान झाले भैय्याजी.''

''जानेमन, तू अजून दिल्लीत आहेस?''

''होय. लखनौतून इथे आल्यावर इतके छान वाटतेय! येथील उत्फुल्ल आयुष्य लखनौच्या सपक आयुष्यापुढे इतके सुंदर आहे!''

''असे म्हणू नकोस सीमा. मी येथे आहे ना! तुझी खूप आठवण येतेय, सीमा. गुरुजीसुद्धा कोठेतरी फेदरलँडला गेले आहेत.''

''नेदरलँड्स, मंत्रीजी, नेदरलँड्स.''

''फेदर असो किंवा नेदर, त्याच्यामुळे मला काय फरक पडतो? मला फक्त तुझी काळजी आहे. तू कधी परत येणार आहेस?

"काही घाई नाहीये मला यायची."

"मग मी दिल्लीला येऊ का? आपण एखाद्या छानशा हॉटेलमध्ये भेटू शकतो."

"नको, नको... माझे काम संपताच मी संपर्क साधेन तुमच्याशी."

"मग, जानेमान. एक... "(चुंबन घेतल्याचा आवाज.)

"त्रिपुरारी बोलतोय, भैय्याजी! तिवारींनी आपले काम केले आहे. एक तोडगा निघालाय. तुम्ही मुख्यमंत्रिपदासाठी दावा करणार नसाल आणि सध्याच्या मुख्यमंत्र्यांना जाहीर पाठिंबा देणारे निवेदन काढायला तयार असाल, तर तुम्हाला पुन्हा गृहमंत्रिपद देण्याची हायकमांडची तयारी आहे."

"असे केले, तर मीच माझे नाक कापल्यासारखे होईल."

"पण आपल्यापुढे दुसरा पर्यायच नाहीये भैय्याजी. तुमच्यामध्ये मुख्यमंत्र्यांना खाली खेचण्याची शक्ती नक्कीच आहे; पण स्वत: त्या खुर्चीवर बसण्यासारखी परिस्थिती नाहीये. मग या किरकोळ अटी मान्य करून टाका. मी निवेदनाचा असा मसुदा तयार करतो, ज्याने तुमचा इभ्रतीला फारसा धक्का लागणार नाही."

"हेच दिवस बघायला मी जिवंत राहिलो का?"

"तुम्हाला विकीसारखा मुलगा नसता ना, तर नक्की तुम्ही आज मुख्यमंत्रिपदाच्या खुर्चीमध्ये असता! कदाचित एखाद्या दिवशी पंतप्रधानही झाला असता; पण सध्या आपल्याला आपल्या महत्त्वाकांक्षेला वेसण घालावीच लागेल."

"ही पहिली फेरी तर मुख्यमंत्र्यांनी जिंकली!"

"असेच नाही म्हणता येणार. दोघांनी एकेक गेम जिंकला असे म्हणू या. 'ऑपरेशन चेकमेट' बरोबरीत सुटले आहे."

"मी कधीच पराभव स्वीकारत नाही. त्यामुळे याचा शेवट नक्कीच चेकमेटमध्ये होईल. बघशील तू."

"डॅड, गृहमंत्रिपद परत मिळाल्याबद्दल काँग्रॅट्स! तुम्ही त्या खुर्चीवर नसल्यामुळे माझी नवी कोरी लॅम्बोर्गिनी नोएडातून १८०च्या वेगाने कशी पळवायची याची मला चिंता पडली होती." (हसतो.)

"विकी, तू माझे किती नुकसान केले आहेस, तुला कल्पना नाहीये; पण तू आहेस म्हणून मी माफ करतोय. तुझा २३ मार्चचा पार्टीचा बेत अजून तसाच आहे?"

"अर्थात डॅड! निमंत्रणपत्रिका वाटायला सुरुवातसुद्धा झाली; पण माझ्या बिनडोक सेक्रेटरीने एक मोठ्ठा घोळ घातलाय. तिने निमंत्रितांच्या जुन्या यादीप्रमाणे सगळी आमंत्रणे पाठवल्यामुळे मोहनकुमार आणि सिंघानियासारख्या लोकांनाही आमंत्रणे गेली आहेत. मी त्यांना फोन करून ते रद्द करू?"

''तुझा हाच तर प्रॉब्लेम आहे विकी, सेक्रेटरी नेमताना तू त्यांच्या हुशारीऐवजी त्यांचे सौंदर्य बघतोस ना! पण लक्षात ठेव, एकदा दिलेले आमंत्रण रद्द करणे हे आपल्या संस्कृतीत बसत नाही.''

''पण मोहनकुमार ठार वेडे झाले आहेत आणि सिंघानिया माझे धंद्यातील स्पर्धक आहेत.''

''तुला एक जुनी म्हण ठाऊक आहे? मित्रांना तुमच्या जवळ ठेवा आणि शत्रूला त्यापेक्षाही जवळ. शिवाय कुमारच्या गांधीबाबाच्या नव्या अवतारामुळे आपली करमणूक होईल ते वेगळेच.''

''गांधींचा विषय निघालाय म्हणून मला आठवण झाली डॅड, माझा खटला पुन्हा उभा राहण्याची चर्चा ऐकून कधीकधी काळजी वाटते.''

''या गावगप्पा लवकरच थांबतील. खरे म्हणजे प्रत्येकच गोष्ट कधी ना कधी थांबते, संपते, जसे मुलाचे वडिलांवरील प्रेमही संपते तसे!''

''मी तुम्हाला पैसे पाठवले नाहीत म्हणून अजून तुम्ही माझ्यावर नाराज आहात?''

''नाही विकी, मी भूतकाळात कधीच अडकत नाही.''

''डॅड, तुम्हाला सीमा बिश्त नावाची मुलगी ठाऊक आहे?''

''हो, चांगलेच ओळखतो मी तिला. त्या मशाल नावाच्या टुकार चॅनलची रिपोर्टर आहे ती; पण तू कसा ओळखतोस तिला?''

''ती काल रात्री माझ्या फार्म हाउसवर आली. तुमची ओळख सांगत होती.''

''ती दिल्लीला जात असल्याचे मला म्हणाली होती. तिने तुझी मुलाखत घेतली का?''

''मुलाखत? तिने त्याच्यापुढे मजल मारली. तिला माझ्या पुढच्या सिनेमात रोल हवा होता.''

''मग तू काय केलेस?''

''तुमची काय अपेक्षा आहे? (हसत.) तिच्याबरोबर झोपायला मजा आली रात्री! आणि तीही त्याच्यासाठी तयार होती.'' (दीर्घ शांतता.)

''...''

''डॅड?'' (फोन बंद.)

''हाय, सीमा बोलतेय. दोन दिवस तुमचा फोन लावण्याचा प्रयत्न करतेय. लागतच नाहीये. अभिनंदन, गृहमंत्रीसाहेब!''

''माझ्याशी बोलण्याची तुझी हिंमत कशी झाली? रांड लेकाची!'' (फोन बंद.)

"हॅलो? हॅलो?"

"नोव्होटेल हॉटेलमध्ये फोन केल्याबद्दल धन्यवाद! आम्ही आपल्याला काय मदत करू शकतो?"

"हा ०० ३१ २० ५४११११२३ क्रमांक आहे?"

"होय सर. काय मदत हवी?"

"मला खोली क्रमांक ५६७मध्ये जोडून द्या."

"एक क्षण थांबा." (बीप् बीप् बीप्)

"हॅलो. कोण बोलतेय?"

"हॅलो, मला गुरुजींशी बोलता येईल?"

"गुरुजींना आत्ता वेळ नाहीये. त्यांना कोणताही व्यत्यय आत्ता नकोय."

"मला ठाऊक आहे ते. त्यांना फक्त एवढेच सांगा, लखनौहून जगन्नाथ राय यांचा फोन आहे आणि अत्यंत महत्त्वाचे काम आहे."

(कुजबुजत) "गुरुजी, कोणीतरी जगन्नाथ राय बोलतायत. त्यांना तातडीने तुमच्याशी बोलायचे आहे."

"फोन मला दे आणि तू बाथरूममध्ये जा. हॅलो जगन्नाथ, तू तर मला ॲमस्टरडॅममध्ये गाठलेस (हसतो). जय शंभो!"

"जय शंभू गुरुजी. तुमचा फोन उचलला ती बाई कोण?"

"ती ना, अरे ती भगिनी रिता. माझे युरोपमधील कामकाज सांभाळते; पण ते जाऊ दे, मला सांग, तू कसा आहेस?"

"गेले काही महिने खूप वाईट विचार मनामध्ये होते."

"त्यात काही विशेष नाही. ज्यांना आपल्या अस्तित्वामागील मूलभूत सत्य समजलेले नाही, त्यांना अशी नकारात्मक ऊर्जा त्रास देते."

"मला वाटतेय मी भरकटतो आहे आणि तुम्हीच मला योग्य मार्ग दाखवू शकता. ज्याप्रमाणे रणांगणावर अर्जुन कृष्णाकडे मार्गदर्शनाच्या आशेने गेला, तसा मी तुमच्या आश्रयाला आलो आहे गुरुजी. तुम्ही शरीराने माझ्यापासून हजारो मैल दूर असलात तरीही...."

"जेव्हा मन असे भरकटते तेव्हा विवेकबुद्धी भ्रष्ट होते जगन्नाथ! आणि माणसाचे मन भरकटते ते भ्रमामुळे आणि भ्रम निर्माण होतो संतापातून. तू कशावर, कोणावर रागावला आहेस?"

"अनेक गोष्टींवर! गुरुजी, तुम्ही नेहेमी मला सांगता कोणत्याही गोष्टीचा ताण घेऊ नकोस म्हणून. पण मी काय करू? राजकारण म्हणजे ताण आलाच ना!"

"मला एक सांग, तुझी मुख्यमंत्रिपदासाठी सुरू असलेली मोहीम कशी

चाललीये? तुला अनेक आमदारांचा पाठिंबा असल्याचे मी टाइम्स ऑफ इंडियामध्ये वाचले आहे.''

''ती फार जुनी बातमी झाली गुरुजी! आता मी पुन्हा गृहमंत्री झालो आहे.''

''व्वा! ही फारच चांगली बातमी आहे! म्हणजे मी आता भारतात येऊ शकतो? तू माझ्याविरुद्ध काढलेले अटक वॉरन्ट रद्द करू शकतोस ना?''

''लगेच नाही शक्य ते गुरुजी! मी अजूनही काही अडचणींना तोंड देतोय. पण मी एक बेत आखलाय, जो तडीला गेल्यावर मी मुख्यमंत्री होऊ शकतो.''

''छान! मग तू मुख्यमंत्री झाल्यावरच मी भारतात परत येईन. काय आहे तो बेत नेमका?''

''मी त्याच्याविषयी नंतर बोलेन गुरुजी. मला आता तुमच्याकडून त्यापेक्षा महत्त्वाचे आणि मूलभूत असे जाणून घ्यायचे आहे. मला अस्तित्वाबद्दलचे सत्य जाणायचे आहे.''

''(हसत) आपल्या सर्वांनाच ते जाणून घेण्याची इच्छा आहे, नाही का?''

''गुरुजी, तुम्ही मला खूप वर्षांपासून ओळखता. जेव्हा मी राजकारणात नव्हतो तेव्हापासून. मला एक सांगा, एखाद्याची हत्या करणे ही अत्यंत वाईट गोष्ट आहे?''

''(हसत) हत्या कसली? या देहाची? जगन्नाथ, मी तुला वारंवार सांगितले आहे, हे जग असे मिथ्या आहे, एक माया आहे, मृगजळाप्रमाणे. तसाच आपला देहही एक माया आहे. काही काळापुरते या देहाचे अस्तित्व आहे, पण तो अमर नाही. कधी ना कधी त्याचा त्याग करावा लागणारच.''

''मग आपण एखाद्याच्या मृत्यूबद्दल एवढा शोक का करतो?''

''विवेकी माणूस कशाचाच शोक वा आनंद मानत नाही. जो जन्माला आला तो मृत्यू बरोबर घेऊनच आला आहे आणि मरणाबरोबर पुन्हा जन्मही येतोच, हे जे अटळ चक्र आहे त्याबद्दल एखादा मूर्खच शोक करू शकतो. ''

''आणि शरीर जरी मेले, तरी आत्मा मात्र अमर असतो.''

''अगदी बरोब्बर! आत्म्याला जन्म-मृत्यू नाही. तो अविचल, अविनाशी आहे. देहाला मरण आहे, आत्म्याला नाही.''

''मग जरी कोणाची हत्या झाली, तरी आत्मा मरत नाही. तो फक्त दुसरे रूप धारण करतो, एवढेच ना?

''बरोब्बर! ज्याला हे ज्ञान आहे की, आत्मा अविनाशी, अनंत, शाश्वत आहे तो कोणाला मारत नाही आणि कोणाच्या हत्येला कारणीभूतही होत नाही.''

''मग एखाद्या माणसाला त्याच्या जवळच्या नातलगाने मारले तर?''

''नातलग, आप्त अशी काही गोष्टच मुळी अस्तित्वात नाहीये. योगी माणसाचे खरे लक्षण म्हणजे अलिप्तता. तो कोणाचा पती नसतो, कोणाचाही

मुलगा नसतो आणि त्याचेही कोणी नसते. ना पत्नी, ना कुटुंब! दु:खातही त्याचे मन अविचल अन् स्थिर असते.''

''माझ्या साऱ्या शंका फिटल्या गुरुजी. तुम्ही माझ्या मनातील काळोख दूर केलात.''

''कृष्ण अर्जुनाला जे म्हणाला आहे, ते सतत लक्षात ठेव. दु:खी होऊ नकोस. सर्व पापांमधून मी तुला मुक्त करीन.''

''तुम्ही खरेच मला मुक्त केलेत गुरुजी.''

''जगन्नाथ, मला आता भाषणासाठी निघायचे आहे. प्लीज, माझ्या वॉरंटबाबत काहीतरी कर. मी फार काळ परदेशात नाही राहू शकत. माझा हा व्हिसा दोन महिन्यांत संपेल. मी असे ऐकले आहे की, त्या हलकट ब्रह्मदेवाने डिव्होशन चॅलनवरील आपल्या मुलाखतीत माझ्यावर तऱ्हेतऱ्हेचे आरोप केले म्हणून. याचा अर्थ, माझी शंका खरी होती तर.''

''तुम्ही काळजी करू नका गुरुजी, ज्या दिवशी मी मुख्यमंत्री होईन, त्या दिवशी त्याच्याविरुद्ध अटकेचा वॉरंट निघेल. जय शंभू!''

''जय शंभू!''

''मुख्तार.''

''बोला बॉस!''

''लखनौमध्ये आहेस? मला सांग मुख्तार, तू अगदी सश्रद्ध मुस्लीम आहेस?''

''नाही साहेब. फक्त मी कमीतकमी शुक्रवारी तरी नमाज करण्याचा प्रयत्न करतो.''

''मग तुला बळी देण्याची कल्पना ठाऊक असेल ना? तू अब्राहमबद्दल ऐकले आहेस?''

''प्रत्येक मुसलमानाला तो ठाऊक आहे. अल्लाला खूश करण्यासाठी स्वत:च्या मुलाचाही बळी देण्यास तयार असलेला अब्राहम थोर होता.''

''त्याच्यासाठी हे फार अवघड झाले असेल नाही? मी आज तुला जे काम देणार आहे तेही असेच अवघड आहे.''

''हुकूम द्या. काय काम आहे ते सांगा फक्त.''

''मी ते फोनवर नाही सांगू शकत. आत्ता तू घरी येऊ शकतोस?''

''का नाही? निघालोच मी. खुदा हाफिज.''

''खुदा हाफिज.''

११

नेटवधू!

युनायटेड एअरलाइन्सच्या विमानाने बरोबर तीन वाजता दिल्ली विमानतळावर आपली चाके टेकली. इतर सर्व प्रवाशांना बाहेर पडण्याची अतोनात घाई झाली होती. जणू बाहेर कोणीतरी फुकट गोळ्या-चॉकलेटं वाटत होते! मी विमानातील सर्व गुळगुळीत मासिके आणि सुरक्षिततेच्या सूचना देणारी माहितीपत्रके माझ्या बॅगेत भरली. इतर प्रवासी उतरल्यावर एकदा टॉयलेटमध्येही जाऊन आलो.

पासपोर्ट काउंटरजवळ मी आलो तेव्हा तेथे भलीमोठी रांग होती आणि तेथील माणूस कूर्मगतीने काम करीत होता. दर दहा मिनिटांनी तो एकतर चहा प्यायला उठत होता किंवा मित्राशी गप्पा मारत होता. माझी वेळ येईपर्यंत मी नुसता वैतागलो होतो.

''गुड डे सर!'' माझा पासपोर्ट उघडत तो म्हणाला. मग माझ्याकडे आणि पासपोर्टमधील माझ्या फोटोकडे बघत तो म्हणाला, ''हा तुमचा पासपोर्ट आहे?''

''होय.'' मी उत्तरलो.

''पण तुम्ही या फोटोपेक्षा फार वेगळे दिसता.''

''त्याचे कारण पासपोर्टसाठी तुझा सगळ्यात छान फोटो पाठव असे माझी मम्मी मला म्हणाली. त्यामुळे मी माझा शाळेत काढलेला छान फोटो पाठवला.''

''जरा थांबा इथे.'' असे मला सांगून तो अधिकारी आपल्या वरिष्ठाशी सल्लामसलत करायला गेला. दहा मिनिटांनी परत येत तो म्हणाला, ''माफ करा, आम्ही तुम्हाला भारतात प्रवेश करण्याची परवानगी देऊ शकत नाही. तुमचा पासपोर्ट बनावट असावा, अशी आमची शंका आहे. तुम्हाला अमेरिकेला परत जावे लागेल.'' पासपोर्ट माझ्या हातात ठेवीत त्याने एका कोपऱ्याकडे निर्देश करीत म्हटले, ''त्या बाकावर बसा जरा वेळ.''

''काय?'' मी किंचाळलोच. ''तुम्ही माझी थट्टा करीत नाहीये ना? मी लग्नासाठी आलोय इथे.''

''मी काही करू शकत नाही.'' मान हलवत तो म्हणाला

“असे म्हणू नका. मी वॅकोहून येथे माझ्या भावी पत्नीला भेटण्यासाठी आलोय फक्त. मला खात्री आहे, तुम्ही या प्रश्नी काहीतरी तोडगा काढू शकाल.” अजीजी करीत तो म्हणाला.

“असे म्हणता...” आसपास चोरटी नजर टाकीत तो हळूच म्हणाला, “तुम्ही मला मदत केलीत, तर मी तुम्हाला मदत करू शकतो.”

“तुम्ही म्हणाल ते करायला मी तयार आहे.”

“मी परदेशी चलनाच्या नोटा जमवतो.” कुजबुजत्या आवाजात तो म्हणाला, “अमेरिकेच्या चलनातील सगळ्या नोटा माझ्याकडे आहेत. शंभर डॉलरची सोडून. तुम्ही ती मला देऊ शकता? पासपोर्टच्या आत ती सरकवून द्या फक्त.”

त्याच्याकडील चलनात हजार डॉलरची नोट होती याबद्दल मी देवाचे आभार मानले. कारण ती नोट अजून मीही बघितली नाहीये. मी पाकिटातून त्वरित शंभराची नोट काढून त्या पासपोर्टमध्ये सरकवली आणि तो पासपोर्ट त्या अधिकाऱ्याकडे सरकवला. त्याने त्यावर तत्परतेने शिक्का मारून मला परत केला आणि स्मितहास्य करीत म्हणाला, “भारतातील तुमचा मुक्काम सुखाचा होवो मिस्टर पेज.” मी पासपोर्ट उघडून बघितला. आत ठेवलेली हिरवी नोट गायब झाली होती. फिरत्या पट्ट्यावरून माझी बॅग घेण्यासाठी मला वीस मिनिटे वाट पाहावी लागली आणि नंतर भारतीय चलन घेण्यात आणखी दहा मिनिटे खर्च झाली. ज्या खोलीत सर्वत्र झुलत्या खुर्च्या आहेत अशा खोलीत अडकलेले लांब शेपटीचे मांजर जसे भांबावून जाते तशी माझी अवस्था झाली होती. त्याच भांबावलेल्या अवस्थेत मी बाहेर पडलो.

गरम हवेच्या झोतात भारताने माझे स्वागत केले. बाहेर एखाद्या भट्टीमध्ये असावा तसा उष्मा होता. बाहेर लोक मोठ्याने ओरडत होते, हात हलवत होते, गाड्यांचे हॉर्न्स वाजत होते. गणवेषातील ड्रायव्हर्स हातात पुठ्ठ्याचे फलक घेऊन इकडून तिकडे पळत होते आणि खाकी कपड्यातील ड्रायव्हर्स, “टॅक्सी? टॅक्सी?” विचारत होते.

त्या गर्दीत मी सपनाला शोधू लागलो. विमानतळावर एवढ्या मुली होत्या; पण सपनासारखी एकही नव्हती. मी बाहेर तीन तास वाट बघितली, पण माझी भावी पत्नी काही आली नाही! इतर सर्व प्रवासी निघून गेले. विमानतळ निम्मे रिकामे झाले. मी सपनाला शोधत बाहेर टॅक्सी स्टँडवर आलो आणि तिथे मला ती दिसली. दोन्ही हात जोडून नमस्ते करीत उभ्या असलेल्या तिच्या अंगावर लालजर्द साडी होती, गळ्यात भरपूर दागिने होते. त्या मोठ्या बोर्डवर शेजारी निळ्या मोठ्या अक्षरात लिहिले होते – “भारतात तुमचे स्वागत असो!”

मी रडका माणूस नक्कीच नाही. यापूर्वी मी रडलो होतो ते माझा आवडता

मुष्टीयोद्धा एका प्रसिद्ध सामन्यात अंडरटेकरकडून पराभूत झाला तेव्हा! पण या क्षणी मात्र माझ्या गळ्यात एक मोठ्ठा आवंढा आला. या क्षणी आईच्या कुशीत जाऊन रडावेसे, मन मोकळे करावेसे वाटत होते. विमानतळावरील त्या अधिकाऱ्याने खरोखर मला परत पाठवायला हवे होते किंवा खरे म्हणजे मी भारतात यायलाच नको होते; पण एकदा तुम्ही अंथरूण पसरलेत की, तुम्हाला त्यावर झोपावेच लागते ना! बाहेर अंधारू लागले, तसे मला जाणवले आपल्याला राहण्यासाठी एखादी जागा शोधायला हवी! हळूहळू मी त्या काळ्या-पिवळ्या टॅक्सीकडे गेलो.

भरघोस काळ्याभोर मिशा असलेल्या आणि फेटा बांधलेल्या त्या ड्रायव्हरला मी विचारले, ''मला एखाद्या स्वस्त हॉटेलमध्ये घेऊन जाणार?''

''अर्थात, सर! तुमच्यासाठी अगदी योग्य अशी एक जागा मला ठाऊक आहे. तुम्ही कोणत्या देशातून आलात?''

''अमेरिका.'' मी म्हटले.

''मला आवडते अमेरिका. माझ्या खेड्यातील निम्मी माणसे न्यू जर्सीमध्ये राहतात. तुम्ही दिल्लीत प्रथमच आला आहात ना?'' मान हलवत त्याने विचारले.

''मी भारतातच पहिल्यांदा आलो.'' मी उत्तरलो.

''बसा आत सर.'' टॅक्सीचा मागील दरवाजा उघडत तो म्हणाला. माझी सुटकेस आणि बॅग त्याने मागे डिकीत ठेवली.

''टॅक्सीमधील सीट्स फाटल्या होत्या आणि एक विचित्र, तेलकट वास आतमध्ये होता. टॅक्सीच्या समोरच्या भागात पांढरी दाढी असलेल्या म्हाताऱ्या माणसांचे फोटो लावले होते. ड्रायव्हरने मीटर खाली पाडून गाडी सुरू केली.

नवी दिल्ली वॅकोपेक्षा मोठी होती आणि इथली वाहतूक चमत्कारिक होती. गाड्यांखेरीज बसेस, सायकल्स, मोटारसायकल्स, स्कूटर्स आणि एक चमत्कारिक आकाराचे वाहन, ज्याला रिक्षा म्हणतात असे ड्रायव्हरने सांगितले, ही सगळी वाहने एकमेकांना अगदी चिकटून, पण एकमेकांवर न आदळता किंवा रस्त्यावर चालणाऱ्या माणसांना न चिरडता रस्त्यावरून चालत होती. अकस्मात मला समोरून एक मोठ्ठा राखाडी रंगाचा हत्ती आमच्या अंगावर चाल करून येताना दिसला.

''अरे, हा प्राणी प्राणिसंग्रहालयातून सुटला वाटते?'' मी आश्चर्याने विचारले.

''नाही सर, आमच्याकडे प्राणिसंग्रहालयाची गरज नाही. तुम्हाला हवे ते सगळे प्राणी तुम्हाला शहरात आढळतील इथेच,'' दूरवर बोट दाखवत तो हसत म्हणाला. ''तुम्हाला तिथे काही छान म्हशी आणि गाईसुद्धा आढळतील.''

आम्ही दोन तास वेड्यासारखे टॅक्सीत बसलो होतो. एका क्षणी तर मला वाटले, मी विमानतळावर परत निघालोय की काय. मला काळजी वाटत होती; पण ड्रायव्हर मात्र हसत होता.

"विमानतळापासून शहर फार दूर आहे साहेब; जवळजवळ शंभर मैल, पण काळजी करू नका सर, आपण पोहोचू तिथे लवकरच. भारतात तुम्हाला खूप संयम शिकावा लागेल."

शेवटी पिवळ्या रंगाचे दिवे आणि पांढऱ्या ट्यूब लावलेल्या बाजारात तो मला घेऊन गेला. माणसे आणि गाईंनी गजबजलेल्या अरुंद गल्ल्या समोर दिसत होत्या. पोत्यांचे उंचच उंच ढीग बांधलेल्या लाकडी गाड्या काही कळकट माणसे ओढत होती. डुगडुगत्या रिक्षांमध्ये गलेलठ्ठ बायका बसल्या होत्या. आपली किणकिणती घंटा वाजवत सायकलवाले या सगळ्या वर्दळीतून झपकन मार्ग काढीत होते. आणि रिक्षावालेही! फळ, किराणा, टीव्ही, पुस्तक-विक्रेत्यांच्या छोट्या-छोट्या दुकानांनी बाजारपेठ गजबजली होती. आणि जागोजागी (पंख्यापासून सुगंधी तेल विकणाऱ्या) जहिरातींचे मोठाले फलक लावलेले होते. ते ज्या तऱ्हेने पुढे झुकले होते, ते बघता कोणत्याही क्षणी खालून चालणाऱ्या लोकांवर कोसळतील असे वाटत होते.

मोडकळीस आलेल्या एका पिवळसर इमारतीसमोर टॅक्सी थांबली. त्यावर फलक होता 'रुबी गेस्ट हाउस, पहाडगंज' असे त्याखाली लिहिले होते, "नीटनेटकी, स्वच्छ, कमी दरात राहण्याची व्यवस्था."

"हे तुमचे हॉटेल सर. रास्त दर असलेले आणि चांगले!" असे म्हणत ड्रायव्हरने माझ्याकडे हजार रुपये टॅक्सी भाडे मागितले.

मी आतमध्ये प्रवेश करणार तेवढ्यात एका गलेलठ्ठ गाईने माझा रस्ता अडवला.

मी त्या जनावराला हाकलण्याचा प्रयत्न केला; पण माझ्याकडे बघत तिने तिची मान हलवली. मी माझ्या बॅगने तिला ढकलण्याचा प्रयत्न करताच मला काही कळायच्या आत मी हवेत फेकला गेलो. एका सायकलवर डोके आदळून मी थाडकन रस्त्यावर आपटलो. खुराने जमीन उकरत, जोरात हंबरत ती गाय पुन्हा माझ्या अंगावर धावून आली. मी मदतीसाठी आसपास बघितले; पण भोवतालची लोके फक्त खिदळत माझ्याकडे बघत होती. हाताने पँटवरची धूळ झटकत मी हळूहळू उठलो आणि पुन्हा हॉटेलमध्ये शिरण्याचा प्रयत्न करू लागलो; पण ती गाय मला पुन्हा रोखू लागली. अखेर एका केळीवाल्याने माझी सुटका केली आणि गाईने आपला मोर्चा त्याच्याकडे वळवला. मी चटकन हॉटेलमध्ये प्रवेश केला.

त्या हॉटेलच्या स्वागतकक्षात एक जीर्ण, हिरव्या रंगाचा सोफा, एक जुनाट लाल रंगाचे कार्पेट आणि एक मरतुकडे झाड होते. काळे केस डोक्यावर चापून-चोपून बसवलेला एक तेलकट तरुण तेथे मॅनेजर म्हणून बसला होता. "या पंचतारांकित गेस्ट हाउसमध्ये तुमचे स्वागत असो सर!" त्याने माझे औपचारिक

स्वागत केले. आठवड्याच्या भाड्यापोटी त्याने माझ्याकडे दोन हजार रुपये मागितले. आणि खोली क्रमांक ४११ची चावी माझ्या हातात सोपवली. निव्वळ कळकट अंडरपँट घातलेल्या एका छोट्या मुलाने माझी सूटकेस उचलली आणि डुगडुगत्या जिन्यावरून तो मला सूटकेससह दुसऱ्या मजल्यावरील खोलीत घेऊन गेला. त्या खोलीविषयी घरी कळवावे अशी त्या खोलीची परिस्थिती नव्हती. चार भिंती आणि वर छत असलेले ते एक जरा मोठे बिळ होते एवढेच. जेमतेम एक माणूस झोपू शकेल एवढा पलंग, एक कपाट आणि एक छोटेसे टेबल व खुर्ची एवढेच सामान त्या खोलीत होते. भिंतीला राखाडी रंग दिला होता आणि एक सामान्य कार्पेट जमिनीवर अंथरलेले होते. खोलीतील बाथरूम-संडासात एक बादली-मग ठेवले होते आणि तिथे कमालीची दुर्गंधी होती!

"नाश्ता सकाळी सात ते साडेसात या वेळात टीव्हीच्या खोलीत मिळेल." टेबलावर माझी बॅग ठेवत त्या मुलाने माहिती दिली आणि पुढे विचारले, "तुम्हाला काही हवे आहे? खायला? किंवा छोकरी? किंवा कोक-सिगारेटपैकी काही?"

त्याने दिलेल्या पर्यायांचा विचार करीत मी म्हटले, "कोक चालेल मला."

"पाचशे रुपये द्या सर." त्याने मागणी केली. 'एका कोकच्या कॅनसाठी दहा डॉलर्सपेक्षा जास्त पैसे? भारतातील एवढा महागडा मुक्काम फार परवडेल असे वाटत नाही! थोड्या अनिच्छेनेच मी पैसे काढून दिले.'

मुलगा खोलीतून बाहेर पडताच खिडकीचे गडद हिरव्या रंगाचे पडदे मी बाजूला सारले. तऱ्हेतऱ्हेच्या वायर्सच्या एका भल्यामोठ्या गुंत्याने माझे 'स्वागत' केले. खालच्या रस्त्यावर जणू मंडप घालावा अशा त्या वायर्स एका इमारतीवरून दुसऱ्या इमारतीकडे गेल्या होत्या. संपूर्ण टेक्सासला विद्युतपुरवठा करू शकतील इतक्या अवैध वायर्स त्यामध्ये दिसत होत्या. वातावरणात काळपट धुके तरंगत होते. माझ्या खोलीच्या खिडकीखाली दिसणाऱ्या छपरावर दोन माणसांचा मोठ्याने वाद सुरू होता. कुठूनतरी रेडिओवर लागलेले हिंदी सिनेमातील गाणे कानावर येत होते. एवढ्या कलकलाटात मला झोप येईल की नाही याबद्दल मला शंकाच वाटली.

तो छोकरा दहा मिनिटात परत आला आणि माझ्या हातात त्याने पांढरी पावडर भरलेली एक छोटी प्लॅस्टिकची पुडी ठेवली.

"हे काय आणले आहे? मी कोक मागितला होता ना?" मी म्हटले.

"हे कोकच आहे. एकदम असली!" असे म्हणत तो खोलीमधून पसार झाला.

"ए, थांब!" मी ओरडलो; पण तो गायब झाला होता. मी ती पावडर हुंगून बघितली. तिला अजिबात कोकचा वास येत नव्हता. ती पाण्यात मिसळून प्यायला

हवी की काय, या संभ्रमात मी असतानाच दरवाजावर लाथ मारीत एक लठ्ठ पोलीस हवालदार आत घुसला. “एक पाऊलही पुढे टाकाल तर खबरदार!” त्याने जरबेन हुकूम सोडला अन् विचारले, “काय आहे तुमच्या हातात?”

“मला नाही ठाऊक. मी कोक मागवला. त्याने मला हे आणून दिले.” मूठ उघडून ती पावडर दाखवत मी म्हटले.

“ओहो, म्हणजे तुम्ही कोकेन मागवलेत, हे तुम्हाला मान्य आहे तर?”

“कोकेन? काय म्हणताय तुम्ही?”

“आता सभ्यपणाचा आव आणू नका. या इलाख्यात जेव्हा एखादा परदेशी माणूस सिगारेट मागतो, तेव्हा त्याला मारिजुआना हवा असतो आणि जेव्हा तो कोक मागतो तेव्हा त्याला कोकेन मागायचे असते; पण आमच्या देशात कोकेन जवळ बाळगणे हा अतिशय गंभीर गुन्हा आहे. आता तुला कमीतकमी दहा वर्षे तुरुंगात जावे लागेल.”

“दहा वर्षे तुरुंगात? फक्त कोक मागवल्याबद्दल?” मला अक्षरश: भोवळ आली.

“चला माझ्याबरोबर पोलीस ठाण्यावर!” असे म्हणत हवालदाराने खिशातून दोन बेड्या काढल्या. त्या बेड्या बघून माझी भीतीने गाळणच उडाली; पण तेवढ्यात मला विमानतळावर घडलेली घटना आठवली. एका क्षणात मी खिशातून शंभर डॉलरची नोट काढली आणि त्या हवालदारापुढे ती धरून म्हटले, “तुमच्या डॉलरच्या साठ्यामध्ये थोडी भर घालण्याची तुमची इच्छा आहे?”

त्या हवालदाराचे डोळे एकदम चमकले. त्याने झडप घालून ती नोट हस्तगत केली. “या वेळी तुला माफ करतोय; पण भारतात हे मादक पदार्थ घेण्याची हिंमत पुन्हा करू नकोस.” असा इशारा देत त्याने ती प्लॅस्टिकची पुडी खिशात टाकली आणि हातातील काठी जिन्यावर आपटत तो निघून गेला.

दिवसभर जे काही घडले त्यामुळे माझ्या पायातील त्राण निघून जाऊन मी पलंगावर जवळजवळ कोसळलोच. मी माझ्या पहिल्यावहिल्या परदेशदौऱ्यावर आलो होतो.

विमानतळावरून माझी जवळपास हकालपट्टीच झाली होती. मग गाईने ढुशी मारून उडवले आणि आता अटक होता-होता टळली होती!

मी ते खाकी पाकीट उघडून आतील फोटो बाहेर काढले. फोटोतील स्त्रीच्या – सपना असो वा शबनम – डोळ्यांमध्ये खोलवर बघत मी तिला विचारले, “का वागलीस तू असे माझ्याशी?”

दुसऱ्या दिवशी सकाळी मला जाग आली ती पंख फडफडण्याच्या आवाजामुळे.

डोळे उघडले तेव्हा मला माझ्या पलंगाशेजारी दोन कबुतरे दिसली. त्या दोघांना हाकलून मी खिडकीतून खाली वाकून बघितले. सूर्य अजून उगवला नव्हता; पण रस्त्यावरील लोकांचा दिवस मात्र सुरू झाला होता. फ्रॉक घातलेल्या छोट्या-छोट्या मुली प्लॅस्टिकच्या बाटल्या घेऊन नळावर पाणी भरण्यासाठी आल्या होत्या. बाजूला एक माणूस उघड्यावरच आंघोळ करीत होता. एका प्लॅस्टिकच्या बादलीशेजारी उभे राहिलेल्या, चट्ट्यापट्ट्याची अंडरपँट घातलेल्या त्या माणसाने अंगाला साबण फासला आणि प्लॅस्टिकच्या मगने अंगावर पाणी ओतून तो साबण धुवून काढला.

काही क्षणानंतर मीही कपडे काढून आंघोळीसाठी बाथरूममध्ये शिरलो. नळाखाली उभे राहून मी पूर्ण नळ सोडला. कोमट पाण्याचे काही थेंब माझ्या अंगावर पडले आणि मी थोडासा भिजलो. पाच मिनिटातच ते टपटपणारे थेंबही थांबले. मला आता समजले, पाणी हे या शहरात सोन्यापेक्षाही मौल्यवान का आहे ते!

नाश्ता झाल्यावर मी स्वागतकक्षाकडे निघालो.

''मला अमेरिकेला फोन कुठून करता येईल?'' मी मॅनेजरला विचारले.

''तुम्ही पब्लिक बूथवर जा सर.'' तो मला म्हणाला.

''पब्लिक बूथ म्हणजे काय?''

''लोकांसाठी सुरू केलेले कॉल ऑफिस. शेजारीपाजारी खूप आहेत. आंतरराष्ट्रीय फोन करण्याची छान सोय आहे तिथे आणि ते चोवीस तास चालू असतात.''

मी रस्त्यावर पाऊल ठेवले. प्रत्येक दुकानाआड एक कॉल सेंटर होते. ह्यूस्टनमधील नृत्याच्या बारपेक्षा पहाडगंजमधील पब्लिक बूथची संख्या अधिक होती. माझ्या हॉटेलजवळ असलेल्या पब्लिक बूथमध्ये शिरून मी मम्मीचा फोन क्रमांक फिरवला. तिचा आवाज ऐकून मला इतका आनंद झाला!

''लॅरी, माझ्या सुनेला घेऊन कधी घरी येतो आहेस? आणि मला लग्नाचे फोटो पाठवायला विसरू नकोस.'' ती उत्साहाने म्हणाली.

लग्न होऊ शकत नाही हे सांगण्यासाठी खरे म्हणजे मी तिला फोन केला होता; पण आता तिचा आवाज ऐकताना मला तिला खरे काय ते सांगण्याची हिंमत होईना. ''नाही विसरणार मी मॉम. बाकी सगळे छान आहे.'' असे पुटपुटत मी फोन ठेवून दिला.

बाजारपेठ उघडल्याबरोबर मी माझे परतीचे तिकीट बुक करण्यासाठी ट्रॅव्हल एजंटचा शोध घेऊ लागलो. सुदैवाने समोरच असलेल्या छोट्या-छोट्या दुकानांच्या इमारतीत मला लकी टूर्स अॅन्ड ट्रॅव्हल्सचे ऑफिस दिसले. एखाद्या मित्रासारख्या वागणाऱ्या त्या मालकाने माझे तिकीट काळजीपूर्वक बघितले आणि कॉम्प्युटरची बटणे खूप वेळ दाबल्यावर मान हलवत तो म्हणाला, ''माफ करा, मिस्टर पेज,

तुमचे तिकीट फार स्वस्त दराचे असल्याने ते इतक्यात उपलब्ध नाही. सध्या पर्यटकांची खूप गर्दी आहे. तुम्ही बघतच आहात अगदी लवकरात लवकर म्हणजे २४ नोव्हेंबरला मी तुम्हाला शिकागोचे एक तिकीट उपलब्ध करून देऊ शकतो.

"पण हे फारच उशिरा होतेय. मला आत्ता, शक्य असल्यास आजच परत जायचे आहे." मी ओरडलो.

"तसे असल्यास तुम्हाला नव्याने फक्त परतीचे तिकीट घ्यावे लागेल. मी त्याची व्यवस्था लगेच करू शकतो. ताजिकीस्तान एअरवेजने एक चांगली ऑफर दिली आहे. दिल्ली-दुशांबे-न्यूयॉर्क या तिकिटासाठी तुम्हाला फक्त तीस हजार रुपये पडतील. मी पाकीट तपासले. "सॉरी, त्यात फक्त तेराशे रुपये आहेत."

"माफ करा, मग तुम्हाला २४ नोव्हेंबरपर्यंत वाट बघावी लागेल. तोपर्यंत आमच्या देशात राहून मजा करा." त्या ट्रॅव्हल एजंटच्या दुकानातून बाहेर पडताना माझी अवस्था पिसाळलेल्या जनावराप्रमाणे झाली होती. तेवढ्यात मला समोर एक पाटी दिसली. 'शेरलॉक गुप्तहेर एजन्सी. वैवाहिक प्रश्नातील तज्ज्ञ.' माझे डोळे चमकले. खाजगी गुप्तचर या माणसाची मला सर्वाधिक निकड होता.

मी दारावर टकटक करताच त्या नावाचा फलक जवळजवळ कोसळलाच. मी तो उचलून ठेवण्याचा प्रयत्न करीत असतानाच दार हळूच उघडले. मी आत पाय ठेवले. एखादे वादळ येऊन गेल्यानंतर असावी तशी त्या खोलीची अवस्था होती. अनेक खोकी अस्ताव्यस्त इकडे-तिकडे पडली होती आणि चित्रांच्या फ्रेम्स, फाइल्सची खोकी, वृत्तपत्रांचा एक भलामोठा गठ्ठा, एक हातोडी आणि दोन-चार स्क्रू ड्रायव्हर्स अशा विविध तऱ्हेच्या गोष्टी सर्वत्र पसरलेल्या होत्या. भिंतींना अनेक वर्षांमध्ये रंगाचा स्पर्श झालेला नसावा. संपूर्ण खोलीत कमालीचा कुबट वास भरलेला होता. खोलीत धुराचा एक ढग तरंगत होता. खोलीत आग वगैरे तर लागली नाही ना अशी मला क्षणभर भीती वाटली.

"आत ये. आत ये. मित्रा." एक आवाज आला. मी आवाजाच्या दिशेने गेलो. तो धुराचा ढग भेदून त्यामध्ये बसलेला एक प्रौढ भारतीय माणूस मला दिसला. ट्विडचे जाकीट आणि डोक्यावर टोपी घातलेला तो माणूस एका लाकडी बाकावर बसला होता. एका हाताच्या बोटाने तो कानातील मळ काढीत होता, तर दुसऱ्या हाताने तो पाइपचे झुरके मारीत होता.

मला बघताच त्याने हातातील कापसाचा बड फेकून दिला. जाकिटावरची धूळ झटकन तो उभा राहिला.

"शेरलॉक गुप्तचर संस्थेतर्फे मी आपले स्वागत करतो. मी के. पी. गुप्ता, या संस्थेचा मालक. मी आपली काय मदत करू शकतो?"

"तुम्ही माझ्या वतीने कोणाचा शोध घेऊ शकता का?"

“फारच प्राथमिक काम आहे, प्रिय वॅटसन.” असे म्हणत त्याने एक झुरका घेतला.

“पेज.”

“काय?”

“माझे नाव वॅटसन नाही. मी लॅरी पेज.”

“अच्छा! अच्छा!” पुन्हा एक झुरका घेत तो म्हणाला. “मला सांगा, मी कोणाचा शोध घ्यायचा आहे, मिस्टर लॅरी?”

“तुम्ही इथून दुसऱ्या जागेत जाताय का?” खोक्याच्या एका ढिगाकडे निर्देश करीत मी विचारले.

“असे बघा, ही जागा नक्कीच बेकर स्ट्रीटसारखी नाही. आणि इथले लोक एवढे मूर्ख आहेत की, त्यांना या संस्थेचे नावही धड इंग्लिशमध्ये लिहिता येत नाही; पण तुम्ही काळजी करू नका. मी इथून कुठेही हलणार नाही. आमचे थोडे इंटिरिअर डेकोरेशनचे काम सुरू आहे. तुम्ही बसत का नाही?” एका डुगडुगत्या खुर्चीमध्ये मी बसलो खरा; पण ती खुर्ची एवढी खिळखिळी झाली होती की, कोणत्याही क्षणी खाली कोसळेन अशी मला भीती वाटत होती.

“ज्या मुलीने तिचे हे फोटो मला पाठवले तिचा तुम्ही शोध घेऊ शकाल का, याची मला माहिती हवी होती.” असे म्हणत एक खाकी पाकीट मी त्याच्या हातात दिले. त्या फोटोवर चटकन नजर टाकून मग कपाळावर आठ्या घालीत तो म्हणाला.

“पण ही तर आमची प्रसिद्ध नटी शबनम सक्सेना आहे. तुम्हाला कशाला तिचा शोध घ्यायचाय?”

मग मी सपना सिंग नावाच्या मुलीबरोबर झालेल्या मैत्रीची सगळी कहाणी त्याला ऐकवली आणि माझ्या भारतभेटीचे कारणही.

“अरेरे! या सपना सिंग नावाच्या मुलीने तुम्हाला गंडवले आहे. आता माझ्याकडून तुम्हाला काय काय करून हवे आहे?”

“तुम्ही तिचा शोध घ्यावा असे मला वाटतेय. अमेरिकेत जाण्यापूर्वी मला एकदातरी तिला भेटायचे आहे. तुम्ही तिला शोधू शकाल?”

“अर्थात, सरकारने मला आज्ञा दिली, तर मी ओसामा बिन लादेनलाही शोधू शकतो. तुमच्याकडे या मुलीने लिहिलेली काही पत्रे आहेत?”

“होय.” असे म्हणत मी माझ्या बॅगेतून पत्रांचा एक जाडजूड गठ्ठा बाहेर काढला. “मी तुम्हाला तिचा पत्ता देऊ शकतो; पण पत्र तुम्हाला दाखवू शकत नाही. ती फार खाजगी आहेत.”

“पण मीही खाजगी गुप्तचर आहे.” असे म्हणत दात दाखवत त्याने ती

पत्रे माझ्याकडून खेचून घेतली. काही पत्रे वाचल्यावर तो म्हणाला, "हं, दिल्लीतील पोस्ट ऑफिस बॉक्सचा पत्रासाठी वापर केलाय. हुशार आहे फार; पण माझ्यापेक्षा नक्कीच नाही. मिस्टर लॅरी, तुमचे काम झालेच म्हणून समजा. थोड्याच दिवसांत या मुलीची सगळी कुंडली तुमच्यापुढे मांडतो की नाही बघा! अर्थात तुम्हाला त्याची किंमत द्यावी लागेल."

"किती?"

"माझा नेहेमीचा दर आहेत दहा हजार रुपये; पण तुम्ही आमच्या देशाचे पाहुणे आहात, त्यामुळे तुम्हाला मी पन्नास टक्के सूट देतो. माझी फी पाच हजार रुपये. त्यांपैकी निम्मी रक्कम मला आगाऊ द्यायची आणि निम्मी काम संपल्यावर."

मी पाकीट काढून २५०० रुपये मोजले.

"छान! आता सोमवारी ८ ऑक्टोबरला या." हवेत धुराचे आणखी एक वर्तुळ सोडत तो म्हणाला. मी हॉटेलमध्ये परतलो. ती खोडसाळ गाय तिथे उभी नाही ना हे आधी बघितले; पण आज ती रस्त्याच्या मधोमध वाहतूक बेटासारखी बसली होती. तिच्या गळ्यात कोणीतरी झेंडूच्या फुलांचा हार घातला होता. गाड्या-स्कूटर्स हॉर्न वाजवून तिला हलवण्याचा प्रयत्न करीत होत्या, तर सायकलवाले तिला शिव्याशाप देत होते; पण ती एखाद्या राणीच्या थाटात मधोमध बसून संथपणे एक प्लॅस्टिकची पिशवी चघळत होती. गायीला एखाद्या देवीसारखी वागणूक देणाऱ्या या देशाची मला कीव आली. माझ्या देशात एव्हाना या गाईची रवानगी ओव्हनमध्ये झाली असती!

हॉटेलमध्ये शिरताच मी टीव्हीच्या खोलीकडे वळलो. तिथे एकच माणूस आरामखुर्चीत उशी मांडीवर घेऊन बसला होता. गोऱ्या रंगाच्या, तपकिरी डोळे असलेल्या त्या माणसाला हनुवटीवर छोटीशी दाढी होती. टीव्हीवर सीएनएन चॅनल लावलेले होते. रस्त्यावर पडलेला मलबा, हॉस्पिटलमधील रक्तात न्हालेली माणसे अशी दृश्ये पडद्यावर दिसत होती.

"काय झाले?" मी त्या माणसाला विचारले.

"बगदादमध्ये आणखी एक आत्मघातकी बॉम्बहल्ला! सत्तर माणसे ठार झाली." त्याने कडवटपणे उत्तर दिले. "तू अमेरिकेहून आलेला लॅरी पेज, हो ना?

"होय. तुला कसे ठाऊक?" मी मान हलवत म्हटले.

"हॉटेल रजिस्टरमध्ये मी तुझे नाव वाचले."

"आणि तुझा परिचय?"

"मी बिलाल बेग. काश्मीरचा."

हे काश्मीर प्रकरण काय आहे याची मला अजिबात माहिती नव्हती; पण मी निव्वळ मान डोलावली.

"तू मला एक सांग मिस्टर पेज, तुम्ही लोक इराक सोडून का देत नाही?" बिलालने अकस्मात मला प्रश्न केला.

"मला नाही ठाऊक. त्या सद्दाम किंवा कोणालातरी आम्हाला पकडायचे आहे ना?"

"पण सद्दामला फाशी दिली गेलीये ना!"

"खरेच? सॉरी बरे का, मी जवळजवळ वर्षभर सीएनएन चॅनल बघितलेच नाहीये."

त्याने माझ्याकडे अशा नजरेने बघितले, जसे काही मी त्याच्या पाकिटावर डल्ला मारून निघून चाललो होतो. त्या रात्री मी रस्त्याच्या कडेला असलेल्या एका धाब्यावर जेवण करण्याचा मूर्खपणा केला. ते अन्न कमालीचे चमचमीत होते. चपट्या ब्रेडमध्ये बटाटा आणि मसाला भरावा तशी त्याची चव होती. या अन्नाने थेट माझ्या पोटावरच हल्ला केला. त्यामुळे मी खोलीवर परत येताच मला संडासाकडे पळावे लागले.

शुक्रवार आणि शनिवार हे दोन्ही दिवस मी पोटदुखीच्या तीव्र वेदनांमुळे तळमळत खोलीवरच काढले. एवढी पोटदुखी मी आजपर्यंत कधीच अनुभवली नव्हती. मला भेटायला एकमेव व्यक्ती आली आणि ती म्हणजे बिलाल. त्याने काहीतरी हिरव्या रंगाचा रस मला प्यायला दिल्यामुळे मला बरेही वाटले. आजारपणामुळे दोन दिवस खोलीत डांबून राहिल्यामुळे मी आता बाहेर जाण्यास अक्षरश: आतुर झालो होतो. रविवार असल्यामुळे पहाडगंजच्या रस्त्यावर सामसूम होती. एरवी सकाळी सातपासून रस्त्यावर फिरणाऱ्या रिक्षाही बहुधा सुट्टीवर असाव्यात. दोन रिक्षावाले तर समोरच्या हँडलबारवर पाय ठेवून छानपैकी ताणून पहुडले होते. बायका मात्र नेहेमीप्रमाणे बादल्या आणि प्लॅस्टिकच्या बाटल्या घेऊन पाणी भरण्यासाठी नळावर आल्या होत्या. आज सगळी दुकाने बंद होती. अपवाद फक्त रस्त्याच्या कडेला असलेल्या धाब्यांचा! एक जण ऑम्लेट-ब्रेड विकत होता. दुसरा मात्र कढईत गोल-गोल काहीतरी टाकून तळत होता आणि ते वेटोळे साखरेच्या पाकात बुडवत होता. उकळत्या चहाची किटली ठेवलेल्या स्टोव्हभोवती लोकांनी कोंडाळे केले होते.

नेमके कशामुळे ते ठाऊक नाही, पण सगळ्या गोष्टी उघड्यावर करायला भारतीयांना खूप आवडते. लोकांच्या गर्दीमध्ये खुलेआम दाढी-कटिंग करणारे न्हावी मी बघितले आहेत, तसे रस्त्याच्या कडेला मशीन घेऊन बसलेले शिंपीसुद्धा इथे दिसतात. अगदी रस्त्यावर बसून तुमच्या कानातील मळ काढून देणारेही इथे भेटतात. एक लांब, टोकदार गोष्ट घेऊन एका माणसाच्या कानात खुपसून उभ्या

असलेल्या एका कळकट कपड्यातील माणसाला मी बघितले आहे. ते बघूनच माझे कान दुखायला लागले.

एका हातगाडीवर डीव्हीडी विकणाऱ्या माणसाला बघून मी थांबलो आणि केवळ पन्नास सेंट्स इतक्या कमी किमतीत मी स्पायडरमॅन ३, बॅटमॅन आणि रॉकी ५ अशा छान डीव्हीडी मिळवल्या. चालत चालत मी फळबाजारापर्यंत पोहोचलो. रस्त्यावर पोती टाकून बायका टोमॅटो, कांदा, लिंबं, भेंड्यांचे ढीग समोर घेऊन बसल्या होत्या आणि मोठमोठ्याने ओरडत होत्या "टोमॅटो २० रु. किलो, लिंबं पाचला दोन. भारीत भारी बटाटे घ्या..." वेड्यावाकड्या तराजूने भाजी मोजून दिल्यावर मिळालेले पैसे त्या पोत्याखाली ढकलत होत्या. एकाएकी मला काहीतरी चाटून गेले. मी मागे वळून बघितले, तर तीच खोडसाळ गाय माझ्याकडे रोखून बघत असल्याचे मला दिसले. तिने काही हालचाल करायच्या आतच मी धूम पळत सुटलो. दहा मिनिटे पळत राहिल्यावर मला जाणवले, मी नवी दिल्लीच्या रेल्वे स्टेशनजवळ आलो होतो.

स्टेशन हे एक वेगळे विश्वच होते. तिथे दिसणारे कमालीचे दारिद्र्य अक्षरशः सुन्न करणारे होते. अनेक कुटुंबेच्या कुटुंब फूटपाथवर उभ्या केलेल्या प्लॅस्टिकने झाकलेल्या छोट्याशा झोपडीत राहत होती आणि काही घरांवर तर तेवढे छप्परसुद्धा नव्हते. गुत्त्याबाहेर एखादा दारुडा पडावा तसा एक माणूस रस्त्याच्या मध्येच लोळत पडला होता. चिखल अंगाला लागलेला एक माणूस छाती खाजवत उघडाबंब बसला होता.

हिरवी साडी आणि पिवळे ब्लाऊज घातलेली अतिशय थकलेल्या चेहेऱ्याची एक बाई समोर आली. वापरून वापरून झिजलेली साबणाची वडी दिसावी तशी ती कमालीची खंगलेली दिसत होती. केसाचा मोठा गुंता तिच्या डोक्यावर दिसत होता आणि तिच्या कडेवर तेवढेच खंगलेले, डोळे बाहेर आलेले, हाडांचा सापळा असावा तसे मूल होते. ती स्त्री काहीच बोलली नाही. फक्त तिने पोटाकडे हात नेत मग माझ्यापुढे हात पसरले. पाकीट उघडून तिच्या हातात पाचशेची नोट ठेवण्यासाठी तिची एवढी एक कृती पुरेशी होती. मी तिच्या हातात ती नोट ठेवताच भिकाऱ्यांच्या फौजेचा गराडा माझ्याभोवती पडला. माझ्यावर ते अक्षरशः तुटूनच पडले. आंधळे, हाततुटके, लंगडे, असंख्य जखमा अंगावर असलेले असे सगळे त्यात होते आणि जो-तो आपल्या व्यंगाचे, जखमेचे प्रदर्शन माझ्यापुढे करीत आपला भिकेचा कटोरा माझ्यापुढे वाजवत होता. पुढे पाऊल टाकणे अशक्य असताना मी कसाबसा तिथून पळ काढला आणि खोलीवर आलो. खोलीवर माझाच चेहरा मी एकदा आरशात नीट बघितला आणि उशीत डोके खुपसून गादीवर अंग फेकले.

अवघ्या तीन दिवसांत या शहराने माझ्या हृदयाचे तुकडे केले होते, आतडे

विदीर्ण केले होते आणि मन? ते पूर्णपणे उद्ध्वस्त झाले होते!

तो खाजगी गुप्तहेर सोमवारी माझी वाटच बघत होता. त्याच्या अंगावर मागच्या भेटीच्या वेळी घातलेले कपडेच होते. फक्त आज पाइप दिसत नव्हता. तिथली सर्व खोकी हलवल्याने ती खोली एकदम रिकामी दिसत होती. सोमवारी सकाळी चर्च जसे रिकामे दिसते तशी.

''तुम्हाला शब्द दिल्याप्रमाणे तुम्हाला पत्र पाठवणाऱ्या मुलीचा मी शोध घेतला आहे.'' मी बसताच श्री. गुप्ता यांनी जाहीर केले.

''कोण आहे ती?'' मी उत्सुकतेने विचारले.

''तुम्हाला हे नाव ऐकून आश्चर्य वाटेल; पण ही सगळी पत्रे तुम्हाला शबनम सक्सेनानेच लिहिली आहेत.''

''म्हणजे त्या नटीने?''

''अगदी बरोब्बर!''

''तुम्हाला कसे समजले? तुम्हाला खात्री आहे याबद्दल?''

''एक गोष्ट तुमच्या लक्षात आली का, दोन्ही ठिकाणी तिच्या नावातील आद्याक्षर तिने अगदी सारखे लिहिले आहे.''

''अरे, मला हे समजलेच नाही.''

''पण माझ्यासारख्या प्रशिक्षित गुप्तहेराला हे साधर्म्य चटकन जाणवले. याची खात्री करण्यासाठी मी तुम्हाला आलेल्या पत्रातील हस्ताक्षर आणि शबनमचे हस्ताक्षर यांची तुलना केली. दोन्हींमध्ये काहीही फरक नाही.''

''पण तुम्हाला तिचे हस्ताक्षर कुठे मिळाले?''

हसत तो म्हणाला, ''आम्ही भारतीय फार हुशार आहोत. आम्ही अणुबॉम्ब बनवला याची तुमच्या सीआयएसारख्या गुप्तचर संघटनेला खबरसुद्धा लागली नाही. आमच्याकडे असलेला माहितीचा खजिना फार मोठा आहे, ज्यामध्ये सर्व साक्षर भारतीयांच्या हस्ताक्षराचे नमुने आहेत. मी तुम्हाला अगदी खात्रीपूर्वक सांगतो लॅरी, ही सर्व पत्रे शबनमनेच लिहिली आहेत.''

''मग ती मला विमानतळावर भेटायला का नाही आली?''

''हा प्रश्न फार पेचात पाडणारा आहे. मला वाटते, त्याचे उत्तर तुम्ही तिच्याकडेच मागितलेले बरे.''

''पण....''

''तुमच्या डोक्यात आता काय चालले आहे ते मला ठाऊक आहे. एवढ्या प्रसिद्ध नटीला तुमच्यासारख्या सर्वसामान्य अमेरिकन माणसाशी मैत्री का करावीशी वाटली, असे तुम्हाला आश्चर्य वाटत असेल ना?''

''होय.''

"कारण, प्रेमात काहीही घडू शकते मिस्टर लॅरी. मी तुम्हाला शबनमची जीवनकहाणी ऐकवल्यावर माझे म्हणणे तुम्हाला पटेल. खूप मोठ्ठी स्वप्ने डोळ्यात असलेली ती एका छोट्या गावात राहणारी मुलगी होती. गुन्हेगारी टोळ्यांसाठी प्रसिद्ध असलेल्या उत्तर भारतातील आझमगड नावाच्या छोट्याशा गावात तिचा जन्म झाला आणि तिथेच एका शिस्तप्रिय मध्यमवर्गीय कुटुंबात ती लहानाची मोठी झाली. तिचे वडील बँकेत कारकून होते, तर आई प्राथमिक शिक्षिका. ती तीन बहिणींपैकी मधली आणि सर्वांत सुंदर. आपल्याला तिन्ही मुलीच झाल्या म्हणून सतत आपल्या नशिबाला बोल लावणाऱ्या पालकांचे रडगाणे ती सतत ऐकत असायची. या मुलींची लग्ने कशी कशी लावायची याची चिंता तिच्या पालकांना सतत होती. त्यांना काळजी होती, या लग्नांमध्ये द्याव्या लागणाऱ्या हुंड्याची. गावातील कॉलेजमध्ये शबनम बारावीपर्यंत शिकली आणि तत्त्वज्ञान विषयात पुढचे शिक्षण घेण्यासाठी ती लखनौ विद्यापीठात दाखल झाली.

"पदवी घेऊन जेव्हा ती आझमगडमध्ये परत आली, तेव्हा ते गाव तिला फारच घाण, बकाल वाटले. तिचे पालक तिच्या लग्नाची खटपट करीत होते; पण तिच्यासाठी येणाऱ्या प्रस्तावात गावातील भाईंचा भरणा अधिक होता. आझमगड-दुबईदरम्यान सतत जा-ये करणाऱ्या एका भाईने जरा अधिक धीटाई सुरू केली. शबनमने याला विरोध करताच तिच्या आई-वडिलांना जिवे मारून टाकण्याच्या धमक्या येऊ लागल्या. तिला कळून चुकले, ती तिथे राहिली असती, तर एखाद्या भाईची बायको होण्यापलीकडे तिच्या नशिबी दुसरे काही आले नसते. त्यामुळे एका रात्री वडिलांच्या पाकिटातून पैसे घेऊन तिने मुंबईकडे पळ काढला. चित्रपटसृष्टीत स्वत:चे नशीब अजमावण्यासाठी तिथे तिला थोडा संघर्ष करावा लागला; पण निर्माता दीपक हिरानीमुळे लवकरच तिला संधी मिळाली आणि तिने त्याचे सोने केले; पण तिचा हा इतिहास लोकांपुढे येऊ नये अशी तिची इच्छा आहे. त्यामुळे तिने आपल्या आई-वडिलांशी संबंध ठेवलेले नाहीत; आणि आपल्या बाकी कोणत्या नातलगांशीही. मुंबईतील आपल्या फ्लॅटमध्ये ती अगदी एकटी राहते. यातून काय सूचित होते आहे?"

"काय?"

"ती प्रेमाची भुकेली आहे. प्रेम. म्हणूनच तिने तुला पत्रे लिहिली. तिला तुझ्याशी मैत्री करायची आहे."

"मग तिने तिचे खरे नाव का वापरले नाही? ती भरपूर पैसेवाली असणार. मग तिने माझ्याकडे कशाला पैसे मागितले?"

"तुझी परीक्षा बघण्यासाठी. ती एक प्रसिद्ध अभिनेत्री आहे हे तुला कळले असते, तर बाकीचे भारतीय तिला जसे वागवतात तसेच तू तिला वागवले

असतेस. सगळ्या पुरुषांना ती हवीहवीशी वाटते; पण तिला मात्र तुझ्याकडून प्रेमाची, आदराची अपेक्षा आहे लॅरी.''

''हं. पटतेय मला तुम्ही म्हणताय ते.''

''कदाचित तिने तुला काही संदेश देण्याचा प्रयत्न केला असेल. कदाचित तिची परिस्थिती ठीक नसेल. कदाचित काही माफियाभाई पुन्हा तिच्यामागे लागले असतील. त्यामुळे तिला बनावट नाव धारण करावे लागले असेल. ती तुझ्याकडे मदतीच्या अपेक्षेने बघतेय लॅरी.''

''माझ्या हनुवटीला कशाचातरी मार बसलाय आत्ता. पण मी तिच्याशी स्वत:हून संपर्क साधण्याचा प्रयत्न करू?''

''जरूर. कदाचित ती तुमच्या फोनची वाटच बघत असेल. आता मला एक गोष्ट सांगा, तुमच्याजवळ तिचा मोबाइल नंबर आहे?''

''नाही. मी मोबाइल बरोबर आणलेला नाही.''

''मग घ्या. कारण तुमच्यासाठी खास मी शबनम सक्सेनाचा मोबाइल नंबर मिळवला आहे. हा तिचा अगदी खाजगी नंबर आहे, जो ती कोणालाही देत नाही.'' आणि मग अगदी कुजबुजत्या स्वरात तो म्हणाला, ''या माहितीसाठी लोक तुटून पडतील.''

''खरेच?''

''म्हणजे काय! पण यासाठी तुम्हाला वेगळे २५०० रुपये द्यावे लागतील. म्हणजे जर तुम्हाला हा नंबर हवा असेल, तर तुम्हाला एकूण ५ हजार रुपये द्यावे लागतील.''

तो नंबर मला हवा आहे हा निर्णय घ्यायला मला फार वेळ लागला नाही. मी पाकिटातून पाच हजार काढून त्याला दिले. त्याने नोटा मोजून आपल्या कोटाच्या खिशात ठेवल्या.

''लिहून घ्या.'' तो म्हणाला. कागदाचा एक कपटा हातात घेऊन तो नंबर सांगू लागला. ''तिचा नंबर आहे ९८३३३ ८१२३४. नीट लिहिला? मोठ्या कष्टाने मिळवला आहे मी. त्यामुळे त्याचा योग्य तऱ्हेने वापर करा.''

''एखाद्या सार्वजनिक बूथवरून आत्ताच फोन करून बघू?''

''तुम्ही करू शकता; पण तुम्हाला ती भेटणार नाही. कारण ती शूटिंगसाठी केपटाऊनला गेली आहे. ती भारतात परत आल्यावरच तिचा हा मोबाइल सुरू होईल. एका आठवड्यानंतर प्रयत्न करा. ठीक आहे?'' त्याने हाताची घडी घालीत विचारले.

''होय. या सगळ्या मदतीबद्दल थँक्स!'' मी उठून उभे राहत म्हणालो.

''तुम्हाला माझ्यातर्फे खूप शुभेच्छा लॅरी!'' माझा हात हातात घेऊन जोरात

हलवत तो पुढे म्हणाला, "तुमची प्रेयसी ही प्रत्येक भारतीयाची स्वप्नसुंदरी आहे. मला तुमचा हेवा वाटतो. खरेच फार हेवा वाटतो."

मी आनंदाच्या लहरीवर तरंगतच बाहेर पडलो. दिल्लीत आल्यापासून प्रथमच काहीतरी आशादायक, चांगले घडत होते.

त्याच दुपारी मी एक महागडा 'नोकिया' खरेदी केला आणि सोबत प्रीपेड कार्डही. मग माझ्या खोलीत बसून थरथरत्या हाताने मी नंबरची बटणे दाबली. पलीकडे फोनची रिंग वाजली; पण कोणीच फोन उचलला नाही. 'तुम्ही ज्या व्यक्तीला फोन करीत आहात ती सध्या फोन घेण्यासाठी उपलब्ध नसल्याने नंतर फोन करा.' असा ध्वनिमुद्रित संदेश मग मला ऐकू आला. निराश होऊन मी फोन बंद केला. तो गुप्तहेर म्हणत होता ते बरोबर होते. मला नंतरच प्रयत्न करावा लागणार होता. एका आठवड्यानंतर.

शबनमचा नंबर लिहिलेली तो छोटी चिठ्ठी मी काळजीपूर्वक माझ्या पाकिटात ठेवून दिली, तेव्हा मला माझे पाकीट जवळजवळ रिकामे झाले होते ह्याची जाणीव झाली. माझ्याजवळ जेमतेम हजार रुपये आणि दोनेकशे डॉलर्स उरले होते आणि या शहरात मला आणखी चार दिवस काढायचे होते. त्या संध्याकाळी मी टीव्ही लाउंजमध्ये बिलालला भेटायला गेलो.

"इथे फोर्कलिफ्ट चालवणाऱ्या ड्रायव्हरची कोणाला गरज आहे? तुला त्याच्याबद्दल काही ठाऊक आहे? मला झटपट काही पैसे कमवणे गरजेचे आहे."

"तुला भारतात ड्रायव्हरचे काम करण्याची गरज नाही. इंग्लिश भाषेचा प्रशिक्षक असे त्यापेक्षा बरे काम तू करू शकतोस." असे म्हणत बिलालने समोर पडलेले वृत्तपत्र उचलले आणि त्याची पाने वरखाली करीत काही शोधले. 'नोकऱ्या' या मथळ्याखाली छापलेल्या एका चौकटीवर बोट ठेवीत तो म्हणाला, "ही नोकरी बघ, अगदी तुझ्याचसाठी!" त्यात म्हटले होते, 'पाहिजे आहे. एका आघाडीच्या बीपीओसाठी योग्य आवाज आणि उच्चार याचे प्रशिक्षण देणारा प्रशिक्षक हवा आहे. गरज पडल्यास उच्चारशास्त्र, व्याकरण आणि संस्कृती याबाबत प्रशिक्षण द्यावे लागेल. रोज संध्याकाळी अभ्यासक्रमाचे मूल्यमापन आणि प्रशिक्षणार्थींचे मूल्यमापन हाही कामाचा भाग. शिक्षण पूर्वानुभव अथवा विशेष प्रशिक्षणाची आवश्यकता नाही. अमेरिकन इंग्लिशवर प्रभुत्व आवश्यक. अर्ज आणि संदर्भ घेऊन यासह अर्ज करा.'

ही जाहिरात स्पष्ट होती. "हे बीपीओ काय प्रकरण आहे?" मी विचारले.

"बिझिनेस प्रोसेस आउटसोर्सिंग. कॉल सेंटरचे आधुनिक नाव." बिलाल म्हणाला. "तुला ही नोकरी सहज मिळेल. तुला फक्त एकच गोष्ट करावी लागेल, अमेरिकन व्यक्तीसारखे बोलावे लागेल. अर्ज किंवा संदर्भ याची काळजी करू

नकोस. फक्त मुलाखतीसाठी जा.''

संपूर्ण आठवडाभर मी आठवडा संपण्याची वाट बघत होतो. रोज कमीतकमी पाच वेळा मी शबनमचा नंबर लावून बघत होतो आणि प्रत्येक वेळी तोच ध्वनिमुद्रित संदेश ऐकू येत होता. दहा दिवसांनंतरही तोच संदेश ऐकू आल्यावर अखेर माझा संयम संपला आणि मी शेरलॉक गुप्तहेर संस्थेकडे गेलो. ते ऑफिस बंद होते आणि तेथील सर्व सामानसुमान आवरलेले होते. 'मोक्याच्या ठिकाणची ऑफिसची जागा त्वरित विकणे वा भाड्याने देणे – नवनीत प्रॉपर्टीज ९८३३३४५३७१.' असा फलक तेथे लावलेला होता. मी त्या नंबरवर फोन केला तेव्हा गुप्तांनी ती भाड्याची जागा सोडल्याचे मला समजले. आपला नवा-पत्ताही त्यांनी दिला नव्हता. ते ऐकल्यावर प्रथमच माझ्या मनात या गुप्तचराने फसवल्याची भावना निर्माण झाली. त्याने माझ्या पेकाटात चांगलीच लाथ घातली होती! पण देवाच्या दरबारात अन्याय नसतो. एक दरवाजा बंद झाला की, दुसरी खिडकी तो उघडतोच. खोलीवर परतत असताना पुस्तकांच्या दुकानात मला 'फिल्म फेअर' नावाचे मासिक दिसले. त्याच्या मुखपृष्ठावर शबनमचा फोटो होता. मी ते विकत घेतले.

माझी तिसरीतील शिक्षिका हेन्रिटी लोरेट्टा हिने मला ग्रीस नावाच्या देशातील एका आर्ची का काहीतरी अशाच नावाच्या एका खुळ्या माणसाची गोष्ट सांगितली होती. हा खूप वर्षे जगला. त्याने एकदा आंघोळ करण्यासाठी बाथटबमध्ये उडी घेतली, तेव्हा त्याला एका गोष्टीचा शोध लागला. बाथटब तुम्ही खूप भरता तेव्हा तो टब वाहू लागतो, असा शोध त्याला त्या वेळी लागल्यावर तो आनंदाने एवढा वेडा झाला की, कपडे न घालताच टबबाहेर येऊन 'युरेका युरेका' असे ओरडू लागला. त्या मासिकातील शबनम सक्सेनावर प्रसिद्ध झालेला लेख वाचताना मलाही असेच ओरडावेसे वाटत होते. या मासिकाच्या रूपाने मला जणू सोन्याची खाणच मिळाली होती. त्यामध्ये तिची सर्व जीवनकहाणी सांगितली होती आणि मला त्या गुप्तहेराने जे ऐकवले होते त्याच्याशी तो मजकूर तंतोतंत जुळत होता. गुप्ताबद्दल मला वाटणारा आदर थोडा वाढला. त्या गृहस्थाने योग्य तेच दाम घेतले होते माझ्याकडून; पण त्या लेखात दोन अशा गोष्टींचा उल्लेख होता ज्या गुप्ताने मला सांगितल्या नव्हत्या आणि त्या म्हणजे शबनमचा मुंबईतील घराचा पत्ता आणि तिच्या वाढदिवसाची तारीख. १७ मार्च! सपना सिंगने तिच्या वाढदिवसाची नेमकी हीच तारीख पत्रात मला कळवली होती. ती अशी एक घटना होती ज्यामुळे सपना आणि शबनम या एकच आहेत या विषयी माझी खात्री पटावी. मी एवढा खूश होतो की कोकचे चार कॅन्स मी रिचवले!

त्या रात्री मी माझ्या खोलीतील टेबलापुढे बसलो, कागद पुढे ओढून

शबनमला पत्र लिहू लागलो. ‘‘अतिप्रिय शबनम, कोंबडीचा दात जसा दुर्मीळ, तसेच आपले प्रेमही!...’’ मला काही कळायच्या आत मी तब्बल २० पाने भरून पत्र लिहिले. ते कागद मी एका पाकिटात टाकले. वरती ‘अत्यंत खाजगी’ असे लिहिले. पाकिटावर पत्ता लिहून दुसऱ्या दिवशी सकाळी सकाळी मी ते पोस्टात टाकले.

दुसऱ्या दिवशी मी आणखी एक पत्र शबनमला लिहिले आणि मग तो जणू माझा दिनक्रमच झाला. आठवड्याभरात मी माझ्या खाण्यापेक्षा पोस्टाच्या तिकिटांसाठी अधिक पैसे खर्च केले होते. त्यामुळे नाइलाजाने मी पैसे उसने मागण्यासाठी बिलालकडे गेलो.

‘‘तू ती बीपीओची नोकरी घे.’’ बिलाल मला म्हणाल. त्यामुळे अखेरीस २५ ऑक्टोबरला मी माझ्याकडे असलेले उत्तम कपडे घालून कॅनॉट प्लेसमध्ये मुलाखतीसाठी दाखल झालो. एका चकचकीत ऑफिसमध्ये गुबगुबीत सोफ्यावर फटाकड्या दिसणाऱ्या स्वागतिकेसमोर मी बसलो.

मुलाखत घेणारी व्यक्ती म्हणजे चाळिशीतील टक्कल असलेला बिल बक्षी नावाचा माणूस होता. पॉलिश केलेल्या स्टीलच्या टेबलामागे तो बसला होता. अंगात डेनिम जीन्स, बफेलो लांब बाह्यांचा उबदार शर्ट आणि डोक्यावर यांकी बेसबॉलची टोपी. माझ्याकडे संभ्रमाने बघत तो म्हणाला, ‘‘मिस्टर लॅरी पेज, तुम्ही गोव्यातील ख्रिश्चन असे वाटले होते; पण तुम्ही अमेरिकन दिसताय. बरोबर?’’ तो थेट न्यूयॉर्कमधील अमेरिकन माणसासारखा बोलत होता.

‘‘हो. मी अमेरिकन आहे आणि नेहेमीच होतो. तुम्हाला त्याची काही अडचण नाही ना?’’

‘‘छे! छे! अजिबात नाही.’’ चटकन तो म्हणाला, ‘‘खरे म्हणजे अमेरिकन उच्चार शिकवण्यासाठी तुमच्यापेक्षा लायक व्यक्ती कोण असणार? मला खात्री आहे, तुम्ही असे अमेरिकन आहात, जे तेथे राहतात.’’

‘‘होय. मी भारताच्या भेटीवर आलो आहे. मी वॅको, टेक्सास इथे राहतो.’’

हसत, पाय ताणत आणि दोन्ही हात डोक्यामागे नेत तो म्हणाला, ‘‘मी ‘बफेलो बिल्स’चा चाहता आहे, हे तुला कळले असेलच. तू कोणाचा चाहता आहेस लॅरी? अमेरिकन फुटबॉल?’’

‘‘तुम्ही मला विचारताय? टेक्सासससारख्या राज्याचा मी नागरिक असल्याने मी ‘डल्लास काउबॉईज’ या अमेरिकन संघाचा पाठीराखा आहे. राष्ट्रीय फुटबॉल स्पर्धेच्या इतिहासात चार वर्षांत तीन वेळा विजेतेपद पटकावणारा हा एकमेव संघ आहे.’’

"आणि ह्यूस्टन टेक्सासबद्दल काय म्हणणे आहे तुझे?"

"माफ करा मला, पण तो एक भुक्कड संघ आहे."

"असे का म्हणतोस तू?"

"कारण ते सर्व सामने हरले म्हणून! २००४ सालच्या हंगामात त्यांना संधी होती; पण क्लीव्हलॅन्ड ब्राउन्स संघाविरुद्ध ते २२ विरुद्ध १४ गोल असे पराभूत झाल्याने पुढची आशाच संपली. त्यानंतर त्या संघाची अधोगतीच सुरू आहे. मला वाटते, रेगी बुश किंवा व्हिन्स यंगऐवजी मारिओ विल्यम्सला पहिल्या क्रमांकावर खेळवण्याचा त्यांचा निर्णय ही या फुटबॉल स्पर्धेतील सर्वांत मोठ्ठी चूक होती."

"अरे वा, तुला या स्पर्धेचा सगळा इतिहासच तोंडपाठ दिसतोय. एक सांग, तू यापूर्वी कधी कारखान्यात काम केले आहेस?"

"होय, हे काही माझे पहिले काम नाही. गेली पाच वर्षे मी वॉलमार्टबरोबर काम करतोय."

"वॉलमार्ट? मिस्टर लॅरी पेज, तुमची नोकरी पक्की! तुमचे आमच्या कंपनीत स्वागत असो!" त्याने उठून माझा हात धरून हलवला.

"थँक्स, पण मी काय काम करायचे आहे? म्हणजे तुम्ही मला थोडी तुमच्या कंपनीची ओळख करून द्याल का?"

"अर्थात! राय आयटी सोल्युशन्स ही एक बीपीओ आहे. आम्ही परदेशस्थ ग्राहकांना विविध सेवा देतो, टेलिफोन-सेवा देतो, ग्राहकांच्या तक्रारींचे निवारण करतो, बाजारपेठेचे संशोधन करतो, विमान-तिकिटांचे आरक्षण करतो, आयकर दाखल करण्याची सेवा देतो, विम्याची प्रकरणे हाताळतो; पण आमचे सर्वांत मोठे काम आहे ते भौगोलिक माहिती-सेवेचे. अमेरिकन रोडसाइड असिस्टन्स हे आमचे सर्वांत मोठे ग्राहक आहेत. तू त्यांच्याबद्दल ऐकले आहेस?"

"होय. आमच्या कंपनीच्या वाहनांबाबत 'ट्रिपल ए' कंपनीशी करार आहे."

"हो, पण ए आर ए ही कंपनी 'ट्रिपल ए' कंपनीसारखेच काम करते. आता तू अशी कल्पना कर की, तू ए आर ए कंपनीचा ग्राहक आहेस. समजा, तुझी कार रस्त्यावर बंद पडली किंवा तू वाट चुकला आहेस."

"कोणत्या हायवेवर?"

"ते महत्त्वाचे नाही. तू अलास्का किंवा हवाई कुठेही वाट चुकू शकतोस. आमच्यापाशी सर्व रस्त्यांचे नकाशे आहे. तर तू जेव्हा रस्ता चुकतोस तेव्हा काय करतोस? तू १-८०० या नंबरवर फोन करतोस. तो फोन आमच्या गुरगाव येथील कॉल सेंटरवर येतो. आणि मग ग्राहकाला मदत करणारा आमचा सहकारी त्या अमेरिकन ग्राहकाला मदत करतो. त्याच्या फोनला आपण भारतातून उत्तर देतो आहे, हे त्याला समजू न देणे, ही आपली हुशारी आहे. अमेरिकेत असलेल्या

ग्राहकाला असे वाटायला हवे की, त्याच्या प्रश्नाचे उत्तर त्याला अमेरिकेतूनच मिळते आहे आणि या टप्प्यावर तुझी मदत आम्हाला होऊ शकते.''

''पण प्रामाणिकपणे सांगायचे, तर दिशा समजावून सांगण्यात मी फार कच्चा आहे. म्हणजे मी स्वत:च अनेक वेळा १-३५ महामार्गावर चुकलो आहे. गोंधळलो आहे. एकदा तर मी चुकून भलत्याच ठिकाणी बाहेर पडलो आणि थेट न्यू मेक्सिकोमध्ये जाऊन पोहोचलो.''

''नाही लॅरी, आम्ही तुला ग्राहक मदतनीस म्हणून काम करायला सांगत नाहीये. आम्ही तुला उच्चाराचे प्रशिक्षण देण्याचे काम करायला सांगतोय. आमच्या कॉल सेंटरमध्ये नव्याने दाखल होणाऱ्या कर्मचाऱ्यांना अमेरिकेची ओळख करून देणे हे तुझे काम असेल. अमेरिकन्स कसे बोलतात, त्यांचा खेळ कोणता, त्यांचे अन्न कोणते, करमणुकीसाठी ते काय बघतात वगैरे. म्हणजे मग एखादा मोरादाबादचा दीपक डेरेक या नावाने एखाद्या अमेरिकन ग्राहकाशी बोलेल तेव्हा त्याला शंका यायला नको. या बाबतीत तू आम्हाला मदत करू शकशील असे वाटतेय तुला?''

''अगदी नक्की! Sounds like piece of cake!''

''अगदी बरोबर! आता हेच बघ, ज्या तऱ्हेने तू तुझा आनंद व्यक्त केलास, त्या भाषेत एखादा भारतीय नक्कीच बोलणार नाही.'' आणि मग आपल्या मांडीवर एक चापटी मारीत उत्साहित होत तो म्हणाला, ''व्वा! उच्चार शिकवण्यासाठी चक्क गोरा अमेरिकन! लॉटरीच लागलीये आम्हाला.'' मग पुढे झुकून तो मला म्हणाला, ''तुम्हाला हे ठाऊक आहे ना की, भारतातील कॉल सेंटर्स रात्री आठ ते सकाळी आठ अशी भलत्या वेळी चालू असतात. त्याचा तुम्हाला काही त्रास होणार नाही ना?''

''छे! मी दिवसा झोप काढीन; पण मला एक सांगा, या कामाबद्दल मला पैसे किती मिळणार?''

''आम्ही आमच्या भारतीय माणसाला या कामाचे दरमहा २० हजार रुपये देतो. तुझ्यासाठी आम्ही ही रक्कम तीस हजार करू. चालेल?''

'तीस हजार. म्हणजे महिन्याभरात माझ्याजवळ घरी परत जाण्याएवढी रक्कम असेल तर.'

''कधीपासून येऊ मी?'' मी विचारले.

राय आयटी सोल्यूशन्सच्या गुरगावमधील ऑफिसमध्ये मी दुसऱ्या दिवसापासून काम सुरू केले. कंपनीची व्हॅन संध्याकाळी ७ वाजता मला पहाडगंज येथे घ्यायला यायची. एक तासाचा प्रवास करीत आंतरराष्ट्रीय विमानतळाला मागे टाकून मग आम्ही अत्यंत गजबजलेल्या, ऐटबाज मॉल्स आणि उंच इमारतींच्या गावात प्रवेश करायचो. गुरगाव हे खरे म्हणजे दिल्लीपेक्षा डल्लाससारखे दिसते.

आमच्या ऑफिसचे आवारही भपकेबाज होते. सगळीकडे रंगीत काचा आणि संगमरवर होता. ते ऑफिस आतून तर वॉलमार्टच्या एखाद्या मजल्यासारखे होते. भल्यामोठ्या वातानुकूलित जागेत कॉम्प्युटर्स ठेवलेल्या क्युबिकल्सच्या रांगाच्या रांगा होत्या. त्या कॉम्प्युटरसमोर असलेल्या झुलत्या खुर्चीसमोर कानावर टेलिफोन हेडसेट्स लावून शेकडो भारतीय तरुण बसले होते. एखाद्या भल्यामोठ्या मधमाशांच्या पोळ्याजवळ मधमाशांची गुणगुण ऐकू यावी तसा आवाज सर्वत्र भरून राहिला होता.

तरुण मुला-मुलींच्या गटाला अमेरिकन धर्तीचे बोलायला शिकवणे हे माझे काम होते.

“विद्यार्थी तीन प्रकारचे असतात. एक, जे वाचून शिकतात. दुसऱ्या प्रकारचे निरीक्षणातून शिकतात आणि तिसऱ्या प्रकारच्या विद्यार्थ्यांना विजेच्या तारांवर लघवी करीत-करीतच शिकावे लागते.”

तंग टी शर्ट घातलेल्या एका सुंदर तरुणीने हाताचे बोट वरती केले. “एक्सक्युज मी प्रोफेसर पेज, हे विजेच्या तारांवर लघवी करण्याचे प्रकरण काय आहे?” प्रोफेसर पेज? हे शब्द ऐकताच माझ्या मेंदूला एकदम झिणझिण्या आल्या. ‘आपल्या मुलाला कोणीतरी प्रोफेसर असे म्हणतेय हे ऐकायला मॉम इथे हवी होती.’

“याचा अर्थ आयुष्यात कोणतीही गोष्ट कष्टाशिवाय, त्रासाशिवाय सहज मिळत नाही. तुम्ही जेवढा सराव जास्त कराल तेवढे चटकन माझ्यासारखे बोलायला लागाल. तर चला मित्रांनो, ढुंगणाला पांढरा रंग फासा आणि हरणासारखे वेगाने निघा.”

हे फार सोपे होते. आयुष्यात इतक्या झटपट सहाशे डॉलर्स मी कधीच कमावले नव्हते. उच्चार शिकवण्याखेरीज इतर वेळी तळमजल्यावरील ऑफिसमध्ये कानाला हेड सेट लावून बसणे, शॉप फ्लोअरवरचे कामकाज बघणे, फोनवर बोलणाऱ्यांचे बोलणे ऐकणे आणि जे ग्राहक-मदतनीस पुरेशा वेगाने इंग्लिशमध्ये बोलत नाहीत त्याची नोंद करणे, अशी कामे मी करीत होतो. एकूणच या कॉल सेंटर नावाच्या प्रकरणाने माझ्यावर चांगलीच जादू केली होती. इथे मला अशी भारतीय तरुण मुले-मुली भेटली, ज्यांना छान भारतीय नावे होती; पण रात्र झाल्यावर मात्र त्यांचे रॉबर्ट आणि सुसान, जेसन आणि जेनमध्ये रूपांतर होत असे. एवढेच नाही, चहाच्या किंवा जेवणाच्या सुट्टीमध्ये त्यांनी परस्परांना याच अमेरिकन नावाने हाक मारली पाहिजे, असा ऑफिसचा कडक नियम होता.

“हाच तर खरा प्रश्न आहे.” देवदत्त नावाचा सुपरवायझर मला सांगत होता. पन्नाशीतील हा ठेंगणा, बारीक केस कापलेला गृहस्थ चष्म्यात लेस अडकवून

वावरायचा. "आपण अमेरिकन नाव घेतले म्हणजे आपण जणू अमेरिकन झालोच, असे ह्या मुलांना वाटते. ती केवळ अमेरिकन्ससारखे कपडे घालतात किंवा बोलतातच असे नाही, तर त्या मुलांप्रमाणे डेटलाही जातात. मी स्वत: कॉल सेंटरमध्ये काम करतो; पण मिस्टर पेज, तुम्हाला सांगतो, मी माझ्या मुलीला कधीही या नोकरीमध्ये येऊ देणार नाही."

"का नाही?"

"कारण भ्रष्टाचार आणि नको-नको त्या अनैतिक गोष्टींनी पोखरले आहे हे कॉल सेंटर्स! रोज मला कोणत्या गोष्टींना तोंड द्यावे लागते, हे ठाऊक नाही तुम्हाला. मला सांगा, बाजारात बसणाऱ्या एखाद्या वेश्येसारखे कपडे येथील मुली घालून येऊ लागल्या, तर कशी लावणार या मुलांना मी शिस्त? खोल गळ्याचे छाती दाखवणारे शर्ट्स घालून येतात त्या. एकीची जीन्स एवढी कमरेखाली होती की त्यातून मला तिची चड्डी दिसत होती. मुलीच्या पर्सेसची मी अकस्मात झडती घेतली तेव्हा त्यात लिपस्टिकबरोबर कंडोमची पाकिटे सापडली. मला तर दाट संशय आहे, जेवणाच्या सुट्टीत काही मंडळी टॉयलेटमध्ये जाऊन सेक्सही करून येतात की काय."

"हे तर काहीच विशेष नाही. आमच्या देशात शाळेतील मुले शाळेच्या वर्गात सेक्स करताना मी बघितले आहे."

"तुमच्या अनैतिक समाजात अशा गोष्टी मान्य होत असतील, पण मी मात्र भारतीय संस्कृती आणि परंपरा यांना न शोभणाऱ्या या गोष्टी खपवून घेणार नाही." असे म्हणत त्याने त्याच्या भिंतीवर लावलेल्या एका पोस्टरकडे बोट दाखवले. "नो सेक्स प्लीज! आपण भारतीय आहोत." असे त्यावर लिहिले होते. मी निराशेने मान हलवली. हा गृहस्थ एवढा संकुचित विचारसरणीचा होता की, होलला डोळे लावून आत काय चालले आहे, हे बघायलाही त्याने कमी केले नसते.

"मग काय करणार आहात तुम्ही?" मी विचारले. धूर्तपणे हसत तो म्हणाला, "मी टॉयलेटमध्ये व्हीडिओ कॅमेरे लावतो आहे. घोडा कुरणात शिरण्यापूर्वीच बंदोबस्त केलेला बरा!"

"अगदी बरोबर; पण काळजी घ्या. तुमच्या कुरणाचा दरवाजा आधी बंद करा."

"म्हणजे?"

"तुमच्या पँटची झिप बंद करा."

तो ओशाळून गोरामोरा होत खाली वाकला.

मला काही कळायच्या आत चार आठवडे संपलेसुद्धा. माझा एक छानसा दिनक्रम सुरू झाला होता. रात्री कॉल सेंटरवर काम करायचे. सकाळी खोलीवर

येऊन दिवसभर झोप काढायची आणि संध्याकाळी अगदी नियम असल्याप्रमाणे शबनमला पत्र लिहायचे आणि तिच्या मोबाइलवर फोन लावून बघायचा. मला ना माझ्या पत्राला उत्तर मिळत होते ना मोबाइलला; पण मी आशा सोडली नव्हती.

कॉल सेंटरवर मी खूप बोली भाषा शिकलो आणि अनेक नवे मित्रही केले. ही सगळी नुकतीच कॉलेजमधून बाहेर पडलेली, पहिल्यांदाच नोकरी करणारी कोवळी मुले होती. पार्ट्या, शॉपिंग, मजेत वेळ घालवणे, एवढेच त्यांना हवे होते. तिथे विन्सेन्ट (वेंकट) होता, जो इतका मृदू, अदबीने बोलणारा होता की, पाण्यात बुडणाऱ्यालाही तो पाण्याची बाटली विकू शकला असता. तिथे एजे (अजय) होता, जो नेहमीच कामावर उशिरा येत असे आणि ज्याच्याकडे कायम पैशाची चणचण असे. पेनेलोप (प्रिया) तिची आठवड्याला दिलेली उद्दिष्टे सर्वांच्या आधी पूर्ण करीत असे, तर गिनावर (गीता) कॉल सेंटरमधील निम्मी मुले मरत असत. रेगी (राघवेंद्र) कमालीचा ठेंगणा, तर केलीच्या (कमला) डब्यातील वडा-सांबाराएवढा चविष्ट वडा-सांबार मी आजपर्यंत खाल्ला नव्हता.

मी या मित्रांबरोबर क्रिकेट नावाचा खेळ बघायला शिकलो. वाढणारे गवत बघणे जेवढे मजेदार असते, तशीच मजा हा खेळ बघताना यायची. मुली त्यांचे डबे आणि त्यांच्या मनातील अनेक गोष्टी माझ्याबरोबर वाटून घेत. लग्न न झालेल्या मुली त्यांना आवडणाऱ्या मुलांविषयी बोलत, तर लग्न झालेल्या मुली त्यांच्या नवऱ्यांच्या आयांच्या तक्रारी करीत. सगळ्या जणी माझ्याशी जोडी जमवू बघत; पण त्यांना हे समजत नव्हते की, असे स्वप्न बघणे म्हणजे बकरीकडे लोकर मागण्यासारखे होते.

मला काही कळायच्या आत २३ नोव्हेंबर तारीख उजाडली. दुसऱ्या दिवशीचे माझे अमेरिकेला जाण्याचे तिकीट बुक झाले होते. त्या क्षणी मला जाणवले, मला जाण्याची इच्छा नव्हती. हा वेडेपणा होता; पण होता. ज्या शहरातील रस्त्यांवर गायी भटकतात आणि भिकारी उघडे-नागडे झोपतात ते कोंदट शहर मला रोमांचित करणारे शहर वाटत होते. ज्या खोलीवर डासांचे साम्राज्य होते ती एवढीशी खोली मला माझ्या घरासारखी वाटत होती. कॉल सेंटरची ती नोकरी माझ्यासाठी हाताशी लागलेली सोन्याची खाण वाटत होती. भारत माझ्या आयुष्याला एक वेगळेच थरारक वळण देत होता. आता मी बिस्किटे चहात बुडवून खाऊ लागलो होतो. हाताने मसाला डोसा खाणे शिकलो होतो. बादलीत पाणी घेऊन आंघोळ करणे मला अवघड जात नव्हते आणि रस्त्यावर बसलेल्या न्हाव्याकडून केस कापण्यातही मला संकोच वाटत नव्हता. पायजमा घालून पहाडगंजच्या रस्त्यावर फिरताना मला जाणवले, घरी अमेरिकेत असे काही करण्याचा विचारही करणे मला शक्य नव्हते. भारत हे माझ्यासाठी एका प्रदीर्घ सुट्टीचे ठिकाण बनले होते जणू! बिल भरण्याची

कटकट नाही, १-३५ महामार्गावर ड्रायव्हिंग नाही, स्वयंपाक करण्याचे झंझट नाही आणि जॉनी स्कारफेसबरोबर होणाऱ्या चकमकी नाहीत. तिकडे माझे कोणी मित्र माझी डोळ्यात प्राण आणून वाट बघत होते, असेही काही नव्हते आणि मॉमला माझ्या पहिल्या लग्नापेक्षा स्वत:च्या चौथ्या घटस्फोटाबद्दल जास्त उत्सुकता होती, असे तिच्याशी गेल्या वेळी बोलताना मला जाणवले होते; पण परत न जाण्याची इच्छा असण्याचे मुख्य कारण होते शबनम! माझा आतला आवाज मला सांगत होता, कदाचित ती अजूनही केपमधील 'टाउन'मध्ये, शहरात शूटिंग करीत असेल. कदाचित तिला माझी पत्रे मिळाली नसतील. त्यामुळे मी स्वत:साठी आणखी पंधरा दिवसांची मुदत घ्यायचे ठरवले आणि ५ डिसेंबर, बुधवारचे बुकिंग नव्याने केले. तोपर्यंत जर तिच्याकडून काहीच प्रतिसाद आला नसता, तर तिला माझ्या आयुष्यातून वजा करून, तिचा निरोप घेऊन घरी जायचे, असे मी ठरवले होते.

खरे सांगायचे झाले, तर पुढील दहा दिवसांत शबनमकडून मला काहीही उत्तर मिळाले नाही; पण तरीही मी ५ डिसेंबरची फ्लाइट पकडू शकलो नाही. कारण एक विचित्र, अतर्क्य अशी घटना ३ डिसेंबरला घडली. रुपये देऊन डॉलर्स घेण्यासाठी मी बँकेकडे निघालो होतो. माझ्याजवळची सर्व रोख रक्कम, मोबाइल आणि पासपोर्ट हे कमरेभोवती बांधलेल्या पट्ट्याला अडकवलेल्या पाउचमध्ये टाकून निघालो. मी रस्ता ओलांडण्याच्या बेतात असताना एक मोठा जमाव माझ्याकडे चाल करून येत असलेला मला दिसला. त्या जमावाचे नेतृत्व करणाऱ्या मुलीचा चेहेरा अतिशय विद्रूप, भयंकर होता. त्यापेक्षा भयंकर म्हणजे ती आंधळी होती आणि हातातील पांढऱ्या काठीच्या आधाराने चालत होती. तिच्यामागे पांढरे कपडे घातलेली, भुतासारखी दिसणारी तीन माणसे दिसत होती आणि त्यांच्यामागे मानवी सांगाड्यासारखे काळे कपडे घातलेली एक व्यक्ती येत होती; आणि त्यांच्यामागे विद्यार्थ्यांसारखे दिसणारे अनेक जण होते. त्यांच्या हातातील फलकांवर लिहिले होते. 'भोपाळसाठी लढा.', 'आम्हाला भरपाई मिळालीच पाहिजे.', 'करू किंवा मरू.' अशा घोषणा ते देत होते.

मी उभा होतो तेथेच हा मोर्चा थांबला. पांढऱ्या कपड्यातील माणसे रस्त्याच्या मध्यभागी मेल्याप्रमाणे आडवी पडली. तो काळ्या कपड्यातील सांगाडा त्यांच्याभोवती नाचत होता.

"तुम्ही मंडळी हॅलोविन साजरा करताय का?" मी एका जीन्स आणि स्लीपर्स घातलेल्या, खांद्यावर कापडी पिशवी अडकवलेल्या आणि कपाळावर लाल मोठा ठिपका लावलेल्या एका मुलीला विचारले. एखाद्या विचित्र प्राण्याकडे

बघावे तशा नजरेने माझ्याकडे बघत ती म्हणाली, "माफ करा, काय म्हणालात तुम्ही?"

"मी असे म्हटले की, ही हॅलोविनची भारतीय आवृत्ती आहे का? आम्ही ३१ ऑक्टोबरला तो अमेरिकेत साजरा करतो; पण तुम्ही त्यासाठी नुकसानभरपाई का मागता? तुम्हाला इथे चॉकलेट्स आणि मिठाई मिळत नाही?"

ती तरुणी एकदम भडकली. "जगातील एका अत्यंत वाईट औद्योगिक अपघाताविरुद्ध चाललेल्या आमच्या निषेधाची अशी खिल्ली उडवतोस?"

"अरे, अरे, अशी एकदम रागावू नकोस." तिला शांत करीत मी म्हटले.

"डुकरा, माझा असा अपमान करतोस? तू नक्कीच त्या डाउ केमिकल्सचा भाडोत्री माणूस असशील." ती ओरडली.

"हे बघ बाई, तू कशाविषयी बोलते आहेस मला ठाऊक नाही. या डाउ नावाच्या प्राण्याविषयी मी काहीही ऐकलेसुद्धा नाहीये. तू असे वड्याचे तेल वांग्यावर काढू नकोस." मी हात झटकत म्हटले.

हनुवटीवर छोटीशी दाढी असलेला एक तरुण विद्यार्थी जवळ येऊन माझ्या खांद्यावर थोपटत म्हणाला, "काय म्हणालास तू आता? तू माझ्या सहकाऱ्याला कुत्रा म्हटलेस?"

डोक्यावर तऱ्हेवाईक केशरचना केलेला आणि पट्टेरी सापापेक्षाही खुनशी दिसणारा एक तरुण माझ्याकडे बोट रोखून म्हणाला, "तू अमेरिकन आहेस ना?"

"होय, मी अमेरिकन आहे." मी उत्तरलो.

"अरे, इकडे बघा रे! त्या हलकट वॉरन अँडरसनचा कार्टा आपल्या हाती लागलाय." असे ओरडत त्याने माझ्या स्वेटरची कॉलर धरली.

"चल पैसे काढ लवकर!" कळकट कुर्ता-पायजमा घातलेला एक माणूस म्हणाला.

"होय. आम्ही आता फार दिवस वाट बघणार नाही." तो दाढीवाला अंगावर धावून येत म्हणाला.

"नाही, नाही मी नाही देणार पैसे. तुमची ही युक्ती बरोबर नाहीये."

"हा भडवा असे सहजासहजी देणार नाही पैसे. या साल्या अमेरिकनला चांगला धडा शिकवू या." तो विचित्र केशरचना असलेला माणूस ओरडला.

आणि मग कुत्र्यांनी मांसाच्या ढिगावर तुटून पडावे तसे सगळे माझ्यावर तुटून पडले. माणसे मला बदडू लागली आणि बायका माझे कपडे फाडू लागल्या. मी त्यांना प्रतिकार करण्याचा प्रयत्न करीत होतो, पण वादळात एखादे पाखरू सापडावे तशी माझी अवस्था झाली होती. मला काही कळण्यापूर्वीच त्यांनी माझ्या अंगातील स्वेटर ओरबाडले. मग दोन मिनिटांनी माझा शर्ट फाटला, पायातील एक चप्पल भलतीकडे कुठेतरी गेली, माझी जीन्स ओढण्याचा प्रयत्न एक लठ्ठ,

पोनीटेल बांधलेली मुलगी करीत होती; पण मी कशीबशी माझी सुटका करून घेतली आणि तेव्हाच माझ्या लक्षात आले की कमरेच्या पट्ट्याला अडकवलेला माझा पाऊच बेपत्ता झाला होती!

परदेशी जमातीच्या विचित्र पद्धतींविषयी मिस हेन्रिटा लोरेट्टा एकदा आमच्याशी बोलली होती. माणसाची कवटी खाणारी अर्जेन्टिनामधील ॲझटेक जमात, आपल्याच मुलींची विक्री करणारी मोक्सिकोतील माओरिस; पण भारतातही अशा विशिष्ट रीती आहेत आणि हॅलोविनला चॉकलेट न देणाऱ्या अमेरिकन लोकांना बडवून काढले जाते, हे मला ठाऊक नव्हते.

मुष्टीयुद्धात मार खाल्लेला एखादा जायबंदी योद्धा दिसावा तशा अवतारात मी फरफटत खोलीवर परतलो.

"काय झाले तुला?" माझा अवतार बघून बिलाल किंचाळला.

"गुंडांच्या टोळीने बडवले. माझे सगळे पैसे तर गेलेच; पण पासपोर्टही गेला. काय करू मी आता?"

"नवीन पासपोर्ट मिळवण्यासाठी तुला अमेरिकन वकिलातीला भेट द्यावी लागेल." बिलालने सल्ला दिला.

चाणक्यपुरीमधील अमेरिकन वकिलातीच्या कार्यालयाची इमारत देखणी होती. प्रसन्न, ताजेलदार हिरवळ, त्यात उडणारी कारंजी आणि कार्यालयाच्या सर्वांत वरती दिसणारा दिमाखदार सोनेरी गरुड! एका अमेरिकन नागरिकाला बघून त्या फाटकाजवळ उभ्या दरवानाला फारसा आनंद झाला नसावा. त्याने मला शेजारी असलेल्या दुसऱ्या इमारतीत जायला सांगितले. पासपोर्ट आणि व्हिसा प्रकरणे तिकडे हाताळली जातात, असे तो म्हणाला.

तेथे दोन रांगा होत्या. एक भारतीयांची आणि दुसरी अमेरिकन लोकांची भारतीयांची रांग मैलभर तरी लांब होती. आपल्या बॅगा आणि सामानसुमान घेऊन सगळी मंडळी दूतावासासमोर मुक्कामाला आली असावीत, असेच मला वाटले. एक शिख कुटुंब तिथे प्रार्थना म्हणत होते. एक वैतागलेली आई मुलांना खाऊ घालीत होती. काही माणसे सावलीत बसून पत्ते खेळत होती. सुदैवाने एकाही अमेरिकन माणसाला व्हिसाची गरज नसल्याने मी त्या गेटने थेट आत शिरलो.

नवीन कैद्याला तुरुंगात घेऊन यावे तसे मला आतमध्ये घेतले गेले. चार वेळा सुरक्षा रक्षकांकडून तपासले गेल्यावर मला स्वागतकक्षात आणले गेले.

"मी लॅरी पेज. माझा पासपोर्ट हरवला आहे." मी स्वागतकक्षातील बाईला सांगितले.

''प्लीज, बसा आपण.'' असे ती बाई म्हणाली आणि तिने कोणालातरी फोन लावला. त्यानंतर अवघ्या तीन मिनिटांत काचेचे दार उघडून एक उंच, सडसडीत, उंच टाचेचे, काळ्या रंगाचे बूट घातलेली तरुणी माझ्यासमोर उभी होती. राखाडी रंगाचा स्कर्ट आणि त्याला शोभेसा सोनेरी बटणे लावलेला शर्ट घातलेली ती मुलगी एकदम फटाकडी दिसत होती.

''मिस्टर पेज, तुमचे स्वागत आहे.'' एक ऐसपैस स्मितहास्य करीत आणि माझा हात प्रेमाने हलवत ती म्हणाली, ''नॅसकॉमच्या परिषदेसाठी तुम्ही येणार आहात, हे ठाऊक होते. तुम्ही इथे दूतावासात येऊन आमचा गौरवच केला आहे. मी तुमच्या कामाची फार मोठी चाहती आहे. प्लीज, असे आत या.''

कॉरिडॉरमधून मला ती आत घेऊन निघाली. चालताना तिचा पार्श्वभाग ज्या तऱ्हेने हलत होता ते बघताना एखाद्या पिशवीत दोन मांजरी एकमेकांशी भांडत असाव्यात, असे वाटत होते. बिल्डिंगच्या दुसऱ्या टोकाला तिचे ऑफिस होते. हातातील कार्ड दाराबाहेरच्या खाचेतून सफाईदारपणे फिरवून तिने दार उघडले आणि आत बोलावले.

आतील मोठ्या सोफ्यावर बसून मी तिचे ऑफिस न्याहाळू लागलो. ती खोली चांगली प्रशस्त होती आणि त्याची अंतर्गत सजावटही उत्तम होती. भिंतीवर अनेक नकाशे लावलेले होते आणि टेबलावर अतिशय आधुनिक साधने होती. ती तरुणी माझ्याशेजारी बसत म्हणाली, ''माझे नाव एलिझाबेथ ब्रूकनर.'' आपले पाय एकावर एक टाकीत ती पुढे म्हणाली, ''दूतावासातील काऊन्सलर विभागाची मी प्रमुख आहे. तुमचा पासपोर्ट हरवल्याचे कळले. वाईट वाटले; पण एका दिवसात तुम्हाला नवा पासपोर्ट मिळवून देण्याचा आम्ही प्रयत्न करू मिस्टर पेज.''

''फार बरे होईल तसे झाल्यास. कारण उद्या माझी फ्लाइट आहे.''

''ते जाऊ द्या. जी माणसे आपल्या खाजगी ७६७ बोईंगमधून प्रवास करतात, त्यांनी कशाला फ्लाईटची चिंता करायला हवी?''

हे ७६७ काय प्रकरण आहे हे मला न कळल्याने मी गप्प बसलो.

''सध्या सर्जी ब्रिन काय करतायत?''

हे नाव मी यापूर्वी कधी ऐकले नसल्यामुळे मी पुन्हा काहीच बोललो नाही.

''तुम्ही फार कमी बोलता मिस्टर पेज. हो ना?''

''मॉम नेहेमी म्हणते. अडचणीत याल एवढे तोंड उघडू नये.''

तिने माझ्याकडे चमत्कारिक नजरेने बघितले अन् म्हणाली, ''लॅरी पेज माझ्या ऑफिसमध्ये आलेले बघून मला इतकी मजा वाटतीये. तुम्हाला ठाऊक आहे, कित्येक वर्षांपासून मी गुगल वापरते आहे. खरे म्हणजे २००४ साली मी त्याचे थोडे शेअर्ससुद्धा खरेदी केले आहेत. इथे थोडे गरम होतेय नाही?'' असे

म्हणत तिने आपल्या जाकिटाची वरची दोन बटणे उघडली. “कुठे मुक्काम आहे तुमचा मिस्टर पेज? शेरेटनमध्ये?” माझ्याकडे बघत पापण्यांची उघडझाप करीत तिने ओशाळवाणे स्मितहास्य केले.

“हे बघा मॅडम, मी...”

“माझी मित्रमंडळी मला लिझी म्हणतात आणि हो, माझा मोबाइल नंबर तुम्हाला देते. तुम्ही मला कधीही फोन करू शकता. दिवसा, अगदी रात्रीसुद्धा!” एका कागदावर आपला मोबाइल नंबर लिहून तिने तो कागद माझ्या हातात सरकवला. मी तो पाकिटात ठेवीत असताना मला जाणवले, माझे पाकीट पूर्ण रिकामे होते. ईस्टरच्या सकाळी जिझसचा tomb जसा रिकामा असतो तसे.

“तर तुम्ही कुठे राहताय, हे तुम्ही मला सांगत होता आणि तुम्हाला नुकताच या वर्षीचा सर्वोत्तम संशोधनाचा पुरस्कार मिळाला, नाही का?”

“मॅडम, मी ज्या एकमेव पुरस्कारापर्यंत गेल्या वर्षी पोहोचू शकलो ती म्हणजे ‘सिस्को’मधील ‘फोर्कलिफ्ट रेडिओ’ स्पर्धा, ज्यात माझ्या हैस्टर एच वन ३० एफ या वाहनासह ट्रेलर भरणे, रिकामा करणे आणि सामान शेल्फमध्ये रचणे या कामात मी आघाडी घेतली; पण लेखी परीक्षेत मात्र मी तेवढी चांगली कामगिरी करू शकलो नाही. कारण त्यात विचारले गेलेले प्रश्न फारच किचकट होते. जसे की, एक फोर्कलिफ्ट ताशी १० किमी वेगाने येत असताना कोरड्या जमिनीवर पूर्ण थांबण्यापूर्वी २२ फूट अंतर कापतो. मग ताशी २० किमी वेगाने जाणारा फोर्कलिफ्ट थांबण्यापूर्वी किती अंतर जाईल? मी लिहिले, २२ × २ = ४४ फूट; पण त्यांच्या दृष्टीने ते चूक होते, कारण एवढ्या वेगाने फोर्कलिफ्टने जाणे हेच अयोग्य आहे, असे त्यांचे म्हणणे होते.”

“तुमची विनोदबुद्धी फारच तेज आहे मिस्टर पेज. मी तुम्हाला लॅरी म्हटले तर चालेल? तुम्हाला फोर्कलिफ्टची एवढी कशी माहिती?”

“कारण मी राउंड रॉक, टेक्सास येथील वॉलमार्ट स्टोअरमध्ये फोर्कलिफ्ट ऑपरेटर म्हणून काम करतो. तुम्हाला ठाऊक आहे कुठे आहे ते? १-३५ महामार्गावर एक्झिट क्र. २५१ जवळ आहे.”

“म्हणजे तुम्ही ते गूगलचे प्रसिद्ध लॅरी पेज नाही?”

“मी तेच तर सांगण्याचा प्रयत्न करतोय केव्हापासून. माझे नाव लॅरी पेज आहे, पण मी गूगलवाला नाही. मी भारतभेटीवर आलो होतो; पण आता परत जाऊ शकत नाही कारण माझा पासपोर्ट हरवला आहे.”

“अरेच्चा!” असे म्हणत तिने चटकन आपल्या जाकिटाची बटणे लावून टाकली आणि ती चटकन उठून उभी राहिली. एखाद्या नोकराला कामावरून कमी करताना जे भाव जॉनी स्कारफेसच्या चेहेऱ्यावर मला दिसतात, तसे भाव आता या

बाईच्या चेहेऱ्यावर होते.

"मिस्टर पेज, माझा काहीतरी गैरसमज झाला त्याबद्दल मला माफ करा. तुम्हाला डी एस ११ आणि डी एस ६४ हे दोन फॉर्म्स भरावे लागतील. ते बाहेर काऊंटरवर उपलब्ध आहेत. पोलीस-तक्रारीची एक प्रत तुम्हाला जमा करावी लागेल, शिवाय तुम्ही अमेरिकन नागरिक आहात याचा पुरावा देऊन ९९ डॉलर्स भरा आणि एका कौन्सलर कर्मचाऱ्याकडून पुढची वेळ घ्या."

"पण मला उद्या नवा पासपोर्ट मिळेल ना?"

"नाही मिस्टर पेज. ही झटपट सेवा फक्त विशेष महत्त्वाच्या अमेरिकन नागरिकांसाठी उपलब्ध आहे आणि तुम्ही तसे नाहीत. माझी सेक्रेटरी तुम्हाला बाहेर जाण्याचा रस्ता दाखवेल."

माझ्या नशिबाला बोल लावीत मी दूतावासाच्या बाहेर पाऊल टाकले. मी माझे तोंड उघडल्याबद्दल स्वत:लाच मूर्खात काढले. एक धडा मिळाला. जर मी मिस्टर गूगल आहे असे लोकांना वाटत असेल, तर मी कशाला थांबवू त्यांना?

मी लकी ट्रॅव्हल आणि टूर्सकडे जाऊन आणखी एक तिकीट बुकिंग केले. या वेळी सर्वांत जवळचे तिकीट उपलब्ध होते ते १५ जानेवारीचे. त्यामुळे आणखी ४० दिवस भारतात राहण्याखेरीज माझ्यापुढे पर्यायच नव्हता. मी शबनमला पत्र लिहिणे थांबवले नाही. फक्त एकच झाले, तिच्याकडून काहीच प्रतिसाद न मिळाल्याने माझी पत्रे आकाराने लहान-लहान होत गेली. मी सार्वजनिक बूथवरून तिचा मोबाइल लावण्याचाही खूप वेळा प्रयत्न केला; पण तिथेही माझे दुर्दैव आडवे आले. चांगली बातमी फक्त कॉल सेंटरवरून मिळाली आणि ती म्हणजे १५ डिसेंबरला देवदत्तची हकालपट्टी करण्यात आल्याची. त्याच्या कॉम्प्युटरवर अनेक मुलींचे नग्न फोटो सापडले आणि हेही उघडकीस आले की, ऑफिसच्या फोनचा वापर करून तो रोज सेक्सी सॅम या नावाने लास व्हेगास येथे काही बायकांशी बोलत होता.

दिवस भराभर जात होते. खरे म्हणजे मला काही कळायच्या आत ३१ डिसेंबर उजाडला. नववर्षाच्या स्वागताप्रीत्यर्थ होणाऱ्या पार्ट्यांसाठी मला व्हिन्सेन्ट, रेगी, गिना यांचे आमंत्रण होते. त्या सगळ्यांनी त्या दिवशी सुट्टी घेतली होती; पण एवढ्यात माझ्या आयुष्यात जे काही घडत होते, घडले होते त्यामुळे मी फार उत्साही मूडमध्ये नव्हतो. याच वेळी आमच्या ऑफिसच्या व्यवस्थापनाकडून मला एक ऑफर आली. ३१ डिसेंबरच्या रात्री कॉल चालवण्यासाठी त्यांना स्वयंसेवक हवे होते आणि त्या कामाचा पगार तिप्पट मिळणार होता. मी त्या रात्री मोकळाच असल्याने मी रात्रपाळीचे काम स्वीकारले आणि ग्राहक-मदतनीस म्हणून आयुष्यात प्रथमच त्या खुर्चीवर, प्रियाच्या भाषेत 'हॉट सीट'वर बसलो!

कॉल सेंटरमधील कॉल्स घेणे ही दिसते तेवढी सोपी गोष्ट नाही किंवा खरे म्हणजे ती अतिशय मानसिक ताण आणणारी गोष्ट आहे. व्हिन्सेन्टच्या भाषेत एक अत्यंत मूर्ख गोष्ट! तुम्हाला कोणत्या प्रकारचे फोन कॉल्स येणार आहेत, याचा तुम्हाला काही अंदाज नसतो. त्या रात्री खूप काम नव्हते आणि काम सुरू केल्यावर जवळजवळ दोन तासांनी मला पहिला कॉल आला. जिम बोल्टन नावाचे एक सद्गृहस्थ पलीकडून बोलत होते. मी माझ्या कानावरील हँडसेट नीट केला आणि म्हटले, ''अमेरिकन रोडसाइड असिस्टन्सला फोन केल्याबद्दल धन्यवाद. मी लॅरी पेज. मी आपल्याला काय मदत करू शकतो?''

''धन्यवाद बेटा, आम्ही सॅन फ्रान्सिस्कोचे आहोत. आम्ही न्यूयॉर्कला आमच्या मित्रपरिवाराला भेटण्यासाठी आलो आहोत. इथून आम्ही फिलाडेल्फियाला जाणार आहोत, नववर्षाच्या पार्टीसाठी; पण आम्ही हिमवादळात सापडल्याने जरा गडबडलो आहोत. मला असे वाटतेय की, आम्ही डल्लास ओलांडले आहे आणि आय – ४७६ या महामार्गावर व्हाइट हेवनजवळ आम्ही आहोत. इथून फिलीला कसे जायचे सांगू शकतोस? आणि जरा चटकन सांग कारण माझ्या मोबाइलमधील बॅटरी चार्जिंग फार थोडे उरले आहे.''

''अर्थात! डल्लासहून चंद्रावर कसे जायचे, हेसुद्धा मी तुम्हाला सांगू शकतो. तुमचा एआरए ग्राहक क्रमांक कृपया सांगता का?''

त्या माणसाने मला त्याचा ग्राहक क्रमांक दिल्यावर मी डल्लास-टेक्सास-फिलाडेल्फिया ह्या मार्गाचा नकाशा समोर उघडला. तो सद्गृहस्थ जवळजवळ पंधराशे मैल दूर गेला होता. सगळ्यात दुर्दैवाची बाब म्हणजे व्हाइट हेवन नावाचे ठिकाण मला नकाशावर दिसतच नव्हते. कोणताही कॉल तीन मिनिटाच्या आत संपवावा अशी अपेक्षा ग्राहक मदतनीसाकडून असते; पण इथे दहा मिनिटे उलटून गेली तरी बोल्टन नेमके कोणत्या रस्त्यावर, कोणत्या ठिकाणी आहेत, हे शोधणे मला जमत नव्हते. त्यांची सहनशक्ती आता संपत आली होती.

''फिलाडेल्फियाकडे जाणारी दिशा मला सापडू शकत नाहीये सर. तुम्हाला वॅकोला जायला आवडेल?'' मी त्यांना मोठ्या आशेने विचारले. हे ऐकताच त्यांचा संयम संपला. संतापून ओरडत ते म्हणाले, ''हरामखोरा, गेला अर्धा तास तू मला नुसते घोटाळत ठेवले आहेस. त्यापेक्षा सरळ मान्य का करीत नाहीस की, अमेरिकेतील रस्त्यांबाबत तुला एका शब्दानेही काही माहिती नाही ते. मुळात तू लॅरी पेज नाहीसच. तू नक्कीच एखादा भिक्कारडा भारतीय असशील आणि बेंगळुरूमधील एखाद्या खुराड्यासारख्या ऑफिसात बसून अमेरिकन लोकांकडून भरमसाठ पैसे उकळत असशील. चल, खरे काय ते सांग, मी तुला माफ करतो.''

''नाही सर, माझे नाव खरेच लॅरी पेज आहे आणि मी अमेरिकेन आहे.

तुमच्यासारखा.'' मी उत्तरलो.

''अजूनही स्वत:ला अमेरिकन म्हणवून घेतोस? अं? तुला काय वाटले, तू मला फसवू शकशील? मला ठाऊक आहे. भारतातील टिल्ली-पिल्ली टिचकीभर कॉल सेंटर्स कशी चालतात. मी एका सेकंदात तुमचे पितळ उघडे पाडीन. मला सांग पेज, अमेरिकेची लोकसंख्या किती?''

''मला नाही ठाऊक. शंभर कोटी?''

''चूक. अमेरिकेच्या घटनेतील दहा दुरुस्त्या सांग.''

''छे, हे तर चिनी अंकगणितापेक्षा अवघड झाले. पण मला एक सांगा, घटना म्हणजे काय?''

''तू हक्कांच्या सनदेविषयी काय जाणतोस? आणि अमेरिकेचे राष्ट्रगीत कोणी लिहिले, याबाबत तुला काही विचारण्यात अर्थच नाही.''

''एक अंदाज करू?''

''सांग.''

''स्टीव्ह वन्डर?''

''पुन्हा चूक. तू त्याच्यातील एखादे कडवे म्हणू शकतोस?''

''हॅं. हॅं... शाळेत मी ते म्हणत होतो; पण खूप वर्षांपूर्वी. आता मला नाही आठवत फारसे. हवेत फुटणारी रॉकेट्स आणि शूर माणसांच्या घरात शिरणारे बॉम्ब वगैरे काहीतरी त्यात आहे, एवढेच आठवते आहे.''

''असे काहीही त्यात नाही. आता मला सगळे असह्य होतेय. तू म्हणजे अमेरिका नावाला मिळालेला शाप आहेस.''

''माफ करा सर, पण तुमच्यासारखे मी कोणत्याही विद्यापीठात शिक्षण घेतलेले नाहीय ना!''

''बाळा, त्यासाठी शिक्षणाची गरज नसते. डोक्यात एक भोक असावे बस्स! आता मला तुझे खरे नाव सांग.''

''सांगितले ना सर, लॅरी पेज.''

''हे बघ, आता ढोंग पुरे. तू अमेरिकन नाहीस, हे मी आधीच सिद्ध केले आहे. तुझे खरे-खरे, भारतीय नाव सांग. सीताराम? का वेंकटस्वामी?''

''हे बघा सर, तुम्ही तुमचे बूट जरी ओव्हनमध्ये बेक करायला ठेवले, तरी त्याची बिस्किटे होणार नाहीत ना! तसेच, मी तुम्हाला सांगितले ना, माझे नाव लॅरी पेज आणि मी अमेरिकेचा, टेक्सास राज्यातील.''

''मी तुला शेवटचे विचारतो, तुझे खरे नाव सांग. तुझे भारतीय नाव...''

''आणि मीही तुम्हाला शेवटचे सांगतोय. मी लॅरी पेज. मी भारतीय नाही, अमेरिकन आहे.''

“तुम्ही मादरचोद भारतीय, इथून कामे पळवता आणि स्वत:ला अमेरिकन म्हणवून घेण्याची तुम्हाला शरम वाटत नाही?”

“शरम तुम्हाला वाटायला हवी सर. अशी भाषा वापरल्याबद्दल.”

“हे बघ हरामखोरा, तू मुकाट्याने तुझ्या त्या काळ्या भारतीय आईकडे चालता हो! भारतातील त्या भुक्कड ऑफिसमध्ये बसून अमेरिकन लोकांचा मौल्यवान वेळ वाया घालवण्याची ही तुझी शेवटची वेळ! तुझा सुपरवायझर कोण आहे? मला त्याच्याशी बोलायचे आहे.”

“मला एवढे उपदेशाचे डोस पाजून आता आमच्या कामात ढवळाढवळ करता?”

“हलकटा, मी ढवळाढवळ करतो? मी टीमस्टर्समध्ये काम करतो आणि मी लोकल ७०चा प्रमुख आहे. मी तुझ्यावर कारवाई करतो की नाही बघ आणि जर तुला तुझ्या कंपनीने डच्चू दिला नाही, तर मी तुझ्या त्या भुक्कड कंपनीच्या मुसक्या आवळतो की नाही बघ! मला आत्ताच्या आत्ता तुझ्या सुपरवायझरशी बोलायचे आहे आणि मला...”

फोन एकदम बंद झाला. त्यांची बॅटरी बहुतेक संपली असावी. मी माझ्या तोंडावरून हात फिरवला. अशा त्रासदायक कॉलमधून सुटका झाल्याबद्दल सुटकेचा नि:श्वास सोडत असताना कॉम्प्युटरच्या पडद्यावर निरोप आला.

“तातडीने मला भेटायला ये. एम. के.”

माधव कुट्टी हा सर्व सुपरवायझर्सचा सुपरवायझर होता. सफेद केसांचा आणि सरळमार्गी, पण तापट. मी त्याच्या तळमजल्यावरील खोलीत प्रवेश केला. तो त्याच्या टेबलजवळ उभा होता आणि त्याच्या खुर्चीत कोणीतरी दुसरी व्यक्ती बसली होती. काळे चमकदार लेदरचे जाकीट आणि टोकदार बूट घातलेल्या त्या व्यक्तीने एकदम झकपक कपडे घातले होते. तो आंधळा तर नाही ना, अशी मला शंका आली, कारण रात्री एक वाजता त्याने गॉगल घातला होता. त्याचा चेहेरा सुंदर होता; पण डाव्या डोळ्यापासून गालापर्यंत आलेल्या एका लांबलचक व्रणामुळे त्याचे सौंदर्य डागाळले होते. वापरलेल्या गाड्या विकणाऱ्या सेल्समनसारखा चोरटेपणा त्याच्या चेहेऱ्यावर दिसत होता.

हातातील क्रॅकर बिस्किटावर ठेवलेले चीज टपकन खाली पडल्यावर दिसतो तसा भाव माधवनच्या चेहेऱ्यावर होता. “हे श्री. विकी राय. आपल्या कंपनीचे मालक. ते आपल्या ऑफिसजवळून जात असताना काम कसे चालले बघण्यासाठी आले. त्यांनी जो कॉल घेतला तो तुझा होता लॅरी आणि कॉल कसा घेऊ नये याचा आदर्शच तू आत्ता दाखवलास.”

“माझे ऐका, तो माणूस भामटा होता. वेगवान घोड्यावर स्वार झालेल्या

माणसालासुद्धा ते दिसले...''

मी स्पष्टीकरण देऊ लागलो; पण त्या झकपक कपड्यातील माणसाने माझे संभाषण तोडले.

''या मूर्खाशी वाद घालण्यात अर्थ नाही, एम. के.! लॅरी पेज, तुम्हाला कामावरून कमी करण्यात आले आहे.'' असे म्हणत आपल्या पांढऱ्याशुभ्र बुटांची टकटक करीत तो बाहेर पडला.

दोनच दिवसांनंतर खोलीसमोरच्या रस्त्यावर पडलेल्या एका कॅनला पायाने उडवत मी निरर्थकपणे फिरत असताना बिलाल माझ्याजवळ येऊन म्हणाला, ''हे बघ लॅरी, कॉल सेंटरमधली तुझी नोकरी आता संपलीच आहे, तर माझ्याबरोबर काही दिवस काश्मीरला का येत नाहीस? माझ्या दोन मित्रांबरोबर मी आज परत जातोय.''

यापेक्षा बरे काही करण्यासारखे माझ्या हातात नव्हते आणि मला भारतात अजून दोन आठवडे काढायचे असल्याने मी त्याला होकार दिला अन् कॅनला लाथेने गटारात उडवले.

दुसऱ्या दिवशी रात्री आम्ही श्रीनगरला पोहोचलो. मी बसमधून उतरलो तेव्हा झंझावाती गार वारे वाहत होते.

त्या बर्फाळ वाऱ्याच्या झोताचा दणका एवढा होता की, मला अक्षरश: भोवळ आली. बिलालने चट्‌कन मला ब्लँकेट दिले आणि जवळच्या एका घरात नेले. तिथे पोहोचताच मला गाढ झोप लागली.

दुसऱ्या दिवशी आम्ही काही प्रेक्षणीय स्थळे बघायला निघालो. त्या दिवशी वातावरणात कमालीचा गारठा होता; पण बिलालने मला अगदी त्या वातावरणाला साजेसे कपडे दिले. बाह्या दुमडलेला लांब, सैलसर गाउन, फिरन. त्या गाउनच्या आत मी एक छोटी शेगडी ठेवली. माझा खाजगी ओव्हन असावा तशी. एखाद्या ब्लँकेटमधील ढेकूण जसा उबदार असतो तसा मी उबदार झालो.

श्रीनगर एखाद्या चित्रासारखे सुंदर होते आणि रस्त्यावर फिरणारे लोकही मनमोकळे वाटले. तजेलदार रंगाच्या शाली पांघरलेल्या मुलांनी माझ्याकडे बघून हात हलवले, तर चमकदार डोळ्यांच्या, केसांवर रुमाल बांधलेल्या शाळकरी मुली मला बघून गालातल्या गालात हसल्या. चांदीच्या दागिन्यांनी नखशिखान्त मढलेल्या स्त्रिया खिडक्यांमधून माझ्याकडे औत्सुक्याने बघत होत्या आणि लांब गाउन आणि काळ्या टोप्या घातलेले पुरुष बिलालला अभिवादन करीत होते. प्रत्येक जण स्मितहास्य करीत होता.

आमचा पहिला थांबा होता दल लेक. मी आजपर्यंत बघितलेला सर्वांत सुंदर तलाव. या तलावाभोवती उंच झाडांची हिरवीगार महिरप होती आणि तलावात सर्वत्र बोटीतील छोटी-छोटी घरे दिसत होता, ज्याला 'हाउस बोट' म्हणतात म्हणे. या हाउसबोटींचे कठडे कोरीव कामामुळे सुंदर दिसत होते. सर्वत्र उमललेल्या कमळाच्या फुलांमुळे त्या तलावाचे पाणी विविधरंगी दिसत होते. तळ्यातील फुलांवर झगझगीत रंगाचे पक्षी सूर मारून येऊन बसत होते आणि झपकन उडत होते. कमळांच्या या दाटीतून छोट्या-छोट्या बोटी फिरत होत्या. धुक्याचा पडदा हटल्यावर बर्फाच्छादित डोंगररांगा भोवती दिसू लागल्या. हे डोंगर माउंट लिव्हरमोअरपेक्षा उंच होते.

या तळ्याच्या दुसऱ्या बाजूला एक पांढरा घुमट असलेले धार्मिक स्थळ मला दिसले. ते म्हणजे हजरतबल मशीद, ज्यामधून लाउडस्पीकरवरून मोठ्या आवाजात प्रार्थना सुरू होत्या. ही मशीद अतिशय पवित्र मानली जाते आणि इथे प्रेषित महंमदाचे केस ठेवले आहेत, असे बिलालने सांगितले. इथले भिकारीही फार छान होते. त्यांनी मला फूल दिले आणि माझ्याकडे पैसे मागितले. दल लेकवरून पुढे आम्ही जुन्या श्रीनगरच्या मध्यभागी असलेल्या नौहट्टा भागात असलेल्या जामा मशिदीमध्ये गेलो. बिलालची प्रार्थना सुरू असताना मी त्या मशिदीबाहेर असलेल्या जुन्या बाजारात फेरफटका मारला. दुपारच्या जेवणासाठी बिलाल मला लाल चौकातील मुख्य रस्त्यावर घेऊन गेला. या रस्त्यावरील छोट्या धाब्यावर आम्ही काश्मिरी जेवण घेतले.

त्याच दिवशी संध्याकाळी बस स्टँडवर बॉम्बस्फोट झाला आणि रात्री अकरा वाजता गावात संचारबंदी लागू झाली. गावात संध्याकाळपासून सामसूम असल्याने या संचारबंदीचा फारसा परिणाम झाला नाही. ऐन मध्यरात्री बिलालने मला हलवून जागे केले आणि तो म्हणाला, ''लॅरी उठ, धाड घालायला पोलीस येत आहेत. आपल्याला निघायला हवे.''

''काय झाले?'' मी विचारले.

''कोणीतरी तुझ्याबद्दल संशय व्यक्त केल्याने लष्कराकडून तुला अटक करण्यासाठी जवान निघाले आहेत. आपल्याला यापेक्षा सुरक्षित घरी जायला हवे.''

पेंगुळलेल्या डोळ्यांनीच मी उठलो आणि फिरन घालूनच घराबाहेर पडलो. रस्त्यावर स्मशानशांतता होती. काही तुरळक शेकोट्या पेटल्या होत्या आणि तुरळक माणसे त्यावर हात शेकत बसले होते. भटकी कुत्री रस्त्यावर भुंकत होती. हे शहर बिलालला स्वत:च्या तळव्याइतके उत्तम परिचित होते. छोट्या-छोट्या गल्ल्यांमधून अनेक रस्ते पार करीत, पूल ओलांडीत, गस्त घालणारी चौकी टाळून बिलाल मला एका छोट्याशा, मोडकळीला आलेल्या घरात घेऊन गेला. त्या घराचा

दरवाजा हिरव्या रंगाचा होता.

घरात तीन माणसे बसलेली होती. इतकी तऱ्हेवाईक विचित्र माणसे मी आजवर बघितली नव्हती. त्यांचा नेता चांगला बलदंड, काळीभोर दाढी असलेला आणि काळा फेटा बांधलेला होता. त्याच्या दगडी चेहेऱ्यावर कपाळावर एक विचित्र काळी खूण होती. दुसरा माणूस तरुण होता आणि त्याने शर्ट-पँटवरून वूलनचे जाकीट घातले होते. त्याची उंची माझ्याएवढीच होती, पण त्याचे दात एवढे पुढे आले होते की, त्या दातांच्या टोकदार कुंपणातून मक्याचे दाणे सहज आत जाऊ शकले असते. त्याच्याशेजारी उभा असलेला माणूस उंच, गोरा, लांब केसांचा, लुकडा आणि नीटनेटक्या चेहेऱ्याचा होता. त्याने ढगळ क्रीम रंगाचा पायजमा आणि लांब काळा शर्ट घातला होता.

बिलाल निघायच्या घाईत होता. ''बस, माझे काम एवढेच होते. हे माझे मित्र. ते तुला अधिक सुरक्षित ठिकाणी घेऊन जातील. मला आता निघायला हवे लॅरी. तुला शुभेच्छा!'' तो म्हणाला आणि मी काही बोलायच्या आत कुत्रा मागे लागल्यासारखा तो झपाट्याने निघून गेला. वॉलमार्टचा सुरक्षाप्रमुख माइक बेन्सन एखाद्या चोराकडे बघतो तसे ते तिघेही माझ्याकडे बघत होते. ते आपले मित्र आहेत असे बिलाल म्हणाला खरे; पण मला तर ते डसणाऱ्या जहाल मुंग्याइतपतच मैत्रीपूर्ण वाटत होते.

''फिरन उतरव.'' पगडीवाल्याने हुकूम सोडला.

''का?'' मी विचारले.

''तुझ्याकडे काही शस्त्र नाहीत ना हे बघायचे आहे.''

''तुमची मर्जी!'' असे म्हणत मी अंगावरील गाउन काढला. त्या दात पुढे असणाऱ्या माणसाने माझा स्वेटर आणि जीन्स चाचपडली. ''त्याच्याकडे काहीही नाही.'' असे त्याने जाहीर केल्यावर वातावरणातील तणाव निवळला.

''हॅलो, मी लॅरी पेज.'' माझा हात पुढे करीत मी म्हटले. तो दाताळ्या खूश होत म्हणाला, ''बिलालकडून कळले तुझे नाव, पण माझा त्याच्यावर विश्वास बसला नाही. तू खरोखर 'गूगल'चा शोध लावणारा?'' माझे नाव लॅरी ठेवल्याबद्दल मी माझ्या डॅडना अक्षरशः शिव्या घातल्या (हे नाव त्यांनीच निवडले असे ममाचे म्हणणे होते.), पण जर भारतीय लष्कराची माणसे माझ्यामागे असतील आणि या 'विनोदांमुळे' त्यांच्या हातून माझी सुटका होणार असेल, तर ही भूमिका करावी असे मला वाटू लागले. त्या दाताळ्याला याचा सुगावा लागणे शक्य नव्हते; पण मी 'गूगल'वाला आहे असे त्याला वाटत असले असते, तर मला त्याचा काही त्रास का व्हावा?

''का? मी एखाद्या इंजीनाचा शोध लावू शकत नाही?''

त्याचे डोळे विस्फारले, "म्हणजे तू खरा खरा लॅरी पेज आहेस?

"तुला काही शंका आहे?"

"म्हणजे?"

"म्हणजे होय, मीच तो, ज्याने 'गूगल'चा शोध लावला."

त्याला हे ऐकून भोवळच आली.

"माझे नाव रिझवान मिस्टर पेज, पण सगळे मला अबू टेक्निकल म्हणतात. तुम्हाला भेटून फार आनंद झाला. मी 'गूगल'चा फार चाहता आहे आणि मी कायम त्याचा वापर करतो." तो म्हणाला.

"हं... लोक सांगतात मला, स्लाइस ब्रेडच्या शोधानंतर लागलेला हा सर्वांत मोठा शोध! पण तुला लोक टेक्निकल का म्हणतात?"

"कारण तो साक्षात कॉम्प्युटर आहे. त्याला सगळ्या गोष्टींची सगळी माहिती आहे." पायजम्यातील माणूस बोलला.

"खरेच?"

"जरा दाखव त्याला टेक्निकल." तो पायजमावाला पुन्हा म्हणाला.

"मिस्टर पेज, इतर कोणाहीपेक्षा मला तुमची सर्वाधिक माहिती आहे." टेक्निकलने फुशारकी मारली. "होय. मी ते सिद्ध करू शकतो. तुमचा जन्म २६ मार्च १९७३ साली लानसिंग, मिशिगन येथे झाला. डॉ. कार्ल व्हिक्टर आणि ग्लोरिया पेज हे तुमचे आईवडील. स्टॅनफोर्ड विद्यापीठात कॉम्प्युटर सायन्समध्ये तुम्ही डॉक्टरेट करीत असताना तुमची गाठ सर्जी ब्रिनशी पडली आणि १९९८ साली तुम्ही दोघांनी मिळून गूगल सर्च इंजीन विकसित केले. 'वर्ल्ड इकॉनॉमिक फोरम'तर्फे तुमचा भविष्यातील जागतिक नेते म्हणून गौरव करण्यात आला. तुम्ही सध्या गूगल इंक्समध्ये प्रॉडक्ट प्रेसिडेंट म्हणून काम करता. गूगलची सध्या किंमत १६० कोटी डॉलर्सएवढी आहे. त्यामुळे पृथ्वीवरील सर्वाधिक श्रीमंत व्यक्तींमध्ये तुमचा क्रमांक २६वा आहे. बोला."

'पृथ्वीवरील श्रीमंत माणसांमधील २६वा माणूस! अगदी वेडाच माणूस आहे! ममा नेहेमी म्हणते, तोंड उघडून लोकांच्या शंकांचे निरसन करण्यापेक्षा तोंड बंद ठेवावे. तुम्ही मूर्ख आहात असे लोकांना खुशाल वाटू दे! मी त्याच्याकडे दुर्लक्ष केले. "बाप रे! हे फारच थोर काम आहे!"

"मिस्टर पेज, तुमची पेज रँक टेक्नॉलॉजी अगदी थक्क करणारी आहे."

तो कशाबद्दल बडबड करत होता, मला काहीही कळत नव्हते. किंबहुना सगळे डोक्यावरून जात होते; पण मी 'हो...हो' करीत एक-दोन वेळा मान डोलावली आणि म्हटले, "पेज रँक, फारच भन्नाट कल्पना आहे नाही? स्लाइस ब्रेडनंतर शोध लावली गेलेली तिसरी उत्तम कल्पना!"

तो आपले म्हणणे सोडायलाच तयार नव्हता, “मिस्टर पेज, तुमच्या दृष्टीने सर्वोच्च आनंदाचा क्षण कोणता होता?”

“म्हणजे आमच्या विजयाच्या शक्यतेचा अंदाज आला तो क्षण?”

“मला म्हणायचेय, तुम्ही आणि सर्जी तुम्हाला दोघांना विजयाची चाहूल लागली तेव्हा काय वाटले?”

“एप्रिलमध्ये! हो, आम्ही विजयी झालो हे एप्रिलमध्ये आम्हाला समजले.”

माझ्या या उत्तरानंतर तो जरा गप्प बसला.

“तुझ्या मित्राशी माझी ओळख नाही करून देणार?” मी त्याला विचारले.

“अरे हो, ते राहिलेच की! माफ करा हं पेज. तर हा आहे अबू खालेद.” पगडीवाल्याकडे निर्देश करीत तो म्हणाला. “तो आमचा लीडर आहे, नेता. जिम्मेदार. आपली जबाबदारी त्याच्यावर आहे.” पायजमावाल्याकडे बोट दाखवत मी म्हटले, “आणि हा कोण?

“हा अबू ओमार.”

“तुम्ही सगळे जण भाईबंद आहात की काय? सगळ्यांची नावे अबू आहेत म्हणून विचारले.”

“आम्ही शस्त्र-बांधव आहोत, मिस्टर पेज.” अर्थपूर्ण स्मितहास्य करीत तो पुढे म्हणाला, “पण आम्ही एकमेकांचे नातलग नाही. खरे म्हणजे आमची भाषासुद्धा एक नाही. मी रावळपिंडी पाकिस्तानचा आहे, तर अबू खालेद इजिप्तचा आणि अबू ओमार अफगाणिस्तानचा. मी उर्दू बोलतो, अबू खालेद बोलतो अरेबिक आणि अबू ओमार पुश्तू भाषा बोलतो. त्यामुळे आम्ही एकमेकांशी इंग्लिश भाषेत बोलतो.”

“माझ्यासाठी बरे आहे; पण तुम्ही इथे काश्मीरमध्ये काय करताय?”

“धर्म न मानणाऱ्यांविरुद्ध बिलालचा जो लढा सुरू आहे, त्यामध्ये त्याला मदत करतो आहे. तुम्हीही आमच्या या विचारांबद्दल आस्था दाखवताय याबद्दल आम्ही खूप खूश आहोत मिस्टर पेज. तुमच्यासारख्या एखाद्या अत्यंत प्रभावी माणसाचा प्रभाव मिळणे, ही फार भाग्याची गोष्ट आहे.”

“तुम्हाला मदत करण्यात मला आनंदच होईल; पण मी दिल्लीला परत कधी जाऊ शकेल असे तुम्हाला वाटतेय? मला विमान पकडायचे आहे. माझे खाजगी बोईंग – ७६७.” मी पापण्यांची उघडझाप करीत म्हटले!

“जाऊ लवकरच मिस्टर पेज; पण आम्ही तुम्हाला सुरक्षित जागी न्यायला हवे. आता तुम्ही विश्रांती घ्या. कारण उद्या आपल्याला खूप मोठा प्रवास करायचा आहे.”

आम्ही एका छोट्याशा खोलीत झोपलो. ती निश्चितच बिलालच्या खोलीइतकी उबदार नव्हती. सगळ्यात त्रासदायक बाब म्हणजे माझ्या डाव्या बाजूला अबू टेक्निकल आणि उजव्या बाजूला अबू ओमार झोपले होते आणि रात्री उशिरापर्यंत

त्यांनी मला प्रश्न विचारून भंडावून सोडले.

"तुला ठाऊक आहे." टेक्निकल म्हणाला.

अबू ओमारला वेगळ्याच गोष्टीत रस होता. त्याने मला विचारले, "मग किती मुलींबरोबर झोपलात आत्तापर्यंत?"

"तुम्ही काय म्हणताय नेमके?"

"मला म्हणायचेय, एकूण किती मुलींबरोबर संबंध आला आत्तापर्यंत?" अबू खालेद मला म्हणत होता, "अमेरिकन मुली दहाव्या-अकराव्या वर्षांपासूनच सेक्स सुरू करतात म्हणे, खरे आहे?"

"मला काही कल्पना नाही. मला माझ्या पुतणीशी, सँडीशी बोलले पाहिजे. ती दहा वर्षांची आहे आणि मुलगी आहे."

"खरे म्हणजे इस्लाममध्ये या विषयावर बंदी आहे; पण असे अनैतिक विचार सतत माझ्या मनात येत राहतात. हे सगळे या भारतीय नटीमुळे."

"ही कोण भारतीय नटी?"

"तिचे नाव आहे शबनम सक्सेना. ही बया एवढी टंच आहे की, तिच्या नुसत्या विचारानेच शरीर पेटून उठते."

त्या विकृत माणसाचा शिरच्छेद करावा, असे मला वाटत होते; पण मी स्वत:ला आवरले.

"तुम्ही तिचे सिनेमे कधी बघितले आहेत?"

"नाही ना! ते आमच्या धर्मात बसत नाही ना!"

"हे बरेच झाले!" असे पुटपुटत मी माझा हात माझ्या खिशातील पाकिटावर ठेवला. त्यामध्ये शबनमचा फोटो आणि मोबाइल नंबर होता!

"तू त्या जिम्मेदारला बोलू नकोस; पण काबूलमधील व्हीडिओ पार्लरमध्ये मी एक फिल्म बघितली होती, 'डेबी डझ डल्लास' नावाची. तू बघितली आहेस ती?"

"कधी त्याच्याविषयी ऐकले नाहीये. ती डल्लासमधील प्रेक्षणीय स्थळाबद्दल आहे का? मला वाटते अर्लिंग्टमधील..."

"नाही, नाही, मिस्टर पेज. त्या सिनेमात सर्व नग्न बायका आहेत! तालिबानने ते व्हीडिओ पार्लर बंद केले. बरे झाले, नाहीतर मी नक्कीच आंधळा झालो असतो."

"असे म्हणतात की, अमेरिकेत अशा प्रकारच्या फिल्म्स किराणा दुकानातसुद्धा मिळतात. खरे आहे?" त्याने विचारले.

"मला ठाऊक नाही. मी 'क्विक पॅक'मध्ये फक्त दूध आणि ब्रेड खरेदी

करायला जातो.'' असे म्हणत मी त्याच्याकडे पाठ फिरवली.

दुसऱ्या बाजूला टेक्निकल मला बोचकारायला होताच.

''फारशा परिचित नसलेल्या 'पिअर टू पिअर' नेटवर्कबद्दल तुमचे काय मत आहे मिस्टर पेज? 'पीसी-मॅग'चे म्हणणे आहे की, अशा नेटवर्कचा वेग झपाट्याने वाढल्यास नेटवर्कमधील माहितीच्या मूलभूत व्यवस्थेवर मोठा हल्ला होतो म्हणतात. तुमचे काय म्हणणे आहे?''

'या माणसाला विचारांचे बद्धकोष्ठ आणि शब्दांचा डायरिया झालाय की काय?'

''मिस्टर मॅगबद्दल आदर बाळगून मला म्हणावेसे वाटतेय की, मेंदूमध्ये जर गॅस असता, तर त्याला लघवी करायला जाण्याइतकासुद्धा वेळ मिळाला नसता.'' मी काहीतरी उत्तर ठोकले आणि डोक्यावरून ब्लँकेट ओढून घेत म्हटले, ''तुम्ही जर मला माफ केलेत, तर मी थोडा वेळ झोप घेऊ इच्छितो.''

दोन अव्वल दर्जाच्या मूर्खांमध्ये माझे अक्षरशः सँडवीच झाले होते. 'टेक्निकलच्या डोक्यातील दगड नक्कीच ओमारच्या डोक्यातील रिकाम्या जागेत मावू शकतात.' मला कधी झोप लागली मला कळले नाही. बर्फाच्या खोऱ्यात मला शबनम भेटल्याची स्वप्ने पडत होती.

दुसऱ्या दिवशी सकाळी नऊ वाजता मी घर सोडले. काही मिनिटांतच आम्ही अशा रस्त्याला लागलो, ज्याच्या दोन्ही बाजूला मोडकळीला आलेली घरे आणि जळालेली मंदिरे दिसत होती.

''काय घडलेय इथे नेमके?'' मी विचारले.

''हिंदू पंडितांना आम्ही इथून हाकलवून लावले आहे.'' टेक्निकल विजयी हास्य करीत म्हणाला.

या मंडळींना हा परिसर चांगलाच ठाऊक असावा, कारण बिलालप्रमाणेच तपासणीनाके चुकवत आणि तासभर इकडून-तिकडून गल्लीबोळातून, शहरातून भटकल्यावर आम्ही एका फळ आणि भाज्यांच्या बाजारात आलो. मग त्यांनी मला एका धान्य भरलेल्या ट्रकमध्ये, गव्हाच्या पोत्यांच्या थप्पीमध्ये बसवून माझ्या डोक्यावर निळे प्लॅस्टिक टाकून प्रवासास नेले. हा ट्रक आम्हाला पोडुंक नावाच्या पर्वतराजीने आणि जंगलाने वेढलेल्या गावात घेऊन गेला.

ती रात्र आम्ही छोट्याशा कॉटेजमध्ये निवान्त घालवली. रात्री त्या कॉटेजबाहेर एक पिसाळलेला कुत्रा रात्रभर भुंकत होता. नशिबाने या वेळी अबू खालेद हा माझ्याबरोबर माझ्या खोलीत होता. तो माझ्याशी एक शब्दही बोलला नाही; पण तरीही मला झोप लागली नाही. कारण तो रात्रभर उठत होता. प्रार्थना करण्यासाठी

किंवा टॉयलेटला जाण्यासाठी. तो भला माणूस पहाटे चार वाजताही प्रार्थना करायला उठला.

"ही कोणती प्रार्थना?" डोळे चोळत मी त्याला विचारले.

"याला म्हणतात तहाज्जद. ही प्रार्थना करणे मुस्लिमांसाठी सक्तीचे नाही; पण जो खरा धार्मिक आहे तो ही प्रार्थना चुकवत नाही." गुडघ्यावर टेकत त्याने कपाळ जमिनीला टेकवले. त्याच्या कपाळावर काळा चट्टा का होता, हे आता मला तेव्हा समजले. त्याच्या वारंवार होणाऱ्या प्रार्थनेमुळे हे घडले असणार!

दुसऱ्या दिवशी पहाटे आम्ही एका उघड्या जीपमधून निघालो. टेक्निकलने या जीपची व्यवस्था केली होती. हिरव्या लाटा अंगावर याव्या तसे दोन्ही बाजूला दिसणारे घनदाट जंगल अक्षरश: अंगावर येत होते. ढग इतके खाली उतरले होते की, कधीही हात वर करून त्यांना बोटाने स्पर्श करता येईल, असे वाटत होते. सुदैवाने वारा मात्र फारसा वाहत नव्हता. नाहीतर माझ्या अंगातील फिरन माझे संरक्षण नक्कीच करू शकली नसती! तो रस्ता मात्र फारच त्रासदायक होता. इतका वाईट की, त्यावरून उडणे गिधाडांनाही शक्य झाले नसते आणि इतका वेडावाकडा की, आपलीच शेपूट फिरून-फिरून आपल्या गळ्यात आली असती! अनेकदा ती जीप खड्ड्यात जाता-जाता वाचली किंवा रस्त्याच्या वळणाच्या इतकी टोकाला गेली की, मी भीतीने डोळे गच्च मिटून घेतले!

या रागळ्या वाटेवर वाहतूक अगदी तुरळक होती. एखादाच शेतकरी दिसल्यावर तो हात हलवायचा किंवा मेंढ्या चरायला नेणारा एखादाच मेंढपाळ दिसायचा. अचानक ती जीप एका मशिदीपाशी थांबली आणि खालेदने मला जीपमधून उतरण्याचा हुकूम दिला. टेक्निकल म्हणाला, "इथून थोड्याच अंतरावर लष्कराची एक मोठी छावणी असल्याने जीपमधून प्रवास करणे धोकादायक ठरेल." त्यामुळे पुढचे दोन तास आम्ही सगळे ओमारच्या मार्गदर्शनाखाली एक उंच डोंगर पायी चढत होतो. त्रेहगाम नावाच्या ठिकाणी आम्ही पोहोचलो. आम्ही त्या डोंगराच्या माथ्यावर पोहोचताच ओमरने मला बाजूला घेतले आणि दूरवर दिसणाऱ्या एका खेड्याकडे बोट दाखवले. पत्र्याचे छप्पर असलेली काही घरे तिथे दिसत होती.

"त्या एकमजली घरावरील ते हिरव्या रंगाचे छप्पर बघितलेस? ते माझ्या प्रेयसीचे घर आहे. ती तिच्या आईबरोबर तिथे राहते." ओमारने सांगितले.

"मग तू खाली जाऊन तिला भेटून का येत नाहीस? तुला बघून किती खूश होईल ती!"

"तुला वेड वगैरे लागले नाही ना? त्रेहगाममध्ये लष्कराचे एका ब्रिगेडचे

मुख्यालय आहे आणि त्यांचे त्या घरावर फार बारकाईने लक्ष असते. मला बघताक्षणी ते मला अटक करतील आणि मला माझ्या अटकेची भीती नाही. मी मरायला तयार आहे; पण छळ सहन करण्याची माझी इच्छा नाही.''

आम्ही त्रेहगाममध्ये मुक्काम केला नाही. खालेदने आम्हाला आणखी एक डोंगर चढायला लावला. जेव्हा डोंगर चढून आम्ही सपाटीवर आलो तेव्हा मला अक्षरशः थकव्याने चक्कर आली.

चिनार झाडाखाली आमची लपायची जागा होती. मैदानावर सहा फूट खोल चौकोनी खड्डा खणून त्यात झोपडीवजा खोली बांधण्यात आली होती. दोन झाडांची खोडे आधारासाठी दोन बाजूला खुपसण्यात आली होती आणि त्यावर सिमेंटचा पत्रा छप्परासारखा टाकण्यात आला होता. त्या छपरावर झाडाच्या फांद्या, पाने, अन्य झुडपे टाकून ते झाकून टाकण्यात आले होते. त्यामुळे डोंगर चढून सपाटीवर आलेल्या माणसाला त्या ठिकाणी एखादे झुडूप उगवल्यासारखेच दिसले असते. त्या घरात जाण्यासाठी आणि बाहेर पडण्यासाठी एकच झडप होती. मी त्या खड्डावजा घरात उतरलो तेव्हा आतमध्ये आणखी चार जण बसले होतेच. ते सगळे तरुण आणि दाढीवाले होते. त्यातला एक जण वायरलेस सेटवर वाकलेला होता, तर दुसरा काहीतरी वाचत होता. अन्य दोघे स्वयंपाक करीत होते. ते खड्ड्यातील घर चांगले सुसज्ज होते. आत गॅस, स्टोव्ह होता. प्रेशर कुकरसुद्धा होता. आतील मातीच्या भिंतीवर सर्व बाजूंनी ब्लँकेट लावलेले होते. आतमध्ये खूप बंदुका आणि रायफली पडलेल्या होत्या. त्याच्याबरोबर खूप दारूगोळा आणि बंदुकीच्या गोळ्याही होत्या. टेक्सासमधील फिडीलिटी उडवून देण्यासाठी हा दारूगोळा पुरेसा होता.

''तुम्ही जरा आराम करा मिस्टर पेज. कारण आपण काही दिवस इथे मुक्काम करणार आहोत.'' टेक्निकलने मला सांगितले.

त्या खड्ड्यातील जागा जेमतेम सहा जणांना पुरेल एवढी होती आणि आम्ही तर आठ जण होतो. या कोंदट जागेत रहाण्यापेक्षा मी माणसांच्या अंगावर काटे सोडणाऱ्या साळिंदरांबरोबर राहणे पसंत केले असते! बकऱ्याने दोन वेळा जरी शेपटाचा फटकारा मारला असता, तरी मी त्या खड्ड्याच्या बाहेर आलो असतो अशी त्याची अवस्था होती.

''मित्रांनो, मला माफ करा; पण इथे राहण्याची कल्पना फारशी चांगली आहे, असे मला वाटत नाही.''

''पण राहण्यासाठी दुसरी जागा नाहीये.'' टेक्निकल आपला निषेध नोंदवत म्हणाला.

''मी त्या खेड्यात जाण्याचे ठरवतो आहे. तिथे एखादे हॉटेल नक्कीच असेल.''

"पण त्रेहगामला गेलास, तर तुला लष्कराचे जवान नक्की पकडतील."

मी टेक्निकलच्या नजरेला नजर भिडवत म्हणालो, "मला काहीतरी गडबड दिसतेय. मी केव्हाचा विचार करतोय, भारतीय लष्कर माझ्या कशाला मागे लागेल? मी काहीही गैर केलेले नाहीये."

काही क्षण तिथे शांतता पसरली.

"तू म्हणतोस ते बरोबर आहे. खरेतर लष्कर तुझ्या नाही, आमच्यामागे आहे."

"का?"

"आम्ही काही अशा गोष्टी केल्या आहेत, म्हणजे श्रीनगर बस स्टेशन उडवून दिले आहे. दिल्लीतील एक मार्केट, अक्षरधाम मंदिर, मुंबईतील स्टॉक एक्सचेंज हेही आम्ही उडवले आहे. तिहार जेलमधून पळ काढून आम्ही सगळे बाहेर आलो आहोत."

"अरे बाप रे! म्हणजे तुम्ही सगळे दहशतवादी आहात तर! असे असेल, तर मला तुमच्याशी काही घेणे नाही. मला वाटत होते, तुम्ही माझे मित्र आहात!"

माझ्याशेजारी उभ्या असलेल्या अबू खालेदने माझ्या खांद्यावर हात ठेवला आणि थंडपणे तो म्हणाला, "मूर्खा, आम्ही तुझे मित्र नाही, तुझे अपहरणकर्ते आहोत."

"अपहरणकर्ते?"

"होय, तुझे अपहरण करण्यात आले आहे."

मी मोठ्याने हसलो अन् म्हटले, "तुम्ही जोकर आहात सगळे!"

"नाही, मिस्टर पेज. आम्ही हे गंभीरपणे बोलतोय. तुमचे अपहरण करण्यात आले आहे. तुमच्या सुटकेसाठी आता आम्ही तीनशे कोटी डॉलर्सची खंडणी तर मागणार आहोतच; पण जॉर्ज बुशलाही आम्ही इराकमधून माघार घ्यायला लावू. इस्त्रायलने पॅलेस्टाईनची मुक्तता करावी म्हणून आम्ही बुशचा उपयोग करू आणि त्याने सोमालियात ढवळाढवळ करू नये असा इशाराही त्याला देऊ. सौदी अरेबियामधील मुस्लिमेतर राजवट सत्तेवरून मागे घ्यावी असेही आम्ही बुशला सांगणार आहोत आणि आम्ही त्याला...."

"व्वा, व्वा, व्वा! बेछूट सुटलेल्या तुमच्या या कल्पनांच्या घोड्यांना जरा लगाम लावा." मी मध्येच हस्तक्षेप केला. या मूर्खांनी राष्ट्राध्यक्षांना फोन करून चंद्रावर माणूस पाठवायला सांगण्यापूर्वी त्यांना भानावर आणणे गरजेचे होते. "तुम्ही भलत्याच माणसाला ताब्यात घेतले आहे. मी 'तो' लॅरी पेज नाहीच मुळी!" मी म्हटले.

"काय?"

''होय. तुमच्या कानावर आत्ता जे पडले ते अगदी खरे आहे. मी तो लॅरी पेज नाही. 'गूगल'शी माझा काहीही संबंध नाही. मी ते सुरू केले नाही. त्यामुळे माझे अपहरण करून काही कोटी डॉलर्स घशात घालण्याचे स्वप्न तुम्ही बघत असाल, तर तुम्ही या बेताचा पुनर्विचार केलेला बरा.'' मी हसत म्हटले.

एखाद्या फुग्यातील हवा जाऊन त्याची पुरचंडी व्हावी तशी त्यांची अवस्था झाली.

''चल, बाता मारू नकोस!'' टेक्निकल म्हणाला.

''मी खरे सांगतोय. मी श्रीमंत नाही. मी तुमची थट्टा करीत होतो. जगाची सफर करण्यासाठी पाच सेंट्स पुरे असतील, तर तेवढ्या पैशात मी एखादा रस्तासुद्धा ओलांडू शकणार नाही.'' अबू खालेदकडे बघत मी म्हटले, ''मी काय म्हणतोय कळतेय?''

त्या तगड्या माणसाने विद्युत्-वेगाने हालचाली केल्या आणि मला काही कळायच्या आत एक ठोसा माझ्या तोंडावर बसला. मी कोलमडत मागच्या झाडावर आपटलो आणि खाली कोसळलो. मी उठलो तेव्हा माझ्या तोंडातून रक्त येत होते आणि कानातून झिणझिण्या. मी माझ्या तोंडाला हात लावला तेव्हा माझा ओठ फाटल्याचे माझ्या लक्षात आले. माझ्या बोटाच्या स्पर्शामुळे ती जखम जळजळू लागली.

एखाद्या विषारी सापाकडे बघावे तसा अबू खालेद कमालीच्या धगधगत्या नजरेने माझ्याकडे बघत होता.

''अरे, तुम्ही लोक व्हिसा घेता का?'' मी घुटमळत विचारले. कोणीतरी सणसणीत कानफटात मारावी तशी टेक्निकलची अवस्था झाली होती. अखेर धीर एकवटून तो म्हणाला, ''तर तू खरेच गूगलवाला लॅरी पेज नाहीस तर! मला पहिल्यापासून शंकाच होतीच. मग गाढवा, तू आहेस कोण?''

''मी वॉलमार्टमध्ये काम करणारा एक फोर्कलिफ्ट ऑपरेटर आहे.''

''एक फुटकळ ड्रायव्हर! हा आठवड्याला चाळीस-पन्नास डॉलर्ससुद्धा कमवत नसणार आणि आपल्याला वाटले हा कोट्यधीश आहे! एवढेच नाही, त्याला आपल्या ताब्यात घेण्यासाठी बिलालला आपण दहा लाख दिले!'' टेक्निकल वेड लागल्यासारखा हसू लागला. त्याच्याकडे कठोरपणे बघत अबू खालेद म्हणाला, ''अबू टेक्निकल, जरा शांत हो आणि हा निकम्मा हातून सुटत नाहीये ना ह्याच्याकडे जरा लक्ष दे.''

मला दोन गोष्टींची जाणीव झाली. एक म्हणजे बिलाल हा फार विश्वासू, चांगला माणूस नव्हता आणि दुसरी, मी संकटात सापडलो होतो!

कपड्यांचे गाठोडे बांधून कोपऱ्यात फेकून द्यावे तसे माझे हात-पाय बांधून माझे मुटकुळे एका कोपऱ्यात ढकलून देण्यात आले. आपापल्या बंदुका उचलून घराबाहेर पडताना ते सगळे माझ्याकडे तुच्छतेने बघत होते. काही प्रार्थना म्हणून ते सगळे कुठे-कुठे पळाले. संध्याकाळच्या सुमारास टेक्निकल आणि अबू खालेद परतले. माझ्या फाटलेल्या ओठावर काहीतरी मलम लावीत असताना मी टेक्निकलला विचारले, "तुम्ही लोक नेमके आहात तरी कोण?"

"मी अबू अल खालेद अल हमाझा." तो तगडा म्हणाला.

"लष्कर-ए-शहादत हुतात्म्यांच्या फौजेतील मी चौथ्या क्रमांकावरील सेनापती. आमची संघटना हा अल कायदाचा एक भाग आहे. अबू अब्दुल्ला ओसामा बिन मुहम्मद बिन लादेन हा आमचा सर्वोच्च नेता. तू त्याच्याविषयी ऐकले असशीलच, हो ना?"

"न्यूयॉर्कमधील दोन टॉवर्स उडवून देणारा हाच माणूस ना?"

"बरोब्बर!"

"आणि काबूल नावाच्या जागेतून आमचे राष्ट्राध्यक्ष त्याला बाहेर काढणार होते, होय ना?

"तुला अफगाणिस्तान म्हणायचे आहे. अगदी बरोबर! आम्ही ही लढाई जिंकली आहे. दहशतवाद, भीती आणि अस्वस्थतेमुळे तुमचा उभा देश नुसता धगधगतो आहे आणि आम्ही अधिकाधिक बलवान होत आहोत. अबू टेक्निकल, गाइयावर राष्ट्राध्यक्षांनी किती मोठे इनाम लावले आहे, हे या मूर्खाला सांग जरा."

"दीड कोटी डॉलर्स!" टेक्निकलने जाहीर केले.

"बाप रे! दीड कोटी! तुम्ही मंडळी करता काय?"

"आम्हाला क्रांती हवी आहे. स्वतंत्र इस्लामचे राज्य, निझाम ए-इस्लामी आम्हाला उभे करायचे आहे. या राज्यात पवित्र कुराण आणि सुन्ना यामध्ये वर्णन केल्याप्रमाणे शरियत कायदा असेल. अल्ला आणि त्याच्या प्रेषिताने अल्लासाठी जो जिहाद पुकारला आहे त्या हाकेला आम्ही उत्तर देत आहोत!"

"आणि हे मिस्टर अल्ला म्हणजे नेमके कोण?"

पुन्हा माझ्या गालावर एक थप्पड लगावत टेक्निकल म्हणाला, "आमच्या देवाबद्दल असे बोललास तर खबरदार!"

मी गाल चोळीत म्हणालो, "तुम्हा लोकांना माझ्याकडून हवे काय आहे?"

"तू त्या दुष्ट बुद्धीच्या बुशला सांग, सर्व अमेरिकन लोकांना इस्लाम धर्माचा स्वीकार करायला लाव. भरमसाट व्याजाने कर्ज देणाऱ्या तुमच्या बँका बरखास्त करायला सांग. समलिंगी संबंध ठेवणाऱ्या तुमच्या देशातील सर्व डुकरांना तुरुंगात डांबा. मासिकांच्या पहिल्या पानावर उघड्या-नागड्या बायकांचे फोटो छापून बायकांचा

अपमान करणे बंद करायला हवे त्याने, पर्यावरणाचे रक्षण करायला हवे आणि....''

''मला तुमचे म्हणणे समजतेय मिस्टर खालेद आणि मी तुम्हाला शब्द देतो, तुमच्या मागण्या राष्ट्राध्यक्षांनी मान्य कराव्यात यासाठी मी सर्वतोपरी प्रयत्न करीन; पण ते काम या भुक्कड इजिप्तमध्ये बसून नाही करता येणार.''

खालेदने पुढे येऊन मला पुन्हा दोन थपडा लगावल्या.

''आता हे कशाबद्दल?''

''पहिली थप्पड, माझे बोलणे मध्येच थांबवल्याबद्दल आणि दुसरी माझ्या देशाला नावे ठेवल्याबद्दल.''

''पण तुम्ही माझे करणार काय आता?''

''खंडणीसाठी आम्ही तुझा वापर करणार.'' खालेद म्हणाला, ''तू कोट्यधीश नसशील, पण अमेरिकन तर आहेस. टेक्निकल, सीएनएनसाठी एक प्रेस रिलीज तयार कर. आपण व्हीडिओ चित्रीकरणासह ते उद्या पाठवून देऊ. जॉर्ज बुशला असा धडा शिकवू की, तो कधीच विसरणार नाही.''

टेक्निकलकडे वळत मी म्हणालो, ''माझे ऐक, मी अजिबात तुमच्या उपयोगाचा नाही. राष्ट्राध्यक्ष माझे काहीही ऐकणार नाहीत. तुम्ही मला सोडून का देत नाही? मी या सगळ्या घटनेविषयी कोणाशी एक अक्षरही बोलणार नाही. हे सगळे तुम्ही, मी आणि या घरापुरते राहील.''

''नाही. अजिबात नाही मिस्टर पेज. आता नीट ऐक.'' आपल्या भेदक डोळ्यांनी माझ्याकडे बघत टेक्निकल म्हणाला, ''आम्ही हुतात्म्यांचे सेनापती आहोत आणि मरायलाही तयार आहोत; पण त्याबरोबरीने आम्ही मारायलाही सिद्ध आहोत.'' माझ्या मानेत बोट रुतवून तो म्हणाला, ''त्यामुळे पळून जाण्याचा विचारही करू नकोस.''

त्या क्षणी मला जाणवले, टेक्निकल हा अबू खालेदइतकाच धोकादायक होता. दोघेही एकाच नाण्याच्या दोन बाजू होते. पण तरी न राहवून मी म्हटले, ''पण मला वाटते, तुला अमेरिका आवडते.''

''हो, पण अमेरिकन लोकांचा मी तिरस्कार करतो.'' तो म्हणाला. मी एकदम गप्प बसलो.

संध्याकाळपर्यंत त्या घरात गडद अंधार झाला. भुकेमुळे माझेही पोट खपाटीला जाऊन पाठीला टेकले. एकाने कंदिल पेटवला. त्या पिवळ्या प्रकाशात मी त्या खड्ड्यात बसलेल्या इतर तरुणांकडे एक नजर टाकली. त्यांची नावे होती अल्ताफ, रशिद, सिकंदर आणि मुनीर. सगळे जण सडपातळ आणि चांगले उंच होते; १६ ते २० वयाच्या दरम्यानचे. आपण नौपुरा, काश्मीर येथून आल्याचे अल्ताफने सांगितले, तर इतर तिघे जण पाकिस्तानमधून गुजरानवाला येथून आले होते. ते

सगळे जण मला कॉल सेंटरवरील तरुणांसारखे दिसत होते. टवटवीत चेहेऱ्याचे आणि काहीतरी करण्यास अधीर! फक्त फरक एवढाच की, ही मंडळी कॉम्प्युटर्स आणि फोन्सऐवजी बंदुका आणि ग्रेनेड्स हाताळत होती.

तो खड्डा उबदार होता; पण त्यात झोपणे मात्र फारसे सुखाचे नव्हते. जागा फारच आटोपशीर, छोटी असल्याने एकदा झोपल्यावर हालचाल करणे शक्यच नव्हते. या वेळी मी सिकंदर आणि मुनीर यांच्यामध्ये झोपलो आणि ते बरेच झाले, कारण टेक्निकलने माझ्याशी जो व्यवहार केला होता ते लक्षात घेता त्याच्या नजरेला नजर भिडवणे मला शक्य नव्हते!

दुसऱ्या दिवशी सकाळी माझ्या डोळ्यावर पट्टी बांधून ते मला बाहेरच्या गवतावर घेऊन गेले. तेथे मला गुडघे टेकून हात जोडायला लावले. ''डुकरा, आता तुझ्या आयुष्यांची भीक माग.'' अबू खालेद खेकसला. टेक्निकल याचे चित्रीकरण करीत होता.

''या अल् कायदाच्या लोकांनी माझे अपहरण केले आहे. मी संकटात सापडलोय आणि परिस्थिती अधिकच गंभीर होतेय. मॉम, मला इथून बाहेर काढ.'' असे मी म्हटले आणि बक्षीस म्हणून मला मिळाली कमरेत एक सणसणीत लाथ!

''मूर्खा, हे चित्रीकरण राष्ट्राध्यक्षांकडे जाणार आहे. तुझ्या आईकडे नाही.'' खालेद माझ्यावर खेकसला.

मी त्या खुराड्यात जवळजवळ दोन महिने होतो. भिंतीला रंग लावून तो सुकण्याची वाट बघत बसणे जेवढे कंटाळवाणे असते, तेवढेच हे कंटाळवाणे होते. खुल्या वातावरणात जाऊन सकाळी पक्ष्यांचा किलबिलाट ऐकणे आणि धुक्याची तलम चादर दूर होताना बघणे हा माझ्यासाठी एक विलक्षण सुखद अनुभव होता. मी अपहृत आहे याचा मला त्या वेळी जणू विसर पडत असे; पण त्यांचा एक माणूस सदैव माझ्यावर लक्ष ठेवून असे, अगदी संडासात गेलो तरीही!

मला मिळत असलेले अन्न कमालीचे बेचव होते. साधी रोटी आणि डाळ-भात आणि त्या मुलांपैकीच कोणीतरी शिजवलेली भाजी. त्याला अपवाद होता, मला मिळणाऱ्या दुधाचा. बोटे चाटत राहावीत, इतके ते चविष्ट असे. क्वचित प्रसंगी मेंढपाळाकडून ओमार एखादी गाय वा म्हैस पकडून आणत असे आणि मग आमची मेजवानी होत असे.

टेक्निकल आणि ओमार हे दोघेही रोज त्या चार तरुणांना बंदुका आणि दारूगोळा हाताळण्याचे शिक्षण देत आणि संध्याकाळच्या प्रार्थनेनंतर झाडांखाली अबू खालेदाचे व्याख्यान होई, ''आपल्या भूमीसाठी शहीद होणाऱ्यांना परमेश्वर नेहमीच इनाम देतो.'' दाढी कुरवाळत तो बोलत राही. ''जर तुम्ही हुतात्मा झालात,

तर देव तुम्हाला ७२ कुमारिका, ८२ हजार नोकर आणि न संपणारा सुखाचा खजिना बहाल करेल.''

''मी अल्लासाठी जान कुर्बान करायला तयार आहे. मी माझ्या शरीराचा बॉम्ब करून विध्वंस करीन.'' सिकंदर ओरडला.

मग रशिद कसला मागे राहतो, ''मी या डुकरांच्या आणि माकडांच्या अवलादींच्या शरीरांच्या चिंधड्या उडवेन आणि त्यांना अशा यातना देईन, ज्या त्यांच्या बापानेही भोगल्या नसतील.''

ही मुले अशी स्वतःच्या मरणाच्या गोष्टी करीत तेव्हा त्या ऐकून माझ्या अंगावर काटा उभा राहत असे; पण खालेद खूश होऊन मान डोलावून म्हणे, ''तुमचे फोटो शाळांमध्ये-मशिदींमध्ये लावले जातील. ज्या क्षणी तुमचे इथले जीवनकार्य संपेल, त्या क्षणी स्वर्गातील आयुष्य सुरू होईल, ज्याची तुम्ही कित्येक वर्षे वाट बघत आहात! न संपणाऱ्या सुखाने तुडुंब भरलेले आयुष्य तिथे भेटणाऱ्या कुमारिकांकडून तुम्हाला जे सुख मिळेल ते शब्दांत सांगणे कठीण आहे!''

''अल्ला हो अकबर.'' उरलेली मंडळी ओरडत.

ओमार तितकासा खूश दिसत नव्हता, ''मलाही हुतात्मा म्हणून जान कुर्बान करायची आहे; पण या जिम्मेदारने त्या कामासाठी सिकंदर आणि रशिदची निवड केली आहे ना!''

''कोणते काम?''

''मी त्या विषयी बोलू शकत नाही.''

''पण तुला स्वतःला असे मारून टाकावेसे का वाटते?''

''कारण स्वर्गात मला ७२ कुमारिका भेटतील आणि हुतात्मा म्हणून माझ्या आणखी सत्तर नातलगांसाठी मी स्वर्गाची शिफारस करू शकेन.''

''पण हा स्वर्ग आहे हे तुम्हाला समजणार कसे?''

''तेच तर ही शहाणी माणसे आम्हाला नेहमी सांगतात.''

''पण ती स्वत: कधी स्वर्गात गेली आहेत का?''

''नाही, कारण त्यासाठी तुम्हाला आधी मरावे लागते.''

''पाहा बुवा, मी नाही अशी कोणती संधी घेणार! कारण स्वर्ग ही काही एवढी अद्‌भुत जागा आहे, असे मला वाटत नाही.''

''पण असे म्हणतात, लास वेगास अशी जागा आहे. माझा चुलत भाऊ मला म्हणाला होता, नेवाडा येथील 'चिकन रांच'मध्ये तुम्हाला ७२पेक्षा कितीतरी अधिक मुली मिळू शकतात. तू कधी लास व्हेगासला गेला आहेस?'' त्याने मला उत्सुकतेने विचारले.

मी व्हेगासच्या आसपास हजार मैलांच्या टापूतसुद्धा पाय ठेवलेला नाहीये. मग व्हेगास दूरच राहो! पण त्याला डिवचण्यासाठी मी म्हटले, "अर्थात गेलोय! मी गेलो आहे. 'चिकन रांच' येथे. तेथे विशिष्ट दिवशी विशेष सवलतींसह खास ऑफर्सही मिळतात. दोघींचे पैसे देऊन तुला सहा मुली मिळू शकतात." ओमारच्या चेहेऱ्यावर वेदनेची एक लहर उमटली आणि मला मात्र आनंदाच्या उकळ्या फुटल्या.

टेक्निकलला ना तरुण कुमारिकांमध्ये रस होता ना व्हेगासमध्ये! एक दिवस तो चांगल्या मूडमध्ये असताना मी त्याला विचारले, "तू कसा काय अबू खालेदसारख्या माणसाच्या संपर्कात आलास?"

"मी पिंडी येथे इंजिनिअरिंग कॉलेजमध्ये इलेक्ट्रिकल, मेकॅनिकलची पदवी घेत होतो; पण तुझ्या देशाने मला अनाथ केले मिस्टर पेज! माझ्या वडिलांना ग्वांटानामो तुरुंगात डांबून ठेवले. ते अतिरेकी नाहीत, पण अमेरिकेने त्यांच्यावर तसा शिक्का मारला!"

मी निरुत्तर झालो.

दिवस जाऊ लागले, तशी माझी काळजी वाढू लागली; कारण राष्ट्राध्यक्षांकडून काहीही उत्तर नाही असे टेक्निकल सांगत होता. मी हरवल्याबाबत वृत्तपत्रातूनही काही आले नाही आणि मला पकडण्यात आल्याची बातमीही कोणत्याच चॅनलने दाखवली नाही. या पृथ्वीतलावरून मी जणू एकदम अदृश्य झालो होतो! पण या घडामोडींमुळे अबू खालेद मात्र खूप बेचैन झाला. "काय तुमचे सरकार आहे! त्यांना तुझी तर अजिबात काळजीच नाही. आमच्या धमक्यांना उत्तर देणे तर सोड, त्यांनी आमच्या निरोपाची साधी दखलसुद्धा घेतली नाही! थांब आता, २१ फेब्रुवारी येऊ देत, आम्ही काय करू शकतो हे जगाला दाखवून देतो."

"का? २१ फेब्रुवारीला काय विशेष आहे?"

"त्या दिवशी हिंदूचा एक मोठा सण आहे. धर्म न मानणाऱ्या लोकांच्या नाकावर टिच्चून आम्ही आमचा वैशिष्ट्यपूर्ण हल्ला चढवणार आहोत."

"काय करणार आहात तुम्ही?"

"तू प्रत्यक्ष पाहाच आता."

मी त्यांच्या या योजनेविषयी खूप विचार केला; पण ती काय असेल हे मला निश्चित समजेना. अखेर सिकंदरकडून मला काही संकेत मिळाले. २१ फेब्रुवारीपूर्वी एक आठवडा आधी तो एक चामड्याचा मोठा पट्टा घेऊन काहीतरी करीत होता. डब्ल्यू डब्ल्यू एफचे मुष्टीयोद्धा एखाद्या चॅम्पियनशिपसाठी तयारी करतात तशी ती

तयारी चालली होती.

“अरे वा, काय झकास आहे हा पट्टा! कुठून मिळाला?”

“अबू टेक्निकलने तो माझ्यासाठी तयार केलाय.” सिकंदर म्हणाला.

“व्वा! म्हणजे रॉ विजेतेपदासाठी आता सामने होणार आहेत वाटते. रँडी ऑरटन येतोय?” मी एकदम उत्तेजित होऊन विचारले.

रँडी ऑरटन कोण याची गंधवार्ताही सिकंदरला नव्हती. मग काही खेळी आपणच त्याला दाखवाव्या असे ठरवून मी त्याच्याकडून तो पट्टा ओढून घेतला आणि माझ्या कमरेला बांधला. मी त्या पट्ट्याचे बकल लावणार एवढ्यात माझ्या कमरेवरून ओढून काढत तो ओरडला, “मूर्खा, सगळ्यांचा तू आता जीव घेतला असतास.”

“जीव घेतला असता? म्हणजे कसाकाय?” मी गोंधळून विचारले.

“कारण हा पट्टा नाही मूर्खा, ह्याला आयईडी, इम्प्रोव्हाईज्ड् एक्स्प्लोजिव्ह डिव्हाईस म्हणजे सुधारित, आधुनिक स्फोटक म्हणतात.” हस्तक्षेप करीत टेक्निकल म्हणाला, “पन्नास लोकांना मारण्यासाठी हे पुरेसे आहे. डिटोनेटर, बक्कल दाबताच खेळ खलास!”

सिकंदर आणि रशिदवर कोणती कामगिरी सोपवली गेली होती, हे मला क्षणार्धात उमगले. हे पट्टे बांधून ते गावात जाणार आणि भारतीयांना आव्हान देणार आणि मग हे बटण दाबून स्फोट घडवून आणणार. ‘यामध्ये आणखी किती लोकांच्या चिंधड्या उडणार देव जाणे!’

त्या रात्री सिकंदर माझ्याशेजारी झोपायला आला, तेव्हा त्याच्याकडे वळून मी विचारले, “तुला माणसांना मारायला आवडते?”

“मी माणसांना मारत नाही. बॉम्बमुळे मरतात ती.” तो निर्विकारपणे म्हणाला.

“पण बटण दाबण्याचे काम तू करणार आहेस ना!”

“मी सैनिक आहे आणि हे युद्ध आहे. सैनिकांनी जर इतरांना मारले नाही, तर ती माणसे सैनिकांना मारतील.”

“तुझ्या घरी कोणी नाहीये? आई? तू गेला आहेस हे तिला जेव्हा कळेल तेव्हा तिला काय वाटेल, याचा कधी तू विचार केला आहेस?”

“मी माझ्या आईचे घर कित्येक वर्षांपूर्वी सोडले.”

“पण तुला त्याचा पूर्ण विसर पडला आहे?”

“मला आठवतेय त्या घराला एक चौकोनी खिडकी होती, ज्यातून सूर्यप्रकाश घरात यायचा आणि घराचा दरवाजा थेट रस्त्यावर उघडायचा. एक अरुंद निमुळता जिना ज्या खोलीपर्यंत जायचा त्या खोलीत माझ्या आजोबांचा फोटो लावला होता. एवढेच मला आठवतेय.”

भूतकाळाच्या कप्प्यात खोलवर गेलेल्या आठवणींचे एवढेच काही तुकडे सिकंदरला आठवत होते आणि थोड्याच दिवसांत त्याच्याबरोबर त्या आठवणीही कायमच्या नष्ट होणार होत्या. त्याची नजर बघून मी शहारलो. ती विलक्षण थंड, गोठलेली होती. त्याचे हृदयही त्याच्या नजरेइतकेच गोठले आहे की काय असे मला वाटले! त्या रात्री मी झोपू शकलो नाही. या जगात अशी काही युद्धे सुरू होती ज्याच्याबद्दल मला काहीही ठाऊक नव्हते! लोक मरत होते, कोवळी मुले स्वत:भोवती स्फोटक बांधून मरायला सिद्ध होत होती आणि मला मात्र ते कशासाठी लढत आहेत हेही ठाऊक नव्हते. सगळेच जिवाचा थरकाप उडवणारे होते; पण वास्तव होते!

खूप काही तयारी करून सिकंदर आणि रशिद दुसऱ्या दिवशी निघाले. ते खूप मोठ्या प्रवासाला निघाले असावेत, असे दिसत होते.

''आता फक्त वाट बघायची.'' हात चोळीत खालेद म्हणाला.

२१ फेब्रुवारी उजाडल्यापासून माझे अपहरणकर्ते सॅटलाइट फोनला चिकटून बसले होते. ज्या बातमीची ते वाट बघत होते ती बातमी दुपारी आली. सिकंदर आणि रशिदने स्वत:ला उडवले होते आणि तीस 'धर्मद्वेषी' लोकांचा त्यांनी बळी घेतला होता.

त्या संध्याकाळी त्या खुराड्यात जंगी मेजवानी झाली. मुनीर आणि अल्ताफने एक आख्खी गाय कापली. मी त्या दिवशी अन्नाला स्पर्शही केला नाही; करूच शकलो नाही. त्या दिवशी सिकंदरची नजर बघितल्यावर मला भूक लागणे शक्यच नव्हते. त्या रात्री खड्ड्यात मरणशांतता होती. पहाटे चार वाजता अबू खालेदची प्रार्थना होताच ताबडतोब आम्ही ती जागा सोडली.

''सूर्योदयापूर्वी लष्कर शोधमोहीम सुरू करील. तत्पूर्वी आपण इथून पळायला हवे.'' टेक्निकल म्हणाला. खालेद, टेक्निकल, ओमार आणि मी उत्तरेकडे निघालो. त्या खड्ड्यातील आवरसावर करण्यासाठी मुनीर आणि अल्ताफ मागे राहिले होते. सॅटेलाइट फोन टेक्निकलकडे होता. खालेद आणि ओमारकडे एके ४७ होती.

तो प्रवास अवघड, खडतर होता. काही डोंगरांची चढण उंच, सरळसोट होती; पण हळूहळू चढण संपली आणि डोंगरांची करवती टोके बोथट होऊ लागली. संध्याकाळपर्यंत आम्ही एका शांत खोऱ्यात पोहोचलो. लाकडी चौकट असलेले एक रिकामे घर हा त्या रात्रीसाठी आमचा निवारा होता. खाण्यापिण्याची सोय बघण्यासाठी ओमारला पाठवले गेले; पण तो गेला तो गायबच झाला. त्याला लष्कराच्या माणसांनी पकडले तर नाही ना, या काळजीमुळे टेक्निकल आणि खालेद रात्रभर तळमळत होते. ''तू ओमारला पाठवायलाच नको होते. तो इतका

मूर्ख आहे की, आणखी काहीतरी गोंधळ घालून ठेवेल.'' मी अबू खालेदला म्हटले. झिंगलेला ओमार अखेर पहाटेच्या सुमारास परतला. तो धाडकन घरात शिरला आणि भडाभडा गादीवर ओकला.

''लॅरी, मी आता मर्द आहे! मी केले ते!'' दात दाखवत तो म्हणाला.

दुर्दैवाने तो जे बोलला ते अबू खालेदने ऐकले आणि मग त्या दोघांमध्ये जोरदार चकमक उडाली. ओमारने मेंढपाळाच्या एका जेमतेम तेरा वर्षांच्या मुलीवर बलात्कार केला होता आणि त्यामुळे त्याला तीस दिवस उपवासाची शिक्षा ठोठावली जाईल, असे टेक्निकल नंतर मला म्हणाला. याचा अर्थ दिवसभर त्याला अन्नपाणी वर्ज्य! पण त्यापेक्षा त्रासदायक गोष्ट ही होती की, का कोण जाणे, मी ओमारशी गुप्तपणे हातमिळवणी केली आहे, असा खालेदला संशय आल्याने माझेही अन्नपाणी तोडण्यात आले!

दुसऱ्या दिवशी आम्ही पुन्हा प्रवासाला निघालो. अर्थातच, हा माझ्या आयुष्यातील सर्वांत धोकादायक प्रवास होता. भारतीय काश्मीरमधून पाकिस्तान काश्मीरमध्ये केलेला प्रवास. आम्ही फक्त रात्री प्रवास करीत होतो आणि दिवसा लपून बसत होतो. अंधारात बघता येईल असा खास गॉगल घालून टेक्निकल आम्हाला मार्गदर्शन करीत होता. डोंगरातून आणि कुरणातून, टेकड्यांमधून आणि दऱ्यांमधून, गोठवून टाकणाऱ्या नद्यांमधून आणि भुरभुरत्या बर्फामधून आम्ही अक्षरश: आंधळ्यासारखे त्याच्यामागून निघालो होतो. भारतीय भूमीत पेरलेले सुरुंग, दहशतवाद्यांचा शोध घेण्यासाठी सतत फिरणारे प्रकाशाचे झोत आणि सीमेवरील छावण्या चुकवत आम्ही प्रवास करीत होतो. एक बरे होते, त्यांनी मला थंडीपासून रक्षण करणारे बूट, वॉटरप्रूफ जाकीट आणि बर्फामुळे होणारी इजा टाळण्यासाठी संरक्षक गरम कपडे दिले होते.

सुमारे आठवड्यानंतर आम्ही जिथे पोहोचले ते एक भलेमोठे हिरवेगार कुरण होते. एकाएकी उगवावे तसे आणि अवती-भवती काहीच नसलेले. त्या गवताच्या शेजारीच एक जुने, दुमजली, लाकडी चौकटीचे घर होते. त्यावर काळी चिमणी लावलेली होती. त्या घराचा रंग उडालेला होता. लाकडांना तडे गेले होते; पण त्या खड्ड्यातील खुराड्यापेक्षा हे घर पुष्कळ बरे होते!

''हे आपले नवे घर. आपण पाकिस्तानात पोहोचलो आहोत. आता आपल्याला लपून बसायची गरज नाही आणि काळजीचीही गरज नाही!''

पण माझ्यासाठी मात्र काळजीची अनेक कारणे होती. माझ्या अपहरणाबाबत राष्ट्रपतींकडून काहीही उत्तर नव्हते. त्यामुळे ही मंडळी आता संतप्त आणि अस्वस्थ होऊ लागली होती. त्यांचा धीर सुटत चालला होता.

“आता मात्र या अमेरिकेला अंतिम इशारा द्यायलाच हवा!” खालेद टेक्निकलला म्हणाला अन् मग म्हणाला, “चला, एक तारीख निवडू.”

“२० मार्च कशी वाटते? त्या दिवशी मिलाद-अल्-तबी आहे.” ओमार म्हणाला.

“२० मार्च फार दूर आहे. मला त्यापेक्षा जवळची तारीख हवी.” टेक्निकल माझ्याकडे बघत म्हणाला, “तुम्ही एखादी तारीख का निवडत नाही मिस्टर पेज?”

“१७ मार्च.” मी झटकन म्हटले.

“ही तारीख निवडण्याचे काही विशेष कारण?”

“एका विशेष व्यक्तीचा वाढदिवस आहे.”

“तेही खूप उशिरा झाले. मी १२ मार्च निवडतो.” खालेद म्हणाला.

“का?”

“त्या दिवशी माझा वाढदिवस आहे.”

भारतातील काश्मीर आणि पाकिस्तानी काश्मीर यामध्ये फारसा फरक नव्हता. तसेच भटके मेंढपाळ, तशीच लाकडी घरे, तेच अन्न आणि हवाही तशीच. राष्ट्राध्यक्षाकडून उत्तराची वाट बघत आणि शबनमची स्वप्ने बघत मी दिवस घालवत होतो.

मला काही कळायच्या आत १० मार्च उजाडला. मी ओमारला अंतिम इशाऱ्याबाबत विचारले.

“गग, जर येत्या दोन दिवसांत आमच्या माणसांकडून काही निरोप आला नाही तर?”

“सोप्पे आहे! आम्ही तुला ठार करू.” किती सहज होते हे याच्यासाठी!

पुढील दोन रात्री मी झोपू शकलो नाही. ज्या-ज्या वेळी मी कशावर तरी लक्ष केंद्रित करण्याचा प्रयत्न करीत असे, त्या-त्या वेळी माझ्या डोळ्यासमोर मानेवर कुऱ्हाड ठेवलेला, चेहेरा झाकलेला माणूस येत असे आणि मग माझ्या सर्वांगाला थरकाप सुटत असे.

दुर्दैवाने, जणू परिस्थिती अधिक बिकट करण्यासाठी ११ मार्चला जोरदार वादळ आले; भणाणता वारा आणि तुफान पावसासह! गेल्या पाच महिन्यांत बघितला नव्हता तेवढा पाऊस मी या एका दिवसात बघितला. विजांचा गडगडाट करीत आलेला हा पाऊस अक्षरशः सगळेकाही धुऊन नेण्याइतका तुफानी होता. पाऊस कोसळत असताना मला माझी मॉम आठवली. मनात मिस हेन्रिट्टा लोरेट्टाचे विचार आले आणि मुष्टीयोद्धा अंडरटेकरही आठवला. वॅकोमध्ये एप्रिलमध्ये अकस्मात होणाऱ्या बर्फवृष्टीची आठवण झाली. अगदी वडिलांचीसुद्धा आठवण मनात जागी झाली; पण सतत विचार येत होते, ते त्या कधीही न बघितलेल्या स्त्रीचे!

१२ मार्चला जाग आल्यावर टेक्निकलने मला सांगितले, राष्ट्राध्यक्षांकडून अजूनही काहीही प्रतिसाद नव्हता. मग मला छानसा नाश्ता देण्यात आला, ज्याला मी स्पर्शही केला नाही. मग मला अबू खालेदकडे नेण्यात आले.

"मिस्टर पेज, तुमचा बळी द्यायचा असा निर्णय तुमच्या माणसांनी घेतलेला दिसतोय. अमेरिकन उलट्या काळजाचे आहेत असे मी का म्हणतो हे तुला आता समजले असेल. तू आता देवाची प्रार्थना करायला लाग."

"मला त्याला मारू दे बॉस." कमालीच्या तुच्छपणे आणि खिजवत ओमार म्हणाला. त्या मुलीबरोबर झोपल्यापासून तो तऱ्हेवाईकासारखा वागायला लागला होता.

"नको बॉस, मी करतो हे काम." टेक्निकल शांतपणे म्हणाला.

मला घराबाहेर जाण्याची दिशा दाखवण्यात आली आणि एका खुल्या मैदानात नेण्यात आले. पावसामुळे ते मैदान कमालीचे निसरडे झाले होते. माझ्या हातात एक फावडे देत ओमार म्हणाला, "चल, ये रे अमेरिकन डुकरा, स्वत:साठी कबर खणून ठेव." त्यानंतर सुमारे अर्धा तास मी मलाच चिरविश्रांती घेण्यासाठी लागणारा खड्डा खणण्यासाठी फावड्याने जमीन खोदत होतो. अखेर, तो खड्डा पूर्ण झाला तोपर्यंत सूर्य डोक्यावर आला होता. पक्ष्यांचे आवाज अधूनमधून कानावर पडत होते. कोणाच्यातरी मृत्यूची चाहूल देणारे असे ते वातावरण मुळीच नव्हते.

आपल्या खिशातून काळ्या कापडाचा एक तुकडा काढीत टेक्निकलने मला विचारले, "तुला मरताना डोळ्यावर पट्टी बांधायला आवडेल?"

"नाही. तुम्ही मंडळी काय करताय ते मला पाहायचे आहे."

"फारच धैर्यवान आहेस, सद्दामसारखा." तो पुटपुटला. त्याची एके-४७ माझ्या पायाला चाटून गेली. मी शूर असल्याचा आव आणीत होतो; पण आतून मात्र माझा अक्षरश: थरकाप उडाला होता. असे म्हणतात की, जेव्हा मरणाची वेळ दाराशी येऊन ठेपते, तेव्हा तुमचे गतआयुष्य तुमच्या डोळ्यासमोर एखाद्या सिनेमासारखे दिसू लागते; पण या म्हणण्यात फारसे तथ्य नाही. कारण मला असे काहीही दिसले नाही. उलट दिसला तो एक घाणेरडा कावळा!

"चल अबू टेक्निकल, आटप लवकर." व्हीडिओ कॅमेऱ्यातून माझ्याकडे बघत ओमार घाई करू लागला.

अबू खालेदने अरबी भाषेत म्हटलेली प्रार्थना त्याच्या स्वत:साठी होती की माझ्यासाठी, हे मला कळले नाही.

"काही अखेरची इच्छा?" हळू आवाजात टेक्निकलने मला विचारले. मला जाणवले होते, एखाद्या कुटुंबाला जसा पाळीव जनावराचा लळा लागतो, तसा त्याला माझा लळा लागला होता. पण वेळ येताच पाळीव प्राण्यांच्या बाबतीतही दया-माया दाखवली जात नाहीच!

''काही शेवटची इच्छा?'' टेक्निकलने पुन्हा विचारले. मी त्याच्या म्हणण्याचा विचार केला. या गावठी गावात चॉकलेट ब्राऊनी मिळणे शक्यच नव्हते. मग मला एकदम आठवले की, टेक्निकलकडे सॅटेलाइट फोन होता. ''मी एक फोन करू शकतो?'' मी विचारले.

''कोणाशी बोलणार आहेस?''

मॉमला फोन करावा असे मला एकदा वाटले होते; पण ती उगीचच काळजी करीत बसेल आणि तिची संध्याकाळ वाईट जाईल या विचाराने मी तो बेत रद्द केला. ''मरण्यापूर्वी आता मला एकाच व्यक्तीशी बोलायला आवडेल, ज्या स्त्रीवर मी प्रेम करतो तिच्याशी!''

''कोण आहे ही बाई?''

''तिचे नाव आहे शबनम सक्सेना.''

''शबनम सक्सेना? ती नटी?'' ओमारला एकाएकी या संभाषणात रस वाटू लागला.

''होय. ती माझी वाग्दत्त वधू आहे. आम्ही लग्न करणार होतो.''

''हा भडवा खोटे बोलतोय अबू टेक्निकल.'' ओमार ओरडला, ''शबनम सक्सेना त्याला ठाऊक असण्याचे काहीही कारण नाही.'' ओमार ओरडला.

''माझ्या पाकिटात तिचा फोटो आहे आणि तिचा मोबाइल नंबरसुद्धा!''

''या भडव्याचे पाकीट आधी तपासले पाहिजे.'' असे म्हणत ओमार माझ्या अंगावर धावून आला आणि मागच्या खिशातील पाकीटही त्याने ओरबाडून घेतले. काही क्षणातच त्याने खुशीने शीळ घालायला सुरुवात केली आणि म्हणाला, ''खरेच हरामखोराच्या पाकिटात फोटो आहे की!''

''बघू बघू!'' असे म्हणत टेक्निकलने ओमारच्या हातून तो फोटो काढून घेतला आणि तो बघून शिट्टी वाजवत तो म्हणाला, ''अरे देवा, आयुष्यात इतकी सुंदर मुलगी मी बघितली नव्हती.''

''अबू टेक्निकल, मी तिच्याशी अखेरचेच बोलू शकतो?'' मी मध्येच विचारले.

ओमार अबू खालेदकडे वळून म्हणाला, ''बॉस, ही चेटकीण सिनेमामध्ये फार कमी कपड्यात वावरते बरे! एकदम इस्लाम धर्माच्या विरुद्ध वागणे आहे. तिच्या अपहरण-मोहिमेची जबाबदारी घेऊ मी?''

''या बाईला काहीही होता कामा नये.'' मान हलवत अबू खालेद म्हणाला.

''तिचा नंबर दे माझ्याकडे. मी तिच्याशी स्पीकर फोनवरून बोलतो.'' टेक्निकल म्हणाला.

''नाही, मी बोलणार तिच्याशी.'' असे म्हणत ओमारने टेक्निकलकडून फोन

हिसकावून घेतला आणि माझ्या पाकिटातून कागदाचे चिटोरे काढीत तो म्हणाला, "हा त्या चेटकिणीचा नंबर." त्याने तो फिरवताच पलीकडून रिंग ऐकू येऊ लागली.

"कोण बोलतेय?" पलीकडून बाईचा आवाज ऐकू आल्यावर माझ्या हृदयाची धडधड वाढली.

"ए चेटकिणी, तू कोणाशी बोलतेयस तुला ठाऊक आहे का? मी कमांडर अबू ओमार लष्कर-ए-शहादतमधील पाचव्या क्रमांकाचा नेता."

"एक्सक्युज मी?"

"तू आता बघच सटवे. तू नको-नको ते सीन्स करतेस ना सिनेमात आणि तंग कपडे घालतेस, तुला आता पळवूनच आणतो आम्ही आणि मग छळ-छळ करून ठार मारू तुला."

"तुम्ही काही थट्टा वगैरे करीत नाहीये ना?"

"नाही शब्बो, ही थट्टा नाही."

"शब्बो? तुम्ही चुकीचा नंबर लावलाय."

"चुकीचा नंबर? तू शबनम सक्सेना नाहीस? मग कोण आहेस?"

"मी एलिझाबेथ ब्रूकनर बोलतेय. अमेरिकन दूतावासातून."

"एलिझाबेथ ब्रूकनर?" ओमारने विचारले.

"एलिझाबेथ ब्रूकनर? कोण आहे ही?" खालेदने विचारले.

"बॉस, एलिझाबेथ ब्रूकनर ही २००६पासून भारतात सीआयए स्टेशन-प्रमुख आहे. स्टॅनफर्ड विद्यापीठातून शिक्षण घेतल्यावर १९८८ साली ती सीआयएमध्ये दाखल झाली आणि आतापर्यंत युक्रेन, जॉर्डन आणि कुवेतमध्ये तिने काम केले आहे. अल् कायदा या विषयातील ती तज्ज्ञ आहे. छे! काय नशीब साले!"

"याचा अर्थ या भडव्याने आपल्याला फसवले." माझ्याकडे बोट दाखवत खालेद ओरडला.

"खतम कर याला! कर खतम." ओमार ओरडला.

"नाही. याचे सीआयएशी किती संबंध आहेत हे आधी आपल्याला बघायला हवे." खालेद म्हणाला. त्यामुळे पुढची दहा मिनिटे एलिझाबेथचा मोबाइल नंबर माझ्या पाकिटात कसा, हे पटवण्यात गेली. मग खालेदने इशारा करताच टेक्निकलने एके-४७चे टोक माझ्या कानशिलावर टेकवले. तो माझ्या नजरेला नजर न भिडवता दुसरीकडेच बघत होता.

"काळजी करू नकोस. तुला काहीही होणार नाही. एका सेकंदात सर्वकाही संपेल." तो कुजबुजला आणि तेवढ्यात प्रचंड मोठ्याने काहीतरी हल्ल्याचा आवाज आला.

"अरे देवा, हे काय प्रकरण आहे?" समोरच्या टेकडीवर एखाद्या मोठ्या ढगाप्रमाणे अवतीर्ण झालेल्या वस्तूकडे बोट दाखवत अबू खालेदने विचारले.

"ते... बॉस, ते बहुधा एम क्यू-१ प्रिडेटर जातीचे विमान दिसतेय. मध्यम उंचीवरील लांब पल्ल्याचे, मनुष्यविरहित यंत्रणा आणि वाईट गोष्ट म्हणजे त्यात दोन लेसरने नियंत्रित केलेली ए. जी. एम-११४ ही हेलिफायर क्षेपणास्त्रे लावली आहेत. त्या ब्रूकनर नावाच्या चेटकिणीने आपल्याला कोंडीत पकडले वाटते!" टेक्निकल किंचाळला, "आणि मी बोलतोय तेवढ्यात क्षेपणास्त्र..."

एक मोठा स्फोट होऊन आगीचा एक लोळ आला. सगळी पृथ्वी जणू हादरली. एक अतिशय अणकुचीदार वस्तू माझ्या पायात शिरली आणि मी खड्ड्यात कोसळलो. मी जी माती खणून बाहेर काढली होती ती माझ्याच अंगावर पडली आणि मी खड्ड्यात गाडला गेलो!

त्या खड्ड्यातून बाहेर येण्यासाठी मी तब्बल पंधरा मिनिटे धडपडत होतो. मी बाहेर आलो तेव्हा मला धाप लागली होती आणि माझा श्वास कोंडला होता. माझ्या कानात, नाकात, तोंडात सगळा चिखल गेला होता. करवतीने कोणीतरी पाय कापावा तशा वेदना माझ्या डाव्या पायाला होत होत्या. माझ्या गुडघ्याखाली इंचभराची खोल जखम होऊन त्यातून रक्त ठिपकत होते.

तो सगळा परिसर उद्ध्वस्त झाला होता; टर्मिनेटरसारखा मुष्टीयोद्धा येऊन गेल्यावर होतो तसा. मोठाले खड्डे पडल्याने जमीन सगळीकडे उकरली गेली होती.

अबू खालेद आणि अबू ओमार यांच्या अक्षरश: चिंधड्या उडाल्या होत्या. तुटलेला हात, मुळापासून उखडलेला पाय आसपास दिसत होते. खड्ड्याच्या पलीकडे रक्तात थबथबलेला टेक्निकल पडला होता. मी खुरडत-खुरडत त्याच्यापर्यंत गेलो आणि त्याचे डोके माझ्या मांडीत घेतले. त्याची छाती धपापत होती आणि प्रत्येक श्वासासाठी तो झगडत होता. माझ्याकडे बघत त्याने विचारले, "स्वर्गामध्ये ब्रॉडबॅन्ड सेवा असेल असे वाटतेय तुला, मिस्टर पेज?" एवढे बोलून त्याची मान लुडकली आणि डोळे बंद झाले. तो मला मेल्यासारखा दिसू लागला.

माझा एक पाय मला जेवढ्या वेगाने पळवू शकेल तेवढ्या वेगाने मी तिथून पळू लागलो. वारा भणाणत होता. भोवतालची मातीची घरे, आश्चर्याने बघणारे गावकरी यांना मागे टाकून मी पळत होतो. बकऱ्यांचा कळप आणि बदकांचा थवा माझ्या पळण्यामुळे घाबरून विखुरला. टेकडी उतरून मी एका नदीपाशी येताच मी त्या नदीत उडी घेतली - नदीच्या पलीकडे एक कच्चा रस्ता होता. मी पुढे निघालो. तो रस्ता एका गोडाउनसारख्या दिसणाऱ्या इमारतीपाशी संपत होता. प्रवेशद्वारावरील गंजलेल्या पाटीवर लिहिले होते. 'हाफिझ टिंबर एक्स्पोर्ट्स, केरन.' ते लोखंडी दार मी ढकलले. दार उघडेच होते. आतमध्ये लाकडी फळ्यांचे ढिग रचलेले होते, पण

एकही माणूस आसपास दिसत नव्हता.

"हॅलो, कोणी आहे का इथे?" मी ओरडलो; पण माझाच आवाज मला परत ऐकू आला. मी आणखी आत गेलो. आत कुऱ्हाडी, कोयते अशी लाकडे कापण्याची वेगवेगळी साधने दिसत होती. फरशीवर तेलाचे, वंगणाचे डाग सुकलेले दिसत होते. मी त्या डागांच्या मागे वाट काढत निघालो आणि एक आश्चर्यकारक दृश्य माझ्यासमोर आले. त्या गोडाउनच्या कोपऱ्यात चक्क एक फोर्कलिफ्ट उभा होता! निसान नोमॅड एफ-३० आणि त्यात डिझेल भरलेले असावे असे वाटत होते. मी इंजीन सुरू करण्याची खटपट केली आणि आश्चर्याची बाब म्हणजे ते सुरू झाले! त्या सुखद धक्क्याने मी अक्षरशः थरारलो! दोनच मिनिटांनी मी त्या कच्च्या रस्त्यावर तो फोर्कलिफ्ट चालवत आनंदाने ओरडत होतो आणि फोर्कलिफ्टच्या वेगाबाबत जे नियम त्याच्या माहितीपुस्तकात दिले असतील ते धुडकावून वेगाने निघालो होतो! सिस्को रोडिओमधील त्या मूर्खांनी मला फोर्कलिफ्ट चालवताना बघायला हवे होते.

माझ्या पायातून अजून रक्त येत होते; पण मी इतका उत्तेजित झालो होतो की, मला त्याला जणू विसरच पडला होता. तीन दिशांना रस्ते फुटलेल्या एका चौकात आल्यावर क्षणभर मी संभ्रमात पडलो. डावीकडे वळावे की उजवीकडे? मी उजवीकडे वळलो आणि पाचच मिनिटांत एका लष्करी छावणीत शिरलो. पाच पाकिस्तानी सैनिकांनी माझ्या फोर्कलिफ्टला गराडा घातला आणि आपल्या बंदुकांची टोके माझ्यावर रोखत त्यांनी मला खाली उतरायला लावले.

"थांबा. बंदुका रोखू नका. मी तुम्हाला शरण आलोय." दोन्ही हात वरती करीत मी म्हटले आणि खाली उतरताक्षणी भोवळ येऊन पडलो. नंतर मला समजले की, मला मुझफ्फराबाद नावाच्या गावात नेऊन लष्कराच्या रुग्णालयात दाखल करण्यात आले होते. बरे होण्यासाठी मला जवळजवळ एक आठवडा लागला. दरम्यान मॉमचा फोन येऊन गेला. राष्ट्राध्यक्षांचा फोन येऊन गेल्याबद्दल ती काहीतरी बोलत होती; पण ती उत्साहित होती वेगळ्याच कारणामुळे. वॅकोतील डाउटाउन येथे चप्पल-बुटांच्या एका दिमाखदार दुकानाचे मालक असलेल्या मिस्टर हिन्सन यांच्याशी तिने नुकतेच लग्न केले होते आणि त्यामुळे आपल्याला हव्या त्या चपला-बूट आता घालता येतील, या आनंदात ती होती!

इस्लामाबादमधील अमेरिकन दूतावासात काम करणारे एक अधिकारी, जॉन स्मिथ मला भेटायला आले. गडद रंगाचा सूट आणि तसाच गॉगल घातलेले हे गृहस्थ मला म्हणाले, "तुमच्याबद्दल आम्हाला सर्वकाही कळले आहे मिस्टर पेज. आम्ही गेल्या दोन महिन्यांपासून तुमचा शोध घेत आहोत." ते म्हणाले.

"मी आता इथे आहे असा. काय करणार तुम्ही माझे आता? तुरुंगात टाकणार?"

"नाही सर, अमेरिकन हवाई दलाच्या विमानाने तुम्हाला नवी दिल्लीला पाठवणार. तुमची केस एलिझाबेथ ब्रूकनरकडे सोपवण्यात आली आहे. ती तुम्हाला सर्व समजावून सांगेल."

"अरे बाप रे, म्हणजे ती बाई पुन्हा माझे पितळ उघडे पाडणार तर!"

"नाही सर."

दोन दिवसांनी २१ मार्चला मी पुन्हा दिल्लीच्या विमानतळावर पोहोचलो होतो. ती सकाळ विलक्षण थंड होती. एलिझाबेथ ब्रूकनर एका लांबलचक लिमो गाडीसह माझी वाट बघत होती.

"मिस्टर पेज, दिल्लीत तुमचे परत स्वागत करताना मला फार आनंद होतोय." ती म्हणाली, "तुम्ही फार वेगळे दिसायला लागले आहात."

तिचे म्हणणे अगदी बरोबर होते. ती मला पहिल्यांदा भेटली, त्यानंतर मी तब्बल ६० पौंडाने कमी झाल्याने सडपातळ आणि अधिक तंदुरुस्त दिसू लागलो होतो.

"तूपण अगदी वेगळीच दिसतेयस." मी म्हटले.

"माझ्याकडे एक चांगली बातमी आहे आणि एक वाईट. तुम्हाला आधी कोणती बातमी देऊ?"

"आत्तापर्यंत वाईट बातम्या खूप ऐकल्या. त्यामुळे चांगली ऐकायला आधी आवडेल."

"तर मग ऐका, एका अत्यंत धोकादायक अशा 'मोस्ट वॉन्टेड' अतिरेक्यासह तीन कट्टर अतिरेक्यांना मारण्यात तुम्ही जी महत्त्वाची भूमिका बजावलीत, त्याबद्दल गौरव करण्यासाठी 'रिवॉर्ड्स फॉर जस्टिस' कार्यक्रमांतर्गत ॲटर्नी जनरल यांनी तुम्हाला १५ दशलक्ष डॉलर्सचे बक्षीस देण्याची शिफारस केली आहे. ही रोख रक्कम दूतावासात तुमची वाट बघते आहे आणि मुख्य म्हणजे हे बक्षीस करमुक्त आहे. त्याबद्दल अभिनंदन!"

मला हा सुखद धक्का पचवायला काही क्षण लागले. पंधरा दशलक्ष डॉलर्स! माझा विश्वासच बसत नव्हता. तो अबू खालेद स्वत:विषयी ज्या बढाया मारत होता त्या काही वावग्या नव्हत्या.

"आणि वाईट बातमी काय?"

"गुप्तहेर संघटनांना असे आढळले आहे की, अल् कायदा आणि अन्य दहशतवादी संघटनांकडून तुमच्या जिवाला धोका आहे. त्यामुळे आमच्या विटनेस

प्रोटेक्शन प्रोग्रॅम (साक्षीदार संरक्षण कार्यक्रम) अंतर्गत तुम्हाला काही गोष्टी मान्य कराव्या लागतील.''

''म्हणजे नेमके?''

''तुम्हाला स्वत:ची पूर्वीची ओळख बदलून नवी ओळख स्वीकारावी लागेल. नवीन नाव घ्यावे लागेल, शक्य असल्यास नवा चेहेराही.''

''मला काहीही अडचण वाटत नाही हे करण्यात. खरे सांगायचे, तर मला माझे नाव फारसे आवडतच नाही. मी ॲर्नी श्वारत्झेनेगरसारखा चेहेरा घेऊ शकतो?''

ती हसली, ''त्याच्यासाठी फार कष्ट घ्यावे लागतील; पण तुमच्या करिअरबाबत तुम्ही काही विचार केला आहे? तुम्हाला जे मनापासून करावेसे वाटत होते ते करून बघण्याची संधी तुम्हाला यामुळे मिळत आहे. पंधरा दशलक्ष डॉलर्सची पुंजी तुमच्या गाठीशी असल्याने तुम्ही टेक्सासमध्ये एखादे शेत घेऊन निवान्त आयुष्य जगू शकता.''

''मी तुला सांगतो, मला फिबीचे काम करणाऱ्या लोकांबद्दल नेहेमी प्रचंड कुतूहल वाटत होते.''

''फिबी? अच्छा, तुम्हाला एफबीआय म्हणायचे आहे?''

''होय. ९३ साली माउंट कारमेल येथे त्यांची कारवाई सुरू असताना मी तिथे होतो.''

''तुम्ही तिथे काय करीत होतात?''

''माझ्या मॉमला वाटले की, ज्याच्याविरुद्ध ती कारवाई सुरू होती, त्या कोरेशच्या गटात माझे पप्पा सामील झाले आहेत.''

''तर तुम्हाला एफबीआय एजंट होण्याची इच्छा आहे; पण माफ करा मिस्टर पेज, ते शक्य नाहीये. कारण त्यासाठी किमान पदवीपर्यंतचे शिक्षण आवश्यक आहे आणि तशा प्रकारच्या कामाचा किमान तीन वर्षांचा अनुभव हवा.''

''मग हॉलिवूडमधील निर्माता होण्यासाठीसुद्धा पदवीची आवश्यकता आहे?''

''हॉलिवूडमधील निर्माता?''

''हो! सिनेमा बनवतात ना, तसा माणूस.''

''मला असे वाटत नाही.''

''म्हणजे मी होऊ शकतो निर्माता?''

लिझीने त्याबाबत विचार केला अन् ती म्हणाली, ''ते शक्य आहे असे मला वाटते. एखाद्या आठवड्यात तशी व्यवस्था करू शकते.''

''हे फारच झकास होईल! मग मला अर्नी श्वारत्झेनेगरला आणि हॅरिसन फोर्डला भेटता येईल आणि....''

मला मध्येच थांबवत लिझी म्हणाली, ''यासंबंधी अधिक चर्चा तू जेव्हा

अधिक माहिती घेण्यासाठी येशील तेव्हा करू या. ही चर्चा दुपारी ३ वाजता 'ग्राइंडर'मध्ये करू या.''

''ग्राइंडर म्हणजे काय?''

''सुरक्षा-खोलीसाठी कंपनीने योजलेला हा खास शब्द आहे. विशेष संवेदनशील माहितीची ही सुविधा आहे. चल, आता तू 'लिमो'मध्ये बैस.''

त्या दिवशी नंतर मी दूतावासात गेलो आणि एका कोऱ्या करकरीत 'सॅमसेनाइट'च्या सूटकेसमध्ये मला पंधरा दशलक्ष डॉलर्स मिळाले. सोबत होते राष्ट्राध्यक्षांकडून आलेले आभाराचे पत्र! ते वॉशिंग्टनमध्ये राहतात, असे मला वाटत होते; पण प्रत्यक्षात ते 'व्हाइट हाउस' नावाच्या जागी राहत होते.

''तुझी इच्छा पूर्ण करण्याची संमती देण्यात आली आहे लॅरी!'' लिझीने मला सांगितले. साक्षीदार संरक्षण कार्यक्रमांतर्गत तुम्हाला लॉस एंजेलिस, कॅलिफोर्निया येथे राहण्यासाठी पाठवण्यात येईल. तुमच्या नावाने 'सिझलिंग फिल्म्स' या नावाने एक कंपनी स्थापन करण्यात आली आहे. एफबीआयचे पथक चोवीस तास तुमच्यावर लक्ष ठेवून तुमच्या संरक्षणाची काळजी घेईल.

''मग मला ब्रॅड पीट आणि ज्युलिया रॉबर्टसला कधी भेटता येईल?''

''ते शक्य होईल असे वाटत नाही.''

''त्यांना भेटणे मला शक्य होणार नाही? का?''

''कारण हे दोघेही प्रत्येकी सिनेमासाठी २० दशलक्ष डॉलर्स घेतात, त्यांच्या मानधनापोटी. तुगच्याजवळ असलेल्या पंधरा दशलक्ष डॉलर्समध्ये हॉलिवूड ब्लॉक ब्लस्टर काढणे अशक्य आहे. त्यामुळे आम्ही तुमच्यासाठी जी कंपनी काढून देत आहोत ती प्रौढांसाठी सिनेमा बनवणारी आहे.''

''म्हणजे ज्या सिनेमामध्ये फक्त प्रौढ नट-नट्या काम करतात, असे सिनेमे मी काढायचे?''

''नाही. त्याला दुसऱ्या भाषेत लैंगिक भावना उद्दिपित करणारा सिनेमा, असे म्हणतात.''

''नाही...नाही... माझ्या मॉमला कळले तर?''

''तिला नाही कळणार. आम्ही तुला पूर्णपणे नवीन ओळख देऊ. आता तू मला एक गोष्ट सांग, या प्रकारच्या सिनेमाच्या उद्योगाची तुला किती माहिती आहे?''

''या असल्या गोष्टी मी बघत नाही. त्यामुळे मला काही ठाऊक नाही. असे घाणेरडे सिनेमे बघताना मला मॉमने बघितले, तर ती मला मारून टाकील.''

''वाटलेच मला. त्यामुळेच तुझ्यासाठी मी नुकतीच प्रकाशित झालेली डिरेक्टरी आणली आहे. यामध्ये या चित्रपट उद्योगाशी संबंधित सर्व माहिती आहे.

अगदी यामध्ये काम करणाऱ्या नट-नट्यांपासून सर्वकाही. याचा अभ्यास कर, नाहीतर स्वत:च्याच पायावर धोंडा पाडून घेशील.'' असे म्हणत एक लाल रंगाचे जाडजूड पुस्तक लिझीने माझ्या हातात ठेवले.

मी पहिली काही पाने चाळली आणि अकस्मात थांबलो. त्या पानावर एका देखण्या पुरुषाचा फोटो होता आणि त्याने फक्त काउबॉय हॅट घातली होती! ''अरे बाप रे!'' मी ओरडलोच.

लिझीने त्या फोटोकडे नजर टाकली. ''असे म्हणतात की, हा बिग डिक हॅरी १९८९पासून या व्यवसायात आहे. तुला ठाऊक आहे हा?''

''होय.'' गरम राखेत फडफड करणाऱ्या एखाद्या किड्याप्रमाणे असह्य आवाजात मी म्हटले, ''हे माझे पप्पा.''

''तुला खात्री आहे याबद्दल?''

''हो, हा नक्कीच माझ्या पप्पांसारखा दिसतो. फक्त थोडा अधिक वयस्कर!''

''मी आत्ता लँग्लेला तपासकामाला लावते. ४८ तासांत आपल्याला याचा पत्ता लागेल. आणि हा तुझा नवा पासपोर्ट.'' असे म्हणत लिझीने एक पाकीट माझ्या हातात ठेवले.

मी पाकीट उघडून बघितले तेव्हा मला दिसले, तो मिस्टर रिक मायर्स नावाच्या कोण्या सद्गृहस्थाचा पासपोर्ट होता.

''अरेच्या, तुम्ही मला भलत्याच माणसाचा पासपोर्ट दिलाय!'' मी ओरडलो.

''नाही. हे तुमचे नवीन नाव. रिक मायर्स. तुम्हाला अमेरिकेत परत जाण्यासाठी एक खाजगी विमान सज्ज आहे. भारत सोडण्यापूर्वी काही इच्छा पूर्ण करायची आहे तुम्हाला?''

''खरे सांगायचे तर... एक गोष्ट....'' मी चाचरत म्हटले.

''तुम्ही फक्त सांगा मला आणि ती गोष्टी पूर्ण झाली म्हणून समजा मिस्टर मायर्स.''

''जाण्यापूर्वी एकदा मला शबनम सक्सेना या नटीला भेटता येईल का?''

''होऊन जाईल हे काम.''

''पण ती मुंबईत राहते.''

''पण उद्या ती दिल्लीत येणार आहे.''

''तुम्हाला कसे ठाऊक?''

''तुम्ही विसरताय मायर्स. तुम्ही सीआयए केंद्रप्रमुखाशी बोलताय. ही माहिती ठेवणे हा माझ्या कामाचा एक भाग आहे; पण खरे सांगायचे, तर मला आत्ताच विकी राय नावाच्या माझ्या एका उद्योजक मित्राकडून उद्या रात्रीचे मेहेरौलीतील त्याच्या फार्म हाउसमध्ये होणाऱ्या पार्टीचे आमंत्रण मिळाले आहे आणि ती नटी

तिथे येणार आहे असे मला कळले आहे. मला काही बॉलिवूडमध्ये रस नाही आणि त्या पार्टीला जाण्याचा माझा विचारही नाही; पण मी तुझी व्यवस्था करू शकते.''

''व्वा! हे मग फार बरे होईल.''

''ठीक आहे; पण तुम्ही सावध रहाणे गरजेचे आहे. अल् कायदाचा भारतावर पण डोळा आहे आणि जोपर्यंत तुम्ही भारतात आहात तोपर्यंत तुमची जबाबदारी माझ्यावर आहे. त्यामध्ये काहीतरी गडबड होऊन मला मिळणारे उत्तम सेवेबद्दलचे पदक गमावण्याची माझी इच्छा नाहीये. त्यामुळे, ही घ्या बंदूक.'' असे म्हणत तिने ड्रॉवर उघडून एक काळी, कोरी करकरीत झकास वस्तू बाहेर काढली.

''सगळ्या एफबीआय अधिकाऱ्यांना दिली जाते ती ही ग्लॉक २३ जातीची आहे. खास लाडाचे बाळ आहे हे. सतत तुमच्याजवळच ठेव. अगदी झोपेतसुद्धा.'' माझ्या हातात ती सरकवताना तिच्या दस्त्याची बाजू तिने माझ्याकडे केली होती.

''तुम्ही टेक्सासमधून आले आहात, त्यामुळे बंदूक कशी हाताळायची हे तुम्हाला नक्कीच ठाऊक असेल, असे मला वाटते.''

''अर्थात! सात वर्षांचा असल्यापासून बंदुका हाताळतोय मी!'' हात हलवत मी म्हटले. यावर लिझी काहीतरी बोलणार होती; पण तेवढ्यात तिचा मोबाइल वाजला. तिने तो कानाला लावला आणि काही क्षणात वैतागाने म्हणाली, ''छे!''

''काय झाले?'' मी विचारले.

''आम्ही एका स्थानिक माणसाला तिबेटच्या सीमेपलीकडे पाठवले होते; पण आता ते सगळे प्लंबिग उचकटून हातात आले आहे आणि त्या जोकरसाठी मला नऊ मिलीमीटरची निवृत्तिवेतनाची योजना तयार करावी लागणार आहे.''

''ही काय योजना आहे?''

''ती तुला अशी घाईघाईने सांगता नाही येणार.'' हसत ती म्हणाली. ''ती खास सांकेतिक भाषा आहे. चला, मला आता निघायला हवे. तुला येथून बाहेर घेऊन जाण्यासाठी मी कोणाचीतरी व्यवस्था करते.''

लिझी झपाट्याने तिथून निघून गेली; पण मला घेऊन जाण्यासाठी कोणी आले नाही. त्या सुरक्षा केबिनमधून एकटाच बाहेर पडण्यापूर्वी मी अर्धा तास वाट बघितली. बाहेर पडलो तेव्हा मी एका सुंदर बागेत होतो आणि आसपास कोणीही दिसत नव्हते. एका हातात पंधरा दशलक्ष डॉलर्स आणि दुसऱ्या हातात बंदूक घेऊन मी थाटात निघालो. खेळण्यातील काउबॉय बंदुका मी सात वर्षांचा असल्यापासून हाताळत होतो; पण खरीखुरी बंदुक मी प्रथमच हातात धरली होती. बेटी मोठी ऐटबाज होती आणि तिची नळी एवढी लांब होती, जणूकाही कुत्र्याचे शेपूटच! मी त्यातील गोळ्यांचा अंदाज घेत असतानाच काहीतरी आवाज झाला आणि एखाद्या धक्क्याने मुंगूस थडथडावे तशी ती बंदूक हातातल्या हातातच सटकन मागे-पुढे

झाली. स्वत:च्या मनाप्रमाणे वागण्याची तिला सवय असावी बहुधा! म्हणून मी घाईघाईने ती बॅगेत ठेवून दिली आणि बाहेर जाण्याच्या दिशेने निघालो.

पायऱ्यांजवळ एक काळी लिमो उभी होती आणि पांढऱ्या केसांचा, निळा सूट घातलेला एक माणूस त्या गाडीजवळ पालथा पडला होता. शेणाभोवती माशा घोंघावत असाव्यात तसे सुरक्षारक्षक त्याच्याभोवती दिसत होते.

"काय झाले यांना?" त्या म्हाताऱ्या माणसावर वाकलेल्या अज्ञात रक्षकाला मी विचारले.

"कोणीतरी अज्ञात हल्लेखोराने राजदूतांना ठार करण्याचा प्रयत्न केला. लवकर या, लवकर या!" तो रक्षक मोठ्याने ओरडत होता.

मी घाईघाईने मुख्य प्रवेशदाराकडे निघालो. तेथील पहारेकऱ्याने माझे व्हिजिटर ओळखपत्र काढून घेतले आणि मला बाहेर सोडले.

रस्त्यावर येताच मी ती सॅम्सोनाईट बॅग प्रेमाने थोपटली. लोकांना गोळ्या घालीत फिरणारे माथेफिरू असे खुलेआम भटकत असतील, तर आपल्याला संरक्षण आहे हेच बरे, असे मला वाटले. लिझीने दिलेली बंदूक बरोबर असल्यामुळे मी आता अल् कायदाच्या लोकांना ठणकावून म्हटले असते, 'KMRA....' ही पेज कुटुंबाची खास सांकेतिक घोषणा आहे.

Kiss My Royal American.

१२

ओंकोबोंक्वेचा शाप

छोट्याशा अंदमानमधील तो आदिवासी कालिघाट ते हावरा ब्रीजदरम्यान धावणाऱ्या ट्राम क्रमांक ३०मध्ये तो बसला, तेव्हा त्याला गार वाऱ्याची एक झुळूक स्पर्शून गेली.

१९ ऑक्टोबरचे सकाळचे ९.३० वाजले होते. हवा प्रसन्न, उबदार होती. वातावरणातील पहाटेचे धुके विरून गेल्याने आकाश निरभ्र दिसत होते. तो अथांग निळा फैलाव उंच इमारतींच्या शेंड्यांमध्ये मधूनमधून खंडीत झालेला दिसत होता. सकाळचा सौम्य सूर्यप्रकाश एकेट्टीच्या अंगाला गुदगुल्या करीत होता. शहराचा तो उग्र दर्प एकेट्टीच्या नाकात शिरल्यावर त्याने आपले दोन्ही हात हवेत उंच फैलावून डोके मागे नेले आणि आपण अजून जिवंत असल्याचा आनंद त्या प्रसन्न प्रकाशात छातीत भरून घेतला. दोन राखाडी रंगाची कबुतरे जणू त्याच्या आनंदात सहभागी होण्याच्या इराद्याने त्याच्या डोक्यावरून लयबद्धपणे उडत गेली.

तो एस्प्लनेड या शहराच्या गजबजलेल्या मध्यवर्ती भागात होता आणि सगळीकडे त्याला माणसेच माणसे दिसत होती. मुले एकेट्टीकडे आश्चर्याने, उत्साहाने बोटे दाखवित होती, पुरुषमंडळी वेड्यासारखी टक लावून बघत होती, तर बायका देहभान विसरून बघून आश्चर्याने तोंडावर हात ठेवत होत्या. तो सर्वांकडे बघून हसत हात हलवत होता. ट्रामभोवती वाहतुकीची गजबज उडाली होती. गाड्या, टॅक्सी, रिक्षा, स्कूटर्स, सायकली. काय नव्हते त्यात? चहूबाजूंनी हॉर्न्सचा गोंगाट, कोलाहल वातावरणात दाटून राहिला होता. जुनाट पोचे आलेल्या बसेस त्या गर्दीतून वाट काढीत होत्या. त्यातील गणवेषधारी कंडक्टर्स खिडकीतून डोके बाहेर काढून मोठ्याने त्या बसच्या मार्गावरील थांब्यांची नावे घेत होता. रस्त्यावरील प्रचंड बिलबोर्ड्सवर दिसणाऱ्या शाम्पू आणि टूथपेस्टच्या भडक जाहिराती अंगावर येत होत्या. रस्त्याच्या बाजूला असलेली उंच, चकचकीत इमारत एखाद्या प्राचीन टेकड्यांच्या रांगांसारखी दिसत होती. स्वप्नांच्या रंगीबेरंगी दुनियेतून आपण सैर करतोय असे एकेट्टीला वाटत होते.

बॅनर्जींनी पळवलेला तो पवित्र दगड परत मिळवण्याची जबाबदारी दोन आठवड्यांपूर्वी एका दुर्दैवी दिवशी एकेट्टीने स्वेच्छेने स्वीकारली. या चोरीची चर्चा सुरू असताना ती अशोक राजपूत या कनिष्ठ कल्याण अधिकाऱ्याने ऐकली, हे समजल्यावर सगळ्या ज्येष्ठ मंडळींना धक्काच बसला. मग 'इंगेतायी' हा पवित्र दगड परत आणण्यासाठी एकेट्टीला बोटीने घेऊन जाण्याची तयारी दाखवून त्याने या मंडळींना आश्चर्याचा दुसरा धक्का दिला. भीतीच्या सावटाखाली असलेल्या या सगळ्यांनी काहीशी कुरकुर करीतच या प्रस्तावाला मान्यता दिली. राजपूतला त्यांचा बेतच समजला होता असे नाही, तर बॅनर्जींचा पत्ताही फक्त त्यालाच ठाऊक होता; पण त्याच्यापासून सावध रहाण्याचा इशारा त्यांनी एकेट्टीला दिला होता. मुख्य म्हणजे, त्या अधिकाऱ्याचा वापर फक्त पवित्र दगड मिळवण्यापुरता करून मग त्याला दूर सारण्यात येणार होते!

या प्रवासाच्या तयारीसाठी तब्बल एक आठवडा लागला होता. अशोकला त्याची रजा समाजकल्याण खात्याकडून मंजूर करून घ्यावी लागली होती. आणि एकेट्टीसाठी 'संरक्षण-सामग्री' तयार करण्यासाठी वैदू नोकायलाही काही वेळ लागणार होताच. खाण्यासाठी सुकवलेल्या डुकराचे मांस, दुखणे झाल्यास आरोग्य सुधारण्यासाठी काही गोळ्या, शरीरावर फासण्यासाठी लाल व पांढऱ्या मातीचे गोळे, ती माती कालवण्यासाठी थोडी डुकराची चरबी आणि कोणत्याही रोगाला, आजाराला दूर ठेवण्यासाठी खुद्द तोमितीच्या हाडापासून बनवलेला खास ताईत! एकेट्टीने हा सर्व ऐवज एका काळ्या कॅन्व्हासच्या बॅगमध्ये दडवून ठेवला होता. 'आदिदास'चे केवळ नाव छापलेली ही बॅग त्याला 'बे-हट'जवळ मिळाली होती. ही बॅग त्याने जुन्या फडक्यांनी बांधून टाकली होती. शानदार मेजवानी झाल्यावर एखाद्या हिरोच्या थाटात त्याला निरोप देण्यात आला. दुसऱ्या दिवशी अशोकबरोबर शासनाच्या स्पीड बोटमधून त्याने पोर्ट ब्लेअर, अंदमान सोडले. त्याच रात्री तो 'एम. व्ही. जहांगीर' नावाच्या मोठ्या प्रवासी जहाजात बसला. महिन्यातून तीन वेळा कोलकात्याला जाणाऱ्या या जहाजाचा कप्तान अशोकच्या परिचयाचा होता. स्वत:साठी या अधिकाऱ्याने खास डिलक्स केबिन घेतली होती; पण एकेट्टीला मात्र त्याने इंजीनजवळच्या एका कोंदट, अरुंद बोळकांडीत बसवून दिले; लोकांच्या भोचक नजरांपासून दूर ठेवण्यासाठी.

''एक लक्षात ठेव. तू लहान अंदमानमधील ओंगे जमातीचा आहेस, हे कोणालाही कळता कामा नये.'' अशोकने एकेट्टीला बजावले. ''तुझे केस सतत या टोपीखाली दडवून ठेव आणि तुझ्या गळ्यात असलेला तो हाडांचा ताईत सतत तुझ्या टी शर्टखाली लपवलेला पाहिजे. 'तू कोण' असे कोणी विचारलेच, तर तू सांगायचे, तू झारखंडमधील जिबा कोरवा या आदिवासी जमातीचा माणूस आहेस.

झारखंड हे भारतातील एक राज्य असून तिथे तुझ्यासारख्या अगदी प्राथमिक अवस्थेतील जमाती अजून आहेत. कळले? चल, पुन्हा मला तुझे नाव सांग बघू!''

''एकेट्टी हा जाखनमधील जिबा कोबा आहे.''

''मूर्ख!'' डोक्यावर टप्पल मारीत अशोक ओरडला.

'''मी झारखंडमधील जिबा कोरवा असे सांगायचे! चल, डोक्यावर टोपी घाल. आणि माझ्यासमोर वीस वेळा हे नाव म्हणून दाखव.''

मग एकेट्टीने ती लाल टोपी डोक्यावर चढवत त्याचे नवे नाव पाठ केले.

१२५५ किलोमीटरचा तो प्रवास त्या जहाजाने तीन दिवसांत पार केला आणि संध्याकाळी किडरपोर बंदरावर त्यांचे आगमन झाले. सर्व प्रवासी उतरून जाऊन अंधार पडण्याची या दोघांनी वाट बघितली आणि मग टॅक्सी पकडली.

टॅक्सी बंदरातून बाहेर पडत असतानाच फटाक्यांच्या आतषबाजीने आकाश उजळून निघाले आणि त्याच्या आवाजाने सगळा परिसर हादरला. ''ते माझे स्वागत करतायत का?'' एकेट्टी उत्तेजित होऊन म्हणाला. त्याला गप्प करीत अशोकने ड्रायव्हरच्या खांद्यावर थाप मारीत विचारले, ''तुम्ही दिवाळी २०-२२ दिवस आधीच साजरी करताय की काय?''

ड्रायव्हर हसला अन् म्हणाला, ''तुम्ही आमच्या सर्वांत मोठ्या सणाला कोलकात्यात आले आहात, हे तुम्हाला ठाऊक नाही वाटते? आज सप्तमी आहे आणि उद्या महाअष्टमी.''

''अरे बाप रे! दुर्गा पूजेच्या ऐन मुहूर्तावर इथे येतोय, हे माझ्या लक्षातच नाही.''

शहरात जागोजागी पूजेचे वातावरण जाणवत होते. रस्त्याच्या प्रत्येक कोपऱ्यावर उभे केलेले मंडप रोषणाई केलेल्या एखाद्या राजवाड्यासारखे लखलखत होते. त्या तात्पुरत्या, कापड-बांबूपासून बनवलेल्या भपकेबाज मंदिराकडे टॅक्सीच्या पुढील सीटवर बसलेला एकेट्टी अक्षरश: आ वासून बघत होता. काही मंदिरांवर घुमट होते, तर काहींवर छोटे मिनार. एक मंदिर दक्षिण भारतीय मंदिराच्या शिखरांची आठवण करून देत होते, तर दुसरे तिबेटीयन पॅगोडाचे स्मरण करून देत होते. एका मंदिराचा आकार ग्रीक शैलीतील ॲम्फी थिएटरसारखा होता, तर त्या पुढील मंदिर बघून इटलीतील भव्य राजवाड्यांचे स्मरण होत होते. मंदिरांकडे जाणाऱ्या रस्त्यांवर लाल गालीचे अंथरण्यात आले होते आणि संपूर्ण मार्गावर रोषणाई करण्यात आली होती.

रस्त्यावर नुसता माणसांचा समुद्र उसळला होता. एवढी माणसे एकेट्टीने त्याच्या आजपर्यंतच्या आयुष्यात कधीही बघितली नव्हती. सर्व शहर तऱ्हेतऱ्हेच्या

आवाजांनी निनादत होते. प्रत्येक मंडपावर लाउड स्पीकर ठणाणत होता. प्रत्येक कोपऱ्यावर ढोल वाजू लागले. आदिवासी जीवनात सगळ्यांना एकत्र बोलावण्यासाठी संकेत म्हणून वाजवले जातात ते ढोल. ढोलाचा आवाज ऐकून कडक-कुरकुरीत साड्या नेसलेल्या स्त्रिया आणि तेवढ्याच नीटनेटक्या कपड्यातील पुरुष लाखोंच्या संख्येने रस्त्यावर उतरले आणि बघता बघता शहराला एका भव्य जत्रेचे स्वरूप आले. सगळे रस्ते पोलिसांनी अडवल्याने टॅक्सी मुंगीच्या गतीने पुढे सरकत होती. रस्त्यावरून चालणाऱ्यांसाठी पोलीस मेगाफोनवरून मोठ्याने सूचना देत होते.

सुमारे तास-सव्वातासाने टॅक्सी सदर रस्त्यावर थांबली. सामान्य दर्जाची हॉटेले आणि तशाच स्वस्त दर्जाच्या वस्तू विकणारी दुकाने त्या रस्त्यावर होती. अशोकने 'मिल्टन हॉटेल' नावाचे जुनाट अन् कोंदट वातावरण असणारे हॉटेल मुक्कामासाठी निवडले. हॉटेलच्या मॅनेजरने एकेट्टीकडे संशयित नजरेने बघत पासपोर्टची मागणी केली. पुढील चौकश्यांचा ससेमिरा टाळण्यासाठी अशोकने आपले शासकीय ओळखपत्र पुढे केले.

मिणमिणत्या प्रकाशाच्या पॅसेजमधून ते दोघेही पहिल्या मजल्यावरील एका खोलीत गेले. टेबल आणि दोन पलंग अशा अगदी जुजबी सुविधा त्या खोलीत होत्या. ट्यूबलाईटच्या त्या भगभगीत पांढऱ्या प्रकाशात भिंतीवरील ओल आणि कोपऱ्यातील जाळीजळमटे एकेट्टीच्या नजरेतून सुटली नाहीत. शेजारच्या टॉयलेटमधून गळक्या नळातून पाणी ठिबकत असल्याचा आवाज ऐकू येत होता.

"एकेट्टीला मुळीच आवडले नाही हे हॉटेल!" नाक मुरडत एकेट्टी म्हणाला. ते ऐकून अशोकचा पारा चढलाच. "तुझी काय अपेक्षा आहे रे काळुंद्र्या, मी काय तुला ओबेरॉयमध्ये ठेवणार आहे? तुमच्या त्या दरिद्री झोपड्यांच्यापेक्षासुद्धा हे कंडम हॉटेल कितीतरी बरे आहे. आता तोंड बंद कर आणि या जमिनीवर झोप."

निराशेने एकेट्टी त्याच्याकडे बघत असताना अशोक खोलीत मागवलेल्या चिकन करीवर आणि नानवर तुटून पडला होता. मग त्याने खिशातून लायटर काढून सिगारेट पेटवली. त्या पाकिटाकडे नजर टाकीत तो आदिवासी म्हणाला, "एकेट्टीला एखादी सिगारेट मिळेल?"

भुवया उंचावून अशोक म्हणाला, " 'इंगेतायी' मिळेपर्यंत तंबाखूला स्पर्श करणार नाही, अशी शपथ घेतली आहेस ना?"

"होय, पण मी आता माझ्या बेटावर नाहीये. त्यामुळे मला वाटेल तसे मी वागू शकतो ना?"

"नाही! काळुंद्र्या, इथे तू माझ्या मर्जीप्रमाणे वागणार आहेस, कळले? चल झोप मुकाट्याने."

कॅन्व्हास बॅग उशाशी घेत, सुकलेल्या डुकराच्या मांसाचे तुकडे चघळत

एकेट्टी त्या थंडगार फरशीवर लवंडला. थोड्याच वेळात अशोकच्या घोरण्याचा आवाज त्याच्या कानी येऊ लागला; पण त्याला झोप येईना. ढोलाचा आवाज अधिकाधिक जवळ येऊ लागला तशी ती जमीन थरथरू लागली. एकेट्टी उठून एका उघड्या खिडकीजवळ जाऊन दूरवर दिसणाऱ्या झगमगत्या मंडपाकडे बघू लागला. रस्त्याच्या कडेला दुकानांच्या आडोशाला पडलेले दारुडे आणि कुत्र्यांकडे मग त्याची नजर गेली. त्या अफाट आणि गूढ शहरातील वारा छातीत भरून घेताना त्याला एक प्रकारच्या सुखाच्या अपराधी थराराने घेरले!

दुसऱ्या दिवशी सकाळी अशोकबरोबर तोही हॉटेलच्या आसपास फेरफटका मारायला निघाला. पुढील दोन तासांत त्याने पांढऱ्याशुभ्र घुमटाखाली असलेले बिर्ला तारांगण बघितले, विटा आणि चुन्यातून उभा केलेला अभेद्य असा अष्टकोनी विल्यम किल्ला आणि त्याच्याभोवतीचे हिरवेगार मैदान, तजेलदार बागा, त्यातील सळसळती कारंजी आणि स्मारके बघितली. भारी वजन उचलणारी, धावणारी, दोरीवरच्या उड्या मारणारी आणि कुत्र्यांना घेऊन झपाझप चालणारी माणसे त्याला त्या आवारात दिसली. गोलामध्ये उभे राहून मोठमोठ्याने हसणारी माणसे बघून त्याला हसूच आले. युरोपियन शैलीत बांधलेले भव्य दिमाखदार व्हिक्टोरिया मेमोरियल बघून तर तो अक्षरक्ष: स्तिमित झाला. शुभ्र संगमरवरात बांधलेल्या त्या स्मारकावर नुकत्याच उगवणाऱ्या सूर्यकिरणांची तांबूस छटा पडली होती. आजपर्यंतच्या आयुष्यात त्याने एवढी मोठ्ठी इमारत कधीच बघितली नव्हती. त्याला लागलेल्या या नव्या शोधाने तो अक्षरश: थरारला.

चालत-चालत ते मैदानाच्या उत्तर टोकाला असलेला शहीद मिनार ओलांडून एस्प्लॅनेडला आले. तेथील अखंड वर्दळ, टोलेजंग इमारती आणि वातावरणातील तऱ्हेतऱ्हेचे आवाज हा सगळा माहोल बघून एकेट्टी अक्षरश: रोमांचित झाला. रस्त्याच्या अगदी मधून संथगतीने जाणाऱ्या आणि तुडुंब भरलेल्या ट्राम्स बघून तर तो अगदी वेडावला होता. "एकेट्टी एखाद्यामध्ये बसू शकतो?" अशोकच्या शर्टची बाही ओढत त्याने विचारले आणि कुरकुरत का होईना अशोक तयार झाला. पुढच्याच ट्राममध्ये ते दोघेही चढले. त्यात गर्दी फारशी नसल्याने दोघेही आत शिरले; पण पुढच्याच स्टॉपवर प्रवाशांचा एक लोंढाच्या लोंढा आत शिरला आणि ट्राम अगदी तुडुंब भरली. एकेट्टी आणि अशोकची ताटातूट झाली आणि हातात ब्रीफकेस असलेल्या दोन साहेबांच्या मध्ये एकेट्टी सापडला. गर्दीमुळे होणारी धक्काबुक्की असह्य होऊ लागली तसा एकेट्टीचा जीव घुसमटू लागला. अखेर मोकळेपणाने श्वास घेता यावा म्हणून तो खाली वाकला आणि लोकांच्या पायांमधून मागच्या दरवाजाकडे निघाला. कसाबसा दरवाजाजवळ पोहोचताच त्याने त्या

लोखंडी पिंजऱ्यातून आपली सुटका करून घेत खिडकीच्या चौकटीतून चपळाईने ट्रामच्या टपाकडे झेप घेतली. आता तो ट्रामच्या छतावर बसला होता. डोक्यावरून जाणाऱ्या विजेच्या वायरींच्या अगदी खाली. त्याची कॅन्व्हास बॅग त्याने आपल्या शेजारीच ठेवली. पिंजऱ्यातून सुटका करून घेतल्यावर पक्ष्याला होणारा मुक्ततेचा आनंद तो अनुभवत होता.

ट्राम डलहौसी स्क्वेअर किंवा आता ज्याचा उल्लेख बीबीडी बाग असा होतो तिथे पोहोचली. शहराच्या प्रशासनाची सूत्रे जेथून हलतात तो हा चौक. ट्रामचा तो शेवटचा स्टॉप होता. ट्रामच्या टपावर बसलेल्या एकेट्टीकडे वाहतूक हवालदाराने अचंब्याने बघितले आणि त्याने घाईघाईने पुढे जाऊन ट्राम एकदम थांबवली.

ट्राममधील त्या उसळणाऱ्या गर्दीतही कशीबशी जागा मिळवण्यात अखेरीस अशोक यशस्वी झाला. सीटवर बसताच त्याचे कपाळावरील घाम-धूळ पुसली. भोवताली दिसणाऱ्या माणसांच्या सुमद्राकडे अतिशय तुच्छपणे बघत तो मनातल्या मनात म्हणाला, 'सार्वजनिक वाहनातून हा माझा बहुतेक शेवटचा प्रवास; पण एकूणच, कोलकाता काही आपल्याला फारसे भावले नाही, मानवले नाही.' अशोक विचार करू लागला, 'इथल्या हवेत काहीतरी नकोशी गोष्ट आहे. श्वास घेताच घशात बेडकाच जमा होतो! संथ-गतीने चालणारी ही वाहतूक, जागोजागी दिसणारे दरिद्री भिकारी, घाणेरडे रस्ते! छे! सगळेकाही मनाप्रमाणे पार पडले, तर आज संध्याकाळपर्यंत तो पवित्र दगड हाती पडायला हवा.'

त्याने 'इंगेतायी'वर पुरेसे संशोधन केले होते. तो एक काळा वाळूचा दगड होता. साधारण तीस इंच उंचीचा, पुरुषाच्या लिंगाप्रमाणे दिसणारा. त्यावर अगम्य अशा सांकेतिक लिपीमध्ये काहीतरी कोरले होते आणि तो खडक कमीतकमी ७० हजार वर्षांपूर्वीचा, इतका प्राचीन असावा. बॅनर्जीच्या घरून तो चोरण्याचे काम तो एकेट्टीमार्फत करून घेणार होता. त्यानंतर त्याला ठाऊक असलेल्या जैसलमेरमधील एका शिल्पकाराकडून तो या खडकाची हुबेहूब प्रतिकृती बनवून घेणार होता आणि मग एकेट्टीला शांतपणे त्या प्रतिकृतीसह अंदमान नावाच्या नरकात पाठवून देण्याचा अशोकचा बेत होता. त्यानंतर जगातील सर्वाधिक प्राचीन कोरीवकाम असलेले हे शिवलिंग म्हणजे अस्सल 'इंगेतायी' 'खोसला अँटिक्स'ला विकून तो तब्बल ८० लाख रुपये कमावणार होता!

हे पैसे मिळाल्यावर काय-काय करायचे याचा अशोक मग विचार करू लागला. सर्वांत प्रथम तो गुलाबोला भेटायला जाणार होता. जगापासून कित्येक मैल दूर, त्या एकाकी बेटावर समाजकल्याण अधिकाऱ्याची क्षुल्लक नोकरी त्याने स्वीकारली ती मुद्दाम. गुलाबोला दुखवण्यासाठीच. तिने त्याला अव्हेरल्याबद्दल शिक्षा म्हणून. त्याने गेल्या पाच वर्षांत एकदाही तिची भेट घेतली नव्हती; पण

राहुलच्या शिक्षणाच्या खर्चापोटी तो नियमितपणे तिला दर महा दोन हजार रुपयाची मनिऑर्डर मात्र पाठवत होता; पण तरीही गुलाबोला विसरणे मात्र त्याला शक्य झाले नाही. अंदमान आणि राजस्थान यांच्या दरम्यान पसरलेला हजारो मैलांचा समुद्र आणि कित्येक मैलांची जमीन ओलांडून गुलाबो त्याला सतत पुकारत होती, त्याच्या स्वप्नांवर राज्य करीत होती आणि त्याच्या अंगातील रक्त पेटवत होती!

आता तो हजार रुपयांच्या नोटांचा जुडगा घेऊन तिच्याकडे जाणार होता आणि नोटांचा पाऊस तिच्यावर पाडत तिला सुनावणार होता, 'मी काहीच करायला लायक नाही असे म्हणत होतीस ना! आता काय म्हणतेस?' आणि मग तो पुन्हा तिला मागणी घालणार होता. या वेळी कोणत्याही पूर्वअटीशिवाय तिने त्याचा मुकाट्याने स्वीकार केला असता, याची त्याला खात्री होती. मग दूरवरच्या समुद्रातील आदिवासींना हाकलण्याची आपली भिकार शासकीय नोकरी तो सोडून देणार होता आणि राजस्थानमध्ये येऊन स्थायिक होणार होता. 'इंगेतायी' त्याच्यासाठी शुभशकुन देणाराच ठरला होता. त्याचे आयुष्य त्यामुळे कायमचे बदलणार होते.

ट्राम अकस्मात थांबल्याने तो त्याच्या स्वप्नरंजनातून खाडकन बाहेर आला!

"कोंरचे ता की?" एकेट्टीकडे बोट दाखवत आणि त्याला खाली उतरण्याचा इशारा करीत तो हवालदार म्हणाला "नामुन दादा नामुन." एकेट्टी त्या टपावरून खाली उतरताच ट्राम कंडक्टरने पुढे येऊन त्याला सुनावले.

"तुला काय जीव-बिव द्यायचा होता का? तिकीट कोथाय?"

ट्रागगधील प्रवासी खिडकीतून माना काढून त्याच्याकडे बघू लागले. "नाम की?" हवालदाराने विचारले. एकेट्टीने फक्त मान हलवली.

"हे पात्र नक्कीच भारतीय नाही." कंडक्टरने अंदाज केला. "किती काळा आहे पाहा ना! मला तर तो आफ्रिकन वाटतोय. त्याची बॅग जरा तपासून बघू. नक्कीच मादक पदार्थांची तस्करी करणारा असावा."

तो एकेट्टीच्या खांद्यावरून त्याची कॅन्व्हासची बॅग ओढू लागला.

"नाही." असे ओरडत एकेट्टीने त्या कंडक्टरला दूर लोटले. मग त्या हवालदाराने त्याचा कान धरून पिळला आणि त्याला विचारले, "तिकीट आहे का?"

"होय." एकेट्टी उत्तरला.

"मग कुठे आहे ते?"

"अशोकसाहेबांकडे."

"आणि हा अशोक कुठाय?"

एकेट्टीने ट्रामकडे बोट दाखवले. "मला तर कोणी अशोक वगैरे दिसत नाहीये." असे म्हणत हवालदाराने एकेट्टीची मानगूट धरली. "तू मुकाट्याने

माझ्याबरोबर पोलीस ठाण्यावर चल. तुझी ही बॅगही आम्हाला तपासायची आहे.''

तो एकेट्टीला रस्ता ओलांडून फरफटत नेणार तेवढ्यात अशोक पोहोचला. ''माफ करा, ऑफिसर,'' गयावया करीत तो म्हणाला, ''हा माणूस माझ्याबरोबर आहे. त्याचे तिकीट माझ्याकडे आहे.'' असे म्हणत त्याने शर्टच्या खिशातून दोन तिकिटे काढली.

हवालदाराने ती तिकिटे हिसकावून घेत तपासून बघितली आणि काहीशा अनिच्छेनेच त्याने एकेट्टीला जाऊ दिले.

तो हवालदार नजरेआड होताच अशोक त्या आदिवासीच्या गालावर एक सणसणीत चपराक लगावत म्हणाला, ''हे बघ डुकरा, पुन्हा जर असे काही नाटक केलेस ना, तर उरलेले सगळे आयुष्य तुरुंगात सडत काढावे लागेल. हा भारत आहे. मनमानेल तसे वागायला तुझे जंगल नाही.'' एकेट्टीने त्याच्याकडे नजर टाकली अन् तो गप्प बसला.

हॉटेलमध्ये परत आल्यावर त्यांनी चांगले जेवण केले. सहा वाजायच्या सुमारास बॅनर्जीकडे जाण्याचा निर्णय अशोकने घेतला.

रिक्षात बसल्यावर अशोकने आपल्या पाकिटातून पत्त्याचा एक कागद काढून ड्रायव्हरच्या हातात ठेवला आणि त्याला म्हणाला, ''तोलायगंजला घेऊन चल. इंद्राणी पार्क आणि जे. एम. रोडच्या कोपऱ्यावर.'' मुख्य रस्त्यावरील वर्दळ चुकवण्यासाठी रिक्षावाला त्यांना मागच्या गल्ल्यांमधून घेऊन गेला. इंद्राणी पार्कच्या कोपऱ्यावर ते उतरताच त्यांना लगेचच ते तळे दिसले. रस्त्याला पडलेल्या एखाद्या खड्ड्यापेक्षा ते थोडे खोल होते आणि त्यात पावसाच्या गढूळ पाण्याचे डबके साचले होते; पण त्याच्याभोवती पाच घरे होती आणि सर्वांत उजव्या घरावर हिरव्यागार रंगाचे छप्पर होते.

''बॅनर्जींचे घर!'' एकेट्टी उद्गारला.

ती एक टिपीकल मध्यमवर्गीय वसाहत होती. माफक मोठी आणि अतिशय सामान्य, कोणतीही गुणवैशिष्ट्ये नसलेली. विटांनी बांधलेल्या त्या घराभोवतीच्या छोट्याशा बागेभोवती लाकडी कुंपण होते. त्या जुनाट गेटवर पाटी लावलेली होती – एस. के. बॅनर्जी.

''एकेट्टीला आत जाऊन 'इंगेतायी' घेऊन येऊ दे?'' त्या आदिवासीने विचारले.

''असे सरळ घरात जाऊन बॅनर्जींना त्याच्याबद्दल विचारता येईल, असे तुला वाटतेय?'' अशोक खेकसला. ''त्याने तो तुमच्याकडून चोरलाय. तुला तो त्याच्याकडून तसाच परत मिळवावा लागेल.''

''एकेट्टी कसे काय करू शकेल हे?''

"तेच मला बघायला हवे."

पुढील एक तास त्या दोघांनी त्या घराची सर्व बाजूंनी सावधपणे पाहणी केली. एखादी मोकळी खिडकी, मागील दरवाजा आहे का याचा शोध घेतला; पण तशी कोणतीही फट अशोकला आढळली नाही.

"आत कसे जायचे हे एकेट्टीला ठाऊक आहे." अकस्मात त्याने जाहीर केले.

"कसे?"

"त्यातून" असे म्हणत एकेट्टीने छपरावरील काळपट हिरव्या चिमणीकडे बोट दाखवले.

"मूर्खासारखा बोलू नकोस. तुला त्या छपरावर चढणेही शक्य नाही. मग चिमणीतून आत जाण्याची बातच सोड."

"एकेट्टी करू शकतो." अतिशय आत्मविश्वासाने तो म्हणाला, "तुम्हाला आत्ता करून दाखवू?" असे म्हणत तो कुंपणावरून उडी मारण्याच्या बेतात होता; पण अशोकने त्याचा खांदा धरला अन् तो म्हणाला, "मूर्खा, असे भर दिवसा कोणाच्या घरात बळजबरीने घुसता येत नाही. बॅनर्जी आणि त्याचे शेजारीपाजारी झोपण्याची वाट बघावी लागेल."

पुजेच्या निमित्ताने तोलायगंजमधील रस्त्याच्या कडेला तात्पुरत्या उगवलेल्या अनेक दुकानांना भेट देत त्यांनी वेळ काढला. चविष्ट फिश करी आणि भात असे जेवण रात्री उशिरा झाल्यावर ते पुन्हा बॅनर्जींच्या घरापाशी आले.

तळ्याभोवतीचा परिसर शांत होता. शेजारपाजारच्या घरातील दिवे मालवलेले होते; पण बॅनर्जींच्या घरात मात्र एकच दिवा मध्यरात्रीपर्यंत जळत होता. तो दिवा बंद होईपर्यंत त्या दोघांनी बंद दुकानांच्या कट्ट्यावर वेळ काढला. दिवा बंद होताच एकेट्टी झपकन उठला आणि बॅग उघडून त्यातील पांढऱ्या व लाल मातीचे गोळे त्याने बाहेर काढले आणि त्याबरोबर डुकराची चरबीही. डोक्यावरील टोपी बाहेर काढून त्याने अंगावरील कपडे उतरवायला सुरुवात केली.

"हे काय करतोयस तू?" सावधानतेने अशोकने विचारले.

"इंगेतायीला आणण्यासाठी एकेट्टी तयार होतो आहे. ओंगेनी त्याचा नीट सन्मान केला पाहिजे ना!" असे म्हणत तो एका बूथमागे अदृश्य झाला आणि अर्ध्या तासात कमरेला लंगोटी आणि गळ्यात हाडांचा ताईत अशा अवतारात बाहेर आला. त्याने चेहेऱ्यावर लाल-पांढऱ्या रंगाचे चट्टेपट्टे रंगवले होते आणि छातीवर, पोटावर चौकटी रंगवल्या होत्या. त्या अवतारात तो वेगळाच दिसत होता.

"तुला अशा अवतारात कोणी बघितले नसेल, अशी आशा आहे. हा अवतार बघून मलासुद्धा घाम फुटलाय." अशोकने घाबरल्याचा अभिनय केला

आणि हातातील घड्याळाकडे नजर टाकीत म्हटले, "एक वाजत आलाय. आता छपरावर चढायला हरकत नाही."

एक शब्दही न बोलता एकेट्टी बॅनर्जींच्या घराच्या दिशेने निघाला.

त्याने त्या घराच्या लाकडी कुंपणावरून सहज आत उडी घेतली आणि एखाद्या वानराच्या चपळाईने तो अनवाणी पावलांनी, आवाजही न करता छतावर चढला. ती चिमणी फारच अरुंद होती; पण आपले शरीर दुमडून घेत, आक्रसून घेत तो घरात उतरला, तेव्हा त्याच्या हाताला काळी-काळी राख लागली होती. हाता-पायांचा हुशारीने वापर करीत तो चिमणीतून खाली स्वयंपाकघरातील ओट्यावर दणकन उतरला.

तिथल्या गडद अंधाराला तो काही क्षणात सरावला. स्वयंपाकघराचे दार उघडून तो गॅलरीत आला. त्याच्या डाव्या बाजूला तीन दारे होती. त्याने पहिल्या दारातून आत प्रवेश केला. ती एक रिकामी बाथरूम होती आणि पवित्र दगडाची कोणतीच चिन्हे तिथे नव्हती. तो हलकेच बाहेर आला आणि दुसऱ्या दाराने आत शिरला; पण त्याने आत पाय ठेवताक्षणी एक बटण दाबले गेले आणि त्या प्रकाशात त्याचे डोळे एकदम दिपले. फिक्कट निळा पायजमा घातलेला, चष्मा घातलेला एक वृद्ध माणूस पलंगावर बसलेला होता.

"या. मी तुमची वाटच बघत होतो." ओंगे भाषेत, कमालीच्या थंड आवाजात बॅनर्जी म्हणाले.

"आमचा इंगेतायी कुठे आहे?" एकेट्टीने विचारले.

"मी सांगतो तुला ते; पण आधी तू कोण आहेस ते सांग. मला ठाऊक आहे, शरीरातून बाहेर पडूनसुद्धा तुम्ही प्रवास करू शकता. तू खराखुरा माणूस आहेस की निव्वळ सावली?"

"त्याने काय फरक पडतो?"

"तुझे म्हणणे खरे आहे." ते कडवटपणे म्हणाले.

"स्वप्नसुद्धा तुम्ही माणसाला मारू शकतात. मग तुमचा पवित्र दगड चोरल्याबद्दल तूसुद्धा मला मारणार आहेस ना?"

"ओंगे लोक जारावाज लोकांसारखे वागत नाहीत. एकेट्टी फक्त तो दगड नेण्यासाठी आलाय. कुठे आहे तो?"

"आता तो माझ्याजवळ नाहीये. दहा दिवसांपूर्वीच मी त्याच्यापासून स्वत:ची सुटका करून घेतली."

"का?"

"कारण तो शापित आहे, हो ना? मला हे आधीच समजायला हवे होते. त्याने माझा मुलगा माझ्यापासून हिरावून घेतला. माझा एकुलता एक मुलगा..."

बोलता बोलता बॅनर्जींचा कंठ भरून आला.

"कसे झाले हे?"

"तो अमेरिकेत शिकत होता. दोनच आठवड्यांपूर्वी एका अपघातात तो मरण पावला. मला ठाऊक आहे, मी दोषी आहे. मी इंगेतायीला हात लावायलाच नको होता. आनंदा आज जिवंत राहिला असता!" बॅनर्जी हुंदके देऊ लागले.

"तो कोणाकडे आहे आता?"

"मी तुला ते सांगतो; पण एका अटीवर."

"कोणत्या?"

"मेलेल्या माणसाला परत जिवंत कसे करायचे हे तू मला सांगायला हवे."

मान हलवत एकेट्टी म्हणाला, "नोकोयसुद्धा हे करू शकणार नाही. पुलुगाच्या शक्तीपुढे कोणाचेही चालत नाही."

"प्लीज, मी भीक मागतो. मुलाच्या मृत्यूच्या दुःखाने माझी बायको वेडी होईल आता. मला सारे असह्य होतेय." हात जोडून बॅनर्जी रडू लागले!

"हा ओंकोबोंक्वेचा शाप आहे. आणि तुम्ही तो स्वतःवर ओढवून घेतलाय." खांदे उडवत एकेट्टी म्हणाला, "पण मला सांगा, इंगेतायी आहे कुठे?"

"नाही!" अकस्मात आक्रमक होत बॅनर्जी म्हणाले. "जर तुम्ही माझ्या मुलाला जिवंत करू शकत नसाल, तर तुम्हाला इंगेतायीसुद्धा मिळणार नाही." असे म्हणत एखाद्या मांजराच्या चपळाईने ते आपल्या पलंगावरून उठले आणि वेगाने बाहेर जात त्यांनी स्वतःला बाथरूममध्ये कोंडून घेतले.

"दार उघडा!" एकेट्टीने दरवाजा ठोठावला; पण बॅनर्जींनी तो उघडला नाही. कमालीच्या निराशेने त्या आदिवासीने त्या घरातील सर्व खोल्यांमध्ये कसून शोध घेतला. या धडपडीत काही कपाटांचे नुकसान झाले, घरातील काही पुतळे फुटले; पण तो पवित्र दगड काही त्याला सापडला नाही. मात्र बॅनर्जींच्या बेडरूममध्ये पलंगाशेजारील टेबलावर त्याला एक चामड्याचे काळे पाकीट पडलेले दिसले. ते ताब्यात घेऊन तो पुढील दरवाजापर्यंत आला, लॅच उघडले आणि बागेत आला. दोन मिनिटात तो बूथपर्यंत पोहोचला.

"काय झाले? मला घरात एक लाइट लागलेला दिसला. सर्वकाही ठीक आहे ना?" अशोकने एका दमात सगळे प्रश्न विचारले.

"होय."

"पण मग तो पवित्र दगड कुठे?"

"तो घरात नाही."

"घरात नाही? याचा अर्थ नक्कीच बॅनर्जीने तो विकला असणार. त्यांच्याकडून काही अंदाज मिळाला?"

“नाही; पण मी तुमच्यासाठी हे आणले आहे.” असे म्हणत एकेट्टीने ते चामड्याचे पाकीट अशोककडे सोपवले. अशोकने ते उघडले. त्यात थोडी रोख रक्कम होती; पण त्यातील व्हिजिटिंग कार्ड बघून अशोकने खुशीत येऊन शीळ घातली. त्यावर लिहिले होते, “कलकत्ता अँटिक ट्रेड्स, प्रोपायटर संजीव कौल, १८– बी, पार्क स्ट्रीट, कोलकाता ७०००१६.”

“मी तुला खात्रीपूर्वक सांगतो, बॅनर्जीने हा दगड या डीलरला विकला असणार.” अशोक म्हणाला.

“मग त्याच्याकडून कसा परत मिळवायचा तो?”

“उद्या मी भेटतो या डीलरला.”

“पण आता आपण हॉटेलमध्ये परत कसे जाणार? टॅक्सी मिळेल आपल्याला?”

त्याचा हा प्रश्न विचारून संपतो ना संपतो तोच जवळपासच्या गल्लीतून एक रिक्षा एकदम समोर आली. अशोकने ड्रायव्हरला विचारले. सदर स्ट्रीटवर नेणार? दारूच्या नशेत असलेल्या त्या ड्रायव्हरने त्याच्याकडे बघितले. मग एकेट्टीकडे बघितले आणि किंचाळत तो रिक्षा वेगाने दामटत निघून गेला.

पार्क मार्केट ही शहरातील आधुनिक बाजारपेठ. डिझायनर्स कपड्यांची दुकाने आणि पारंपरिक बुटिक्स यांनी गजबजलेली. कोलकाता अँटिक्स हे दुकान काँटिनेंटल रेस्टॉरंटच्या शेजारीच होते. चांगले प्रशस्त होते. नक्षीकाम केलेला पितळी दरवाजा ढकलून राजपूत आत शिरला, तेव्हा दुकानात मोठ्या प्रमाणात दुरुस्तीकाम चालू असल्याचे त्याला दिसले. धूर आणि राखेमुळे छत पूर्ण काळवंडले होते आणि काहीतरी जळल्याचा दर्प वातावरणात होता. उंच, गोऱ्या आणि लांब नाकाच्या एका माणसाने अशोककडे प्रश्नार्थक नजरेने बघितले.

“काय घडलेय इथे?” अशोकने विचारले.

“तीन दिवसांपूर्वी दुकानात आगीने अक्षरशः तांडव घातले. आमचे निम्मे दुकान जळून गेले. दुकानातील अनेक अँटिक वस्तू आगीच्या भक्ष्यस्थानी पडल्या. नशीब, कोणीच भाजले, जखमी झाले नाही.”

“आपण संजीव कौल?”

“होय. काय करू शकतो मी आपल्यासाठी?”

“माझे नाव अशोक राजपूत. मी अंदमानमध्ये आदिवासी कल्याण संस्थेमध्ये काम करतो.” असे म्हणत एखाद्या अधिकाऱ्याच्या थाटात त्याने आपले ओळखपत्र पुढे केले. “ओंगे जमातीची एक दगडी दुर्मीळ शोभेची वस्तू चोरीला गेली असून त्यासंदर्भात मी आलो आहे. मिस्टर एस. के. बॅनर्जींनी ते शिवलिंग तुम्हाला विकले का?”

"हो. दहा दिवसांपूर्वीच."

"मिस्टर कौल, प्राचीन कलात्मक वस्तू आणि त्याचा संग्रह कायदा १९७२ याचा तुम्ही भंग केलाय, याची तुम्हाला जाणीव आहे?"

"ती अंदमानहून आणलेली दुर्मीळ कलाकृती आहे, हे बॅनर्जी मला बोलले नाहीत. त्यामुळे मी कायदा मोडतोय हे काही मला जाणवले नाही. मला वाटले, तो असेल असाच जुना दगड." कौल वैतागून म्हणाले.

"मला तो बघायला आवडेल."

"माफ करा, तो आता माझ्याकडे नाही. गेल्या सोमवारीच मी तो माझ्या चेन्नईतील एका ग्राहकाला विकला."

"चेन्नई?"

"होय."

"अरे देवा!" हाताची मूठ तळव्यावर आपटत वैतागून अशोक म्हणाला. "तुम्ही तो ज्याला विकला त्याचा संपूर्ण पत्ता आणि तपशील मला हवाय."

दहाच मिनिटात शोरूममधून तो पत्ता लिहिलेली चिठ्ठी त्याला मिळाली. अशोक खोलीवर आला तेव्हा एकेट्टी झोपला होता.

"ए भडव्या, चल उठ. सामान आवर!" तो म्हणाला.

"आता कुठे जायचेय आपल्याला."

"चेन्नईला. मिस्टर एस. पी. राजगोपाल यांना भेटायला."

"करो जाणार आपण?"

"रेल्वेने."

सणावाराचे दिवस असल्यामुळे हावरा स्टेशनवर नेहेमीपेक्षा खूप गर्दी होती. प्लॅटफॉर्मच्या थंडगार फरशीवर आडवे पसरलेले प्रवासी, कर्कश्श आवाजात मासिके अन् शीतपेये विकणारे विक्रेते, डोक्यावर मोठाले बोजे घेऊन लगबगीने जा-ये करीत असलेले लाल डगलेवाले हमाल या सर्व वर्दळीकडे एकेट्टी आश्चर्यभरल्या नजरेने बघत होता. घामाने थबथबलेले हमाल बघून त्याने अशोकला विचारले, "हे लोक एवढे कष्ट का करतात?"

"कारण तुम्हा आदिवासींसारखे आम्हाला फुकट काही मिळत नाही. तुला ठाऊक आहे, चेन्नईला जाण्यासाठी काढलेल्या तिकिटांना किती पैसे पडले ते? ही ट्रीप म्हणजे एक वाईट स्वप्नच ठरते आहे."

"पण एकेट्टीला फार आवडतेय हे."

गाडी धडधडत स्टेशनवर आली, तसा एकेट्टी एकदम सावध झाला. काही क्षण तो घाबरून अशोकच्या मागे उभा राहिला आणि मग अतिशय काळजीपूर्वक

डब्यात शिरला. तो आत शिरताच बायकांनी आपले अंग आक्रसून घेतले आणि आपल्या हातातील बॅग्ज घट्ट पकडल्या. मुले त्याला पाहून घाबरली आणि आपल्या वडिलांना चिकटली. एकेट्टी हसला तेव्हा त्याचे लखलखीत शुभ्र दात चमकले. गाडी संथपणे निघाली.

त्याने झटकन खिडकीजवळची जागा पकडली आणि पुढचे सव्वीस तास तो त्या जागेवरून उठलाच नाही. उगवती-मावळतीचे सूर्यकिरण आणि खिडकीतून सपकारे मारणारा वारा झेलत, खिडकीतून बाहेर दिसणाऱ्या निसर्गाचे बदलते रंग बघत राहिला. मक्याची निर्जीव, तपकिरी रंगाची शेते मागे पाडून पोपटी-हिरवी भातशेते खिडकीतून दिसू लागली. मैलोन्मैल प्रवास करीत, खेड्यामागून खेडी ओलांडत निघालेल्या आणि तरीही मुक्कामांपासून दूरच ठेवणाऱ्या या देशाचा अफाट विस्तार त्याला थक्क करीत होता. दिवस मावळला. खिडकीतून दिसणाऱ्या जगावर अंधाराने पांघरूण घातले आणि गाडीच्या लयबद्ध ठेक्याच्या अंगाईगीतामुळे एकेट्टीही झोपेच्या कुशीत गेला.

चेन्नई कोलकात्यापेक्षा फारच वेगळे होते. इथली हवा कोलकात्यापेक्षा चांगलीच गरम होती आणि दमटही. इथली माणसेही काळी होती आणि मिशावाली होती. सगळ्या बायका रंगीबेरंगी साडी नेसलेल्या आणि डोक्यात फुले घातलेल्या होत्या. कोणीही हिंदी मात्र बोलत नव्हते.

लाल विटांनी बांधलेले गोथईक शैलीची स्थापत्यरचना असलेले चेन्नई रेल्वे स्टेशन सोडून बाहेर येताच त्या आदिवासीने एक दीर्घ श्वास घेत वातावरणातील गंध जाणून घेतला. नैर्ऋत्य मान्सूनचा हंगाम अजून ओसरला नव्हता आणि एखाद्या अत्तराचा सुगंध वातावरणात रेंगाळावा तसा पावसाचा गंध त्या हवेला होता.

"इथे समुद्र आहे?"

"हो; पण तुला कसे कळले?" अशोकने विचारले.

"एकेट्टीला त्याचा गंध कळतो."

गावोगावी असतात तशाच एका काळ्या-पिवळ्या रंगाच्या रिक्षात ते बसले. ड्रायव्हरला अशोकने राजगोपाल यांच्या स्टर्लिंग रोडवरील नन्गबक्कम येथील घराचा थेट पत्ता दिला. वाहतुकीच्या जंजाळात रिक्षा शिरताच भोवतालच्या परिसरात दिसणाऱ्या भव्य इमारती आणि दिमाखदार शोरूम्सकडे एकेट्टी विस्मयचकित नजरेने बघू लागला. नुकत्याच प्रदर्शित झालेल्या तमिळ चित्रपटांच्या जाहिराती करणारी भव्य होर्डिंग्ज शहरात जागोजागी लागलेली होती; पण एकेट्टीला त्याहून अधिक आश्चर्य वाटले ते राजकीय नेते आणि नट-नट्यांच्या भव्य लाकडी कट्-आऊट्सचे. रस्त्यावर लावण्यात आलेल्या त्या कट-आऊट्सपैकी काहीतर वीस

मजली इमारतींएवढी उंच होती. चेन्नई ही जणू या कट-आउट्सची नगरी होती. साडी नेसलेली एक भव्य महिला हात जोडून हसऱ्या चेहेऱ्याने मतांची याचना करीत होती. तिच्याबरोबर काळा चष्मा घातलेला एक म्हातारा दिसत होता. मादक डोळ्यांच्या नट्या आणि मिशावाले, मोठ्या केसांचे कोंबडे असणारे नट याची भव्य कटआऊट्स त्या वर्दळीतही अक्षरश: अंगावर येत होती.

व्यापारी पेठ असलेल्या स्टर्लिंग रोडवर बँका आणि अनेक कार्यालये होतीच; पण त्याचबरोबर मोठाली घरेही होती. रिक्षावाल्याने त्यांना राजगोपालांच्या भव्य, पोपटी-गुलाबी रंगात रंगलेल्या घरासमोरच सोडले. त्या घराचा उंच लोखंडी दरवाजा काही कारणामुळे उघडा होता; पण त्याच्या दोन्ही बाजूला गणवेषधारी रखावालदार ताठ मानेने उभे होते.

"तुम्ही प्रार्थनासभेला आला आहात?" एका रखवालदाराने अशोकला विचारले. त्याने बधिरपणे मान डोलावली. "आत जा. मुख्य दिवाणखान्यात."

"तू इथेच थांब." अशोकने एकेट्टीला सूचना केली आणि तो प्रवेशद्वारातून आत शिरला. दोन्ही बाजूला हिरवळ लावलेल्या वळणदार ड्राईव्ह-वेवरून तो पुढे गेला. घराला असलेले वजनदार सागाचे दार उघडेच होते. त्याने प्रशस्त दिवाणखान्यात प्रवेश केला, तेव्हा तेथील सर्व फर्निचर हलवल्याचे त्याला दिसले. जमिनीवर अंथरलेल्या पांढऱ्या चादरीवर पांढरे कपडे घातलेली पन्नासेक माणसे बसलेली होती. पुरुष एका बाजूला बसले होते आणि बायका दुसऱ्या बाजूला. दूरवर एक मोठी फोटोफ्रेम ठेवली होती आणि त्याला गुलाबाच्या फुलांचा हार घातला होता. फोटो एका तरुण पुरुषाचा होता; पिळदार मिशा आणि बारीक केस कापलेल्या पुरुषाचा. फोटोपुढे लावलेल्या उदबत्त्यांची सुगंधी वर्तुळे हळूहळू वर-वर जात होती. एक देखणी, थोडी लठ्ठ, तिशीतील स्त्री त्या फोटोजवळ बसली होती. अंगाखांद्यावर काहीही अलंकार नसलेली, पांढऱ्याशुभ्र साडीतील ती स्त्री दु:खात नखशिखान्त बुडालेली विधवा दिसत होती. चेहेऱ्यावर पुरेसे गंभीर उदात्त भाव आणून पुरुषांच्या गटातील सर्वांत शेवटच्या रांगेत अशोक बसला. शोकसमाचारासाठी आलेल्या इतरांशी झालेल्या जुजबी प्रश्नोत्तरांमधून त्याला कळले की, मित्रांमध्ये एस. पी. नावाने प्रसिद्ध असलेले उद्योजक सेल्वम पालानी राजगोपाल यांची ती शोकसभा होती. धंद्यात अकस्मात आणि जबरदस्त तोटा झाल्यानंतर दोनच दिवसांनी हृदयविकाराच्या जोरदार धक्क्याने त्यांचे निधन झाले होते. जमलेले लोक निघून जाईपर्यंत दोन तास अशोक वाट बघत बसून राहिला. शोकसमाचाराला आलेला अखेरचा माणूस निघून गेल्यावर अशोक एस. पीं.च्या विधवा पत्नीपाशी जाऊन हात जोडून उभा राहिला व म्हणाला, "माझे नाव अमित अरोरा. एस. पीं.च्या मृत्यूची बातमी ऐकून धक्का बसला भाभीजी! पस्तिसाव्या वर्षी माणसाला

हार्ट अ‍ॅटॅक येऊ शकतो, हे खरेच वाटत नाही हो! दहा दिवसांपूर्वी मी त्यांना कोलकात्यात भेटलो होतो.''

''होय. कोलकात्यात खूप मोठा व्यवसाय होता आमचा; पण तुमची राजाशी कशी काय ओळख?'' त्या स्त्रीने विचारले. त्या बाईच्या आवाजात विलक्षण वेगळेपणा होता. एक प्रकारचे आमंत्रण होते.

''ते मद्रास आयआयटीमध्ये माझ्या आधीच्या बॅचमध्ये शिकत होते.''

''अरे, म्हणजे तुम्ही पण मद्रास आयआयटीचे माजी विद्यार्थी आहात तर! पण राजाने तुमचा कधी उल्लेख केल्याचे आठवत नाही.''

''शिक्षणानंतर आमचा परस्परांशी फारसा संपर्कच उरला नाही. तुम्हाला तर ठाऊकच आहे ना, कसे सगळे आपण व्यग्र होत जातो ते!'' दोन्ही हात पसरून तो म्हणाला आणि एकदम गप्प बसला. तेवढ्यात आतून प्रेशर कुकरची शिट्टी ऐकू आली.

''सध्या तुम्ही चेन्नईमध्ये राहता का?'' श्रीमती राजगोपाल यांनी विचारले, ''सध्या खूप उत्तर भारतीय मंडळी इथे आली आहेत.''

''नाही. मी कोलकात्यात असतो. शिक्षण झाल्यावर लगेचच मी चेन्नई सोडली.''

एक मोलकरीण बोन चायनाच्या कपात चहा घेऊन आली.

''तुम्हाला वाईट वाटणार नसेल, तर एक गोष्ट विचारायची आहे भाभीजी.'' एखादा नाजूक विषय छेडताना काढला जातो तशा खास आवाजात अशोकने प्रस्ताव मांडला.

''ती कोणती?'' बुचकळ्यात पडलेल्या श्रीमती राजगोपाल यांनी विचारले.

''कोलकात्यातील एका व्यापाऱ्याकडून एस. पीं.नी एक शिवलिंग खरेदी केल्याचे मला त्यांनी सांगितले होते. मी बघू शकतो का ते?''

''अच्छा, ते शिवलिंग? ते गेले. ते आता गुरुजींकडे आहे.''

''गुरुजी? कोण हे?''

''स्वामी हरिदास. गेल्या सहा वर्षांपासून राजाने त्यांचे शिष्यत्व पत्करले होते. अंत्यसंस्कारासाठी काल गुरुजी आले होते, तेव्हा त्यांनी ते शिवलिंग बघितले आणि ते घेऊन जाऊ का, असे त्यांनी विचारले. त्यामुळे मी ते त्यांना देऊन टाकले. आता राजा तर गेला, मग मी काय करू ते ठेवून?''

''गुरुजी कुठे राहतात सांगू शकता? जवळच आहे?''

''ते मथुरेत रहातात.''

''मथुरा? म्हणजे उत्तर प्रदेशातील?''

''होय. त्यांचा आश्रम तिकडे आहे; पण त्याच्या शाखा सर्व भारतभर

आहेत.''

मागे सरकत अशोक म्हणाला, ''ठीक आहे. म्हणजे आता मला मथुरा गाठावे लागेल तर!''

''का? तुम्हाला त्या शिवलिंगात का एवढा रस?''

''ते फार गुंतागुंतीचे प्रकरण आहे. जाऊ दे. तुम्हाला गुरुजींचा मथुरेतील फोन नंबर ठाऊक आहे?''

''खरे म्हणजे गुरुजींही सध्या मथुरेत नाहीत.''

''मग कुठे आहेत ते?''

''ते जागतिक यात्रेला निघाले आहे. कालच ते मद्रासहून सिंगापूरला गेले. तिथून ते अमेरिकेत जातील आणि मग युरोपला.''

''मग मथुरेत कधी येतील ते?''

''दोन किंवा तीन महिन्यांनी.''

''दोन महिन्यांनी?''

''हो; पण त्यांना हमखास भेटण्याचे ठिकाण म्हणजे जानेवारीमध्ये अलाहाबादमध्ये होणारा माघ मेळा. तिथे ते प्रवचनांसाठी जाणार असल्याचे त्यांनी मला सांगितले होते.''

''थँक्स भाभीजी! तुम्ही स्वतःची काळजी घ्या. मी तुमच्या संपर्कात राहीनच.'' आपल्या मनातील खिन्नता आपल्या आवाजात व्यक्त होणार नाही याची काळजी घेत अशोक म्हणाला आणि उठला.

त्या बंगल्याच्या बाहेर असलेल्या एका दगडावर एकेट्टी अजून बसलेला होता. ''एवढा का वेळ लागला?'' प्रश्नार्थक मुद्रेने अशोककडे बघत त्याने विचारले. ''त्या समुद्रातील दगडाने पुन्हा चकवा दिला आपल्याला आणि सगळ्यात दुर्दैव म्हणजे, तो आता देशाच्या सीमा ओलांडून गेला आहे. तीन महिन्यांनंतरच तो आता परत येईल. आता तुला मी बेटावर परत घेऊन जाणार.'' अतिशय हताशपणे अशोक म्हणाला.

''बेटावर परत?'' चमकून एकेट्टी जागेवरून उठला.

''पण आपण इंगेतायी घेऊन परत जाऊ, असे तू मला वचन दिले होतेस.''

''मला आठवण आहे त्याची; पण तुला इथे ठेवून घेऊन तीन महिने मी करू काय? मला कल्याण खात्याकडून काही त्रास व्हावा अशी माझी इच्छा नाहीये.''

''पण एकेट्टीला त्या बेटावर परत जायचे नाहीये.''

त्याच्याकडे तीव्र नापसंतीने बघत अशोक म्हणाला, ''तुझे डोके फिरले नाहीये ना? तुला परत का जायचे नाहीये?''

''तिकडे परत जाऊन काय करायचे? त्या बेटावर जीव घुसमटतो एकेट्टीचा.''

तो ओंगे आदिवासी ओरडला.

"शाळेत आम्हाला जी पुस्तके मिळायची त्यातील भारताचे फोटो बघून मी काही स्वप्ने बघायचो. मोठाल्या बोटी समुद्र ओलांडताना बघून मला प्रश्न पडायचा, या बोटी कुठे जात असतील? कॅमेरा घेऊन येणारे आणि आमच्याकडे भुकेल्या नजरेने बघणारे परदेशी पाहुणे बघितले की, मी बावचळून जायचो. त्या बोटीत उडी घेऊन कुठेतरी निघून जावे असे वाटायचे. कुठेही. म्हणून तर मी इथे आलो. त्या बेटावरून सुटका करून घेण्यासाठी. त्यामुळे एकेट्टी आता परत जाणार नाही."

"म्हणूनच तू तो दगड मिळवण्यासाठी यायला तयार झालास वाटते?"

"होय. एकेट्टीला भारतात यायचे होते."

"आणि तो पवित्र दगड न मिळाल्यामुळे तुझ्या जमातीचे तिकडे काय होईल याची तुला काळजी नाही वाटत?"

" 'इंगेतायी' मिळवण्यासाठी एकेट्टी तुला मदत करील. मग तू तिकडे घेऊन जा आणि एकेट्टी तुझ्या या अद्‌भुत देशात राहील."

"अच्छा, म्हणजे हे सगळे तुझे कपटकारस्थान होते तर! आणि इथे राहून तू काय करणार याचा काही विचार केला आहेस?"

"एकेट्टी लग्न करील. तिकडे बेटावर सगळ्या तरुण मुली म्हातारी माणसे गटवतात. त्यामुळे मला बायको मिळण्याची काही आशा नाही. इथे मला नवे आयुष्य मिळेल. बायको मिळेल."

"व्वा! काय स्वप्न बघतोयस!" अतिशय तुच्छपणे, उपहासपूर्ण स्वरात तो अधिकारी म्हणाला. "तुला खरेच असे वाटते की, तुझ्यासारख्या मूर्खाला इथे बायको मिळेल? स्वत:चे तोंड कधी आरशात बघितले आहेस? तुझ्यासारख्या काळ्या, बुटक्याशी कोण लग्न करणार?"

"ते पुलुगा बघून घेईल." बालिश मूर्खपणे एकेट्टी म्हणाला.

आपला पवित्रा एकाएकी बदलत अशोक म्हणाला, "ए भडव्या, मी इथे काही तुला फिरायला अन् मजा मारायला आणले नाहीये. कळले ना? तू इंगेतायी मिळवण्यासाठी इथे आलास. तो आपल्याला मिळाला नाही. त्यामुळे तुला अंदमानला परत जावेच लागेल. उद्या 'नॅनकौरी' बोट इथून पोर्ट ब्लेअरला जाण्यासाठी निघेल. आणि तू माझ्याबरोबर त्या बोटीत येणार आहेस. तुझा मूर्खपणा खूप सहन केला. आता मुकाट्याने माझ्याबरोबर चल. आपल्याला रात्री मुक्कामासाठी एखादे हॉटेल शोधावे लागेल."

अशोकने एक रिक्षा थांबवली; पण तो आदिवासी त्यात बसायलाच तयार नव्हता. "एकेट्टी नाही येणार." अडेलतट्टूसारखा तो म्हणाला.

"ए काळ्या, मला तुझ्यावर हात उगारायला लावू नकोस," आपला हात

उचलीत अशोक म्हणाला.

"तुम्ही मारलेत, तरी एकेट्टी येणार नाही."

"मग मी पोलिसांना बोलावू? तुला ठाऊक आहे का, एखादा आदिवासी त्याच्या वस्तीबाहेर आढळला, तर लगेच त्याला जेलमध्ये टाकले जाते."

एकेट्टीचे डोळे भीतीने कावरेबावरे झालेले बघून आपला मुद्दा पुढे रेटत अशोक दातओठ खात म्हणाला.

"भडव्या, चल मुकाट्याने आत चढ!" आणि त्याने त्याला रिक्षात जवळजवळ ढकलले.

"इग्मोरजवळ घेऊन चल." त्याने रिक्षावाल्याला सांगितले. दुपारच्या वर्दळीतून वाट काढत रिक्षा निघाली. एखादा धावपटू अगदी धावण्याच्या तयारीत रेषेजवळ बसावा तसा एकेट्टी बसला होता. रिक्षा एका वर्दळीच्या चौकात येताच त्याच्या हृदयाच्या ठोक्यांची गती वाढली. रिक्षा सिग्नलजवळ थांबताच आपल्या काळ्या कॅन्व्हास बॅगसह त्याने रिक्षाबाहेर उडी ठोकली. भांबावलेल्या अशोकला काय करावे हेच सुचेना. गाड्या बस आणि रिक्षांच्या कोंडाळ्यातून पळत निघालेल्या एकेट्टीकडे तो असहायपणे बघत राहिला. काही क्षणात तो दृष्टिआडसुद्धा झाला!

रस्त्यावरील जनावरे, हातगाड्या चुकवत, रिकामी मैदाने ओलांडीत, तुडुंब भरलेली सिनेमा थिएटर्स मागे टाकीत एकेट्टी धावत राहिला. अखेरीस एका सायकलदुरुस्ती दुकानांसमोर तो श्वास घेण्यासाठी उभा राहिला. एक क्षण उभे राहत त्याने छातीभरून श्वास घेतला आणि मग आसपास नजर टाकली. ते दुकान भर वस्तीत होते. थोडे दूरवर त्याला एक वाहतूक बेट दिसले, ज्याच्या मध्यभागी एक मोठा पुतळा होता. खूप वेळ रस्त्याच्या कडेला उभे राहून जाणाऱ्या-येणाऱ्या ट्रक-गाड्यांमधील धूर नाकात साठवत रस्त्यावरील वर्दळीचा कोलाहल तो ऐकत होता; गर्दीत हरवलेल्या मुलासारखा. त्याला आता भुकेची जाणीव होऊ लागली. त्याच वेळी त्याचे लक्ष रस्त्याच्या पलीकडे उभ्या असलेल्या एका उंच माणसाकडे गेले. ऐटबाज गॉगल, सैल पांढरा शर्ट आणि राखाडी रंगाची पँट घातलेला तो माणूस बस स्टॉपच्या कठड्यावर झुकून सिगारेट ओढत होता. एकेट्टीप्रमाणे त्या माणसाच्या डोक्यावर कुरळ्या केसांचे दाट जंगल होते; पण त्यापेक्षाही महत्त्वाचे म्हणजे त्या माणसाचा रंगही अगदी काळा कुळकुळीत होता!

रस्ता ओलांडून एकेट्टी त्या बस थांब्याकडे गेला. त्या अनोळखी माणसाचेही त्याच्याकडे लगेच लक्ष गेले आणि त्याने आपल्या बोटातील सिगारेट बुटाच्या टाचेखाली चिरडली.

"हा कोण दिसतोय इथे? आफ्रिकन भाऊ?" तो उद्गारला.

एकेट्टी त्याच्याकडे बघत कसनुसे हसला.

“कुठून आलास तू मित्रा? सेनेगल? टोगो? पार्लझ?” एकेट्टीने खांदे उडवल्यावर तो पुन्हा म्हणाला, “मग तू नक्कीच केनियातून आला असणार. निनावेझ कुस्सेमा किस्बाहिली.”

मान हलवत एकेट्टी म्हणाला, “मी झारखंडमधील जिबा कोरवा.”

“अरे वा! म्हणजे तू भारतीय आहेस तर! फारच छान!” टाळ्या वाजवत तो म्हणाला, “तुला हिंदी येते?” त्याने पुढे विचारले.

एकेट्टीने नकारार्थी मान हलवली.

“मी आठ भाषा बोलतो आणि तुमची भाषाही त्यांपैही एक.” अस्खलित हिंदी भाषेत तो उंच माणूस म्हणाला. “मी पाटणा विद्यापीठात शिकलो.” त्याने अधिक माहिती पुरवली.

“तुमचे नाव काय?” एकेट्टीने विचारले.

“नायजेरियातील अबुजा या महान नगरीतील मायकेल बुसारी आपल्या सेवेत हजर आहे. माझे मित्र मला माइक म्हणतात!”

त्याच वेळी एक पोलीस मोटारसायकलवरून तिथून जात असलेला बघून एकेट्टी झटकन त्या बस थांब्याच्या आडोशाआड लपला. त्या चौकातून तो पोलीस निघून गेला तरी तो अधिकाधिक अंग आक्रसून घेत होता. त्याच्या खांद्यावर थोपटत माइक म्हणाला, “तू काहीतरी अडचणीत दिसतोयस मित्रा! हे जग काही फारसे चांगले नाही. विशेषत: काळ्या लोकांसाठी; पण घाबरू नकोस. मी तुझी काळजी घेईन.”

त्या नायजेरियन माणसाच्या वागण्या-बोलण्यातून व्यक्त होणारी आस्था खूप आश्वासक होती. एकेट्टीला ती जाणवली. “तुला ह्या शहराची चांगली माहिती आहे?” त्याने विचारले.

“नीटशी नाही. मी उत्तर भारतात अधिक राहिलोय; पण तुला माहिती देण्याइतपत माहिती माझ्याकडे आहे.”

“मला भूक लागलीये. तू मला काही खायला देऊ शकतोस?” एकेट्टी म्हणाला.

“मीपण जेवायला निघालो आहे. तुला काय खायला आवडेल?”

“इथे डुकराचे मांस मिळते?”

“पोर्क? मी रात्रीच्या जेवणात त्याची व्यवस्था करू शकतो; पण आत्ताच्या जेवणासाठी आता आपण मॅकडोनाल्डमध्ये जाऊ या.”

“हे काय आहे?”

“तू कधीच मॅकमध्ये गेला नाहीयेस? मित्रा, चल जिभेचे चोचले पुरवणाऱ्या चटपटीत पदार्थांच्या या अद्भुत राज्याची मी आज तुला ओळख करून देतो.”

माइक त्याला जवळच्या ‘मॅकडोनाल्ड’मध्ये घेऊन गेला. त्याने एकेट्टीसाठी फुल साइज मील आणि आईस्क्रीम कोन आणला. त्या चविष्ट लुसलुशीत बर्गरचा एकेट्टी फडशा पाडत असताना माइकने आपला हात एकेट्टीच्या खांद्याभोवती टाकला अन् विचारले, “आता मला सांग मित्रा, तू कोणाला मारून वगैरे टाकले आहेस?”

“नाही.” फ्रेंच फ्राइझ तोंडात कोंबत एकेट्टी म्हणाला.

“मग कोणालातरी लुबाडले असशील.”

“नाही. मी फक्त अशोकला सोडून पळालो.” मोठ्याने आवाज करीत कोक पिता-पिता एकेट्टीने सांगितले.

“अशोक? आता हा अशोक कोण?”

“कुजैली.” ओठ मुडपत एकेट्टी म्हणाला. “तो एक दुष्ट माणूस आहे आणि मला फार त्रास देतोय.”

“अच्छा, म्हणजे तू त्याचा नोकर आहेस तर आणि त्याला कंटाळून खेड्यातून पळून आला आहेस तर!”

“अगदी बरोबर!” एकेट्टीने जोरात मान हलवली आणि तो आईस्क्रीमकडे वळला.

“पण तू चेन्नईमध्ये कसा आलास? झारखंडपासून केवढे दूर आहे!”

“अशोकने काही कामासाठी मला इथे आणले. नेमके कशासाठी ते ठाऊक नाही.” असे म्हणत एकेट्टीने समाधानाने एक ढेकर दिला.

“तू पळून आला आहेस याचा अर्थ तुझी राहण्याची कुठे व्यवस्था नाहीये. बरोबर ना?” माइकने विचारले.

“खरे आहे. माझी काहीही सोय नाहीये इथे.”

“काही प्रश्न नाही. मी बघतो, त्याची व्यवस्था करतो, चल माझ्याबरोबर.”

ते दोघेही टी नगरकडे जाणाऱ्या एका राखाडी हिरवट बसमध्ये बसले. त्या नायजेरियन माणसाने, माइकने दोन खोल्यांचे एक आटोपशीर घर घेतले होते. माइक त्याला आत घेऊन गेला. समोरच्या खोलीतील एका अवाढव्य सोफ्याकडे निर्देश करीत तो म्हणाला, “तू त्यावर झोपू शकतोस. आता थोडा आराम कर, तोपर्यंत मी रात्रीच्या जेवणासाठी लागणारे थोडे सामान घेऊन येतो.”

माइकने प्रथमच आपल्या डोळ्यावरील गॉगल काढला आणि एकेट्टीने त्याचे डोळे बघितले. ते अगदी निष्प्राण आणि भावनाशून्य होते; पण त्याचे हास्य मात्र अतिशय आश्वासक आणि मैत्रींपूर्ण होते. माइक स्वयंपाकही उत्तम करीत होता. त्याने बनवलेले लेन्टल सूप आणि चमचमीत पोर्क सॉसेजेस एकेट्टीने रात्री मोठ्या चवीने खाल्ले. रात्री सोफ्यावर पडल्यावर एकेट्टीला कमालीचे सुरक्षित आणि तृप्त

वाटत होते. त्या अनोळखी माणसाने दाखवलेल्या दयेबद्दल आणि चविष्ट पोर्कबद्दल त्याने पुलुगाचे मनोमन आभार मानले.

मायकेल बुसारीला बोलायला खूप आवडत होते आणि जेव्हा तो एकेट्टीशी बोलत असे, तेव्हा आपण स्वत:शी बोलत आहोत असे त्याला वाटत असे. या एकतर्फी संवादातूनच एकेट्टीला समजले की, माइक गेल्या सात वर्षांपासून भारतात राहत होता. तो उद्योजक असल्याचे त्याने सांगितले आणि अनेक उद्योगांपैकी एका उद्योगाच्या कामासाठी तो एक आठवड्यापूर्वी चेन्नईमध्ये आला होता. येथे त्याचे जे. डी. मुन्नुसामी नावाच्या एका सोन्या-चांदीच्या व्यापाऱ्याशी काही काम होते.

"या कामात मला तुझी मदत लागेल मित्रा!" एकेट्टीला गुडघ्यावर थाप मारीत माइक म्हणाला.

"कशा प्रकारची मदत?"

"नायजेरियातील तेल-उद्योगात पैसे वळवण्याबाबत मी त्याचे मन वळवले आहे. या उद्योगातून त्याला भरपूर फायदा होऊ शकतो. दलाल म्हणून त्यातून मला माझे कमिशन मिळू शकते. मुन्नुसामी माझ्या खात्यात एक लाख डॉलर्स जमा करणार होता; पण शेवटच्या क्षणी त्याने ठरवले की, हे पैसे रोख द्यायचे. तू माझ्या वतीने हे पैसे ताब्यात घ्यावेस, अशी माझी इच्छा आहे. माझे हे छोटेसे काम करशील मित्रा?"

"तुझ्यासाठी मी माझा जीव द्यायलापण तयार आहे!" असे म्हणत एकेट्टीने त्याला मिठी मारली.

"छान! तर मग बरोबर दोन दिवसांनी म्हणजे २६ ऑक्टोबरला रात्री ९ वाजता तुला मुन्नुसामीला भेटायला त्याच्या घरी जायचे आहे. तोपर्यंत मस्त खा, पी आणि मजा कर!"

माइकचा हा सल्ला एकेट्टीने फारच मनावर घेतला. उरलेला दिवस तो घरात आराम करीत होता. मग त्याने काही वेळ टीव्ही बघितला आणि पोर्क सॉसेजेसवर ताव मारला. संध्याकाळी त्याने माइकला विनंती केली – समुद्रकिनारी फिरायला नेण्याची. माइकने त्याची इच्छा लगेच पूर्ण केली.

आकाशाला स्पर्श करणाऱ्या उंच इमारती आणि निऑन लाइटच्या चंदेरी प्रकाशात झगमगणारे शॉपिंग मॉल्स असलेल्या माउंट रोडवरील गजबजलेल्या वर्दळीतून ते समुद्राकडे निघाले. अनेक जुनी घरे आणि पुरातन मंदिरे असलेल्या ट्रिप्लिकेनच्या छोट्या गल्ल्यांमध्ये शहर बस वाहतुकीची बस वळली अन् नाकात समुद्रावरून येणारा खारा वारा शिरताच एकेट्टी उत्तेजित झाला. बसच्या खिडकीतून मान बाहेर काढून समुद्र कुठे दिसतोय ते शोधू लागला. रस्त्याच्या दोन्ही बाजूला उभे असलेले भव्य पुतळे आणि स्मारके बघण्याचा त्याचा उत्साह एकदम मावळला.

बस मरिना बीचवर थांबताक्षणी एकेट्टीने बसमधून उडी घेतली. रात्रीची वेळ असूनही बीचवर बऱ्यापैकी गर्दी होती. वाळूमध्ये निवान्त बसून अनेक कुटुंबे डबा खात होती. घोड्यावरून सवारीसाठी निघालेली मुले आनंदाने खिदळत होती, तर या मुलांच्या आया तेथील छोट्या दुकानात मेणबत्तीच्या उजेडात सटरफटर खरेदी करीत होत्या. समुद्रात मध्यभागी असलेल्या दीपस्तंभावरील प्रकाशामुळे समुद्रावर चौफेर प्रकाशलहरी उमटत होत्या. समुद्राच्या फेसाळ, शुभ्र लाटा किनाऱ्यावर येऊन फुटत असताना दूरवर समुद्रात एका बोटीवरील प्रकाश डुचमळताना दिसत होता. मासे आणि मिठाचा खारा, विशिष्ट गंध असलेली हवा एकेट्टीने छाती भरून घेतली आणि त्या एका गंधाने अंदमानच्या साऱ्या स्मृती त्यांच्या मेंदूत जाग्या झाल्या. सुमारे शंभर मीटर मागे असलेल्या माइककडे बघून एकेट्टीने हात हलवला आणि अंगावरील सर्व कपड्यांनिशी तो पाण्यात शिरला.

"जिबा, जिबा, मागे ये!" माइक ओरडला खरा; पण तोपर्यंत तो आदिवासी समुद्रात शिरून पोहत-पोहत दूरवर गेला होता. वीसेक मिनिटानंतर तो समुद्रातून बाहेर आला तेव्हा पाण्याचे नाजूक मोत्यासारखे थेंब त्याच्या अंगावर चमकत होते. समुद्रातील वाळू त्याच्या कपड्यांना लागली होती आणि टोपीतील छिद्रातून गळत होती.

"किती घाबरवून सोडलेस तू मला!" माइक कुरकुरला.

"मला एकदम समुद्रात अंघोळ कराविशी वाटली." दात दाखवत एकेट्टी म्हणाला. "आणि हे हातात तू काय लपवतो आहेस?" असे माइकने विचारताच आपला हात पुढे करीत एकेट्टी म्हणाला, "रात्रीचे जेवण!" त्याच्या हातात एक मोठ्ठा मासा फडफडत होता. माइक जाऊन दोन कोकचे टीन्स घेऊन आला. एकेट्टीने शेकोटी पेटवली आणि मग दोघांनी त्या शेकोटीवर मासा खरपूस भाजून त्यावर ताव मारला.

"मग, चेन्नई आवडले का तुला?" माइकने विचारले.

"मी प्रेमात पडलोय या गावाच्या. इथले रंग, आवाज, प्रकाश सगळ्याच्या!" एकेट्टी भरभरून बोलत होता. कोकचा आणखी एक घोट घेत त्याने विझणाऱ्या शेकोटीमध्ये एक छोटी काडी खुपसून ती राख विस्कटली आणि मग त्या नायजेरियन गृहस्थाकडे रोखून बघत तो म्हणाला, "तू मला भेटलेला सर्वांत दयाळू आणि छान माणूस आहेस."

"आपण भाऊ आहोत, तू आणि मी!"

"तू मला बायको मिळवून देण्यासाठी मदत करशील?"

"बायको? नक्की. तू माझे तेवढे छोटेसे काम कर. मग तुझ्या दारापुढे दहा मुली आणून उभ्या करतो." माइकने दिलेल्या या वचनामुळे त्या सोन्या-चांदीच्या

व्यापाऱ्याकडून पैसे घेऊन येण्याच्या मोहिमेतील एकेट्टीचा उत्साह वाढला; डुकराच्या शिकारीवर निघाल्यावर डुक्कर मिळण्याच्या निव्वळ कल्पनेने वाढावा तसा! माइक मग त्याला शहराच्या गुंडी भागात घेऊन गेला, तेव्हा एकेट्टी अक्षरश: हवेत तरंगत होता.

एका निवासी वस्तीत अगदी आतमध्ये मुन्नुसामीचे घर होते. मुख्य रस्त्यापासून बरेच दूर असल्याने परिसर निवान्त होता. रस्त्याच्या दोन्ही बाजूला असलेल्या दुमजली अपार्टमेंटवर रस्त्यावरील पिवळसर मलूल दिव्यांच्या गूढ सावल्या पडल्या होत्या. मुन्नुसामीच्या घराकडे माइकने बोट दाखवले. ३६ क्रमांकाच्या या घराचा दरवाजा कोरीव काम केलेल्या लाकडाचा होता.

"मी या कोपऱ्यापाशी तुझी वाट बघतो." माइक एकेट्टीच्या कानात कुजबुजला आणि एक छोटे पाकीट त्याच्या हातात ठेवीत तो पुढे म्हणाला, "हा कागद त्याला दे म्हणजे तुला तोंड उघण्याची गरज पडणार नाही. बेस्ट ऑफ लक!"

तो नायजेरियन हळूच मागे सरकून त्या सावल्यांमध्ये मिसळून गेला आणि एकेट्टी मुन्नुसामीच्या घराकडे निघाला. एक नोकर त्याची वाटच बघत होता. तो एकेट्टीला काही पायऱ्या चढून हॉलमध्ये घेऊन गेला. हॉलच्या मध्यभागी असलेल्या क्रीम रंगाच्या सोफ्यावर एक मध्यमवयीन, टक्कल असलेला माणूस बसला होता. पांढरा शर्ट घातलेल्या मुन्नुसामीने क्रीम रंगाचीच लुंगी नेसली होती. त्याच्या गोल चेहेऱ्यावर दोन गोष्टी ठळकपणे उठून दिसत होत्या. त्याच्या नाकपुड्यांखाली असणाऱ्या भरघोस, आडव्या मिशा बघताना त्याच्या नाकपुड्यांनाच जणू केस फुटले असावेत असे वाटत होते आणि दुसरे, त्याच्या कपाळावर ओढलेले भस्माचे तीन आडवे पट्टे!

"या! या!" त्याने एकेट्टीचे स्वागत केले.

अदबीने झुकून आपल्या हातातील पाकीट एकेट्टीने त्याच्या हातात दिले. मुन्नुसामीने चटकन माइकची चिठ्ठी वाचली आणि कमालीच्या निराश चेहेऱ्याने त्या आदिवासीकडे बघत तो म्हणाला, "मी मायकेल बुसारीची वाट बघत होतो; पण त्याचा दलालच इथे आला तर!"

"पैसे द्या मला." एकेट्टी म्हणाला.

"हे घे." असे म्हणत मुन्नुसामीने त्याच्यामागे ठेवलेली आणि नीट बंद केलेली छोटी ब्रीफकेस पुढे ओढली.

ती घेण्यासाठी एकेट्टी खाली वाकताच एकाएकी त्याच्या चेहेऱ्यावर प्रखर प्रकाशझोत पडला आणि एकाच वेळी चारही दिशांनी आलेल्या पोलिसांनी त्याच्यावर झडप घातली.

"तुला अटक करण्यात आलीये." एका पोलीस इन्स्पेक्टरने जाहीर केले.

काय होतेय हे समजण्याच्या आत एकेट्टीच्या हातात बेड्या घालून त्याची रवानगी पोलीस व्हॅनमध्ये करण्यात आली.

पोलीस ठाणे नामक चौकोनी लाकडी छपराच्या मोडकळीस आलेल्या इमारतीतील एका मोठ्या कोठडीत त्याची रवानगी करण्यात आली. तो आपल्या मोडक्या-तोडक्या इंग्रजीत आपण निर्दोष असल्याचे सांगण्याचा प्रयत्न करीत होता. हवालदाराकडे गयावया करीत होता; पण काठीचा धाक दाखवून त्यांनी त्याला गप्प केले. अखेर त्याने जमिनीवर लोळण घेतली आणि तो माइकची वाट बघू लागला. आपला मित्र येऊन काय तो खुलासा करील आणि लवकरच आपली सुटका करील, अशी त्याला खात्री होती.

रात्रभर पोलीस ठाण्यामध्ये धावपळ, गडबड सुरू होती. सर्वांत प्रथम एका चॉकलेटी लेदर जाकीट घातलेल्या एका अट्टल गुंडाला तेथे आणण्यात आले. मग एक दारुड्या आला. त्याला कोठडीत ढकलताक्षणी तो जमिनीवर निपचित पडला आणि त्यानंतर दोन अगदी कोवळ्या, जेमतेम १६ वर्षांच्या मुलांना फरफटत कोठडीत आणून हवालदारांनी चांगले चोपून काढले. कोठडीत वेळ जसा जसा जाऊ लागला तसातसा एकेट्टीच्या पोटात पडलेला खड्डा वाढू लागला.

दुसऱ्या दिवशी दुपारपर्यंत माइक पोलीस ठाण्यावर फिरकला नाहीच; पण सत्यप्रकाश पांडेय नावाचा बिहारचा इन्स्पेक्टर मात्र तेथे आला. ओघळणाऱ्या पोटाचा सत्यप्रकाश अखंड पान चघळत होता. त्याचा चेहेरा अगदी दगडी होता आणि त्याच्या गिळदार गिशांगुळे त्या चेहेऱ्यावर एक ताणावपूर्ण अधीरताही दिसत होती, भक्ष्य न्याहाळणाऱ्या एखाद्या जंगली जनावराच्या चेहेऱ्यावर दिसावी तशी! एकच बाब त्यातल्या त्यात दिलासादायक होती. आणि ती म्हणजे तो हिंदी भाषेत बोलत होता.

"मी तुला माझ्याबरोबर पाटण्याला घेऊन जाण्यासाठी आलोय. एका खुनाच्या संदर्भात मायकेल बुसारीचा तिथे शोध चालू आहे."

"खून?"

"होय. एका उद्योगपतीला त्याने तिथे गंडवले, ज्यामुळे त्याने आत्महत्या केली. आता भडव्या, तू आमच्यासाठी कोर्टात बुसारीविरुद्धचा महत्त्वाचा साक्षीदार म्हणून काम करशील."

"पण माइक चांगला माणूस आहे."

"चांगला माणूस?" तुच्छतेने मोठ्याने हसत तो म्हणाला, "तुझा साहेब मायकेल बुसारी, ज्यो हॉक नावानेही ओळखला जातो. हा सात राज्यांमधील चौदा फसवाफसवीच्या घटनांप्रकरणी हवा आहे. आपला काळा पैसा आणि खोट्या तेल-गुंतवणुकीच्या लफड्याच्या आधारे त्याने अनेक उद्योगपतींना फसवले. त्यामुळे

आम्ही चेन्नईत एक जाळे लावले होते. मुन्नुसामी यांच्या निमित्ताने बुसारी या जाळ्यात फसावा यासाठी; पण त्या जाळ्यात तू सापडलास. तूही नायजेरियन आहेस का?''

"नाही. मी झारखंडचा जिबा कोरवा.''

"झारखंड? झारखंडमधला कुठला?''

"मला. मला आठवत नाहीये.''

"आठवत नाही? अं? काही काळजी करू नकोस. माझा हा हात आहे ना, ह्या हाताने भल्याभल्यांना सरळ केले आहे. तू तर अगदी बच्चा आहेस!'' इन्स्पेक्टर विकटपणे हसत म्हणाला.

हातात बेड्या घातलेल्या एकेट्टीला दुसऱ्या दिवशी दुपारी पाटण्याकडे जाणाऱ्या रेल्वेमध्ये बसवण्यात आले. प्रथम श्रेणी केबिनमध्ये त्याच्याबरोबर इन्स्पेक्टर पांडेय होता. पाटण्यापर्यंतच्या तीन दिवसांच्या प्रवासासाठी दुपारी सव्वातीन वाजता गाडी निघाली. गाडी सुटल्यावर तासाभरात इन्स्पेक्टरने उलटतपासणी सुरू केली. "चल, बोल रे भडव्या, मला तुझी सगळी माहिती सांग नीट.'' असे म्हणत त्यानी पलीकडे पानाची एक पिंक मारली.

"सांगितले ना तुम्हाला, मी झारखंडचा जिबा कोरवा.''

"तू चेन्नईत काय करीत होतास?''

"फक्त बघायला आलो होतो.''

काही कळायच्या आत इन्स्पेक्टरने त्याच्या गालावर एक सणसणीत थप्पड मारली. एकेट्टी त्या वेदनेने अक्षरशः हेलपाटत गेला. "काय ते खरे सांग म्हणून तुला म्हटले ना मादरचोद! सांग तू कुठून आलास?''

"झारखंड.''

"झारखंडमधील कोणत्या खेड्यातून?''

"मला ठाऊक नाही.'' असे एकट्टीने म्हणताच पुन्हा त्याच्या गालावर आणखी एक थप्पड बसली.

"मी तुला आता अखेरचे विचारतोय, खरे काय ते सांग, नाहीतर ट्रेनमध्ये मरशील फुकट.''

पूर्ण संध्याकाळ आणि रात्रभर एकेट्टीचा हा छळ सुरू होता. अखेर दुसऱ्या दिवशी दुपारी हे सगळे असह्य होऊन एकेट्टी अक्षरशः कोसळला. थरथरत, हुंदके देत त्याने आपली सगळी कहाणी ऐकवली. अंदमानचे आयुष्य, अशोकबरोबरचा प्रवास, माइकची भेट असे सगळेकाही!

एकेट्टीची सगळी कहाणी ऐकून झाल्यावर समाधानाचा सुस्कारा सोडीत इन्स्पेक्टरने आणखी एक विडा तोंडात कोंबला. "अखेरीस सगळे खरे काय ते

कबूल केलेस तर! माझा हातच असा पोलादी आहे की, खरे काय ते सगळे बाहेर येतेच.'' इन्स्पेक्टर म्हणाला. आपले गाल चोळीत एकेट्टीने विचाले, ''तुम्हाला लोकांना मारायला आवडते?''

''आम्ही थप्पड लगावली नाही, तर लोक कबूल करीत नाहीत. त्यामुळे असे वागणे आम्हाला भाग असते आणि मग ती सवयच होऊन जाते. पानाच्या सवयीसारखी!''

''मग, तुम्ही तुमची शक्ती दाखवण्यासाठी लोकांना मारता?''

''खरे म्हणजे आमची शक्ती दाखवण्यासाठी नाही मारत. उलट आमचा दुबळेपणा आम्हाला झाकायचा असतो.'' आश्चर्यकारक अशा सहज प्रामाणिकपणे इन्स्पेक्टरने उत्तर दिले. ''आम्ही फक्त दुबळ्या, गरिबांना हात लावतो, कारण ते आमच्यावर हात उगारू शकत नाहीत ना!''

मग पुढील कित्येक तास दोघेही एकमेकांशी एक शब्दही बोलले नाहीत. रात्रीचा अंधार कापत गाडी वेगाने धावत असताना बर्थवर पडल्या-पडल्या इन्स्पेक्टर खोल विचारात बुडला होता. उघड्या खिडकीजवळ बसलेल्या एकेट्टीच्या गालाला स्पर्श करणाऱ्या वाऱ्याच्या गार लहरी त्याच्या हुळहुळणाऱ्या गालावर जणू मलम लावीत होत्या. एकाएकी इन्स्पेक्टरने त्याच्या खांद्यावर थोपटले आणि तो म्हणाला, ''मी एक खुळेपणा करण्याचा निर्णय घेतलाय.'' आणि तो त्यांच्या बंदूक ठेवलेल्या बॅगच्या दिशेने निघाला.

एकेट्टीच्या पोटातून भीतीची एक लहर गेली.

''तू मला... मला मारून टाकणार?'' हे विचारताना त्याच्या घशाला कोरड पडली.

''ते फारच सोप्पे आहे.'' प्रथमच स्मितहास्य करीत इन्स्पेक्टर त्या बॅगेतून किल्ली काढू लागला.

''मग काय?''

''मी तुला मुक्त करणार आहे.''

त्याच्या डोळ्यात बघत एकेट्टीने विचारले, ''तू माझ्याशी काही खेळ खेळत नाहीयेस ना?''

''नाही एकेट्टी.'' शांतपणे डोके हलवत पांडेय म्हणाला. ''हे तुझे आयुष्य आहे आणि ते माझ्या आयुष्यापेक्षा खूप वेगळे आहे; पण तुझ्यासारखाच माझाही जीव घुसमटतो इथे अनेकदा. समाजातील सगळी घाण, वाईट वृत्ती या नोकरीमुळे रोज आमच्यापुढे येतात; पण कधीतरी एखाद्या विधवेचे अश्रू पुसण्यात किंवा चुकलेले लेकरू आईच्या पदरात टाकण्यात आम्हाला यश मिळते. खरे म्हणजे अशाच काही क्षणांसाठी मी जगतो आहे.''

एकेट्टी खिडकीबाहेर बघू लागला. बाहेर त्याच्या डोळ्यांना दिसत होता, फक्त गडद, मखमली अंधार; पण दूर क्षितिजाजवळ मात्र एक प्रकाशाचा ठिपका दिसत होता.

"मला दोन तरुण मुले आहेत." इन्स्पेक्टर पुढे बोलू लागला, "त्यांना वाटते, आपले वडील म्हणजे हिरो आहेत; गुन्हेगार आणि खुनी यांच्याशी लढणारे! खरे म्हणजे मी एक अगदी सामान्य माणूस आहे. व्यवस्थेशी लढणारा आणि वारंवार पराभूत होणारा. तू निर्दोष आहेस ते मला ठाऊक आहे. त्यामुळे तुला सोडून देणे हा एक छोटासा विजयच आहे माझ्यासाठी." असे म्हणत त्याने घड्याळाकडे बघितले. "आता आपण वाराणसीच्या जवळ आलो असणार. तू हे ओढ." असे म्हणत त्याने डोक्यावरील आणीबाणीच्या वेळी ओढावयाच्या साखळीकडे निर्देश केला.

" ही ओढल्यावर गाडी थांबेल. मग तू गाडीतून उतरून रात्रीच्या अंधारात निघून जा. मी झोपलो असताना तू स्वत:ची सुटका करून घेतलीस असे मी सर्वांना सांगेन."

"पण तुम्ही हे का करताय?"

"तुझे स्वप्न जागे राहावे यासाठी. माझ्या मुलांचे स्वप्न जागे राहावे म्हणून. जर तू पाटण्यात आलास, तर तुरुंगात किमान पाच वर्षे सडत राहशील. आत्ताच संधी आहे तर पळ काढ."

"पण पळ काढून मी जाऊ कुठे?"

"त्यासाठी वाराणसीसारखे उत्तम गाव नाही. लोक इथे जीवनाचा शेवट करण्यासाठी येतात. मी तुला तेथे जगण्यासाठी जा असे सुचवतोय." असे म्हणत त्याने एकेट्टीच्या बेड्यांचे कुलूप उघडले आणि मग त्याला इशारा दिल्याप्रमाणे बोट दाखवत तो म्हणाला, "एक लक्षात ठेव, आमची ही भूमी फार तऱ्हेवाईक आहे. तुला इथे जगातली सर्वोत्तम माणसे भेटतील, तशीच अत्यंत वाईट माणसेही! तुला कल्पनाही करता येणार नाही इतका चांगुलपणा तू इथे अनुभवशील; पण अत्यंत क्रौर्यही तुझ्या वाट्याला येऊ शकते. इथे जगण्यासाठी तुझ्या विचार करण्याच्या पद्धतीत तुला बदल करावा लागेल. कोणावरही विश्वास ठेवू नकोस. कोणालाही गृहीत धरू नकोस. आता तू पूर्ण स्वतंत्र आहेस."

"मग मी माझ्या बेटावर जाणेच पसंत करीन." बेड्यांमुळे काचलेले हात चोळीत एकेट्टी पुटपुटला.

"ते आता तू ठरव. आयुष्य अतिशय विद्रूप होऊ शकते किंवा अत्यंत सुबक, देखणे! तुम्ही त्याचे काय करता यावर हे अवलंबून आहे; पण लक्षात ठेव, जे करशील ते तुला पोलिसांपर्यंत घेऊन जाणार नाही असे बघ. कारण सगळेच

इन्स्पेक्टर्स माझ्यासारखे नसतात.''

''माझ्या सुटकेमुळे तुम्हाला काही त्रास होईल?''

''कदाचित खात्यातर्फे माझ्याविरुद्ध आणखी एक खटला दाखल केला जाईल – कामातील अकार्यक्षमता आणि दुर्लक्ष याबद्दल; पण मला त्याची फिकीर नाही. त्या जीवघेण्या शर्यतीतून मी आता बाहेर पडलोय. कदाचित तू त्यामध्ये आता उतरशील! तुला शुभेच्छा आणि हो, तुझी बॅग न्यायला विसरू नकोस.''

एकेट्टी आपली बॅग खांद्यावर अडकवत असताना पांडेयने आपल्या खिशातून थोड्या नोटा काढल्या आणि त्याच्या हातात ठेवत तो म्हणाला, ''हे घे. काही दिवस तू ह्या पैशाच्या आधारे काढू शकतोस.''

पैसे घेताना एकेट्टीचे डोळे भरून आले. तशाच भारावलेल्या स्वरात तो म्हणाला, ''मी तुम्हाला कधीही विसरणार नाही.''

त्याच्याकडे बघत पांडेयने एक प्रसन्न स्मित केले आणि त्याचा हात दाबत तो अधिकारी म्हणाला, ''आता इथे गाढवासारखा रडत उभा राहू नकोस भडव्या, चल खेच ती साखळी!'' आणि मग डोक्यावरून ब्लॅंकेट ओढून तो चटकन बर्थवर आडवा झाला.

एकेट्टीचे पाय दुखू लागले. गेले दोन तास तो अथक पळत होता. उसाची उभी भरगच्च पिके आणि पेंगुळलेल्या छोट्या-छोट्या गावांमधून तो प्रकाशाच्या रोखाने शहराकडे पळत होता. आता तो वाराणसीच्या एका गजबजलेल्या चौकात होता; पण चौकातील लुकलुकते दिवे बंद झाले होते आणि एरवी वर्दळीने वाहणारा तो रस्ता निवान्त होता. सर्वत्र एक विलक्षण स्वस्थ शांतता होती. एखादा केकाटणारा कुत्रा किंवा वेगाने जाणाऱ्या गाडीच्या आवाजामुळे त्या शांततेला तडा जात होता तेवढाच! दुकानांच्या बाहेरील ओट्यावर छपराखाली भिकारी झोपले होते. एका अतिशय प्राचीन मंदिराबाहेर पोलिसांची एक तुकडी पाहाऱ्यासाठी उभी होती.

त्या अवेळी त्या शांत रस्त्यावर जिवंतपणाची एकमेव खूण होती, ती म्हणजे भगभगीत दिवे चालू ठेवून उघडे असलेले एक औषधाचे दुकान! रस्त्यावर उभ्या असलेल्या एका जीपच्या आडून एकेट्टी ते दुकान न्याहाळू लागला. अनेक खोकी आणि बाटल्या ठेवलेल्या काचेच्या शेल्फ्सने वेढलेल्या लाकडी काउंटरमागे बसलेला मॅनेजर डुलक्या घेत होता. तेवढ्यात तिथे एक बाई आली आणि त्या पेंगुळलेल्या मॅनेजरला तिने उठवले. हातात एक खाकी पाकीट घेऊन काही मिनिटातच ती दुकानातून बाहेर पडली तेव्हा एकेट्टीला प्रथम तिचा चेहेरा दिसला. इतका विचित्र तऱ्हेवाईक चेहेरा त्याने यापूर्वी कधीही बघितला नव्हता. अशोकएवढ्या

उंचीच्या त्या स्त्रीने डोळ्यात गडद काजळ घातले होते. तिने गालावर गडद रुज लावली होती आणि ओठावर तेवढीच भडक लालजर्द लिपस्टिकही; पण तिचा सपाट जबडा आणि चौकोनी हनुवटी यामुळे तिच्या चेहेऱ्याला एक विचित्रपणा आला होता. बेंगरूळ पिवळे ब्लाउज आणि लाल-हिरव्या रंगाची साडी ती नेसली होती. तिचे हात चांगले लांब होते आणि त्यावर खूप दाट लव होती. तिच्या बेंबीपासून वरपर्यंत निघालेली केसांची एक पातळसर रेषा थेट तिच्या ब्लाऊजमध्ये आत शिरून अदृश्य झालेली एकेट्टीला दिसली.

या बाईविषयी विलक्षण कुतूहल निर्माण झाल्याने एकेट्टी तिच्या मागे निघाला. दोन्ही बाजूला कचरा पडलेल्या शांत रस्त्यावरून, अंधारलेल्या बोळकांडीमधून झपाझप चालत ती बाई एका गजबजलेल्या वर्दळीच्या चौकात येऊन थांबली. त्या चौकाच्या दोन्ही बाजूला जुनी दुमजली घरे होती. त्या घरांच्या बाल्कनींवर नाजूक कोरीवकाम केलेले होते. आतील संगीताचा आणि घुंगरांचा आवाज त्या बाल्कनीत निनादत होता. घरांच्या खालच्या मजल्यावर बसलेल्या निर्जीव चेहेऱ्यांच्या, निष्प्राण डोळ्यांच्या आणि खोल गळ्याचे ब्लाउज व परकर घातलेल्या स्त्रिया जाणाऱ्या-येणाऱ्यांकडे बघत इशारे करीत होत्या. कोपऱ्यावर एक पानाचा ठेला होता. त्याच्याशेजारी ब्रेड-पकोडे विकणारी हातगाडी आणि त्याच्या पलीकडे प्री-पेड फोन कार्ड विकणारे छोटेसे दुकान. त्या कोंदट वातावरणात जाईच्या अत्तराचा आणि तळणीच्या तेलाचा संमिश्र वास एखाद्या तवंगासारखा साचला होता. बाकी सगळे शहर गाढ झोपत असताना या वस्तीत मात्र मौजमजेचा माहौल होता.

लुंगी आणि तरंगणारा शर्ट घातलेला एक माणूस पुढे येत एकेट्टीला म्हणाला, "दाल मंडईत आपले स्वागत असो. तुम्हाला आमचा माल बघायला आवडेल?" त्याच्या या उद्गारांवर त्याच्यामागे उभी असलेली गुलाबी साडीतील मुलगी जोरात खिदळली; पण तिच्याकडे दुर्लक्ष करीत एकेट्टी त्या बाईच्या मागे जात राहिला. ती बाई आता त्या रस्त्याच्या टोकापर्यंत पोहोचली होती. रस्ता संपतो त्या टी-जंक्शनवर ती परत उजवीकडील एका गल्लीत वळली. एकेट्टीही उजवीकडे वळला. एकाएकी ती मागे वळली आणि तिने एकेट्टीचा उजवा हात धरला.

"माझा का पाठलाग करतोयस रे? मी काय तुला धंदेवाली वाटले?"

अकस्मात घडलेल्या या घटनेने चकित झालेला एकेट्टी तिच्या हातातून आपला हात सोडवून घेण्याचा प्रयत्न करू लागला; पण ती पकड चांगली घट्ट होती.

"मुझे छोड दो! सोड मला!" तो ओरडू लागला. त्याच्याकडे लक्षपूर्वक बघत ती म्हणाली, "अरे काळ्या राक्षसा, आधी मला सांग तू कोण आहेस?"

"तू मला सांग तू काय आहेस?"

“तुझा प्रश्न मला समजला नाही.”

“मला विचारायचेय, तू बाई आहेस की पुरुष?”

जीभ गालात नेत ती म्हणाली, “या प्रश्नाचे उत्तर प्रत्येकाला हवे असते. एवढेच नाही, ते जाणून घेण्यासाठी काही लोक पैसे मोजायलाही तयार असतात.”

“मला... मी... कळले नाही.”

“माझे नाव डॉली आणि मी हिजड्यांची लीडर आहे.”

“हिजडा? म्हणजे काय?”

“तू हिजड्यांविषयी ऐकले नाहीयेस? कुठल्या ग्रहावर राहतोस तू?

“मला खरेच काही ठाऊक नाही याच्याबद्दल.”

“आम्ही तृतीयपंथी. बाईही नाही आणि पुरुषही नाही.”

डोळे मोठे करीत एकेट्टी म्हणाला, “हे कसे शक्य आहे?”

“आमच्या देशात काहीही शक्य आहे; पण मला आधी हे सांग, तू कोण? आणि कुठून आलास?”

“मी झारखंडचा जीबा कोरवा.”

“झारखंड, अं? माझी एक मोना नावाची मैत्रीण होती, तीपण झारखंडमधली होती; पण ती तुझ्याएवढी काळी नव्हती. आता ती तिचे नशीब आजमावून बघायला मुंबईला गेलीये.”

“तू कुठे राहतेस?”

“दाल मंडीच्या जवळच राहते मी.”

“आणि हे काय आहे?” तिच्या हातातील खाकी पाकिटाकडे बोट दाखवत एकेट्टीने विचारले.

“अच्छा, हे होय, हे औषध आहे. मोठ्या मुश्किलीने मिळाले ते. या अवेळी जेमतेम एकच औषधाचे दुकान उघडे होते. हे माझी मैत्रीण रेखासाठी आणले आहे. तिची मुलगी आजारी आहे ना!”

“तिला काय झाले?”

“तिला मलेरिया झालाय. गेल्या दहा दिवसांपासून खूप ताप आहे तिला.”

“मलेरिया? मी बरा करू शकतो.”

“तू?” माझ्याकडे अपादमस्तक बघत ती म्हणाली, “पाच फुटी बुट्टा जोकर तू! तू काय डॉक्टर आहेस?”

“माझ्यावर विश्वास ठेव. खरे सांगतोय मी. मी एक चांगला डॉक्टर आहे. आमच्या बेटावरील एका मुलाला मी मलेरियातून मरता-मरता वाचवले.”

“बेटावर? आता हे कोणते बेट?”

“कुजैली.” एकेट्टी उत्स्फूर्तपणे उद्गारला खरे, पण मग त्यालाच आपला

महामूर्खपणा लक्षात आला आणि तो लपवण्यासाठी त्याने चटकन आपली कॅन्व्हास बॅग उघडून त्यातून वाळलेल्या पानांचा एक जुडगा बाहेर काढीत म्हटले, "ही पाने मलेरिया बरा करू शकतात. तू जर मला तुझ्या मैत्रिणीकडे घेऊन गेलीस, तर मी तिच्या मुलीवर उपचार करीन."

"असे म्हणतोस?" डॉलीने एक क्षणभर विचार केला आणि मग मान हलवत ती म्हणाली, "ठीक आहे. प्रयोग करून बघायला काही हरकत नाही! चल माझ्याबरोबर."

एकेट्टी तिच्यामागून त्या छोट्या बोळकांडीच्या चक्रव्यूहातून निघाला. दोन गल्ल्यांच्या पलीकडे असलेला एक दुर्गंधीयुक्त नाला ओलांडताच अकस्मात अनेक हिजडे एकदम समोर आले. एवढ्या रात्रीही ते सगळे टक्क जागे होते आणि छानसे कपडे, साड्या, पंजाबी ड्रेसेस घालून केशरचना-मेकअप करून सज्ज होते. त्यांनी डॉलीचे स्वागत केले आणि एकेट्टीकडे ते मैत्रीपूर्ण उत्सुकतेने बघू लागले.

या वस्तीतील घरे छोटी आणि अगदी साधी होती. बहुतेक सगळी घरे म्हणजे विटा-सिमेंटने बांधलेल्या एकेक खोल्या होत्या. पिवळे दार असलेल्या एका घरापुढे डॉली थांबली. केशरी-निळी साडी नेसलेली आणि केसांमध्ये जाईचा गजरा घातलेली एक जण धावत आतून येऊन डॉलीला बिलगत "टिना मरतेय! माझी टिना! बिचारी!" असे म्हणत ती आक्रोश करू लागली.

एकेट्टीकडे वळण्यापूर्वी डॉली इतर हिजड्यांशी थोडे बोलली.

"थोड्या वेळापूर्वी डॉक्टर येऊन टिनाला तपासून गेले. टिना वाचू शकणार नाही, असे त्यांचे म्हणणे आहे. ताप तिच्या मेंदूत गेला आहे. त्यामुळे दवाखान्यातील माझी फेरी फुकट गेलीये." असे म्हणत तिने हातातील औषधाचे पाकीट सोडून दिले आणि आपला चेहेरा हाताने झाकून घेतला.

एकेट्टी पुढे झाला आणि त्याने तो पिवळा दरवाजा उघडला. एका छोट्या, पण खूप सामान असलेल्या खोलीत त्याने प्रवेश केला. खोलीतील एका कोपऱ्यात खूप भांडी होती, तर दुसऱ्या कोपऱ्यात कपडे; पण त्याचे लक्ष खाली सतरंजीवर पडलेल्या एका छोट्या, फ्रॉक घातलेल्या मुलीकडे गेले. तिच्याभोवती अनेक पांघरुणांचे बोळे पडले होते. जेमतेम आठ-नऊ वर्षं वयाच्या या मुलीचा चेहेरा गोल होता आणि डोळे बदामी. अतिशय कृश आणि अशक्त दिसणाऱ्या त्या मुलीत काही चैतन्यच नव्हते. तिचा चेहेरा अतिशय मलूल झाला होता आणि तिच्या मानेवर लाल चट्टे दिसत होते. ती डोळे मिटून पडली होती आणि मधून-मधून कण्हत होती.

एकेट्टीने आपली कॅन्व्हास बॅग उघडली आणि तो कामाला लागला. त्याने त्यातून काही सुकलेली पाने काढली आणि ती पाने वाटून, दळून त्याचे मिश्रण

गरम करायला टिनाच्या आईला सांगितले. मग त्याने लाल मातीत डुकराची चरबी कालवून त्या मुलीच्या कपाळावर त्याचे आडवे पट्टे ओढले. डॉली हे सर्व काहीशा तटस्थपणे बघत असताना त्या मुलीच्या वरच्या ओठावर त्याने थोडी पिवळी माती लावली आणि सुक्या पानांचे गरम मिश्रण तिच्या पोटावर चोळले. अखेरीस बॅगेतून त्याने एक हाडांची माळ काढली. "हा आहे 'चौमा ता.' महान देवता तोमितीच्या हाडांपासून बनवलेला! ह्याच्यामुळे शरीराला आराम मिळेल आणि 'इक्का' दूर राहील." असे म्हणत ती माळ त्याने त्या मुलीच्या गळ्यात घातली.

"तू चेटूक करणारा डॉक्टर आहेस?" काळजीयुक्त स्वरात डॉलीने विचारले.

"मी फक्त तुम्हाला मदत करण्याचा प्रयत्न करतोय."

"आता आम्ही काय करायचे?"

"सकाळपर्यंत वाट बघू." असे म्हणत त्याने जांभई दिली, "मला खूप झोप आलीये. इथे कुठे मला पाठ टेकायला जागा मिळेल?"

"तुझी स्वत:ची काही जागा नाहीय?"

"नाही."

"वाटलेच मला." असे म्हणत डॉलीने सुस्कारा टाकला.

"चल, मी तुला माझ्या घरी घेऊन जाते."

तिचे घर त्या भागातील सर्वांत मोठे घर होते. त्यात दोन खोल्या होत्या आणि एक छोटेसे स्वयंपाकघर होते. रंगवलेल्या भिंतीवर देवी-देवतांचे फोटो लावलेले होते. जमिनीवर एक जुना गालीचा अंथरला होता आणि एक छोटेसे घडीचे डायनिंग टेबल आणि लोखंडी खुर्च्यासुद्धा घरात होत्या. भिंतीवरील घड्याळात पावणेतीन वाजलेले दिसते होते. एकेट्टी जमिनीवरच आडवा पडला आणि काही क्षणात घोरू लागला.

एकेट्टी सकाळी जागा झाला तेव्हा डॉली उठून तिचे आवरून झाले होते.

"तू तर जादूच केलीस! टिनाचा ताप उतरला आणि तिला खूप बरे वाटतेय!" चमकत्या डोळ्यांनी ती त्याला म्हणाली. काही क्षणातच टिनाची आई रेखा घरात आली आणि एकेट्टीच्या पायाच पडली. "तू साक्षात स्वर्गातून आलेला देवदूत आहेस!" असे म्हणत अत्यानंदाने रडत त्या आदिवासीचे हात हातात घेत ती म्हणाली, "माझी मुलगी आणि मी सदैव तुझ्या ऋणात राहू." तिच्यापाठोपाठ आणखी एक हिजडा आत आला. आपला हात पुढे करण्यापूर्वी एकेट्टीकडे बघून डोळा मारत तो म्हणाला, "माझ्या मनगटावर फोड आले आहेत. तुझ्याकडे ह्यावर काही उपाय आहे?"

"छे, छे! मी डॉक्टर नाही." गडबडून एकेट्टी म्हणाला.

"तुला भूक लागली असेल ना? चल, मी नाश्ता बनवते."

नंतर दुपारी डॉली भाज्या चिरत टेबलावर बसलेली असताना एकेट्टी तिच्या बाजूला बसत म्हणाला, "माझे कुतूहल अगदी अनावर झाले आहे."

"काय म्हणायचेय तुला?" भुवया उंचावत डॉलीने विचारले.

"तू काल रात्री मला जे सांगितलेस ना, त्याबद्दल मी अजून संभ्रमात आहे. तू पुरुषही नाहीस आणि बाईही नाही. असे कसे असू शकते?"

अतिशय व्यथित चेहेऱ्याने डॉलीने हातातील सुरी टाकली आणि उभी राहत एकदम झपकन साडी वर करीत ती म्हणाली, "तू स्वत:च बघ ना!"

भयचकित होऊन बघत एकेट्टीने आवंढा गिळला अन् तो म्हणाला, "तू... तू असाच जन्माला आलास?"

"नाही. मीपण तुझ्यासारखाच पुरुष म्हणून जन्माला आलो; पण या माझ्या पुरुषाच्या शरीरात एक स्त्री तडफड करतीये, असे मला सतत वाटत होते. माझे वडील बरेलीत एका सुस्थितीतील कापड व्यापारी होते. वयात येणे हा माझ्यासाठी अक्षरश: छळ होता. माझी भावंडे मला सतत टोमणे मारत आणि माझे पालकही माझ्याशी दुराव्याने आणि अपमानास्पद वागत! मी वेगळा होतो, हे त्यांना कळून चुकले होते; पण तरीही मी सर्वसामान्य मुलाप्रमाणे वागावे, अशी त्यांची इच्छा होती. त्यामुळे सतरा वर्षांचा होताच वडिलांच्या दुकानातून काही पैसे चोरून मी लखनौला पळालो. तिथे गुरूशी माझी गाठ पडली आणि मग मी माझी शस्त्रक्रिया करून घेतली."

"कसले ऑपरेशन?"

"फार लज्जास्पद आणि वेदनादायी असते ते! पण त्यानंतर काही दिवस ते तुम्हाला अफूच्या गुंगीत ठेवत असल्याने वेदना कमी जाणवतात आणि मग 'निर्वाण' समारंभ केला जातो."

"तो काय असतो?"

"याचा अर्थ पुनर्जन्म. धारदार सुरीने धर्मगुरू ते इंद्रिय छाटून टाकतात. एका घावात माझे इंद्रिय छाटले गेले!" हाताने कापण्याची कृती दाखवत डॉली सांगत असताना एकेट्टीने आणखी एक मोठा आवंढा गिळला!

"ऑपरेशन झाल्यावर मला बाई बनणे सक्तीचेच झाले. मग गुरूने मला त्याच्या पंखाखाली घेतले आणि मला बनारसला घेऊन आला. इथे मला हिजड्यांचा एक समुदाय भेटला. मी गेले १७ वर्षे इथे राहतोय आणि ही सगळी मंडळी म्हणजे माझे कुटुंब आहे आणि मी त्यांचा आहे."

"म्हणजे तू प्रत्यक्षात एक पुरुष आहेस?"

"मूळचा होय."

“तुझ्या त्या इंद्रियाशिवाय तुला अपुरे वाटत नाही?”

मोठ्याने हसत ती म्हणाली, “या देशात जगण्यासाठी इंद्रियाची गरज नाही. पैसा आणि डोके हवे.”

“कसे मिळवतेस तू पैसे?”

“आम्ही लग्नात, बारशाला, वास्तुशांतीसाख्या शुभकार्यात जाऊन गाणी म्हणतो आणि आशीर्वाद देतो. लोकांचे वाईट नशीब आणि दुर्भाग्य आमच्यामुळे बदलू शकते, असा समज आहे. मी कधीकधी बँकेसाठी काम करते.”

“कोणत्या प्रकारचे?”

“बँकेकडून घेतलेले कर्ज लोक बुडवतात तेव्हा बँक आमच्यासारख्या हिजड्यांना त्या कर्जदाराकडे पाठवते. आम्ही त्याच्या दाराशी जाऊन इतकी वाईट, अभद्र गाणी म्हणतो आणि गोंधळ उडवून देतो की, अखेरीस तो कर्जदार नाक मुठीत धरून शरण येतो.”

“हे फारच मजेशीर आहे. तू खूश आहेस हिजडा झाल्यापासून?”

“प्रश्न खुशीचा नाही जिबा,” व्यथित होत ती म्हणाली, “प्रश्न मुक्त होण्याचा आहे; पण आता माझी कहाणी खूप झाली. मला सांग, तू झारखंडहून आम्हा उत्तर प्रदेशच्या लोकांसाठी काय आणले आहेस?”

“मी माझ्या गावातून पळून इथे लग्न करण्यासाठी आलोय.”

“व्वा! गाव सोडून जाण्याचे काय कारण आहे! मग, तुला मुलगी मिळाली का?

“नाही, पण मी सतत शोधतोय.” एकेट्टी लाजत म्हणाला.

“इथे कुठे राहायचे हे तू ठरवलेस का?”

“मी इथे तुझ्या घरात राहू शकणार नाही? खूप खोल्या आहेत की तुझ्या घरात!”

“ए बाबा, मी काय धर्मादाय संस्था नाही उघडलेली.” तिने त्याला फटकारले. “जर तू इथे राहिलास, तर तुला मला भाडे द्यावे लागेल. तुझ्याकडे पैसे आहेत का?”

“हो! खूप” असे म्हणत त्याने इन्स्पेक्टर पांडेयने दिलेल्या नोटा काढून दाखवल्या.

डॉलीने त्या मोजल्या. “हे फक्त चारशे रुपये आहेत. मी हे महिन्याचे भाडे म्हणून ठेवून घेते.” हावरटपणे त्या पैशाकडे बघत ती म्हणाली आणि क्षणार्धात तिने त्या नोटा आपल्या ब्लाउजच्या आत सरकवल्या.

“तुला जेवणासाठीही पैसे लागतील ना! मी काही तुला फुकट जेवू घालणार नाही.”

“मग काय करू मी त्यासाठी?”

“तुला काहीतरी काम करावे लागेल.”

“त्यासाठी तू मला मदत करशील?”

“हो. तिकडे एका मोठ्या, पंचतारांकित हॉटेलचे बांधकाम सुरू आहे. तुला उद्या तिथे घेऊन जाईन.”

“मला थोडे तुमच्या गावातही फिरवशील मग!”

“नक्की. माझ्याबरोबर चल. उद्या आपण काशीतील घाट बघायला जाऊ.”

तो चौक सकाळी अगदी वेगळाच दिसत होता.

तो परिसर विविध प्रकारच्या दुकानांनी गजबजलेला होता. साड्या, पुस्तके, चांदीची भांडी विक्री करणारी दुकाने तर रस्त्याच्या कडेला होतीच; पण मिठाई आणि लस्सी विकणारे ठेलेही मोठ्या संख्येने होते. रस्ता गर्दीमुळे ओसंडून वाहत होता. रस्त्यावर जागा मिळवण्यासाठी रिक्षा आणि सायकल परस्परांना खेटत होत्या. गाड्यांना अंग घासत गायी फिरत होत्या.

रस्त्यावरची माणसे आपल्याकडे बघतायत असे एकेट्टीला वाटत होते. मग त्याला जाणवले, ते डॉलीकडे बघत होते. तिला बघताच अनेक बायका भीतीने अंग चोरत होत्या, तर पुरुष तिच्याकडे तिरस्काराचा कटाक्ष टाकून तिला वाट मोकळी करून देत होते. मुले तिची खिल्ली उडवत होती, तर काही जण हाताच्या तळव्यांवर तळवे गोल फिरवत तिच्या बाजूने जात होती. या सगळ्या टोमण्यांकडे दुर्लक्ष करीत गर्दीतून ती एकेट्टीला घेऊन पुढे जात होती. एका गल्लीतून ते पायऱ्या उतरत खाली निघाले आणि थेट गंगेपाशी आले. त्या आदिवासीचा तो घाटाचा पहिला अनुभव होता!

वितळलेल्या चांदीचा प्रवाह वाहत निघावा, तसा गंगेचा प्रवाह दिसत होता; लखलखीत, चमचमता! त्या पात्रांवर छोट्या-छोट्या बोटी बदकांप्रमाणे संथपणे विहरत होत्या. नदीच्या दोन्ही तटांवर भाविकांची गर्दी होती. काही भाविक पामच्या सावलीत बसून ज्योतिष्यांशी चर्चा करीत होते, तर काही मंडळी छोट्या-छोट्या गोष्टींच्या खरेदीचा आनंद घेत होती. काही भाविक मनोभावे नदीपात्रात बुड्या मारीत होते. मुंडन केलेले गुरुजी मंत्रपठण करीत होते, तर जटा-दाढीधारी साधू नदीपात्रात उभे राहून सूर्याला अर्घ्य अर्पण करीत होते आणि पहिलवान आपली शरीरयष्टी दाखवण्यात आनंद मानीत होते. संपूर्ण नदीपात्राच्या बाजूने घाट बांधण्यात आला होता; नजर जाईल तिथवर! दूरवर जळणाऱ्या चितेतून निघालेली धुराची वलये सगळ्या वातावरणाला एक वेगळेच परिमाण देत होती.

“भाविक आणि शोकमग्न आप्त या दोन्ही प्रकारच्या माणसांना ही नदी एकत्र

आणते. खरे म्हणजे आमचे हे गाव जन्माचा आणि मरणाचा असे दोन्ही सोहळे साजरे करते!'' डॉली म्हणाली.

''माणसे इथे मरण्यासाठी येतात असे एक जण मला म्हणाला होता.'' एकेट्टीने विचारले.

''असे म्हणतात की, काशीत येऊन तुम्ही मेलात, तर थेट स्वर्गात जाता.'' डॉलीने उत्तर दिले.

''म्हणजे तू मेल्यावर तूपण थेट स्वर्गात जाशील?''

''असा एकच स्वर्ग नसतो जिबा.'' समजावून सांगण्याच्या सुरात डॉली म्हणाली. ''वेगवेगळ्या लोकांसाठी स्वर्ग वेगवेगळे असतात. हिजड्यांसाठी तर अंत्यसंस्काराची जागाही वेगळी असते.''

एक दिवसानंतर, १ नोव्हेंबर रोजी एकेट्टीचे खरे काम सुरू झाले. एका अवाढव्य विवराच्या काठावर डॉली त्याला घेऊन गेली. एखाद्या महाकाय प्राण्याच्या मोठ्या पोटासारखे ते बांधकाम दिसत होते. डोक्यावर भारी बोजा घेतलेल्या बायकांची रांग त्या पोटावरून वर सरकत होती, तर हातात फावडी घेतलेली पुरुष माणसे ते पोट खोदत, उकरत होती. बांधकामावर सर्व बाजूंनी मोठाल्या झोपाळ्यांप्रमाणे लाकडी फळ्या बांधण्यात आल्या होत्या आणि लवलवत्या जिभांच्या प्राण्यांप्रमाणे दिसणाऱ्या महाकाय क्रेन्स त्या उंच फळ्यांशी जणू स्पर्धा करीत होत्या. वातावरणाला घामाचा दर्प होता आणि हवेत लोखंडाचा नाद घणाणत होता.

बांधकामावरील मजुरांवर देखरेख करणाऱ्या बब्बन नावाच्या माणसाला डॉली ओळखत होती. चेहेऱ्यावर कायमस्वरूपी तुसडेपणाच्या जणू रेषा आखलेल्या या इसमाने एकेट्टीचे पिळदार स्नायू बघितले आणि लगेच त्याला कामावर ठेवून घेतले. त्याच्या हातात एक कुदळ देऊन चर खणणाऱ्या मजुरांबरोबर त्यालाही कामाला उभे करण्यात आले.

एकेट्टीसाठी हे काम भलतेच अवघड होते. घामामुळे हातातील कुदळ वारंवार निसटत होती आणि पिवळी धूळ डोळ्यांत उडत होती. तो खड्डा एखाद्या भट्टीसारखा तापला होता आणि मातीचे मऊ गोळेही निखाऱ्यांप्रमाणे पायाला चटके देत होते.

दोन वाजता जेवणाच्या सुट्टीचा भोंगा वाजला आणि एकेट्टीने सुटकेचा नि:श्वास सोडला. जेवण म्हणजे केवळ कडक भात आणि भाज्या घातलेले पाणी होते; पण सावलीत मिळालेल्या थोड्या विसाव्यामुळे ते जेवण सुसह्य झाले इतकेच!

छोट्या गोलात बसून सगळे मजूर शांतपणे जेवत असताना आपल्याशेजारी बसलेल्या, एखाद्या भुताप्रमाणे दिसणाऱ्या कुबड्या माणसाला एकेट्टीने विचारले,

"या हॉटेलचे मालक कोण आहेत?"

त्या माणसाचे नाव सूरज होते. त्याचे कपडे फाटके होते आणि धुळीने भरलेल्या त्याच्या कपड्यांना घामाचा उग्र, शिळा दर्प होता. खांदे उडवत तो म्हणाला, "मला काय ठाऊक? असेल कोणी बडा शेठ एखादा. आपल्याला काय फरक पडतो? आपण तर राहणार नाही ना या हॉटेलमध्ये!" आणि मग एकेट्टीकडे रोखून बघत तो म्हणाला, "तू या गावातील दिसत नाहीस. यापूर्वी कधी बांधकामावर काम केले आहेस?"

"माझी पहिलीच वेळ आहे ही." एकेट्टीने उत्तर दिले.

"ते दिसतेच आहे; पण काळजी करू नकोस. मी तीन वर्षांपासून हे काम करतोय; पण अजून चुका करतो; पण पाठीची काळजी घे, नाहीतर माझ्यासारखे कायमचे कुबड पाठीवर येऊन बसेल. आणि ही धूळही छातीत जाऊ देऊ नकोस. ती सगळ्या शरीरातील छिद्रांमध्ये जाऊन बसते! या बांधकामाने माझ्या हात आणि पायाची काय अवस्था केलीये बघ!" सूरज आपले दोन्ही तळवे त्याच्यापुढे पसरत म्हणाला. सोलवटून निघालेले ते तळवे एखाद्या नारळाच्या शेंडीसारखे चरचरीत झाले होते. त्याच्या पायावर फोड आलेले होते आणि भेगाळलेल्या टाचांमधून आलेले रक्त तिथेच सुकले होते.

"मग कशाला करतोस तू हे काम?" एकेट्टीने विचारले.

"माझ्या घरी खाणारी पाच तोंडे आहेत आणि त्यासाठी पैसे लागतात ना!

"तुला इथे किती पैसे मिळतात?"

"जेमतेम पोटापुरते."

जेवणाची सुट्टी संपल्याचा भोंगा वाजला आणि सर्व मजूर अनिच्छेने उठले. दुपारभर सगळे काम करीत होते.

विटा लावणे, माती-सिमेंट कालवणे व ते वाहून नेणे, दगड फोडणे, खड्डे खणून भरणे. रापलेले-सोलवटलेले शेकडो हात हॉटेल उभारत होते. दिवस मावळल्यावर काम थांबले. संध्याकाळचे सहा वाजले होते. थकलेल्या पुरुषांनी आपल्या हातातील फावडी-कुदळी खांद्यावर घेतली. मरगळलेल्या बायांनी आपापल्या डब्याच्या पिशव्या आणि तान्ह्या लेकरांना उचलले आणि सगळ्यांनी ठेकेदारापुढे रांग लावली. एकेट्टीनेही दहा रुपयाच्या पाच कुरकुरीत नोटा मजुरी म्हणून घेतल्या आणि तो डॉलीच्या घराकडे निघाला.

उच्चभ्रू वसाहतीमधील एका मॉलसमोरून तो जात असताना एका दुकानातील काचेवर लावलेल्या एका पोस्टरने त्याचे लक्ष वेधून घेतले. गर्द निळा समुद्र आणि हिरव्याजर्द जंगलात वसलेल्या एका बेटाचे छायाचित्र होते ते. भान हरपून तो काही क्षण तेथे उभा राहिला आणि मोठ्या हिमतीने मग दुकानात शिरला. काउंटरमागे

बसलेली तरुण स्त्री नखांना आकार देत बसली होती. तिच्यामागील भिंतीवर जगाचा एक मोठा नकाशा लावलेला होता आणि शेजारी माहितीपत्रकांचा एक गठ्ठा ठेवलेला होता. एकेट्टीचे मळकट कपडे आणि तेवढाच कळकट चेहेरा याच्याकडे तिने एक तुच्छ कटाक्ष टाकला.

"बोला, काय हवे आहे?" तिने विचारले.

"बाहेरच्या काचेवर जे चित्र लावले आहे, त्या बेटावर मला जायचे आहे."

"ते अंदमान आहे." ती तेवढ्याच तुच्छतेने म्हणाली.

"मला ठाऊक आहे. तिथे बोटीने जायला किती पैसे पडतील?"

नखांचा कचरा झटकत तिने शेजारी ठेवलेले एक माहितीपत्रक उचलले. त्यावर तोच फोटो छापलेला होता.

"आमची ही पाच दिवसांची सहल आहे. आणि अगदी स्वस्त पॅकेजची! किंमतसुद्धा नऊ हजार रुपये आहे. आता निघ इथून. माझा वेळ फुकट घालवू नकोस."

"मी हे एक घेऊ ?" माहितीपत्रकाकडे बोट दाखवत त्याने विचारले. तिने चटकन एक माहितीपत्रक त्याला देत अक्षरश: दुकानाच्या बाहेर हाकलले.

"कसे वाटले काम?" एकेट्टी घरी येताच डॉलीने विचारले.

"मी ह्या कामासाठी गावातून इथे आलो नव्हतो." आपली पाठ चोळत एकेट्टी कुरकुरला. पाकिटातून पन्नास रुपये काढून डॉलीला देत तो म्हणाला, "हे पैसे तुझ्याकडे सांभाळून ठेवशील?"

"नक्की!" डॉली म्हणाली.

"नऊ हजार रुपये कमवण्यासाठी मला किती दिवस काम करावे लागेल ते सांगू शकतेस?"

कपाळावर आठ्या घालून चटकन हिशोब करीत डॉली म्हणाली, " एकशे ऐंशी दिवस म्हणजे जवळजवळ सहा महिने. का?"

"मला या बेटाला भेट द्यायचीये." हातातील माहितीपत्रक एखाद्या चषकाप्रमाणे उंच धरीत त्याने जाहीर केले. त्या गुळगुळीत कागदावर दिलेल्या मोहक स्वप्नांमुळे एकेट्टी आपली पाठदुखी, पायातील वेदना सगळे विसरून गेला. रात्रीचे जेवण झाल्यावर ते माहितीपत्रक हातात घेऊन एकेट्टी जमिनीवर लोळला. नारळाच्या उंच झाडांमधून घुमणारा वारा, गर्द जंगलातील पक्ष्यांचे विविध स्वरातील संगीत त्याच्या काना-मनात घुमू लागले. कासवाच्या चविष्ट मांसाची चव त्याच्या जिभेला जाणवू लागली.

दुसऱ्या दिवशी एकेट्टी परत बांधकामाच्या ठिकाणी कामासाठी गेला. हळूहळू

त्याचे हात त्या कामाला सरावले. इतके की, आठवड्याच्या अखेरीस तो अगदी सराईतासारखा खणू लागला; खाली न बघता. काम करणे सहज जमू लागले, तरी त्याला त्या कामाचा अतिशय तिरस्कार वाटत होता आणि त्यामुळे स्वत:चाही तिरस्कार वाटत होता. त्या हिजड्याचे घर ते बांधकाम एवढेच त्याचे विश्व आता उरले होते. बाकी शहरात फिरण्याइतका वेळ त्याला मिळत नव्हता आणि डॉलीच्या कॉलनीतील इतर लोकांशी परिचय करण्याचीही उमेद त्याला वाटत नव्हती. बायको शोधण्याची मोहीमही त्याने तूर्त स्थगित केली होती. रविवार असो वा सोमवार, दिवाळी, नववर्ष, सणवार-उत्सव हे सगळे त्याच्यासाठी सारखेच झाले होते. दहा-दहा रुपयांच्या पाच नोटा! त्या तो प्रामाणिकपणे रोज डॉलीच्या ताब्यात देत होता.

अडीच महिने गेले. हॉटेलचे मजले जसे चढू लागले तशा एकेट्टीच्या अपेक्षाही वाढू लागल्या.

"डॉली, माझे आत्तापर्यंत किती पैसे जमले असतील?"

त्याने तिला एक दिवस विचारले, "तब्बल तीन हजार रुपये!"

"याचा अर्थ माझ्या ट्रीपसाठी मला आणखी फक्त सहा हज़ार रुपयेच जमा करावे लागतील."

आकडेमोडीचे त्याला मिळालेले ज्ञान आणि त्याच्या स्वरातील त्या पैशाबद्दलची ओढ हे दोन्ही बघून तिला आश्चर्य वाटले. डॉलीने त्याच्याकडे एक कटाक्ष टाकला; पण ती बोलली मात्र काहीच नाही. मात्र त्या रात्री तिने स्वत:च्या पैशातून एक हजार रुपये त्या पैशांमध्ये जमा केले. स्वत:तर्फे! दोन दिवसांनी एकेट्टी क्रशरमध्ये दगड भरत असताना एकाएकी मोठा स्फोट झाला आणि कोपऱ्यातील एका खड्ड्यामधून धुळीचा एक मोठ्ठा लोळ उठला. तो त्या दुर्घटनास्थळी धावला तेव्हा खूप उंचीवर लावलेला लाकडी फळीचा आधार कोसळल्याचे त्याला दिसले. एक मजूर वेड्यावाकड्या तऱ्हेने हेलपाटत खाली मातीत छातीवर आपटला होता. दुसऱ्या एका मजुराने त्याला सरळ केले तेव्हा एकेट्टी कळवळून किंचाळलाच. तो सूरज होता!

सूरजच्या या अपघाती मृत्यूनंतर दोन दिवस काम बंद ठेवण्यात आले. घरी बसलेल्या एकेट्टीला डॉली आपल्याबरोबर बँकेच्या मोहिमेवर घेऊन गेली. इतर चार हिजड्यांबरोबर ते भेलपुरामधील गजबजलेल्या बाजारपेठेत शिरले. विजेचे सामान विकणाऱ्या दुकानाकडे डॉलीने निर्देश केला. "या दुकानाचा मालक राजनिश गुप्ता हे आपले लक्ष्य आहे. तू त्याला दुकानाच्या बाहेर काढ. बाकीचे काम आम्ही बघू." डॉली एकेट्टीला म्हणाली.

उंदरासारख्या दिसणाऱ्या त्या मालकाकडे जाऊन एकेट्टी म्हणाला, "तुमची

बाहेर कोणीतरी वाट बघते आहे.''

थोडासा गोंधळलेला राजनिश दुकानाबाहेर येताच हिजड्यांनी त्याला धरले. डॉलीच्या सहकाऱ्यांनी त्याला घेरून गाणी-नाच आणि तळव्यांवर तळवे घासत टोमणे मारणे सुरू केले. त्या गोलामध्ये उभ्या गुप्ताच्या शेजारी उभी राहून डॉली त्याला गुदगुल्या करीत होती. त्याचे गालगुच्चे घेत होती आणि हे करता-करता त्याला शिव्यांची लाखोली वाहत होती.

''तुझ्या मुलांचे वाटोळे होईल! धंदा बुडेल! तुझ्या अंगाला किडे लागतील. तुला कुत्र्याची मौत येईल.'' शेजारपाजारचे सर्व दुकानदार हा तमाशा बघण्यासाठी गोळा झाले. ते मोठमोठ्याने हसत होते, टोमणे मारत होते. एकेट्टीला आश्चर्य याचे वाटले की, ते टोमणे त्या हिजड्यांना नव्हते तर दुर्दैवी गुप्तांना होते!

''दहा दिवसांच्या आत कर्ज फेड, नाहीतर पुन्हा तुला भेटायला येऊ.'' गुप्ताकडे बोट रोखत डॉलीने इशारा दिला आणि एखाद्या महाराणीप्रमाणे कपाळावरील केस उडवत ती वळली. वळता-वळता आपल्या 'सैन्याला' माघारी बोलावण्यास ती विसरली नाही!

भर बाजारात अत्यंत शरमिंद्या मुद्रेने, हुंदक्यांचे कढ आवरत एकाकी उभ्या असलेल्या गुप्तांना बघून एकेट्टीच्या मनात करुणा दाटून आली!

दुसऱ्या दिवशी एकेट्टी पुन्हा बांधकामावर हजर झाला; पण त्यात मन लागत नव्हते. सूरजच्या आठवणींगुळे अस्वस्थ झालेल्या एकेट्टीला दिवस खूप मोठा वाटत होता. अन्नही बेचव लागत होते आणि कुदळ जड वाटत होती. त्याचे मन या कामात कधीच नव्हते. आता शरीरानेही बंड पुकारले होते!

संध्याकाळी तो घरी आला तेव्हा घरातील दृश्य बघून त्याला धक्काच बसला. सगळे घर अस्ताव्यस्त दिसत होते, कपाटातील सामान घरभर पसरले होते, जमिनीवर रक्ताचे डाग होते आणि डॉलीचा कुठे पत्ता नव्हता. रडणाऱ्या रेखाने त्याला घडलेल्या घटनेची माहिती दिली. त्या दिवशी दुपारी राजनिश गुप्ता आपल्याबरोबर हॉकी घेतलेल्या तीन गुंडांना घेऊन कॉलनीत आला होता. सगळे जण डॉलीच्या घरात घुसले आणि तिला बेदम मारले. प्रचंड रक्तस्राव झालेल्या डॉलीला तीस टाके घालावे लागले. ''कबीर चौऱ्यातील शासकीय रुग्णालयात ती जन्म-मृत्यूच्या सीमेवर उभी आहे.'' रेखा शेवटी म्हणाली.

''नाही! शक्य नाही हे!'' असे ओरडत तो ओंगे तरुण सुसाट वेगाने हॉस्पिटलकडे निघाला. तो हॉस्पिटलच्या प्रवेशद्वाराजवळ असतानाच काही हिजडे आतून बाहेर आले. चौघांच्या हातात असलेल्या स्ट्रेचरवर पांढऱ्या कपड्यांनी झाकलेले एक मानवी शरीर दिसत होते! ते डॉलीचे होते हे ओळखण्यासाठी

एकेट्टीला त्याकडे बघावेसुद्धा लागले नाही. 'राम नाम सत्य है' हा त्या हिजड्याचा जप त्याच्या मस्तकात जणू घणाचे घाव घालीत होता. पोटात कोणीतरी जोरात बुक्का मारावा आणि कळवळून प्राण कंठाशी यावे, तशी त्याची अवस्था व्याकूळ झाली होती. दोर तुटलेली कठपुतळी हेलपाटत जमिनीवर अस्ताव्यस्त पडावी, तसा तो जमिनीवर कोसळला.

बधिर अवस्थेत तो हॉस्पिटलमधून घरी परतला आणि जड पावलांनी डॉलीच्या घरात शिरला. आत शिरून तो थेट त्या वेड्यावाकड्या झालेल्या कपाटाजवळ गेला आणि त्यात जिवाच्या आकान्ताने त्याच्या बचतीचे पैसे शोधू लागला, पण कपाटात एक पैसाही नव्हता. काही क्षण तो बधिर होऊन खोलीतच उभा राहिला; त्या सुकलेल्या रक्ताकडे बघत. त्या खोलीत घडून गेलेल्या थरारनाट्याची कल्पना त्या रक्ताकडे बघून करणे शक्य होते! आणि मग तो ताडकन उठला आणि आपली कॅन्व्हास बॅग खांद्याला अडकवून वेगाने कॉलनीबाहेर पडला.

तो चौक ओलांडत असताना त्याच्या कानावर मोठ्याने मंत्रघोष आणि घंटानाद पडू लागला. मावळतीला सूर्य झपाट्याने अस्ताला चालला होता आणि त्या कातर वेळी दशाश्वमेध घाटावर गंगेची आरती सुरू होती; पण आज त्या स्वरांच्या ओढीने तो नदीकडे गेला नाही. डॉली खास हिजड्यांसाठी असलेल्या स्वर्गात गेली होती. या शहराने तिचा बळी घेतला होता. त्यामुळे तो या शहराला विटला होता.

वाराणसी शहराच्या बाहेर हायवेजवळ उभ्या असलेल्या एका ट्रकपाशी तो आला. भाविकांनी भरलेला तो ट्रक माघ-मेळ्यासाठी निघाला होता. लांब दाढी असलेला फेटाधारी शीख ड्रायव्हर ट्रकच्या टायरचे पंक्चर काढण्याच्या प्रयत्नात होता. एकेट्टीने त्याच्याकडे लिफ्ट मागितली आणि ड्रायव्हरने त्याला गाडीत चढायला सांगितले.

२२ जानेवारीच्या सूर्योदयापूर्वी ट्रकमधील हा 'मानवी माल' एका पुलावर उतरवला गेला. पुलावरून समोरचे गंगेचे पात्र दिसत होते – संथ! भव्य! एकेट्टी स्वत:ला म्हणाला, 'आणखी एक नवे गाव.'

प्रयागमधील पहाट हळूहळू फुटत होती. हवा थंड आणि प्रसन्न होती. गंगेच्या लाटा संथपणे किनाऱ्यावर येऊन आदळत होत्या. उगवत्या सूर्याच्या लालसर-तांबूस छटा त्या पाण्यालाही लाभल्या होत्या. नदीच्या काठाशी छोट्या लाकडी बोटी हेलकावत होत्या. वातावरणातील धुराचा पातळ पडदा त्या सगळ्या वातावरणाला राखाडी रंगाची छटा देत होता. अकस्मात आकाशात उडालेल्या पक्ष्यांच्या थव्याने त्या राखाडी रंगावर काळ्या ठिपक्यांची रांगोळी काढली. भगवे

आणि त्यासोबत इतर विविधरंगी ध्वज हवेत उंच फडफडत होते. दूरवर असलेल्या नैनी पुलावरून एक रेल्वे वेगाने धडधडत गेली आणि काही क्षण पूल जिवंत झाला. क्षितिज-रेषेवर ठळकपणे, उंच उठून दिसणाऱ्या अकबराच्या लाल किल्ल्यापुढे गावातील बाकीच्या सर्व इमारती आणि तात्पुरत्या उभ्या राहिलेल्या वस्त्यांमधील सर्व तंबू आणि राहुट्या खुज्या दिसत होत्या.

वर्षातून एकदा होणारे हे पवित्र स्नान म्हणजे माघ-मेळा. नदीच्या काठावर वाळूमध्ये एकेट्टी उभा असताना गायक-वादकांचा एका जथ्था समोरून गेला. यांच्या मागे एका उंच काठीवर लावलेला ध्वज उंचावणारा एक माणूस होता. शंख, डमरू, ढोल, वाजंत्री अशा विविध वाद्यांचा आवाज करीत निघालेला तो जथ्था नागा साधूंच्या आगमनाची सूचना देत होता. अंगभर भस्म फासलेल्या, कमरेला फक्त झेंडूची माळ बांधलेल्या, हातातील चकचकीत तलवारी आणि त्रिशूळ नाचवत 'शंभो हर हर'ची घोषणा देत त्या साधूंनी पाण्यात प्रवेश करताच वातावरणात एकच जल्लोष झाला. ते नागा साधू येताक्षणी एकतर अनेक भाविकांनी भीतीने तेथून काढता पाय घेतला किंवा काहींनी झुकून त्यांना नमस्कार केला. नदीपात्रात एकमेकांच्या अंगावर पाणी उडवणाऱ्या आणि मग नदीकिनारी येऊन गडबडा लोळणाऱ्या त्या साधूंकडे एकेट्टी एकटक, एका जागी खिळून बघत होता. त्यांचे लांब, एकात एक गुंतलेले केस आणि तांबारलेले डोळे बघून तो अवाक झालाच; पण अंगावरील कपड्यांपासून सहजतेने त्यांनी करून घेतलेली सुटका त्याला अधिक आश्चर्यकारक वाटत होती.

नागांपाठोपाठ विविध पीठांचे प्रमुख आले. भगवी वस्त्रे घातलेली ही साधूमंडळी वेगवेगळ्या वाहनांतून आली होती. एक जण भल्या मोठ्या आवाज करणाऱ्या ट्रॅक्टरमधून आला होता, तर दुसरा ट्रेलरमध्ये ठेवलेल्या चांदीच्या सिंहासनात विराजमान झाला होता. सजवलेल्या टांग्यात व्याघ्रजीन अंथरून त्यावर एक जण बसला होता, तर काही मंडळी रेशमी छत्र्या लावलेल्या सोनेरी रथांमधून आली होती. या सर्व साधूंमागे त्यांचे शेकडो अनुयायी मोठ्याने भजने गात येत होते.

संगमावर सगळी मंडळी एकत्र येत होती. गंगेच्या लालसर पिवळ्या पाण्यात निळसर काळे यमुनेचे पाणी येऊन मिळत होते. त्या संगमात सगळे भेद विसरून ही संतमंडळी एकत्र भेटत होती. थंड पाण्यात काकडणाऱ्या या भक्तांना जणू हे पाणी थोपटत होते. नग्न-अर्धनग्न पुरुष, दोन्ही हात जोडून प्रार्थना करता-करता स्वतःचे उघडे शरीर झाकू पाहणाऱ्या स्त्रिया आणि त्या गढूळ पाण्याचाही मनमुराद आनंद घेणारी मुले, सगळे जण त्या पाण्यात डुंबत होते. शीतपेयांची रिकामी खोकी, प्लॅस्टिकच्या पिशव्या याबरोबर झेंडूच्या फुलांचे हारही नदीपात्रात तरंगत होते. महादेव आणि गंगेच्या नावाचा जयघोष वातावरणात निनादत होता.

एकेट्टीनेही चटकन पाण्यात एक डुबकी मारली आणि मग तो किनाऱ्यावर जरा रेंगाळला. दानशूर भाविकांकडून अन्नदान सुरू असल्याने फुकट मिळालेल्या जिलबी-पुरीवर त्याने चांगला ताव मारला आणि उगाच निरुद्देश भटकत राहिला. जेव्हा ऊन चांगले कडकडीत झाले, तेव्हा त्याने मेला मैदानाकडे मोर्चा वळवायचे ठरवले आणि तो त्या तात्पुरत्या उभ्या केलेल्या बाजाराकडे वळला. तऱ्हेतऱ्हेच्या आणि विविध रंगाच्या काचेच्या बांगड्या आणि कुंकू खरेदी करण्यात बायका दंग होत्या, तर मुले प्लॅस्टिकच्या खेळण्यांच्या दुकानाबाहेर आशाळभूतपणे रेंगाळत होती. त्या दुकानातील खेळण्यातील बंदुका आणि काचेचे छोटे प्राणी-पक्षी खरेदी करण्याचा वडिलांकडे हट्ट करीत होती. कडेला बसलेले कुडमुडे ज्योतिषी भाविकांना त्यांच्या 'उज्ज्वल भविष्यासाठी' आपल्याकडील गंडे-ताईत विकण्याचा प्रयत्न करीत होते आणि पुस्तकाच्या दुकानातील धार्मिक पुस्तक-खरेदीसाठी भाविक रेंगाळत होते. या दुकानासमोर मांडलेल्या कृष्ण, लक्ष्मी, शंकर आणि दुर्गामाता अशा जुन्या-नव्या देवी-देवतांच्या भडक, बटबटीत पोस्टर्समध्ये सचिन तेंडुलकर, सलिम इलियासी, शबनम सक्सेना, शिल्पा शेट्टी अशा आधुनिक 'देवी-देवतांच्या' पोस्टर्सची भर पडली होती! एक बासरी-विक्रेता तीच ती धून परत परत वाजवत होता आणि अखंड बडबड करणारा दुसरा एक विक्रेता विविध प्रकारची सात कामे करणाऱ्या ॲल्युमिनियमच्या एका किसणीचे 'माहात्म्य' बायकांना पटवत होता. आपल्याकडील सापाचे तेल हे कसे नपुंसकत्वावर जालीम इलाज करणारे आहे हे सांगण्यासाठी एक विक्रेता निरर्थक वटवट करीत होता.

या मेळ्यात असलेल्या मोठ्या तंबूत सगळ्या कुटुंबांची राहण्याची सोय होती. विविध आकाराचे आणि तऱ्हेचे आरसे लावलेल्या तंबूतून हास्याचे फवारे उसळत होते, तर दुसरीकडे सापाच्या धडावरील बाईचे मस्तक बघून लोक भीतीने किंचाळत होते. एक भलामोठा आकाशपाळणा, एक स्टुडिओ आणि जादूचे प्रयोग दाखवणारा तंबू त्या सगळ्या वातावरणाला साजेसाच होता. 'रंगीला डिस्को धमाका' असे मोठ्ठ्या अक्षरात लिहिलेल्या तंबूपुढे मोठ्या रांगा होत्या. भरदार छाती आणि तोकड्या पँटीमधून पुष्ट मांड्यांचे प्रदर्शन करणाऱ्या मुलींच्या मोठाल्या दहा फुटी कट-आऊट्सकडे पुरुष लोचटपणे, पुन्हा- पुन्हा बघत होते. तंबूतून आतील संगीताचा कर्कश्श आवाज कानावर येत होता. तंबूत बसलेल्या तिकीट-विक्रेत्याने डोळे मिचकवत ऐकट्टीला विचारले, "बघायचीये एक झलक? फक्त वीस रुपये!"

"नको. बाईची छाती बघण्यासाठी कशाला पैसे फुकट घालवू!" एकेट्टी हसत म्हणाला.

धनुष्यबाण ठेवलेल्या एका स्टॉलकडे मग त्याचे लक्ष गेले. स्टॉलच्या

मध्यभागी एका मोठ्या चौकोनी लाकडी फळीवर टोचून ठेवलेले फुगे बाण मारून फोडल्यावर एक टेडी बेअर बक्षीस देणाऱ्या या स्टॉलवर चांगलीच गर्दी होती. अनेक बाण वाया गेलेले बघितल्यावर एकेट्टी पुढे झाला आणि त्याच्याजवळील दहाच्या पाच नोटांपैकी एक नोट त्याने त्या स्टॉल मालकाच्या हातावर ठेवली. छोट्या मुलांच्या एका गटाने त्याच्याभोवती कोंडाळे करून टाळ्या वाजवायला सुरुवात केली. धनुष्यावर बाण लावून नेम धरताच एकेट्टीचे सर्व स्नायूही धनुष्यावरील दोरीसारखे ताणले गेले. बेटावर केलेल्या डुकराच्या अखेरच्या शिकारीच्या आठवणी धमन्यांमध्ये जाग्या झाल्या आणि तो उत्तेजित झाला. त्या अवस्थेतच त्याने बाण सोडला. तो सपकन समोरच्या फुग्यात जाऊन रुतला. टाळ्या वाजवत मुलांनी एकच जल्लोष केला आणि दुकानदाराने तोंड वाकडे करीत एक टेडी त्याच्या हातात ठेवला. एकेट्टीने तो शेजारी उभ्या एक छोट्या मुलीच्या हातात ठेवीत दुसरा बाण उचलला! एकेट्टी त्या स्टॉलवरून निघून जाईपर्यंत तब्बल वीस मुलांना टेडी खेळायला मिळाले आणि रडवेल्या झालेल्या दुकानदाराने आपले दुकान आवरते घेतले!

नेमबाजीतील आपल्या यशामुळे खूश झालेल्या एकेट्टीने त्या खुशीतच एक पायवाट ओलांडली. माघ-मेळा मैदानातील एका अगदी वेगळ्याच भागात तो आला होता. दुकानांची गजबज, विक्रेत्यांच्या आरोळ्या इथे नव्हत्या. इथे ध्वनी होता धीरगंभीर मंत्रोच्चारांचा आणि घंटांचा! एकेट्टी विविध आखाड्यांचे महंत मुक्कामास असलेल्या आखाड्यांमध्ये आला होता. भाविकांचे लक्ष वेधून घेण्यासाठी जणू या आखाड्यांमध्ये स्पर्धा लागली होती. प्रत्येक आखाड्यावरील ध्वनिक्षेपक कर्कश्श आवाजात किंचाळत होता.

एकेट्टीची इथे पुन्हा नागा साधूंशी गाठ पडली. एकत्र जमलेल्या साधूंपैकी काही साधू लाकडी पलंगावर बसून चिलीम फुंकत होते, तर काही व्यायाम करीत होते. त्या जागेच्या मधोमध भस्माचा एक मोठा ढीग होता. ते भस्म ते साधू अंगाला फासण्यासाठी वापरत होते. काही वेळानंतर सगळे साधू एका मोठ्या तंबूत अदृश्य झाल्यावर एकेट्टीने सावधपणे त्या जागेत पाय टाकला. मग आपल्या अंगावरील कपडे उतरवून आपल्या पाठीवरील कॅन्व्हासच्या बॅगेत भरले आणि एखाद्या पाण्याच्या डोहात उडी घ्यावी तसे त्या भस्माच्या ढिगात स्वत:ला लोटून दिले. म्हशीने चिखलात डुंबावे तसा तो त्या ढिगात गळ्यापर्यंत बुडला; लोळला. सगळे शरीर, तोंड आणि डोक्यातील केससुद्धा राखेने भुरकट, पांढरे झाले. पुन्हा एकदा विवस्त्र, नागवे होण्याचे स्वातंत्र्य तो मनापासून उपभोगत होता.

तो तिथून बाहेर पडणार एवढ्यात तंबूतून एक नागा साधू बाहेर आला. त्याला बघून तो आदिवासी एकदम गुडघ्यावर रांगत कोपऱ्यात जाऊ लागला; पण

आपली बेहोष नजर त्याच्याकडे टाकीत त्या साधूने एक स्मितहास्य केले आणि त्याच्यापुढे चिलीम धरली. एकेट्टीनेही त्याच्याकडे बघत स्मितहास्य केले आणि एक खोलवर झुरका घेतला! बेटावर तो तंबाखू खात असे; पण थेट मस्तकात झिंग नेणारी मारिजुआनाची झिंग मात्र त्याने कधी अनुभवली नव्हती. त्याचे डोके एकदम हल्लक झाले. जणूकाही मेंदूत शेकडो छोट्या-छोट्या खिडक्या उघडल्या होत्या. त्या खिडक्यांमधून दिसणारे रंग अधिक तजेलदार होते आणि ध्वनी अधिक तीव्र! तो धडपडत आपल्या पायावर उभा राहिला; पण आधारासाठी त्याने साधूचा हात धरला. एक लांब-रुंद स्मितहास्य करीत तो साधू ओरडला, "अलख निरंजन!" त्या क्षणी एकेट्टी त्या नागा साधूंपैकी एक होऊन गेला! त्या साधूंनीही त्याचा स्वीकार केला. त्यांच्या घराला ना दारे होती ना भिंती! अंगावर चढणाऱ्या भस्माच्या लेपामध्ये सगळे भेद, सगळे रंग मिसळून जात. एकच रंग उरे, राखाडी, भुरकट. भासाच्या या दुनियेत मग जातिवर्णाचे भेदही कधीच गळून पडत.

अंगावर कपड्याची एक चिंधीसुद्धा न लावता राहणे एकेट्टीला आता सुखाचे वाटू लागले आणि एखाद्या मुक्त आत्म्याप्रमाणे तो गावात भटकू लागला. स्वत:चे शरीर रंगवून घेण्याचे स्वातंत्र्य आता त्याला होते. नागा साधूसारखे राहण्याचे आणखीही काही फायदे होते. भक्तांकडून काही दान-दक्षिणा मिळत असे. रेस्टॉरंटमधून फुकट जेवण आणि हनुमान-मंदिराचा रखवालदार रात्री मंदिराच्या बाहेरच्या, छप्पर असलेल्या व्हरांड्यात झोपण्यासाठी परवानगी देत होता. एका आठवड्यातच तो 'अलख निरंजन' म्हणायला शिकला आणि भक्तांना आशीर्वाद द्यायलाही शिकला. हातातील त्रिशूळ नाचवत इतर साधूंबरोबर पेटत्या धुनीभोवती नाचणेही त्याला जमू लागले. चिलीम ओढणे त्याला आवडू लागले. गांजामुळे त्याला सर्व वेदनांचा विसर पडू लागला. त्याच्या आयुष्यात येऊन गेलेली डॉली, अशोक आणि माइक या सर्वांचा त्याला विसर पडला.

पुढच्या क्षणाला काय करायचे, कोठे जायचे ही चिंताही त्याच्या मानगुटीवरून उतरली. तो फक्त त्या-त्या क्षणापुरता जगू लागला. वर्तमानात!

एक महिना गेला. माघी पौणिमा आली. महाशिवरात्रीपूर्वीचा शेवटचा पवित्र स्नानाचा दिवस आणि माघ-मेळ्याच्या समाप्तीचाही दिवस! नदीकिनारी बसून एकेट्टी समोरून जाणाऱ्या भाविकांच्या अखंड प्रवाहाकडे बघत होता. पवित्र स्नानाच्या ओढीने निघालेले भाविक. तेवढ्यात एकाएकी एकेट्टीच्या पायाखालची जमीन हादरली आणि स्फोटाच्या एका मोठ्ठ्या आवाजाने आसमंत दणाणला. या स्फोटाचा दणका एवढा तीव्र होता की एकेट्टी भुईसपाटच झाला. त्याच्यामागून उठलेल्या काळ्या धुराचा लोट बघता-बघता अक्राळविक्राळ आकाराचा झाला.

आणि पाठोपाठ माणसांच्या किंकाळ्यांचे करुण आवाज वातावरणात उमटू लागले. स्वतःला सावरत एकेट्टी उठला तेव्हा त्याच्या अवतीभोवती वेदनांनी तडफडणारी, विव्हळत आक्रोश करणारी माणसे पडलेली त्याला दिसली. मस्तकाशिवाय पडलेली धडे आणि हात-पाय तुटल्याने आक्रोश करणारी माणसे सर्वत्र दिसत होती. तुटलेल्या चपला, फुटलेले चष्मे, रक्ताने माखलेले कपडे, बूट, कमरेचे पट्टे, बांगड्या अशा अवशेषांचा जणू पाऊस अवतीभोवतीच्या वाळूत पडला होता. काही क्षणांपूर्वी गजबजलेला समोरचा चहाचा स्टॉल म्हणजे धातूचा निव्वळ एक गोळा उरला होता. रक्तात थबथबलेली जखमी माणसे सैरभैर होऊन आपापल्या नातलगांच्या नावाचा पुकारा करीत सैरावैरा फिरत होती. काही ठिकाणी आगी लागल्या होत्या.

त्या हल्ल्याची तीव्रता आणि त्याची भयानकता बघून एकेट्टी अक्षरशः सुन्न झाला. पापणी लवायच्या आत सगळेकाही होत्याचे नव्हते झाले होते. आनंदी मेळ्याचे रूपांतर बघता बघता अभूतपूर्व गोंधळात झाले होते. त्या जागेवरून दूर राहू इच्छिणाऱ्या लोकांची एकच झुंबड उडाल्याने नदीजवळ चेंगराचेंगरी सुरू झाली होती. पोलिसांच्या गाड्यांचे भोंगे वाजू लागले तसे एकेट्टीने आपले कपडे अंगावर चढवले आणि लोकांच्या लोंढ्यामागे तोही निघाला. मुख्य रस्त्यावर तो सुखरूप पोहोचल्यावर रस्त्याच्या कडेला उभ्या असलेल्या एका रिक्षावाल्याला त्याने विचारले. ''रेल्वे स्टेशनकडे जाणारा रस्ता कोणता आहे रे बाबा?''

गावाच्या दुसऱ्या भागात सुरू असलेल्या गोंधळाची गंधवार्तासुद्धा रेल्वे स्टेशनच्या परिसराला नव्हती. प्रवाशांची ये-जा, गाड्यांची वर्दळ, हमालांची लगबग सगळेकाही नेहेमीप्रमाणे सुरू होते. थंड पाण्याच्या एका टाकीपाशी एकेट्टी गोंधळून उभा होता. भारतातील गावे त्याला ठाऊक नव्हती आणि खिशात पैसेही नव्हते. त्या क्षणी त्याची नजर एका सडपातळ, तुळतुळीत दाढी केलेल्या, बारीक कातरलेल्या काळ्याभोर केसाच्या एका व्यक्तीकडे गेली. स्टेशनवर जरा दूरच्या अंतरावरील एका बाकावर तो बसला होता. त्याच्या तोंडात सिगारेट होती आणि दोन पायांच्या मध्ये राखाडी रंगाची एक सूटकेस त्याने पकडली होती. तो अशोक राजपूत होता, हे लक्षात येताच एकेट्टी त्याच्याकडे निघाला. खरे म्हणजे त्याच्याकडे पाठ करून तो पळून जाऊ शकला असता; पण एकेट्टी त्याच्या दिशेनेच निघाला आणि हात जोडून त्याच्यासमोर उभा रहात म्हणाला, ''हॅलो अशोकसाहेब.''

अशोकने त्याच्याकडे नजर टाकली आणि आश्चर्याचा जोरदार धक्का बसल्याने ताडकन उभा राहत तो उद्‌गारला ''तू...?''

''तुम्हाला सोडून देऊन एकेट्टीने फार मोठी चूक केली आहे.'' गयावया करीत तो म्हणाला, ''तुम्ही मला माझ्या बेटावर परत पाठवू शकता? आणखी एक

दिवससुद्धा माझी इथे राहण्याची इच्छा नाहीये.''

अशोकच्या चेहेऱ्यावरील प्रारंभीचा संभ्रम क्षणात दूर झाला आणि पूर्वीचाच, समोरच्याला तुच्छ लेखणारा उद्धटपणा त्याच्या चेहेऱ्यावर दिसू लागला. आपल्या तोंडातील सिगारेट हाताने उडवत तो वस्सकन ओरडला, ''बेवकूफ, काळा डुक्कर लेकाचा! गेले चार महिने तुला शोधण्यासाठी वणवण फिरतोय. तुला काय वाटले, असा माझ्यासमोर उभा राहून मला परत पाठवा म्हणत तोंड वेंगाडल्यावर मी तुला परत पाठवेन? मी काय तुझा ट्रॅव्हल एजंट आहे?''

तो ओंगे एकदम जमिनीवर गुडघे टेकीत अजीजीने म्हणाला, ''एकेट्टी तुमची माफी मागतोय. आता तुम्ही म्हणाल ते मी करेन. फक्त मला गौबालांबेला परत पाठवा.''

''मग आधी शपथ घे की, तू माझी प्रत्येक आज्ञा पाळशील.''

''एकेट्टी शपथ घेतो.''

''शाब्बास! मी तुला एकाच अटीवर परत नेईन, पण तेही लगेच नाही. माझे इथले काम संपल्यावर नेईन; पण तोपर्यंत तुला माझा नोकर म्हणून काम करावे लागेल. समजले?''

ओंगेने मान हलवली.

''तू अलाहाबादमध्ये काय करीत होतास?'' अशोकने विचारले.

''काही नाही. टाइमपास करीत होतो.'' एकेट्टी म्हणाला.

''माघ-मेळ्यात गेला होतास?''

''हो. मी तिकडूनच थेट इथे येतोय.''

''तुझे नशीब बलवत्तर म्हणून वाचलास. तिथे खूप मोठा दहशतवादी हल्ला झाला. बॉम्बस्फोटात कमीतकमी तीस माणसे मेली असे म्हणतात.''

''तुम्हीही होता तिथे?''

''होय. तुला स्वत:विषयी वाटणार नाही एवढी मला तुझी काळजी वाटत होती. मी तो पवित्र दगड शोधण्यासाठी माघ-मेळ्यात आलो होतो.''

''मग मिळाला का तो?''

''नाही ना!'' हताशपणे अशोक म्हणाला. ''बॉम्बस्फोटाच्या गडबडीत एका चोराने तो स्वामी हरिदासांच्या तंबूतून चोरला.''

''म्हणजे आता तो कधीच परत मिळणार नाही?''

''मला ठाऊक नाही. मला वाटतेय तो चोर जेव्हा तो विकायला काढेल तेव्हा त्याला आपल्याला पकडता येईल.''

''मग आता आपण कुठे निघालोय?''

''माझ्या गावाला. जैसलमेरला. आणि तूपण आता माझ्याबरोबर तिकडेच

निघाला आहेस.''

ट्रेन दुसऱ्या दिवशी सकाळी जैसलमेरमध्ये पोहोचली. ते रेल्वे स्टेशन म्हणजे जणू मासळी बाजार होता. रिक्षा आणि टॅक्सीवाले मोठ्याने त्यांच्या हॉटेलच्या नावाने ओरडत प्रवाशांचे लक्ष वेधून घेत होते. दलाल मंडळी हातात मोठाले फलक घेऊन आपल्या गेस्ट हाउसची जाहिरात करीत होती, तर दलालांचा दुसरा एक गट प्रवाशांना स्वस्त दरातील उंटाच्या सफारी आणि त्यासोबत मोफत टॅक्सीसेवेचे आमिष दाखवून गळ घालत होता. पोलीस हवालदार काठी फिरवत या सगळ्यांना मागे रेटण्याचा प्रयत्न करीत होते. डोळे मिचमिचे करीत कपाळावर हात नेत अशोकने आकाशात सूर्याकडे बघितले आणि कपाळावरील घाम हातरुमालाने पुसला. फेब्रुवारीचा अखेरचा आठवडा असूनही वातावरणात चांगलाच चटका होता. त्या समाजकल्याण अधिकाऱ्याला जैसलमेरमधील प्रत्येक जण ओळखत होता बहुधा. ''पाव लागू शेखावतजी!'' स्टेशनवरील अधिकाऱ्याला अशोक म्हणाला. मग पुढे होत 'खम्मा घानी, जग्गू' म्हणत त्याने कोपऱ्यावरील हॉटेल-मालकाला रामराम ठोकल्यावर त्या मालकाने याला मिठीत घेत एक कोल्ड्रिंकची बाटली त्याच्या हातात ठेवली.

''हे माझे गाव आहे. त्यामुळे तू काहीही वाह्यातपणा करण्याचा प्रयत्न केलास ना, तर पुढच्या क्षणी ते मला समजेल.'' एकेट्टीला अशोकने बजावले.

एकेट्टीने मुकाटपणे मान हलवली. ''एकेट्टीने एकदा शपथ घेतली ना की, त्याला ती मोडता येत नाही. जो ओंगे आपला शब्द पाळत नाही, त्याच्यावर ओंकोबोंक्वेचा कोप होतो. तो मरतो आणि 'इक्का' होऊन त्याला पाताळात राहण्याची शिक्षा होते.''

''मला खात्री आहे, असे काही आपल्या वाट्याला येऊ नये अशीच तुझी इच्छा असेल.'' असे म्हणत अशोक आणि त्याच्याबरोबर एकेट्टी असे दोघेही एका खिळखिळ्या झालेल्या रिक्षात बसले. त्या गावातील चिंचोळ्या, अरुंद गल्ल्यांमधून खडखडाट करीत रिक्षा धावू लागली.

रस्त्याच्या बाजूला अधूनमधून दिसणारी घरे, कडेला बसलेली जनावरे एकेट्टी कुतूहलाने बघत होता. डोक्यावर पाण्याचा हंडा घेऊन चाललेली एक बाई रस्त्यावर दिसत होती. तेवढ्यात अकस्मात एकेट्टी ओरडला, ''थांब.''

अकस्मात आलेल्या या व्यत्ययामुळे वैतागलेल्या अशोकने विचारले, ''काय झाले?''

''ते बघ!'' भीतीने अंग आक्रसून घेत एकेट्टीने समोर बोट दाखवले. रस्त्यावरून तीन उंट डुलत संथ गतीने चालले होते.

"तू कधी आधी हे प्राणी बघितले नसशील; पण ते अगदी निरुपद्रवी आहेत." हसत अशोक म्हणाला आणि त्याने ड्रायव्हरला रिक्षा पुढे न्यायला सांगितली. काही मिनिटांतच ते रस्त्यावरील एका बाजारपेठेत शिरले. झगमगीत लाल-केशरी रंगाच्या ओढण्या आणि मनगटापर्यंत तऱ्हेतऱ्हेच्या बांगड्या घातलेल्या राजस्थानी स्त्रियांची गर्दी त्या बाजारपेठेतील कपड्यांच्या दुकानात फळांच्या हातगाडीभोवती दिसत होती आणि भरघोस मिशा असलेल्या पुरुषांच्या डोक्यावर रंगीबेरंगी फेटे बांधलेले होते.

वातावरणातील धूळ आणि उन्हाची तलखी याच्या पलीकडे एखादे मंद तेजाने झळकणारे मृगजळ डौलात उभे राहावे तसा सोनसळी रंगाचा डौलदार वाळूचा किल्ला दूरवर दिसत होता. त्याच्या भोवतीच्या भव्य, लांब-रुंद भिंती, मंदिराचे नाजूक कोरीवकाम केलेले सुळके आणि तांबूस प्रकाशात न्हालेले अनेक झरोके असलेला तो भव्य किल्ला एखादे अद्‌भुत स्वप्न मध्ययुगातून जमिनीवर अवतरावे तसा दिसत होता.

आपण एखादे स्वप्न तर बघत नाही ना, असे वाटून एकेट्टीने डोळे चोळले. "हे काय आहे?" अचंबित स्वरात त्याने विचारले.

"तो जैसलमेरचा किल्ला आहे आणि आपण त्या किल्ल्यात चाललो आहोत. ज्या टेकडीवर तो सोनेरी किल्ला उभा होता त्या त्रिकुटा टेकडीवर चढताच रिक्षाने असहकार पुकारला. किल्ला जवळ आल्यावर एकेट्टीला दिसले ते झरोके म्हणजे छोटे मनोरे होते. त्याच्याभोवती होते आणखी उंच मनोरे, जे एका भक्कम भिंतीने एकमेकांना जोडलेले होते.

एका भव्य प्रवेशद्वारातून ते किल्ल्याच्या आवारात शिरले आणि एका दगडी अंगणात आले. तिथून सर्व दिशांना वाटा फुटत होत्या. त्या अंगणात अनेक छोटी छोटी दुकाने होती. त्यात रंगीबेरंगी दुलया, दगडांपासून बनवलेल्या विविध शोभेच्या वस्तू आणि कळसूत्री बाहुल्या विक्रीसाठी होत्या. भलामोठा फेटा बांधलेला एक माणूस सारंगी वाजवत होता, तर दुसरा मंजिरा वाजवून भोवताली असलेल्या परदेशी पर्यटकांची करमणूक करत होता. सगळे पर्यटक दोन्ही कलाकारांचे फटाफट फोटो काढीत होते.

रिक्षा जशीजशी किल्ल्यात आत जात होती, तसा तो किल्ला म्हणजे शहरात वसलेले दुसरे शहरच होते जणू असे भासत होते! या शहरात अनेक सुबक घरे होती. साईनबोर्ड्स, मोठाले फलक आणि वायरीच्या भेंडोळ्यामुळे यातील अनेक जुन्या हवेल्या विद्रूप दिसत होत्य, पण तरीही त्यावरील विलक्षण नाजूक कोरीवकामाचे वैभव मात्र लपत नव्हते. सापाच्या वेटोळ्याप्रमाणे असलेल्या त्या छोट्याछोट्या गल्ल्या वर्दळीने गजबजलेल्या होत्या. कोपऱ्यातील छोट्या दुकानांमध्ये साबणापासून

सिमकार्डपर्यंत सगळेकाही मिळत होते; विक्रीला होते. रस्त्याच्या कडेला बसलेले फळविक्रेते सफरचंद आणि संत्र्यांचे ढीग घेऊन बसले होते. दाढीवाल्या शिंप्यांची मशीन्स बकऱ्यांसारख्या क्षीण आवाजात आवाज करीत होती. रस्त्याच्या कडेला असलेल्या रेस्टॉरंटमधून गाण्याचे कर्कश्श आवाज ओघळत होते आणि शेजारील जैन मंदिरातून येणाऱ्या मंत्राच्या आवाजात मिसळून जात होते. डुगडुगणाऱ्या छतावर उभे राहून मुले पतंग उडवत होती, तर रस्त्याच्या मध्यभागी गाई संथपणे रवंथ करीत होत्या.

मातीच्या भिंती आणि छप्पर असलेली रंगवलेल्या घरांची एक रांग ओलांडल्यावर अशोकने रिक्षा एका ऐतिहासिक मोडकळीला आलेल्या दुमजली हवेलीकडे घ्यायला सांगितली. त्याला महिरपी असलेल्या खिडक्या होत्या आणि कोरीव काम केलेले लाकडी दार होते. दार उघडून ते आत शिरले. पांढरा कुडता-पायजमा घातलेल्या तेरा-चौदा वर्षांचा एक हडकुळा उंच मुलगा व्हरांड्यातून आला. ‘‘चाचू’’ असे आनंदाने ओरडत तो अशोककडे धावला. अशोकने त्याला मोठ्या प्रेमाने आणि आश्चर्य वाटावे इतक्या काळजीपूर्वक मिठी मारली.

‘‘किती मोठा झालास तू राहुल!’’ तो म्हणाला.

‘‘तुम्ही मला पाच वर्षांनी बघताय काका!’’ मुलगा उत्तरला. ‘‘भाभीसा घरात आहेत?’’ अशोकने विचारले.

‘‘हो. स्वयंपाकघरात आहे ती. मी बोलावतो तिला.’’

‘‘नको. मीच जाऊन तिला आश्चर्याचा एक धक्का देतो.’’ अशोक म्हणाला.

‘‘तुझ्याबरोबर हा कोण माणूस आहे?’’ एकेट्टीकडे बोट दाखवत त्या मुलाने विचारले.

‘‘हा नोकर मी बेटावरून उचलून आणला. तो आपल्यासाठी काम करेल.’’

‘‘कित्ती छान! आपला आधीचा नोकर ललित गेल्या आठवड्यात पळून गेला; पण हा इतका काळा कसा?’’

‘‘मी तुला पाठवलेले फोटो तू बघितले नाहीस? अंदमानमधील सर्व आदिवासी असेच आहेत; पण तो काम खूप छान करेल. तू त्याला मागच्या बाजूला असलेल्या नोकरांच्या खोल्या दाखवून ये ना!’’ असे म्हणत अशोक व्हरांड्याच्या दिशेने निघाला. तो मुलगा संशयाने एकेट्टीकडे बघत म्हणाला, ‘‘तू आदमखोर आहेस?’’

‘‘म्हणजे?’’ एकेट्टीने विचारले.

‘‘म्हणजे माणसे खाणारा. काका सांगत होते, अंदमान बेटावर माणसे खाणाऱ्या खूप आदिवासी जमाती आहेत म्हणून.’’

‘‘फक्त जारवा जमाती माणसे खातात. मी त्यांपैकी नाही आणि मी त्यांपैकी कोणाला भेटलोही नाहीये.’’

“जर तू भेटला असतास, तर आज इथे दिसला नसतास.” हसत तो मुलगा पुढे म्हणाला. “माझे नाव राहुल. ये माझ्याबरोबर.”

मुख्य दरवाजातून तो एकेट्टीला शेजारच्या छोट्या गल्लीत घेऊन गेला. वाटेत रस्त्यावर अर्धी पँट घातलेला एक मुलगा हातात अल्सेशियन कुत्र्याला बांधलेली साखळी धरून उभा होता. या दोघांना बघून तो कुत्रा गुरगुर करू लागला. “अरे राहुल, हा काळू कोण रे?” कुत्र्याच्या साखळीला घट्ट पकडत तो मुलगा ओरडला.

“हा आमचा नवा नोकर.” राहुल उत्तरला.

“कुठे मिळाला तुम्हाला हा? आफ्रिकेला?”

राहुलने काहीच उत्तर दिले नाही.

“जंगली हबशी!” एकेट्टी त्या मुलाच्या जवळून जात असताना त्या मुलाने शेरा मारला, तर कुत्रा साखळीला हिसके देत पुढे येण्याचा प्रयत्न करू लागला.

“बिट्टू, वाईट नको वाटून घेऊस. तो नेहेमीच लोकांची अशी खिल्ली उडवतो.” क्षमायाचनेच्या सुरात राहुल म्हणाला.

नोकरांच्या खोल्या घराच्या मागच्या बाजूला होत्या. त्या कळकट, अंधाऱ्या खोल्यांना खिडक्यासुद्धा नव्हत्या. घाणेरड्या, वास मारणाऱ्या गाद्या आणि फाटकी ब्लँकेट त्या खोलीत फेकलेली होती. दोन खोल्यांच्या मध्ये संडास होता.

किल्ल्याच्या ९९ झरोक्यांपैकी एका झरोक्याच्या टोकाच्या शेजारी हवेली बांधलेली होती. नोकराच्या खोल्यांना लागूनच वाळूच्या दगडाचा एक कठडा होता. त्यावर एक गाय बांधलेली होती. स्वस्थपणे ऊन खात ती रवंथ करीत होती आणि अधूनमधून शेपटीने अंगावरील माशा हाकलत होती. त्या कठड्यावरून वाकून एकेट्टीने खाली बघितले. खाली किल्ल्याची भिंत होती आणि त्याखाली खडकाचा उभा उतार होता. एखादी तपकिरी-राखाडी चादर अंथरावी तसे जैसलमेर शहर दूरपर्यंत पसरलेले दिसत होते. सपाट छत असलेली, काडेपेट्यांप्रमाणे दिसणारी चौकोनी घरे अस्ताव्यस्त पसरली होती. दूर क्षितिजावर थर वाळवंटातील वाळूच्या लाटा त्याला दिसत होत्या. गोठलेल्या बर्फाप्रमाणे एकेट्टीने हवेत हुंगत इकडे-तिकडे बघितले, त्या वाळूच्या समुद्राजवळ पाणी आहे का याचा अदमास घेण्यासाठी.

एकदम एकेट्टीला मागच्या बाजूला कोणीतरी मोठ्याने ओरडल्याचा आवाज ऐकू आला. त्याने मागे वळून बघितले. मघाचा अल्सेशियन दात विचकत त्याच्याकडे आक्रमकपणे येत होता.

“बिट्टू, हा काय मूर्खपणा करतोयस तू?” राहुल ओरडला; पण त्या आदिवासीच्या चेहेऱ्यावर भीतीचा लवलेशही नव्हता. त्याने आपला हात हलकेच त्या जनावराच्या डोक्यावर ठेवला. तो कुत्रा अगदी शांत होऊन आपला आनंद

व्यक्त करण्यासाठी एकेट्टीचा हात चाटू लागला.

"असे कसे झाले?" राहुलने आश्चर्याने विचारले.

"प्राणी आमचे मित्र असतात. आम्हाला काळजी वाटते ती 'इनेन'ची." एकेट्टी म्हणाला.

"हे 'इनेन' म्हणजे कोण?"

"तुझ्या मित्रासारखी माणसे." बिट्टूकडे निर्देश करीत तो म्हणाला.

तेवढ्यात एक कानठळ्या बसवणारा आवाज वातावरण कापत गेला आणि त्यापाठोपाठ जमीन हादरली. एकेट्टीने वर बघितले. दोन विमाने वेगाने आकाशात झेपावत होती. बघता-बघता ती आकाशात दिसेनाशी झाली.

"एरोप्लेन!" एकेट्टी एकदम उत्तेजित होऊन ओरडला.

"एरोप्लेन नाही. लढाऊ विमाने आहेत ही." राहुलने प्रेमाने दुरुस्ती केली. "जैसलमेरमध्ये हवाई दलाचे महत्त्वाचे, मोठे केंद्र आहे. रोज 'मिग २१' हवेत झेपावताना दिसतील तुला. या विमानात बॉम्बही असतात."

"मी अलाहाबादमध्ये एक बॉम्ब बघितलाय. त्याच्यामुळे तीस माणसे मेली."

"फक्त तीस? या जेटमध्ये जे बॉम्ब आहेत त्यांच्यात हजारो माणसे मारण्याची ताकद आहे." राहुल तुच्छपणे म्हणाला.

आणखी एक जेट कर्कश्श आवाज करीत हवेत झेपावले. "ते आपल्यावर बॉम्ब टाकणार नाहीत ना?" एकदम सावध होत एकेट्टीने विचारले.

"नाही रे!" हसत राहुल म्हणाला, "चल, आई वाट बघत असेल."

हवेलीचा दिवाणखाना म्हणजे जुन्या, शेखावती फर्निचरची गर्दी असलेली एक छोटी, चौकोनी खोली होती. कोरीवकाम असलेल्या सेटी, गुबगुबीत उशा असलेल्या खुर्च्या आणि बुटकी, छोटी स्टुल्स तिथे होती. जमिनीवर अंथरलेल्या जाजमाला कुबट, जुना वास येत होता. शेजारच्या शेल्फवर जुनी वाघाच्या कातडीची ट्रॉफी होती. शिकार केलेल्या वाघाचे डोळे भुस्सा भरून, त्याच्या उघड्या जबड्यात कृत्रिम दात व जीभ लावून तिथे ठेवले होते. त्याचे डोळे काचेसारखे निर्जीव होते. भिंतीवर सर्वत्र एका उंच, रुंद खांद्याच्या, तशाच रुंद जिवणीच्या आणि पिळदार मिशा असलेल्या माणसाचे फोटो लावले होते. जणू ती खोली म्हणजे त्याचे मंदिर असावे! हातात लांब रायफल घेऊन त्याचे विविध पोजमधील फोटो तिथे होते.

"हा माणूस कोण?" एकेट्टीने विचारले.

"हे माझे वडील." अभिमानाने राहुल उत्तरला, "जगातील सर्वांत शूर माणूस. तू ते भिंतीवर लावलेले वाघाचे कातडे बघितलेस? माझ्या वडिलांनी

काहीही हत्यार न वापरता, निव्वळ हाताने वाघाला मारले.''

''मीही एकदा असेच डुक्कर मारले होते; पण तुझे वडील आता आहेत कुठे?''

''स्वर्गात गेले.''

''अरेच्चा, कसे गेले ते?''

राहुल काही बोलण्यापूर्वीच त्याची आई खोलीत आली आणि तिच्या-पाठोपाठ अशोक. तिशीतील गुलाबो एकदम लक्ष वेधून घेणारी स्त्री होती. लंबगोलाकृती चेहरा, त्यावर अतिशय ठळकपणे उठून दिसणारे लांब, बाकदार नाक, काळेभोर डोळे, अतिशय रेखीव भुवया, पातळ ओठ. तिच्या चेहेऱ्याचे वळण तिच्यातील हेकेखोरपणा सूचित करणारे होते; पण तिच्या काळ्याभोर डोळ्यांत वेदनेची एक आर्त छटा होती.

तिने लाल रंगाच्या घागऱ्यावर पांढरे, लांब, सैल आणि पाठीवर फक्त नाड्या असलेले ब्लाऊज घातले होते. केशरी रंगाची ओढणी तिने डोक्यावरून घेतली होती आणि हात व गळा मात्र भुंडा होता. खिडकीच्या जाळीतून झिरपणारी कलत्या दुपारची उन्हे समोरच्या गुळगुळीत भिंतीवर नाजूक नक्षी उमटवत होती. या उन्हाच्या कवडशांमध्ये उजळलेला गुलाबोचा चेहरा कमालीचा निग्रही दिसत होता. तो जणू सुचवत होता, ही अशी स्त्री आहे, जिला सन्मानानेच वागवावे लागेल!

दिवाणावर बसून त्या आदिवासीकडे नजर टाकीत तिने विचारले, ''थारो नाम कैं है?''

''भाभीसा, त्याच्याशी हिंदी भाषेत बोललात तर बरे होईल.'' अशोकने सल्ला दिला आणि एकेट्टीकडे बघत तो म्हणाला, ''तुझे नाव सांग रे!''

''मी झारखंडचा, जिबा कोरवा.'' एकेट्टीने पोपटाप्रमाणे उत्तर दिले.

''पण मला असे वाटले की, तू अंदमानचा आहेस.'' भुवया उंचावत गुलाबो म्हणाली.

''खरेय ते भाभीसा; पण हे कोणाला समजायला नको ना, त्यामुळे मीच त्याला हे नवीन नाव दिले.''

''मला सांग, तू काय-काय करू शकतोस?'' गुलाबोने एकेट्टीला विचारले.

''तो तुम्ही म्हणाल ते करेल भाभीसा.'' मध्येच हस्तक्षेप करीत अशोक म्हणाला.

पण त्याला मध्येच थांबवत गुलाबो म्हणाली, ''मी तुम्हाला विचारत नाहीये देवरसा, त्याला विचारतेय.''

''तुम्ही म्हणाल ते.'' एकेट्टीने उत्तर दिले.

तिने त्याला त्याची सगळी कामे समजावून सांगितली आणि मग त्याच्या अंगातील टी शर्ट आणि हाफ पॅन्टकडे निर्देश करीत म्हणाली, ''आणि हे असे मूर्खासारखे कपडे काय घातले आहेस? उद्यापासून फेट्यासह व्यवस्थित कपडे घाल म्हणजे राजस्थानी दिसशील.''

अनेक बटणांचा पांढरा शर्ट, कमरेजवळ ढगळ आणि घोट्याकडे निमुळती होत जाणारी सलवार आणि केशरी ठिपके असलेला लालजर्द तयार फेटा डोक्यावर घालून एकेट्टी आरशापुढे उभा राहिला आणि हसला. झाडू हातात घेताच त्याचे मन भूतकाळात, त्याच्या बेटावर गेले. घरातील ही अशी कष्टाची कामे करण्याचा त्याला फार कंटाळा आणि तिरस्कार, पण समाजकल्याण खात्याने ती त्याच्यावर लादली होती; पण आता बांधकामावर केलेल्या कामामुळे मात्र त्याला पार बदलून टाकले होते. कष्टाला सरावलेले हे हात आता स्वस्थ बसत नव्हते. दिवसभर तो हवेलीत काम करीत असे. झाडलोट, भांडी घासणे, कपड्यांना इस्त्री करणे, गाद्या घालणे आणि अशी कितीतरी! संध्याकाळी पाचपर्यंत सगळी कामे आटोपल्यावर तो राहुलबरोबर दिवाणखान्यात टीव्ही बघत बसे. राहुलला टीव्हीवर सिनेमे बघायला आवडत; हाणामारीचे आणि हिंसा असलेले. त्या आदिवासीला मात्र ते फारसे आवडत नसत. कधी, अगदी क्वचित एकेट्टीला एकट्याला टीव्ही बघण्याची संधी मिळाली, तर तो चॅनल बदलत राहत असे. दूरदर्शननंतर एचबीओ, मग डिस्कव्हरी आणि त्यावरून नॅशनल जिओग्राफिक अशा सगळ्या जगाच्या अशा धावत्या प्रतिमा बघायला त्याला आवडत. या प्रवासात कधी स्वित्झर्लंडमधील बर्फाच्छादित शिखरे त्याला बघायला मिळत, तर कधी आफ्रिकेतील वन्यजीवन. कधी व्हेनिसच्या कालव्यांमधील बोटी दिसत, तर कधी इजिप्तमधील पिरॅमिड; पण जे बघण्यासाठी त्याचा जीव आसुसला होता ते मात्र त्याला दिसत नसे... अंदमान बेटाची एखादी झलक!

अशोकचे कुटुंब शाकाहारी होते आणि गुलाबो कमालीची सुगरण होती. तिने बनवलेल्या पदार्थांना खास राजस्थानी स्वाद होता. खमंग आणि झणझणीत! एकेट्टीला माशांची आणि डुकराच्या मांसाची आठवण येत असे; पण हळूहळू त्याला डाल-बाटी आणि चुरम्याची चव आवडू लागली होती. चुरलेल्या रोटीमध्ये गुलाबो सढळ हाताने तूप घालीत असे. एकेट्टीला जेवताना ग्लासभर ताक द्यायला ती विसरत नव्हती. तिच्या हातची मिठाई तर एकेट्टीला विशेष आवडत होती.

हवेलीतील आयुष्याची घडी आता बसत होती. राहुलचा निम्मा दिवस शाळेत जात असे. अशोकचा बराचसा वेळ घरात, गुलाबोच्या मागे-मागे करण्यात जाई. संध्याकाळी, सूर्यास्ताच्या वेळी एकेट्टी त्या किल्ल्याच्या भिंतीवर बसून

भोवताली दाटून येणाऱ्या अंधारात नजर लावून बसे. किल्ल्याच्या भक्कम भिंतीवरून वाहणाऱ्या वाऱ्याबरोबर त्याचे मन थेट त्याच्या बेटावर जात असे. 'कधी नेईल अशोक आपल्याला परत या बेटावर?' भोवतालच्या अंधाराला एकेट्टी प्रश्न विचारीत राही.

तो मार्चमधील एक उबदार दिवस होता. राहुल शाळेत गेला होता. आळसावलेली ती दुपार सुस्तपणे पुढे सरकत होती. एकेट्टी गुलाबोच्या खोलीबाहेरची फरशी पुसत होता. अशोक गुलाबोबरोबर आतील खोलीत होता. त्यांच्या संभाषणातील काही तुटक संवाद एकेट्टीच्या कानावर पडले.

"हा आदिवासी आत्तापर्यंत मिळालेल्या नोकरांमधील सर्वांत छान नोकर आहे. इतके कष्ट करणारा माणूस मी अजून बघितला नाहीये. तो इथे कायमचा राहू शकणार नाही?"

"त्या मूर्खाला त्याच्या बेटावर परत जायचेय ना!"

"पण तू नोकरी सोडतोयस असे मला वाटले."

"सोडणार आहे. मला आता त्याची गरज नाहीये. मला भरपूर पैसे मिळणार आहेत."

"कुठून?"

"ते एक रहस्य आहे."

"मला त्या आदिवासीची थोडी अधिक माहिती सांग ना!"

"तो आदिवासी जाऊ दे. आपण जरा आपल्याविषयी बोलू या. तुला ठाऊक आहे ना गुलाबो, माझे तुझ्यावर प्रेम आहे ते."

"ठाऊक आहे."

"मग माझ्याशी लग्न का करत नाहीस?"

"आधी तुझा पुरुषार्थ सिद्ध करून दाखव. तुझ्या भावाने निव्वळ हाताने एका माणसाची चटक लागलेल्या वाघाला मारले. तू काय केलेस?"

"माझे प्रेम पुरेसे नाही तुझ्यासाठी?"

"राजपूत स्त्रीसाठी सन्मान हा प्रेमापेक्षा मोठा असतो."

"इतकी निर्दय होऊ नकोस गं."

"तू इतका भ्याडपणा का दाखवतो आहेस?"

"हे तुझे अंतिम उत्तर आहे?"

"होय. तसेच समज."

काही वेळानंतर अशोक खोलीतून बाहेर आला. उदास, खिन्न मुद्रेने. मग तो बाहेर गेला आणि एकदम संध्याकाळीच परतला.

“तुला लवकरच तुझ्या बेटावर जायला मिळेल. इंगेतायी कुठे आहे ते मी शोधून काढलेय.”

“कुठे आहे?”

“दिल्लीत विकी राय नावाच्या एका उद्योगपतीकडे. चल, सामान आवर. आपण उद्या निघतोय.”

दहा मार्चला पहाटे दोघे जण नवी दिल्ली स्टेशनवर पोहोचले. अशोकच्या हातात त्याची सूटकेस, तर एकेट्टीच्या पाठीवर त्याची कॅन्व्हास बॅग होती. दोघेही बस पकडून मेहेरौलीला निघाले. बस राजधानीतून धावत असताना अशोक एकेट्टीला त्या शहराची ओळख करून देत होता; पण त्या शहराने त्या आदिवासीला फारशी भूल घातली नाही. कॅनॉट प्लेसची व्हिक्टोरियनकालीन भव्यता, बघताक्षणी मनात भरणारे इंडिया गेट आणि रायसाना टेकडीवरील ते प्रशस्त डौलदार राष्ट्रपती भवन यांपैकी एकाही गोष्टीने एकेट्टी उत्तेजित, उत्साहित झाला नाही. ते प्रशस्त, विस्तीर्ण शहर म्हणजे एकेट्टीच्या दृष्टीने सिमेंट आणि काचांचे निष्प्राण जंगल होते जणू! त्या शहरातील रस्त्यांवरील अथक आक्रमक वर्दळ आणि वातावरणातील तऱ्हेतऱ्हेचे, परस्पर-विसंगत आवाज त्याला नकोसे वाटत होते. आता त्याला वेध लागले होते, फक्त त्याच्या बेटाचे!

बसने त्यांना मेहेरौलीतील भोलेनाथ मंदिराजवळ सोडले.

“आपल्या मुक्कामाची इथे व्यवस्था केलीये मी. सिंघानियांसारख्या बड्या उद्योगपतीच्या कृपेमुळे! या मंदिराचे विश्वस्त आहेत ते.” अशोक म्हणाला.

मंदिराचे आवार बघून एकेट्टी खूश झाला आणि अशोकची खोली बघून तो आणखीनच प्रभावित झाला. मंदिरात येणाऱ्या संत-महंतांसाठी नेहेमी राखून ठेवली जाणारी ती खोली चांगली प्रशस्त आणि सुखसोयींनी युक्त होती. संगमरवरी फरशी आणि बाथरूममधील नळांना सोनेरी मुलामा असलेल्या तोट्या लावल्या होत्या. अर्थात या सुखसोयींचा लाभ एकेट्टीच्या नशिबी मात्र नव्हता! त्याची रवानगी झाली ती आउट हाउसमध्ये. सफाई कामगारांच्या खोलीशेजारी असलेली ती खोली म्हणजे निव्वळ चार भिंती आणि त्यावर छप्पर होते!

एकेट्टीने आपली कॅन्व्हास बॅग जमिनीवर ठेवली. अन्नाचा खमंग वास उघड्या दरवाजातून आत येत होता. एकेट्टीच्या तोंडाला पाणी सुटले. शेजारच्या खोलीत नाश्ता बनवला जात होता.

त्याने खोलीबाहेर पाय टाकल्यावर त्याला भोवती बाग दिसली. मंदिरातील वर्दळीला हळूहळू जाग येत होती. अर्थात तरीही गाभाऱ्यात बरेच भाविक जमले होते. एका हिरव्यागार झाडाखालच्या बाकावर एक तरुण मुलगी एकटीच बसली

होती. एकेट्टीकडे तिची पाठ होती; पण तरीही त्याचे अस्तित्व तिला लगेच जाणवले आणि ती ताडकन उठली.

"थांब. प्लीज, जाऊ नकोस ना!" तो घाईघाईने म्हणाला. ती परत खाली बसली; पण आपल्या उजव्या हाताने तिने आपला चेहेरा झाकून घेतला होता. तिच्या बोटांच्या फटीतून तिचे काळेभोर डोळे फक्त दिसत होते.

"तू तुझा चेहेरा का झाकते आहेस?" त्याने विचारले.

"कारण मला लोकांशी बोलायला आवडत नाही."

तिच्याशेजारी बसत तो म्हणाला, "मलाही."

काही क्षण त्या दोघांमध्ये एक अवघडलेली शांतता होती.

"तू निघून का जात नाहीयस? इतर लोकांसारखा?"

"पण मी निघून का जाऊ?"

"कारण मी अशी दिसते." चेहेऱ्यावरील तळवे काढून घेत एकदम त्याच्याकडे वळत ती म्हणाली. तिच्या गालावर सर्वत्र देवीचे व्रण होते आणि तुटक्या ओठामुळे चेहेऱ्याचा खालचा भाग वेडावाकडा झाला होता. त्याला तिचा डाव लगेच समजला. आपला कुरूपपणा दाखवत ती त्याला घाबरवू बघत होती.

"बस? एवढेच?" हसत तो म्हणाला.

"तू तऱ्हेवाईकच दिसतोयस. नाव काय तुझे?"

"लोक मला अनेक नावांनी हाका मारतात. काळ्या, माणूस खाणारा, भडवा वगैरे."

"का?"

"कारण मी त्यांच्यापेक्षा वेगळा आहे ना!"

"तो तर तू आहेसच." असे म्हणत ती पुन्हा गप्प झाली. पपयांच्या झाडांच्या छत्रीसारख्या पसरलेल्या दाट पानांमधून सूर्यकिरणे झिरपत होती. तेवढ्यात एक अद्भुत अशा झळाळत्या केशरी रंगाचा पक्षी त्या बाकाजवळ येऊन पंख फडफडवत घिरट्या घालू लागला. एकेट्टीने आपल्या गळ्यातून पक्ष्यासारखी शीळ घातली. त्याबरोबर पक्षी अलगद एकेट्टीने पुढे पसरलेल्या तळव्यावर येऊन बसला. त्याने हलकेच त्या पक्ष्याला पकडून त्या मुलीच्या मांडीवर ठेवले.

"काय युक्ती केलीस तू?" तिने चकित होत विचारले.

"युक्ती नाही. पक्षी आमचे मित्र आहेत."

"कुठून आलास तू?" पक्ष्याला पुन्हा हवेत सोडून देत त्या मुलीने विचारले.

"मी झारखंडचा जिबा कोरवा."

"झारखंड? ते नवे राज्य आहे ना? पण ते इथून किती दूर आहे?"

"खरे म्हणजे मी त्याही पुढचा आहे; पण ती एक मोठी कहाणी आहे,

त्यामुळे जाऊ दे. मला तुझे नाव सांग ना!''

"चंपी." ती उत्तरली.

"चंपी. काय छान नाव आहे. अर्थ काय त्याचा?"

"मला नीटसा ठाऊक नाही. ते एक नाव आहे."

"मग तू ते नाव बदलून 'चिलोमे' असे करून घे."

"का?"

"आमच्या भाषेत चिलोमे म्हणजे चंद्र आणि तू चंद्रासारखी सुंदर आहेस."

"जा हट!" असे म्हणत चंपी लाजली. काही क्षणानंतर ती म्हणाली, "तुला सांगू, तू पहिला अनोळखी माणूस आहेस, ज्याच्याशी मी वर्षभरात बोलले."

"आणि माझे बेट सोडून आल्यावर प्रथमच मी ज्या मुलीशी बोललो ती म्हणजे तू."

"बेट? कोणते बेट?"

"कुजैल्ली!!" स्वतःच्या डोक्यावर टप्पल मारत एकेट्टी उद्गारला. तेवढ्यात आऊट हाउसमधून मोठ्या आवाजात हाक ऐकू आली, "चंपी बेटी, नाश्ता तयार आहे."

"आई मला हाक मारतेय." असे म्हणत चंपी उठून उभी राहिली आणि आपला उजवा हात लांब करून तिने वाट चाचपडायला सुरुवात केली. वारंवार या वाटेवरून जा-ये केल्यामुळे तिच्या मेंदूत ती वाट जणू ठसली होती. ही मुलगी आंधळी आहे त्या क्षणी एकेट्टीला कळले.

दुपारच्या जेवणानंतर अशोक त्याला विकी रायचे फार्महाउस दाखवायला घेऊन गेला. संजय गांधी झोपडपट्टी नावाच्या चिंचोळ्या, कोंदट आणि कुबट अंधारल्या बोळांच्या चक्रव्यूहामधून ते वाट काढत होते. ती वस्ती म्हणजे टिचभर, घाणेरड्या झोपडपट्ट्यांचे बुजबुजलेले बेटच होते. चार बांबू आणि त्यावर पोती, प्लॅस्टिकचे तुकडे, किंवा रंगीबेरंगी चिरगुट छप्पर म्हणून वापरून उभी केलेली झोपडी. छपरावरील चिरगुट वाऱ्या-पावसात उडून जाऊ नये म्हणून त्यावर छोटे-मोठे दगड वजन म्हणून ठेवले होते. पठाणी वेष घातलेले काही पुरुष मोकळ्या जागेत आराम करत होते, तर बायका मात्र सार्वजनिक नळावरून पाणी भरत होत्या किंवा भाजी चिरत होत्या. उघडी-नागडी, झिपऱ्या केसांची मुले वस्तीतील भटक्या कुत्र्यांबरोबर मस्ती करीत होती. रस्त्यावर झाडांची पाने विखरून पडावी तशी जनावरांची घाण, कागद, प्लॅस्टिक आणि सडक्या भाज्या, अन्नाच्या कचऱ्याचे ढीग ठिकठिकाणी जमले होते. चुलीत जळणाऱ्या लाकडांचा आणि शेणाच्या गोवऱ्यांचा धुरकट वास हवेत दाटला होता.

अशोकच्या शर्टाची बाही ओढत एकेट्टीने त्याला विचारले, "या झोपड्यांमध्ये खरेच लोक राहतात?"

वैतागून त्याच्याकडे बघत अशोक म्हणाला, "अर्थात! तू कधी झोपडपट्टीत गेला नाहीयेस का?"

मान हलवत एकेट्टी म्हणाला, "आमच्या बेटावरचे पक्षीसुद्धा यापेक्षा चांगली घरटी बांधतात."

झोपडपट्टीच्या बरोब्बर विरुद्ध दिशेला सहा नंबरचा बंगला होता. भव्य, भक्कम लोखंडी प्रवेशद्वारामागे उभा असलेला तो तीन मजली बंगला आसपासच्या इमारतींच्या नाकावर टिच्चून ऐटीत उभा होता. त्या उंच बंगल्यामागून जेमतेम एक किलोमीटर अंतरावर असलेल्या उंच कुतूबमिनारचे नाजूक कोरीवकाम केलेले मनोरे डोकावत होते.

बंगल्याचे नीट निरीक्षण करण्यासाठी अशोक आणि एकेट्टी रस्ता ओलांडून त्या बंगल्याच्या कुंपणाच्या भिंतीजवळ आले. पंधरा फूट उंचीच्या त्या भिंतीवर काटेरी तारा लावलेल्या होत्या.

"या बंगल्यात प्रवेश करणे तरी शक्य होईल आपल्याला?" एकेट्टीने शंका उपस्थित केली. "एकेट्टीसुद्धा ही भिंत चढू शकणार नाही." तो म्हणाला.

"जमेल सगळे. तू काळजी करू नकोस." बंगल्याच्या मुख्य प्रवेशद्वाराजवळून जाता-जाता अशोकने त्याला धीर दिला. त्या प्रवेशद्वाराजवळ गणवेषधारी सहा रखवालदार उभे होते. एकेट्टी आणि अशोक कोपऱ्यावरील वळणावर डावीकडून वळून बंगल्याच्या उत्तरेकडील टोकाला आले. तेथे एक छोटे प्रवेशद्वार होते आणि तेथे रखवालदार नव्हते. तो दरवाजा ढकलून बघण्याचा प्रयत्न अशोकने केला, पण त्याला आतून कुलूप लावलेले होते. काटेरी तारा लावलेली कुंपणाची भिंत आणखी पाचशे मीटर पुढे बांधलेली होती आणि त्यामार्गे आत जाण्याची कोणतीही शक्यता नव्हती. मागच्या बाजूच्या भिंतीला वळसा घालून ते जात असताना अशोकला अशी एक गोष्ट दिसली जी बघून तो थांबला. त्या भिंतीतच एक छोटा लोखंडी दरवाजा लावला होता. बहुधा पादचाऱ्यांना जाण्यायेण्यासाठी असावा. त्यावरील उडालेला रंग आणि दाराचे गंजलेले कोपरे बघून तो दरवाजा फारसा वापरात नसावा असे दिसत होते. अशोकने ते लोखंडी हँडल फिरवून बघण्याचा प्रयत्न केला, पण दरवाजा उघडला नाही. खरे म्हणजे तो त्या भिंतीचा जणू एक भाग असल्याप्रमाणे त्यात रुतून बसला असल्याने तो कुलपापेक्षा अधिक घट्ट बंद होता. मागे येत अशोकने जरा आसपासचा परिसर न्याहाळला. त्याच्यामागे निलगिरीच्या झाडांचे आणि अकेशियाच्या झुडपांचे दाट जंगल होते. त्या काटेरी झुडपांच्या गर्दीमुळे त्या भागात राहणे तर सोडाच, कोणी येणेही शक्य नव्हते. "हे दार उघडता आले, तर

किती बरे होईल!'' तळव्यावर दुसऱ्या हाताची मूठ आपटत अशोक काहीशा हताशपणे म्हणाला.

''या कुंपणाच्या भिंतीवरून आत जाऊन एकेट्टी हा दरवाजा उघडू शकतो.'' तो आदिवासी म्हणाला.

''पण या कुंपणाच्या भिंतीवरून तू आत जाशील कसा?''

''याच्या मदतीने.'' निलगिरीच्या उंच झाडांकडे बोट दाखवत एकेट्टी म्हणाला.

''पण त्या झाडाच्या फांद्या भिंतीपर्यंत आलेल्या नाहीत. मग कसे शक्य आहे हे?''

''दाखवतो मी तुम्हाला.'' असे म्हणत एकेट्टी निलगिरीच्या झाडाकडे झेपावला आणि माकडासारखा काही क्षणात झाडाच्या शेंड्यापर्यंत गेला. मग त्याने एक दणकट फांदी वाकवत वाकवत एखाद्या गलोलीप्रमाणे त्याची कमान केली आणि त्यावरून एखादा बाण जावा तसा तो मानवी बाण झपकन भिंतीवर झुकलेल्या जामुनच्या झाडावर गेला. अशोक हे सगळे भयचकित होऊन बघत असतानाच त्याने एका झेपेत त्या जामुनच्या झाडाचा शेंडा गाठला. तेथून खालच्या मैदानावर उडी घेणे त्याच्यासाठी डाव्या हाताचा मळ होता. एका मिनिटात ते गंजलेले लोखंडी गेट करकरत उघडले.

''तुला ठाऊक आहे, तू अगदी मूर्ख आहेस.'' दारातून आत जात अविश्वासाने मान हलवत अशोक म्हणाला. तो आदिवासी मनमोकळेपणे हसला. त्याच्या अंगावर उमटलेले असंख्य ओरखडे जणू तो विसरून गेला होता.

सहा नंबरच्या बंगल्यातील मैदानावर पोहोचल्यावर पहिले काही क्षण तो समाजकल्याण अधिकारी जणू भानावरच नव्हता. दिल्लीत पोहोचल्यावर काही तासांत आपण या फार्महाउसच्या आवारात पोहोचू, असे त्याला स्वप्नातही वाटले नव्हते. तेवढ्यात त्याच्या कानावर वाहणाऱ्या पाण्याचा आणि हिरवळ छाटणाऱ्या यंत्राचा आवाज ऐकू आला. अगदी शंभर फुटावरच एक माळी आवारातील हिरवळ छाटण्यात मग्न होता. अशोक चटकन एका झाडाच्या खोडामागे लपणार होता; पण मग त्याला जाणवले की, बंगल्याच्या मागील आवारात वाढलेल्या या जंगलामुळे तेथे एवढी दाट सावली आली होती की, तिथे कोणी आल्याचे माळ्याला समजणे शक्य नव्हते. अशोक ज्या ठिकाणी उभा होता तेथून बंगल्याचा सर्व परिसर स्पष्ट दिसत होता. माळी तिथून गेल्यावर त्याने एकेट्टीला त्या आवारातील काही गोष्टी दाखवल्या. दूर दिसणारा तीन मजली बंगला, मोठा पोहण्याचा तलाव, गझिबो आणि हिरवळीच्या उजव्या कोपऱ्यातील छोटेसे मंदिर.

'' 'इंगेतायी' तिथेच आहे. मला अगदी खात्री आहे.'' तो एकेट्टीला म्हणाला.

''चल मग, जाऊन घेऊन येऊ.'' एकेट्टी म्हणाला.

“तू गेल्या पाच महिन्यांत काही शिकला नाहीस?” अशोक त्याच्यावर डाफरत म्हणाला, “तुला तो माळी दिसत नाहीये? आणि त्याच्याखेरीज घरात आणखी दोन डझन तरी नोकर आणि रखवालदार असतील. आपण एका क्षणात पकडले जाऊ.”

“मग रात्री जाऊ. अंधार पडल्यावर.”

अशोकने त्या हिरवळीवर ठरावीक अंतरावर लावलेल्या विजेच्या खांबांकडे बोट दाखवले. “हे अतिशय प्रखर प्रकाशझोत टाकणारे दिवे आहेत. मला खात्री आहे, रात्रीही या आवारात अगदी दिवसा असतो तसा उजेड असणार.”

“मग आता काय करायचे?”

“धीर धर. मला काहीतरी मार्ग सुचेल.” अशोक म्हणाला.

त्यांनी त्या जंगलात आणखी पंधरा मिनिटे घालवली. यादरम्यान त्यांना तेथे दोन देखणे, ऐटबाज मोर दिसले. जंगलाच्या एका टोकाला त्यांना मनुष्यनिर्मित धबधबा दिसला. मोठ्या खडकांमधून खाली उडी घेत ते पाणी एका छोट्या बांधून काढलेल्या कालव्यातून एका पायवाटेच्या शेजारून मुख्य प्रवेशद्वारापर्यंत आणि गॅरेजपर्यंत नेले होते. हलक्या पावलाने अशोक गॅरेजपर्यंत गेला. बंद असलेल्या गॅरेजजवळ तो थोडा वेळ रेंगाळला आणि मग घाईघाईने एकेट्टीकडे येत तो उत्तेजित स्वरात म्हणाला, “मला एक कल्पना सुचली आहे; पण त्यासाठी या दोन्ही गॅरेजच्या जागा तुला नीट लक्षात ठेवाव्या लागतील.” दोघेही मागच्या गेटने चालत परत मंदिरापर्यंत गेले.

एकेट्टी परत आला तेव्हा चंपी मंदिराच्या मागील बागेतील लाकडी बाकावर बसली होती. एखाद्या चुंबकाकडे लोखंड खेचले जावे तसा तो तिच्याकडे जात तिच्याशेजारी बसला. चंपी हसली अन् म्हणाली, “ये. आलास परत.”

“तू नेहेमी इथे बसलेली असतेस?” त्याने विचारले.

“मला आवडते. इथे खूप शांत असते. बाकीच्या लोकांना मात्र पुढच्या बाजूची बाग जास्त आवडते.”

“तू आंधळी आहेस हे मला ठाऊक नव्हते. तुझे डोळे अगदी सर्वसामान्यांसारखेच दिसतात; पण कसे घडले नेमके हे?”

“मी जन्मत:च अशी आहे.”

“फार कठीण आहे नाही हे! आपण ज्याच्याशी बोलतोय तो कसा दिसतोय हेही दिसत नाही तेव्हा....”

“आता मला अंधाराची सवय झालीये.”

“कदाचित नोकाय तुझ्या आंधळेपणावर इलाज करू शकेल.”

“तो नोकाय कोण?”

“आमचा तोराले वैदू.”

“खरेच? खरेच तो मला दृष्टी मिळवून देऊ शकेल?”

“मेलेला माणूस परत जिवंत करण्याखेरीज तो बाकी सगळेकाही करू शकतो.”

“मग घेऊन जाशील मला त्याच्याकडे? झारखंडमध्ये?”

“पण तो झारखंडमध्ये राहत नाही. तो तर एका बेटावर रहातो.”

“कोणत्या बेटाबद्दल बोलतो आहेस तू?”

“जर तू कोणाजवळ बोलणार नसशील, तर मी सांगतो तुला.” एकेट्टी तिच्या कानात कुजबुजत म्हणाला.

“अल्लाची कसम! नाही बोलणार.” गळ्याला चिमटा घेत चंपी म्हणाली.

“मी काही खरेच झारखंडमधील जिबा कोरवा नाही. मी गौबोलाम्बेतील एकेट्टी ओंगे आहे.” एखाद्या कारस्थानाचा तपशील द्यावा तितक्या हळू आवाजात तो बोलला.

“कुठे आहे ते?”

“छोट्या अंदमानात.”

“आणि हे कुठे आहे?”

“ते समुद्राच्या मधोमध आहे. तिथे जाण्यासाठी बोटीने जावे लागते.”

“मग इथे का आलास तू?”

“मी इथे आमच्या बेटावरून चोरीला गेलेला आमचा पवित्र दगड परत घेऊन जाण्यासाठी आलोय.”

“तो दगड मिळाल्यावर मग काय करणार तू?”

“मी माझ्या बेटावर परत जाणार.”

“ओह!” असे म्हणून चंपी गप्प झाली.

“आधी माझी खरेतर इथे राहण्याची इच्छा होती. मला वाटले होते, मी नव्याने आयुष्य सुरू करीन, लग्न करीन; पण आता मला परत जावेसे वाटतेय. ह्या जगावर जणू आपला मालकी हक्क आहे अशा थाटात इथले लोक वागतात आणि मला जनावरासारखी वागणूक देतात.” एकेट्टी म्हणाला.

“पण मला तसे वाटत नाहीये.”

“कारण तू मला बघू शकत नाहीस ना! मी तुम्हा लोकांसारखा दिसत नाही. मी वेगळा आहे. जेव्हा मला कोणीतरी काळ्या म्हणून हाक मारतो ना, तेव्हा पोटात कळ उठते माझ्या. असे वाटते, काहीतरी पाप केलेय मी! मी काय करणार माझा रंगच असा आहे त्याला! मी काही बदलू शकत नाही ना तो.”

“मान्य आहे मला, मी तरी काय करू शकते माझ्या या विद्रूप चेहेऱ्याचे? देवाची मर्जी!” असे म्हणत चंपीने सावकाश आपला उजवा हात उचलला आणि आपल्या तर्जनीने ती त्याचा चेहरा चाचपडू लागली; जणू ओळख करून घेत होती ती त्या चेहेऱ्यावरील प्रत्येक वळणाची आणि कोनाची! ही सगळी वळणे मनामध्ये ठसवत होती. “आता मी तुला बघू शकते.” ती एकदम उद्गारली.

तिच्या स्पर्शाने एकेट्टी एकदम शहारला आणि तिच्या डोळ्यांकडे बघत म्हणाला, “मला सांग, तुझे लग्न झालेय?”

“हा काय प्रश्न झाला! अर्थात नाही!” खिदळत चंपी म्हणाली.

“माझेही नाही झालेय. माझ्याबरोबर बेटावर येतेस?”

“आणि काय करू मी तिकडे येऊन?”

“तिकडे खूप मासे आहेत आणि फळेही. तुला कोणीही त्रास देणार नाही आणि तुला काम करण्याचीही गरज भासणार नाही.”

“मला तुमच्या बेटाला भेट द्यायला आवडेल एखाद्या दिवशी; पण आत्ता नाही.”

“पण का?”

“माझे कुटुंब इथे आहे. आई आणि मुन्ना. त्यांना सोडून कशी येऊ मी?”

“खरेय तुझे. मलाही माझ्या आई-वडिलांची खूप आठवण येते.”

“पण तू नोकायशी माझ्याबद्दल बोल.”

“नक्की. आणि जर तू माझ्याबरोबर नोकायकडे येऊ शकत नसलीस, तर मी नोकायला तुझ्याकडे पाठवेन.”

“म्हणजे? कसे शक्य आहे ते?”

“नोकाय आपले शरीर सोडून हवे तिथे जाऊ शकतो.”

“जा हट! तू अगदी टीव्हीतील अल्लादिनसारखा बोलतोयस.”

“खोटे नाही सांगत मी. पुलुगाची शपथ! नोकायने मलाही ती युक्ती शिकवली आहे; पण मी कधी अजून तिचा वापर केलेला नाही.”

“काय गोष्टी सांगतो आहेस एकेक!” चंपी हसत म्हणाली आणि घराकडे निघाली.

त्या दिवशी ती त्याला पुन्हा भेटली नाही; पण मनातून मात्र ती जात नव्हती! तिचे प्रसन्न अस्तित्व त्याच्याभोवती एखाद्या अत्तराप्रमाणे दरवळत राहिले होते आणि त्याच्या स्वप्नांमध्ये तजेलदार रंग भरत होते. रात्री आपल्या खोलीतील फरशीवर पडल्या पडल्या एकेट्टीने आपल्या कॅन्व्हासच्या बॅगेतून लाल मातीचा एक गोळा काढला. त्यात डुकराची चरबी मिसळून त्याचा मऊ गोळा केला आणि त्या मऊ गोळ्यातून बोटाने नाजूकपणे तो काही आकृत्या बनवू लागला. अशोकने जर

ते बघितले असते, तर त्याला त्या आकृत्यांचा अर्थ समजला असता. त्यातून लग्नाचे विविध विधी आकारास येत होते!

चार दिवसांनंतरची गोष्ट. अशोक राजपूत त्याच्या खोलीत वेगाने येरझाऱ्या घालत होता. शेजारच्या टपरीवरील चहावाल्याकडून कानावर पडलेल्या एका गरमागरम बातमीमुळे उत्तेजित होऊन तो अक्षरशः उसळत होता. बातमी होती, आजपासून बरोबर एका आठवड्यानंतर म्हणजे २३ मार्चला विकी रायच्या बंगल्यावर होणाऱ्या जंगी पार्टीची! ही एक चालून आलेली सुवर्णसंधी होती, असे त्याला मनोमन वाटत होते. फक्त एकेट्टीला काही तांत्रिक, विजेबाबतचे प्रशिक्षण देणे गरजेचे होते. सावकाश, पण एक निश्चित योजना त्याच्या मनात आकारास येत होती.

त्याच दुपारी दोन तरुण एकेट्टीच्या खोलीत घुसले. एक चाळिशीचा, तपकिरी केसांचा, अस्ताव्यस्त दाढी वाढवलेला होता, तर दुसरा मात्र तरुण, दणकट शरीरयष्टीचा आणि काळ्याभोर केसांचा होता. साध्या शर्ट-पँट घातलेल्या या तरुणांच्या खांद्यावर लटकणाऱ्या शबनम पिशव्या मात्र अगदी एकसारख्या, तपकिरी रंगाच्या, ज्यूटच्या होत्या.

"तू झारखंडमधून आलायस असे आम्ही ऐकले. खरे आहे?" त्या प्रौढाने एकेट्टीला विचारले.

"होय," एकेट्टी उत्तरला; पण त्याच्या पोटात भीती दाटून आली होती. "मी झारखंडचा जिबा कोरवा."

"हॅलो, कॉम्रेड जिबा, माझे नाव कॉम्रेड बाबुली आणि हा कॉम्रेड उदय."

बावचळलेल्या एकेट्टीने उगीच आपल्या डोक्यावरची टोपी ठाकठीक केली.

"कॉम्रेड जिबा," खोलीत आपली शोधक नजर फिरवत तो प्रौढ पुढे बोलू लागला, "आम्ही माओवादी क्रांतिकारी संघटनेकडून, अतिशय प्रागतिक क्रांतिकारी गटाकडून आलो आहोत. तुम्ही काही ऐकलेय आमच्याबद्दल?"

"नाही." एकेट्टी उद्गारला.

"तू झारखंडमधील असूनही तुला आमच्या गटाची माहिती नाही? त्या भागात आमची सर्वांत मोठी नक्षलवादी संघटना आहे आणि तुझ्यासारख्या लोकांना जागृत करण्याचे काम आम्ही करतो."

"पण आम्ही तर जागृतच आहोत."

"व्वा! तुम्ही याला जागृती म्हणता? सरंजामशाही वृत्तीच्या श्रीमंतांचा कब्जा आहे तुमच्या आयुष्यावर. ते तुम्हाला कामाला ठेवून चार पैसे तुमच्या तोंडावर फेकून तुमचे शोषण करतात. तुमच्या जमिनी हडप करतात. तुमच्या बायकांवर

अत्याचार करतात. आम्ही या सगळ्याला आव्हान देतो आहे.

"ही भ्रष्ट आणि पोकळ, परंपरावादी समाजव्यवस्था आणि त्यातील सगळ्या संस्था उलथून त्या जागी आम्ही नवी व्यवस्था आणणार आहोत." तो तरुण आवेशाने बोलत म्हणाला, "नवा भारत आम्हाला निर्माण करायचा आहे. त्यासाठी तुमची मदत हवी आहे."

"तुम्हाला मदत? कशा प्रकारे?"

"आमच्या सशस्त्र क्रांतीमध्ये सहभागी होऊन."

"म्हणजे तुम्ही मला नोकरी देऊ करताय?"

"कॉम्रेड जिबा, आम्ही काही एखाद्या शासकीय खात्याकडून आलो नाहीये आणि तुला नोकरीही देत नाहीये. आम्ही तुला अशी जीवनशैली शिकवू बघतोय, जी तुला हिरो बनवेल."

"आणि त्यासाठी मला काय करावे लागेल?"

"क्रांतिकारी सैनिक होऊन आमच्या लोकांसाठी सुरू असलेल्या युद्धात सामील व्हावे लागेल. आम्ही तुला या लढाईसाठी एक गन देऊ."

"मला गन आवडत नाही. माणसे मरतात त्यामुळे." मान हलवत एकेट्टी म्हणाला.

"कॉम्रेड जिबा, समजून घ्यायचा प्रयत्न करा." कॉम्रेड बाबुली उतावळेपणे बोलू लागला, "तुमचे आयुष्य सुधारावे, चांगले व्हावे, म्हणून आम्ही झगडतोय. मला सांग, अशी कोणती गोष्ट आहे तुझ्या आयुष्यात, जी हवीच असे तुला आत्ता वाटतेय?"

"बायको!"

"बायको?" एखाद्या चमत्कारिक माणसाकडे बघावे तसे कॉम्रेड उदयने एकेट्टीकडे बघितले. "इथे आम्ही क्रांतीच्या गोष्टी करतोय आणि तुला बायकोची स्वप्ने पडतायत?" तो तिरीमिरीत पुढे म्हणाला. प्रौढ कॉम्रेडने त्याला शांत करण्याचा प्रयत्न करत म्हटले, "कॉम्रेड जिबा, तुझी इच्छा आम्हाला कळतेय. आमच्या संघटनेत खूप मुली आहेत. तरुण क्रांतिकारक! आम्ही नक्की तुला बायको शोधून देऊ; पण आत्ता तू आमचे म्हणणे मान्य करावेस, अशी आमची इच्छा आहे. आम्ही काही साहित्य तुला वाचण्यासाठी ठेवून जात आहोत. ते जरा चाळून बघ. त्यानंतर आमचा एक सहकारी तुझ्याशी संपर्क साधेल. कॉम्रेड उदय." त्याने इशारा करताच आपल्या बॅगेत हात घालून उदयने काही पत्रके काढली.

एकेट्टीने ते कागद हातात घेतले. त्याचा स्पर्श छान, मऊ, गुळगुळीत होता. त्याने वाराणसीमध्ये मिळवलेल्या सहलीच्या माहितीपत्रकाचा होता तसा; पण या कागदांवर मात्र माणसांच्या मुंडक्याची किंवा साखळदंडाने आवळलेल्या माणसांची

रक्तरंजित छायाचित्रे होती.

"मला हे फोटो नाही आवडले. ते बघून मला रात्री वाईट स्वप्ने पडतात." शहारत एकेट्टी म्हणाला.

एक भलामोठा सुस्कारा सोडत कॉम्रेडी बाबुली म्हणाला, "अरे, इथे कोणाला या प्रश्नाचे महत्त्व समजणार आहे की नाही? ज्याने आम्हाला धुडकावून लावले असा तू आज दहावा माणूस. झारखंडमधून तू आला असल्यामुळे तू तरी आम्हाला पाठिंबा देशील, असे आम्हाला वाटले होते."

पण कॉम्रेड उदय अशी सहजासहजी हार मानायला तयार नव्हता. "हे बघ काळ्या भडव्या, आमच्याकडे तुला वळवण्याचे वेगळे मार्गही आहेत. आम्ही गुमाला जिल्ह्यात नुकतेच एका पोलीस शिपायाला ठार केले आहे. जर तू आम्हाला सहकार्य करणार नसशील, तर तुझ्या गावात जाऊन तुझ्या कुटुंबातील सगळ्यांना कापून काढू. कळले ना?"

एकेट्टीने घाबरून मान हलवली.

"आमच्या म्हणण्याचा विचार कर. पंधरा दिवसांत आम्ही पुन्हा तुझ्याशी संपर्क साधू. समजले?"

एकेट्टीने पुन्हा मान डोलावली.

"शाब्बास! आणखी एक गोष्ट लक्षात ठेव, या भेटीविषयी कोणाशी बोललास तर खबरदार!" कॉम्रेड बाबुलीने खालच्या, पण जरबेच्या स्वरात सुनावले.

"नाहीतर तुझे कुटुंब...." असे म्हणत कॉम्रेड उदयने मानेवरून सुरी फिरवल्याची खूण केली.

"लाल सलाम!" घट्ट आवळलेली मूठ उंचावत कॉम्रेड बाबुली म्हणाला आणि खोलीबाहेर पडला.

"लाल सलाम" असे म्हणत उदयने बोटांनी विजयाची खूण केली.

"कुजैल्ली!" असे म्हणत एकेट्टीने खोलीचे दार लावून घेतले. या तऱ्हेवाईक पाहुण्यांविषयी कोणाशीही बोलायचे नाही, असे त्याने ठरवून टाकले होते.

त्याच्या आणि चंपीच्या भेटीगाठी रोज सुरू होत्या. एका बाकावर ते दोघे बसत आणि मग एकेट्टी तिला अशा गमतीदार गोष्टी ऐकवत असे की, त्या ऐकून चंपीची हसून-हसून मुरकंडी वळत असे. अनेक वेळा ते दोघे बाकावर बसून राहत; नि:शब्द संवादासाठी भाषेची, शब्दांची गरज नसल्याप्रमाणे. मौनातच जणू ही मैत्री फुलत होती.

२० मार्च रोजी संध्याकाळी अशोकने एकेट्टीला त्याच्या खोलीत बोलावले. "त्या पवित्र दगडापर्यंत पोहोचण्यासाठी मी एक बेत आखला आहे. नीट ऐक.

आजपासून तीन दिवसांनी फार्म हाउसवर एक मोठी पार्टी होणार आहे. त्या वेळी तू हे काम करायचे आहे.''

''एकेट्टीला काय करावे लागेल?''

''माझ्याकडे एक पांढरा स्वच्छ शर्ट आणि काळी पँट आहे. हे नवे कोरे कपडे घालून तू फार्म हाउसमध्ये प्रवेश करायचा. रात्री दहा वाजता मागच्या दाराने तू आत शिरायचे. सगळे ठीकठाक चाललेय ना, याचा अंदाज घेण्यासाठी एक तासभर त्या दाट झाडीत उभे राहून टेहळणी कर आणि बरोब्बर साडेअकरा वाजता तुला दाखवलेल्या गॅरजेच्या दिशेने जायचे.''

''मला कोणी पकडणार नाही ना?''

''मला असे वाटत नाही. पार्टीत इतके पाहुणे, वेटर्स आणि स्वयंपाकी असतील की, तुझ्याकडे कोणाचे लक्ष जाईल असे वाटत नाही; पण कोणी तुला विचारलेच तर सांग की, तू श्री. शर्मांचा ड्रायव्हर आहेस म्हणून.''

''हे शर्मा कोण?''

''ते फार महत्त्वाचे नाही. ते एक सर्रास आढळणारे आडनाव आहे आणि पार्टीत नक्की कोणीतरी शर्मा असतीलच. दोन गॅरेजसमधील भिंतींवर विद्युत्-प्रवाहाचा मुख्य स्विचबोर्ड आहे. तो उघडून त्यातील फ्यूज तू काढून घ्यायचा. त्यामुळे घरातील वीज जाईल आणि तीन-चार मिनिटे पूर्ण परिसर काळोखात बुडून जाईल. मग धावत बागेत जाऊन मंदिरातील 'इंगेतायी' उचलून मागच्या दाराने बाहेर निघायचे. कळले? अगदी सोपा बेत आहे; पण जमेल असे वाटतेय ना?''

''नाही. एकेट्टीला फ्यूज वगैरे काही कळत नाही.''

''काळजी करू नकोस. ते कसे करायचे मी शिकवेन तुला. चल ये माझ्याबरोबर.'' असे म्हणत अशोक त्याला मंदिराच्या मागच्या बाजूला घेऊन गेला. तिथे बाजूच्या एका भिंतीवर एका राखाडी लोखंडी कपाटात मुख्य स्विचबोर्ड बसवलेला होता. अशोकने त्याचे दार उघडले. आत लुकलुकणारी अनेक बटणे एकेट्टीला दिसली. त्याच्याकडे बोट दाखवत अशोक म्हणाला, ''ही इथे जी पांढरी गोष्ट दिसतेय ना, ती ओढली की काम झाले.''

एकेट्टीने काळजीपूर्वक त्याला हात लावला.

''घाबरू नकोस. त्याचा शॉक नाही बसणार. आता फक्त त्याला एक झटका देऊन ओढ ते.''

एकेट्टीने तो फ्यूज ओढताच मंदिराच्या परिसरातील वीज एकदम जाऊन तेथे काळोख पसरला.

''शाब्बास!'' खूश होऊन अशोक म्हणाला. एकेट्टीच्या हातातून फ्यूज घेऊन तो त्याने पुन्हा जागेवर लावताच वीज परत आली.

"पुन्हा करून बघू दे एकेट्टीला." असे म्हणत एकेट्टीने परत फ्यूज काढला. मंदिराचा परिसर पुन्हा काळोखात बुडालेला बघताच एकेट्टीने टाळ्या वाजवल्या.

"हा काही खेळ नाहीये मूर्खा!" अशोक त्याला फैलावर घेत म्हणाला. अशोकच्या खोलीवर येताच एकेट्टीने आणखी एक शंका उपस्थित केली. "तुम्ही म्हणालात की, रात्री साडेअकरा वाजता मी फ्यूज काढायचा; पण साडेअकरा वाजलेले एकेट्टीला समजणार कसे? आपल्याकडे तर घड्याळपण नाही."

"पण माझ्याकडे आहे ना!" असे म्हणत अशोकने आपल्या बॅगेतून एक छोटे घड्याळ काढले. "ह्यामध्ये साडेअकराचा गजर आधीच लावून ठेवलेला आहे. तो तुला ऐकू आला की, समजायचे वेळ झाली म्हणून. हे तुझ्याकडेच ठेव."

त्या आदिवासीने ते घड्याळ आपल्या खिशात टाकले.

"जेव्हा एकेट्टी त्या जंगलात जाईल तेव्हा तुम्ही कुठे असाल? फार्म हाउसमध्ये?"

"इथे या खोलीत. तू तो पवित्र दगड घेऊन येण्याची वाट बघत असेन मी."

"काय? तुम्ही त्या फार्म हाउसमध्ये एकेट्टीला एकट्याने पाठवणार?"

"होय. तो तुमचा पवित्र दगड आहे. या मोहिमेवर तू स्वत:च्या जबाबदारीवर आला आहेस. जर तुला कोणी विचारलेच, तर तू मला ओळखत नाहीस आणि मी तुला. मला वचन दे, काही गडबड झालीच आणि तू पकडला गेलास, तर तू माझे नाव घेणार नाहीस."

"एकेट्टी तसे वचन देतो." कमालीच्या गांभीर्याने एकेट्टी म्हणाला, "पण तुम्हालाही एकेट्टीला वचन द्यावे लागले, ते म्हणजे 'इंगेतायी' मिळाल्यावर एकेट्टीला त्याच्या बेटावर परत पाठवण्याचे."

"प्रश्नच नाही! मी स्वत: तुला पोहोचवायला येईन."

काही क्षण थांबून हनुवटी खाजवत एकेट्टी म्हणाला, "एकेट्टी आणखी कोणाला आपल्याबरोबर नेऊ शकतो?"

"आणखी कोणाला? म्हणजे कोण?"

"चंपी."

"अच्छा, म्हणजे ती आंधळी-पांगळी?"

"ती आंधळी नाहीये. तुम्ही लोक आंधळे आहात."

"ती या शहरातील सर्वांत कुरूप मुलगी आहे असे तुला वाटत नाही?"

"तुमच्या सगळ्यांपेक्षा ती खूप बरी आहे. एकेट्टीला तिच्याशी लग्न करायचे आहे."

"खरेच? लोक तुमच्या जोडीला काय म्हणतील ठाऊक आहे, श्रीयुत आणि श्रीमती विचित्र!" असे म्हणत अशोक हसू लागला; पण एकेट्टीच्या डोळ्यातील,

यापूर्वी कधीही न दिसलेले तीव्र नापसंतीचे भाव बघताच अशोकने स्वत:ला आवरले. त्या रात्री तो आदिवासी काही वेगळ्याच मन:स्थितीत दिसत होता. त्याची थट्टा करण्याच्या सुरात मग अशोक म्हणाला, ''ठीक आहे. मी तिचेही तिकीट काढतो. आता झोपायला जा. अजून फक्त तीनच दिवसांनी २३ तारीख आहे. आणि तुला मोठे काम करायचेय त्या दिवशी.''

ती रात्र काही वेगळीच होती. स्वप्नवत् आणि जादूई! एकेट्टी फरशीवर पडल्या-पडल्या बेटावरील त्याच्या आणि चंपीच्या आयुष्याचा विचार करीत होता. 'गौबोलांबेला परतल्यावर आपण 'तोराले' होण्याची शक्यताही नाकारता येत नाही.' एकेट्टीला वाटले. नोकाय चंपीच्या आंधळेपणावर उपचार करू शकेल की नाही, यावर सगळेकाही अवलंबून होते. 'जर त्याला उपचार करता आले नाहीत तर दुसरा कोणीतरी शोधावा लागेल!'

अकस्मात त्याला पावलांचे जोरदार आवाज ऐकू आले आणि तो एकदम सावध झाला. थोड्या वेळाने शेजारच्या घरातून अनोळखी, चढे आवाज ऐकू येऊ लागले. चंपीच्या खोलीत काहीतरी घडत होते नक्की! आणि मग त्याला एक आर्त किंकाळी ऐकू आली. 'हा नक्कीच चंपीचा आवाज!' एखाद्या बिथरलेल्या हत्तीप्रमाणे तो खोलीतून सुसाट निघून शेजारच्या घरातील मागच्या दरवाजातून आत गेला. एखादे वादळ येऊन जावे तशी ती खोली अस्ताव्यस्त होती. जमिनीवरील सतरंजी उलथलेली होती. चंपीचा भाऊ मुन्ना जमिनीवर उताणा पडला होता आणि दुसऱ्या कोपऱ्यात चंपीची आई बेशुद्ध पडली होती. हिरवा सलवार-कमीज घातलेली चंपी क्रीम रंगाचा चमकदार शर्ट घातलेल्या बुटक्या माणसाशी झोंबत होती, तर कुरळ्या केसाचा, काळी पँट घातलेला उंच माणूस ते बघत उभा होता.

एक हिंस्र आरोळी ठोकून एकेट्टीने त्याच्यावर झेप घेतली आणि त्याची मानगूट पकडून त्याला हवेत उंच धरले. त्या माणसाची मानगूट त्याने एवढी गच्च आवळली होती की, त्याचे डोळे खोबणीतून बाहेर येऊ लागले. त्या उंच माणसाने खिशातून एक रामपुरी चाकू काढून झपकन उघडला आणि हवेतच फिरवला. एकेट्टीने त्या बुटक्या माणसाला दणकन खालच्या लाकडी टेबलावर आदळल्यावर त्या दणक्याने त्याच्या चिरफळ्या उडाल्या. मग तो आवेशाने त्या उंच माणसाकडे वळला. त्याच्या हातातील रामपुरी जणू त्याला दिसतच नव्हता! त्या माणसाने त्वेषाने चाकू फिरवताच त्या आदिवासीच्या छातीवर रक्ताची एक बारीक, लाल रेषा उमटली; पण तरीही त्याकडे दुर्लक्ष करून तो पुढे जातच राहिला. ओठ मुडपून त्वेषाने त्या माणसाच्या मुठीतील चाकू त्याने हिसकावला आणि आपले पांढरेशुभ्र दात दाखवत त्याने आपले तोंड उघडले आणि त्या माणसाच्या डाव्या दंडात आपले दात रुतवले. आता, वेदनेने कळवळून ओरडण्याची त्या माणसाची पाळी

होती! दरम्यान तो बुटका धपापत उठला आणि एखाद्या रेड्याने मुसंडी मारावी तशी आपल्या डोक्याने त्याने एकेट्टीच्या पाठीवर धडक दिली. त्या अकस्मात धक्क्याने एकेट्टी जरासा हेलपाटला; पण ती संधी साधण्याऐवजी एकेट्टी सावरण्यापूर्वीच त्या दोघांनी त्या खोलीतून पळ काढला.

एकेट्टीने थरथरणाऱ्या चंपीला उचलून घेतले आणि खोलीबाहेर नेले. गुलमोहराखालील बाकावर तो बसला आणि भेदरून त्याला बिलगलेल्या चंपीला तो मायेने थोपटू लागला.

"मला इथून घेऊन चल एकेट्टी. मला तुझ्याबरोबर यायचे आहे. तुझ्याशी लग्न करायचेय मला. आता आणखी नाही राहायचे इथे." हुंदके देत ती बोलत होती.

"श्शू! बोलू नकोस."

"नोकायला माझे आंधळेपण दूर करता नाही आले तरी चालेल. मला तुझ्याबरोबर राहायचे आहे. तुझ्या बेटावर."

"मी नेणार आहे तुला. फक्त दोन दिवस थांब. तोपर्यंत हे बांध." असे म्हणत त्याने त्याच्या गळ्यात बांधलेले काळ्या दोऱ्यात ओवलेले हाड काढून चंपीच्या गळ्यात बांधले.

"आजपासून पुलुगा तुझे सर्व संकटांपासून रक्षण करेल."

"आणि तुझे काय?"

"माझी काळजी करू नकोरा. 'इंगेतायी' माझे रक्षण करेल. लवकरच माझ्या ताब्यात येईल तो."

"कुठून?"

"विकी राय नावाच्या माणसाच्या फार्म हाउसवरून!"

१३

प्रकल्प सिंड्रेला

८ ऑगस्ट

थेट माझ्यासारख्याच दिसणाऱ्या रामदुलारीला घेऊन येण्यासाठी मी भोलाला पाटण्याला पाठवले आहे. तिला बघण्यासाठी मी अगदी अधीर झाले आहे.

९ ऑगस्ट

'बिग ब्रदर'च्याच पावलावर पाऊल ठेवणाऱ्या 'सेलीब्रिटी हाउस' या आगामी रिॲलिटी शोमध्ये मी सहभागी व्हावे, अशी विचारणा मला करण्यात आल्याचे आज रोझी मस्करहान्सने जाहीर केले. येत्या सहा महिन्यात हा रिॲलिटी शो सुरू होणार आहे. मी ही ऑफर स्वीकारावी असा रोझीच्या आग्रह आहे. " 'बिग ब्रदर' जिंकल्यावर शिल्पा शेट्टीच्या करिअरला कशी नवसंजीवनी मिळाली, बघितले आहेस ना? आता ती इंग्लंडच्या राणीबरोबर चहापान करायला जाते. पंतप्रधानांना सहज भेटू शकते आणि सन्माननीय डॉक्टरेटही मिळवते. तिच्या आयुष्यावर एक सिनेमाही निघतो आहे अशी चर्चा आहे." रोझी म्हणते.

"पण माझ्या करिअरला नवसंजीवनीची गरज नाही."

"तरीही, प्रसिद्धीचा थोडा अधिक प्रकाशझोत तुझ्यावर पडला, तर काही नुकसान होणार नाही ना तुझे? बॉलिवूडमधील प्रत्येक नटी जीव टाकतेय या शोमध्ये येण्यासाठी आणि तुझ्यासमोर आयते ताट भरून आलेय. स्क्रिप्ट छानच आहे. दुसऱ्या स्पर्धकाबरोबर गरमागरम भांडण करून संतापून तू या शोमधून बाहेर पडावेस, अशी निर्मात्यांची इच्छा आहे. तू एक आठवड्यातच घरातून बाहेर पडशील, पण त्यामुळे मिळालेली प्रसिद्धी कित्येक महिने टिकेल."

"पण हा खराखुरा, रिॲलिटी टीव्ही कार्यक्रम आहे ना?"

"हो आहे," काहीसे ओशाळे होत माझी प्रसिद्धीप्रमुख म्हणाली, "पण आपल्या आधीच केलेल्या या बेताचा सुगावा कोणालाही लागणार नाही."

"आपल्याला न पटणाऱ्या गोष्टी आपण करीत राहाव्या, इतके आयुष्य

लांबलचक नाहीये, नाही का?'' मी तिला म्हटले आणि या ऑफरला नकार देण्याबाबत तिला सांगितले.

या डिजिटल युगाची नवी आशा म्हणून रिॲलिटी शोचा झपाट्याने उदय झालाय. हाडामांसाची खरीखुरी माणसे, त्यांना कोंडीत पकडणारी अस्सल परिस्थिती; त्यांचे मनमोकळे सच्चे हसू आणि तेवढेच प्रामाणिक, वेदनेतून डोळ्यांत जमा झालेले आसू, या सगळ्या गोष्टींचे रसरशीत मिश्रण म्हणजे हा कार्यक्रम; पण तोही आता उत्स्फूर्ततेऐवजी आखीव, आधीच बेतलेल्या कार्यक्रमांच्या चौकटीच्या मोहाला बळी पडू लागलाय. प्रेक्षकांना आवडतील अशा आधीच लिहून ठेवलेल्या छापील, बुळबुळीत संवादांमध्ये अडकू लागलाय. त्यामुळे आता या कार्यक्रमात दिसणारे अश्रूही नकली आणि नखरे–चकमकीही बनावट. निर्ढावलेल्या प्रेक्षकांच्या डोळ्यांतून अश्रूंचे दोन थेंब पिळून काढणारे. खरे म्हणजे प्रेक्षकांना तरी आपण का दोष द्यायचा? आजची सगळी करमणूकच मुळी आधीच बेतलेली आणि कृत्रिम. अगदी युद्धासकट. त्यामुळे मृत्यूचे थैमानसुद्धा काळजाला हात घालू शकत नाही.

म्हणूनच मी डोळ्यात प्राण आणून रामदुलारीची वाट बघतेय. ज्या जगात सगळेकाही पूर्वनियोजित आणि अपेक्षेबरहुकूम घडतेय, तिथे मला आश्चर्याचा धक्का देण्याची ताकद फक्त रामदुलारीमध्ये आहे!

१० ऑगस्ट

आज रामदुलारी पाटण्याहून आली. तिला घ्यायला गेलेला भोला अक्षरश: भांबावलेला आहे. तो माझ्याबरोबर नाहीये, हे स्वत:ला पटवण्यासाठी त्याला स्वत:ला चिमटा घ्यावा लागला. गेटवरील वॉचमनलाही वाटले, मीच शूटिंगहून परत आलेय आणि त्याने तिला सलाम ठोकला.

आमच्या दोघींमधील साम्य खरोखर अविश्वसनीय आहे. ती माझ्यापेक्षा सडपातळ आहे आणि तिच्या पार्श्वभागाचेही वजन बरेच कमी, आणि उंची? अगदी नेमकी माझ्याएवढीच पाच फूट चार सेंटीमीटर. तिला बघितल्यावर मला वाटले, जणू मीच मला आरशात न्याहाळते आहे!

आत्तापर्यंत मी फक्त एकाच सिनेमात डबल रोल केलाय; अगदी एकसारख्या दिसणाऱ्या जुळ्या बहिणींचा, पण रामदुलारीला बघितल्यावर मला प्रश्न पडला, कला ही जीवनाकडून प्रेरणा घेते की आयुष्य म्हणजे कलेचे प्रतिबिंब असते? आम्ही दोघी सीता और गीता की अंजू आणि मंजू की राम और श्याम? माझ्याचसारख्या दिसणाऱ्या या दुसऱ्या स्त्रीला मी कोणत्याही 'स्पेशल इफेक्ट'शिवाय स्पर्श करू शकते, तिचे हात हातात घेऊ शकते आणि तिचे ओठही रंगवू शकते!

ती बिचारी थरथरत होती. थकल्यामुळे की भीतीमुळे, कोण जाणे? ती आली तेव्हा तिच्या अंगावर एक जुनी, छापील हिरव्या रंगाची साडी होती. बहुधा तिने ह्याच साडीत स्वत:चा फोटो काढून घेतला असावा आणि तिचे सामान काय होते? तर एकमेव जुनाट, तुटकी बॅग, ज्यामध्ये तसेच जुने सामान असणार. मी तिला माझ्या खोलीशेजारी असलेल्या छोट्या बेडरूममध्ये जागा दिली. चार-दोन जुन्या साड्या दिल्या आणि आता तिने माझ्याबरोबर राहावे, असे सांगितले. त्या खोलीची श्रीमंती बघून तिचे डोळे विस्फारले आणि मग एखाद्या उपकारकर्त्याच्या पायावर पडावे तशी माझ्या पायाजवळ बसत ती हुंदके देऊ लागली.

संध्याकाळी ती मला न विचारताच माझ्या खोलीत आली आणि खाली गालीचावर बसून माझे पाय चेपू लागली. त्याची गरज नाही असे मी तिला म्हटले; पण ती ऐकेचना. एक तासभर माझे पाय दाबल्यावर शेवटी मी तिला सक्तीने थांबवले, तर ती माझ्या बाथरूमची फरशी स्वच्छ करू लागली.

थोड्या वेळाने मी रात्रीचे जेवण घेऊन तिच्या खोलीत गेले, तेव्हा ती जमिनीवरच झोपली होती, अंगाचे मुटकुळे करून. तिच्या झोपण्यातील निरागसता बघून एक सर्वस्वी अनोळखी, शब्दांत वर्णन करता येणार नाही अशी भावना माझ्यात जागी झाली, ज्यामध्ये करुणा होती आणि हळुवारपणाही. मी तिच्याशेजारी सतरंजीवर बसले आणि तिच्या केसांवरून हात फिरवू लागले. आझमगडच्या गल्ल्यांमधली धूळ त्या केसांवर होती आणि माझ्या निष्पाप बालपणातील स्वप्नेही!

मी या स्त्रीचे काय करणार आहे नेमके? मला प्रश्न पडला!

१२ ऑगस्ट

खरेच, काय करणार आहे मी रामदुलारीचे? माझ्याकडे गेल्या तीन वर्षांपासून स्वयंपाकाचे काम करणारी शांतीबाई ही महाराष्ट्रीयन ब्राह्मण बाई अकस्मात बाळंतपणाच्या रजेवर गेली. रामदुलारीने सहज तिची जागा घेतली. तिने माझ्यासाठी कढी आणि दलियाचा हलवा बनवला. हे पदार्थ कित्येक वर्षांत चाखले नव्हते मी! आणि ते केवळ चविष्टच होते असे नाही, तर ते खाताना मला माझ्या आईच्या हातच्या स्वयंपाकाची आठवण आली. खास उत्तर प्रदेश, बिहारच्या चवीची. रामदुलारीही माझ्याप्रमाणे शाकाहारी आहे. तिचा मला लागलेला शोध ही माझ्या दृष्टीने अतिशय भाग्याची गोष्ट म्हणायला हवी!

२४ ऑगस्ट

रामदुलारी घरी येऊन पंधरा दिवस झाले आणि तिने माझ्यावर जणू जादूच केली आहे. तिच्यासारखी माणसे अजून या दुनियेत अस्तित्वात आहेत, यावर

विश्वास ठेवणे खरेतर कठीण आहे. ती केवळ उत्तम स्वयंपाकच करते असे नाही, तर जुन्या मूल्यांवर आणि निष्ठेवर विश्वास असलेली ती एक अतिशय प्रामाणिक, कष्टाळू स्त्री आहे; पण कोणावरही सहज विश्वास ठेवण्याची तिची वृत्ती आणि निष्कपटपणा हा काही वेळा मला बैचेन करतो. हे शहर गिळंकृत करेल या मुलीला!

तिला बघून अनेक वेळा मला माझ्या धाकट्या बहिणीची आठवण येते. मी सपनासाठी काही करू शकले नाही. आता रामदुलारीसाठी काहीतरी करण्याची इच्छा आहे. ती अनाथ आहे. मी तिची मानलेली बहीण होईन!

२६ ऑगस्ट

रामदुलारीसाठी मी काय करू शकते याचा सखोल आणि खूप विचार केल्यावर मी आता एका निर्णयाला आले आहे. गावाकडील या भोळसट, गावंढळ मुलीचे मी एका तरतरीत, स्मार्ट मुलीत रूपांतर करेन. ती शबनम सक्सेना होऊ शकणार नाही; पण माझ्यासारखी वागू-बोलू तर शकेन. आणि मग तिच्यासाठी एखादा छानसा, उमदा नवरा बघून थाटात तिचे लग्न लावून देईन. ही कामगिरी सोपी नाही याची जाणीव मला आहे. कारण आता ती एक निरक्षर, गावंढळ मुलगी आहे; पण तरीही तिच्यात एक सफाई आहे, असणारच. कितीही झाले, तरी ती सवर्ण, ब्राह्मण आहे ना, फालतू खालच्या जातीची नाहीये. तिला योग्य मार्गदर्शन केले, तर तिचे व्यक्तिमत्त्व पालटू शकेल. तिचा आवाज कर्कश्श आणि बोलण्याचा ढंग गावठी आहे; पण प्रयत्न केल्यास तो मृदू आणि मधुर होऊ शकतो. ती अगदी उथळ आणि मोकळीढाकळी आहे. योग्य संस्कारांमुळे शहरी डौल आणि नजाकत तिच्यात येऊ शकेल. सुरवंटाचे फुलपाखरू, निव्वळ फुलपाखरू नव्हे, ऐटबाज फुलपाखरू बनवण्याच्या माझ्या या मोहिमेला अगदी साजेसे असे नाव मला सुचले आहे – 'सिंड्रेला प्रकल्प.'

२७ ऑगस्ट

रामदुलारीला माझ्या बेडरूममध्ये बोलावून माझ्या या बेताची मी तिला कल्पना दिली. "मी तुझे एका नव्या स्त्रीमध्ये रूपांतर करणार आहे. माझ्याकडे बघ. तू माझ्यासारखीच व्हावीस यासाठी तुला मी एक संधी देतेय. तुझे काय म्हणणे आहे?"

"पण का दीदी? एखादी नोकराणी तिच्या मालकिणीची बरोबरी कशी करू शकेल? हे मुळीच योग्य नाही. मी जशी आहे तशीच ठीक आहे."

"पण त्यावर मी खूश नाहीये ना! आणि जर मी तुझी मालकीण आहे, तर

मी म्हणते ते तुला ऐकावे लागेल.''

''जी दीदी. तुम्ही म्हणाल तसे.'' मान खाली घालून ती म्हणाली.

''शाब्बास! तर मग उद्यापासून आपले काम सुरू.''

२८ ऑगस्ट

परिवर्तनाचा पहिला टप्पा आज सुरू झाला. त्याची सुरुवात झाली केस कापण्यापासून. रामदुलारीच्या लांब, काळ्याभोर केसांना कात्री लावून माझी चिनी केशरचनाकार लोरी हिच्या भाषेत सांगायचे, तर सोप्पा, खांद्यापर्यंत केस येतील असा, तरतरीत हेअरकट केला गेला. मग मी तिच्या हातात गुलाबी रंगाचा डौलदार असा ड्रेस ठेवला. 'इंटरनॅशनल मॉल' या सिनेमात मी तो वापरला होता. बाथरूममध्ये जाऊन तिने हा ड्रेस घालून यावा, असे मी तिला सुचवले.

विविध अंगांनी माझ्या शरीरसौष्ठवाचे दर्शन देणारे जे काही मोजके ड्रेस माझ्याकडे होते त्यातील हा एक ड्रेस. पुढे छातीवर रिबनची लेस आणि मांड्याजवळ असलेला एक मोठा कट यामुळे हा ड्रेस फारच 'आव्हानात्मक' दिसतो.

पंधरा मिनिटे झाली तरी रामदुलारी बाथरूममधून बाहेर येईना, म्हणून मी दारावर टकटक करून आत गेले. आतील दृश्य बघून अक्षरश: हसून गडबडा लोळायची वेळ आली. ब्लाऊज आणि परकर ठेवून त्यावर ती हा ड्रेस घालण्याचा प्रयोग करीत होती. त्या ड्रेसच्या खांद्यावरील अतिशय पातळ पट्ट्या, खोल गळा आणि तेवढीच खोल पाठ यामुळे या ड्रेसच्या आतमध्ये ब्रेसिअर घालणेसुद्धा कसे अशक्य आहे, हे रामदुलारीला पटवता-पटवता माझी दमछाक झाली. ''चल, उतरव ते अंगावरचे कपडे.'' मी अखेर तिला निर्वाणीचा इशारा दिला. ती ब्लाऊजचे हूक काढून थांबली. मग मी तिला ब्रेसिअही काढण्याची खूण केली. ब्रेसिअरचे हूक काढताना तिचे सगळे अंग शरमेने थरथरत होते. तिने घातलेली ब्रेसिअर म्हणजे रस्त्याच्या कडेला दुकान थाटून बसलेल्या फेरीवाल्याकडील दहा रुपयाची चिंधी होती. आपले दोन्ही हात छातीवर ठेवून ती आपले उघडेपण झाकण्याचा आटोकाट प्रयत्न करीत होती, पण मी तिचे दोन्ही हात खाली केले. तिचे स्तन पुष्ट आणि डौलदार होते. तिची ब्रेसिअरची साईझ ३६ असणार. मी अंदाज केला.

''आता तो परकर उतरव,'' मी हुकूम केला.

''प्लीज दीदी, तेवढे करायला सांगू नका मला.'' रडवेली होत ती गयावया करू लागली.

परिस्थितीतील अवघडलेपण मला जाणवू लागले. बाहेरच्या अन्य कोणाही व्यक्तीला हे दृश्य समलिंगी संबंध असलेल्या एखाद्या चित्रपटातील वाटले असते. अखेर मीच माघार घेत म्हटले, ''चल, बस झाले. तुला पाश्चिमात्त्य फॅशनचे कपडे

घालायला देण्यात काही अर्थ नाही.''

रामदुलारी आपली साडी आणि ब्लाऊज घेऊन घाईघाईने बेडरूममध्ये पळाली. जणू तिचा कोणी विनयभंगच केला होता! नंतर कितीतरी वेळ तिचे अस्फुट हुंदके ऐकू येत होते.

रामदुलारी अजून अस्पर्शित, कौमार्यभंग न झालेली तरुणी होती, या विषयी माझी खात्री पटली. तिने प्रथमच कोणासमोर तरी कपडे उतरवले असावेत आणि माझ्यावरील कमालीच्या निष्ठेमुळेच आपला नैसर्गिक संकोच तिने बाजूला सारला असावा. 'या मुलीला तिच्या ग्रामीण वातावरणातून उचलून शहरातील भगभगीत, कृत्रिम प्रकाशात आणण्याचा अट्टाहास मी का करतेय?' माझा मलाच प्रश्न पडला; पण मग दुसरी बाजूही माझ्या मनात आली. रामदुलारी ही अशी अस्पर्शित तरुणी आहे, जिने अजून स्पर्शसुख अनुभवलेले नाहीये आणि जिचे मनही या सर्व गोष्टींबाबत अबोध आहे. हे आयुष्य अजून आकार घेण्याची वाट बघते आहे आणि मी त्याला हवा तसा आकार देऊ शकते. एखादी आई नाही का मुलीच्या शरीर-मनाला हवा तसा आकार देते, तिला घडवते; पण त्यासाठी ती दहा-बारा वर्षे मेहेनत घेते, अपार कष्ट करते.

ह्या सिंड्रेला प्रकल्पाद्वारेही दहा महिन्यांत मीपण असाच परिणाम घडवू शकते!

पहिल्या टप्प्यात अनपेक्षित अशा घटना घडल्या आहेत, पण याचा अर्थ सगळेकाही संपले असा होऊ शकत नाही. मी घटनाक्रमाची आखणी करण्यात चुकले. रामदुलारीच्या बाह्यरूपात परिवर्तन करण्यापूर्वी मी आधी तिचे मतपरिवर्तन करायला हवे होते.

३० ऑगस्ट

मी रामदुलारीला इंग्लिशचे प्राथमिक धडे द्यायला सुरुवात केला. तिचे थोडे का होईना शिक्षण झालेले असल्यामुळे मला अगदी ए-बी-सीपासून सुरुवात करावी लागली नाही. ती शिकण्यास उत्सुक, अंत:प्रेरणेने पुढाकार घेणारी अशी विद्यार्थिनी होती.

''मला वाटते, तुझ्यात हुशारी आहे.'' तिला शाबासकी देत मी म्हणाले, ''माझ्याबरोबर रोज एक तासभर बसून आणि मी सांगेन तसा अभ्यास करायचा. चल, आता तुझ्या मनात येईल ते एखादे इंग्लिश वाक्य बोल बरे.''

''I liking learning English.'' अडखळत ती बोलल्यावर मी आनंदाने टाळ्या वाजवल्या. याचा अर्थ दुसरा टप्पा नीट मार्गी लागत होता.

१४ सप्टेंबर

'मी स्वत:वरच प्रेम करणारी स्त्री आहे' असे फिल्मफॅनमध्ये लिहिलेय. ती सटवी देवयानी माझी मुलाखत घेऊन गेल्यावर लिहिते, "शबनम स्वत:च्या सौंदर्याच्या, नितळ गोऱ्या कांतीच्या प्रेमात बुडालेली आहे." पण त्यात गैर ते काय आहे? मी सुंदर आहे आणि मला त्याची जाणीव आहे आणि जगानेही त्यावर शिक्कामोर्तब केले आहे. स्त्रीचे आंतरिक सौंदर्य महत्त्वाचे असते वगैरे सगळे बकवास आहे. स्वत:च्या कुरूपतेवर पांघरूण घालण्यासाठी एखाद्या भोचक पत्रकार भवानीने लावलेला शोध! याबद्दल एखाद्या सामान्य स्त्रीला विचारा बरे. रंगाने काळी असलेली एखादी मुलगी 'फेअर अँड लव्हली'च्या गोरेपणाच्या वचनांच्या आधारे आंतरिक सौंदर्याचा दावा करीत आयुष्यभर सुखी नाही राहू शकणार!

२३ सप्टेंबर

रामदुलारीने आज तीन पानांची एक संपूर्ण गोष्ट वाचून काढली! व्वा ऽऽऽ!

११ ऑक्टोबर

माझ्यासह अनेक कलाकार असलेला माझा नवा सिनेमा 'हॅलो पार्टनर' बॉक्स ऑफिसवर आपटलाच. ट्रेड गाइडच्या भाकितानुसार हा सिनेमा लवकरच डब्यात जाईल; पण मी काही फार नाखूश नाहीये. खरे म्हणजे हा सिनेमा 'राबिया' नावाच्या आणखी एक स्टारपुत्रीला पुढे आणण्यासाठी काढला होता. माझ्या तीन अतिशय महत्त्वाच्या दृश्यांना कात्री लावणाऱ्या मठ्ठ दिग्दर्शकाला त्याची किंमत मोजावीच लागेल.

इकडे सिंड्रेला प्रकल्प मात्र वेगाने पुढे जातोय. रामदुलारी आता फोनवर विचारल्या जाणाऱ्या प्रश्नांची उत्तरे देण्याइतपत इंग्लिश बोलू लागली आहे.

मला खात्री वाटू लागलीय, मला या प्रकल्पात चांगले यश मिळणार आहे.

२५ ऑक्टोबर

'अत्यंत खाजगी' असे पाकिटावर लिहिलेले एक जाडजूड पत्र आज आले. त्यावरील अक्षर अगदी बाळबोध आहे. त्यात म्हटलेय, "अत्यंत प्रिय शबनम, आपले प्रेम ही एक अतिशय दुर्मीळ गोष्ट आहे." मी इतकी हसले ते वाचून की, त्या भरात तो कागद माझ्या हातून निसटला आणि वाऱ्यावर तरंगत खिडकीबाहेर गेला. तो पुन्हा मिळवण्याचे कष्ट घ्यावेसे मला वाटले नाहीत.

२४ नोव्हेंबर

बॉलीवूडमधील नटीने आणि विशेषत: जी 'सेक्स बॉम्ब' म्हणून ओळखली

जाते, तिने मठ्ठपणानेच वागले पाहिजे, हे मला अगदी मान्य आहे. पुरुषांपुढे तिने आपले बुद्धिचातुर्य दाखवायलाच नको; पण काल, 'के' टीव्हीच्या एका तद्दन भुक्कड कार्यक्रमात मी हा अलिखित नियम मोडला. रोझीने मी त्या कार्यक्रमात सहभागी होण्याचे का मान्य केले हेच मला कळत नाही.

मी प्राणिहक्कांसाठी पेटातर्फे जी जाहिरात मोहीम केली, त्यावर हल्ला चढवताना मध्यमवयीन सूत्रसंचालक म्हणाला, "तुमच्यासारखे लोक अशा जाहिराती फक्त प्रसिद्धीसाठी करतात. त्या प्रश्नाबद्दल तुम्हाला खरे म्हणजे काहीही घेणेदेणे नसते." आणि मग एकदम त्याने मला विचारले, "ग्वांटानामो बे विषयी तुम्ही काही ऐकलेय?''"

"होय." उत्तर देत मी म्हणाले, "तो अमेरिकेतील एक युद्धकैद्यांचा तुरुंग आहे."

"चूक. तो क्युबाच्या दक्षिण-पूर्व टोकाला आहे. या तुमच्या उत्तरावरूनच माझा मुद्दा स्पष्ट होतो. बॉलिवूडमधील सुंदर चेहेऱ्याच्या तुम्हा नटमोगऱ्यांना जगात काय चाललेय काही ठाऊक नसते. फॅशन आणि नव्या-नव्या हेअरस्टाइल्स यापलीकडे तुमची अक्कल जात नाही."

तो बहुधा मला मुद्दाम भडकवण्याचा प्रयत्न करीत होता; पण त्याचा पुरुषी उद्दामपणा असह्य होऊन मी त्याच्यावर बरसले, "ठीक आहे, आता तुम्ही मला सांगा, कान्स फिल्म महोत्सवात 'पाम ओ' हा सन्माननीय पुरस्कार मिळालेल्या चित्रपटाचे नाव तुम्हाला ठाऊक आहे?"

या प्रतिहल्ल्याची अपेक्षा नसल्याने एकदम गडबडून जात तो म्हणाला, "अं... नाही बुवा."

"मग आता मी असा निष्कर्ष काढू शकते की, सगळे सूत्रसंचालक स्वतःमध्येच मग्न असणारे आणि स्वतःवर खूश असणारे; पण कलेची जराही ओळख नसणारे महामूर्ख असतात."

"हे म्हणजे सफरचंदाची तुलना संत्र्याशी करण्यासारखे झाले." कुरकुरत तो म्हणाला, "आम्ही आमच्या क्षमतेवर, कुवतीवर इथवर आलो आणि तुम्ही? फक्त तुमच्या मुखड्यामुळे!"

"तसे असते तर प्रत्येक 'प्लेबॉय'च्या अंकातील मधल्या पानावर फक्त हॉलिवूडमधील फोटो छापून आले असते." मी प्रत्युत्तर देत म्हणाले, "सिनेमा हा फक्त सौंदर्याचा नाही, तर बुद्धीचाही उपासक आहे." असे म्हणत मी त्याला मार्टिन हेडगरच्या तत्त्वज्ञानावर प्रश्न विचारला. त्याला तो ठाऊक नव्हता. मग मी त्याला ऑसिप मँडेलस्टामच्या कवितांचे संदर्भ विचारले. त्याने या कवीचे नावही ऐकले नव्हते. बर्नार्ड मालामूडच्या कादंबऱ्या, की-डक् किमच्या फिल्म्स या विषयी त्याचे

तेवढेच अज्ञान होते. अधिक लाजिरवाणी वेळ येण्यापूर्वी तो त्याचे शरमेने लाल झालेले तोंड लपवण्यासाठी जागा शोधू लागला.

रोझीला हे फारसे आवडले नाही. ''आता स्टारडस्टवाले 'डॉ. शबनम पीएचडी' असे तुझे बारसे करतात की नाही बघ!'' ती गंभीरपणे म्हणाली आणि खांदे उडवत निघून गेली.

अभ्यासाच्या क्षेत्रातील सर्वोच्च सन्मान हा ग्लॅमरच्या क्षेत्रासाठी शिवी म्हणून वापरला जावा, ही किती दुर्दैवी गोष्ट आहे ना?

१५ डिसेंबर

आज मी लखनौत आहे. माझ्या आयुष्यातील तीन उत्तम वर्षे मी जेथे घालवली त्या गावात. अन्नू सरांच्या एका कार्यक्रमात भाग घेण्यासाठी मी आले आहे. रस्त्यावर राहणाऱ्या अनाथ मुलांसाठी सेवाभावी वृत्तीने काम करणाऱ्या संस्थेच्या मदतीसाठी हा कार्यक्रम आयोजित करण्यात आला आहे. सहा वर्षांपूर्वी मी जेव्हा लखनौत पहिल्यांदा आले, त्या वेळी मी आझमगडला राहत होते आणि उत्तर प्रदेशची ही राजधानी म्हणजे जगातील उत्तम शहरांपैकी एक आहे असे मला तेव्हा वाटले होते. लखनौतील पुस्तकांची मोठाली दुकाने, गजबजलेल्या बाजारपेठा, तजेलदार बागा आणि त्यापेक्षा महत्त्वाचे म्हणजे तेथील ऐट आणि संस्कृतीने मला भुरळ घातली. आझमगडच्या रासवट उर्मटपणापुढे लखनौतील 'आदब' आणि 'तेहेजिब' यांच्या मी अक्षरशः प्रेमात पडले. या शहराच्या विलास-वैभवाच्या रम्य आठवणी माझ्या स्मरणात कायमच्या कोरल्या गेलेल्या आहेत.

पण आता मी लखनौकडे बघते ते निम्मे जग फिरून झाल्यावर आणि मुंबईच्या तुलनेत लखनौ मला एक भडक गाव वाटते. अस्वच्छ आणि घाणेरडे, अस्ताव्यस्त आणि कमालीचा गोंधळ असलेले भारतातील एक छोटेसे गाव. अर्थात त्या गावाचे माझ्या हृदयात असलेले स्थान कोणी बदलू शकणार नाही. या शहराने माझ्या आयुष्याला आकार दिला. आझमगडने माझ्या स्वप्नांना जन्म दिला असेल, तर लखनौने त्या स्वप्नांना पंख दिले. हेच ते गाव जिथे मी आत्मविश्वास कमावला, माझ्या स्वप्नांना मोठे होताना बघितले.

नाट्यकला मंदिराचे सभागृह प्रेक्षकांनी ओसंडून वाहत होते. उत्तर प्रदेशची लखनौमध्ये वाढलेली कन्या अशी माझी ओळख करून दिली गेली, तेव्हा सभागृहात एकच जल्लोष झाला. प्रेक्षकांच्या चीत्कारांनी सभागृह दणाणून गेले. एका मुलीने माझा हात एवढा घट्ट धरला की, तो सोडायलाच ती तयार नव्हती. दुसरी तरुणी मला पाहताच अत्यानंदाने बेहोष झाली. ते बघताना मला लखनौतील माझा अनुभव आठवला, माधुरी दीक्षितचे अनुपम सौंदर्य बघून मी कशी खुळी झाले

होते तो अनुभव!

आज मी माधुरी दीक्षित होते; सर्व प्रेक्षकांच्या काळजाचा तुकडा! ते हजारो प्रेक्षक माझा नाच बघण्यासाठी आले होते; पण मी मात्र तणावात होते आणि सैरभैर. त्या सगळ्या कार्यक्रमात माझी नजर पहिल्या रांगेत ओळखीच्या चेहेऱ्यांना शोधत होती. परिचित आवाज ऐकण्यासाठी माझे कान आतुरले होते. आझमगड लखनौपासून अवघे २२० किलोमीटर तर दूर होते आणि मनाच्या एका कोपऱ्यात मला कुठेतरी आशा होती की बाबूजी, माँ किंवा कमीतकमी सपनाने तरी माझ्या दौऱ्याची बातमी वाचली असेल आणि कोणीतरी मला भेटायला येईल; पण माणसांच्या त्या समुद्रात माझ्या भूतकाळाची एकही खूण दिसत नव्हती. समोर फक्त दिसत होती भुकेल्या, वखवखलेल्या नजरांची माणूसरूपी जनावरे; आग्ऱ्यापासून ॲमस्टरडॅमपर्यंत सर्वत्र भेटणारी! या शहराचे जे ऋण माझ्यावर होते त्यातून मी काल मुक्त झाले. आता पुन्हा मी या शहरात येईन असे वाटत नाही.

३१ डिसेंबर

वर्षाच्या या अखेरच्या दिवशी रोझीने मला कोणा लॅरी पेज नावाच्या माणसाने लिहिलेल्या पत्रांचा गठ्ठा आणून दिला. ऑक्टोबर महिन्यापासून तो दर आठवड्याला पाच अशा वेगाने मला पत्र लिहितोय. आश्चर्याची गोष्ट म्हणजे तो अमेरिकन आहे किंवा तो तसा दावा करतोय.

ह्या प्राण्याचे डोके फिरले असावे बहुधा. कारण त्याचे असे म्हणणे आहे की, मी सपनासिंग या नावाने त्याला पत्रे लिहिली आणि लग्नाचे वचनही दिले. आता माझ्यासारखी आघाडीची नटी या मूर्खाच्या प्रेमात का पडेल, हा प्रश्न मला सतावतोय. हा बिचारा प्राणी माझ्या प्रेमाची याचना करताना काय एकेक तारे तोडतो पाहा, 'तुझ्यासाठी मी नरकातील निखाऱ्यांवर चालायला तयार आहे.' आपल्या पत्रातून तो मला आयुष्याचे काही धडे द्यायलाही मागे-पुढे बघत नाही, जसे 'जर आयुष्याने तुमच्या हातात लिंबे ठेवली तर... तर त्याचे सरबत करा!' पांचट लेकाचा!

पण ही मजा आणि मूर्खपणा सोडला, तर हा माणूस मनोरुग्ण असावा असे रोझीला वाटू लागले आहे आणि गरज पडल्यास या प्रकरणी हायकोर्टाची मदत घ्यावी, असेही माझ्या मनात आले आहे. मला भेटायला येणाऱ्या सर्व चाहत्यांची कसून तपासणी करण्याचे आदेश मी दिले आहेत आणि एखादी व्यक्ती अमेरिकन असल्याचा थोडा जरी संशय आला, तरी त्याला थेट अंधेरी पोलीस स्टेशनवर घेऊन जावे, अशीही माझी सूचना आहे. यासंबंधी पोलीस महासंचालक गोडबोलेंशी बोलून घ्यावे, असेही भोलाला सांगितले आहे.

प्रसिद्धीच्या वलयात असणाऱ्यांना त्याची अशी किंमत चुकवावी लागते!

७ जानेवारी

रामदुलारी ही अतिशय हुशार विद्यार्थिनी आहे, हे नक्की. ती आता एखाद्या टुरिस्ट गाइडच्या सफाईने इंग्लिश बोलू शकते. जेवताना एखाद्या अनुभवी बाईप्रमाणे काटासुरीचा वापर करू शकते. निमुळत्या, सहा इंची टाचांच्या चपलांचा तोल सांभाळत ऐटीत चालू शकते आणि न गांगरता चॉपस्टिक्सने चॉपसुई खाऊ शकते. हा सिंड्रेला प्रकल्प दहा महिन्यांत पूर्ण करण्याचा माझा मानस होता. रामदुलारी अवघ्या पाचच महिन्यांत ही परीक्षा उत्तम गुणांसह पास झाली! हे यश साजरे करायलाच हवे.

१३ जानेवारी

आज मला एक अपघात झाला. झकासपैकी, मनसोक्त आंघोळ करून मी बाथटबमधून बाहेर येताना माझा पाय घसरला आणि घोट्याजवळ पाय मुरगळला. चालणे जाऊ द्या, मला एक पाऊलही पुढे टाकणे अवघड झाले. सुजलेल्या पायावर आज सकाळपासून रामदुलारी वेदनाशामक मलम चोळतेय आणि तो पाय शेकतेय. पायाची सूज उतरायला कमीतकमी दहा दिवस लागतील, असे डॉ. गुप्तेंचे म्हणणे आहे. मी गुड्डू धानोआच्या सिनेमासाठी १० जानेवारीपासून तारखा दिल्या होत्या. नशीब, काही कारणाने त्याचे काम थांबले आहे, त्यामुळे कोणाच्याच तारखा रद्द करण्याची वेळ येणार नाही; पण माझा नुकताच प्रदर्शित झालेला सिनेमा 'लव्ह इन कॅनडा', त्याचा उद्या आयमॅक्समध्ये प्रिमिअर आहे. त्याला मात्र मला हजेरी लावता येणार नाही! दीपक हिरानी या सिनेमाचा निर्माता आहे. त्याच्याविषयी मला अमाप आदर आहे. तो माझा गॉडफादर! प्रिमिअरला या चित्रपटाच्या हिरॉइनची अनुपस्थिती ही त्याच्यासाठी नक्कीच धक्कादायक गोष्ट ठरणार आहे; पण पायाला प्लॅस्टर घातलेली हिरॉईन लोकांसमोर येणे हेही फारसे शोभादायक नाही. नाहीतर मी अशा अवस्थेतसुद्धा वडाळ्याला गेले असते!

दीपक सरांना फोन करून मी त्यांची माफी मागणार होते; पण भोलाने मला अडवले, "माझ्याकडे एक युक्ती आहे दीदी!" तो म्हणाला.

"काय?"

"आपण रामदुलारीला का पाठवत नाही प्रिमिअरला?"

"त्याने काय होईल?"

"मला म्हणायचेय, आपण तिला शबनम सक्सेना म्हणून का पाठवत नाही?"

मी भोलाकडे रोखून बघितले. सिनेमात मी नग्नदृश्य देणार नाही, या माझ्या भूमिकेचा भलता-सलता अर्थ काढणाऱ्या निर्मात्याकडे टाकते, तसा हा कटाक्ष होता.

"तुझे डोके फिरले नाहीये ना? रामदुलारी कशी मी म्हणून जाऊ शकते?"

"जरा विचार करा दीदी, ती अगदी थेट तुमच्यासारखी दिसते. तेवढीच उंची, तसाच बांधा, तोच रंग. एकदा मेकअप करून तुमचे कपडे घातले, तर तुम्हा दोघींमधील फरक कोणाला कळणारसुद्धा नाही, हे मी पैजेवर सांगतो."

"पण ती माझ्याकडे स्वयंपाकीण म्हणून काम करते, हे प्रत्येकाला ठाऊक आहे."

"कोणाला ठाऊक आहे दीदी? कोणालाही नाही! रामदुलारी घराबाहेर पाऊलही टाकत नाही. आपल्या वॉचमननेसुद्धा तिला बघितलेले नाहीये."

त्याच्या बोलण्यात तथ्य होते. आपल्या कुटुंबाचे एखादे गुपित चार भिंतीत सांभाळावे तसे आम्ही रामदुलारीला चार भिंतीत लपवून ठेवले होते.

"मी तुम्हाला सांगतो दीदी, हा अगदी उत्तम बेत आहे. रामदुलारी प्रिमिअरला हजेरी लावेल; पण सगळ्यांना वाटेल तुम्हीच हजर आहात! सगळी मंडळी, तुमचे सहकारी खूश होतील. दीपक सरही खूश आणि या कानाची त्या कानाला खबर कळणार नाही."

भोलाचा आग्रह सुरू होता आणि मला ते पटत नव्हते!

"तिची कशी एवढी खात्री देतोस?"

"मी तिच्याबरोबर जाईन दीदी आणि सतत तिच्याबरोबर राहीन. तिला फार काही करायचे नाहीये. चाहत्यांची गर्दी टाळण्यासाठी आम्ही मागच्या दाराने आत शिरू. मग ती दीप-प्रज्वलनासाठी रंगमंचावर जाईल आणि सगळ्या सहकाऱ्यांबरोबर फोटो काढण्यासाठी उभी राहील आणि मग सिनेमा बघून परत मागच्या दाराने आम्ही परत येऊ."

"आणि कोणी काही विचारले तर?"

"रामदुलारी तोंड उघडणार नाही. तुमचा घसा बसला आहे अशी अफवा मी आधीच पसरवून देईन. मी तुम्हाला सांगतो दीदी, या बेतामध्ये जराही चूक नाहीये."

तरीही मला शंका होत्याच.

"भोला म्हणतो तसे घडले नाही तर? जर ती पकडली गेली तर? ती माझ्यासारखी दिसणारी, पण मी नाहीये हे सलमान आणि अक्षयला समजले तर?"

"मग आपण असे म्हणू की, हे सगळे आपण मुद्दाम खळबळ उडवून देण्यासाठी केले होते. त्यामुळे सिनेमालाही भरपूर प्रसिद्धी मिळेल. दीपक सरही काही कुरकुर करणार नाहीत."

हा शुद्ध वेडेपणा होता; पण मी त्यात अडकत चालले होते.

"ठीक आहे. मंजूर आहे मला; पण एका अटीवर!"

"कोणत्या?"

"मला हा सगळा खटाटोप व्हीडिओवर बघायचा आहे."

"मिळेल! मी त्याची व्यवस्था करतो."

१४ जानेवरी

ती हुबेहूब माझ्यासारखीच वागली. अगदी थेट! जेव्हा स्मितहास्य करण्याची गरज होती तेव्हाच ती हसली. अगदी नम्रपणे दीपप्रज्वलन केले, फोटोसाठी छान, स्थिर उभी राहिली आणि चेहेऱ्यावर कॅमेऱ्याचे प्रखर प्रकाशझोत पडत असताना जराही बावचळली नाही. एखाद्या राणीच्या थाटात तिने सर्वांशी हस्तांदोलन केले आणि बरोबरीच्या कलाकारांमध्ये अगदी सहजतेने वावरली! रामदुलारीने आजवर एकही हिंदी सिनेमा बघितलेला नव्हता, हे एका परीने बरेच होते. नाहीतर सलमान-अक्षय इतक्या हाताच्या अंतरावर बसलेले असताना एखादी मुलगी चेकाळली असती! पण त्यांच्या उपस्थितीचे कोणतेही दडपण तिच्यावर आले नाही. ती जन्मजात स्टार आहे! सिंड्रेला प्रकल्पामुळे आकारास आलेली!

आमच्या सिनेमातील साहसी दृश्यांचे दिग्दर्शक अझीम भाईही प्रिमिअरला हजर होते. माझ्या या साहसाची वार्ता त्यांना सांगावी आणि कॅमेरामनलाही कसे हे रहस्य टिपता आले नाही हे त्यांना सांगावे, असे मला वाटत होते!

१६ जानेवारी

एखाद्या वाघाला रक्ताची चटक लागावी तसे भोलाचे झाले आहे. तो माझ्याकडे आज आणखी एक धाडसी प्रस्ताव घेऊन आला. वस्त्रोद्योगातील एक बडी असामी असलेल्या बी. आर. विरमानींना त्यांच्या जीन्सच्या नव्या उत्पादनांसाठी ब्रँड अँबॅसॅडर म्हणून मी हवी आहे. दोनच दिवसांनी म्हणजे शुक्रवारी नव्याने सुरू होणाऱ्या 'लिक्विड जीन्स बुटिक'च्या उद्‌घाटन समारंभात माझ्या पाच मिनिटाच्या हजेरीसाठी ते पाच लाख रुपये द्यायला तयार होते.

"विरमानींचा जनसंपर्क अधिकारी राकेश दत्तानी माझ्या चांगल्या परिचयाचा आहे. तुम्ही जर ही ऑफर स्वीकारणार नसाल, तर ते तुमच्या कट्टर प्रतिस्पर्धी असलेल्या प्रियांकाला ते ही ऑफर देणार आहेत. आपल्याला ते चालणार नाही, हो ना?"

"पण मी कशी जाईन? माझा पाय तर प्लॅस्टरमध्ये आहे."

"चूक दीदी, तुम्ही जाऊ शकता." डोळे मिचकावत भोलाने रामदुलारीकडे

निर्देश केला.

"हा तद्दन मूर्खपणा ठरेल. त्या दुकानात येणाऱ्या फॅन्सच्या गर्दीला रामदुलारी कसे तोंड देऊ शकेल?"

"अगदी सोपे आहे. कार्यक्रमाच्या ठिकाणी चांगली सुरक्षा-व्यवस्था ठेवण्याबाबत आपण विरमानींना सांगू. त्यामुळे चाहते तिच्या फार जवळ येणार नाहीत."

"पण फीत कापण्याच्या निमित्ताने तिला काही बोलावे लागणार नाही? चार शब्द तरी?"

"हो. तीन-चार ओळी नक्कीच ती बोलू शकेल. हो ना रामदुलारी?" असे म्हणत त्याने रामदुलारीला खूण केली.

"इथे येऊन खूप छान वाटते. लिक्विड जीन्स मला मनापासून आवडतात. त्या तुम्हालाही आवडतील अशी मला खात्री वाटतेय." रामदुलारी बोलत होती. ती उभी होती एखाद्या पुतळ्यासारखी. दुकानातील शोकेसमध्ये उभ्या असतात तशा पुतळ्यासारखी; पण तिचे बोलणे फार छान होते!

"म्हणजे सगळा बेत पक्का झालाय तर! तुम्ही दोघेही माझ्यामागे अशी कट-कारस्थाने करता?" मी कुरकुरले.

"नाही दीदी. तुम्ही रामदुलारीला दोष देऊ नका. मीच तिला हे शिकवले." भोला एकदम अपराधी स्वरात म्हणाला, "ह्या तुमच्याच सूचना आहेत असे मी रामदुलारीला पटवले; पण तुम्हाला हे मान्य नसेल, तर ती जाणार नाही तिकडे. तुमचा विश्वास हा आमच्यासाठी पाच लाखांपेक्षा अधिक मौल्यवान आहे."

मग माघार घेत मी म्हटले, "तसे नको, जा तुम्ही. हे पैसे आपण रामदुलारीच्या लग्नासाठी वापरू या; पण माझी व्हीडिओ टेपची अट मात्र विसरू नकोस."

१८ जानेवारी

आज संध्याकाळी मी ती टेप बघितली. रामदुलारीने काय उत्तम कामगिरी केली आहे! समारंभासाठी तीनशे लोक आले होते. जवळजवळ सगळे कॉलेजचे विद्यार्थी होते. तिची प्रशंसा, तिला मिळणारी दाद, टाळ्या हे तिने अगदी सहजगत्या झेलले आणि जीन्स घालून ती पोडियमपर्यंत एखाद्या मॉडेलसारखी ज्या डौलात चालत गेली, त्याला तोड नव्हती! तिला जेव्हा भाषणासाठी आमंत्रित केले गेले, तेव्हा एक क्षणभर माझ्या पोटात भीतीचा गोळा आला होता. बोलताना ती किंचित थरथरत होती; पण अडखळली मात्र अजिबात नाही. तिचा आवाजही अगदी माझ्याचसारखा येत होता. एखाद्या अनुभवी राजकीय नेत्याच्या थाटात तिने फीत कापली आणि हॉलमध्ये टाळ्यांचा मुसळधार पाऊस पडला जणू! रामदुलारीने

लोकांना जे वेड लावले होते, ते बघता मलाच आठवण करून द्यावी लागली की, शबनम सक्सेना मी आहे आणि ती आहे केवळ माझ्यासारखी दिसणारी. म्हणजे मी नव्हे!

या समारंभात एकच गडबड झाली. ती केव्हा? तर काही तरुण मंडळी सुरक्षा-रक्षकांना न जुमानता थेट रामदुलारीपर्यंत धडकली आणि हातातील कागद-वह्या पुढे करीत 'शबनम'ची सही मागू लागली तेव्हा! रामदुलारी क्षणभरासाठी चांगलीच गांगरली. तिची ही मुद्रा कॅमेऱ्याने बरोब्बर टिपली. एखाद्या परीक्षेत प्रश्नाचे उत्तर न आल्याने मुले जशी भांबावतात तशी काहीशी ही मुद्रा होती; पण तेवढ्यात भोलाने तिचा हात पकडला आणि माझ्या चाहत्यांना निराश करीत, त्यांच्या मागणीकडे दुर्लक्ष करीत तिला बाहेर काढले.

२० जानेवारी

"ऑटोग्राफ म्हणजे काय असते दीदी?" मी जेवत असताना रामदुलारीने अकस्मात मला विचारले.

"हे एक शेवटचे शस्त्र, जे मी तुला द्यायचे विसरून गेले होते." मी म्हटले.

"ऑटोग्राफ कसा करायचा शिकवाल मला?"

मग मी तिला तिचे आणि माझे नाव कसे लिहायचे ते शिकवले. माझ्या नावातील फक्त पहिल्या शब्दाचा मोठा डौलदार फराटा आणि त्यानंतर लहान होत गेलेली पुढची अक्षरे! हे सगळे तिने लवकर आत्मसात केले. एखाद-दोन दिवसांत ती माझी सही इतक्या सफाईदारपणे करू लागली की, रोझी मस्करहान्सकडील सर्व चाहत्यांच्या पत्रावर सही करण्याची कामगिरी तिच्यावरच सोपवावी, असे मला वाटू लागले.

"जिथे मला मी तुम्ही असल्याचे नाटक करावे लागते अशा समारंभांना तुम्ही मला का पाठवता दीदी?" मी रात्री झोपायला निघाले असताना रामदुलारीने मला प्रश्न विचारला.

"तो एक खेळ आहे रामदुलारी. निव्वळ एक खेळ!" मी तुटकपणे उत्तरले. एक क्षणभर तिच्या चेहेऱ्यावर एक वेगळीच भावना उमटून गेली असे मला वाटले. वैफल्य आणि खंत याचे मिश्रण असलेली. मग ती माझ्याकडे बघून फक्त हसली आणि माझ्या बेडरूममधून निघून गेली.

२१ जानेवारी

माझा घोटा आता जवळजवळ बरा झाला होता; पण प्लॅस्टर काढायला अजून तीन दिवस लागतील, असे डॉ. गुप्तांचे म्हणणे होते. याचा अर्थ सिने-

ब्लिट्झ पुरस्कार समारंभालाही मी हजेरी लावू शकणार नव्हते तर! 'वूमन्स रिव्हेंज' या चित्रपटातील माझ्या नकारात्मक भूमिकेच्या अभिनयाबद्दल जाहीर झालेला पुरस्कार मला त्या समारंभात मिळणार होता. या वेळी रामदुलारीला या समारंभात पाठवण्याचा निर्णय मी घेतला होता. ही तिची अखेरची परीक्षा होती. त्यातही ती उत्तीर्ण झाली असती, तर अन्य कोणतीही परीक्षा तिच्यासाठी अवघड नव्हती. त्या समारंभात काय बोलायचे, कसे वागायचे याचे शिक्षण स्वत: मीच तिला देणार होते आणि ज्या वेळी पुरस्कार समांभाचे थेट प्रक्षेपण टीव्हीवर होणार होते, तेव्हा त्याचे प्रात्यक्षिक बघणार होते.

२४ जानेवारी

माझ्या खोलीतील पलंगावर बसून मी समोरचा प्लाझ्मा टीव्ही सुरू केला. कार्यक्रमाचे प्रक्षेपण सुरू झाले होते. अंधेरी क्रीडा संकुलात येऊन थडकणाऱ्या स्टार लोकांच्या गाड्या आणि प्रवेशद्वाराजवळच त्यांची छबी टिपण्यासाठी होणारी फोटोग्राफर्सची लगबग याचा वृत्तान्त स्टेजवरून एक तरुण सूत्रसंचालक ऐकवत होती. पाचच मिनिटांत माझी चंदेरी ई क्लास मर्सिडीझ तिथे पोहोचली आणि रामदुलारी गाडीतून उतरली. टिकल्या लावलेला काठ असलेली तलम शुभ्र साडी नेसलेली रामदुलारी विलक्षण मादक दिसत होती. तिला पाहताच एकच जल्लोष झाला. अतिशय डौलात त्या लाल गालीच्यावरून चालणाऱ्या रामदुलारीकडे मी अक्षरश: भान हरपून बघत होते. तिने सगळ्यांकडे बघून हात हलवला, तेव्हा माझ्या नावाचा जयघोष प्रेक्षकांमध्ये सुरू झाला. कॅमेऱ्यांकडे बघून तिने स्मितहास्य केले, तेव्हा झालेल्या फ्लॅशच्या लखलखाटाने तिचे डोळे अक्षरश: दिपून गेले.

माझ्यावरील प्रेमापोटी चीत्कारणाऱ्या वीस-पंचवीस हजार चाहत्यांना सामोरे जाताना जरासुद्धा न डगमगलेल्या रामदुलारीची कामगिरी अक्षरश: अफलातून होती! मला मिळालेला पुरस्कार स्वीकारणाऱ्या रामदुलारीला बघताना मला जो अभिमान वाटत होता, तसाच अभिमान मायकेल एंजेलोला डेव्हिडबद्दल वाटला असेल, 'लिओ नार्दो द व्हिन्सी'ला मोनालिसा बघून वाटला असणार आणि नोबोकोव्हला लोलिता बघताना वाटला असेल. आपली कलाकृती प्रत्यक्ष बघताना कलाकाराला मिळणारे समाधान; पण मला मिळत असलेले समाधान मात्र एखाद्या चित्रकार वा लेखकापेक्षा फार वेगळे होते, कारण माझी निर्मिती म्हणजे निव्वळ कागदावर उमटलेले निर्जीव शब्द किंवा कॅन्व्हासवर उमटणारे रंगाचे वेडेवाकडे फटकारे नव्हते. ती निर्मिती जिवंत, रसरशीत होती. हाडामांसाची, धपापत्या हृदयाची, हलती-बोलती, विचार करणारी. तिच्यामध्ये होते चैतन्य आणि सळसळते प्राणतत्त्व! जे आपल्या कलेमध्ये असावे असे प्रत्येक कलाकाराला वाटत असते;

पण ते शक्य नसते.

"यंदाचा सर्वांत मान्यवर कलाकार कोण ते आपण बघू या!" असे सूत्रसंचालक म्हणत असताना कॅमेरा प्रेक्षकांमधून फिरला तेव्हा हजारो प्रेक्षक एकाच नावाचा पुकारा करीत होते. "शबनम! शबनम!" "हे वर्ष बहुधा शबनम सक्सेनाचे असावे असे दिसतेय. सध्या अधिक सुंदर आणि अधिक तरुण दिसणाऱ्या शबनमचे!"

सूत्रसंचालक बोलू लागली. "नकारात्मक भूमिका असूनही 'सर्वोत्तम अभिनेत्री' हा पुरस्कार मिळवून तिने आपले अष्टपैलुत्व सिद्ध केले आहेच. यापुढेही अधिकाधिक सन्मान ती मिळवेल आणि अधिकाधिक लोकांच्या हृदयावर राज्य करील."

'आय लव्ह शब्बो' असे आपल्या टी-शर्टवर छापून माझ्या वेडाची जाहीर कबुली देणाऱ्या एका अगदी तरुण मुलाच्या छातीवर रामदुलारीने सही करताच उपस्थित चाहता वर्ग अक्षरशः पागल झाला आणि थेट प्रक्षेपणही काही क्षण थांबले!

त्या क्षणी मला सतत चढवाव्या लागणाऱ्या 'सेलिब्रिटी'पणाच्या दिखाऊ मुखवट्यातून माझी सुटका झाली. माझ्या खऱ्याखुऱ्या चेहेऱ्याला गिळंकृत करणारा हा मुखवटा! स्वतःला पडद्यावर बघताना येणाऱ्या मानसिक दडपणाचे ओझे भिरकावून देऊन प्रथमच मी स्वतःला न्याहाळत होते. माझी कमालीची लोकप्रियता दुरूनच बघताना मी कमालीची खूश होते. तो एक विलक्षण थरारक अनुभव होता. स्वतःचे शरीर न सोडता स्वतःलाच समोर प्रत्यक्ष बघण्याचा! रामदुलारीने शबनमला मुक्त केले होते.

रात्री १ वाजता भोला आणि रामदुलारी आले.

"शाब्बास रामदुलारी! तू एकही चूक केली नाहीस. मला अभिमान वाटतोय हं तुझा."

माझ्याकडे रोखून बघत रामदुलारीने विचारले, "मग दीदी, तुम्ही मला अभिनय करायला कधी शिकवणार?"

माझा माझ्या कानांवर विश्वासच बसेना. हिला वेड लागले नाहीये ना? मी ताबडतोब माझा 'तापट शिक्षकी' अवतार धारण केला. माझ्या अनावर चाहत्यांसमोर धारण करते तो.

"तू माझ्यासारखी दिसतेस याचा अर्थ तुला माझ्यासारखा अभिनय करता येतो असे नाही रामदुलारी!" धडधडत्या आगीचाही बर्फ करेल अशा स्वरात मी तिला ऐकवले.

"पण मला येतोय दीदी! हे ऐका बरे जरा!" असे म्हणत तिने 'इंटरनॅशलन मॉल' या माझ्या चित्रपटातील माझा एक संवाद एखाद्या पोपटासारखा म्हणून दाखवला. मी काम केलेल्या सिनेमाच्या डीव्हीडी बघण्यात तिने नक्कीच कित्येक

तास खर्च केले असावेत. कारण तिची कामगिरी एकदम उत्तम होती! तिची संवादाची फेक बिनचूक होती आणि त्यात व्यक्त झालेल्या भावनाही अगदी नेमक्या, संयत होत्या. 'ही बया नक्कीच चांगली अभिनेत्री बनू शकते!' मत्सराच्या एका फटकाऱ्याने माझे हृदय व्याकूळ झाले!

"आज केली तेवढी मजा पुरे आहे. आता मुकाट्याने जाऊन उद्याच्या जेवणासाठी राजमा भिजत घाल." मी तिला फटकारत म्हटले. ती खोलीतून बाहेर पडताच भोलाकडे कटाक्ष टाकीत मी म्हटले, "बस्स! पुरे झाले. यापुढे रामदुलारी मी बनून वावरणार नाही. हे सगळे नाटक माझ्या डोक्यात जायला लागले आहे आता."

"होय दीदी. आता तिचे हिंडणे-फिरणे बंद!" ओशाळवाणे होत भोला म्हणाला.

रामदुलारीला तिचे स्थान दाखवून देणे खूप महत्त्वाचे आहे, असे मला वाटू लागले. ती एक साधी स्वयंपाकीण होती आणि माझ्या इच्छेनुसार तिचे सिंड्रेलामध्ये रूपांतर करण्यात आले होते आणि सिंड्रेलाचे स्वप्न जसे रात्री बाराच्या ठोक्याला संपते तसेच हेही स्वप्न संपायला हवे होते! आत्ता हे लिहीत असताना माझ्या मनात विचार आला, 'काय करावे बरे हिचे? हे खेळणे मी माझ्या मनोरंजनासाठी निर्माण केले, पण एखाद्या खेळण्याचा कंटाळा आला की काय करायचे असते बरे? एका जिवंत, हाडामांसाच्या, विचार करणाऱ्या या खेळण्याला कुठे फेकता येईल?' जेपेट्टिओ या लाकडावर कोरीवकाम करणाऱ्या कलाकाराने पिनोकिओ या आपणच निर्माण केलेल्या पात्राचे नेमके काय केले बरे, हे आठवण्याचा मी प्रयत्न करू लागले. मग मला आठवले की, पिनोकिओच्या मूळ कथेत अखेरीस त्याची अतिशय निर्घृण हत्या होते. त्याने केलेल्या असंख्य गुन्ह्यांबद्दल त्याला फासावर लटकवले जाते!

१५ फेब्रुवारी

श्रीराम राघवनच्या एका चित्रपटाचे मी मेहबूब स्टुडिओमध्ये चित्रीकरण करीत होते; पण आज कोणाचेच कामात लक्ष लागत नव्हते. वातावरणात कमालीचा तणाव होता. प्रत्येक जण विकी रायच्या खटल्याच्या निकालाची वाट बघत होता. दुपारच्या जेवणाच्या सुट्टीत सगळी मंडळी स्क्रिनिंगच्या खोलीत जमली. प्रोजेक्टर केबल टीव्हीला जोडण्यात आला. मी मेकअप व्हॅनमध्ये होते. स्क्रिनिंग हॉलमध्ये प्रवेश केला तेव्हा बरखा दास काहीशा नाराजीनेच बोलताना दिसत होती, "आत्ताच कोर्टातून हाती आलेल्या माहितीनुसार विकी राय यांची रुबी गिल हत्येप्रकरणी निर्दोष मुक्तता करण्यात आली आहे." तिने जाहीर केले. स्टुडिओमध्ये एकदम

शांतता पसरली. या बातमीवर कोणाचा विश्वासच बसत नव्हता. काही क्षण बरखा दासलाही काय बोलावे, हे सुचत नव्हते.

काय बोलावे आता? हा निकाल कमालीचा धक्कादायक; पण अनपेक्षित मात्र नाही. कायद्यातील पळवाटा शोधून खुनासारख्या गुन्ह्यातूनही सुटण्याची परंपराच भारतातील धनाढ्यांनी रूढ केली आहे. त्यात आज विकी रायची भर पडली. न्याय ही गोष्ट सामान्यांसाठी स्वप्नवत् उरली आहे. आजचा दिवस केवळ रुबी गिलच्या कुटुंबासाठीच दु:खाचा नाहीये, तर प्रत्येक सामान्य माणसासाठी तेवढाच वेदनादायी आहे.

मी रुबी गिलला कधी भेटले नव्हते; पण तरीही निकाल ऐकल्यावर माझे मन एका अनामिक खिन्नपणाने झाकोळून गेले. दूरच्या एखाद्या देशात एखादे विमान कोसळते; पण त्या दु:खाची छाया आपल्याही मनाला व्यापून उरतेच ना!

१६ फेब्रुवारी

विकी रायच्या सुटकेचा आनंद साजरा करण्यासाठी जय चॅटर्जीने अथेना बारमध्ये पार्टी आयोजित केली आहे आणि मलाही त्या पार्टीचे आमंत्रण पाठवले आहे. आश्चर्यच आहे हे! मी सगळ्यात व्यथित झाले ते या आंधळ्या न्यायाचा आनंद साजरा करणारी माणसे बघून! जय चॅटर्जीसारख्या वेगळ्या वाटेने जाणारा कलाकारही विकी रायसारख्या गुन्हेगाराचा मित्र असावा! थोडक्यात काय, बॉलिवूडचा स्टिव्हन स्पिलबर्ग म्हणून ओळखल्या जाणाऱ्याचे पायही मातीचेच आहेत तर!

परिणामांची जाणीव असूनही मी या आमंत्रणाला नम्र नकार कळवला. चॅटर्जीच्या पुढील सिनेमात भूमिका मिळण्याची संधी यामुळे माझ्या हातून जाण्याचा धोका होता. सलीम इलियासीबरोबर शोभून दिसेल अशा कलाकाराचा त्याचा शोध सुरू होता; पण माझीही काही तत्त्वे आहेत की! आणि माझ्या काही मर्यादाही आहेत. दुपारी लोणावळ्यात मी फोटो शूट करीत असताना काही कॉलेज-विद्यार्थी माझ्याकडे आले आणि म्हणाले, ''विकी रायचा खटला पुन्हा चालवावा अशी मागणी करण्यासाठी एक अर्ज आम्ही राष्ट्रपतीकडे करीत आहोत. या अर्जावर एक कोटी सह्या मिळवण्याचे आम्ही ठरवले आहे. तुम्ही यावर सही कराल शबनमजी?'' त्यांनी मला विचारले.

''नाही.'' काहीशा शरमेने मी म्हटले, ''मला राजकारणात पडण्याची इच्छा नाहीय.''

''हे राजकारण नाही मॅडम.'' एक चुणचुणीत मुलगी म्हणाली, ''आपण न्यायाची मागणी करतोय. काल रुबी भरडली गेली. उद्या तुम्ही-आम्ही यात भरडले जाऊ.''

"तुमच्या प्रयत्नांना माझी सहानुभूती आहे; पण मी माझे नाव यावर नाही देऊ शकत.'' काहीसे खेदाने मी म्हटले. खट्टू होऊन ते विद्यार्थी निघून गेले. मी माझे स्वीय सचिव राकेशजींचा सल्ला पाळत होते. शासनावर केल्या जाणाऱ्या कोणत्याही टीकेत सहभागी व्हायचे नाही. हा सहभाग कधी तुमच्या गळ्याशी येईल आणि कधी शासन त्याचा सूड उगवेल सांगता येत नाही. आयकराची धाड पडावी किंवा पासपोर्ट अडकवून ठेवला जावा, असे कोणाला वाटेल? रुबी गिलसारखे दुर्भाग्य कधी माझ्या वाट्याला येईल असे वाटत नाही. श्रीमंत आणि प्रसिद्ध लोकांची खुनासारख्या गुन्ह्यांमधून सुटका तर होतेच, पण त्यांचे कधी खूनही होत नाहीत!

१७ फेब्रुवारी

महेश सरांचा आगामी सिनेमा 'मेट्रो'तील हृतिकबरोबरच्या तीन गाण्यांच्या शूटिंगसाठी मी तीन आठवडे ऑस्ट्रेलियाला जाते आहे. ऑस्ट्रेलियाची माझी ही पहिलीच वारी. आणि तेथील सर्व प्रेक्षणीय स्थळांबद्दल मी एवढे ऐकलेय की, ती सगळी बघण्यास मी कमालीची उत्सुक आहे. रामदुलारी घरी एकटीच असेल. घराची आणि तिची व्यवस्थित काळजी घेण्याबाबत मी भोलाला सूचना दिल्या आहेत.

२० फेब्रुवारी

सिडनी हे जगातील सुंदर शहरांपैकी एक असणार. ऑपेरा हाउस आणि हार्बर ब्रिज पहिल्यांदा बघताना एवढा अद्भुत वाटत होता! ऑस्ट्रेलियातील लोकांची वृत्ती मौज करण्याची आहे! मीही इथे धमाल करते आहे. विशेषत: सळसळत्या केसांच्या आणि निळ्या डोळ्यांच्या ऑस्ट्रेलियन मुली माझ्याबरोबर कंबर लचकवत हिंदी गाण्यांच्या ठेक्यावर नाचताना बघून मजा वाटते. आमच्या देशी, काळ्या मुलींबरोबर 'झटका-मटका' करण्यासाठी गोऱ्या, फिरंगी पोरींना घेण्याची फॅशनच बॉलिवूडमध्ये आली आहे. आज आम्ही ज्या गाण्याचे चित्रीकरण केले, त्यातील ऑस्ट्रेलियन मुली हृतिकच्या पायाशी रांगत, त्याच्या मागे-मागे जात, उसासे टाकत एका चुंबनाची याचना करीत होत्या! हा वसाहतवादाचा उलटा प्रवास म्हणायचा?

४ मार्च

आज एक फार गमतीदार घटना घडली. चंदेरी केसांचा आणि अगदी ओबडधोबड चेहेऱ्याचा, स्वत:चे नाव ल्युसिओ लोंबार्डी असे सांगणारा एक माणूस मला माझ्या हॉटेलच्या स्यूटमध्ये भेटायला आला. तो उत्तम इंग्लिश बोलत होता

आणि कोणातरी अरब राजकुमाराचा बिझिनेस मॅनेजर असल्याचे सांगत होता. त्या राजकुमाराचे नाव मात्र मी विसरले! तो सिडनीला का आला असे मी त्याला विचारले तेव्हा तो म्हणाला की, त्या राजकुमारांनी माझे फोटो बघितले अन् त्यांची एकदम दांडी उडाली! १५ मार्चला त्यांचा वाढदिवस होता आणि ती रात्र मी त्याच्याबरोबर काढावी, यासाठी तो एक लाख डॉलर्स द्यायला तयार होता! मी त्याच्या खाजगी विमानाने लंडनला जायचे, तेथे डॉर्चेस्टरसारख्या शाही हॉटेलमध्ये माझी व्यवस्था केली जाणार होती. एक रात्र त्या राजकुमाराबरोबर घालवून १६ मार्चला मी परत मुंबईत येऊ शकले असते!

एखाद्या दिग्दर्शकाने एखादे कथानक ऐकवावे तेवढ्या आत्मीयतेने लोंबार्डी मला हे ऐकवत होते. माणूस पैसेवाला आणि बड्यांशी साटेलोटे असणारा असावा; पण त्याने भारतीय अभिनेत्रीची मानसिकता अजून ओळखलेली दिसत नव्हती.

“तुमचा हा प्रस्ताव मला अजिबात मंजूर नाहीये.” मी कडाडले. “मी काय खिडकीत बसलेली वेश्या आहे असे तुमच्या राजकुमाराला वाटते आहे?” लोंबार्डीच्या मूर्खपणामुळे मी दुखावले गेले आहे असे मी वरवर दाखवत होते; पण प्रत्यक्षात मात्र तसे नव्हते! मला मनोमन ठाऊक आहे, पुरुषांच्या मनात माझे असे स्थान आहे जे वेश्या आणि बायको यांच्यापेक्षा वेगळे आहे. निश्चित नाव नसलेले आहे. बायको कधीही अंगाखाली घेता येईल अशी हक्काची शय्यासोबतीण असते आणि वेश्या पैसे फेकून खरेदी करता येते; पण आमच्यासारख्या नट्यांकडे मात्र शरीरसंबंधाची फक्त मागणी करता येते! लोंबार्डीने हेच केले! तो इटालियन माणूस माझा नकार स्वीकारण्याच्या मन:स्थितीत नव्हता. तो त्याचा हट्ट सोडेना. आपली ऑफर वाढवून दोन लाख, तीन असे करीत पन्नास लाखापर्यंत पोहोचला आणि माझा मासा गळाला लागावा म्हणून पन्नास टक्के रक्कम आत्ता देण्याचे आमिषही त्याने दाखवले!

शेवटचे अस्त्र म्हणून त्याने त्या राजकुमाराचा फोटो बाहेर काढला. हा राजकुमार म्हणजे गुप्तरोगाने पछाडलेला एखादा कुरूप म्हातारा असेल अशी माझी कल्पना होती; पण तो गुळगुळीत फोटो एका उमद्या, देखण्या, घोट्यापर्यंत सैलसर रोब घातलेल्या तरुणाचा होता. त्याच्या उभट, गौरवर्णीय चेहेऱ्यावरील दाट मिशा अगदी उठून दिसत होत्या.

राजकुमार देखणा होता (जरी थोडी बायकी छटा त्याच्यात असली तरी!) हे मान्य करायलाच हवे होते आणि पन्नास लाख डॉलर्स ही काही साधीसुधी रक्कम नव्हती. मी हिशोब केला, एका रात्रीसाठी लोंबार्डी मला घसघशीत २ कोटी रुपयांची रक्कम देत होता.

माझ्या बँकेत ६ कोटी रुपये होते; पण ते कमवण्यासाठी मला साडेतीन वर्षे

लागली होती. या रकमेच्या एक तृतीयांश रक्कम मला फक्त एका रात्रीत मिळणार होती! आणि एक रात्र म्हणजे नेमके काय? अगदी स्पष्ट बोलायचे, तर दोन वेळा शरीरसंबंध! (राजकुमार असला तरी तिसऱ्यांदा शरीरसंबंध करण्याची क्षमता त्याच्यामध्ये असेल असे वाटत नाही!) म्हणजे जेमतेम २२ मिनिटांचा खेळ! याचा अर्थ माझ्या एका मिनिटाची किंमत होती २२,७२७ डॉलर्स! आणि एका सेकंदाची ३७८ डॉलर्स! व्वा! सेकंदाचा हिशोब केल्यास फक्त महंमद अलीने माझ्यापेक्षा अधिक कमावले असतील; पण त्यासाठी त्याला मार खावा लागला, घायाळ व्हावे लागले. मी सुख घेत घेत हे पैसे कमवू शकत होते; पण तरीही मी नाही म्हटले!

लोंबार्डीचा अपेक्षाभंग झाला. ''एक भरघोस ऑफर डावलून तुम्ही एक मोठी चूक करताय, मिस सक्सेना. जर तुम्हाला या गोष्टीची वाच्यता होण्याची भीती वाटत असेल, तर ही गोष्ट या कानाची त्या कानाला समजणार नाही, असा मी शब्द देतो.''

''नाही.'' मी ठामपणे उत्तरले.

''मग नीतीमत्तेच्या वगैरे काही खुळचट कल्पनांमुळे नकार देताय? तुम्ही ती इटालियन म्हण ऐकली आहे की नाही? 'बेंबीच्या खाली गेल्यावर धर्म आणि सत्य अशा कोणत्याही गोष्टी उरत नाहीत.' या आशयाची ती म्हण आहे.''

''मी म्हणजे बाजारात विकायला ठेवलेली गोष्ट नाही, असे तुम्ही तुमच्या राजकुमाराला जाऊन सांगा.'' मी निर्वाणीच्या भाषेत सांगत दरवाजा बंद केला! बेंबीच्या खाली सत्य किंवा धर्म नसेलही; पण कपाळाच्या मागे, डोक्याच्या आत बुद्धी नावाची काही गोष्ट असते. आज राजकुमाराची मागणी फेटाळून त्याची आसक्ती मी फक्त वाढवते आहे. मला खात्री आहे, पुढच्या वर्षीच्या त्याच्या वाढदिवसापर्यंत तो मला एक कोटी डॉलर्स देण्याइतका उतावीळ झाला असेल. मग मात्र हा प्रस्ताव खरोखरच 'इनडिसेंट प्रपोजल' चित्रपटासारखा असेल.''

या चित्रपटाची हिंदी आवृत्ती अजून का निघाली नाहीये, हे मला समजत नाही!

८ मार्च

माझ्या आयुष्यातील अत्यंत काळ्याकुट्ट दिवसाचे वर्णन नेमके कुठून सुरू करू?

रात्री आठ वाजता सिंगापूरहून मुंबईच्या विमानतळावर उतरले आणि भोला मला घ्यायला आला नाही, तेव्हाच काहीतरी गडबड असल्याचे मला जाणवले. मर्सिडीझ घेऊन फक्त कुंदन आला होता.

''भोला कुठे आहे?'' मी ड्रायव्हरला विचारले.

''मला ठाऊक नाही मॅडम. त्याला मी आठवडाभरात बघितलेलेच नाही. तुम्हाला विमानतळावरून घेऊन येण्याबाबत राकेश सरांनी मला सूचना केली.''

अर्ध्या तासात मी माझ्या फ्लॅटवर पोहोचले तेव्हा घरात पूर्ण अंधार होता. मी दिवे लावले आणि मला धक्काच बसला. जोरदार! सर्वत्र अस्ताव्यस्त गोंधळ होता. हॉलमधील सोफा उलटा केलेला होता. माझ्या अतिशय आवडत्या 'वॉटरफोर्ड' क्रिस्टलच्या फ्लॉवरपॉटचे तुकडे इतस्तत: विखुरलेले होते. मांसाचा दर्प डायनिंग रूममधून येत होता. डायनिंग टेबलवर उष्टे, अर्धवट खाल्लेले पदार्थ असलेले डबे पडलेले होते. त्यात चिली चिकनचे तुकडे होते आणि पोर्कही होते. चौमिनच्या नूडल्सचे तुकडेही दिसत होते. स्वयंपाकघरात खरकट्या भांड्यांचा ढिग होता.

सर्वांत मोठा उत्पात तर माझ्या बेडरूममध्ये घडला होता. पलंगावरील चादरींचे बोळे झाले होते आणि गाद्याही फाडण्यात आल्या होत्या. कपाटे सताड उघडी होती आणि ड्रॉवर्सही बाहेर काढलेली होती. कागद, केसांना लावण्याच्या क्लिप्स आणि कपडे जमिनीवर अक्षरश: विखुरले होते. माझे ड्रेसिंग टेबल अक्षरश: साफ करण्यात आले होते. मी हौसेने जमवलेले महागडे परफ्यूम्स आणि सौंदर्यप्रसाधने सगळी गायब होती. मी शेजारच्या बेडरूमकडे धावले. तिथे एक अगदी सुरक्षित अशी भिंतीत दडवलेली तिजोरी होती. त्या तिजोरीला असलेले भरभक्कम लोखंडी दार कशाच्या तरी दणक्याने काढून घेण्यात आले होते. आता ते कपाट म्हणजे निव्वळ रिकामा सांगाडा उरला होता. सुदैवाने माझ्याकडील सर्व रोख रक्कम आणि माझे मौल्यवान दागिने मी एचएसबीसी बँकेत ठेवत होते; पण तरीही काही लाख रुपये, तीन हजार डॉलर्स, पाचशे पौंड आणि काही युरो, माझा रत्नहार आणि ब्रिटलिंग कंपनीचे महागडे घड्याळ एवढा मोठा फटका बसला होता! मी अतिशय आवडीने जमवलेल्या उत्तमोत्तम चप्पल-बुटांच्या जोड्या आणि तऱ्हेतऱ्हेच्या महागड्या पर्सेस हेही या चोराने मागे ठेवले नाही, हे बघून तर मी अक्षरश: व्याकूळ झाले!

उद्ध्वस्त अवस्थेतील ती ड्रेसिंग रूम बघता बघता एखादा दणका पोटात बसावा आणि वेदना अंगभर झिरपत जावी तशी मला घरात काय झाले होते याची जाणीव होऊ लागली. घर लुटणाऱ्या या दरोडेखोरांनी माझ्या फ्लॅटमध्ये प्रवेश केला, वेड्यासारखा तो ओरबाडला, सगळेकाही मौल्यवान खिशात घातले, आरामशीर चायनीज जेवण केले आणि भोला-रामदुलारीला मारूनही टाकले.

घरातील त्या गोठवून टाकणाऱ्या शांततेत मी सुन्न उभी होते. बाथरूमचा दरवाजा उघडण्याची हिंमत गोळा करीत होते. कारण मला ठाऊक होते, त्यातील टबमध्ये, माझ्या आवडत्या टबमध्ये दोन मृतदेह असतील, जखमी अन् फुगलेले.

मी ते करूच शकत नव्हते. म्हणून मी परत बेडरूममध्ये आले आणि पोलिसांना फोन करण्यासाठी माझ्या पलंगाशेजारील टेबलजवळ गेले. तिथे मला

त्या हँडसेटवर एक चिठ्ठी लावलेली आढळली. ''पोलिसांना फोन करण्यापूर्वी तुमच्या ड्रेसिंग टेबलच्या शेवटच्या उजव्या ड्रॉवरमध्ये ठेवलेली व्हीडिओटेप बघा.'' चिठ्ठीतील अक्षर कुठेतरी बघितल्यासारखे वाटत होते.

मी ड्रेसिंग टेबलकडे धावले आणि शेवटचे, उजव्या बाजूचे ड्रॉवर उघडले. तिथे एक काळ्या रंगाची, कव्हर-नाव नसलेली व्हीडिओ टेप पडलेली होती. ती अनोळखी सीडी मला कमालीची भीतिदायक वाटली! त्या दरोडेखोरांनी का कोण जाणे, माझ्या फ्लॅटमधील इलेक्ट्रॉनिक्सच्या साधनांना मात्र हात लावला नव्हता. माझे मनोरंजन करणारा माझा प्लाझ्मा टीव्ही, म्युझिक सिस्टीम आणि डीव्हीडी तेथेच होते. थरथरत्या हाताने मी टेप व्हीडिओमध्ये टाकून टीव्ही सुरू केला. बाथटबमध्ये तरंगणारा रामदुलारीचा फुगलेला मृतदेह समोर येईल, अशी भीती मनात होती; पण... पण जे समोर आले ते फारच धक्कादायक, अनपेक्षित होते! त्या समोरच्या दृश्यात बाथटब होता; पण त्यात तरंगणारी व्यक्ती एकच होती, मी! पूर्णपणे विवस्त्र!

वीस मिनिटाच्या त्या व्हीडिओमध्ये मी पाण्यात डुंबताना दिसत होते, डोक्यावरील शॉवरमधून पडणाऱ्या पाण्याशी खेळत होते. साबणाचे फुगे अंगावर उडवत होते. एक तरुण, एकटी मुलगी बाथरूममध्ये ज्या गोष्टी करील त्या मी करीत होते. या सगळ्या गोष्टी कॅमेऱ्याने टिपलेल्या बघून मी भयचकित झाले; पण मी जास्त अस्वस्थ झाले ते या कल्पनेने की, सगळी दृश्ये माझ्याच बाथरूममध्ये टिपलेली होती.

मी बाथरूमचा दरवाजा उघडून आत डोकावले. त्या संगमरवरी टबमध्ये एकही मृतदेह नव्हता तर! होती एक अस्वस्थ शांतता. गळणाऱ्या नळातून पाण्याचा टपटप आवाज ऐकू येत होता. मी मान वर करून छतावरील दिव्यांकडे बघितले. पहिल्या दृष्टिक्षेपात सगळे एकसारखे दिसत होते; पण टबच्या बरोबर वरच्या दिव्याजवळ मात्र चकाकणारी कॅमेरालेन्स दिसत होती.

मी बेडरूममध्ये जाऊन ती चिठ्ठी परत वाचली आणि अकस्मात मला त्यातील अक्षराची ओळख पटली. ते भोलाचे अक्षर होते. त्याने ते लिहिताना थोडी फसवेगिरी करण्याचा प्रयत्न केला होता; पण शेवटच्या अक्षरांमधील वळणावरून ते सहज ओळखू येत होते. आता सगळी व्यवस्था मला नीट उमगली. भोलानेच माझ्या बेडरूम आणि बाथरूममध्ये कॅमेरे लावले. नऊ महिन्यांपेक्षा अधिक काळ गुपचूप चित्रीकरण केले. त्याच्या त्याने किती टेप्स बनवल्या देव जाणे!

माझ्या अनुपस्थितीचा फायदा घेऊन माझे घर लुटले. गुंडांनी ते लुटले असा भास निर्माण करण्यासाठी ते अस्ताव्यस्त केले आणि आता तो धमकी देत होता, मी पोलिसाकडे गेल्यास ही टेप जाहीरपणे दाखवण्याचा! मला स्वत:ची बहीण

म्हणवणारा हा माणूस आता त्या 'बहिणीला' ब्लॅकमेल करीत होता. त्याने त्यासाठी अगदी योग्य लक्ष्य निवडले होते. मला होणाऱ्या त्रासाची कल्पना इतरांना येणे शक्यच नव्हते. माझ्यासारख्या कोणत्याही सेक्स बॉम्बचे अपील जोपर्यंत ते सौष्ठव झाकलेले असते तोपर्यंत असते! फक्त अंतर्वस्त्र घातलेली स्त्री ही पूर्ण नग्न स्त्रीपेक्षा अधिक सेक्सी दिसते. जेव्हा ती टिचभर वस्त्रेही अंगावरून उतरतात, तेव्हा त्या स्त्रीमधील आव्हानच संपते! भारतीय चित्रपटांचे हेच तर एक वैशिष्ट्य आहे. त्यातील नटीच्या उभार छातीचे झाकलेले सौष्ठव किंवा पुष्ट मांड्यांचे प्रेक्षकांना चुटपूट लावणारे चित्रण करूनच ते थांबतात. संपूर्ण नग्न स्त्री कधीच तुमच्यासमोर उभी करीत नाहीत. त्यामुळेच बॉलीवूडमधील नट्या सेक्सी दिसतात. उथळ, चवचाल दिसत नाहीत.

त्यामुळे जर ही टेप लोकांपुढे आलीच, तर माझा लौकिक निश्चितपणे धोक्यात येणारच. माझी करिअर अशा वळणावर येऊन थांबेल, जिथून ती पुन्हा उंचीवर नेऊन ठेवणे अशक्य व्हावे! त्यामुळे मी पोलीस-तक्रार करू शकणार नव्हते, हे मला कळून चुकले होते.

मी भोलाच्या मोबाइलवर फोन लावण्याचा प्रयत्न केला; पण तो लागला नाही. 'तुम्ही ज्या ग्राहकाशी संपर्क करण्याचा प्रयत्न करीत आहात, तो सध्या उपलब्ध नाही.' हा ध्वनिमुद्रित संदेश त्यावर ऐकू येत होता. भोलाने बहुधा नवा मोबाइल घेतला असावा किंवा तो मुळात भारतातच नसावा असे मला वाटतेय.

मी कशी इतकी घोडचूक केली? एका अत्यंत धोकादायक सापालाच माझ्या घरात माझा सेक्रेटरी म्हणून पाळण्याची? पण उतू गेलेल्या दुधाबद्दल आता हळहळ करण्यात अर्थ नव्हता. गुरुजी म्हणतात ना, 'अब रोनेसे क्या फायदा जब चिडीयाँ चूघ गयी खेत?' या खेदामुळे आधी केलेल्या चुकीबद्दल जास्तीच पश्चात्ताप होतो!

माझ्या मनात एकच प्रश्न आहे, बिचाऱ्या रामदुलारीचे त्या भोलाने काय केले?

१२ मार्च

रामदुलारीचे अपहरण होऊन आज चार दिवस झाले. मला वाटतेय तिचे नक्कीच काहीतरी बरे-वाईट झाले असणार. मला अगदी आतून असे वाटतेय. भोलाने तिला मारले असणार आणि तिच्या शरीराचे बारीक तुकडे करून, पोत्यात भरून एक मोठा दगड त्या पोत्यात बांधून ते पोते समुद्रात सोडून दिले असणार. आता समुद्रातील मासे तिच्या मृतदेहावर तुटून पडले असतील.

पोलिसांच्या म्हणण्याप्रमाणे हरवलेली माणसे एका विशिष्ट कालावधीत

मिळतात. एकदा ती वेळ चुकली की, ती हरवलेली व्यक्ती जिवंत परत मिळण्याच्या शक्यता मावळत जातात. आपले मूल हरवल्यानंतर कित्येक महिने, नव्हे वर्षे त्याच्या वाटेवर डोळे लावून बसलेल्या पालकांची मला म्हणून तर दया येते!

अखेर आयुष्य म्हणजे तरी काय? ज्या गोष्टीचा हात हातातून सुटला ती मागे सोडून पुढे निघायचे. नाही का?

मी हेच तर करतेय.

१३ मार्च

'सभ्य' चेहरा असलेले नग्न चित्रपट काढण्यात बॉलिवूडमध्ये आघाडीवर असलेला निर्माता जुग्न लुथरा याची आज भेट झाली. थुलथुलीत देहाचा हा माणूस बोलताना अक्षरश: धापा टाकतो. त्याने काढलेल्या चित्रपटांपैकी सलग चार चित्रपट काही गाजले नाहीत!

''मग शबनम, आपले चित्रीकरण १५ एप्रिलपासून सुरू करू या?'' धापा टाकतच त्याने विचारले.

''चित्रीकरण? कोणत्या चित्रपटाचे?''

''सेक्सी नंबर वन या माझ्या चित्रपटाचे?''

''लुथ्रा साहेब, मी तुमच्या चित्रपटात काम करू शकणार नाही, हे मी तुम्हाला सहा महिन्यांपूर्वीच सांगितले ना! तुम्हाला त्यात जी चुंबनाची आणि आंघोळीची ओलेती दृश्ये हवी आहेत ना, ती करणे मला शक्य नाही.''

''पण तुम्ही मग तुमचे मन बदलले नाही का? मी तुम्हाला कामाची आगाऊ रक्कम म्हणून पन्नास लाख रोख दिले नाही का?''

''पन्नास लाखाची आगाऊ रक्कम?''

''हो, तुमचा सेक्रेटरी भोलाने मला गेल्या महिन्यात तुमची संमती कळवली आणि तुम्हाला पैशाची निकड असल्याचेही सांगितले. त्याने मला एप्रिल आणि मे महिन्यातील तुमच्या तारखाही दिल्या आहेत. एका महिनाभरात सिनेमाचे काम सुरू होईल. मी जतीनला तुम्हाला भेटून तुमच्या कपड्यांबाबत चर्चा करायला सांगतो. ते थोडके–तोकडेच असतील; पण तुम्हाला तर ठाऊक आहे ना, स्क्रिप्टची गरजच तशी आहे. मी तुम्हाला खात्री देतो, तुमची सगळी अशी दृश्ये आपण कलात्मकतेने चित्रीत करू.''

माझा माथा ठणकू लागला. भोलाने माझ्या वतीने अर्धा कोटी रुपये स्वत:च्या घशात तर घातलेच होते आणि आता मला एका ब दर्जाच्या, सुमार चित्रपटात काम करायला लावत होता?

''माफ करा मला, पण काहीतरी गोंधळ झालाय. मी तुमच्या प्रकल्पाला

संमती देण्याचे अधिकार भोलाला कधीच दिले नव्हते! आणि माझ्या तारखा देण्याचे काम राकेशजी करतात, भोला नाही.''

''काय सांगताय शबनम! तुम्ही आमच्या करारावर सही केलीये त्याच भरवशावर तर मी एवढी आगाऊ रक्कम दिली.''

''करार?''

''हो. हा काय!'' आपली ब्रीफकेस उघडून त्याने त्यातून एक टाईप केलेला कागद काढला. तो माझाच करार होता, ज्यात नग्न दृश्य देण्यास नकार देणारे कलम ठळकपणे होते. या कागदाच्या शेवटी माझी सही होती आणि तारीख होती १७ फेब्रुवारी. मी ज्या दिवशी ऑस्ट्रेलियाला जाण्यासाठी निघाले तो दिवस. मी त्या सहीकडे बघत राहिले. मी कधीच अशा करारावर सही केली नव्हती; पण ती सहीपण खरीच वाटत होती. त्या क्षणी मला जाणवले, भोलाने नक्कीच रामदुलारीकडून सही करून घेतली असावी. जर ती माझ्या वतीने चाहत्यांना स्वाक्षरी देऊ शकत होती, तर करारावर बनावट सही का करू शकत नाही?

''हे बघा मिस्टर लुथ्रा, काहीही झाले तरी मी तुमच्या चित्रपटात काम करणार नाही हे नक्की.'' मी निर्धाराने म्हटले.

''मी तुझ्यावर करारभंगाबद्दल खटला दाखल करीन.'' संतापून तो निर्माता म्हणाला अन् धापा टाकू लागला.

''आपण सामोपचाराने हा प्रश्न सोडवू शकतो, असे मला वाटते. जर तुम्ही हा करार फाडून टाकण्यास तयार असाल, तर मी तुमचे पैसे द्यायला तयार आहे आणि तुमच्या चित्रपटासाठी शुभेच्छा म्हणून दोन मिनिटांसाठी पाहुणी कलाकार म्हणून काम करायला तयार आहे.''

काही क्षण त्याने विचार केला अन् मग म्हणाला, मला मंजूर आहे. ''पण एका अटीवर, माझे पैसे, सगळे, पन्नासच्या पन्नास पेट्या, तेही रोख परत करायचे.''

''मी तुम्हाला शब्द देते. मी उद्या सकाळी पहिले काम करीन ते बँकेत जाण्याचे.''

या धोकादायक करारातून माझी सुटका होणार, या केवळ विचारानेच मला हायसे वाटले. जुग्ज माझ्या प्रस्तावाला इतक्या झटपट मान्यता देईल असे वाटले नव्हते; पण अशा अगदी टिचभर कपड्यात काम करण्यास तयार असलेल्या शेकडो मुली मिळतील, हे त्याला ठाऊक होते. हे असे काम म्हणजे सेन्सॉर बोर्डाने नग्नतेबाबत घालून दिलेल्या नियमातून काढलेली पळवाटच आहे आणि तेही माझ्या मानधनाच्या रकमेच्या एकदशांश एवढ्या पैशात! फिल्म इंडस्ट्रीत केवळ एका मिनिटाच्या पूर्वसूचनेवर कपडे काढण्यास तयार असलेल्या शेकडो तरुण

मुली आहेत. निर्माता त्यांना देईल ते वितभर कपडे घालण्याची त्यांची तयारी आहे आणि लास व्हेगासमधील क्लबमधील मुलींची मान शरमेने खाली जाईल असे नाच करण्याचीही त्यांची तयारी आहे.

१४ मार्च

सभ्य कपडे घातलेल्या बँक मॅनेजरने माझे केलेले स्वागत नेहमीसारखे मन:पूर्वक नव्हते. माझ्या बँकेच्या खात्यातून पन्नास लाखाची रक्कम रोख काढून देण्याबाबत मी त्यांना विनंती केली, तेव्हा तो थंडपणे हसला अन् म्हणाला, ''एवढ्या मोठ्या रकमेचा ओव्हरड्राफ्ट मी देऊ शकत नाही.''

''ओव्हरड्राफ्ट? माझे एवढे पैसे बँकेत असताना मला ओव्हरड्राफ्टची काय गरज?'' मी आश्चर्याने विचारले.

''शबनमजी, तुम्ही विसरलात का? अहो, १६ फेब्रुवारीला येऊन तुम्ही बँकेतील सगळे पैसे अगदी तुमच्या मुदतठेवीही मोडून काढून नेलेत ना? तुम्ही ते दुसऱ्या बँकेत ठेवताय असे म्हणालात.''

''पण... पण मी नाही केले असे काही. मी गेल्या कित्येक महिन्यांत बँकेतही आले नाहीये.''

''तुम्ही स्वत: आलात. तुमच्याबरोबर तुमचा सेक्रेटरी भोला होता. आपण याच खोलीत बसलो होतो आणि मुदतठेवी मुदतीपूर्वी मोडल्यास तुमचे कसे आर्थिक नुकसान होईल, हेही मी तुम्हाला समजावून सांगितले; पण तुम्ही सगळ्या फॉर्मस्वर सह्या करून रोख रक्कम जमा केली. मग लॉकर रूममध्ये जाऊन सगळे दागिने काढून घेतलेत.''

त्या मॅनेजरचा प्रत्येक शब्द माझ्या डोक्यात अक्षरश: घणाचे घाव घालीत होता. सहा कोटी रुपय? गेले? माझे मौल्यवान दागदागिने, दुबईहून आणलेली २४ कॅरेटची बिस्किटे, प्लॅटिनमचे गळ्यातील पदक, गेले... सगळे...! माझ्या घशातून आवाजच फुटेना.

वेड्यांच्या इस्पितळात पाठवण्यात येणाऱ्या मनोरुग्णांकडे बघावे तसा एक सहानुभूतीचा कटाक्ष बँक मॅनेजरने माझ्याकडे टाकला.

अक्षरश: बधिर होऊन मी फ्लॅटवर परतले. त्या दिवशीचे माझे सर्व कार्यक्रम रद्द करण्याबाबत राकेशजींना सांगितले आणि स्वत:ला अंथरुणात झोकून दिले. मला कळत नव्हते आणि किती निर्मात्यांना भोलाने माझ्या तारखा देऊन त्यांच्याकडून पैसे घेतले असतील? मी घरातील फर्निचरकडे एक नजर टाकली. 'मला घर खाली करण्याची नोटीस येऊन सर्व गोष्टींचा लिलाव होण्यापूर्वी मला माझ्यावरील कर्ज फेडता येईल?'

आयुष्याचा गाभा म्हणजे युद्ध, संघर्ष आणि माझ्या स्वकष्टार्जित संपत्तीवर असा पद्धतशीरपणे घाला घालून माझे करिअर संपवण्याचा घाट घातला जात असताना मी निव्वळ प्रेक्षक बनून नाही अशी स्वस्थ बसू शकत. मी जाईन पोलिसांकडे आणि त्यांना भोलाबद्दल सर्व काही सांगेन. त्याने मला कसे फसवले, लुटले, रामदुलारीला माझे काम करायला सांगितले आणि मग... कदाचित तिला मारूनही टाकले!

ती टेप जेव्हा लोकांपर्यंत जाईल तेव्हा त्याचे काय करायचे ते मी बघेन. त्याने माझी नक्कीच नाचक्की होईल; पण मला ती टेप उद्ध्वस्त करू शकणार नाही आणि जी गोष्ट मला संपवू शकत नाही, ती मला अधिक कणखर करते. साहाय्यक पोलीस आयुक्त गोडबोले यांची भेट घेण्याचा निर्णय मी घेतलाय; पण १८ मार्चनंतर हा बेत मी प्रत्यक्षात आणेन. भोलाच्या बेईमानीमुळे मी माझा वाढदिवस नासवणार नाही.

१७ मार्च

मी आज २३ वर्षांची झाले. माझे सगळे निर्माते-दिग्दर्शक मला फोन करून अभिनंदन करीत आहेत. अक्षरश: डझनाने गुच्छ येत आहे. सगळे घर गुलाब आणि लिलीच्या सुगंधाने दरवळते आहे. माझ्या चाहत्यांकडून शुभेच्छापत्रांचा अक्षरश: पाऊस पडल्याचे रोझी मस्करहान्सने सांगितले. या पत्रांचा शेवटचा आकडा होता तीस हजार! पूर्वीचे सर्व विक्रम यंदा मोडीत निघाले! माझा वाढदिवस साजरा करण्यासाठी दीपक सरांनी मौर्य शेरेटनमध्ये एक पार्टी आयोजित केली आहे; पण या सगळ्या जल्लोषात माझे मन मात्र विलक्षण खिन्न आहे. बाबूजी आणि मॉंकडून शुभेच्छा देणारा फोन येण्याची वेडी आशा होती; पण तो फोन आलाच नाही. माझ्या कुटुंबाने मला त्यांच्यापासून इतके तोडून टाकले आहे की, माझा वाढदिवसही कदाचित त्यांच्या स्मरणात राहिला नसावा.

१८ मार्च

आज संध्याकाळी डी. एच. एल. कुरिअरकडून आणखी एक पाकीट मला मिळाले. आतमध्ये एक छोटे, रिबन लावून नीट बंद केलेले पाकीट होते. मी वरील कागद फाडला आणि आत असलेली वस्तू बघून मला धक्काच बसला. कारण आणखी एक व्हीडिओ टेप माझ्या हातात होती! तशीच कोणतेही कव्हर-नाव नसलेली, काळ्या रंगाची. त्याच्या शेवटी एक छोटी चिठ्ठी चिकटवलेली होती. ''वाढदिवसाच्या विलंबित शुभेच्छा! जर अजूनही पोलीस-तक्रार करण्याचा विचार मनात रेंगाळत असेल, तर ही टेप बघा.'' भोलाच्या तिरप्या अक्षरातील ही चिठ्ठी होती.

मी व्हीडिओ प्लेअरमध्ये टेप घातली. 'एकाकी मुलीचे साहस' या नाटकाचा पुढचा अंक मला बघायला मिळेल अशी मला अपेक्षा होती; पण पडद्यावर जे काही दिसले ते बघून हजारो व्होल्टचा धक्का माझ्या मणक्यातून सळसळत गेला.

त्या टेपमध्ये चक्क मी एका पुरुषाबरोबर कामक्रीडा करताना दिसत होते. त्या माणसाचा चेहेरा त्यात कुठेच दिसत नव्हता; पण त्याचा गोरटेला रंग आणि केसाळ, थुलथुलीत पोट बघता तो भोलाच असणार, याची मला खात्री पटली. ती सर्व दृश्ये ग्राफिक होती आणि प्रत्येक क्रीडेतील बारीक-सारीक तपशील आणि भडकपणा अक्षरशः सुन्न करणारा होता. त्या टेपपुढे माझी टबमधील दृश्ये म्हणजे लहान मुलांचा चित्रपट वाटावा अशी होती.

त्या टेपमुळे मला आणखी काही गोष्टी स्पष्ट झाल्या. त्यांपैकी एक ही होती की, रामदुलारी जिवंत असणार, नव्हे आहे आणि दुसरी, भोलाच्या या गुन्ह्यात ती स्वेच्छेने सहभागी झाली असणार. एखाद्या भेदरलेल्या गरीब कोकराप्रमाणे दिसणाऱ्या या बाईचे रूपांतर हिंस्र, विकृत स्त्रीमध्ये कसे झाले, याचेच मला कोडे पडले होते. पण एक मात्र नक्की, तिने केलेली फसवणूक मला भोलाच्या कृत्यापेक्षा अधिक जिव्हारी लागली.

भोला आणि रामदुलारी, व्वा! काय टीम जमली पण! ही जोडी म्हणजे वास्तवातील बोनी-क्लॅड किंवा बंटी-बबली. माझ्या घरात धुडगुस घालून, पैसे ओरबाडून, मौजमजा करून, शरीरसुख भोगून ६ कोटी रुपये घशात घालणारी आणि त्यांनी घातलेला गोंधळ मला निस्तरण्यासाठी ठेवून गेलेली जोडी.

खूप वेळ मी पलंगावर केवळ बसून राहिले, अर्धांगवायू झाल्यासारखी. तुम्ही खूप वेळ जेव्हा एखाद्या खड्ड्याकडे बघत बसता, तेव्हा जरा वेळाने तो खड्डा तुमच्याकडे रोखून बघू लागतो; पण मग मी माझ्यापुढील पर्यायांचा विचार करू लागले. त्या टबमधील दृश्यात मीच दिसत होते; पण या टेपमधील प्रमुख भूमिका मात्र रामदुलारीची होती! माझ्यासारख्या दिसणाऱ्या व्यक्तीने केलेल्या कृत्यांना मी कशी जबाबदार असेन? मी पोलिसांकडे जाईन. भोलाने ही टेप जगजाहीर केली, तर वाइटात वाईट काय घडू शकते? सध्याची उदाहरणे बघता इंटरनेटवरील व्हीडिओ क्लिप म्हणून ती जगभर फिरेल आणि सायबरविश्वात जाऊन बसेल. नग्न दृश्ये बघणाऱ्या भुकेल्यांसाठी खाद्य म्हणून!

मग माझ्या मनात पामेला अँडरसन आणि पॅरिस हिल्टनचे विचार आले आणि त्यांना मिळणाऱ्या फुकटच्या भरमसाट प्रसिद्धीचे, बॉक्स ऑफिसवर मिळणाऱ्या भरघोस यशाचेही चित्र डोळ्यासमोर तरळले. मी जगातील सर्वांत प्रसिद्ध भारतीय नटी ठरू शकते. या एका 'सस्त्या' टेपमुळे नंबर वनचे स्थान पटकवू शकते आणि मग सोईस्करपणे त्याचा दोष रामदुलारीच्या गळ्यात बांधू शकते.

छे! छे! छे! हे गैर आहे. मी काय विचार करते आहे? हा भारत आहे. तुमच्या कमरेवरील वस्त्राची नाडी सोडणे हे इथे असभ्य, अनैतिक मानले जाते. बिकीनी घातलेल्या स्त्रियांचा इथे रस्त्यावर निषेध केला जातो आणि ही टेप बनावट आहे, हे मी सिद्ध कसे करणार? विशेषत: टबमधील मूळ टेप जगजाहीर झाल्यावर? पोलीस केसबाबत विचार केला. न्यायालयात जाण्याचा विचार केला. तुरुंगाचा विचार केला. नैतिकतेचे ढोल पिटणाऱ्या संघटना या विषयावर कसा दंगा माजवतील याचा विचार केला. माझ्या प्रतिमा जाळल्या जातील, माझ्या सिनेमाची पोस्टर्स फाडली जातील. फिल्म उद्योग मला वाळीत टाकेल आणि माझी करिअर खलास होईल. या प्रत्येक गोष्टीचा विचार केला.

छे!

विचार! खड्ड्यात जाऊ दे! विचार! हे विचार!

२० मार्च

ज्या फोनची प्रतीक्षा मी अनेक वर्षांपासून करीत होते तो आज आला.

रात्री बरोब्बर नऊ वाजता टेलिफोनची घंटा वाजली. फोनवर ऑपरेटरचा थकलेला, कंटाळलेला आवाज होता. ''आपण शबनम सक्सेना बोलताय?''

''होय, मी शबनम सक्सेना.'' मी उत्तरले.

''बोला इकडे.'' असे ती कंटाळवाण्या आवाजात म्हणाली. भारतातील एक अत्यंत प्रसिद्ध व्यक्तीशी आपण बोलतोय, याची जणू तिला जाणीवच नव्हती.

''बेटी, मी माँ बोलतेय. मी सार्वजनिक टेलिफोन केंद्रावरून बोलते आहे.'' माझ्या आईचा किनरा आवाज माझ्या कानी आला आणि माझे हृदय एकदम वेगाने धडधडू लागले. टेलिफोनमध्ये खूप खरखर, व्यत्यय होता; पण हा फोन मला वाढदिवसाच्या शुभेच्छा देण्यासाठी निश्चितपणे केलेला नव्हता हे तरीही मला जाणवले. हा फोन म्हणजे मदतीसाठी मारलेली हाक होती. माँ मला लगेच आझमगडला येण्याविषयी विनवत होती. ''खूप वाईट घटना घडली आहे. तुझे बाबा हॉस्पिटलमध्ये मरणाशी लढत आहेत. मी फोनवर फार बोलू शकत नाही; पण बाळा, तू लगेच निघून ये.''

''हो आई, मी येते.'' अश्रू मागे सारत मी उत्तरले!

२१ मार्च

मी आझमगडला, माझ्या जन्मगावी परत आले आहे. मुंबईहून विमानाने मी वाराणशीला आले आणि तेथून शेवटचे ९० किलोमीटर प्रवास करण्यासाठी मी टॅक्सी भाड्याने घेतली. कोणी मला ओळखू नये म्हणून मी जीन्सवर बुरखा घातला.

गेल्या तीन वर्षांत लखनौ केवढे बदलले होते; पण आझमगड मात्र गेल्या सात वर्षांत जराही बदलले नव्हते. मोडकळीस आलेली जुनाट घरे आणि दुर्गंधीचे भपकारे मारणाऱ्या झोपडपट्ट्यांनी गजबजलेले हे एक डबके होते निव्वळ! रस्त्यावर जागोजागी खड्डे, प्रत्येक रस्त्याच्या कोपऱ्यावर कचऱ्याचे ढीग, रस्त्याच्या कडेने वाहणारी गटारे, घाणीवर बसून ओरडणारे कावळे आणि जागोजागी लावलेली राजकीय नेत्यांची पोस्टर्स, चेहेऱ्यावर निर्ढावलेले मेणचट हसू आणि हात जोडून उभे असलेले राजकीय नेते!

आमचे वडिलोपार्जित घर ज्या कुर्मितोला भागात आहे, तो भाग अक्षरश: जीव घुसमटून जावा इतका कुबट, कोंदट झाला आहे. या भागातील अरुंद रस्त्यावरून पूर्वी सायकल आणि रिक्षा फिरत. आता तेवढ्याच अरुंद रस्त्यावर गाड्या, तीन चाकी रिक्षा यांची वर्दळ झाली आहे. भग्न अवस्थेतील घरांमध्ये कबुतरांनी घरटी केली आहेत. मोडकळीस आलेल्या होर्डिंग्जवर सिनेमाची भडक पोस्टर्स आणि सेक्स क्लिनिकच्या जाहिराती लावलेल्या दिसत आहेत. जुनाट दुकानांमधून तेवढेच कळकट, जुनाट कपडे घातलेले कसबी करागीर काम करताना दिसले. रस्त्याच्या कडेला असलेल्या घाणीत बसून म्हातारी माणसे आपला जुनाच हुक्का ओढत होती. त्यांच्याकडे बघून इतिहासाच्या पानावर उरलेल्या जुन्या काळाचे स्मरण होत होते!

मला माझे घर शोधायला फार वेळ लागला नाही. ज्या शेताचा उपयोग मुले क्रिकेट आणि विटी-दांडू खेळण्यासाठी करीत त्याच्या टोकाशी होते ते. घराच्या जुनाट दरवाजावर मी टकटक केल्यावर माँने दरवाजा उघडला. माँला शेवटचे बघितले त्यापेक्षा ती अधिक म्हातारी दिसत होती; वाकली होती. आम्ही एकमेकींना मिठी मारली, थोडे रडलो. मग तिने मला त्या 'ऐतिहासिक' घरातील तेवढ्याच जुन्या, मोडकळीला आलेल्या चौपाईवर बसवले आणि मला तातडीने बोलावून घेण्याचे कारण सांगितले.

दोन दिवसांपूर्वी, कॉलेजमधून घरी परतत असलेल्या माझ्या बहिणीचे, सपनाचे अपहरण झाले होते. सराई मीर नावाच्या कुप्रसिद्ध मोहल्ल्यात ते गुंड तिला घेऊन गेले आणि तिच्यावर बलात्कार करण्याचा प्रयत्न केला; पण झटापटीत सपना त्या गुंडाची पिस्तूल मिळवू शकली आणि तिने त्याला मारले! अपहरण झाल्यावर काही तासांतच ती घरी परतली खरी; पण तिने केलेल्या हत्येची बातमी ऐकून बाबूजींना मात्र हृदयविकाराचा धक्का बसला होता! बाबूजी हॉस्पिटलमध्ये होते आणि सपना घरात लपून बसली होती; कोणत्याही क्षणी पोलीस येऊन आपल्याला घेऊन जातील या भीतीने. असाहाय्य झालेल्या माँने मग शेवटचा आधार म्हणून मला बोलावले!

या सगळ्या घटना माँ सांगत असताना तिचा आवाज चिरत होता. मी तिचा हात घट्ट धरला.

''वादळात एखादी वेल थरथरावी, मुळापासून उन्मळावी, तशी तुझ्या बहिणीची अवस्था झाली आहे.'' माँ बोलत होती, ''मी तिच्या डोळ्यांत बघूच शकत नाही इतक्या वेदना, दुःख आहे त्यात. या गावात गुंडगिरी एवढी वाढली आहे की, मुलींना रस्त्यावर एकटीने फिरणे मुश्कील झालेय; पण ज्या राज्याचा गृहमंत्री स्वतःच एक गुंड आहे, तिथे आणखी काय अपेक्षा करणार? तुझ्या वडिलांना माझे म्हणणे पटत नाही; पण बेटी, तू मुंबईला जाऊन अगदी योग्य गोष्ट केली आहेस; पण तू तुझ्या धाकट्या बहिणीलाही घेऊन जायला हवे होते, म्हणजे आजचा हा दिवस बघावा लागला नसता!

''योग्य आणि अयोग्य याच्यामधल्या अवस्थेतच अपघात होतात माँ. आणि तो कधीही चूक किंवा बरोबर नसतो आणि त्यावर आपले काही नियंत्रणही नसते.''

''तू म्हणतेयस ते अगदी खरे आहे बेटी. आपल्या नशिबात जे आहे ते आपल्याला भेटतेच.''

''सपना कुठे आहे?''

''ती त्या अडगळीच्या खोलीत लपून बसलीये आणि बाहेर यायला तयारच नाहीये. गेल्या दोन दिवसांत बिचारीने काही खाल्लेसुद्धा नाहीये. कदाचित तुझे ऐकेल ती.''

ती खोली म्हणजे या घरातील सर्वांत अंधारी, कुबट खोली. तिला एकही खिडकी नव्हती आणि आतमधील अडगळ, धूळ, दमट अंधार यामुळे तिथले वातावरण अक्षरशः नकोसे होते. लहानपणी आम्ही जेव्हा लपाछपी खेळायचो, तेव्हा हमखास या खोलीत लपत होतो; पण तिथे दहा मिनिटाहून अधिक काळ थांबणे आम्हाला शक्य होत नव्हते! त्याच खोलीत सपना आज तब्बल दोन दिवस बसली होती!

मी पायऱ्या चढून अडगळीच्या खोलीपर्यंत अक्षरशः धावत गेले आणि त्या जीर्ण पोपडे उडालेल्या लाकडी दरवाजावर टकटक केली.

''सपना, मी आहे. उघड दार.'' मी म्हटले.

काही क्षणाच्या, हुरहुर लावणाऱ्या स्तब्धतेनंतर दार उघडून सपना एकदम माझ्या मिठीत कोसळली. ती विलक्षण थकलेली, पिळवटून निघाल्यागत दिसत होती. तिच्या डोळ्याखाली काळी वर्तुळे दिसत होती. माझ्याभोवती आपल्या हातांची घट्ट मिठी घालून ती माझ्या पाठीचा कणा चाचपडू लागली. लहानपणी मारलेल्या मिठीच्या खुणा जणू ती शोधत होती! माझ्या मिठीत मात्र ती अक्षरशः उन्मळून पडली आणि हमसाहमशी रडू लागली. वादळात सापडलेली वेल थरथरावी

तसे तिचे शरीर गदगदत होते. डोळ्यातील अश्रू आटेपर्यंत ती रडत होती आणि मी तिच्या डोक्यावर थापटून तिच्या वेदना जणू वाटून घेत होते.

मी खूप आग्रह केल्यावर सपना जेवायला तयार झाली. मग आम्ही बाबूजींची खबरबात घेण्यासाठी हॉस्पिटलकडे निघालो. सपनानेही माझ्यासारखाच चेहेऱ्यावरून बुरखा घेतला.

हॉस्पिटलमधील अतिदक्षता वॉर्डमध्ये मलूल शांतता होती. माझी मोठी बहीण सरिता तिथे खुर्चीवर बसली होती. मी तिला मागच्या खेपेला बघितले तेव्हा जो त्रस्त भाव तिच्या चेहेऱ्यावर होता, तोच आजही कायम होता. तीन मुलांचे लोढणे आणि फसलेले लग्न या कचाट्यात सापडल्यावर जसा भाव असतो तसाच हा भाव होता. तिने मला प्रेमाने मारलेली मिठी काहीशी अनपेक्षित होती. आमच्यात कधीच एवढी भावनिक जवळीक नव्हती. माझ्या प्रसिद्धीमुळे कदाचित ही दरी सांधली गेली असावी!

हिरवी चादर अंथरलेल्या लोखंडी कॉटवर बाबूजी झोपले होते. श्वास घेण्यासाठी त्यांच्या नाकाला नळी लावलेली होती. मी त्यांना मागच्या खेपेला भेटले त्यापेक्षा ते आता खूप खंगले होते. त्यांच्या चेहेऱ्यावर, हातावर वार्धक्याच्या खुणा स्पष्टपणे उमटल्या होत्या आणि आजारपणाने त्या अधिक ठसठशीत झाल्या होत्या. त्यांच्या डोक्यावरील केस अतिशय विरळ होऊन डोक्याला टक्कल पडले होते. झोपेत ते मधून-मधून कण्हत होते.

अशी कितीतरी दृश्ये मी सिनेमात केली आहेत. मृत्युशय्येवर पडलेले वडील, त्यांच्या उशाशी बसलेली त्यांची कर्तव्यदक्ष मुलगी, वगैरे; पण या दृश्यात प्रत्यक्ष वास्तवात असलेला तो ॲन्टिसेप्टिकचा वास मात्र मी अगदी विसरून गेले होते. एखादा रेडिओ सिग्नल वाजत राहावा तशी त्यांच्या हृदयाला लावलेल्या मॉनिटरची 'बीप् बीप्' खोलीतील शांततेवर आघात करीत होती. व्हेंटिलेटरमधून येणारा श्वासाचा आवाज आणि समोरच्या पडद्यावर लुकलुकणारा हिरवा, हलता हृदयाचा आलेख बघून काही क्षण माझ्या मनावरील ताण हलका झाला.

पांढरा कोट घातलेला, चष्मा लावलेला एक डॉक्टर खोलीत आला आणि त्याने पलंगाशेजारी ठेवलेला पेशंटचा चार्ट बघितला. "काही सुधारणा आहे प्रकृतीत?" मी विचारले. एका बुरखाधारी स्त्रीने इंग्लिशमध्ये प्रश्न विचारल्याचे बघून तो काहीसा आश्चर्यचकित झाला. "होय. चांगली सुधारणा आहे त्यांच्या प्रकृतीत; पण अजून तीन दिवस त्यांना देखरेखीखाली ठेवावे लागेल."

"त्यांना सर्वोत्तम उपचार द्या. पैशाचा काही प्रश्न नाहीये." हे म्हणताना मला मोठी गंमत वाटत होती. पैशाचा प्रश्न नाही कसा, तो तर मुख्य प्रश्न होता. मी गळ्यापर्यंत कर्जात बुडालेले होते आणि बँकेत एक छदाम नव्हता; पण जेव्हा तुम्ही

खुनासारख्या एखाद्या प्रश्नाशी लढत असता तेव्हा पैसा हा प्रश्न फारच दुय्यम ठरतो, वाटू लागतो.

डॉक्टर तेथून निघून जाताच मी सपनाचा हात धरून म्हटले, ''बाबूजी बरे होतील. आता तू आधी मला त्या गुंडाने तुला नेले त्या सराई मीरमध्ये घेऊन चल.''

आपला हात सोडवून घेत ती म्हणाली, ''नाही दीदी. त्या जागी पुन्हा जाण्याची माझी हिंमत नाही.''

''पण तुला ती करावी लागेल सपना.'' मी अजीजीने तिला म्हटले.

''त्या घराला भेट दिल्याचे पुरावे मला नष्ट करायचे आहेत.''

''मी पुन्हा त्या माणसाचे तोंड बघू शकणार नाही. त्याचा मृतदेहसुद्धा नाही.''

''मी तुला शब्द देते, दहा मिनिटाहून जास्त वेळ नाही घालवणार आपण तिथे.''

खूप वेळ समजूत घातल्यावर अखेर सराई मीरमध्ये मला घेऊन जायला सपना तयार झाली. आमची रिक्षा गावातून जात असताना लहानपणाच्या आणि तरुण वयातील अनेक आठवणींचा पूर दाटून आला. चोरून विकत घेतलेला बर्फाचा गोळा चोखत घालवलेल्या अनेक दुपारी, शाळेला बुट्टी मारून डिलाइट थिएटरमध्ये बघितलेला 'हम आपके है कौन' सिनेमा, आसिफ गंजच्या बाजारात केलेले विंडो शॉपिंग, एमजी रोडवरील नथू स्वीट्सच्या दुकानातील चमचमीत चाट... सराई मीरमधील मुख्य बाजारपेठेच्या बाहेर रिक्षा थांबवण्यास सपनाने सांगितले. तेथून पुढे आम्ही चालत गेलो. हा सगळा परिसर बहुसंख्य मुस्लीम वस्ती असलेला होता; पण तिथे बुरखा घालून जाणाऱ्या बायका दिसत नव्हत्या. बहुतेक सर्व घरे म्हणजे अक्षरश: झोपड्या होत्या. मोडकळीला आलेल्या बाल्कनीमधून कपडे फडफडताना दिसत होते आणि प्रत्येक छतावरून केबलच्या वायरचे भेंडोळे लोंबकळत होते. एखाद्या गुहेप्रमाणे अंधारलेल्या किराणा दुकानांमध्ये आणि पांढराफटक उजेड असलेल्या औषधांच्या दुकानात, छोट्याशा व्हीडिओ पार्लरमध्ये आणि जागोजागी कुत्र्याच्या छत्र्यांप्रमाणे उगवलेल्या सार्वजनिक टेलिफोन बूथमध्ये मी डोकावून बघत होते. धुराने झाकोळलेल्या दुकानांतून शिजणाऱ्या ताज्या मांसाचा वास हवेत दरवळत होता. बुडणाऱ्या माणसाने एखादे फळकुट घट्ट धरून ठेवावे तशी सपना मला घट्ट बिलगली होती. माझ्या दंडात रुतलेल्या तिच्या नखांवरून मला तिच्या मनातील अगतिकता, बेचैनी जाणवत होती. माझ्या छोट्या बहिणीचा सारा निरागसपणा या नकोशा लाटेत वाहून गेला होता. कालपर्यंत तिच्या परिचयाचे असलेले आझमगड आज एकाएकी तिला परके, नकोसे वाटू लागले होते आणि मीच फक्त तिची जणू तारणहार होते!

तिच्या बाबतीत जे घडले त्याच्यापुढे भोलाने माझी केलेली फसवणूक अगदी नगण्य होती. मी माझ्या प्रसिद्धीची किंमत चुकवली, तर माझ्या लहान बहिणीला तिच्या कौमार्याचा बळी द्यावा लागला. ज्या गावात वासनांध पुरुष राहतात, त्या गावात राहणारी ती एक स्त्री होती ना, त्याची शिक्षा म्हणून!

माँ म्हणतच होती, या गावात एकही मुलगी सुखरूप राहू शकत नाही. गावातील रस्त्यावर भटकणाऱ्या या विकृत पुरुषांच्या तावडीत सापडलेल्या तीन वर्षांच्या मुलीवरही बलात्कार होऊन तिची हत्या होऊ शकते. बाजारपेठेत फेरफटका मारण्याचा स्त्रीसुलभ आनंद माझ्या बहिणीला नाकारणाऱ्या या भडव्यांविरुद्ध मी नक्की तक्रार करणार!

एका लांबलचक गल्लीच्या तोंडाशी सपना थांबली. गल्लीत दूरवर मशिदीचा हिरवा घुमट आणि निमुळते होत जाणारे उंच मिनार दिसत होते. सपनाने घाबरून डावीकडे-उजवीकडे बघितले. 'अझान'ची दीर्घ बांग वातावरणाला कापत सरसरत वरती आली, तसा त्या मिनारच्या कठड्यावरून कबुतरांचा एक मोठ्ठा थवा भुर्रकन राखाडी रंगाच्या आकाशात झेपावला. दाढीवाल्या भक्तांची गर्दी लगबगीने मशिदीकडे निघाली.

ही गर्दी ओसरेपर्यंत आम्ही वाट बघितली. मग सपना मला त्या गल्लीतील एका एकमजली घराच्या दरवाजापर्यंत घेऊन गेली. दार ढकलून आम्ही त्या घराच्या अंगणात गेलो. तिथे एक सुकलेले पेरूचे झाड उभे होते. ते ओलांडून आम्ही एका दुसऱ्या दरवाजापाशी आलो. त्याला लोखंडी लॅच लावलेले होते. तो दरवाजा मी हलकेच ढकलताच सपनाने दोन्ही हातांनी आपला चेहेरा झाकून घेतला. दार ढकलताच शेकडो माशांचा थवा घोंघावत बाहेर पडला आणि त्याचबरोबर विलक्षण सडका दर्पही!

त्या छोट्याशा खोलीत मी पाय ठेवला. एक सिलिंग फॅन, हिरवी चादर अंथरलेला एक पलंग, एक लाकडी, बुटके डेस्क, त्यावर पाणी भरून ठेवलेला माठ व न उघडलेली ट्रिपल एक्स रमची बाटली आणि एक लाकडी कपाट एवढेच सामान त्या खोलीत होते. खोलीच्या भिंती मात्र अगदी रिकाम्या होत्या. एकही कॅलेंडर, फोटो, एखादी वैयक्तिक आवड दर्शवणारी गोष्ट काहीही तिथे लावलेले नव्हते. माणसांच्या आठवणींचा कोणताही स्पर्श त्या खोलीला नव्हता. ती होती निव्वळ एक जागा! गुप्तपणे भेटण्यासाठी वापरली जात असलेली जागा.

पांढरा कुडता-पायजमा घातलेला एक माणूस फरशीवर पालथा पडलेला होता. तो चांगला उंच-निंच आणि दणकट होता; पण प्राणहीन, निर्जीव. त्याच्या शेजारीच एक काळ्या रंगाचे पिस्तूल पडलेले होते.

एखादा मृतदेह बघणे, विशेषत: कुजू लागलेला मानवी देह बघणे हा एक

बधिर करून टाकणारा अनुभव असतो. मी माझा बुरखा वर केला, नाक दाबून धरले आणि ते पिस्तूल उचलले. ते बेरेट्टा ३०३२ टॉमकॅट कंपनीचे होते. अगदी हलके आणि सुबक!

“याच पिस्तुलातून त्याच्यावर गोळ्या झाडल्यास तू?”

सपनाने मान हलवली आणि ती शहारली.

“मी तुझी बहीण आहे हे त्याला ठाऊक आहे असे म्हणाला होता आणि पुढे म्हणाला, शबनम कोणाच्याच हाती लागणार नाही; पण मी शबनमच्या बहिणीला तर पकडले!” बोलता बोलता तिला हुंदका फुटला, तसे मी तिचा हात पुन्हा धरला. या भडव्याच्या गुन्ह्यात दूरान्वयाने का होईना माझा संबंध होताच.

“मला त्याचे तोंड बघायचे आहे.” मी म्हटले.

“मला नाही!” रडवेल्या स्वरात सपना म्हणाली.

“चल, मला मदत कर!” मी त्या माणसाची कंबर धरून त्याला सरळ करण्याचा प्रयत्न करू लागले. तो एखाद्या भारी, मोठ्या दगडासारखा होता. त्यामुळे मला माझ्या पायांचा रोटा त्याच्या कमरेखाली देत सगळी शक्ती लावून सरळ करावे लागले. त्याला पाठीवर झोपवताच त्याचे फुगलेले शरीर बघून माझ्या घशाशी उलटी दाटून आली. त्याचे पोट एखाद्या मोठ्या फुग्याप्रमाणे फुगले होते आणि हात-पाय दगडासारखे कडक-कठीण झाले होते. त्याच्या नाकातून, कानातून आणि तोंड-डोळ्यातून कोणता तरी चिकट द्राव बाहेर येऊन तो घट्ट झाला होता. त्याची त्वचा काळी-निळी पडली होती. चेहेरा सर्व बाजूंनी सुजल्यामुळे ओळखण्याच्या पलीकडे गेला होता आणि डोळे मात्र खोल गेले होते. त्याचा चेहेरा दाढी-मिशा नसलेला गुळगुळीत होता आणि त्यावर अनेक व्रण होते. बहुधा लहानपणी झालेल्या देवीसारख्या रोगाच्या त्या खुणा असाव्यात! त्याच्या डाव्या कानाजवळही जखमेची एक मोठी खूण होती – कोणीतरी चाकूने वार करावा तशी आणि कपाळावर एक छोटी चकती असावी तसा गोलाकार खड्डा दिसत होता. तिथे गोळी घुसली होती तर! पण आश्चर्याची बाब म्हणजे, तिथे फार रक्त मात्र आलेले दिसत नव्हते.

“हा माणूस कोण आहे ह्याची तुला काही कल्पना आहे?” तोंडाने श्वास घेता-घेता मी सपनाला विचारले.

“नाही दीदी, मी यापूर्वी कधीच त्याला बघितले नव्हते. मी कॉजेलमधून बाहेर निघत असताना त्याने मला पाठीमागूनच खेचले आणि टॅक्सीत ढकलले. मला पळवून नेले जातेय हे १५-२० विद्यार्थ्यांनी तरी बघितले असणार, पण कोणाचीही ओरडण्याची हिंमत झाली नाही.”

“तुला त्याने इथे आणले तेव्हा कोणी बघितले?”

"मला माहिती नाही. त्याने माझे हात-पाय बांधून माझ्या तोंडात बोळा कोंबला होता. त्याने मला या घरात आणले तोपर्यंत मी बेशुद्ध झाले असावे असे मला वाटते."

"तुमची काही झटपट झाली?"

"हो. त्याने मला कपडे उतरवायला सांगितले. मी नकार दिल्यावर त्याने माझ्यावर झडप घालून माझा कमीज पकडला आणि तो जवळजवळ अर्धाअधिक फाडला. त्याच झटापटीत मला त्याच्या उशीखाली असलेली बंदूक दिसली आणि मी ती उचलली ते बघताच एखाद्या पिसाळलेल्या बैलासारखा तो माझ्या अंगावर चाल करून आला आणि त्या झटापटीत गोळी सुटली. मी शपथ घेऊन सांगते दीदी, मला त्याला ठार मारायचे नव्हते. फक्त माझी त्याच्या तावडीतून सुटका करून घ्यायची होती."

"कोणी शेजाऱ्यापाजाऱ्यांनी गोळी झाडल्याचा आवाज ऐकला?"

"नक्कीच ऐकला असणार; पण सराई मीर परिसरातील सर्वांचे कान या आवाजाला इतके सरावले आहेत की, त्या आवाजाकडे कोणाचे लक्षही जात नाही."

"मग फाटका कमीज घालून तू घरी कशी गेलीस?"

"मी त्याच्या कपाटातून त्याचाच एक कुडता घातला. धावत मेन रोडवर गेले आणि रिक्षा पकडली."

मी ते सगळे दृश्य जणू प्रत्यक्ष अनुभवल्याप्रमाणे डोळ्यासमोर आणत होते. मग मी कपाटापाशी गेले आणि ते उघडले. आतमध्ये हँगरवर दोन-तीन शर्ट-पँट्स अडकवलेले होते. बाकी सगळे कप्पे रिकामे होते; पण मी आणखी आत डोकावून बघितले तेव्हा अगदी खालच्या कप्प्यात जरा आतमध्ये मला एक काळी कॅन्व्हासची बॅग आढळली. मी ती बाहेर ओढून उघडली. त्यात शंभर रुपयांच्या करकरीत कोऱ्या नोटांच्या गड्ड्या होत्या. विस्फारलेल्या डोळ्यांनी ते बघत सपना म्हणाली, "बाप रे दीदी, किती असतील हे पैसे?"

"नक्की सांगता येणार नाही, पण असतील सात-आठ लाख; पण हा भडवा कोण आहे ते आपण आधी शोधू या." असे म्हणत मी त्याच्या कुडत्याचे खिसे धुंडाळू लागले, तेव्हा त्याच्या खिशात मला एक जीर्ण, काळ्या रंगाचे चामड्याचे पाकीट सापडले आणि निळ्या रंगाचा मोबाइल. पाकिटात ३३२५ रुपयांच्या नोटा आणि थोडी चिल्लर होती; पण त्याची ओळख पटवून देणारा एक चिटोरासुद्धा नव्हता. मग मी त्याच्या मोबाइलकडे वळले; पण तो डेड झाला होता आणि त्याला पुन्हा चार्जिंगची गरज होती.

"ठीक आहे. आता आधी आपल्या इथल्या भेटीचे पुरावे नष्ट करू दे." मी

म्हटले. त्यानंतरच्या जवळजवळ अर्धा तास मी रुमालाने त्या खोलीतील इंच न इंच पुसून काढला आणि आमच्या हाताचे ठसे कुठे उरलेले नाहीत ना याची खात्री करून घेतली. मी ते पिस्तूलही पुसून बॅगेत ठेवले. ती बॅग मी उचलून बघितली तेव्हा ती चांगलीच जड झाल्याचे माझ्या लक्षात आले.

"दीदी, काय करते आहेस तू हे? तू पैसे चोरतेयस?"

"हो, त्याची आता या माणसापेक्षा आपल्याला अधिक गरज आहे." त्या मेलेल्या माणसाचे पाकीट बॅगेत टाकीत मी म्हटले.

मग खोलीचा दरवाजा बंद करून, लोखंडी लॅच पुसून अंगण ओलांडून आम्ही पुन्हा त्या गल्लीत आलो. मी गल्लीत पाय ठेवताक्षणी, राखाडी रंगाचा पठाणी सूट घातलेल्या एका दाढीवाल्याने माझ्याकडे बोट दाखवत विचारले, "ही शबनम सक्सेना आहे की काय?" त्याच्याबरोबर असलेला तशाच वेशातील माणूस अचंब्याने माझ्याकडे बघत एकदम ओरडू लागला, "अरे हो, ती नक्की शबनम आहे. शबनम!"

"छे!" मी वैतागून स्वत:शीच पुटपुटले. बुरखा पुन्हा चेहेऱ्यावर ओढून घ्यायचे विसरल्याबद्दल मी स्वत:लाच दोष देऊ शकले. माझा चेहेरा निम्मा अधिक झाकलेला असूनही सगळे लोक माझ्याकडे बघू लागले. मी सपनाचा हात घट्ट धरून वेगाने, थोडे धावत, थोडे चालत एकीकडे ती कॅन्व्हास बॅग सांभाळत गल्लीच्या तोंडाशी आले.

नशीब, समोरून एक रिकामी रिक्षा जात होती. मी सपनाला ओढत त्यात इतकी वेगाने उडी घेतली की, ड्रायव्हर जरा हडबडलाच. "कुर्मितोलाकडे चला. वेगाने. मी तुम्हाला पाचशे रुपये देईन." मी त्याला म्हटले.

जेम्स बाँडची अत्याधुनिक गाडी चालवावी, तितक्या वेगाने त्या रिक्षावाल्याने रिक्षा हाकली!

संध्याकाळी आम्ही ते पैसे मोजले. तब्बल दहा लाख रुपये होते ते! मी ती लूट आईकडे सोपवली. माझ्यापेक्षा तिला त्याची अधिक गरज होती; पण सपना मात्र अजून रडतच होती.

"दीदी, मी आता तुलाही या गुन्ह्यात सामील करून घेतले तर! आता पोलीस तुला पकडतील." रडत रडतच ती एखाद्या छोट्या मुलीसारखी मला बिलगली आणि आम्हाला दोघींनाही बाबूजींच्या खोलीतच झोप लागली. काही वेळानंतर मला तहान लागली म्हणून मी पाणी पिण्यासाठी उठले, तर सपना शेजारी नव्हती. शोधाशोध केल्यावर ती बाथरूममध्ये सापडली. आत, ओल्या फरशीवर बसून बाबूजींच्या दाढी करायच्या ब्लेडने स्वत:च्या मनगटाची शीर ती

कापून घेण्याचा प्रयत्न करीत होती.

"सपना, काय करतेयस तू हे?" मी ओरडत तिच्या थरथरत्या हातातून ब्लेड हिसकावले. एका आक्रमक, हिंस्त्र लाटेवर स्वार झालेला सपनाचा देहच थरथरत होता. मी तिला आधार देत पलंगाजवळ घेऊन आले. तिला झोपवले आणि गरम पांघरूण ओढून घेत तिच्याशेजारी झोपले. हळूहळू तिचे हुंदके आणि गारठ्यामुळे होणारी थरथर शांत होऊ लागली.

पांघरुणाच्या निवान्त, उबदार काळोखात माझ्या छोट्याशा बहिणीच्या हृदयाचे मंद ठोके माझ्या कानावर पडले, तेव्हा मी थोडी उल्हसित झाले. त्या क्षणी मला लख्खपणे जाणीव झाली ती आयुष्याच्या अशाश्वततेची, मुठीतून कधीही निसटून जाणाऱ्या क्षणभंगुर कीर्तीची. कुटुंबाचे बंध म्हणजे काय याचाही जणू साक्षात्कार त्या वेळी मला झाला. सपनाला वाटणारी काळजी, तिच्या वेदना, दुःख मला जाणवले आणि क्षणार्धात मी ठरवले, काहीही झाले तरी माझ्या बहिणीचे रक्षण मी करेन. अगदी खुनाचा आरोप झाला तरीही!

त्याच वेळी मला बरखा दासचे शब्द आठवले. समाजातील श्रीमंत आणि वजनदार असामी कसा कायदा आपल्या बाजूने वळवून अगदी खुनाच्या आरोपातूनही सुटतात ते! आणि मला वाटले, आमची या सर्व त्रासातून सुटका व्हावी यासाठी मदत करणारी एखादी व्यक्ती आपल्याही परिचयाची असती तर... कोणीतरी अशी व्यक्ती, जी त्या मृतदेहाची वासलात लावायला मदत करील आणि प्रकरण या कानाचे त्या कानालापण जाऊ देणार नाही! विचार करता-करता क्षणार्धात मला आठवले, आहे... असा एक माणूस माझ्या परिचयाचा आहे. जो अंश वेळ सिनेनिर्माता म्हणून काम करतो, कधीमधी मुडदा पाडण्याचेही काम करतो आणि बाकी सगळा वेळ बायकांबरोबर झोपण्यात घालवतो! सगळ्यात महत्त्वाचे म्हणजे तो उत्तर प्रदेशच्या गृहमंत्र्याचाच मुलगा आहे, ज्याच्या बोटाच्या इशाऱ्यावर सगळे पोलीस दल झुलते आणि त्याचे नाव आहे, विकी राय!

२२ मार्च

मी त्याच्या मोबाइलवर फोन केला आणि नशिबाने फोन लगेच लागला.

"शबनम, खरेच तू फोन केलायस मला? का माझा फोन मला फसवतोय?"

"विकी, मला तुझ्या मदतीची गरज आहे."

"म्हणजे तुला राष्ट्रीय पुरस्कार हवा असेल, हो ना?"

"नाही. ही बाब त्यापेक्षा महत्त्वाची आहे."

"खरेच? तू कोणाचा खून वगैरे केला नाहीयेस ना? गंमत केली हं मी."

"फोनवर नाही सांगता येणार. तुझी भेट मला हवीये."

"मीही तुझ्या भेटीसाठी गेल्या कित्येक दिवसांपासून तळमळतोय."

"आज येऊ शकते मी?"

"आज? नको आजचा दिवस चांगला नाही. तू उद्या का येत नाहीस? थेट सहा नंबरवरच ये ना!"

"सहा नंबर?"

"हो. माझे मेहेरौलीमधील फार्म हाउस. दिल्लीतील सर्व टॅक्सीवाल्यांना त्याचा पत्ता ठाऊक आहे. उद्या रात्री मी माझ्या सुटकेनिमित्त जंगी पार्टी ठेवली आहे."

"मला तुझी पार्टीत भेट नकोय. खाजगी भेट हवीये."

"डार्लिंग, आपण भेटू ना खाजगीत, पार्टीनंतर."

"पण तू मला वचन दे, तू मला मदत करशील असे."

"अर्थात, वचन देतो. तुला जी हवी ती मदत करीन. अर्थात, त्याची किंमत मात्र द्यावी लागेल बरे का."

"मी तयार आहे."

"हे तुझ्या त्या 'प्लॅन बी'मधील भूमिकेविषयी काही नाहीये ना?"

"तुझे बोलणे मला कळतेय विकी."

"छान! मग उद्या भेटू. २३ मार्चला रात्री, बरोबर आठ वाजता. सहा नंबर येथे."

"भेटू."

"शबनम, आणखी एक...."

"काय?"

"उद्या काहीतरी झक्क सेक्सी कपडे घालून ये."

तर सगळे असे आहे.

मी एका राजकुमाराबरोबर रात्र घालवणे नाकारले आणि आता एका खुनी माणसाबरोबर झोपायला तयार झाले आहे. बहिणीच्या प्रेमासाठी दिली जाणारी ही सर्वाधिक किंमत आणि ती मी स्वेच्छेने देईन. त्या मेलेल्या माणसाचे बेरेट्टा पिस्तूल मी बाहेर काढले. त्याचे बटण दाबून आतील मॅगझीन बाहेर काढले. सिनेमात मी पुष्कळ बंदुका हाताळल्यामुळे ही वस्तू मी चांगलीच ओळखते! आतमध्ये सहा गोळ्या होत्या. मी मॅगझीन पुन्हा आत सरकवून ते पिस्तूल काळजीपूर्वक माझ्या हँडबॅगमध्ये ठेवले.

एका खुन्याच्या घरी मी जातेय. कमीतकमी आत्मरक्षणाची तयारी तरी केलेली बरी. हा माझा स्वत:चा बेत.

पुरावे

'वस्तुस्थिती नावाची गोष्ट काही नसतेच. असतो तो तिचा अन्वयार्थ!'

फ्रेडरिक नित्शे, डेब्रेक

१४

पुनर्प्राप्ती!

मोहनकुमारांनी घड्याळाकडे बघत आपला एक हात कुडत्याच्या खिशात घातला. आतील पिस्तुलाचा थंड स्पर्श त्यांना जाणवला. ते ज्या मोहिमेवर इथे आले होते, त्याचे त्यांना वेळेवर स्मरण झाले. सहा क्रमांकाच्या प्रवेशद्वारातून आत येऊन जवळजवळ एक तास उलटून गेला होता. फार्म हाउसच्या बाहेर असलेला पोलिसांचा फौजफाटा बघून त्यांना आश्चर्य वाटले; पण सुदैवाने ज्यांच्याकडे निमंत्रण-पत्रिका होती, त्यांची धातुशोधक यंत्रातून तपासणी झाली नाही.

विकी रायने नेहमीच्याच भंपक पद्धतीने त्यांचे स्वागत केले, "हॅलो कुमार, का तुम्हाला गांधीबाबा म्हणू? तुम्ही आलात हे पाहून बरे वाटले." त्या दोघांनी एकमेकांना ज्या प्रेमाने जवळ घेतले त्याची चर्चा वातावरणात बरीच रेंगाळली. तिथेच, त्या क्षणी विकीला गोळी घालण्याची कल्पना त्यांच्या मनात डोकावून गेली; पण एकाएकी त्यांच्या हाताला घाम फुटला, हृदयाची धडधड चांगलीच वाढली. त्यामुळे ते शांतपणे बागेकडे वळले.

आज संध्याकाळपासून त्यांच्या मनाचे सतत खेळ सुरू होते. आधी विकीला मारण्याचा पक्का निर्धार होई, तर घटकेत तो मोडीत काढला जाई. आत्मविश्वास आणि दुबळेपणा यांच्या आंदोलनांमध्ये ते हेलपाटत होते आणि आसपासची मंडळी तर या विचारांमध्ये सतत व्यत्यय आणीत होती. तेही त्यांना भरकटवत होते. गांधी बाबा होऊन त्यांनी ज्या गोष्टी उघडकीस आणल्या होत्या, त्याबद्दल कोणी त्यांची तारीफ करीत होते, तर कोणी त्यांच्याकडे मदत मागत होते. "तुम्हाला नोबेल पुरस्कार मिळायला हवा गांधीबाबा." कोणीतरी म्हणाले, "पुढच्या जुलैमध्ये होणाऱ्या जागतिक नेत्यांच्या चर्चासत्रात भाषण द्यायला तयार आहात?" दुसऱ्या एका माणसाने विनंती केली. वरकरणी ते हसत होते; पण आतून त्यांना चिंतेने पोखरले होते. त्यांना ते प्रकरण झटपट संपवायचे होते.

खुनाच्या विचारावरून मन वळवण्यासाठी त्यांनी आपले मन इतरत्र वळवण्याचा प्रयत्न केला. पार्टी अपेक्षेपेक्षा खूप जंगी होती. क्रमांक सहाच्या विस्तीर्ण हिरवळीवर

आता नक्कीच चारएकशे लोक होते आणि शंभर-सव्वाशे आतमध्ये. एवढ्या लोकांसमोर आपल्याला विकी रायला गोळ्या घालाव्या लागणार? पण या विचारामुळे ते अस्वस्थ झाले नाहीत. उलट जाहीरपणे त्याला शिक्षा मिळणार या विचाराने त्यांना बरेच वाटले. 'भविष्यातील सर्व विकी रायसाठी ही अगदी योग्य शिक्षा ठरेल.' त्यांनी पुन्हा एकदा त्या वॉल्थर पी पी के पिस्तुलाच्या दट्ट्याला स्पर्श केला आणि त्यांच्या हाताला एका अनाम शक्तीने जणू पुन्हा स्पर्श केला.

मग ते गझिबोच्या दिशेने निघाले. एखादी योग्य जागा सापडेल या अपेक्षेने. पोहण्याचा तलाव प्रकाशात न्हाऊन निघाला होता. पाण्यात आतमधून सोडलेल्या प्रकाशझोतांमुळे ते थंड, निळे पाणी एखाद्या काचेप्रमाणे चकाकत होते. निळी बिकिनी घातलेल्या एका तरुणीने अचानक पाण्यात सूर मारला आणि त्यांच्या अंगावर पाणी उडाले. आपल्या खादीच्या जाकिटावर उडालेले पाण्याचे थेंब ते झटकून टाकत असतानाच त्यांच्या चेहेऱ्यावर कॅमेऱ्याच्या फ्लॅशचा प्रखर झोत पडला. काही क्षण त्यांच्या डोळ्यापुढे अंधारी आली. तोल जाऊन ते पाण्यात पडणार एवढ्यात कोणीतरी त्यांना सावरले. डोळ्यापुढील काळोख जाताच त्यांनी त्या उपकारकर्त्याकडे बघितले. तो लाल-काळा गणवेष घातलेला दाढीवाला वेटर होता. "थँक्यू" ते खजील होत पुटपुटले. 'काळजीपूर्वक वावरायला हवे.' त्यांनी स्वत:ला बजावले.

स्वीमिंग पूलभोवती बरीच माणसे होती. वाइनचे घुटके घेत, वातावरणात रेंगाळणाऱ्या संगीताचा आनंद घेत त्यांच्या गप्पा रंगल्या होत्या. बहुतेक सगळी विशी-पंचविशीतील होती. कुमार यांना एकदम आपल्या वयाची जाणीव झाली आणि आपण या ठिकाणी उपरे आहोत, असे वाटू लागले. ते तिथून निघून जायला वळणार, तेवढ्यात एक उंच, डौलदार आणि तंग कपडे घातलेली तरुणी कॅटवॉट करीत यावे, तसे चालत त्यांच्याकडे येत म्हणाली, "गांधीबाबा, तुम्हाला इथे पाहून फार बरे वाटले." आपली छाती हिंदकळवत, लाडीक स्वरात ती बोलत होती. तिच्या श्वासाला दारूचा दर्प येत होता. "मी लिसा. मी 'कामसूत्र'च्या जाहिरातीचे चित्रीकरण करण्यासाठी भारतात आले आहे. मी तुम्हाला काही वेगळी आसने शिकवू शकते." असे म्हणत मोठ्याने हसत तिने त्यांचे चुंबन घेण्याचा प्रयत्न केला.

"राम राम" म्हणत ते घाईघाईने दोन पावले मागे सरकले. त्या गडबडीत त्यांचा धक्का व्हिस्कीच्या सहा बाटल्या ट्रेमध्ये घेऊन बारकडे निघालेल्या वेटरला लागला. वेटरच्या हातून ट्रे निसटला आणि फरशीवर पडून त्यातील बाटल्याचा चक्काचूर झाला. वातावरणात एकदम दारूचा दर्प उसळला. तो आंबूस वास एवढा तीव्र होता की, त्या वासानेच त्यांना गुंगल्यासारखे झाले. कमालीचा नॉशिया येऊन त्यांचे डोके हलके झाल्याने ते तेथून झपाट्याने दूर निघाले. हिरवळ ओलांडून ते

झपाझप गर्दीपासून दूर निघाले. त्यांना काही कळण्यापूर्वीच ते घनदाट झाडी असलेल्या भागात पोहोचले. बागेतील दिव्यांचा प्रकाश तिथपर्यंत पोहोचत नव्हता. पूर्ण आकाराचा शुभ्र चंद्र झाडांवर एखाद्या आकाशकंदिलाप्रमाणे झुलत होता. त्या दाट झाडीत तेवढाच काय तो प्रकाश होता. दूरवर पडणाऱ्या पाण्याचा आवाज त्यांचा कानावर पडत होता; पण त्यापेक्षा अधिक आवाज ऐकू येत होता तो त्यांच्या श्वासाचा. मघाशी झालेल्या धावपळीमुळे त्यांना आता धाप लागली होती. मेंदूमध्ये काहीतरी घुसळण होत होती. वेगवेगळ्या विचारांचा आणि प्रतिमांचा सतत हलता कॅलिडोस्कोप त्यांना दिसत होता. दाबून ठेवलेल्या जुन्या आठवणींवरचे धुके दूर होत होते; पण तेही अर्धवटच! त्यांचा पाय कशावर तरी पडला. आधी काहीतरी वेगाने हलले आणि मग फांदी तुटल्याचा आवाज ऐकू आला आणि त्यानंतर मंद आवाजातील फुसफुस. त्यांनी खाली वाकून बघितले, तर समोर त्यांना साप दिसला. त्याचा मोठ्ठा फणा बघता तो कोब्रा होता, हे कळायला त्यांना वेळ लागला नाही. तो अगदी त्यांच्या उजव्या पायाजवळ होता. त्याची लवलवती, बुळबुळीत जीभ तोंडातून बाहेर येत होती, आत जात होती. ते बघून मोहनकुमार अक्षरश: गोठले, धमन्यांमधून वाहणारा त्यांचा रक्तप्रवाहही थांबला. दंश करण्याच्या पवित्र्यात असलेला तो साप बघून ते विचार करू लागले, संपली, आपली जीवनयात्रा संपली; पण तेवढ्यात आणखी एक फांदी तुटल्याचा आवाज त्यांना ऐकू आला आणि एक हात पुढे येऊन त्याने सापाची मानगूट पकडून त्याला उचलले. हवेत भिरकावले जाण्यापूर्वी त्या कोब्राने थोडी वळवळ केली.

"कोण... कोण आहेस तू?" त्या चंदेरी अंधारात डोकावून बघत त्यांनी विचारले. समोर सावली हसली आणि एक अनोळखी तरुण पुढे आला. त्याने पांढरा शर्ट आणि काळी पँट घातली होती. त्याच्या डोक्यावर काळी टोपी होती आणि पाठीवर काळी सॅक होती. त्याचा रंग एवढा काळा होता की, त्या अंधारात तो जणू विरघळून गेला होता; पण त्याच्या डोळ्यात मात्र एक प्रखर चमक होती.

"मी झारखंडचा जिबा कोरवा." तो म्हणाला.

"तू इथे काय करतोयस?"

"वाट बघतोय."

"थँक्यू, तू माझा जीव वाचवलास."

"आणि तुम्ही कोण?"

"मी? मी मोहन... मोहनदास... करम... कुमार... नाही... ते बरोबर नाही. मी पुन्हा सांगतो. मी मोहनकुमार. होय आणि मला सापांचा तिरस्कार वाटतो."

"साप मी कधीच दूर फेकला आहे; पण तुम्ही अजून घाबरलेलेच आहात."

"असे कशावरून म्हणतोस तू?"

"मला दिसतेय तुमची भीती. सावलीला घाबरलात?"

"कसली सावली?"

"ती सावली जी चंद्राप्रमाणे सारखी तुमच्यामागे असते, एम्बकेटे."

"एम्बकेटे? म्हणजे?"

"प्रत्येक माणसात दोन आत्मे असतात. इक्का आणि एम्बकेटे. एखादा माणूस नैसर्गिकरीत्या मेला, म्हणजे आजारी वगैरे पडून, तर तो इक्का होतो आणि पृथ्वीखाली राहायला जातो; पण जर एखादा माणूस अकस्मात मेला, त्याला कोणी मारले, तर दुसरा आत्मा एम्बकेटे बाहेर येऊन नव्या देहाचा शोध घेऊ लागतो, ज्याला तुम्ही लोक भूत म्हणता. तुमच्या शरीरावर भुताने कब्जा मिळवला आहे."

"अरे बाप रे, म्हणजे तुला ते प्रत्यक्ष दिसतेय?"

"नाही, मी ते बघू शकत नाही, पण त्याची सावली बघू शकतो."

"ते चांगले आहे का वाईट?"

"फार वाइट आहे. अनेक विचित्र, तऱ्हेवाईक गोष्टी करायला मला ते भाग पाडते. तुझ्याकडे काही उपाय आहे?"

"आहे."

"डॉक्टरांना हे पटत नाही, पण खरेच माझा कोणीतरी ताबा घेतलाय. मला मानसिक उपचारांची नाही, तर हा ताबा सोडवू शकेल अशा उपचारांची गरज आहे. या आत्म्यापासून सुटका होऊ शकेल माझी? तुला करता येते हे?"

"मी अर्धा तोरोले आहे. मी या सावलीपासून तुमची सुटका करू शकतो."

"मग कर ना! मला माझे आयुष्य परत हवे आहे. त्याबद्दल मी तुला तू मागशील ते द्यायला तयार आहे."

"तुम्ही मला थोडे पैसे देऊ शकाल?"

"किती?"

"नऊ-नऊ हजार."

"म्हणजे अठरा हजार. खूप आहेत ते. तुला कशाला हवे आहेत एवढे पैसे?"

"माझ्या खेड्यात परत जाण्याची दोन तिकिटे काढण्यासाठी."

"आपण एक करार करू. जर तू मला बरे करू शकलास, तर तेवढे पैसे तुझे."

"मग झोपा खाली."

"इथे? या मैदानात?"

"होय. आणि शर्ट काढा. मला तुमच्या छातीवर आणि चेहेऱ्यावर थोडा लाल मातीचा लेप लावायचा आहे."

“आता तू माझा जीव वाचवला आहेस. मग तुझ्या सूचना डावलून कसे चालेल?” आपले जाकीट आणि कुडता काढून ते खालच्या जमिनीवर झोपले. जमिनीवर फिरणाऱ्या मुंग्या त्यांच्या पायावर चढल्या आणि खाली पडलेल्या फांद्या त्यांच्या पाठीला बोचू लागल्या.

त्या आदिवासीने आपली काळी कॅन्व्हास बॅग उघडून लाल मातीचा एक गोळा काढला आणि डुकराच्या चरबीत तो कालवला. मग मोहनकुमारांच्या छातीवर त्याने एक जबड्यांची आकृती काढली आणि चेहेऱ्यावर काही समांतर रेषा काढल्या.

“काय करतोयस तू हे?” चिंतेने मोहन म्हणाले.

“मी त्या आत्म्यांना आवाहन करतो आहे, जे एम्बकेटेला हाकलू शकतील. आता डोळे मिटा आणि बोलू नका.”

मग त्या आदिवासीने हाडांचा ताईत काढून मोहनच्या मानेभोवती गुंडाळला. मग आपला डावा हात कुमारच्या माथ्यावर ठेवून उजव्या हातात एक पांढरे हाड घेऊन तो मंत्र म्हणू लागला आणि हळूहळू डोलू लागला. त्याचा वेग वाढू लागला... वाढू लागला.

कोणीतरी मेंदूत एखादा स्क्रू पिळत जावा तशा मोहन यांना असह्य वेदना होऊ लागल्या. वेदनेने ते कण्हू लागले. आपल्या अंगावरची त्वचा कोणीतरी सोलून काढतेय असे त्यांना वाटत होते आणि मग ते जणू गुंगीत गेले.

जेव्हा त्यांनी डोळे उघडले तेव्हा तो आदिवासी त्यांच्या शेजारी बसून त्यांच्याकडे एकटक बघत होता.

“झाले?” मोहननी विचारले.

“होय. मी एम्बकेटेला तुझ्या शरीरातून बाहेर काढून टाकले.”

आपल्या कपाळाचे उंचवटे मोहन यांनी दाबले. वेदना गेल्या होत्या. त्यांना आतून स्वच्छ झाल्यासारखे वाटले. ते उठून बसले आणि कपडे घालू लागले.

“तू जे काही केले आहेस ते कोणालाही करणे शक्य नव्हते. तो फार प्रसिद्ध माणसाचा असूनही तो आत्मा मला खूप छळत होता.”

“माणूस?”

“होय. मला ज्या आत्म्याने पछाडले होते तो आत्मा होता मोहनदास करमचंद गांधी यांचा. तू महात्मा गांधी यांचे नाव ऐकले असशीलच ना?”

“नाही. तुमचा काहीतरी गैरसमज होतोय. तुम्हाला ज्या आत्म्याने धरले तो माणसाचा नव्हता. बाईचा होता.”

“बाई? तुला कसे समजले?”

“मी बोललो त्या आत्म्याशी. फार अडेलतट्टू होता तो.”

“तिचे नाव काय?”

"रुबी गिल."

"रुबी गिल!" मोहन उद्‌गारले. कुडत्याच्या खिशातील पिस्तुलाचे वजन त्यांना जाणवले आणि ते विचारात पडले.

'म्हणजे इतके दिवस महात्मा गांधी असल्याचे भासवून रुबी गिल माझ्या मानगुटीवर बसली होती तर! आत्ता मला त्याचा अर्थ कळतोय.'

आपल्या बाह्या दुमडत तो आदिवासी म्हणाला, "मला पैसे देणार?"

"हो... हो... नक्कीच." त्यांनी आपले चामड्याचे पाकीट उघडून त्यांनी हजाराच्या नोटांची गड्डी काढली. "तू मला अठरा हजार मागितलेस. मी तुला वीस देतोय. या पैशात तुला लंडनचे तिकीटही खरेदी करता येईल."

त्या आदिवासीने पैसे घेतले आणि कृतज्ञतेने तो झुकला.

"तुम्ही फार दयाळू आहात."

मोहनकुमारांनी रुमालाने आपले तोंड पुसले आणि लाल मातीच्या राहिलेल्या खुणाही काढून टाकल्या. उभे राहून त्यांनी आपले धोतर झटकले. "हा अजागळ ड्रेस मी यापुढे घालणार नाही."

"मग त्या गर्द झाडीतून ते पुन्हा हिरवळीवर आले आणि त्यांनी घड्याळात बघितले. सव्वाअकरा वाजले होते. पार्टी ऐन भरात होती. पूल आणि बार असलेल्या भागातील मुलींभोवती पाहुण्यांचे कोंडाळे होतेच. ते झपाट्याने गझिबोकडे निघाले.

"तुझ्याकडे 'शिवास' आहे?" त्यांनी दारू देणाऱ्या माणसाला विचारले. त्याने नकारार्थी मान हलवल्यावर कुमार म्हणाले, "मग मला स्कॉचचा एक मोठा पेग दे. पाणी, सोडा न घालता."

त्यांनी एका दमात सगळी व्हिस्की घशात ओतली. आपल्या कुडत्याच्या बाहीने तोंड पुसले आणि पुन्हा ग्लास भरून मागितला. तेवढ्यात त्यांनी राय टेक्स्टाइल मीलचे सीईओ दिसले. त्यांच्या पाठीवर थाप मारीत मोहन म्हणाले, "काय शहा, कसे काय चाललेय?"

मागे वळून बघत शहांनी आपला स्टीलच्या फ्रेमचा चष्मा नीट डोळ्यांवर बसवला आणि मोहनकुमारांना बघून आश्चर्य व्यक्त करीत ते थंडपणे म्हणाले, "या पार्टीत तुम्ही भेटाल असे वाटले नव्हते मिस्टर कुमार."

"जे होऊन गेले ते झाले शहा. मी काही आजाराने त्रस्त होतो; पण आता पूर्ण बरा झालोय. तेच मला विकीला सांगायचे आहे. तुम्ही बघितलेत त्याला?"

"तो आत्ताच शबनम सक्सेनाबरोबर घरात गेला."

मोहन यांनी दुसराही ग्लास रिचवला आणि ते घराकडे निघाले. काही वेळापूर्वी त्यांचे चुंबन घेण्याचे प्रयत्न करणारी मॉडेल त्यांच्या वाटेतच उभी होती, स्ट्रॉबेरीच्या रंगाच्या पेयाचे घुटके घेत. "ओहो, गांधीबाबा तुम्ही परत आलात

इकडे!'' ती उद्‌गारली. मोहन तिच्याकडे बघून हसले, ''होय. मी परत आलो आणि मला काही आसनांचे प्रयोग करून बघण्याची इच्छा आहे. तुला कधी सुरू करायला आवडेल हे काम?''

ती त्यांच्याजवळ, अगदी जवळ येत म्हणाली, ''आत्ता?''

''मला काही गोष्टी निपटायच्या आहेत आत्ता; पण ज्यांची वाट पाहायची तयारी असते, त्यांच्याकडे चांगल्या गोष्टी आपणहून चालत येतात.'' त्यांनी तिला डोळा मारला आणि तिच्या पार्श्वभागाला एक चिमटा काढला.

तिने एक चीत्कार काढला.

१५

ताबा मिळवला! (परिस्थिती हातात!)

''हाय, मी रिकी मायर्स!'' मी स्वतःच माझी ओळख करून दिली. एखाद्या हत्तीने अंडरपँट घातल्यावर त्याला जसे अस्वस्थ वाटेल तसे त्या अरमानी सूटमध्ये मला बेचैन वाटत होते. मीच कॅनॉट प्लेसमध्ये तो खरेदी केला होता.

गडद रंगाचा ऐटबाज सूट आणि त्यावर जांभळा टाय लावलेल्या यजमानाने मला इतकी घट्ट मिठी मारली की, जणू मी त्याचा हरवलेला भाऊ असावा. माझ्या जाकिटाच्या आतल्या खिशात ठेवलेल्या पिस्तुलापर्यंत त्याचा हात जाणार नाही ना, अशी मला क्षणभर भीती वाटली. ''क्रमांक सहामध्ये तुमचे स्वागत आहे. तुम्ही येणार असे लिझी मला म्हणाली होती.'' माझ्याकडे अर्ध-मिटल्या डोळ्यांनी बघत आपल्या हनुवटीवर टिचक्या मारत तो म्हणाला, ''मिस्टर मायर्स, आपण यापूर्वी कधी भेटलोय?''

त्याच्या चेहेऱ्याच्या डाव्या बाजूला दिसणाऱ्या मोठ्या व्रणावरून मी त्याला लगेच ओळखले होते. कॉल सेंटरवरून माझी हकालपट्टी करणारा हाच तो प्राणी.

''मला असे वाटत नाही. हे नाव तर मला कालच मिळाले.''

''काल? म्हणजे?''

मी चटकन दुरुस्ती करीत म्हटले, ''मला असे म्हणायचे होते की, कालच मी तुमच्या देशात आलो. त्यामुळे आपण भेटण्याची संधी जवळजवळ नाहीच.'' त्याच्या संभाषणाची खुसखुशीत शैली मला आवडली.

''मीपण तुमच्याप्रमाणेच सिनेनिर्माता आहे मिस्टर मायर्स. आपण एकत्रितपणे धंदा करू शकतो.'' असे म्हणत त्याने शेजारी उभ्या असलेल्या माणसाकडे निर्देश करीत म्हटले, ''मी तुम्हाला माझ्या वडिलांची ओळख करून देतो. हे श्री. जगन्नाथ राय, उत्तर प्रदेशचे गृहमंत्री.''

हा माणूस चांगला सणसणीत आणि केसाळ होता. गोल चेहेरा आणि भरघोस, पिळदार मिशा असलेल्या या माणसाने हात जोडून माझे स्वागत केले, तेव्हा तो तळलेल्या बटाट्याप्रमाणे मेणचट दिसत होता. मी बागेत पाय ठेवला

आणि ते भव्य, देखणे फार्म हाउस बघून चकितच झालो. ते तीन मजली घर पूर्ण संगमरवरी होते आणि बेसबॉलची तीन मैदाने होतील एवढी भव्य त्याची हिरवळ होती. माझ्या गावातील वॅको तलावाएवढा पोहण्याचा तलाव, एक मंदिर, गझिबो सगळेकाही होते. दूरवर जंगलही दिसत होते. ऑस्टिनमधील राज्यपालांच्या बंगल्यापेक्षाही हे घर मोठे होते; पण त्याला फार्म हाउस का म्हणत होते हे मला समजत नव्हते. तिथे मला जनावरेही दिसत नव्हती आणि कोणी शेतकरीही दिसत नव्हता.

हिरवळीवर पुष्कळ माणसे होती आणि सगळे आपापल्या क्षेत्रातील दादा असल्यासारखे दिसत होते. लाउड स्पीकरवर मोठ्या आवाजात संगीत वाजत होते. तऱ्हेतऱ्हेचे पदार्थ घेऊन वेटर्स इकडून तिकडे फिरत होते. मला लिझीने दिलेला इशारा आठवला आणि अल् कायदाची कोणी माणसे आसपास नाहीत ना, ते मी बघून घेण्याचे ठरवले. मी जंगलात डोकावून बघितले. एवढेच नाही, तर प्रत्येक झाडामागे जाऊन शोध घेतला, तेव्हाच मला निळ्या सूटमधील एक माणूस गुपचूप हिरवळ ओलांडून, हातात एक पाकीट घेऊन कुंपणाच्या भिंतीजवळून जाताना दिसला. मला एकदम मी एफबीआयचा अधिकारी असल्यासारखे वाटले. मी त्याचा पाठलाग सुरू केला; 'लेथल वेपन' सिनेमात मेल गिब्सन करतो तसा. आपली पिस्तूल घेऊनच त्याला सामोरे जाण्याचा माझा विचार होता, पण तेवढ्यात तो हिरवळीच्या टोकाला असलेल्या छोट्याशा मंदिरात शिरला. त्याने तेथे हात जोडून देवापुढे आपले डोके झुकवले. तो बहुधा तेथे प्रार्थना करण्यासाठी आला असावा.

मी निराश झालो आणि एक पेग घेण्याच्या इराद्याने गझिबोजवळ लावलेल्या बारकडे निघालो. पूलजवळ हातात कॅमेरे आणि फ्लॅशगन्स असलेले काही पत्रकार घुटमळत होते आणि सिनेमातील नट्यांप्रमाणे पोझ देणाऱ्या काही सुंदरींचे फोटो काढीत होते. मी लगेच शबनमचा शोध सुरू केला. एका हातात कॅमेरा घेतलेला एक उंच, एका डोळ्याने तिरळा असलेला माणूस माझ्याकडे येत म्हणाला, "माफ करा. आपण मायकेल जे फॉक्स?"

"नाही. मी रिकी मायर्स, हॉलिवूडचा निर्माता."

मी असे म्हणताक्षणी सगळ्या मुली जणू माझ्यावर चाल करून आल्या आणि त्यांनी माझ्यावर प्रश्नांचा भडिमार सुरू केला.

"तुम्ही भारतात फिल्म बनवत आहात?"

"मला एखादी भूमिका द्याल?"

"तुम्ही मला तुमच्याबरोबर हॉलिवूडला घेऊन जाल?"

या लोचट मुलींपासून कशी सुटका करून घ्यायची याचा विचार मी करीत असतानाच बारजवळ मला गडबड ऐकू आली. बाटल्या ठेवलेला एक ट्रे वेटरच्या हातून पडला. त्यानंतर एक उंच माणूस त्यांच्याशी बोलत होता.

दहा सेकंदानंतर तो माणूस मला ती हिरवळ सोडून जाताना दिसला, एखाद्या कुत्र्याने शेपूट घालून निघून जावे तसा.

एक अगदी तरुण मुलगी माझ्या खांद्यावर हात ठेवत मला विचारत होती, "तुम्ही कोणा हॉलिवूडमधील नटाला ओळखता?"

"होय. ॲर्नी श्वार्झनेगर माझा खास दोस्त आहे." मी उत्तरलो. तिला फक्त चक्कर येणेच बाकी होते.

दुसरी एक तरुणी एकदम माझ्याजवळ येऊन माझ्या गालाचे चुंबन घेत कुजबुजली, "मी तुला तुझ्या हॉटेलच्या खोलीवर भेटू शकते?"

'अरेच्चा, अजून मी अंगावर सुगंधी फवारा उडवलासुद्धा नाहीये, तर एवढ्या मुली माझ्या गळ्यात पडायला आतुर?' मी सगळ्यांपासून माझी सुटका करून घेत शबनमच्या शोधात थेट घराकडे निघालो. मी दरवाजातून आत शिरताच एका मोठ्या, संगमरवरी गोलाकार हॉलमध्ये आलो. त्यातील सोफा एका कोपऱ्यात ढकलून दिले होते. खोलीच्या दोन्ही बाजूला मोठाल्या खिडक्या होत्या. एका बाजूच्या खिडक्यांमधून हिरवळ दिसत होती, तर दुसऱ्या बाजूच्या खिडक्यांमधून ड्राईव्ह वे दिसत होता. त्या खोलीतही खूप माणसे होती. सगळी गप्पा मारत होती आणि विविध तऱ्हेच्या बाटल्यांनी खच्चून भरलेल्या बारभोवती उभे राहून दारू पित होती. मी शबनमला शोधण्याचा प्रयत्न केला, पण ती तिथेही नव्हती. मी पुन्हा बागेत गेलो आणि त्या लोचट मुलींपासून सुटका करून घेण्यासाठी एक निवान्त कोपरा शोधला.

अकराच्या सुमारास हिरवळीवर एकदम गडबड सुरू झाली आणि जो-तो घराच्या दिशेने निघाला, "काय झाले?" मी वेटरला विचारले. "शबनम सक्सेना आली आहे असे म्हणतात." ते ऐकताच मीही वेगाने तिकडे निघालो. माझ्या स्वप्नातील परी पाचच मिनिटात तिथे आली. फोटोत दिसत होती त्यापेक्षा ती कितीतरी अधिक सुंदर दिसत होती. अंगाला घट्ट रुतलेला असा तंग ड्रेस तिने घातला होता. तिने फवारलेल्या परफ्युमचा वास पन्नास फुटांवरूनसुद्धा माझ्या नाकाला स्पर्शून गेला.

एका रिकाम्या सोफ्यावर शबनम बसली आणि तिच्या शेजारी विकी राय बसला. त्याने तिच्या दंडावर हात फिरवताच ज्या तऱ्हेने शबनमने स्वत:ला आक्रसून घेतले, ते बघता मला जाणवले, शबनमला तो फारसा आवडत नसावा. खिशातील पिस्तूल काढून त्याच्या मेंदूच्या चिंधड्या उडवाव्यात असे मला तीव्रपणे वाटत होते. ते दोघे अगदी हळू आवाजात कुजबुज केल्यासारखे बोलत होते आणि बोलताना शबनम सारखी मान हलवत होती. काळीभोर दाढी असलेला एक वेटर ट्रेमध्ये पेय घेऊन आला. शबनमने ऑरेंज ज्यूस, तर विकी रायने टकिला मागितली.

मी त्यांच्याभोवतीच घुटमळत होतो, शबनमच्या एका कटाक्षाची वाट बघत! पंधरा-वीस मिनिटे झाली तरी विकी कोचातून उठण्याची काही लक्षणे दिसेनात. त्याच्या कोटाच्या पाठीला डिंक वगैरे लावला नाहीय ना, अशी शंका मनात येत असतानाच विकीचे वडील आत आले आणि त्यांनी त्याला आपल्याजवळ बोलावले. "इक्बाल मियाँ आले आहेत. त्यांना तुला भेटायचेय." ते म्हणाले. चेहेऱ्यावर नाराजी दाखवत तो काहीशा अनिच्छेनेच उठला. ती संधी साधून मी विजेच्या वेगाने सोफ्यावर बसलो. शबनमने माझ्याकडे एका नाराजीचा कटाक्ष टाकला, पण मी माझा हात हस्तांदोलनासाठी पुढे करीत म्हटले.

"हाय. मी हॉलिवूड निर्माता रिकी मायर्स. तुला भेटण्याचा मी गेले कित्येक महिने प्रयत्न करतोय. शबनम, आताच मी तुझा 'लव्ह इन कॅनडा' चित्रपट टेलिव्हिजनवर बघितला."

तिने मोठ्या प्रेमाने माझा हात हातात घेऊन हलवला अन् विचारले, "भारतात कशासाठी आलात तुम्ही मिस्टर मायर्स?"

"तुला कदाचित खरे वाटणार नाही; पण मी फक्त तुला भेटण्यासाठी आलोय."

"अमेरिकन सिनेमात मला भूमिका देऊ करताय?"

"होय."

"काय नाव त्या सिनेमाचे?"

"अं... मी विचार करतोय, 'लव्ह इन वॅको.' "

ती हसली. मी तिच्या सोफ्यालगत जात कुजबुजत्या आवाजात म्हणालो, "शबनम, मला ठाऊक आहे की, तू आत्ता खूप मोठ्या संकटात आहेस."

ती आणखी कावरीबावरी होत म्हणाली, "काय म्हणायचेय तुम्हाला?"

"मला असे म्हणायचेय की, मला सपनाबद्दल सगळे ठाऊक आहे."

मी सपनाचे नाव घेताच तिचे उरले-सुरले अवसानही गळाले. एखाद्या हवा गेलेल्या फुग्यासारखी ती दिसू लागली.

"तुम्हाला कसे समजले?"

"गुप्ता नावाच्या पोलीस इन्स्पेक्टरने मला सांगितले. तो माणूस फारच चलाख आहे हं!"

"मी खरेच फार अडचणीत आहे. मी विकी रायकडे मदत मागण्यासाठी आले; पण तो त्याची भलतीच जास्त किंमत मागतोय." हात चोळत ती म्हणाली.

"त्याचे वचन म्हणजे बर्फावर ठेवलेल्या डुकरापेक्षाही निसरडे!" मी म्हटले.

"मग काय करू मी?"

"माझी मदत घे. तुला फक्त मीच मदत करू शकतो."

"तुझ्यासारखा हॉलिवूडमधील निर्माता मला काय मदत करू शकणार?"

आसपास कोणी ऐकत नाही ना याचा अंदाज घेत मी म्हटले, "मी काही खरेच हॉलिवूड निर्माता नाहीये. मी वॉलमार्टमध्ये फोर्कलिफ्ट ऑपरेटर म्हणून काम करतो; पण सध्या मी एफबीआयच्या साक्षीदार संरक्षण मोहिमेचा एक भाग आहे ना!"

"आणि या मोहिमेमध्ये तुम्हाला काय दिले जाते?"

भुवया उंचावत प्रश्नार्थक मुद्रेने शबनमने विचारले.

"मी पाकिस्तानात काही धोकादायक अतिरेक्यांच्या संपर्कात आलो आणि त्यांना संपवण्यात यशस्वी झालो. राष्ट्राध्यक्षांनी मला दीड कोटी डॉलर्स बक्षीस दिले आणि एक सुंदर पत्रही!"

"आता तुम्ही माझी नक्की मस्करी करताय." शबनम म्हणाली.

"तुझा माझ्यावर विश्वास नाही? तुला पुरावा बघायचाय?" तिने मान हलवल्यावर माझ्या सूटच्या खिशातून मी पाकीट बाहेर काढले. तिने ते वाचले आणि माझ्याकडे बघत ती म्हणाली,

"पण हे पत्र तर लॅरी पेजला लिहिलेय." मग स्वत:शीच विचार केल्यासारखी ती म्हणाली, "कुठे बरे ऐकलेय मी हे नाव?"

"लॅरी पेज हे माझे खरे नाव; पण आता एफबीआयने मला नवे नाव दिले आहे. रिक मायर्स. अजून मलापण त्याची सवय व्हायची आहे."

माझे बोलणे जणू शबनमच्या कानावरच पडत नव्हते. एकदम हाताचे पहिले बोट उंचावून ती म्हणाली, "लॅरी पेज! मला इतकी पत्रे लिहिणारा तो अमेरिकन तूच ना!"

"होय. मीच तो. माझे तुझ्यावर वेड्यासारखे प्रेम आहे." तिच्या डोळ्यात बघत मी म्हणालो.

शबनम ताडकन सोफ्यावरून उठली आणि माझ्यासमोर बोट नाचवत म्हणाली, "खबरदार माझ्या वाट्याला गेलात तर, मिस्टर पेज. मला तुमच्याशी काहीही देणे-घेणे नाहीये."

माझ्याकडे पाठ करून मग ती एका उंच, काळी दाढी असलेल्या माणसाशी बोलू लागली.

१६

त्याग

"हॅलो, त्रिपुरारी?"

"होय भैय्याजी. कुठून फोन करताय? तुम्ही विकीच्या पार्टीमध्ये असाल ना?"

"होय. सहा नंबरवरून बोलतोय मी. मला एक गोष्ट सांग, तुला मुख्तार भेटला?"

"मुख्तार? नाही भैय्याजी, गेल्या दोन आठवड्यांपासून आमचे काही बोलणेच झाले नाहीये. काय काम होते? काही टेन्शन आहे?"

"मी एका आठवड्यापूर्वी १७ मार्चला मुख्तारला काम सांगितले होते. तो तुझ्याकडे पैसे घ्यायलासुद्धा आला नाही?"

"नाही भैय्याजी आणि तुम्ही मुख्तारला काय काम सांगितले होते? तुम्ही मला काही बोलला नाहीत त्याबद्दल?"

"मी तुला ते नंतर सांगेन. आता लगेच त्याला शोध आणि मला फोन करायला सांग. मी त्याला गेल्या तीन दिवसांपासून फोन करतोय, पण त्याचा मोबाइल बंद आहे असे दिसतेय."

"तो पिऊन कोणा छोकरीबरोबर झोपला असेल."

"काहीही असेना. त्याला आधी शोध आणि मला कळव. कळले?"

"कळवतो भैय्याजी."

(फोन बंद करतो.)

१७

सूड

श्रीमंत माणसांचे आयुष्य गरिबांपेक्षा वेगळे असेल कदाचित, पण त्यांचे मरण? ते मात्र काही वेगळे नसते. बंदुकीची गोळी कधीच भेदभाव करीत नाही. राजा आणि भिकारी किंवा मालक आणि त्याचा नोकर हे तिच्यासाठी सारखेच. सहा नंबरच्या लोखंडी प्रवेशद्वाराजवळ उभे राहून फार्म हाउसमधील लखलखाट बघताना, महागड्या, डौलदार परदेशी गाड्या ड्राइव्ह-वेवरून आत जाताना बघताना मला माझ्या बंदुकीच्या भाग्याचा हेवा वाटला! फक्त एक गोळी पुरेशी होती. विकी रायच्या भपक्याचा शेवट करायला. एक गोळी आणि मामला खल्लास!

पोलिसांनी उभ्या केलेल्या अडथळ्यांच्या पलीकडे मला वॉकी-टॉकी घेऊन उभे असलेले पोलीस दिसले आणि मी माझ्या पावलांची गती वाढवली. रस्त्यावर बघ्यांचा एक मोठ्ठा घोळका उभा होता. आत जमलेल्या प्रसिद्ध व्यक्तींपैकी एखाद्या तरी व्यक्तीचे ओझरते दर्शन व्हावे, या आशेने ती माणसे उभी होती. शबनम सक्सेना कोणत्याही क्षणी तिथे दाखल होईल अशी अफवा होती.

मी शेजारच्या डाव्या गल्लीत वळलो आणि तेथील सर्व्हिस एन्ट्रन्सजवळ रितू बाहेर येण्याची वाट बघत उभा राहिलो. मुख्य रस्त्यावरील गजबज आणि वर्दळीच्या तुलनेत ही शेजारची गल्ली शांत होती. मात्र गल्लीच्या टोकापर्यंत गाड्या उभ्या केलेल्या होत्या.

अकराला पाच कमी असताना लोखंडी दरवाजा वाजला आणि रितू बाहेर आली. लाल सलवार-कमीज घातलेल्या रितूच्या खांद्यावर निळ्या रंगाची बॅग होती. तिच्या जखमा अजून पूर्ण भरल्या नव्हत्या आणि डोळेही सुजलेले, लाल दिसत होते. ती बहुधा रडत असावी. आम्ही मूकपणे एकमेकांना मिठी मारली. मात्र माझा डावा हात माझ्या बोनेटनच्या जाकिटाच्या आत राहील याची मी दक्षता घेतली.

"चल, निघू या मुन्ना." माझा हात धरून ती मला मुख्य रस्त्याकडे खेचू लागली, तसे मी हलकेच तिला थांबवले.

"रितू, मला तुला काही सांगायचेय."

“तुला जे काही सांगायचे आहे ते तू मला रेल्वे स्टेशनवरपण सांगू शकतोस. आता आपण अधिक वेळ दवडू शकत नाही.”

“पण मी रेल्वे स्टेशनवर जाणार नाहीये.”

“काय?”

“तेच तुला सांगायला मी आलोय. मी मुंबईला जात नाहीये.”

“का?”

“चल आपण फार्म हाउसमध्ये जाऊ. मग मी तुला सगळे नीट सांगतो.”

तिने गोंधळलेल्या नजरेने माझ्याकडे बघितले आणि आपली पावले पुन्हा सर्व्हिस गेटच्या दिशेने वळवली. ते गेट उघडण्यापूर्वी तिने आतील चाहूल घेतली आणि मग मला आत ढकलले.

दूरवर नीटनेटकी कापलेली हिरवळ दिसत होती. त्यावर उभी असलेली माणसे गप्पा आणि हास्यविनोदात दंग होती. जवळच्या पोहण्याच्या तलावात काही मुली डुंबत होत्या. लाल आणि काळा गणवेष घातलेले वेटर्स गझिबोभोवती येत-जा करीत होते.

रितूने मला एका मोठ्या जामुनच्या झाडामागे ढकलले. त्याच्या फांद्यांचा पसारा आमच्यासाठी नैसर्गिक पडदा म्हणून काम करीत होता. आमच्या उजव्या बाजूला तात्पुरत्या उभ्या केलेल्या तंबूत स्वयंपाक सुरू होता.

“तुला असे अकस्मात घुमजाव केल्याचे मला नीट स्पष्टीकरण द्यावे लागेल मुन्ना. घरातून बाहेर निसटून येताना मी किती धोका पत्करलाय याची तुला कल्पना नाहीये. जर विकीने हे बघितले ना, तर मारून टाकेल तो मला.” ती तडतडत होती.

तिचा असा स्फोट मला अपेक्षितच होता.

“मला ठाऊक आहे रितू. या धाकातून तुझी मुक्तता करण्यासाठीच तर मी आलोय.”

“काय म्हणायचे आहे तुला?”

“लवकरच समजेल तुला ते.”

“तू पुन्हा कोड्यात बोलतो आहेस. तू मुंबईला यायला का तयार नाहीस हे आधी मला सांग. नेमके काय बिघडले आहे?”

“सगळेच बिघडलेय रितू.” तिच्या नजरेला नजर भिडवणे शक्य नसल्याने खाली बघत मी म्हणालो, “मी दुसऱ्या मुलीशी लग्न करतोय.”

माझ्याकडे तिने एक आश्चर्याचा कटाक्ष टाकला.

“असे का म्हणतोस मुन्ना? आपल्यामागे सध्या आहे तेवढा त्रास पुरेसा नाही का?”

“मी जे सांगतोय त्यातील प्रत्येक शब्द खरा आहे.”

“म्हणजे तुझे माझ्यावर प्रेम नाही असे तुला म्हणायचे आहे?”

“होय.” असे म्हणून मान हलवत मी निरोपाचे भाषण करू लागलो. जणू “खरे सांगू, प्रेम ही मोठी अजब चेटकीण आहे. ती आपल्यासारख्या लोकांना अशी स्वप्ने दाखवते, जी कधीच प्रत्यक्षात येऊ शकत नाहीत. खरे म्हणजे गरिबांना प्रेम करण्याची परवानगीच द्यायला नको. तू बरोबर म्हणत होतीस. आपल्यासारख्या प्रेमावर बंदीच हवी. आपण इथून पळून जाऊ शकतो! पण वास्तवापासून पळणे आपल्याला शक्य नाही. त्यामुळे विसरून जा की आपण कधी भेटलो होतो!”

माझे सगळे बोलणे तिने शांतपणे ऐकून घेतले आणि माझे बोलणे संपताच माझ्याकडे एखाद्या आरोपीकडे बघावे तसा कटाक्ष टाकीत ती म्हणाली, “तर हे सगळे असे आहे तर? एखादा फळा पुसून स्वच्छ करावा तसे तुझे माझ्या आयुष्यातील अस्तित्व पुसून टाकता येईल, असे तुला वाटते? जणूकाही आपल्या दोघांमध्ये काही घडले नसावे असे?” मग माझ्या अधिक जवळ येत ती म्हणाली, “प्रेम ही आपल्याला मिळालेली अत्यंत मौल्यवान भेट आहे असे का म्हणतात ठाऊक आहे, मुन्ना? कारण त्यामुळे दोन माणसांमधील द्वैत मिटून ते एक होतात; शरीराने आणि मनाने. मी आता तुझ्यात समर्पित झाले आहे आणि तू माझ्यात. त्यामुळे आपल्याला एकमेकांची अधिक ओळख झाली आहे. त्यामुळे मला अगदी मनापासून असे वाटतेय की, तू जे मला सांगतो आहेस ते खरे नाही.”

मी तिची नजर चुकवण्याचा प्रयत्न केला अन् म्हटले, “आपण दोघे कधीही एक होऊ शकणार नाही इतकी मोठी दरी आपल्यामध्ये आहे.”

“तू अजून खोटे बोलतो आहेस. माझ्या नजरेला नजर भिडव अन् सांग, माझी शपथ घेऊन की, तुझे माझ्यावर प्रेम नाही म्हणून!” ती एकदम ठामपणे म्हणाली. मी जेव्हा तिला उत्तर दिले नाही तेव्हा जाकिटच्या खिशात घातलेला माझा डावा हात एकदम आवेगाने बाहेर ओढला आणि तिला त्या हाताला घातलेले प्लॅस्टर दिसले.

“हे काय? हे कसे लागले?” काळजीमुळे घाबऱ्या झालेल्या स्वरात तिने विचारले.

“काही नाही गं! असाच पडलो मी.” मी चाचरत उत्तर दिले खरे; पण रितूला ते पटले नाही. मग ती माझ्या चेहेऱ्यावरून हात फिरवत आणखी कुठे लागले आहे का ते चाचपून बघू लागली आणि तिचा हात माझ्या डोक्याच्या मागे लावलेल्या बँडेजवर गेला. त्या क्षणी मी वेदनेने कळवळलो.

“अरे बाप रे, काय केले काय त्यांनी तुला?” ती किंचाळली.

“अगं, एवढे काही गंभीर नाहीये हे. माझ्यावर विश्वास ठेव. काळजी

करण्याची अजिबात गरज नाही.''

''माझ्या भावाने केला ना हा उद्योग? मला मारून त्याचे समाधान झाले नाही बहुधा. तुला धरल्याशिवाय त्याला चैन पडले नाही. आता मला कळले तुला माझ्याशी संबंध का ठेवायचे नाहीत ते.'' तिचा स्वर आता काळजीकडून संतापाकडे झुकत होता.

''रितू, कोणत्याही निष्कर्षाला यायची घाई करू नकोस. ती माणसे कोण होती मला ठाऊक नाही.''

''पण मला चांगले ठाऊक आहे ना आणि तुला मारहाण करणाऱ्या माझ्या भावाला मी कधीही माफ करणार नाही. आता या पृथ्वीच्या पाठीवरील कोणतीही शक्ती मला तुझ्यापासून अलग करू शकणार नाही.'' तिच्या डोळ्यात निर्भयतेचे एक आगळेच तेज होते. ''चल माझ्याबरोबर मुन्ना, जमलेल्या सगळ्या लोकांसमोर मी आता जाहीर करणार आहे की, आपण दोघे लग्न करणार आहोत.''

''आणि एका सफाई कामगाराच्या मुलाशी तू लग्न करते आहेस हे ऐकल्यावर सगळे जण खुशीने टाळ्या वाजवतील ना? रितू, हा सिनेमा नाहीये. प्रत्यक्ष आयुष्य आहे आणि सिनेमात जसे शेवटी सगळे सुखाने जगू लागतात असे दाखवतात ना, तसे प्रत्यक्ष आयुष्यात घडत नसते.''

''पण हे माझे आयुष्य आहे आणि आजपासून मी ते माझ्या मर्जीप्रमाणे जगणार आहे. माझे वडील आणि भाऊ म्हणवणाऱ्या दोन गुन्हेगारांपुढे मान तुकवणे यापुढे गला गंजूर नाही.''

''मग आता इथे आपण एक करार करू या. तू अविचारीपणाने काही करणार नाहीस असे वचन मला दे आणि माझ्या जखमा भरल्या की, मी तुला लवकरात लवकर येथून घेऊन जाईन, असे मी तुला वचन देतो.''

''मी त्या दिवसाची वाट बघेन मुन्ना.''

हिरवळीवरून आलेल्या वाऱ्याच्या हलक्या झुळकीमुळे रितूचे केस उडून चेहेऱ्यावर पंख्याप्रमाणे पसरले. त्या क्षणी मला वाटले, मला आशीर्वाद देणाऱ्या आणि माझ्या आजवरच्या बरबटलेल्या आयुष्यावर शुद्धतेचे, निरागसतेचे शिंपण करण्यासाठी एखाद्या देवतेसमोरच मी उभा आहे! त्या क्षणी मला हेही जाणवले, मी कितीही प्रयत्न केले तरी मी तिच्याशिवाय जगू शकणार नाही. अर्थात, तिच्यासाठी मी माझे बलिदान मात्र देऊ शकतो. तेवढ्यात हिरवळीवर एकच धांदल उडाली.

''शबनम सक्सेना आली असे दिसतेय.'' रितू म्हणाली.

''तिला मला बघता येईल?''

''मूर्खासारखे बोलू नकोस. तुझ्याकडे कोणाचे लक्ष जायच्या आत इथून

निघून जा. मुन्ना, माझे तुझ्यावर खूप प्रेम आहे.'' असे म्हणत तिने झटकन माझ्या ओठांवर ओठ टेकले आणि वेगाने घराकडे निघून गेली. रितू डोळ्यासमोरून गेल्याच्या दु:खात मी काही क्षण रेंगाळलो; पण मग मी खिशातून पिस्तूल बाहेर काढले. विकी रायला खतम करण्याचा माझा निर्धार दृढ करण्यासाठी त्या शस्त्राचे सामर्थ्य पुन्हा अजमावणे माझ्यासाठी फार गरजेचे होते.

''मी जर तुझ्या जागी असतो, तर मी हे वापरले नसते.'' माझ्यामागून आवाज आला. तो ऐकून मी एवढा दचकलो की, पिस्तूल माझ्या हातून खाली पडले. एक उंच आणि अस्ताव्यस्त दाढी वाढवलेला माणूस पुढे आला. त्याने ऑफ-व्हाइट रंगाचा कुडता-पायजमा घातला होता आणि दोन्ही खांद्यावरून शाल ओढली होती.

''घाबरू नकोस. मी पोलीस नाही; पण त्या सुंदर रितूबरोबरचे तुझे संभाषण ऐकण्याचा मोह मी टाळू शकलो नाही.''

मी ते पिस्तूल घाईघाईने उचलून परत खिशात ठेवले.

''इतका हृदयस्पर्शी संवाद मी यापूर्वी ऐकला नव्हता.'' आपल्या दाढीतून बोटे फिरवत तो बोलत होता, ''तू जन्मजात अभिनेता आहेस रे! जरा बघू दे मला तुझ्याकडे. तू थोडा उजेडात सरकतोस का? हां, आता ठीक आहे. अरे वा, काय तरतरीत, सुरेख आहेस रे तू! मला सापडला माझा हिरो!''

''कोण आहात तुम्ही?''

''मी जय चॅटजी, सिनेदिग्दर्शक आणि कोणत्याही स्क्रीन टेस्टशिवाय मी निर्णय घेतलाय, माझ्या आगामी सिनेमात नायकाची भूमिका तूच करणार! नायिकेसाठी मी शबनम सक्सेनाचा विचार करीत होतो; पण ती तुझ्यापुढे प्रौढ दिसेल. मला वाटतेय मला नायिकेचाही नव्याने शोध घ्यावा लागेल.''

''शबनम सक्सेना? नायक? तुम्ही कशाबद्दल बोलताय? हे काही नाटक चालले नाहीये ना?''

''जय चॅटर्जी अशी नाटके करीत नसतो.'' तो कठोर स्वरात म्हणाला, ''झटपट स्टारडम मिळवण्याची तयारी कर, बेट्या, तेरी जिंदगी तो बन गयी, पण तुला एखादे नवीन नाव घ्यावे लागेल.''

''का?''

''मुन्ना हे नाव सिनेइंडस्ट्रीत तुला फारसे पुढे नेणार नाही. आजपासून तुझे नाव... अं... चिराग दीप. मला आवडले हे नाव.'' मग त्याने खिशातून पाकीट काढून त्यातून काही नोटा काढल्या अन् म्हणाला, ''हे वीस हजार रुपये आहेत. तुझी सायनिंग अमाउंट समज चिराग.''

मी थरथरत्या हाताने ते पैसे घेत म्हटले, ''माझा... माझा अजून यावर

विश्वासच बसत नाहीये.''

''आयुष्य असेच असते. कोणत्या वळणावर काय भेटेल सांगता येत नाही.''

''पण मी साध्या सफाई कामगाराचा मुलगा आहे.''

''म्हणून काय झाले? जॉनी वॉकर बस कंडक्टर होता. राजकुमार सबइन्स्पेक्टर होता आणि मेहमूद ड्रायव्हर होता. संधी जेव्हा दारावर टकटक करते ना, तेव्हा ती फक्त दरवाजा बघते. आत कोण आहे ते बघत नाही.''

जय चॅटर्जीने माझा मोबाइल नंबर लिहून घेतला आणि ते परत निघाले. त्यांची बोटे हवेतच जणू पियानोच्या बटणांवर फिरल्याप्रमाणे फिरत होती. नंतर कितीतरी वेळ उत्तेजित झाल्यामुळे थरथरत मी त्या झाडाखाली उभा होतो.

माझ्या डोळ्यापुढे एखाद्या सिनेमाप्रमाणे कल्पनाचित्रे फिरू लागली. मी मुंबईत होतो आणि रितूबरोबर मर्सिडीजमध्ये बसलो होतो. मला पाहून हर्षोल्हासाने चीत्कारणाऱ्या शेकडो मुली बाहेर दिसत होत्या. त्या माझ्या सहीसाठी धडपडत होत्या आणि पोलीस लाठीमार करीत त्यांना हाकलत होते. मी गाडीतून बाहेर पडून त्यांना बघून हात हलवला. पोलिसांनी सगळ्यांना मागे रेटले. ''चिराग! चिराग!'' सगळ्यांचा एकच धोशा सुरू होता. तेवढ्यात फटाके फुटू लागले.

मी डोळे उघडले. अजून मी दिल्लीतच होतो; पण खरोखरच फटाके फुटत होते.

विकी रायसाठी होते ते? की माझ्यासाठी? तुम्हाला काय वाटतेय? क्या बोले?

१८

मुक्ती

एका कदंबाच्या झाडामागे झुकून बसलेला एकेट्टी गजर वाजण्याची वाट बघत होता. झाडाझुडपांचा तो परिसर निवान्त होता; पण पलीकडे रोषणाईने उजळलेल्या हिरवळीवर माणसांच्या हास्यविनोदाचे आवाज ऐकू येत होते. किती वेळ गेला हे त्याला समजलेच नाही; पण त्याने धीर सोडला नाही. मागील दरवाजाने तो फार्म हाउसमध्ये शिरल्यापासून कितीतरी घडामोडी घडल्या होत्या. त्याने एक साप मारला होता आणि एकाच्या शरीरात शिरलेल्या आत्म्याला मुक्त केले होते. त्याच्या या कामाची नोकायनेपण तारीफ केली असती आणि सर्वांत आनंदाची बाब म्हणजे बेटावर परतण्यासाठी त्याला अशोकच्या मदतीची गरज नव्हती. त्याचे स्वत:चे आणि चंपीचे तिकीट खरेदी करण्याइतके पैसे त्याच्याकडे होते.

चंपीचा विचार मनात येताच त्याच्या चेहेऱ्यावर स्मितरेषा उमटली आणि हृदयात एक बारीकशी कळही! तो पवित्र दगड घेऊन चंपीसह लवकरात लवकर बेटावर परत जाण्याची त्याची इच्छा होती. 'उद्या कोलकात्यापर्यंत जाऊन तिथून अंदमानला जाणारी बोट पकडण्याचा त्यांचा बेत होता.' तिथे त्याचे एखाद्या वीरासारखे स्वागत होईल, याची त्याला खात्री होती. त्याने आपल्याजवळच्या कॅन्व्हास बॅगला हाताने थोपटले. अंदमान बेट आणि त्याच्यात एवढाच तर एक दुवा होता. त्यातील माती, हाडे यांच्या स्पर्शाने गौबोलाम्बेच्या मातीचा सुगंध आणि स्पर्श त्याला जाणवू लागला. मावळणाऱ्या प्रत्येक दिवसाबरोबर या स्मृती अधिकाधिक तीव्र होऊ लागल्या होत्या.

अकस्मात त्याच्या कॅन्व्हास बॅगेतून 'बीप् बीप्' आवाज येऊ लागला. निघण्याच्या इराद्याने उठून उभे राहत त्याने तो आवाज बंद केला. काळ्या पँटवरील धूळ झटकत त्याने आपली बॅग खांद्यावर अडकवली आणि आपल्या मोहिमेवर तो निघाला. गॅरेजकडे जाणाऱ्या फरशीच्या पायवाटेवर पोहोचताच तो काही क्षण थांबला. त्या वाटेवर मध्येच एक छोटा तंबू उभा करण्यात आला होता. त्यात

स्वयंपाकी लोकांची फौज स्वयंपाकाच्या कामाला भिडली होती. मोठ्या शेगड्यांवर मोठाली अॅल्युमिनियमची भांडी तापत होती आणि अर्धी चड्डी घातलेला एक स्वयंपाकी मातीच्या भट्टीवर ठेवलेल्या एका मोठ्या लोखंडी तव्यावर भराभरा रोटी भाजत होता.

एकेट्टी त्या तंबूच्या मागील बाजूने हळूच पुढे सरकला आणि काहीही व्यत्यय न येता थेट गॅरेजपर्यंत पोहोचला. तिथे एक प्लॅस्टिकची खुर्ची पडली होती. त्याच्या बरोबर वरती, दोन गॅरेजच्या मध्ये भिंतीत एक लोखंडी, निळ्या रंगात रंगवलेले कपाट बसवलेले होते. ते उघडण्यासाठी तो हात वर करणार तेवढ्यात त्याच्या खांद्यावर कोणीतरी हात ठेवला. "थांब." मागून जरबेने कोणीतरी म्हणाले. एकेट्टीने मागे वळून बघितले. पांढरा शर्ट-राखाडी पँट घातलेला एक काळाकभिन्न माणूस त्याच्याकडे रोखून बघत होता. त्याच्या उजव्या हातात एक हॉकी स्टिक होती.

"कोण आहेस तू?" त्याने कठोरपणे विचारले.

"मी मिस्टर शर्मांचा ड्रायव्हर." आवंढा गिळत तो उत्तरला.

"मग तू इथे काय लुडबुड करतो आहेस? सगळ्या ड्रायव्हर्ससाठी जेवण्याची सोय त्या तंबूबाहेर केलेली आहे. तिकडे जा." त्याने प्रवेशद्वाराकडे बोट दाखवले.

"होय." असे म्हणत थोडे पळत, थोडे झपझप चालत तो प्रवेशद्वाराकडे निघाला. वळणावर येताच तो भिंतीला जरा टेकला. त्याचे शरीर अजून भीतीने लटपटत होते. मुख्य ड्राइव्ह वेजवळ येताच त्याला तिथे रांगेने अनेक गाड्या उभ्या असलेल्या दिसल्या. मात्र एकही ड्रायव्हर तिथे नव्हता. डाव्या प्रवेशद्वाराच्या मागे उभारलेल्या तंबूत सगळे जेवत होते. या परिसरात असलेली विलक्षण शांतता मागच्या बागेतील हास्यकल्लोळाच्या गजबजाटावर उठून दिसत होती.

एका संगमरवरी खांबामागे लपत एकेट्टीने पुन्हा त्या फरशा लावलेल्या पायवाटेकडे डोकावून बघितले. राखाडी रंगाची पँट घातलेला तो माणूस आता त्या स्विचबोर्डखाली ठेवलेल्या खुर्चीवर बसून रुमालाने आपल्या मानेला आलेला घाम पुसत होता. ती हॉकी स्टिक त्याने आपल्या डाव्या पायाला टेकवून ठेवली होती. तो नेहेमीचा सुरक्षारक्षक दिसत नव्हता; पण हे स्पष्ट होते की, विजेच्या या मुख्य बोर्डाशी कोणी खेळ करू नये म्हणून त्याला तिथे बसवण्यात आले होते. काय करावे हे एकेट्टीला सुचेना. ऽभोलानाथ मंदिरात परत जाऊन अशोकला विचारावे का? वीज असो वा नसो, सरळ 'इंगेतायी'पर्यंत जाऊन धडकावे?' तेवढ्यात डोक्यावर शिट्टीसारखा आवाज ऐकू आला आणि एक हिरव्या रंगाचे फूल आकाशात एकदम प्रकाशमान झाले. मागील हिरवळीवर आतषबाजी सुरू झाली होती. त्याने तेथील सज्जातून आत डोकावून बघितले, तेव्हा त्याला समोर एक मोठी, दरवाजाप्रमाणे

उघडणारी खिडकी दिसली. त्यातून त्याला आतील हॉलमध्ये खूप माणसे हातात ग्लास घेऊन गप्पा मारताना दिसली.

तेवढ्यात ध्वनिक्षेपकाचा आवाज येऊ लागला आणि गडद रंगाचा सूट आणि जांभळा टाय अशा वेषातील एक उंच व्यक्ती माइकजवळ येऊन उभी राहिली. तो त्या खिडकीच्या मागेच उभा होता. समोरच्या गर्दीला उद्देशून ध्वनिक्षेपकावर दोन वेळा बोटाने टकटक करीत तो बोलू लागला, "मित्रांनो, माझ्या सुटकेचा आनंद साजरा करण्यासाठी आज आपण येथे जमलो आहोत. मी निर्दोष होतोच, कोर्टाने ते जाणले याचा मला आनंद आहे. माझ्या आयुष्याची उरलेली वर्षे मी तुरुंगात सडत काढणार का, या शंकेची तलवार दिवस-रात्र माझ्या डोक्यावर टांगलेली असताना त्या परीक्षेच्या काळात तुम्हा मित्रांनी दिलेल्या आधारामुळेच मी उभा राहू शकलो. तुम्हा सर्वांचा मी अत्यंत ऋणी आहे; पण आज मला मनापासून जाहीरपणे कृतज्ञता व्यक्त करायची आहे ती माझ्या वडिलांबद्दल. मी आज जो काही आहे तो केवळ त्यांच्यामुळेच. डॅड, तुम्ही इथे येऊन दोन शब्द बोलता प्लीज?"

पांढरा कुडता-पायजमा घातलेला, थोडासा वयस्कर दिसणारा, पण तब्येतीने तगडा असलेला एक माणूस ध्वनिक्षेपकाजवळ आला आणि त्याने त्या सूट घातलेल्या माणसाला मिठीत घेतले. तो सूटमधील माणूसही त्याला अशा तऱ्हेने बिलगला की, जणू त्या दोघांची ती अखेरची भेट असावी! सूट घातलेल्या माणसाच्या डोळ्यातून अश्रू ओघळताना एकेट्टीला दिसले. मग तो वयस्कर माणूस बोलू लागला, "राजकीय नेत्याच्या ताब्यात ध्वनिक्षेपक देणे हे म्हणजे मूर्खपणा करण्यासारखे आहे..." त्याच्या या वाक्यामुळे समोरच्या श्रोत्यांमध्ये खसखस पिकली.

"पण मी इथे आता उत्तर प्रदेशचा गृहमंत्री म्हणून नाही, तर एक पिता म्हणून उभा आहे आणि कोणत्याही पित्यासाठी आपल्या मुलाची प्रगती, भरभराट बघण्याइतका दुसरा आनंद नाही. आपल्या मुलाला एका मुद्दाम रचलेल्या खटल्याच्या सापळ्यात अडकलेले बघताना वडिलांना होणाऱ्या वेदना शब्दांच्या पलीकडील असतात! मला आनंद आहे ती काळरात्र संपली आहे आणि माझा मुलगा मुक्त झाला आहे! हा विजय त्याचा एकट्याचा नाही. न्याय आणि न्यायव्यवस्थेवर विश्वास ठेवणाऱ्या सर्वांचा आहे. माझ्या मुलाला मी दीर्घ आयुष्य चिंतितो. भगवान शंकराची कृपा सतत त्याच्या माथ्यावर राहू दे."

हॉलमधील लोकांनी या भाषणाला दाद दिली. तेवढ्यात एक फटाका फुटला आणि झगझगीत केशरी रंगाच्या प्रकाशकिरणांनी आकाश उजळून निघाले. एकेट्टी पुन्हा त्या भिंतीजवळ गेला आणि पुन्हा त्याने गॅरेजकडे डोकावून बघितले; तो

राखाडी पँटमधील माणूस गेला असेल या आशेने; पण तो तिथेच उभा होता आणि उभा राहून डावीकडे-उजवीकडे बघत होता आणि सर्वकाही आलबेल आहे ना, याची खात्री करीत होता. एकेट्टी हे बघत असतानाच अचानक तो त्या स्विचबोर्डकडे वळला, ते कपाट उघडले आणि काहीतरी खुडबुड केली. क्षणार्धात फार्म हाउसवर अंधाराचे साम्राज्य पसरले.

तो आदिवासी एकदम उत्तेजित झाला. त्याच्यासाठी ही एक संधीच होती. तो झपाट्याने, आवाज न करता त्या फरशीच्या पायवाटेवरून पुढे गेला आणि अंधारात बुडालेल्या हिरवळीकडे धावला. काही पावले जाताच एका लाकडी टेबलाला तो ठेचकाळला आणि हिरवळीवर एकदम उताणा पडला. एखाद्या इंजीनमध्ये बिघाड झाल्यावर जसा मोठ्ठा आवाज येतो, तसा धमाका घरातून ऐकू आला आणि एक काळी आकृती हिरवळीकडे धावली. एकेट्टीचा डावा पाय चांगलाच दुखावला होता; पण त्याकडे दुर्लक्ष करीत तो मंदिराकडे जाणारी शेवटची दहा-बारा पावले चालत गेला. आता त्याचे डोळे अंधाराला थोडे सरावले होते. आपली कॅन्व्हासची बॅग जमिनीवर टाकून तो भिंतीवर ठेवलेल्या विविध मूर्ती चाचपू लागला. त्यातून 'इंगेतायी' शोधून काढण्यासाठी त्याला अर्धा क्षण लागला. त्याने त्याला स्पर्श केला.

त्याचा गुळगुळीत पृष्ठभाग, त्यावर असलेल्या खुणा ह्याला स्पर्श करता-करता त्याच्या बोटांना वेगळ्याच संवेदना जाणवू लागल्या. भोवतालच्या सर्व गोष्टी त्याच्यासाठी धूसर होऊ लागल्या. त्याने तो समुद्रातील दगड उचलला. आपल्या कॅन्व्हास पिशवीत घातला आणि पिशवी खांद्यावर अडकवून तो हिरवळीवरून पळत निघाला. त्या क्षणी त्याचे हृदय जणू आनंदाने गात होते. तो घरी, चंपीकडे निघाला होता; त्याच्या गौबोलाम्बेला.

तो अगदी त्या दाट झाडीच्या परिसराच्या टोकाशी पोहोचताच एकदम दिवे आले. ''थांब,'' त्याच्यामागून कोणीतरी ओरडले. त्याने मागे वळून बघितले. एक हवालदार काठी उगारून हिरवळ ओलांडून त्याच्याकडे येत होता. त्याने लपण्यासाठी झाडाच्या मागे उडी मारण्याचा प्रयत्न केला, पण ऐन वेळी त्याच्या दुखावलेल्या पायाने त्याला दगा दिला. तो पुन्हा उताणा आदळला आणि काही क्षणात तो हवालदार तिथे येऊन पोहोचला.

''काय केलेस भडव्या तू आता?'' धापा टाकीत तो हवालदार त्याला म्हणाला.

''काहीही नाही.'' एकेट्टीचा चेहेरा वेदनेने पिळवटून निघाला होता. ''तुझी पिशवी दाखव.'' आपल्या लाठीने त्याच्या पायाला ढोसत हवालदार म्हणाला. अनावर रडू फुटलेल्या एकेट्टीने ती बॅग त्याच्या हवाली केली. त्या हवालदाराने ती

उचलली आणि त्याचे वजन बघून तो चकितच झाला. "काय कोंबले आहेस एवढे आत? बघू दे." ती बॅग उघडता उघडता तो पुटपुटला आणि एकेक करून आतील वस्तू बाहेर काढू लागला. लाल-पांढऱ्या मातीचे गोळे, डुकराच्या चरबीची छोटी पिशवी, जबड्याचे हाड आणि सगळ्यात शेवटी तो पवित्र दगड!

"अरे हे शिवलिंगासारखे दिसतेय. इथून चोरलेस तू?"

एकेट्टी काही बोलायच्या आत तो हवालदार पुन्हा ती बॅग चाचपू लागला. काहीतरी टणक आणि लोखंडी वस्तू त्याच्या बोटांना लागत होती. आतमधून एक चंदेरी रंगाचे पिस्तूल निघताच त्याच्या भुवया उंचावल्या. ते पिस्तूल म्हणजे स्थानिक, गावठी पिस्तुलाचे, कट्ट्याचे थोडे आधुनिक रूप होते."

"मादरचोद, हे काय आहे रे?"

"मला नाही ठाऊक. ते माझे नाही." धक्का बसून एकेट्टी उत्तरला.

"मग ते तुझ्या पिशवीत कसे?"

"ते त्यामध्ये कसे गेले हेही मला ठाऊक नाही."

"ठीक आहे. ठीक आहे. आम्ही शोधून काढू ते." असे म्हणत त्याने खिशातून बेड्या काढल्या आणि त्याला म्हणाला, "चल, तुला अटक करण्यात आलीये."

१९

मुक्ती

२४ मार्च

विकी रायच्या खुनाबद्दल मला अटक करण्यात आली आहे.

ह्या ओळी माझ्या चित्रपटाच्या संहितेच्या किंवा एखाद्या कादंबरीच्या प्रारंभीच्या ओळी नाहीयेत, तर मेहेरौली पोलीस स्टेशनच्या रेकॉर्ड रूममधील एका डुगडुगत्या बाकावर बसून मी या ओळी लिहिते आहे. अन्य पाच व्यक्तींबरोबर मलाही इथे डांबून ठेवण्यात आले आहे. ही खोली चांगली मोठी आहे आणि खोलीत सर्वत्र पंधरा फूट उंचीच्या लोखंडी शेल्फवर फायलींचे ढीग रचून ठेवण्यात आले आहेत. प्रत्येक कोपऱ्यात जळमटे लटकत आहेत आणि लाकडी छपरावर एक जुना-पुराणा पंखा लटकतो आहे. प्रेतागार आणि वाचनालयातील जुनी पुस्तके यांचा संमिश्र कुबट वास खोलीत पसरला आहे. लोखंडी गज लावलेल्या छोट्याशा खिडकीतून आत येणारी वाऱ्याची झुळूक एवढीच या खोलीतील ताजी हवा. बाहेर पडणाऱ्या पावसाची रिपरिप आत ऐकू येते आहे. गेल्या दोन तासांपासून सतत पाऊस कोसळतो आहे.

मी पार्टीत ऐटीत उशिरा प्रवेश केला, जवळजवळ अकरा वाजून गेल्यानंतर. हिरवळीवर माणसांची नुसती गर्दी होती. विकीच्या सुटकेचा आनंद साजरा करण्यासाठी दिल्लीतील सगळी बडी धेंडे जमली होती. कडक इस्त्री केलेला पांढरा कुडता-पायजमा घातलेले जगन्नाथ रायही आपल्या चमचांच्या कोंडाळ्यात दिसत होते. न्यायापुढे त्यांनी आपल्या राजकीय शक्तीचे जे हिडीस प्रदर्शन केले होते, ते उबग आणणारे होते; पण मला त्यापेक्षाही घृणा वाटत होती ती विकी रायची. मी त्याला अगदी जवळून बघत होते. त्याच्या डाव्या गालावरील तो मोठा व्रण, उत्तेजित होऊन बोलत असताना त्याच्या तोंडातून गळणारी लाळ... छे! त्याच्याकडे मदत मागण्याच्या माझ्या निर्णयाचा आता मला पश्चात्ताप होत होता. माझ्या बहिणीला वाचवण्याची फार मोठी किंमत तो मागत होता.

आणि मग मला भेटला तो अमेरिकन! या जगातील सर्वांत तऱ्हेवाईक

माणूस! तो होता फार गोड, मायकेल जे फॉक्ससारखा दिसणारा, शिवाय श्रीमंतही होता. नुकतेच त्याला ५ कोटी डॉलर्स मिळाले होते. शिवाय तो माझ्या प्रेमात आकंठ बुडालेला होता; पण तो निघाला नेमका वेडा, रोझीने मला ज्याच्यापासून सावध राहायला सांगितले होते तोच. त्यामुळे श्रीयुत लॅरी पेज ऊर्फ रिक मायर्सपासून मी माझी झटपट सुटका करून घेतली.

बरोबर बाराच्या ठोक्याला हिरवळीवर आतषबाजी सुरू झाली आणि आत संगमरवराने मढलेल्या हॉलमध्ये भाषणे सुरू झाली. विकी राय आणि त्याचे वडील असे काही बोलत होते जणू ते परस्परस्तुती गटाचे सभासदच आहेत! त्यांची परस्परकौतुकाची 'सेंटी' भाषणे ऐकताना कसेतरी होत होते. तेवढ्यात दिवे गेले आणि सर्व घर अंधारात बुडाले. मुंबईत राहत असल्याने एके काळी आझमगढमध्ये अनुभवलेल्या वीज-कपातीचा मला जणू विसरच पडला होता; पण क्रमांक सहामधील वीज जाणे हे आझमगडमध्ये केव्हाही जाणाऱ्या विजेसारखे वाटत नव्हते! कोणीतरी मुद्दाम खोडसाळपणे केलेले ते कृत्य असावे, असे वाटत होते.

"अरे, काय झाले?" मी उद्गारले.

"जनरेटर सुरू करा!" कोणीतरी ओरडले. तेवढ्यात बंदुकीतून एक गोळी सुटल्याचा आवाज ऐकू आला. सूं! आणि मग जगन्नाथ राय यांची किंकाळी. बाहेर आणखी एक फटाका फुटला; पण तो त्या खोलीत फुटला असावा असे वाटण्याइतका त्याचा आवाज कानठळ्या बसवणारा होता. माझ्या तर कानाचे पडदेच फाटले! तीन मिनिटांपेक्षा अधिक काळपर्यंतच्या त्या अंधारात त्या खोलीत नुसता गोंधळ माजला होता. मग झपकन वीज आली. अकस्मात आलेल्या त्या प्रखर प्रकाशाने माझे डोळे क्षणभर दिपले. डोळे उघडल्यावर मला सर्वांत प्रथमच दिसला तो बारशेजारी खिडकीखाली कोसळलेला विकी रायचा मृतदेह. त्याच्या पांढऱ्या शर्टातून ओघळलेल्या रक्तामुळे तो शर्ट लालेलाल झाला होता. मग माझ्या कानावर एक कर्कश्श किंकाळी ऐकू आली, जी माझीच होती! त्या क्षणी दहा पोलीस हवालदार आणि पिळदार मिशा असलेला पोलीस इन्स्पेक्टर आत घुसले.

"कोणीही जागेवरून हलू नका." सी. आय. डी.मधील एखादा एपिसोड चालू असावा, तशा आवाजात तो इन्स्पेक्टर ओरडला. विकी रायचा मृतदेह त्याने बघितला आणि त्याची तपासणी केली. त्याने त्याच्या नाडीवर बोट ठेवले आणि 'सगळे संपले आहे' असे त्याने जाहीर केले. मग हॉलमधील सर्व पाहुण्यांवर आपली नजर रोखत तो म्हणाला, "हे कृत्य तुमच्यापैकीच कोणीतरी केलेय याची मला खात्री आहे. त्यामुळे मी सर्व फार्म हाउसला वेढा घातला आहे. पोलीस तुमच्यापैकी प्रत्येकाची तपासणी करतील आणि हा तपास संपेपर्यंत कोणालाही क्रमांक सहा सोडता येणार नाही. प्रीतम सिंग, पाहुण्यांची झडती सुरू कर!"

हे ऐकताच माझे हात गार पडू लागले. तो अमेरिकन माझ्याशेजारीच उभा होता आणि सर्वांत प्रथम त्याचीच झडती घेण्यात आली. एका हवालदाराने त्याला दोन्ही हात लांब करून उभे राहायला सांगितले. पोलीस त्याचे खिसे चाचपत असताना तो एखाद्या बुजगावण्यासारखा उभा होता आणि धक्कादायक बाब म्हणजे एक काळे, चपटे आणि ध्वनिरोधक साधन बसवलेले पिस्तूल त्याच्या सूटमध्ये आढळले. ते पिस्तूल हाताच्या पहिल्या बोटावर फिरवत हवालदाराने त्याला विचारले, "हे काय?"

"हे बरे आहे तुमचे, आधी शेणात बुडवायचे आणि मग विचारायचे, वास का येतो म्हणून." लॅरी म्हणाला, "ते तिथे कसे आले मला ठाऊक नाही. चालवायचे कसे हेसुद्धा मला ठाऊक नाही."

"याला तपासासाठी ताब्यात घ्या रे!" इन्स्पेक्टरने हवालदाराला हुकूम सोडला आणि मग माझ्याकडे वळत तो म्हणाला, "शबनमजी, तुमची हरकत नसल्यास मला तुमची पर्स तपासायची आहे."

मी माझा निषेध नोंदवायच्या आत त्यांनी ती बॅग माझ्या हातातून घेतली. ती उघडून कस्टम अधिकाऱ्याच्या शोधक नरजेने त्याने ती तपासली आणि अर्थातच बरेट्टा पिस्तूल त्यातून निघाले.

"ओ हो, तुमच्याकडेही पिस्तूल?" एखादी नन कुंटणखान्यात आढळली, तर धर्मगुरूंना जेवढे आश्चर्य वाटेल तेवढ्या आश्चर्याने तो उद्‌गारला. ते पिस्तूल तपासताना एक खुनशी चमक त्या इन्स्पेक्टरच्या डोळ्यात दिसत होती. "मी तुम्हाला विचारू शकतो का मिस शबनम, तुम्ही हे पिस्तूल पार्टीमध्ये कशासाठी आणले?"

"ते मी स्वसंरक्षणासाठी माझ्याजवळ ठेवते." मी थंडपणे उत्तर दिले. मला ऐकू येणारी माझ्या हृदयाची धडधड त्याला ऐकू येत नाहीये, अशी मला आशा होती. त्यांनी त्यातील मॅगेझिन बाहेर काढून तपासले आणि त्याचा वास घेतला.

"हं... यातून एक गोळी झाडण्यात आली आहे. तुम्ही ती विकी रायसाठी वापरली नाही याची तुम्हाला खात्री आहे ना?"

"अर्थात!" मी फटकारत उत्तरले. माझ्याशी सलगी करू बघणाऱ्यांना दूर ठेवण्यासाठी मी ज्या तुसडेपणाने बोलते तशा थाटात!

"तरीही तुम्हाला पोलीस ठाण्यावर यावे लागेल. मीना," एका अजागळ बाईला उद्देशून ते म्हणाले, "यांना घेऊन जा."

मला बाहेर नेत असताना मला आता गांधीबाबा नावाने प्रसिद्ध असलेले मोहनकुमार दिसले. त्यांना फिट आल्याने त्यांच्या तोंडातून फेस येत होता. त्यांच्याशेजारी उभ्या असलेल्या हवालदाराच्या हातात एक चकचकीत वॉल्थर पी

पी के पिस्तूल होते आणि ते मोहनकुमार यांच्या कुडत्याच्या खिशात मिळाले होते. अहिंसेचा पुरस्कर्ता फार्महाउसमध्ये पिस्तूल घेऊन काय करीत होता? गांधीगिरीचा कुठला नवा प्रयोग तो करून बघत होता?

मला वाटते, जगन्नाथ रायही अशाच अडचणीत होते.

"मी तुम्हाला सांगतोय, वेब्ले आणि स्कॉट कंपनीच्या या पिस्तुलाचा माझ्याकडे परवाना आहे आणि गेल्या वीस वर्षांपासून ते माझ्याकडे आहे." ते एका हवालदाराला स्पष्टीकरण देत असताना तो हवालदार मात्र त्या राखाडी रंगाच्या पिस्तुलाच्या लाकडी दस्त्यावर असलेले बोटांचे ठसे तपासण्यात मग्न होता; पण आपले म्हणणे त्याच्या कानावर पडत नाहीये, हे जाणवल्यावर त्यांनी आपला मोर्चा इन्स्पेक्टरकडे कळवला. "कोणीतरी माझ्या एकुलत्या एका मुलाला ठार केले आहे आणि तुम्ही खून करणाऱ्याला शोधण्याऐवजी माझ्यावरच दोष ठेवताय? वडलांवर? मी उत्तर प्रदेशचा गृहमंत्री आहे आणि तुम्हा सर्वांना अटक करू शकतो."

"हे बघा श्रीयुत राय," त्यांच्याकडे एक तीव्र कटाक्ष टाकत इन्स्पेक्टर म्हणाला, "तुमच्या मर्जीप्रमाणे गोष्टी करायला हे उत्तर प्रदेश नाही. ही दिल्ली आहे आणि आम्हाला हवे आहे तेच तुम्ही कराल. पिस्तूल बाळगणारी या आवारातील प्रत्येक व्यक्ती ही खुनाच्या घटनेतील संशयित आहे आणि त्यात तुमचाही समावेश आहे. प्रीतम सिंग, यांना ताब्यात घ्या."

आम्हाला सर्वांना एका जाळीची खिडकी असलेल्या निळ्या रंगाच्या गाडीत कोंबून मेहेरौली पोलीस ठाण्यावर नेण्यात आले. त्या पोलीस स्टेशनमधील रेकॉर्ड रूम ही सर्वांत कुबट, अंधारलेली खोली होती; पण तरीही लॉकअपपेक्षा ती बरी होती. इथे मला जे अन्य दोन संशयित भेटले, ते फारच आश्चर्यकारक होते. त्यांपैकी एक जण होता झारखंडमधील एक ठेंगू आदिवासी. एवढा काळाकुट्ट रंग मी यापूर्वी कधीच बघितला नव्हता. त्याने माझ्याकडे लक्षही दिले नाही आणि कोणा चंपी नावाच्या मुलीच्या नावाने गळा काढत फरशीवर बसून राहिला. येणाऱ्या-जाणाऱ्या प्रत्येक हवालदाराकडे तो तिची चौकशी करीत होता. पोलीस दातओठ खात त्याला शिव्या घालीत होते आणि दुसरा संशयित होता एक लांब कुरळ्या केसांचा सडपातळ मुन्ना मोबाइल नावाचा तरुण. त्याचे देखणेपण वेगळ्याच प्रकारचे, काहीचे रासवट होते. त्याला बघून मला सलीम इलियासीची आठवण झाली. अर्थात त्याच्यात एक अतिशहाणपणाची झाकही होती. वीज गेली तेव्हा आपण बाहेर बागेमध्ये होतो, असे तो मला सांगत होता; पण चायनीज बनावटीचे स्टार पिस्तूल खिशात घेऊन तो त्या वेळी बागेत काय करीत होता याचा मात्र त्याला समाधानकारक खुलासा करता आला नाही!

रेकॉर्ड रूममध्ये हवालदारांची अक्षरशः रीघ लागली होती. फायली तपासण्याच्या

निमित्ताने ते येत होते; पण मला मनोमन ठाऊक होते की, त्यांच्या आशाळभूत, लोचट नजरा मला बघण्यास उत्सुक होत्या. या जुनाट पोलीस ठाण्यावर एवढी प्रसिद्ध सेलिब्रिटी आजपर्यंत कोणी आली नव्हती ना! मोहनकुमार ऊर्फ गांधीबाबा या खोलीत एखाद्या हरवलेल्या मुलाप्रमाणे येरझारा घालून अखेरीस माझ्या शेजारी बसले. माझ्याकडे एक तऱ्हेवाईक दृष्टिक्षेप टाकीत त्यांनी एकदम मला विचारले, "मग शबनम, 'प्लॅन बी'मध्ये भूमिका करायचे तू अखेर ठरवले आहेस तर!"

विकी रायसारखे ते इतके भीतिदायक वाटत होते की, माझे प्राण व्याकूळ होऊन कंठाशी आले. मला अक्षरश: भीतीने घाम फुटला आणि मी तातडीने शेजारच्या बाकावर जाऊन बसले. तिथे लॅरी पेज हताशपणे बसला होता. मला एकदम ग्रीक लेखक हिरोडोटसचे शब्द आठवले – पुरुषांना होणाऱ्या दु:खातील सर्वांत मोठे दु:ख कोणते, माहिती खूप; पण कशावरच नियंत्रण मात्र नाही! मृत्यूच्या दारात उभ्या असलेल्या कैद्याचे दु:ख काय असू शकते, हे मला आता जाणवत होते. सरकारी सत्तेपुढे त्याला आपण किती दुबळे असल्याचे वाटत असेल! त्या गबाळ्या हवालदारांनी नजरेनेच मला जे वस्त्रहीन केले, ते बघून माझ्या घशात भीतीने एक आवंढा आला. लवकरच त्यांना आझमगडमधील तो मृतदेह सापडेल, माझ्याकडे सापडलेले पिस्तूल त्या माणसाला मारण्यासाठी वापरले गेल्याचे उघड होईल आणि माझ्यावर खुनाचा आरोप ठेवला जाईल. त्या लोचट आणि माझ्याकडे बघून लाळ गाळणाऱ्या पोलिसांच्या दयेच्या तुकड्यांवर जगण्याची वेळ माझ्यावर येईल. माझी उलटतपासणी करायला मिळणार, या कल्पनेने ते आताच जिभल्या चाटू लागले होते! नक्कीच माझे कपडे उतरवले जातील आणि कदाचित, माझ्यावर बलात्कारही होईल!

आणि जरी खुनाच्या प्रकारातून मी सहीसलामत सुटले, तरी माझ्यामागची दिवाळखोरी? ती सुटणार नाही! आज सकाळीच मला शोध लागला, भोलाने केवळ जुग्ज लुथराकडूनच नाही, तर आणखी चार निर्मात्यांकडून पैसे घेतले होते!

जगन्नाथ राय एका कोपऱ्यात जाऊन आपल्या वकिलाशी बोलण्यात व्यग्र होते. मला हे ठाऊक होते की, मला वकिलाची गरज नव्हती, तर सुटकेसाठी मदतीची, एखाद्या बळीच्या बकऱ्याची गरज होती. माझ्यापुढील पर्याय फटाफट कमी होत असल्याने मी माझ्याशेजारी बसलेल्या अमेरिकन माणसाचा फेरविचार सुरू केला. आपण एक साधा फोर्कलिफ्ट ऑपरेटर असल्याचे त्याने प्रामाणिकपणे कबूल केले होते; पण त्याच्याकडे आढळलेल्या पिस्तुलामुळे मला अशी शंका येऊ लागली होती की, तो एखादा छुपा दलाल असावा. दीड कोटी डॉलर्सचे बक्षीस आणि अमेरिकन राष्ट्राध्यक्षांकडून प्रशस्तिपत्रक मिळवणारा हा माणूस नक्कीच एफबीआयचा हुशार माणूस असणार. प्रत्यक्षात मात्र तो सिनेमा आणि कादंबऱ्यातून

दिसणाऱ्या गोंधळलेल्या गुप्तहेरांप्रमाणे आपण निर्बुद्ध असल्याचे उत्तम नाटक करीत होता. मला सुखरूप बाहेर पडण्यासाठी तो मला मदत करू शकेल!

मी हळूच त्याच्याशेजारी सरकत म्हणाले, ''लॅरी, तू कोणत्यातरी साक्षीदार संरक्षण मोहिमेत सामील असल्याचे म्हणत होतास. मी तुझ्याबरोबर या मोहिमेत सामील होऊ शकेन, असे तुला वाटते?''

तो त्या बाकावरून खाली कोसळण्याच्या बेताला होता.

''काय म्हणालीस? पुन्हा एकदा विचार.''

''मी असा विचार करीत होते की, मी तुझ्याबरोबर अमेरिकेत येऊ शकते का?''

''आता तू माझ्या मनातले बोललीस. थांब, मी लगेच काय करता येईल ते बघतो.'' उत्साहाने फसफसणाऱ्या लॅरीने लगेच त्याच्या मोबाइलवरून कोणाशी तरी संपर्क साधला. दहाच मिनिटात त्याला उत्तर आले. ''मी लिझीशी बोललो. सीआयए केंद्राची प्रमुख आहे ती. ती म्हणाली की, काहीतरी प्रयत्न करून ती तुला या मोहिमेत सहभागी करून घेऊ शकते. आपले बोलणे चालू असताना ती आपल्याला येथून बाहेर काढण्याच्या प्रयत्नातही आहे. अमेरिकन हवाई दलाचे बोईंग ७५७ आपल्याला अमेरिकेला न्यायला सज्ज आहे; पण या सगळ्यांमध्ये एक अडचण आहे.''

''कोणती?''

''लिझी म्हणाली, तू या मोहिमेत माझी पत्नी म्हणून प्रवेश करू शकतेस.'' आणि मग गुडघे जमिनीवर टेकून दोन्ही हात एकमेकांमध्ये गुंफून तो म्हणाला, ''शबनम, माझ्याशी लग्न करशील?''

प्रेमाने व्याकूळ झालेल्या त्याच्या चेहेऱ्याकडे मी एक दृष्टिक्षेप टाकला आणि बाकावरून उठले. त्या जाळीच्या खिडकीतून बाहेर बघू लागले. पाऊस थांबला होता, पण एक प्रकारचे मलूल धुके वातावरणात दाटले होते. पृथ्वीला जाग येत होती. तिच्यातील सृजनशक्तीला धुमारे फुटत होते. ओल्या मातीचा आणि हिरवळीचा ताजा गंध वातावरणात दरवळत होता. रात्रीचा काळोख ओसरून क्षितिजावर सूर्यबिंब उगवले होते; नवा कोरा उजळलेला दिवस आपल्यासोबत घेऊन. या प्रकाशाने मला एक वचन दिले आणि मी क्षणार्धात निर्णय घेतला.

''होय'' एक दीर्घ श्वास घेत मी म्हणाले, ''लॅरी, मी तुझ्याशी लग्न करायला तयार आहे.''

आनंदाने अक्षरश: निथळत तो उभा राहिला अन् म्हणाला, ''शबनम, तुला कल्पना नाहीये, मी किती आनंदात आहे याची. तू खरेच माझ्यासाठी सिनेमा सोडायला तयार आहेस?''

मी हसत म्हणााले, "सिनेमा? मी तुझ्यासाठी हा देश सोडायला तयार आहे." आवडला मला हा माणूस खरेच! थोड्या दिवसांनी मी याच्या प्रेमातही पडू शकते.

खूश झालेला लॅरी थोडा नाचला अन् एकदम थांबून काहीतरी आठवल्याप्रमाणे म्हणाला, "लिझी म्हणाली, आणखी एक गोष्ट महत्त्वाची आहे."

"आता काय नवीन गोष्ट?"

"तुला शबनम राहता येणार नाही. साक्षीदार संरक्षण मोहिमेत सहभागी प्रत्येकाला एक नवी ओळख घ्यावी लागते. तुलाही एक नवे नाव घ्यावे लागेल. लिझी तुझ्या पासपोर्टची व्यवस्था लगेच करील."

नव्या नावाचा मी विचार करू लागले. काहीतरी छोटेसे अन् साधेसुधे आणि माझ्या सिनेमाच्या भूतकाळापासून माझे नाते पूर्णपणे तोडून मला दूर नेणारे नाव. शबनम सक्सेना नावाच्या विरोधी आणि क्षणार्धात माझ्यापुढे नाव तरळून गेले! चुटकी वाजवत मी म्हटले, "मिळाले मला नवे नाव."

"काय आहे ते? सांग मला." अधीरपणे लॅरी म्हणाला.

"रामदुलारी!" मी विजयोन्मादात उद्गारले!

उपाय

'तुम्हाला शहरात राहायचे असेल, तर तीन पावले पुढचा विचार करा. सत्याची पडताळणी करून त्यातील असत्य शोधा आणि असत्याची पडताळणी करून त्यातील सत्य जाणून घ्या.'

विक्रम चंद्रा, सेक्रेड गेम्स

२०

निखळ सत्य

अरुण अडवाणी यांचा कॉलम, २७ मार्च

हत्या, सेक्स आणि ध्वनिमुद्रित टेप

एके काळी खुनाच्या प्रकरणांचा शोध घेणे खूप सोपे होते. कारण परिणामांच्या सोप्या, अंदाज करता याव्या अशा चौकटीत या घटना घडत. प्रेयसी-प्रियकर, पत्नी किंवा जमीन अशा तीनच प्रेरणा त्यामागे असत. पण आता? आताच्या जगात अनेक हत्या करणारे, लैंगिक विकृती असणारे आणि अनेक प्रकारच्या मानसिक विकृती असणारे रस्त्यांवरून खुलेआम भटकत असतात. केवळ मौज म्हणून कोणाचीतरी हत्या करणारे विकृत यांचे प्रमाणही वाढते आहे. दर तीन मिनिटाला भारतात एक हिंस्र गुन्हा घडतो. आणि प्रत्येक सोळाव्या मिनिटाला एक हत्या होते. सगळ्यात दुर्दैवाची गोष्ट म्हणजे दिवसात ज्या ९०-९५ हत्या घडतात त्यांपैकी बहुसंख्य हत्यांच्या खटल्यांचे निकालच लागत नाहीत.

सुदैवाने, विकी रायच्या हत्येच्या 'नशिबी' हे 'भाग्य' नाही. मी या कॉलममध्ये यापूर्वीच दिलेल्या वचनाप्रमाणे मी या केसचा उलगडा केला आहे. निव्वळ सत्य जे काही आहे, ते उघड केले आहे.

मला हे मान्य करायलाच हवे की, या प्रयत्नांमध्ये काही दैवी शक्ती नक्कीच कार्यरत होत्या. लोकांना नेहेमी असे वाटते की, शोध घेणारे आमच्यासारखे पत्रकार आपल्या कामासाठी दडवलेल्या मायक्रोफोन्सचा आणि रेकॉर्डिंग करणाऱ्या अगदी छोट्या साधनांचा वापर करीत असतात; पण हे काही खरे नाही. आमचा सर्वांत मोठा स्रोत हा एखादे इलेक्ट्रॉनिक उपकरण नाही, तर लोकांचा पाठिंबा आणि सहकार्य हा आहे. या लोकांकडूनच आम्हाला अशी काही माहिती मिळते, जी आम्हाला खुनाच्या घटनेपर्यंत घेऊन जाते. लोकांची बारीक नजर आणि सावध कान यामुळे एखादा संशयित आमच्या हाती लागतो. लोकांची चौकस बुद्धी आणि सावधपणा यामुळेच भारतातील एका अतिशय प्रसिद्ध व्यक्तीच्या खुनाचे रहस्य

मला समजू शकले.

काल सकाळी माझ्या घरी एक जाडजूड पाकीट आले. पिवळ्या रंगाचे ते पाकीट काही खास वेगळे नव्हते. त्यावर फक्त माझा नाव-पत्ता टाइप करून चिकटवला होता. पाकीट उघडल्यावर आतमध्ये मला आठ ध्वनिमुद्रित टेप्स आढळल्या. कालचा सगळा दिवस आणि रात्र मी त्या टेप ऐकण्यात आणि त्यातील मजकूर लिहून काढण्यात खर्च केली. हा सगळा मजकूर उद्याच्या वृत्तपत्रात प्रसिद्ध होणार आहे. तुमची प्रत आत्ताच राखून ठेवा, कारण या टेप्समधून ज्याचे नाव मी 'जगन्नाथ राय टेप्स' ठेवले आहे आणि जो पुरावा माझ्या हाती आला आहे तो अतिशय स्फोटक आहे.

विकी रायच्या हत्येचे सहा संशयित होते; पण खुनी मात्र एकच होता. मी हा मजकूर लिहीत असताना कोणत्या गोळीने नेमकी ही हत्या झाली त्याचा अहवाल मिळायचा आहे; पण त्याची आता गरज नाही. त्या खुनी माणसाचे नाव मी जाहीर करू शकतो आणि ते आहे मुख्तार अन्सारी. उत्तर प्रदेशमधून आपल्या कारवाया करणारा कुप्रसिद्ध गुन्हेगार आणि खुनी, आणि ज्याने त्याला या हत्येची सुपारी दिली त्याचे नाव आहे, जगन्नाथ राय. उत्तर प्रदेशचे गृहमंत्री. विकी रायचे वडील.

जगन्नाथ राय टेप्स म्हणजे केवळ एका पित्याच्या अध:पतनाचा वृत्तान्त नाही, तर आपले राजकीय जीवन किती खोलवर सडले आहे याचे विदारक दर्शन आहे. आपल्या देशातील सर्वाधिक लोकसंख्या असलेल्या या राज्यातील लोकशाहीच्या कुरकुरणाऱ्या चाकांना वंगण देणारे कट आणि त्याची आखणी करणारे निर्लज्ज दलाल यांवर या टेप्स प्रकाश टाकतात. उत्तर प्रदेशातील अनैतिक व्यवहार या टेप्सने चव्हाट्यावर आणले आहेत. या व्यवहारापर्यंत शोधपत्रकारितेचा प्रखर प्रकाश एकतर पोहोचू शकत नाही किंवा पित पत्रकारितेने तो झाकोळून टाकला आहे. या टेप्समधून मिळालेला संदेश अगदी उघड आहे. चकाकते ते सर्व सोने नसते आणि कपड्यांच्या आत आपण सगळे विवस्त्रच असतो; पण या सर्व प्रकरणांमध्ये शेवटी गोष्टी आपल्यापाशीच येऊन थांबतात; मतदार आणि नागरिकांपाशी! आपले औदासीन्य आणि अलिप्तता यामुळेच राजकारणाचे गुन्हेगारीकरण झाले आहे. जगन्नाथ रायसारखे माफिया डॉन्स निवडणुका जिंकतात, आमदार मंत्री होतात आणि बघता-बघता सगळे राज्य आपल्या मुठीत घेतात, जिथे बिनदिक्कतपणे त्यांना कायदा पायाखाली घेता येईल! विकी रायच्या मृत्यू-प्रकरणात गृहमंत्र्यांचा सहभाग हे केवळ हिमनगाचे टोक आहे. त्यांच्या रक्तरंजित कारकिर्दीचा सगळा पाढा वाचण्यासाठी वाचकांना उद्यापर्यंत वाट बघावी लागेल.

या टेप्समधून जे काही दिसले त्याच्या आधारे २३ मार्चच्या त्या दुर्दैवी रात्री

काय घडले याची मी मांडणी करू शकतो. आपल्या वाया गेलेल्या मुलापासून स्वत:ची सुटका करून घ्यायची आणि आमदारांच्या एका गटाचा पाठिंबा मिळवून मुख्यमंत्री व्हायचे, असा जगन्नाथ राय यांचा बेत होता. त्यांच्या विश्वासातील माणसावर, मुख्तार अन्सारी याच्यावर त्यांनी ही कामगिरी सोपवली. बेत अगदी सोपा होता. जगन्नाथ राय यांनी विकी रायच्या फार्महाउसचे सर्व्हिस गेट मुद्दाम उघडे ठेवले. त्यामुळे कोणतीही झडती न घेता आत येणे मुख्तारला शक्य व्हावे. रात्री बरोबर बाराला पाच कमी असताना त्याने फार्महाउसचे सगळे दिवे घालवले. मुख्तारने आपली कामगिरी पार पाडली आणि पोलिसांनी आत येऊन बाहेर जाण्याचे सर्व मार्ग बंद करायच्या आत सर्व्हिस गेटने तो लगेच पसार झाला.

ते सहा संशयित विकी रायच्या फार्म हाउसवर पिस्तूल घेऊन का आले होते, याचा मी फक्त अंदाज करू शकतो; पण मला अगदी खात्री आहे की, विकी रायचा खून त्यांपैकी कोणीही केलेला नाही. तो खुनी, मुख्तार अन्सारी खुलेआम बाहेर फिरतोय. त्याने आणखी कोणाचा खून करण्यापूर्वी त्याला अटक करण्याची गरज आहे.

ज्या कोणी देवमाणसाने मला या टेप्स पाठवल्या त्याला मी एवढेच म्हणेन, 'शतश: धन्यवाद' आणि जगन्नाथ राय यांना म्हणेन, 'ब्याद टळली!' टेपमधील मजकूर प्रसिद्ध झाल्यानंतर तरी त्यांची राजकीय आणि गुन्हेगारी कारकीर्द संपुष्टात यावी. आपल्या संसदेत ज्या राज्याचे सर्वाधिक प्रतिनिधित्व खासदारांच्या रूपाने आहे, त्या राज्याच्या इतिहासातील एका काळ्या पर्वाचा यामुळे अंत व्हावा.

आणि मला अशी मनापासून खात्री आहे की, जगन्नाथ राय टेप्समधील हा मजकूर आपल्या देशातील नेते आणि सर्व नागरिक यांच्या डोळ्यांत अंजन घालणारा ठरावा. गुन्हेगारांनी व्यापून टाकलेली ही राजकीय व्यवस्था आपण स्वच्छ करू या. कायदे मोडणाऱ्यांनी कायदे बनवणाऱ्यांच्या खुर्चीत बसू नये, यासाठी संकल्प करू या. आपली लोकशाही वाचवण्याचा, बळकट करण्याचा एवढा एकच मार्ग आहे. आपल्या मुलांचे भविष्य उज्ज्वल करण्याचा हाच एक पर्याय आहे.

२१

ब्रेकिंग न्यूज

२८ मार्चला १०-०७ मिनिटांनी प्रसारित

(हे लेखन अत्यंत धावपळीत केलेले आहे. लेखन पक्क्या स्वरूपात केले नसल्यामुळे दुरुस्त करावे लागेल.)

बरखा दास : जगन्नाथ राय टेप्समधील अरुण अडवाणी यांनी लिहिलेला मजकूर बॉम्बसारखा कोसळला आहे. लखनौतील ज्या राजकीय नेत्यांची नावे या खळबळजनक वृत्तान्तामध्ये स्पष्टपणे नोंदवली आहेत, ते आपला चेहेरा लपवण्याचा प्रयत्न करीत आहेत. दिवसभर अतिशय वेगाने झालेल्या घडामोडीत उत्तर प्रदेशचे गृहमंत्री जगन्नाथ राय यांना विकी राय, प्रदीप दुबे, लखन ठाकूर, नवनीत ब्रार आणि रुखसाना अफसर यांच्या खुनाच्या संशयावरून आणि गोपालमणी त्रिपाठीच्या मुलाच्या अपहरणाच्या संशयावरून अटक झाली आहे. आमचे लखनौचे प्रतिनिधी अनंत रस्तोगी आता आमच्याबरोबर आहेत. अनंत, काय बातमी आहे?

अनंत रस्तोगी : बरखाजी, जगन्नाथ राय यांच्या कारकिर्दीचा शेवट जवळ आलाय, असे एकूण चित्र आहे. वीस वर्षे हे राज्य आपल्या कराल मुठीत घट्ट पकडून ठेवणारी, दहशत आणि दबावाचे राज्य निर्माण करणारी राय यांची कारकीर्द! कायद्याच्या बडग्यामुळे त्याची अखेर होणार असे दिसते आहे. आपल्या पक्षात गुन्हेगारांना पोसण्याची किंमत लोककल्याण पक्षाला चुकवावी लागणार असे दिसते आहे.

बरखा दास : पण जगन्नाथ राय यांचे तर म्हणणे आहे की, या सर्व केसेस बनावट असून त्यात कोणताही पुरावा नाहीये. मुख्यमंत्र्यांनी रचलेला हा कट आहे असेही त्यांचे म्हणणे आहे.

अनंत रस्तोगी : टेपमधील आपला आवाज ते नाकारू शकत नाहीत. आता तज्ज्ञांनीही त्यांच्या आवाजावर शिक्कामोर्तब केले आहे. त्यामुळे मुख्यमंत्री आता आपल्या पक्षाची प्रतिमा सावरण्याचा प्रयत्न करीत आहेत.

बरखा दास : अगदी खरे आहे हे अनंत. थोड्याच वेळापूर्वी आम्ही मुख्यमंत्र्यांशी बोललो असून ते म्हणतात –

उत्तर प्रदेशचे मुख्यमंत्री : माझा लोककल्याण पक्ष जगन्नाथ राय यांच्यावर केल्या गेलेल्या आरोपामुळे अतिशय व्यथित झाला आहे. जर त्यांच्यावर केले गेलेले आरोप सत्य असतील, तर त्यांना कठोर शासन केले जाईल. जगन्नाथ राय यांना केवळ गृहमंत्रिपदावरून हटवण्यात आले नसून त्यांना लोककल्याण पक्षाच्या सदस्यपदावरूनही निलंबित करण्यात आले आहे. राजकीय पक्षात गुन्हेगारांचा होणारा प्रवेश हे दुर्दैवी वास्तव असून याबद्दल प्रत्येक राजकीय पक्षाला दोष देता येईल. या निमित्ताने सर्व राजकीय पक्षांनी आत्मपरीक्षण करावे, असे मी आवाहन करतो. सार्वजनिक जीवन निष्कलंक करण्याच्या मोहिमेचा पहिला टप्पा म्हणून लोककल्याण पक्षाने असा निर्णय घेतला आहे की, यापुढे कोणत्याही गुन्हेगारी पार्श्वभूमी असलेल्या आमदाराला मंत्रिपद दिले जाणार नाही.

बरखा दास : मुख्यमंत्र्यांचा हा निर्णय अतिशय स्वागतार्ह असून अन्य पक्षही त्याचे अनुकरण करतील, अशी आशा आहे. दरम्यान, जगन्नाथ राय यांनी ज्याला सुपारी दिली त्या मुख्तार अन्सारीचा शोध घेण्याची व्यापक मोहीम हाती घेण्यात आली असून पोलिसांच्या विशेष पथकाला या प्रकरणी काही दुवे हाती लागले आहेत. या प्रकरणी घडणाऱ्या सर्व घडामोडी आम्ही आपल्यापुढे आणत राहू. आय टीएनसाठी मी बरखा दास आपला निरोप घेते.

२२

ब्रेकिंग न्यूज

२८ मार्च, दुपारी २ वाजून ३५ मिनिटांनी प्रसारित

बरखा दास : विकी राय खूनप्रकरणी नाट्यपूर्ण घडामोडी घडल्या असून मुख्तार अन्सारी याच्या शोधमोहिमेत पोलिसांना यश मिळाले आहे. मुख्तारचा मृतदेह अत्यंत सडलेल्या अवस्थेत आझमगडच्या बाहेर असलेल्या सराई मीर वस्तीतील घरात पोलिसांना आढळला. त्याचा मृत्यू बंदुकीच्या गोळीने झाल्याचे मृतदेहाच्या तपासणीत स्पष्ट झाले असून हा मृतदेह किमान एक आठवड्यापासून येथे पडला असावा, असेही या अहवालात म्हटले आहे. जर हे बरोबर असेल, तर २३ मार्चला मुख्तार विकी रायच्या फार्म हाउसवर असणे शक्यच नाही. मग विकी रायला कोणी मारले? या प्रश्नाचे उत्तर देण्यासाठी दिल्लीचे पोलीस आयुक्त श्री. के. डी. सहाय आता आपल्या संपर्कात आहेत. सर, आपण आमच्याशी बोलण्याचे मान्य केल्याबद्दल आम्ही आपले आभारी आहोत. विकी रायच्या खुनाच्या संदर्भात आपण काही बातमी देऊ शकता?

के. डी. सहाय : बरखा, सर्वांत प्रथम मी तुमच्या वाचकांना एक इशारा देऊ इच्छितो आणि तो म्हणजे, त्यांनी जे काही वाचले आहे त्यावर विश्वास ठेवू नये. महान शोधपत्रकार अरुण अडवाणी यांनी जे काही सिद्धान्त मांडले आहेत, ते सगळे एक कुभांड होते, हे आता स्पष्ट झाले आहे.

बरखा दास : तुमचा आदर ठेवून एक गोष्ट स्पष्ट करू इच्छिते सर, मुख्तार अन्सारीच्या खुनाबद्दल अरुण अडवणी यांना माहिती असण्याचे काही कारण नाही. तुम्हाला अधिक काही तपशील ठाऊक आहे का?

के. डी. सहाय : माहिती? आम्ही या प्रकरणी सर्व तपास केला आहे आणि विकी रायचा खून कोणी केला हे तुमच्या प्रेक्षकांना मी आता सांगू शकतो. असे बघा, खून झाला त्या रात्री एकूण सहा जणांकडे पिस्तूल असल्याचे आढळले. आणि ज्या गोळीने खून झाला ती गोळीही आम्हाला मिळाली आहे. विकी रायच्या

शरीरातून आरपार गेलेली ती गोळी एका लाकडी कठड्यावर जाऊन आदळली. शेवटचा अहवाल हाती आला त्यावरून असे दिसते आहे की, विकी रायचा खून ३२ बोअरच्या गोळीने झाला आहे आणि या गोळीला जुळेल असे पिस्तूल आढळले, ते जिबा कोरवा या झारखंडमधील आदिवासीकडे. त्याच्याकडे ३२ बोअरचे, स्थानिक ब्रँडचे पिस्तूल, कट्टा होता आणि त्याच शस्त्राने विकी रायचा खून झाल्याचे सिद्ध झाले आहे. जिबा कोरवा मुख्य स्विचबोर्डजवळ रेंगाळत असल्याचेही आढळले आहे. त्याने प्रथम दिवे घालवले आणि मग पळत येऊन विकी रायवर गोळी झाडली.

बरखा दास : त्या रात्री जिबा कोरवा फार्म हाउसवर का आला याचे स्पष्टीकरण नेमके कसे देता येईल?

के. डी. सहाय : त्याने काहीतरी कहाणी रचून सांगितली; पण ती सोडून द्या. फार्म हाउसवर आपण आपल्या जमातीचे शिवलिंग परत नेण्यासाठी आलो होतो असे तो सांगतोय, पण विकी रायकडे मुळात ते शिवलिंग नव्हतेच. इतर राज्यांतील पोलीस दलाकडील माहितीनुसार या आदिवासीच्या खात्यावर यापूर्वीही काही गुन्ह्यांची नोंद आहे. तामिळनाडूतील एका गैरव्यवहारात आणि बिहारमधील एका खून-प्रकरणात तो हवा आहे; पण या घटनेतील महत्त्वाचा दुवा सापडला तो कोरवाच्या घरी भेट दिल्यावर. तिथे नक्षलवादी चळवळीशी संबंधित बरेच साहित्य आम्हाला आढळले. आम्हाला अशी खात्री आहे की, झारखंडमधील शंभरहून जास्त पोलिसांच्या हत्येस जबाबदार असलेल्या, बंदी घालण्यात आलेल्या माओवादी क्रांतिकारी गटाच्या नेत्यांपैकी तो आहे.

बरखा दास : पण नक्षलवाद्यांनी विकी रायसारख्या माणसाला का लक्ष्य करावे?

के. डी. सहाय : कारण झाडखंडमधील विशेष आर्थिक क्षेत्रात विकीची गुंतवणूक होती. नक्षलवाद्यांनी त्याला ठार करण्याच्या धमक्या दिल्या होत्या. शेवटी त्यांनी त्यांचे म्हणणे खरे केले आणि खुनीही आमच्या हाती लागलाय, नक्षलवाद्यांचा नेता जिबा कोरवा!

बरखा दास : थँक्यू आयुक्तसाहेब आणि या तपासाबद्दल अभिनंदन! हे होते पोलीस आयुक्त के. डी. सहाय. याचा अर्थ विकी राय खूनप्रकरणाचा अखेरचा अध्याय लिहिला गेलाय असे मानायचे? बरखा दास. आय टी एन.

२३

ब्रेकिंग न्यूज

३१ मार्च, दुपारी १:२१ वाजता प्रसारित

बरखा दास : एका खळबळजनक घडामोडीत प्रसिद्ध नटी शबनम सक्सेना आणि तिचा सचिव भोला श्रीवास्तव यांना खार, मुंबई येथील एका अपार्टमेंटमध्ये अटक करण्यात आली. मुख्तार अन्सारी याच्या हत्येप्रकरणी ही अटक करण्यात आली आहे. या जोडप्याच्या ताब्यात असलेल्या अनेक अवैध टेप्स जप्त करण्यात आल्या आहेत. आमचा मुंबईचे प्रतिनिधी राकेश वैद्य आता आमच्याबरोबर आहे. राकेश, काय खबर आहे?

राकेश वैद्य : बरखा, १९९३मधील मुंबई बॉम्बस्फोट प्रकरणी संजय दत्तवर केलेल्या आरोपानंतर भारतीय सिनेजगताला धक्का देणारी ही दुसरी मोठी घटना आहे. सिनेजगत अजून या धक्क्यातून सावरलेले नाहीये. ज्यांनी शबनमला लाखो रुपये आधीच दिलेले आहेत, ते मौन बाळगून आहेत.

बरखा दास : एवढ्या आघाडीच्या नटीला असे काहीतरी करण्यासाठी प्रवृत्त करणारी काय घटना असावी, याची काही कल्पना पोलिसांना आहे?

राकेश वैद्य : पोलीस अनेक शक्यता पडताळून बघत आहेत. माझ्या हाती आलेली माहिती अशी आहे की, शबनमचे तिच्या सचिवाबरोबर प्रेमप्रकरण सुरू होते. भोला श्रीवास्तवने तिच्या अशा अनेक ग्राफिक टेप्स बनवल्या आहेत. त्या कुठूनतरी मुख्तारच्या हाती लागल्यावर त्याने तिला ब्लॅकमेल करणे सुरू केले. शबनम मुख्तारचा हिशोब चुकता करून टेप्स ताब्यात घेण्यासाठी आझमगडला गेली. तिथे नेमके काय घडले, हे ठाऊक नाही; पण मुख्तारचा मृतदेह जेथे आढळला त्या घरातून शबनमला बाहेर पडताना काही लोकांनी बघितले आहे. तुला ठाऊकच आहे, विकी रायच्या हत्येप्रकरणी ती एक संशयित होती; पण तिच्या ताब्यात असलेल्या हत्याराने तो खून झालेला नाही, असे अहवालात स्पष्ट नमूद केल्याने तिची मुक्तता करण्यात आली होती. आता पोलीस पुराव्यासह या

निष्कर्षाला आले आहेत की, ते पिस्तूल मुख्तार अन्सारीच्या हत्येसाठी वापरण्यात आले होते. भोला श्रीवास्तव याच्या घरातून त्या टेप्स हस्तगत करण्यात आल्याने सर्व दुवे बरोबर जुळतात.

बरखा दास : आपण शबनमशी या प्रकरणी संपर्क साधला आहे? या आरोपांना तिचे उत्तर काय आहे?

राकेश वैद्य : बरखा, एक विचित्र बाब म्हणजे शबनम आता असा दावा करतेय की, ती शबनम सक्सेना नसून बिहारमधील एका गावातील मुलगी आहे. तिचे म्हणणे आहे, ती आझमगडला कधीच गेली नसून ती शबनमसाठी फक्त साहस-दृश्यांमध्ये तिचे काम करीत होती. हा अफलातून सिद्धान्त अर्थातच कोणीही स्वीकारायला तयार नाहीये. बहुधा आपला मानसिक तोल ढळला आहे, हे तिला जाहीर करायचे असावे असे मला वाटते. मी असे म्हणतोय कारण...

बरखा दास : राकेश, एक सेकंद थांब. माझ्या हातात आत्ताच एक चिठ्ठी आली असून त्यात पोलिसांनी नक्षल नेता जिबा कोरवा ह्याला थोड्याच वेळापूर्वी गोळ्या घालून मारल्याचे म्हटले आहे. मेहेरौली पोलीस ठाण्यातील कोठडीतून तो पळून जाण्याचा प्रयत्न करीत होता. माओ क्रांतिकारी केंद्राने या कृत्याचा धिक्कार केला असून या घटनेचा बदला घेण्याची शपथ त्यांनी घेतली आहे. परत शबनम सक्सेना प्रकरणाकडे आपण येऊ. हो राकेश, हे प्रकरण आता अधिकच गूढ बनत चालले आहे.

राकेश वैद्य : अगदी बरोबर बरखा, इथे एक बाब मात्र आता स्पष्ट झाली आहे आणि ती म्हणजे आता बराच काळ आपल्याला शबनम सक्सेनाची भूमिका असलेला चित्रपट बघायला मिळणार नाही. हा विनोद मात्र नाही (हसतो.)

बरखा दास : थँक्स राकेश! तर आजच्या प्रमुख घडामोडी पुन्हा एकदा. खतरनाक गुंड मुख्तार अन्सारी याच्या खुनाच्या संशयावरून शबनम सक्सेना आणि तिचा सचिव व प्रियकर भोला श्रीवास्तव अटकेत! या कथेचा शेवट काय होणार हे आत्ताच सांगता येणार नाही; पण यामध्ये सिनेमा हिट होण्याच्या सर्व शक्यता आहेत. या वेगवान घडामोडींमधील ताजी बातमी आम्ही आपल्यापर्यंत आणत राहू. आज संध्याकाळी ७ वाजता प्रसारित होणारा आमचा 'इनसाइट' हा कार्यक्रम बघायला विसरू नका. आज आमचा विषय आहे, बॉलिवूड व गुन्हेगार जगताचा परस्परसंबंध! बरखा दास. आय टी एन.

२४

निखळ सत्य

अरुण अडवाणींचा कॉलम : १ एप्रिल

माझा आरोप

सन्माननीय राष्ट्रपती महोदया,

या महान लोकशाहीतील एक संवेदनशील नागरिक म्हणून मला तुम्हाला हे पत्र लिहिणे भाग पडले आहे. या भूमीतील सर्वाधिक घटनात्मक अधिकारावर तुमची मालकी आहे. लोकशाहीची ध्वजा उंच धरण्याची जबाबदारी तुमच्यावर आहे. त्यामुळे तुम्हाला एका गोष्टीचे स्मरण करून देणे, हे मी माझे कर्तव्य मानतो. आपल्या घटनेच्या २१व्या कलमानुसार प्रत्येक नागरिकाला जगण्याचा आणि स्वातंत्र्याचा हक्क दिलेला आहे. जिबा कोरवा नावाच्या भारतीय नागरिकाला काल हा हक्क डावलण्यात आला.

जिबा कोरवा कोण? असा प्रश्न कदाचित तुम्ही विचाराल. पोलिसांच्या म्हणण्यानुसार तो बंदी घालण्यात आलेल्या माओवादी क्रांतिकारी संघटनेचा खतरनाक अतिरेकी होता. विकी राय याच्या खूनप्रकरणी मेहेरौली पोलीस ठाण्यावर स्थानबद्ध करून ठेवलेल्या जिबाने तेथून पळून जाण्याचा प्रयत्न केला म्हणून त्याला सबइन्स्पेक्टर विजय यादव यांनी गोळ्या घालून ठार केले. विकी राय यांचा खून झाला त्या रात्री कोरवाकडे जे पिस्तूल आढळले त्यातून झाडलेल्या गोळीमुळेच विकी रायचा खून झाला, असे अहवालात म्हटले आहे. कोरवा मरण्यापूर्वी त्याच्याकडून कबुलीजबाबावर सही घेतल्याचेही आढळले आहे. त्यामुळे त्याच्या मृत्यूचे पुरेसे, व्यवस्थित निराकरण होऊ शकते. एका अतिशय प्रतिष्ठित व्यक्तीच्या खुनाची केस कोर्टाच्या चकरा न मारता उलगडल्याबद्दल पोलीस स्वतःची पाठ थोपटून घेत असतील, एका धोकादायक अतिरेक्याला गोळ्या घालून आपली राजधानी अधिक सुरक्षित केल्याबद्दल विजय यादव आणि त्यांच्या सहकाऱ्यांना शौर्यपदके देण्याचे प्रस्तावही कदाचित आले असतील, माध्यमांनी आपले लक्ष

एव्हाना दुसऱ्या घटनेकडे वळवलेही आहे. झारखंडमधील एका बकाल गावातील दुष्ट नक्षलवाद्याच्या मृत्यूमध्ये इथे रस आहे कोणाला? आणि अतिरेक्यांचे मृत्यू ही इतकी सर्रास आणि कंटाळवाणी घटना झाली आहे की, काही क्षणांपेक्षा अधिक काळ कोणी त्यावर आता रेंगाळत नाही. लोकांना त्यापेक्षा शबनम सक्सेनाच्या लफड्यांमध्ये किंवा मंत्रिमंडळ पुनर्रचनेमागील गावगप्पांमध्ये अधिक रस आहे.

शेक्सपिअरचेच म्हणणे थोडे वेगळ्या शब्दांत सांगायचे, तर मी जिबाची स्तुती करण्यासाठी नव्हे, तर त्याला पुरण्यासाठी आलो आहे; पण राष्ट्रपती महोदया, ज्याला ठार करण्यात आले तो माणूस जिबा कोरवा नव्हताच, असे मी तुम्हाला सांगितले तर? तो अतिरेकी नव्हताच, तर या पृथ्वी नामक ग्रहावरील मानवजातीचे आद्य वंशज असलेल्या आणि आता नामशेष होत चाललेल्या परंपरेचा तो एक दुवा होता, असे सांगितले तर? मला याच मुद्द्याकडे तुमचे लक्ष वेधायचे आहे.

जिबा कोरवाचे खरे नाव एकेट्टी. तो झारखंडचा नव्हता, तर बंगालच्या उपसागरात असलेल्या अंदमान नावाच्या बेटावरील होता. धनुष्यबाण वापरून शिकार करणाऱ्या नेग्रेटो वंशाच्या ओंगे जमातीचा हा प्रतिनिधी. या जमातीची शेवटची गणती केली गेली तेव्हा फक्त ९७ व्यक्ती जिवंत होत्या. आता विजय यादव यांच्या कृपेने ९६ व्यक्ती उरल्या आहेत. हे मला कसे कळले? असा प्रश्न राष्ट्रपती महोदया, तुमच्या मनात येईल. एकेट्टीला मारण्याच्या आदल्या दिवशी मी एकेट्टीला भेटलो. गुप्तचर खात्याचा संयुक्त संचालक अखिलेश मिश्रा या नावाचे ओळखपत्र घेऊन मी मेहेरौली पोलीस ठाण्यावर गेलो. नक्षलवादी कारवाया रोखण्यासाठी उघडण्यात आलेल्या विशेष कक्षाची आणि अंतर्गत सुरक्षिततेची जबाबदारी माझ्यावर असल्याचे मी सांगितले. पोलीस ठाण्याचा अधिकारी राजबीर सिंग याने मला एक कडकडीत सलाम ठोकला आणि जिबा कोरवाला जिथे ठेवले होते, तिथे मला तो घेऊन गेला.

दहा बाय आठ फुटाची ती छोटीशी जागा म्हणजे उखडलेल्या फरशा, रंग उडालेल्या भिंती, छोटीशी जाळीची खिडकी असलेली कुबट, अंधारलेली जागा होती. एक लोखंडी खाट, त्यावर चिंध्या झालेली सतरंजी, पाणी भरलेले मातीचे भांडे आणि अत्यंत कळकट प्लॅस्टिकची बादली असा जामानिमा त्या जागेत होता. त्या दिवशी हवेत प्रचंड उष्मा होता आणि त्या कोठडीत तर उष्म्यामुळे जिवाची काहिली होत होती; पण उष्म्यापेक्षा त्या कोठडीत येणाऱ्या नकोशा, तीव्र दर्पाने जीव नकोसा होत होता.

"साला भडवा, कपडे घालत नाही, आंघोळ करीत नाही आणि तो ज्या प्रांतातून आलाय तिथे दुर्गंधीनाशक वापरत नाही!" इन्स्पेक्टर सिंगने स्पष्टीकरण केले.

तो कैदी खिडकीखाली अंगाचे मुटकुळे करून, आमच्याकडे पाठ करून जमिनीवर पडलेला होता. त्याचा रंग काळा तुकतुकीत होता, पॉलिश केलेल्या शिसवासारखा आणि केस विलक्षण कुरळे होते. एका लाल लंगोटाशिवाय त्याच्या अंगावर काहीही नव्हते. आमच्या उपस्थितीबाबत तो अगदी बेदखल होता आणि इन्स्पेक्टरने त्याला आपल्या लाठीने ढोसले तरी तो जागचा हलला नाही.

''चल उठ रे भडव्या!'' इन्स्पेक्टर खेकसला आणि त्याच्या पाठीत तीन-चार रट्टे घातले. मी एक वेदनायुक्त कटाक्ष त्याच्याकडे टाकला; पण त्या रट्ट्यांचा त्या कैद्यावर काहीही परिणाम झाला नाही. तो जणू जाणिवेच्या पलीकडील अवस्थेत असल्याप्रमाणे तसाच मुटकुळे करून पडून राहिला.

''एवढी मारहाण करण्याची गरज नाही.'' मी इन्स्पेक्टरला म्हणालो आणि हलकेच त्या कैद्याच्या खांद्यावर थोपटले. एखादी जादू घडावी तसा त्याचा परिणाम झाला. तो कैदी झटकन वळला आणि उत्साहाने उठून बसला.

तो फारच ठेंगू होता. पाच फुटांपेक्षाही कमी. त्याचे तरुण वय फारच धक्कादायक होते. त्याचा चेहरा अतिशय रेखीव, लंबगोलाकार होता. जिवणी लांबरुंद आणि गालाचे उंचवटे चांगले फुगीर होते. त्याच्या संपूर्ण शरीरावर एक औंसही चरबी साठलेली नव्हती. त्याचा सडपातळ पीळदार देह एखाद्या शरीरसौष्ठव स्पर्धेतील विजेत्याप्रमाणे दिसत होता. पोलिसांनी मारलेल्या फटक्यांचा खुणा शरीरावर स्पष्ट दिसत होत्या. त्याचे दात विलक्षण शुभ्र आणि मोत्याच्या माळेप्रमाणे एकसारखे होते. मला सर्वाधिक खेचून घेतले ते त्याच्या डोळ्यांनी! स्वच्छ, नितळ डोळ्यातील काळ्याभोर बुबुळांमध्ये एक वेगळीच शक्ती होती. लेझरचे दोन धारदार किरण असावेत अशा त्या दृष्टीने मला अस्वस्थ केले. पांढरा कुरकुरीत शर्ट आणि तपकिरी क्वॉड्रा पँट घालून गेलो असून मी त्याच्यापुढे विवस्त्र उभा आहे, असे त्या नजरेमुळे मला वाटत होते.

त्या क्षणी माझ्या लक्षात आले की, त्याच्या हातात बेड्या होत्या आणि त्याच्या एका पायात साखळी अडकवून त्याला पलंगाला बांधून ठेवण्यात आले होते. ''हे आपल्या संरक्षणासाठी आहे सर. हा माणूस फार धोकादायक आहे सर. नक्षलवाद्यांचा नेता आहे.'' असे सांगून आम्हा दोघांना तिथे एकटे सोडून इन्स्पेक्टर निघून गेले.

मी माझा परिचय करून देण्याच्या फंदात पडलो नाही. त्याचा हात मी माझ्या हातात घेतला आणि त्याच्या डोळ्यांत बघत म्हणालो, ''तू नक्षलवादी नाहीस, हे मला ठाऊक आहे आणि तू विकी रायला मारले नाहीस हेही.''

त्याने विलक्षण मोकळेपणाने माझ्याकडे कटाक्ष टाकला.

''तुझी कहाणी मला सांग. मी तुला इथून बाहेर काढण्याचे वचन देतो.''

तो आधी जरा नाखूश आणि संकोच करीत होता, पण माझ्या प्रेमळ थोपटण्याने ते खुलला, मोकळा झाला. तीन दिवस सतत छळ करणाऱ्या पोलिसांना त्याने जे सांगितले नाही ते माझ्या तीन तासांच्या भेटीत त्याने मला सांगितले, कारण मी त्याला माणसासारखे वागवले. साध्या हिंदीत तो माझ्याशी बोलत होता आणि त्याची कहाणी सुरू झाल्यावर तो थांबेचना. त्याच्या आत, खोलवर मनात अनेक दिवस दाबून ठेवलेल्या भावनांना जणू वाट फुटली होती. या भूमीवर सहा महिन्यांपूर्वी त्याने पाय ठेवला, तेव्हापासूनची ही कहाणी होती. त्याला भेटलेल्या माणसांविषयी आणि आलेल्या अनुभवांविषयी तो बोलत होता. तो बोलत होता त्याच्या स्वप्नांविषयी आणि आकांक्षांविषयी, त्याच्या अवहेलनेबद्दल आणि वेदनेबद्दल, हतबलतेबद्दल आणि असहायतेबद्दल! त्याच्या बेटाची त्याला लागलेली विलक्षण ओढ आणि चंपी किंवा 'भोपाळचा चेहेरा' या नावाने ओळखल्या जाणाऱ्या आंधळ्या, बेंगरूळ मुलीबद्दल त्याला वाटणारे प्रेम तो व्यक्त करीत होता.

राष्ट्रपती महोदया, तुम्हाला ठाऊक आहे का, ओंगे या शब्दाचा अर्थ आहे पुरुष. एकेट्टी हा खराखुरा पुरुष होता, एका अस्तंगत पावणाऱ्या जमातीचा! त्याची जमात ज्याचा उल्लेख परकीय, क्वेंटाले अशा शब्दांत करते, त्या भूमीवर त्याने समजून-उमजून पाऊल ठेवले. येथील संस्कृतीची चमक बघून त्याचे डोळे काही काळ दिपले. इथल्या आधुनिकतेच्या मोहात पाडणाऱ्या सापळ्याने काही काळ त्याला अडकवले; पण लवकरच त्याला या कृत्रिम झगमगाटामागे असलेला आपल्या शहरातील आणि मनातील अंधार दिसला. युद्ध आणि धर्म यांच्या नावाने आपल्या परस्परसंबंधांमध्ये आलेले क्रौर्य बघून तो हादरला. आपल्या बायकांना आपण ज्या खुलेआमपणे 'सेक्स सिंबॉल' म्हणून वागवतो आणि केवळ वासना शमवण्यापुरता त्यांचा उपयोग करून घेतो, ते पाहून त्याला प्रचंड धक्का बसला. सहा महिन्यांत त्याला जे बघायला मिळाले ते त्याने आजपर्यंतच्या आयुष्यात बघितले नव्हते. त्याला त्याच्या बेटाकडे, त्याच्या जीवनशैलीकडे परत जायचे होते; जेथे गरजा होत्या, पण युद्ध नव्हते; जेथे अस्वस्थता होती, पण लुबाडणूक नव्हती.

तो एक अनोखा देवदूत होता. मृत्यू अटळ आहे हे सांगणारा आरसा त्याने आपल्यापुढे धरला होता; पण आपण त्याला जुमानले नाही. आपल्याला सावध करण्याचा प्रयत्न त्याने केला, तर आपण त्यालाच भ्रष्ट करण्याचा प्रयत्न केला. त्याने मैत्रीचा हात आपल्यापुढे केला, तर आपण त्यात बेड्या अडकवून त्याला जेरबंद केले. त्याला आपण समजून घ्यावे अशी त्याची इच्छा होती, पण आपण त्याला ठार केले. त्याचा मृत्यू हे आपल्या असंस्कृतपणाचे लक्षण आहे, आपल्या अध:पतनाचा ढळढळीत पुरावा आहे. राष्ट्रपती महोदया, निखळ सत्य हे असे आहे,

जे फार भयावह आहे.

त्यापेक्षा भयानक वास्तव हे आहे की, विकी रायच्या खुनाशी त्याचा काहीही संबंध नव्हता. एकेट्टी भारतात आला होता तो एका ध्यासाने. त्याने शपथ घेतली होती की, त्यांच्या जमातीचे अनेक शतकांपासून रक्षण करणाऱ्या, पण अंदमानमध्ये नोकरी-निमित्ताने आलेल्या भारतातील समाजकल्याण अधिकाऱ्याच्या लोभाला बळी पडलेल्या त्यांच्या पुरातन शिवलिंगाच्या आकाराचा दगड परत मिळवण्याची! ते शिवलिंग परत मिळवण्यासाठी मदत करण्याचे आश्वासन त्या जमातीला देणाऱ्या अशोक राजपूत नावाच्या दुसऱ्या समाजकल्याण अधिकाऱ्याने एकेट्टीला भारतात आणले. इंगेतायी परत मिळवण्याच्या ध्यासापोटी एकेट्टी कोलकात्यापासून चेन्नईपर्यंत आणि वाराणसीतील घाटांपासून अलाहाबादमधील माघ-मेळ्यापर्यंत आणि शेवटी राजस्थानातील वाळवंटापासून आपल्या राजधानीपर्यंत फिरला. ते शिवलिंग त्याला शेवटचे दिसले, ते आता बदनाम झालेले अलाहाबादचे गुरू स्वामी हरिदास यांच्याकडे! अशोक राजपूत याने ते त्यांच्याकडून चोरले. कारण त्याची त्याबाबतची वेगळीच योजना होती, जी एकेट्टीला ठाऊक नव्हती.

राष्ट्रपती महोदया, हा अशोक राजपूत म्हणजे किशोर राजपूत याचा भाऊ. राजस्थानच्या वन्यप्राणी अभयारण्यात काम करणाऱ्या किशोरचा बारा वर्षांपूर्वी काटा काढण्यात आला होता, कारण दोन काळवीटे मारल्याप्रकरणी तो विकी रायला अडचणीत आणण्याची शक्यता होती. अशोक हा आपल्या भावाच्या बायकोच्या, तडफदार गुलाबोच्या प्रेमात पडला होता. विकी रायला मारून आपल्या नवऱ्याच्या मृत्यूचा सूड घेतला, तरच तुझ्याशी लग्न करेन, अशी अट गुलाबोने घातली होती. या राजस्थानी स्त्रियांच्या बाणेदारपणाबद्दल मी तुम्हाला काही वेगळे सांगायला नको; पण मी सूडाबद्दल एवढेच म्हणू शकतो की, ती भावना मनातून जाता जात नाही.

अशोक राजपूतने एकेट्टीसाठी जे जाळे विणले ते इंगेतायीच्या आधाराने. इंगेतायी विकी रायच्या फार्म हाउसमध्ये आहे असे सांगून तो एकेट्टीला दिल्लीत घेऊन आला. मेहेरौलीजवळ असणाऱ्या भोलानाथ मंदिरात एकेट्टी राहिला. तेथे आंधळ्या चंपीशी एकेट्टीची दोस्ती होत असताना अशोक राजपूतने आपला बेत आखला. खून झाला त्या रात्री एकेट्टीच्या आधीच तो मागच्या, वापरात नसलेल्या दरवाजातून फार्म हाउसमध्ये आला. तो निळा सूट घालून आला होता. ते शिवलिंग त्याने विकी रायच्या बागेतील छोट्या मंदिरात ठेवून दिले आणि तो इतर पाहुण्यांमध्ये मिसळून गेला. एकेट्टीला त्याने दहा वाजता येण्याची सूचना केली होती. आल्यावर मध्यरात्री मुख्य स्विचबोर्डवरील बटणे बंद करून मंदिरात पळत जाऊन ते शिवलिंग ताब्यात घेऊन मागच्या दाराने फार्म हाउसच्या बाहेर पडायचे अशा सूचना त्याला

देण्यात आल्या होत्या. दिवे बरोबर बारा वाजून पाच मिनिटांनी बंद झाले. त्याच वेळी अशोक राजपूतने अगदी जवळून विकी रायवर गोळी झाडली. मग तो धावत हॉलबाहेर गेला, मंदिरात घुसला. तिथे एकेट्टी आधीच पोहोचला होता. अशोकने ते पिस्तूल एकेट्टीच्या कॅन्व्हास बॅगेत टाकले. एकेट्टीने ते शिवलिंग परत मिळवून आपल्या बॅगेत ठेवले. त्याच्याबरोबर ते शस्त्रही आलेच. ते शस्त्र एकेट्टी त्या फार्महाउसच्या बाहेर घेऊन येऊ शकेल अशी अशोकला आशा होती; पण त्या आदिवासीला पोलिसांनी पकडले आणि खुनाच्या आरोपात अडकवले.

पोलिसांनी एकेट्टीचा तीन दिवस छळ केला; पण त्याने अशोकचे नाव घ्यायचे टाळले. आपल्या शब्दाला तो जागला; जे मूल्य आपण कधीच मागे सोडले आहे. काल पोलिसांच्या नोंदीनुसार एकेट्टीने आपल्या बेड्या तोडल्या, साखळ्यांमधून स्वत:ची सुटका करून घेतली, खिडकीचे लोखंडी गज तोडण्यासाठी स्वत:च्या दातांचा वापर केला आणि खिडकीतून तो पळाला. सबइन्स्पेक्टर यादव पोलीस ठाण्याच्या मागे उभे असल्याने त्याने एकेट्टीला पळताना बघितले आणि त्याला थांबण्यास सांगितले, पण त्या आदिवासीने त्याच्यावर हल्ला करण्याचा प्रयत्न केल्यावर यादवला त्याला गोळ्या घालून मारणे भाग होते.

राष्ट्रपती महोदया, इन्स्पेक्टर यादव आणि त्यांचे सहकारी एकेट्टीच्या फुगलेल्या देहाकडे बघून विजयाचे हास्य करीत असल्याचे फोटो तुम्ही बघा! एकेट्टीचा चेहरा ज्या विचित्र पद्धतीने वाकवला आहे त्यावरून तो सुटकेसाठी पळाला असावा, हे अशक्यच वाटते. त्याच्या चेहेऱ्यावरील विदीर्ण करणारी वेदना आपल्या न्यायतत्परतेची खिल्ली उडवते आहे.

एकेट्टीच्या मृत्यूला आपण सगळेच जबाबदार आहोत. अन्याय मुकाट्याने सहन करणारे आणि तो दिसत असूनही स्वस्थ बसणारे. जर आपण आपल्या समाजाच्या नैतिक जाणिवांना पुन्हा जागे केले नाही, तर आपल्या समाजात आलेल्या औदासीन्याच्या लाटेत अनेक एकेट्टींचे बळी जाणार आहेत. राष्ट्रपती महोदया, पत्र खूप लांबले. मी त्याचा आता समारोप करीत आहे.

ओंगे जमातीचे पवित्र शिवलिंग समाजकल्याण अधिकारी एस. के. बॅनर्जी यांनी चोरले, असा माझा आरोप आहे. त्यामुळे एकेट्टीला भारतात येण्याचे अवघड आव्हान स्वीकारावे लागले आणि त्यातच त्याचा मृत्यू झाला. कायदा हातात घेऊन, कोणतीही कायदेशीर प्रक्रिया पार न पाडता विजयसिंग यादव यांनी एकेट्टीला छळून ठार केले, असा माझा आरोप आहे. विकृत वर्तन करण्याची या अधिकाऱ्याची परंपराच आहे व त्यामुळे गेल्या काही वर्षांत कैदेत असलेल्या अनेक संशयितांचे बळी गेले आहेत. त्याच्या अंगावरील गणवेष उतरवून त्याच्यावर खुनाचा खटला दाखल करण्याची वेळ आता आली आहे.

एकेट्टीच्या पोलीस कोठडीतील सुरक्षिततेबाबत पोलीस आयुक्त के. डी. सहाय गाफील राहिले आणि निरक्षर असलेल्या एकेट्टीने सही केलेला कबुलीजबाब त्यांनी स्वीकारला, असा माझा त्यांच्यावर आरोप आहे. एकेट्टीचा पूर्वेतिहास जाणून न घेता त्याच्यावर नक्षलवादी असा शिक्का इन्स्पेक्टर राजबीर सिंग यांनी मारला, असा माझा आरोप आहे. पोलीस दलातील अधिकाऱ्यांना मानववंशशास्त्राचे ज्ञान असावे अशी अपेक्षा करणे गैर ठरेल; पण इतके काळे तुकतुकीत आणि कुरळ्या केसाचे आदिवासी झारखंडमध्ये आढळत नाहीत, हे सामान्य ज्ञान त्यांच्याकडे असावे.

गुन्हा सिद्ध करणारे जे तज्ज्ञ आहेत, त्यांनी पुरेशी सावधानता न दाखवल्याने एकेट्टी आणि अशोक राजपूत यांच्यामधील परस्परसंबंध ते बघू शकले नाहीत.

अन् शेवटी, मी अशोक राजपूत याच्यावर विकी रायचा खून केल्याचा आणि एका निष्पाप आदिवासीला या प्रकरणात गुंतवल्याचा आरोप करतो.

हे आरोप करताना मी स्वत: गुन्हा केल्याचे मान्य करतो आहे, याची जाणीव मला आहे. एक सरकारी अधिकारी असल्याचे भासवून मी कायद्याचे उल्लंघन केले आहे, हे मी मोकळेपणाने मान्य करतो! मी स्वेच्छेने हा धोका पत्करला, कारण मला न्यायापर्यंत पोहोचायचे होते.

पोलिसांनी येऊन मला अटक करावी. मी त्यांच्या प्रतीक्षेत आहे; पण माझा आवाज कोणी बंद करू शकणार नाही. काहीही झाले तरी निखळ सत्य मांडण्याची हिंमत मी करेन.

सादर नमस्कारासह.

आपला,

या देशाचा एक नागरिक व सच्चा भारतीय,

अरुण अडवाणी.

२५

ब्रेकिंग न्यूज

बरखा दास : १३ जानेवारी, १८९८ रोजी लेखिका एमिला झोला हिने फ्रान्सच्या राष्ट्राध्यक्षांना लिहिलेल्या एका खळबळजनक अनावृत पत्रामुळे एका फ्रेंच लष्करी अधिकाऱ्याला विनाकारण हेरगिरीच्या आरोपात गोवणारे ड्रायफस प्रकरण चव्हाट्यावर आले आणि इतिहासात एका वादळी प्रकरणाची नोंद झाली. शोधपत्रकार अरुण अडवाणी यांनी भारताच्या राष्ट्रपतींना लिहिलेल्या २४०२ शब्दांच्या खुल्या पत्रामुळे देशात अशीच खळबळ माजली आहे. विकी राय यांच्या खूनप्रकरणात ज्याची गैरसमजुतीतून हत्या झाली, त्या एकेट्टी नावाच्या आदिवासीसाठी न्याय मागणाऱ्या तळमळीने लिहिलेल्या पत्रामुळे शासनाला तातडीने पावले उचलणे भाग पडले आहे. सबइन्स्पेक्टर विजय यादव याला एकेट्टी ओंगे याच्या हत्येप्रकरणी अटक करण्यात आली आहे, तर इन्स्पेक्टर राजबीर सिंग आणि पोलीस आयुक्त के. डी. सहाय यांना निलंबित करण्यात आले आहे. अशोक राजपूत याचा शोध घेण्याची देशव्यापी मोहीम हाती घेण्यात आली आहे. आमचा गुन्हाशाखा प्रतिनिधी जतीन महाजन मेहेरौली पोलीस ठाण्याच्या बाहेर उभा आहे. त्याच्याकडून आपण ताज्या घडामोडी जाणून घेऊ. जतीन, पोलीस ठाण्याबाहेर सुरू असलेल्या गोंधळाचा आवाज आम्हाला ऐकू येतो आहे. नेमके काय घडतेय तेथे?

जतीन महाजन : कधीही न घडलेले. संजय गांधी झोपडपट्टीतील सर्व माणसे रस्त्यावर आली असून त्यांनी पोलीस ठाण्याला घेराव घातला आहे. सबइन्स्पेक्टर विजय यादव आणि पोलीस दल यांच्याविरुद्ध घोषणाबाजी सुरू आहे.

बरखा दास : जतीन, या निदर्शनांचे नेतृत्व कोण करते आहे?

जतीन महाजन : विकी राय खूनखटल्यातील एक संशयित मुन्ना मोबाइल. तुला आठवत असेलच तो. झोपडपट्टीवासीयांबरोबर हजारो विद्यार्थीही रस्त्यावर उतरले आहेत. एकेट्टीच्या मृत्यूबद्दलचा समाजमानसातील तीव्र रोष यामधून व्यक्त होतो आहे. लोकांची सहनशक्ती आता तुटण्याइतपत ताणली गेली आहे आणि पोलिसांचे क्रौर्य व दादागिरी यापुढे सहन केली जाणार नाही, असेच संकेत यातून

मिळत आहेत. श्रीमंतांना एक न्याय आणि गरिबांना वेगळा असे यापुढे चालवून घेतले जाणार नाही.

बरखा दास : अगदी बरोबर जतीन, लोकांच्या भावना लक्षात घेता शासनाने हे जाहीर केले आहे की, ज्या प्रकरणांमध्ये समाजातील प्रतिष्ठित आणि प्रसिद्ध व्यक्ती गुंतलेल्या आहेत ते सर्व खटले पुन्हा नव्याने सुरू करण्यात येणार आहेत. पोलीस दल आणि सर्व व्यवस्थेच्या पुनर्रचनेसाठी एका आयोगाची स्थापना करण्यात आली आहे.

जतीन महाजन : बरखा, आणखी एक महत्त्वाची बाब म्हणजे भोपाळ गॅस दुर्घटना पीडितांसाठी देण्यात येणाऱ्या नुकसानभरपाईचा फेरविचार करण्याचे शासनाने जाहीर केले आहे.

बरखा दास : होय, एकेट्टीच्या मृत्यूमुळे 'भोपाळचा चेहरा' या नावाने ओळखली जाणारी चंपी भोपाळी पुन्हा चर्चेच्या केंद्रस्थानी आली आहे. तो आदिवासी तिच्यावर प्रेम करीत होता आणि तिच्या आंधळेपणावर उपचार करण्याचे त्याने कबूल केले होते. या मृत्यूचा तिच्यावर काय परिणाम झाला आहे?

जतीन महाजन : एकेट्टी मेला आहे, यावर विश्वास ठेवण्यास चंपी तयारच नाही. रोज रात्री तो आपल्याला भेटतो व आपल्याशी बोलतो, असा तिचा दावा आहे.

बरखा दास : गेली कित्येक वर्षे चंपी भोपाळीसारखी तरुणी भोपाळ वायू गळती दुर्घटना पीडितांच्या वेदना खुलेआम मांडत असताना तिच्या वेदनांचा कोणी विचारच केला नाही, ही केवढी दुर्दैवी बाब आहे ना जतीन!

जतीन महाजन : अगदी नेमके बोललीस तू! आपण सगळे 'भोपाळचा दुर्दैवी चेहरा' म्हणून तिचा उल्लेख करतो; पण त्या चेहेऱ्यासाठी काही करावे असे मात्र आपल्याला वाटले नाही. आता एकेट्टीच्या मृत्यूनंतर जो लोकक्षोभ उसळला आहे त्यामुळे अनेक व्यक्ती व स्वयंसेवी संस्था तिच्या मदतीसाठी पुढे आल्या आहेत. तिच्या प्लॅस्टिक सर्जरीसाठी पुरेसा निधी जमा झाला आहे. तिच्यावर रेटिनल नेत्र पुनर्रोपणाची शस्त्रक्रिया करून तिला दृष्टी मिळवून देण्याबाबत चर्चा सुरू आहे. आपण माणसे जिवंतपणी तिच्यासाठी जे करू शकणार नाही, ते एका एकेट्टीच्या मृत्यूमुळे घडले आहे.

बरखा दास : एकेट्टीचा मृत्यू हा आपणा सर्वांसाठी धोक्याचा इशारा देणाऱ्या घंटेसारखा ठरला आहे. भारताच्या क्षितिजावर नवी पहाट फुटण्याची आशा आता आपण सर्वांनी करायची का? हाच माझा आजचा प्रश्न आहे. याची चर्चा आपण रात्री नऊच्या बातम्यांनंतर करणार आहोत. या चर्चेत आपणही सहभागी होऊ शकता. मी बरखा दास. आय टी एन.

२६

स्टिंग ऑपरेशन

"या, या, सिंघानिया. घ्या, ही मिठाई घ्या आधी. आज माझ्या आयुष्यातील एक अद्‌भुत दिवस आहे. मी मुख्यमंत्रिपदाच्या खुर्चीत बसलो, त्यानंतर उगवलेला आणखी एक झकास दिवस!"

"मला ठाऊक आहे नेताजी, रेडिओवरील बातम्या ऐकूनच मी आलो आहे."

"अखेर जगन्नाथ रायवर खुनाचे आरोप ठेवले गेलेच. प्रदीप दुबे, लखन ठाकूर, नवनीत ब्रार यांच्या हत्या आणि गोपालमणी त्रिपाठीच्या मुलाचे अपहरण एवढ्या प्रकरणांमध्ये संशयित म्हणून हे आरोप ठेवले गेले आहेत. रूखसाना अफ्सरच्या आत्महत्येप्रकरणी आपण त्याला गुंतवू शकलो नाही एवढेच; पण त्यामुळे काही फरक पडत नाही. आता त्रिपुरारी शरण पलटल्यामुळे जगन्नाथला अडकवण्यासाठी पुरेसा मसाला आपल्या हाती लागला आहे. त्यांच्या गोटातील सर्व आमदारांच्या तोंडचे पाणी पळाले आहे. त्यांना परत आपल्या गोटात घेण्यासाठी मी प्रत्येकाकडून दोन कोटीची मागणी केली आहे. अर्थात, त्यांना त्यांच्या मूर्खपणाची किंमत मोजावीच लागेल."

"म्हणजे आता पुढील निवडणुकीपर्यंत तुमच्या मुख्यमंत्रिपदाच्या खुर्चीला काही धोका नाही तर!"

"फक्त पुढील निवडणुकीपर्यंत? अहो, तुम्ही आजच्या बातम्यांमधील मतदारांचा कौल बघितला नाही का? सर्व भ्रष्ट मंत्र्यांना हाकलून देण्याच्या माझ्या निर्णयामुळे माझ्या बाजूने कौल देणाऱ्यांचे प्रमाण ६७ टक्क्यांपर्यंत गेले आहे. श्रेष्ठींनी मला आता पूर्ण स्वातंत्र्य दिले आहे, त्यामुळे आणखी एक टर्म मी नक्की सत्तेत रहाणार."

"जगन्नाथ राय काय वेगाने घसरत गेले हो!"

"त्या भडव्याला वाटत होते आपण फारच हुशार! मुख्तारकडून सगळी काळी कृत्ये करून घ्यायचा; पण हे दीडदमडीचे गुंड आपल्यासारख्या व्यावहारिक राजकारण्यांना काय अक्कल शिकवणार ? आपण गृहमंत्री आहोत म्हणजे कायदा

आपल्या खिशात आहे, असे त्या मूर्खाला वाटत होते; पण गेल्या तीन वर्षांपासून मी त्याचे फोन टॅप करतोय याचा त्याला थांगपत्तासुद्धा लागला नाही आणि फोनवर लोक काय वाट्टेल ते बोलतात हो!''

''म्हणून तुम्ही कधी माझ्याशी धंद्याच्या गोष्टींची चर्चा फोनवर केली नाही का?''

''मुख्यमंत्र्याचे फोन टॅप करण्याची कोणाची हिंमत आहे? पण तरीही फार काळजी घेऊनही चालत नाही.'' (हसतो).

''मग, अडवाणींना त्या टेप्स तुम्हीच पाठवल्या ना?''

''दुसरे कोण हे काम करणार सिंघानिया? सापाला मारण्यासाठी दुसऱ्या सापाचाच वापर केलेला बरा. अडवानींनी तत्परतेने त्या टेप्समधील मजकुराला प्रसिद्धी दिली आणि जगन्नाथच्या राजकीय कारकिर्दीला सुरुंग लावत माझ्या वाटेतील मोठ्ठा अडथडा दूर केला. मुख्तार विकी रायला मारू शकला नाही, हे फार वाईट झाले माझ्यासाठी. ही घटना म्हणजे केकवरील आयसिंग किंवा दानावर दक्षिणा मिळण्यासारखी ठरली असती; पण शबनम का सध्या अशी मूर्खासारखी वागतेय?''

''सध्या खरे म्हणजे शबनमकडे लक्ष द्यायला मला वेळ नाहीये, कारण अशोक राजपूतही माझ्यासाठी एक डोकेदुखी ठरला आहे.''

''अशोक राजपूत? म्हणजे ज्याने विकी रायचा खून केला तो माणूस? त्याच्याशी तुमचा काय संबंध?''

''तो विनय राजपूतचा मुलगा आणि विनय हा माझ्या वडिलांचा सावत्र भाऊ. तुम्हाला ठाऊकच आहे, आम्ही मूळचे राजस्थानचे. मी किशोर आणि अशोकबरोबर जैसलमेरमध्ये वाढलो. किशोरच्या मृत्यूनंतर अशोकला आदिवासी कल्याण खात्यात नोकरी मिळावी म्हणून मी प्रयत्न केले.''

''त्याला आपल्या भावाच्या विधवेशी लग्न करायचे होते, हे खरे आहे?''

''होय नेताजी, पण गुलाबो जरा तऱ्हेवाईकच होती. तिच्याच इच्छेमुळे अशोकने विकी रायचा खून करण्याचे ठरवले.''

''अरे वा! म्हणजे राजपूतने तुमच्यापाशी आपला गुन्हा कबूल केला आहे तर?''

''होय. त्याचा हा दुसरा प्रयत्न असल्याचे त्याने मला सांगितले. सहा वर्षांपूर्वी तो पिस्तुलासह फार्महाउसमध्ये शिरण्यात यशस्वी झाला; पण शेवटच्या क्षणी त्याचे अवसान गळाले. या वेळी त्याने ह्या आदिवासी एकेट्टीचा फायदा घ्यायचा ठरवले. मी पार्टीत अशोकला समक्ष बघितले. एक बेंगरूळ निळा सूट घालून तो आला होता. त्याला या पार्टीमध्ये कसे आमंत्रित केले गेले याचे मला

आश्चर्यही वाटले; पण विकी रायला मारण्यासाठी त्याने फार्म हाउसमध्ये प्रवेश मिळवला असेल, अशी शंकाही माझ्या मनात आली नाही. त्यानंतर २४ मार्चपर्यंत तो माझ्या मीरत येथील गेस्ट हाउसमध्ये मुक्काम ठोकून होता. पोलिसांनी जेव्हा एकेट्टीला अटक केली, तेव्हा आपली या प्रकरणातून सुटका झाली असे त्याला वाटले; पण तो अरुण अडवाणी हुशार आहे. तो कुठून, कशी माहिती मिळवतो ते देव जाणे!''

''मग आता या राजपूतचे काय करणार तुम्ही?''

''पोलिसांकडे जाऊन जे काय घडले ते स्पष्ट सांगून टाक, असा सल्ला मी त्याला दिला आहे; पण काहीतरी चमत्कार घडेल अशी आशा त्याच्या मनात आहे आणि त्याने तुमच्यासाठी एक निरोप दिला आहे.''

''काय?''

''जर तुम्ही त्याला फाशीच्या दोरापासून वाचवू शकलात, तर ते अद्भुत शिवलिंग (कागदातून शिवलिंग बाहेर काढीत) तो तुम्हाला द्यायला तयार आहे.''

''अरे, तो आदिवासी त्या रात्री जे चोरण्याचा प्रयत्न करीत होता तेच हे शिवलिंग ना?''

(हसत.) ''नाही नेताजी, अशोक राजपूतने जैसलमेरमधून त्या शिवलिंगाची प्रतिकृती बनवून घेतली आणि ती विकी रायच्या बागेतील मंदिरात ठेवली. आता तुमच्यासमोर आहे ते मात्र मूळ शिवलिंग. अलाहाबादचे स्वामी हरिदास यांच्याकडून चोरलेले!''

''व्वा! काय अप्रतिम कलाकृती आहे ही! अगदी गुळगुळीत! त्यावर कोरलेली ही वेगळीच अक्षरे काय आहेत?''

''ओंगे जमातीची ज्येष्ठ माणसे असे म्हणतात की, पहिल्या, आद्य मानवाने ही कोरली आहे. मुख्यमंत्रीसाहेब, हे शिवलिंग आपल्या देशातील सर्वांत दुर्मीळ आणि पुरातन कलाकृती आहे. ते अमूल्य आहे.''

''मला हवे ते. सिंघानिया, त्या बदल्यात तुमच्या मित्राला वाचवण्याचा मी प्रयत्न करेन. कारण तो निर्दोष आहे हे मला ठाऊक आहे.''

''तुम्ही हे कशाच्या आधारे म्हणता नेताजी?''

''दिल्ली पोलीस आयुक्त के. डी. सहाय यांनी खाजगीत मला जी माहिती दिली त्याच्या आधारे. के. डी. आणि मी जुने मित्र. तुम्हाला ठाऊक आहे, पोलिसांना त्या घरातील बागेत आणखी एक. ३२ बोअर पिस्तुलातून मारलेली गोळी आढळली आहे.''

''पण राजपूतने तर एकच गोळी झाडली.''

''बरोबर; पण त्या रात्री विकी रायवर आणखी एका व्यक्तीने गोळी झाडली.''

“त्या म्हणण्यात तथ्य आहे. कारण पहिल्या शॉटनंतर आणखी एक गोळी झाडल्याचा आवाज मी ऐकला, पण इतर लोक म्हणाले तो फटाक्याचा आवाज आहे.”

“या दुसऱ्या गोळीमुळे विकी राय याचा मृत्यू झाला. गोळी आरपार त्याच्या शरीरातूनच गेली आणि बागेत जाऊन पडली.”

“पण मग पोलिसांना दुसरी पिस्तूल सापडायला हवी होती.”

“तोच तर खरा प्रश्न आहे. पहिली गोळी झाडली जाताच पोलिसांनी सर्व परिसर ताब्यात घेतला असे के. डी.चे म्हणणे आहे. त्यामुळे खुनी माणूस निसटून जाणे शक्यच नाही. मग पोलिसांनी फार्म हाउसचा परिसर अक्षरश: पिंजून काढला. क्रमांक सहाच्या आवारातील प्रत्येक माणसाची त्यांनी कसून तपासणी केली. परिसरात आणि रस्त्यावर उभी केलेली प्रत्येक गाडी त्यांनी तपासली; पण त्यांना सहा संशयितांकडे सापडलेल्या सहा पिस्तुलांखेरीज अन्य दुसरे पिस्तूल मिळाले नाही. मग त्यांच्यापुढे एकच पर्याय उरला. एकेट्टीला त्यांनी खुनाच्या आरोपात अडकवले आणि दुसरी गोळी व सातवे पिस्तूल याचे सर्व अवशेष नष्ट केले.”

“अरे बाप रे! म्हणजे खुनी आहे तरी कोण?”

“सिंघानिया, तुमच्याकडे पैसा खूप आहे; पण डोके नाहीये बघा! विकी रायला खरे कोणी मारले, हे मी तुम्हाला सांगतो.”

“कोणी मारले नेताजी?”

“जगन्नाथची मुलगी रितू.”

“रितू रायने? पण का? आणि तुम्हाला कसे कळले हे?”

“मला हे समजले ते माझा नव्याने झालेला, पण जवळचा मित्र त्रिपुरारी शरण याच्यामुळे; पण माझा सिद्धान्त मांडण्यापूर्वी मला तुम्हाला एक घटना सांगायची आहे. माझ्याकडे एक माणूस आहे. छोटू लोचन नावाचा. तो माझ्यासाठी काम करतो.”

“तो कुख्यात गुंड?”

“काय करणार! राजकारण म्हटले म्हणजे पैसा आणि शारीरिक बळ या दोन्ही गोष्टी आल्याच. मुख्यमंत्र्यांनाही काही कुत्री पाळावी लागतात. जगन्नाथचा जसा मुख्तार तसा माझा लोचन. काही कामांसाठी मी त्याचा वापर केलाय.”

“बरे मग? पुढे?”

“२० जानेवारीला मला लोचनचा फोन आला. काही फॅक्टरींचा मालक असलेल्या एका उद्योजकाच्या सात वर्षांच्या मुलाचे त्याने अपहरण केले आणि ७५ लाख खंडणी मिळवली. २६ जानेवारीला त्याच्या वडिलांनी ती खंडणी त्यांच्याकडे पोहोचती केली. एका काळ्या ॲटॅचीमध्ये घालून ते पैसे त्यांनी मेहरौलीच्या गोएंका

स्कूलमागील एका छोट्या गल्लीच्या टोकाशी असलेल्या कचराकुंडीत ठेवले. लोचनचा साथीदार ब्रिजेश ते पैसे ताब्यात घेणार होता; पण ब्रिजेशचा मोबाइल मुन्नाने लांबवला, त्यामुळे जेव्हा लोचनने फोन करून बॅगेच्या खाणाखुणा सांगितल्या त्या मुन्नाने ऐकल्या आणि पैशावर हात मारला.''

''खरे सांगताय की काय? तो दीडदमडीचा मोबाइल-चोर पाऊण कोटी खिशात घालून घेऊन गेला?''

''होय. त्याच पैशाच्या मदतीने त्याने रितू रायशी मैत्री वाढवली. त्यातून हे प्रकरण सुरू झाले.''

''मग काय झाले?''

''नेहमी जे घडते ते. लोचनच्या माणसांनी मुन्ना मोबाइलचा शोध लावला. त्या लोकांचे जाळे सर्वत्र पसरलेले असतेच. मग त्याने आपले गुंड पाठवून मुन्नाची चांगली पिटाई केली. त्यात त्याची बोटे मोडली आणि आपली ब्रीफकेस ते परत घेऊन आले.''

''किती वाईट! या गुंडांचे मला हेच पटत नाही. ते एकदम हातघाईवरच उतरतात. मला ही हिंसा बिलकुल मंजूर नाही.''

''ते असो. कहाणीतील नाट्यपूर्ण वळण पुढेच आहे. मुन्नाने त्या ब्रीफकेसविषयी रितूला काही सांगितले नाही; पण तिने मात्र मुन्नाशी लग्न करण्याचा आपला इरादा घरी जाहीर केला. विकी आणि जगन्नाथ या दोघांचाही त्याला विरोध होता, त्यामुळे त्या भावा-बहिणीत रोज अक्षरश: मारामाऱ्या होत. त्यामुळे मुन्नाची अवस्था बघताच तिला वाटले मुन्नाला धडा शिकवण्यासाठी विकीनेच गुंड धाडले असणार. त्यामुळे ती भडकली. पिस्तूल हाताळणे रितूला सहज शक्य होते. एअर पिस्तूल या प्रकारात तिने राज्यस्तरीय विजेतेपद मिळवले आहे, हे तुम्हाला ठाऊक आहे? ठरलेल्या वेळी तिनेच मुख्य स्विचबोर्डावरील फ्यूज काढून घेतला. वीज जाताच ३२ बोअर पिस्तुलातून तिने भावावर गोळी झाडली. मग ते शस्त्र घरातच कोठेतरी लपवले, जे पोलिसांना अजूनही मिळालेले नाहीये.''

''आश्चर्य आहे! आणि रितू सापडली नाही?''

''जगन्नाथ रायची मुलगी म्हणून तिने आजवर जे सोसले ते पुरेसे नाही का?'' आता ती मुन्ना मोबाइलशी लग्न करणार आहे आणि त्याला कोणत्यातरी सिनेमात काम मिळाले आहे. त्यामुळे कमीतकमी एका घटनेत तरी शेवट सुखान्त होणार हे बरे!''

''मग मी अशोक राजपूतला काय सांगू?''

''त्याला म्हणावे, मी काहीतरी बेत आखतोय तोवर जरा स्वस्थ राहा आणि शिवलिंग दिल्याबद्दल माझ्यातर्फे आभार कळवा. आमच्या घरात त्याला सन्मानाची

जागा मिळेल आजपासून.''

"हे फार शुभ फलदायी आहे.''

"त्याच्या सकारात्मक लहरी मला आत्ताच जाणवत आहेत. भगवान शंकराच्या आशीर्वादाने आता उर्वरित आयुष्य मी मुख्यमंत्री म्हणून राहू शकेन.''

"नेताजी, आता तुम्हाला वेळ असेल तर बदाऊन सिमेंट प्रकल्पाविषयी बोलू या आपण?''

"मला कापड प्रकल्पाविषयीसुद्धा बोलायला वेळ आहे. अहो सिंघानिया, आता सगळे राज्य तुमचे आहे. जगन्नाथ राय नावाचा काटा आपल्या वाटेतून गेला. आता दोघे मिळून फळे खाऊ!'' (हशा.)

कबुलीजबाब

सत्य बोलण्याइतकी अवघड गोष्ट जगात कोणतीही नाही.

फ्योदोर मिखायलोविच दोस्तोव्हस्की
क्राईम अँड पनिशमेंट

२७

सत्य

मी पोलिसांना जे नाव दिले ते तुम्हाला सांगू शकतो, पण तुम्ही ते ओळखणार नाही. त्यामुळे मी जे कपडे घातले होते त्याची खूण तुम्हाला सांगितली तर ते योग्य ठरेल. पितळी बटण असलेला लाल रंगाचा कोट, त्याच्या आत पांढरा शर्ट, काळी पँट आणि पायात चामड्याचे बूट. ते बूट मात्र लक्षात ठेवा.

कोणाचेच माझ्याकडे लक्ष नव्हते. मी त्या अनेक चेहेरा नसलेल्या लोकांपैकी होतो, ज्यांच्या सततच्या सेवेमुळे पार्टी अखंड चालू राहते. जेव्हा मोठी राजकीय रॅली असते तेव्हा रस्त्यावर दिसणाऱ्या होर्डर्सपैकी मी एक होर्डर असतो. क्रिकेट सामन्यासाठी आलेल्या अथांग गर्दीवर जेव्हा कॅमेरा फिरतो, त्या गर्दीत मी असतो आणि निवडणुकीच्या काळात मतदान केंद्राबाहेर लागलेल्या रांगांमधील एक चेहेरा माझा असतो.

मी नेमका कोण याची अधिक माहिती हवी आहे? ठीक आहे. त्या पार्टीतील दाढीवाला वेटर म्हणजे मी. वीज गेली तेव्हा विकी रायच्या शेजारी मी उभा होतो आणि मीच त्याला इतक्या जवळून गोळी घातली. जर हे ऐकून तुम्हाला धक्का बसला असेल, तर मला त्याबद्दल माफ करा! खून. कोणाच्यातरी आयुष्याचा शेवट करणे यात क्रौर्य आहे. त्यामुळे आपल्या मानसिकतेमध्ये आणि गुन्हेगार-न्याय या चौकटीत ते बसत नाही. 'हत्या करू नका.' असे बायबलनेही सुचवले आहेच की! पण काही प्रसंग असे असतात ज्यांमध्ये हत्येचे केवळ समर्थनच होते असे नाही, तर ती आवश्यकही ठरते. आणि इथे मी कायद्याने संमत केलेल्या खुनांबद्दल म्हणजे सरकारतर्फे एखाद्या अतिरेक्याला दिलेली फाशी, शत्रुपक्षाच्या सैनिकाची केलेली हत्या या विषयी बोलत नाहीये. मी योग्य कारणांसाठी, आपद्धर्म म्हणून होणाऱ्या हत्येविषयी बोलतोय. महाभारतात दुष्ट प्रवृत्तीच्या कौरवांविरुद्ध कुरूक्षेत्री लढणे हे क्षत्रिय योद्धा असलेल्या अर्जुनाचे कर्तव्यच होते. विकी रायला ठार करून मी माझे कर्तव्य केले, धर्म पाळला.

माझ्यावर विश्वास ठेवा, विकी रायशी माझे वैयक्तिक शत्रुत्व अजिबात

नव्हते. त्याने कोवळ्या वयात आपल्या गाडीखाली चिरडलेल्या सहा माणसांचा मी आप्त नाही. त्याने ज्या वनअधीक्षकाची, किशोर राजपूतची हत्या केली, त्याला मी बघितलेलेपण नाही. रुबी गिल ही माझी सहकारी, बहीण, प्रेयसी कोणीही नव्हती. मी तिला ओळखतही नव्हतो.

माझ्या कृतीकडे एका जागरूक नागरिकाने दिलेला न्याय अशा दृष्टीने बघितले जावे. जेव्हा प्रस्थापित व्यवस्था अपुरी ठरते, तेव्हा कायदा हातात घेणाऱ्या नागरिकाची ही कृती आहे; आणि प्रस्थापित अधिकाऱ्यांतर्फे केली जाणारी कृती खरोखरच पुरेशी नव्हती. विकी राय एकामागून एक नियम मोडत होता आणि तरीही प्रत्येक वेळी सुटत होता. जेव्हा रुबी गिलच्या खुनाच्या आरोपातून त्याची सुटका झाली तेव्हा उंटाच्या पाठीवरील भाऱ्यात शेवटची काडी पडली.

आमची महाकाव्ये असे म्हणतात, जेव्हा दुष्टांचा सर्वत्र सुकाळ होतो तेव्हा सत्कृत्यांची पुनर्स्थापना करण्यासाठी देव जन्म घेतो. या विधानाबद्दल मला आदर आहे; पण मला ते मान्य नाही. पृथ्वीवरील गोंधळ निवारण्यासाठी स्वर्गातून कोणीही खाली अवतरत नाही. तुम्हालाच तो गोंधळ निस्तरावा लागतो. पायातील जोडे काढून, पँट खालून दुमडून त्या चिखलात, राड्यात पाय ठेवावा लागतो.

मी तेच केले, कारण माझ्या सदसद्विवेकबुद्धीपुढे दुसरा पर्याय उरला नव्हता!

देशाच्या विवेकाचा रक्षणकर्ता म्हणून मध्यमवर्गाला काम करावे लागते, भ्रष्ट धनिकाकडून होणाऱ्या अनैतिक कारवायांविरुद्ध नैतिकतेची मशाल उंच धरावी लागते आणि समाजातील वंचितांच्या बाजूने लढावे लागते. प्रस्थापितांच्या स्थानाला आव्हान देण्याचे काम याच मध्यमवर्गाला करावे लागते आणि फ्रान्स, चीन आणि रशिया किंवा मेक्सिको, अल्जेरिया, व्हिएतनाममधील उलथापालथी याच मध्यमवर्गाने घडवल्या आहेत. भारत मात्र अजून त्यापासून दूर राहिला आहे. जैसे थे राहण्यावर अजून आमचा विश्वास आहे. सार्वजनिक आयुष्यातील भयावह नैतिक अध:पतन व गरिबांच्या दुरवस्थेविषयी कमालीची बेफिकिरी दाखवणारा हा वर्ग चंगळवादी संस्कृतीत आकंठ बुडाला आहे. लैंगिक भोगांना चटावलेले आपण टीव्हीवरील मालिकांमधील कारस्थानी सासू आणि कुटुंबातील अत्याचार सोसणाऱ्या सुनांच्या कहाण्या मिटक्या मारत बघतो. लब्धप्रतिष्ठितांच्या बेडरूममध्ये मोडणाऱ्या विवाहांच्या कहाण्या मोठ्या चवीने ऐकतो आणि निर्लज्ज राजकारणी नोटांच्या गड्ड्या लाच म्हणून घेत असताना छुप्या कॅमेऱ्याने पकडलेली ही देवाणघेवाण डोळे विस्फारून बघत बसतो, एवढेच!

लैंगिक आकर्षणाविषयी माझी काहीही तक्रार नाहीये. तरुण वयात मलाही शेजारच्यांच्या घरात डोकावून बघण्याचा मोह व्हायचा, कधीतरी त्यांची तरुण

मुलगी आंघोळ करताना दिसेल या आशेने! पण त्याऐवजी अकस्मात आपल्या बायकोचा गळा दाबून खून करणारा शेजारीच मला बघायला मिळाला, तर काय करायचे? जणू आपणच गुन्हा केला असावा अशा शरमेने स्वत:ला पलंगावर झोकून द्यायचे? की शेजाऱ्याच्या घरात घुसून होणारा गुन्हा थांबवायचा?

विकी रायच्या संभाषणाच्या टेप्स ऐकताना मी अशाच द्विधा मन:स्थितीत सापडलो, कारण गेल्या दोन वर्षांपासून मी त्याचा फोन टॅप करतो आहे. मुख्यमंत्री जसे जगन्नाथ राय यांचे फोन टॅप करीत होते तसेच.

मी प्रथम जेव्हा फोन टॅप करणे सुरू केले, तेव्हा माझ्या हाती काय लागतेय याची मला कल्पना नव्हती. माहिती मिळवण्याचा तो एक निरुपद्रवी, सोपा मार्ग होता. भारत ही उपऱ्या, उनाडांची पंढरी आहे. नागरी स्वातंत्र्य, माहितीची सुरक्षितता, खाजगीपणाचा हक्क या गोष्टींची इथे काहीही मातब्बरी नाही. तुम्ही पालिका बझारमधील कोणत्याही इलेक्ट्रॉनिक्स वस्तू विकणाऱ्या दुकानात जाऊन एक फोन खरेदी केला आणि दूरध्वनी खात्यात जाऊन कोणाशीतरी संधान बांधले, तर तुम्ही मुक्तपणे फोन-टॅपिंग करू शकता. मी सध्या असा सात लोकांचा पाठलाग करतो आहे, जम्मूपासून-जबलपूरपर्यंत.

गेली दोन वर्षे मी रोज विकी रायचा आवाज ऐकतोय. लोकांवर कसा कृपावर्षाव केला जातो, लाच कशी दिली जाते, प्रकरणे कशी दाबली जातात, मुलींना कसे भ्रष्ट केले जाते, हे सगळे ऐकायला मिळाले. कायदा कसा वाकवायचा, त्यातून कशा पळवाटा काढायच्या, पुराव्यांमध्ये कसे फेरफार करायचे आणि न्याय नावाची गोष्ट कशी विवस्त्र करून ओरबाडून बाजारात विकायची, हे कानावर पडले. प्रत्येक गोष्ट ऐकताना माझ्या हृदयावर कोणीतरी घणाचे घाव घालतेय असे मला वाटत होते. अन्यायाची प्रत्येक घटना ऐकताना माझ्या अंगात कोणीतरी सुरा खुपसतोय, असे मला वाटत होते.

आणि मग १७ मार्चला मी असे संभाषण ऐकले, ज्यामुळे माझा थरकाप उडाला. त्याचा छोटासा नमुनाच मी तुम्हाला ऐकवतो. काळजीपूर्वक ऐका,

"हॅलो, विकीबाबा, ओळखलेत मला?"

"मुख्तार बोलतोयस?"

"हो विकीबाबा. रात्री इतक्या उशिरा तुम्हाला फोन केल्याबद्दल मला माफ करा; पण...."

"काय भानगड आहे? तू जरा काळजीत दिसतोयस."

"तुम्हाला आठवतेय विकीबाबा, लखनौत कसे आपण एकत्र खेळायचो ते? तुम्ही माझ्या पाठीवर बसायचा आणि मी तुम्हाला घोडा-घोडा करीत झाडापर्यंत न्यायचो आणि मग तुम्ही...."

“माझ्या लहानपणीच्या आठवणी सांगण्यासाठी रात्री एक वाजता तू मला फोन केलायस, असे मला वाटत नाही. मुद्द्याचे काय ते बोल मुख्तार. तू पुन्हा काही अडचणीत सापडला आहेस?”

“नाही विकीबाबा, तुम्ही संकटात आहात.”

“काय म्हणायचे आहे तुम्हाला?”

“सुमारे तासभरापूर्वी बॉसने मला घरी बोलावले होते.”

“तर? या वेळी कोणाला उडवण्याची आज्ञा दिली बाबांनी?”

“तुम्हाला विकीबाबा. तुम्हाला मारण्याची सुपारी दिलीये त्यांनी मला.”

“तुझे डोके फिरले नाहीये ना?”

“नाही विकीबाबा. मी माझ्या मेलेल्या वडिलांची शपथ घेऊन सांगतो. बॉसने मला या वेळी हेच काम दिले आहे (दीर्घ काळ शांतता).”

“माझा अजून विश्वास बसत नाहीये.”

“माझाही बसला नव्हता. मी तुम्हाला लहानाचे मोठे होताना बघितले आहे विकीबाबा. मी कसा तुमचा जीव घेऊ?”

“हे काम तुम्हाला केव्हा करायला सांगितले आहे?”

“२३ मार्चला. ज्या दिवशी तुम्ही क्रमांक सहामध्ये मोठी पार्टी देणार आहात त्याच दिवशी.”

“अच्छा!” (दीर्घ काळ शांतता).

“काय झाले आहे बॉसला मला समजत नाही. ते पूर्वीसारखे राहिले नाहीत. मुख्यमंत्रिपदाच्या या स्पर्धेमुळे त्यांची बुद्धी भ्रष्ट झाली आहे.”

“मुख्तार, तू माझे एक काम करणार?”

“हुकूम विकीबाबा.”

“तू जगन्नाथ राय यांनाच उडवावे असे मला वाटते. त्याच दिवशी, त्याच ठिकाणी. मी तुला डॅडी देणार होते त्याच्या शंभरपट अधिक पैसे देईन. माझ्याकडून आलेली सुपारी घेणार?”

“विकीबाबा, मला कसे....”

“त्यांपैकी दहा लाख मी तुला आत्ता रवाना करतो आणि उरलेले काम संपल्यावर. यानंतर तुला अधिक काम करण्याची गरज पडणार नाही. मग मान्य आहे हा करार?”

“मी काय बोलू मला कळत नाहीये विकीबाबा.”

“तुझ्यासाठी हे काम फार सोप्पे आहे. मी सर्व्हिस दार उघडेच ठेवीन. तू त्या दाराने तुझे पिस्तूल घेऊन आत येऊ शकतोस. मी मोठ्या हॉलमधील बारजवळ असेन. डॅड दुसऱ्या कोपऱ्यात, ड्राइव्ह वेच्या बाजूने उघडणाऱ्या मोठ्या खिडकीजवळ

असतील, याची मी काळजी घेईन. मध्यरात्र उलटल्यावर पाच मिनिटांनी माझा विश्वासू नोकर शंकरच्या मार्फत मी मुख्य स्विचबोर्डवरून दिवे घालवण्याची व्यवस्था करीन. दिवे जाताच तू तुझे काम आटप आणि येशील त्याच मार्गाने परत जा. यापेक्षा सोप्पे काही असू शकते का?''

(दीर्घ काळ शांतता).

''मग आपला करार पक्का समजू मुख्तार?''

''येस बॉस!''

''गुड! आता काही दिवस गायब हो. डॅडकडून येणारे फोन घेऊ नकोस.''

''येस बॉस. मी काही दिवस सराई मीरमध्ये जाऊन मुक्काम ठोकतो आणि एकदम २३ तारखेला क्रमांक सहावरच येतो.''

''छान! मी तुझी ॲडव्हान्सची रक्कम आझमगडला पाठवून देतो.''

''मेहेरबानी! खुदा हाफिज.''

हा संवाद जेव्हा मी ऐकला तेव्हा माझा मेंदू बधिर व्हायची वेळ आली. तुमच्याभोवती जे काही घडतेय ते बघूनही तुम्ही स्वस्थ कसे राहू शकता? काहीही परिणाम न होता? तुम्ही या देशाचे नागरिक नाही. तुम्ही विचार करू शकत नाही आणि तुम्हाला भावना नाहीत, असे नाटक तुम्ही किती दिवस करू शकता? मग मी स्वत:लाच बजावले, झाले तेवढे पुरे झाले. मी विकी रायला ठार करून स्वत:च त्याला न्याय देण्याचे ठरवले.

एखाद्या माणसाला मारायचे, तर तुम्हाला तीन गोष्टींची गरज असते. अतिशय सशक्त प्रेरणा, दृढ निर्धार व उत्तम बंदूक. माझ्या प्रेरणेविषयी मला खात्री होती. मला फक्त गरज होती एका चांगल्या बंदुकीची. मी एक सेमी-ऑटोमॅटिक, नेटके, देशी बनावटीचे, स्वस्त खात्रीशीर आणि ज्याचा तपास करणे अवघड आहे, असे .३२ बोअरचे पिस्तूल विकत घेतले. मग मी जामा मस्जिदच्या मागील बाजूला असलेल्या अक्रमभाई नावाच्या एका चांभाराच्या दुकानात गेलो. हा भला चांभार गरजेप्रमाणे जोडे बनवून देत असे. त्याने मला चामड्याचे असे जोडे बनवून दिले, ज्याचा तळ उघडला की, आत नोटांच्या गड्ड्या किंवा सोन्याचे एखादे मोठे बिस्किट किंवा छोटे पिस्तूल मावेल एवढी जागा होती. त्यामुळे २३ मार्चला मीही खिशात पिस्तूल घेऊन क्रमांक सहावर पोहोचलो. आत प्रवेश मिळवणे फारच सोप्पे होते. खोटी दाढी, एलाइट टेन्ट हाउसचे वेटर्स घालतात, तो लाल आणि काळ्या रंगाचा गणवेष घालून मी त्या कुलूप नसलेल्या सर्व्हिस दरवाजातून आत शिरलो. एलाइट टेन्ट हाउसकडून पार्टीसाठी खाण्यापिण्याची व्यवस्था करण्यात आल्याची माहिती मला आधीच मिळाली होती. मीही हातात एक ट्रे घेऊन पार्टीत इकडे-तिकडे

रेंगाळत राहिलो. दिल्लीतील बड्या श्रीमंत लोकांच्या इतर पार्ट्यांप्रमाणेच हवेत चुंबने फेकणे, बिझीनेस कार्ड्सची देवाणघेवाण आणि बायकांनी सगळ्या शरीराला हेलकावे देत केलेले देहाचे प्रदर्शन, मध्यरात्रीपूर्वी काही क्षण फटाक्यांची आतषबाजी सुरू झाली. कर्कश्श आवाज करीत रॉकेट्स हवेत झेपावू लागली, फटाक्यांच्या माळा फुटू लागल्या, बॉम्बचे धमाके सुरू झाले. विकी रायच्या सुटकेनिमित्त जल्लोष सुरू होता. बाराच्या ठोक्याला मी हिरवळीवरून मोठ्या हॉलमध्ये आलो. विकी रायला माइकसमोर उभे असलेले बघितले. मग त्याने आपल्या वडिलांना बोलण्यासाठी आमंत्रित केले आणि तो हॉलच्या दुसऱ्या बाजूला असलेल्या बारजवळ गेला. तो दारू ग्लासात भरू लागला, तसा मी त्याच्याजवळ सरकलो. हॉल माणसांनी खच्चून भरला होता. शबनम सक्सेनाही तिथे उपस्थित होती. अशा परिस्थितीत विकी रायला गोळी घालून पोलिसांच्या हाती न लागता निसटून जाणे अशक्य होते. माझे सर्व स्नायू कमालीचे ताणले गेले होते आणि पोटात खड्डा पडला होता. दिवे जाण्याची मी वाट बघू लागलो. बरोबर १२ वाजून ५ मिनिटांनी त्यांनी दिवे घालवले आणि मी माझे पिस्तूल बाहेर काढले. गोळी झाडल्याचा आवाज आणि पाठोपाठ जगन्नाथ राय यांची किंकाळी ऐकू आली. मुख्तारने त्याची कामगिरी पार पाडली असे मला वाटले आणि मी अगदी जवळून विकी रायवर गोळी झाडली. तो त्या उघड्या खिडकीच्या अगदी समोर उभा होता. माझी गोळी त्याच्या शरीरातून आरपार गेली असणार. योगायोगाने त्याच वेळी एक बॉम्ब बाहेर फुटल्याने माझ्या पिस्तुलातून सुटलेल्या गोळीचा आवाज त्या आवाजात मिसळून गेला.

एखाद्या माणसाला गोळी घालणे फार सोपे आहे; पण त्यानंतर स्वत:वर नियंत्रण ठेवणे, स्वत:चे मनोधैर्य शाबूत ठेवणे फार अवघड आहे. माझे हात एवढे थरथरू लागले आणि हृदय एवढ्या वेगाने धडधडू लागले की, मला वाटले, नक्की मला हृदयविकाराचा जोरदार ॲटॅक येणार. ते पिस्तूल माझ्या मुठीतून जवळ-जवळ निसटलेच होते. थरथरत्या हाताने मी माझा डावा बूट काढला. त्याचा तळ उघडून आतील पोकळीत ते पिस्तूल ठेवले. मी माझ्या बुटाची लेस बांधतो न बांधतो तोच वीज आणि पोलीस आत शिरले. त्यांनी माझ्या नाव-पत्ता विचारला. मी माझी वेटर म्हणून ओळख देणारे बनावट ओळखपत्र त्यांना दाखवले. त्यांनी माझी गळ्यापासून पायाच्या घोट्यापर्यंत झडती घेतली आणि काही आक्षेपार्ह न आढळल्याने सोडून दिले.

मुख्तार अन्सारी त्या ठिकाणी वेळेवर पोहोचू शकणार नाही हे मला ठाऊक असते, तर मी काही वेगळा निर्णय घेतला असता का? वीज आल्यावर जेव्हा मी जगन्नाथ राय यांना जिवंत बघितले तेव्हा मला कळले, काहीतरी गडबड झाली

होती. अशोक राजपूतने पहिली गोळी झाडली होती, हे उघड झाले; पण ती विकीला चुकवून त्या लाकडी बारवर आदळली. विकी रायचा बळी गेला तो दुसऱ्या, मी झाडलेल्या गोळीमुळे. पोलिसांनी त्या आवाराची अगदी बारकाईने तपासणी केली असती, तर त्यांना बागेत पडलेली .३२ बोअरच्या बंदुकीतून सुटलेली गोळी आढळली असती.

या प्रकरणातील दैवदुर्विलास तुमच्या लक्षात येतोय? रुबी गिलच्या खुनाच्या आरोपातून विकी रायची सुटका झाली, कारण पोलिसांचे म्हणणे होते, दोन वेगवेगळ्या पिस्तुलातून दोन वेगळ्या गोळ्या त्या वेळी झाडण्यात आल्या होत्या. या वेळी मात्र दोन पिस्तुलातून गोळ्या झाडल्या गेल्या हे मानण्यास पोलीस अजिबात राजी नव्हते. अशोक राजपूतने कबुलीजबाब दिला नसता, तर एखादा चलाख वकील त्याची सुटका करू शकला असता.

खूप वर्षांपूर्वी मी एक सिनेमा बघितला होता. त्याचे नाव मला आता आठवत नाही. अत्यंत कमी संवाद असलेला आणि ज्यामध्ये अतिशय संथपणे कॅमेरा फिरतो अशा आर्ट्स फिल्मपैकी तो एक होता. रिकाम्या, मागे-पुढे हलणाऱ्या झोपाळ्यापासून रोजच्या आयुष्यातील अनेक सूक्ष्म तपशील त्यात टिपलेले होते. हा सिनेमा एका खेड्यातील गरिबांचे जमीनदारांकडून होणारे शोषण दाखवणारा होता. सिनेमाचे बाकी तपशील मला आठवत नाहीत; पण त्यातील शेवटचे दृश्य मला अजून आठवते. एक छोटा मुलगा जमीनदाराच्या हवेलीच्या खिडकीच्या तावदानावर एक मोठा दगड भिरकावतो अन् ती काच फोडतो. त्या दृश्याचा अर्थ मला तेव्हा मी लहान असल्यामुळे समजला नव्हता. आता समजतो आहे, एका छोट्या ठिणगीतूनच क्रांतीचा वणवा पेटतो.

मी ठिणगी चेतवली आहे. क्रांती होण्याच्या मार्गावर आहे. मुन्ना मोबाइलसारखे तरुण या क्रांतीच्या पायाचे दगड आहेत. ते आक्रमकपणे त्यांचा हक्क मागत आहेत. मूकपणे अन्याय सहन करण्याच्या मन:स्थितीत ते आज नाहीत.

प्रत्येक क्रांतीचा जसा एक नायक असतो तशी त्या क्रांतीमुळे काही पडझडही होत असते. मला अशोक राजपूतची आज कीव येते आहे. एकेट्टीच्या मृत्यूचे दुःख होते आहे. मी त्याला मदत करण्याचा प्रयत्न केला; पण सगळ्या गोष्टींना खूप उशीर झाला होता. त्याच्या मृत्यूची वेदना माझ्या अंत:करणाला सतत टोचत राहील आणि हे माझ्या नशिबी अटळ आहे; पण त्याचे बलिदान व्यर्थ जाणार नाही. विकी रायचा मृत्यू झाला आहे आणि जगन्नाथ राय यांची अवस्था जिवंतपणीच मरणयातना भोगाव्या लागतील, अशी झाली आहे. न्याय झाला! यापुढे ही धनाढ्य मंडळी स्वस्थपणे झोपू शकणार नाहीत. ज्या सफाईने मी खून केला त्याबद्दल मी स्वत:ची पाठ थोपटून घेऊ शकतो. मी काय केले आहे याची कोणलाही तिळमात्रसुद्धा

कल्पना नाही; अगदी माझी पत्नी आणि वृत्तपत्रातील माझे सहकारी या कोणालाही! मी रोज ठरल्या वेळी ऑफिसमध्ये जातो, उशिरापर्यंत थांबतो. जेवणाच्या सुट्टीत अन्य वार्ताहरांबरोबर डबा खातो. त्यांच्या पांचट विनोदांना दाद देतो, राजकारण आणि त्यांच्या बढत्यांवरील तद्दन फालतू चर्चांमध्ये सहभागी होतो. त्यांच्या बैठकीत चघळल्या जाणाऱ्या गावगप्पा आणि उथळ प्रश्नांबद्दल त्यांना वाटणाऱ्या चिंता मला अक्षरश: उबग आणतात. त्यांचा ढोंगीपणा, आत्मसंतुष्ट वृत्ती मला बुचकळ्यात पाडते. शोधपत्रकार या ब्रीदाला जागण्याचे गांभीर्य फक्त माझ्यामध्येच आहे? ज्याच्यापुढे काही ध्येय आहे असा मी एकमेव माणूस आहे?

ही वाट एकाकी आहे हे मी जाणून आहे; पण मी पुढे जातच राहीन. कारण बाहेर, जगात अजून खूप घाण आहे. मी अजूनही अशी संभाषणे फोनवर ऐकतोय ज्यामुळे माझे रक्त उकळू लागते आणि मेंदू भणभणू लागतो.

खुनाचेही व्यसन लागू शकते!